சாதியின் குடியரசு

நவீன தாராளமய இந்துத்துவா காலத்தில் சமத்துவம் பற்றி சிந்தித்தல்

ஆனந்த் டெல்டும்டே

தமிழில் : ச.சுப்பாராவ்

பாரதி
புத்தகாலயம்

Sathiyin Kudiyarasu (in Tamil)
Anand Teltumbde
Translation : **C. Subba Rao**
First Published: August, 2019 | Third Print: December, 2022
Originally Published in English as 'Republic of Caste' (Navayana -April, 2018)

Published by

BHARATHI PUTHAKALAYAM
7, Elango Salai, Teynampet, Chennai - 600 018
Email: bharathiputhakalayam@gmail.com / www.thamizhbooks.com

சாதியின் குடியரசு

ஆனந்த் டெல்டும்டே

தமிழில்: ச. சுப்பாராவ்

முதல் பதிப்பு: ஆகஸ்ட், 2019 | மூன்றாம் அச்சு: டிசம்பர், 2022

வெளியீடு:

பாரதி புத்தகாலயம்

7, இளங்கோ சாலை, தேனாம்பேட்டை, சென்னை - 600 018
தொலைபேசி : 044-24332424, 24330024 விற்பனை: 24332924

விற்பனை நிலையங்கள்
அருப்புக்கோட்டை: கதவுஎண் 49 A/4 மெயின் ரோடு, தெற்கு தெரு - 9994173551
ஈரோடு: 39: 39 ஸ்டேட் பாங்க் சாலை - 9245448353
கரூர்: நாரத கானசபா அருகில் (TNGEA OFFICE)- 9442706676
காரைக்குடி : 12, 2 வது தெரு, கம்பன் மணிமண்டபம் பின்புறம் - 9443406150
கும்பகோணம்: 352, ரயில் நிலையம் எதிரில் - 9443995061
குன்னூர்: N.K.N வணிக வளாகம் பெட்போர்ட்
கோவை: 77, மசக்காளிபாளையம் ரோடு, பீளமேடு - 8903707294
சிதம்பரம்: 22A / 18B தேரடி கடைத் தெரு, கீழவீதி அருகில் - 9994399347
செங்கல்பட்டு: 1 D ஜி.எஸ்.டி சாலை - 044 27426964 | **சேலம்:** 15, வித்யாலயா சாலை சாலை
சேலம்: பாலம் 35, அத்வைத ஆஸ்ரமம் சாலை 0427 2335952
தஞ்சாவூர்: காந்திஜி வணிக வளாகம் காந்திஜி சாலை - 9655542400
திண்டுக்கல்: பேருந்து நிலையம் - 9942331105, 9976053719
திருச்சி: வெண்மணி இல்லம், கரூர் புறவழிச்சாலை - 9994289492
திருநெல்வேலி: 25A, ராஜேந்திரநகர் - 9442149981 | **திருப்பூர்:** 447, அவினாசி சாலை - 9486105018
திருவண்ணாமலை: முத்தம்மாள் நகர் | **திருவல்லிக்கேணி:** 48, தேரடி தெரு - 9444428358
திருவாரூர்: 35, நேதாஜி சாலை - 9442540543
நாகர்கோவில்: 699 கே.பி.ரோடு R.V.புரம் - 9443450111
நெய்வேலி: பேருந்து நிலையம் அருகில், - 9443659147
பழனி: பேருந்து நிலையம் அருகில் - 7010760693
பாண்டிச்சேரி : கிழக்கு கடற்கரைச்சாலை, இலாசுப்பேட்டை, 9486102777
பெரம்பூர்: 52, கூக்ஸ் ரோடு - 9444373716 | **மதுரை:** 37A, பெரியார் பேருந்து நிலையம் - 045 22324674
மதுரை: சர்வோதயா மெயின்ரோடு
வடபழனி: பேருந்து நிலையம் எதிரில் அடையார் ஆனந்தபவன் மாடியில் - 9444476967
விருதுநகர்: 131, கச்சேரி சாலை - 0456 2245300 | **வேலூர்:** பேஸ் III, சத்துவாச்சாரி - 9442553893

நினைத்த நூல்கள்... நினைத்த நேரத்தில்...

BharathiTV | www.bookday.in

thamizhbooks.com

8778073949

அச்சு : மணி ஆப்செட், சென்னை - 600 053.

போராட்டத்தின் உருவமாய்த் திகழ்ந்த
படிப்பறிவில்லாத என் அம்மா
அனுசயாவிற்கும்,
அதை உள்வாங்கி இருப்பார்கள் என
நான் கருதும்
நன்கு படித்த என் புதல்விகளான
புகாச், புட் ஆகியோருக்கும்

சாதியின் குடியரசு

நவீன தாராளமய இந்துத்துவா காலத்தில் சமத்துவம் பற்றி சிந்தித்தல்

ஆனந்த் டெல்டும்டே

சுனில் கில்னானியின் முன்னுரையுடன்

தமிழில் : **ச. சுப்பாராவ்**

பொருளடக்கம்

பதிப்புரை

ஆனந்த் டெல்டும்டே நாடறிந்த அறிஞர். தலித் மற்றும் இடதுசாரி இயக்கங்களின் பொதுவான நண்பர், தோழர், விமர்சகர். ஃபாசிச சக்திகளின் தாங்கவியலாத எதிரி. அவர்கள் அச்சம் கொள்ளும் ஆளுமைகளில் ஒன்று. எந்தவொரு பெரிய அமைப்பு பலமுமில்லாமல் தனது கருத்துகள், அதன் தெளிவான வெளியீட்டுத் திறன், வலிமையான பேனா ஆகியவற்றைக் கொண்டே அவர் தனது நண்பர்கள், தோழர்கள், எதிரிகள் அனைவரையும் பெற்றுள்ளார். 'சாதி' குறித்து அவரது 'நுண்மான் நுழைபுலம் கொண்ட' சிந்தனை இந்த நூலின் பக்கங்களில் விரிகின்றது. காய்தல் உவத்தல் இல்லாத அவரது விமர்சனங்கள், பார்வைகள், அறிவுறுத்தல்கள் ஆகியவற்றை முழுமையாக ஏற்பவர்கள் குறைவாக இருக்கலாம். ஆனால் 'சாதி' குறித்து சிந்திக்கும் எவரும் தவிர்க்கவியலாத பேனா ஆனந்த் டெல்டும்டேயின் பேனா. பாரதி புத்தகாலய ஆசிரியர் குழு தன் பங்கிற்கு ஏற்பும் மறுப்பும் கொண்டிருந்தாலும் ஒரு கனத்த விவாதத்திற்கான சட்டகத்தையும். இறைச்சிப் பொருளையும் வழங்கும் இந்நூலை தமிழில் வழங்குவதில் பெருமிதம் கொள்கிறது.

முன்னுரை

உலகை ஒரு பழமைவாத அரசியல் கவ்விப் பிடித்துள்ளது போல் தெரியும் இக்காலத்தில் இந்தியா ஒரு குடியரசாக தனது எதிர்காலத்தை நிர்ணயம் செய்யும் ஒரு முக்கியமான தருணத்தில் இருக்கிறது. நமது ஜனநாயகப் பரிசோதனையின் பொருளாதார வளர்ச்சி மக்கள் போராட்டங்களோடு தொடர்புடையது, கடைக்கோடி மனிதர்களுக்கும் வளர்ச்சியின் நன்மைகள் கிடைக்கும் என்று பத்தாண்டுகளுக்கு முன்பு கூட இருந்த நம்பிக்கைகள் பழங்கதையாகிவிட்டன. சாதியின் குடியரசு என்ற இந்த நூலில் ஆனந்த் டெல்டும்டே சமகாலத்து செயல்முனைவின் மெத்தனமான கற்பனைகளை உலுக்கும் விதத்தில் பகுத்தாய்ந்துள்ளார். இன்று பெரும் பிரச்சினையாக இருக்கக்கூடிய, 'ஒரு ஜனநாயகக் குடியரசாக நாம் கூட்டாக உயிர்பிழைப்பது' பற்றி விரிவாகப் பேசுகிறார்.

அவரது நூல் நமது ஜனநாயக அரசியலின் குணாதிசயமான திக்குத் திசையறியாத மலைப்பு பற்றிப் பேசுகிறது. நாடு முழுவதும் நாம் உரிமைகளுக்காக, நீதிக்காக, பொறுப்புடைமைக்காக, தனிநபர் சிந்தனை மற்றும் பேச்சு சுதந்திரத்திற்காக பெரும் இயக்கங்கள் நடப்பதைப் பார்க்கிறோம். ஒவ்வொரு தனிப்பட்ட இயக்கத்திலும் அவை சக்தி வாய்ந்ததாக இருந்தாலும், கூட்டாக அவை உபகதைகளாக, துண்டு துண்டாகவே இருக்கின்றன. ஒரு மத்தியத்துவப்படுத்தப்பட்ட அரசியல் இயந்திரத்தின் முன்னோக்கியப் பயணத்தின் ஒலியின் முன் இந்தியாவின் இன்றைய கோடிக்கணக்கான போராட்டங்கள் செயலிழந்து நிற்கின்றன. தனது சித்தாந்த வெறியால் செலுத்தப்படும் ஆளும் வர்க்கம், தனது தகவல் தொடர்பு சாதனங்களின் உதவியோடு மக்களின் வெறுப்பையும், வேதனையையும் உணர்ந்து, இந்தியர்களை டிஜிட்டல் இந்துக்கள் எனும் புதிய மதத் திரள்வாக மாற்ற கடும் முயற்சி செய்து வருகிறது.

குடியரசின் அடிப்படை லட்சியங்களில் ஒன்றான சமத்துவம் என்ற லட்சியத்தை ஆராய்வதே டெல்டும்டேயின் ஆய்வுகளின் பல்வேறு இழைகளின் இணைக்கும் சரடாக உள்ளது. அவரது எழுத்தில் காணப்படும் தர்க்கம், விவேகம், ஆர்வம் அனைத்தும் நமது வரலாற்றில் இந்த

லட்சியத்திற்கு ஏற்பட்ட பல்வேறு சீர்குலைவுகளை வெட்ட வெளிச்சமாக்குகின்றது. மதவாதத்தின் பிடியில் மீண்டும் சிக்கியுள்ள இந்தியாவில் ஏன் அந்த லட்சியம் முன்னெப்போதையும் விட வெகு தொலைவில் உள்ளது என்பதைக் காட்டுகின்றன.

அதே சமயத்தில், சமத்துவமின்மைக்கு எதிராக அணிதிரள்வது, குலைக்கப்படுவது டெல்டும்டே அரசியலமைப்பிலேயே உள்ள குறைபாடு என்று கருதும் ஒரு அம்சத்தாலும், இந்திாவின் முற்போக்கு இயக்கங்கள் பகுப்பாய்வு முடிவெய்துவது ஆகியவற்றில் அடைந்துள்ள தோல்வியாலும் சாத்தியமாகியுள்ளது. சுதந்திர இயந்தியாவின் லட்சியங்களின் மையமாக மற்ற எவரையும்விட சமத்துவத்தை முன் வைத்த மனிதரான பி.ஆர். அம்பேத்கர் சந்தித்த முடிவை இந்தத் தோல்விகள் உருவகப்படுத்துவது ஒரு முரண் நகை.. ஒரு தேசியத் தலைவராக அவரது அந்தஸ்தை யாராலும் கேள்வி கேட்க முடியாது. அவர் யாருடைய சலுகைகளை அழிக்க முயன்றாரோ, அவர்களேகூட மேம்போக்காக வேனும் அவரை ஏற்கவே செய்கிறார்கள். இந்துத்துவவாதிகள் உள்ளிட்ட அரசியல் பெருந்தலைவர்களுக்கு அம்பேத்கருக்கு மரியாதை காட்டும் சடங்குகள் அடிமட்டத்து மக்கள் மீதான அவர்களது நன்னோக்கைக் காட்டுவதற்கு, அவரது தொண்டர்களின் வாக்கைப் பெறுவதற்கு உதவுகின்றன. தவிர்க்க முடியாதபடி, அம்பேத்கர் அவரைப் பயன்படுத்திக் கொள்ள நினைப்பவரின் குறிப்பிட்ட நோக்கங்கள், நலன்களுக்கு உதவுபவராக இருக்கிறார்.

ஆனால், அம்பேத்கர் பாடுபட்ட தலித் நலன்கள் நிறைவேறாமல் உள்ளன. பலவிதங்களில் அவை நிறைவேறுவது கடினமாகவும் ஆகிவிட்டது. இந்தச் சீரழிவு பற்றிய டெல்டும்டேவின் பதிவுகள் மிகவும் இடித்துரைப்பவை. சாதியை நீக்கிவிட்டதாகத் தோற்றமளிக்கும் அரசியலமைப்பை உருவாக்கியதற்காக அம்பேத்கர் புகழப்படும் அதே வேளையில், ‘இந்தியக் குடியரசு சாதி என்ற அஸ்திவாரத்தில்தான் கட்டப்பட்டிருக்கிறது’ என்று டெல்டும்டே வாதிடுகிறார். அரசாணையின் மூலம் தீண்டாமை ஒழிக்கப்பட்ட அதே நேரத்தில் இடதுஒதுக்கீட்டின் மூலம் அரசியலமைப்பில் சாதி நுழைக்கப்பட்டுவிட்டது. இட ஒதுக்கீட்டுக் கொள்கை தலித்துகளுக்கு மெய்யான பலன்களை அளித்துள்ளதை டெல்டும்டே ஏற்கிறார். ஆனால், அது ஏற்கனவே சலுகை பெற்றிருக்கும் ஆதிக்க சக்திகளுக்கு, சாதிகளின் உட்பிரிவுகளுக்கிடையே உட்பூசல்களை உருவாக்கி, தமது ஆதிக்கத்தை நிலைநிறுத்திக் கொள்ளும் வகையில் சாதிகளை கையாள்வதற்கு ஒரு நல்ல ஆயுதத்தை தந்துள்ளது.

இடஒதுக்கீடு மூலம் சமூகப் படிநிலையிலிருந்து சாதியை நீதி மற்றும் நிர்வாகப் படிநிலைக்கு மாற்றும் மேட்டுக்குடியால் உருவாக்கப்பட்ட

மாற்றம் இப்போது சட்டத்தால் அனுமதிக்கப்பட்டதான ஒரு படிநிலையை அரசாங்கத்திலேயே மறுஉருவாக்கம் செய்துவிட்டது. இதன் விளைவாக 'சாதி தொடர்பான குறைகளைக்களையும் மேலோட்டமான வழிமுறைகள் ஏற்பட்டுள்ளன. இவை சமத்துவமின்மைக்கான அடிப்படைக் காரணங்களைப் பற்றி விவாதிக்க இடமின்றிச் செய்துவிட்டன. அதே சமயத்தில், இடஒதுக்கீடு கிடைக்காமல் ஒதுக்கப்பட்டவர்கள் தமது பொறாமையை உடல்ரீதியான வன்முறையில் காட்டுவது அதிகரித்து, இது தலித்துகள் மீதான உயர்சாதி வன்முறையை தூண்டிவிடுகிறது. டெல்டும்டே சோகமாகக் குறிப்பிடுவதைப்போல, அரசு அலுவலகங்களில் தலித்துகளின் எண்ணிக்கை அதிகரிப்பு, தலித்துக்களின் பொருளாதார, சமூக நலன்களை முன்னேற்றுவது என்பது ஒருபுறமிருக்க, அவர்களுக்கான குறைந்தபட்ச உடல்ரீதியான பாதுகாப்பை அளிப்பதற்குக் கூட ஒன்றும் செய்யவில்லை.

இதனிடையே, அதிகரித்துவரும் சமத்துவமின்மைக்கு எதிராகப் போராடும் முக்கியமான சமூக அமைப்புகளான, இடதுசாரி மற்றும் தலித் இயக்கங்கள் என்றைக்குமே நெருக்கமாக இருந்ததில்லை என்றாலும், இன்று மேலும் விலகித்தான் சென்று கொண்டிருக்கின்றன. சாதிப் பிரச்சினையை எதிர்கொள்ள இந்திய இடதுசாரிகளின் விருப்பமின்மை, தலித் அடையாளத்திற்கு வெளியே உள்ளவர்களையும் இணைத்து, அதிக பொதுப்படையான கூட்டு இயக்க வடிவங்களை சிந்திக்கவும்கூட தலித் அமைப்புகளிடம் இருக்கும் விருப்பமின்மை ஆகிய இரண்டைப் பற்றியும் டெல்டும்டே எழுதுகிறார். இதன் விளைவாக அதன் செயல்திறனுக்கு பொருத்தமற்ற போர்க்குணம் கொண்ட ஒரு தலித் இயக்கமும், யதார்த்தத்தில் தன்னை வேகப்படுத்த வேண்டிய ஏராளமான காரணங்களுக்குப் பொருத்தமற்ற செயலற்ற தன்மை கொண்ட ஒரு இடதுசாரி இயக்கமும் இங்கு உள்ளன.

அப்படியானால் அதிக செயல்திறனும், அனைத்தையும் உள்ளடக்கியதுமான ஒரு அரசியல் உருவாகுமா? அம்பேத்கருடைய சொந்த அணுகுமுறையை, குறிப்பாக அவர் ஒரு 'கடவுளாக' ஒரு குழுவின் தலைவராக சுருக்கப்பட்டுவிட்ட இந்த நேரத்தில் நினைவுகூர்வது முக்கியமாகும். உண்மையில், டெல்டும்டே நமக்கு நினைவூட்டுவதுபோல, அம்பேத்கர் ஒரு மார்க்சியர் இல்லை என்ற போதிலும், குறிப்பிட்ட நோக்கங்களுக்கான சக்தியை ஒருங்கிணைக்கும் கொள்கைகளை எப்போதுமே தேடிவந்த ஒரு பொதுமைவாதியாக *(universal-ist)* இருந்தார்.

இவ்வுலகை வாழ்வதற்கான ஒரு நல்ல இடமாக மாற்றுவதற்காக மெய்யாகவே போராடியதாலேயே அம்பேத்கர் மகத்தானவராகத் திகழ்கிறார். தனது மக்கள் என்ற காரணத்திற்காக மட்டும் அவர்

தலித்துக்களுக்காகப் போராடியிருந்தால் அவர் இந்த மகத்துவத்திற்குத் தகுதியடைந்திருக்க மாட்டார். மனித சமத்துவத்திற்கு, ஜனநாயகமயம் என்ற லட்சியத்திற்கு முக்கியமானது, இந்திய சமூகத்தை தேக்க நிலையிலிருந்தும், சீரழிவிலிருந்தும் மீட்க உடனடியாக அவசியமானது என்ற காரணங்களுக்காகவே அவர் தலித் பிரச்சினைகளை கையிலெடுத்தார். சுரண்டல் மற்றும் ஒடுக்குமுறை அமைப்புகளிலிருந்து, மனிதர்களை விடுவிக்கும் போராட்டத்தின் ஒரு முக்கிய பகுதியாக அது இருந்தது.

1952ல் அம்பேத்கர் குறிப்பிட்டது போல, இந்திய ஜனநாயகத்தின் எதிர்காலம் அவர் 'மக்களது மனசாட்சி' தரநெறிசார் பொதுமைக் கோட்பாட்டை (normative universalism) நம்பியிருந்தது. மக்களது மனசாட்சி என்றால் பாதிக்கப்பட்டவர் யாராக இருந்தாலும் சரி, ஒவ்வொரு தவறையும் பார்த்துக் கொந்தளிப்பது, அந்தக் குறிப்பிட்ட தவறால் பாதிக்கப்பட்டவரோ, அல்லது பாதிக்கப்படாதவரோ அனைவருமே பாதிக்கப்பட்டவரைக் காக்க அவரோடு இணைந்து கொள்வது என்று அம்பேத்கர் விளக்கமளித்தார்.

அந்த மக்களது மனசாட்சியை நாம் மீட்டெடுக்க வேண்டும் என்று டெல்டும்டே நம்மை அழைக்கிறார். அது இன்றைய நமது விஷச்சூழலில், சக்தியற்றவர்களை துன்புறுத்திக்கொண்டே, சக்தி மிக்கவர்கள் தாம் பாதிக்கப்பட்டதாக நாடகமாடும் சூழலில் அழிக்கப்பட்டுவிட்ட ஒரு சிந்தனை மற்றும் உணர்வு அமைப்பு. இந்த பொது (நான் அதை அரசியல் என்றும் குறிப்பிடுவேன்) மனசாட்சியை நம்புபவர்களுக்கு, நமது சமூகத்தின் தேவைகள், விருப்பங்களில் உள்ள பன்முகத் தன்மையை மதிப்பதில் உறுதி கொண்டவர்களுக்கு, இந்த பன்முகத்தன்மைகளை மீண்டும் ஒருங்கிணைத்து, இந்தியா என்ற கருத்தாக்கத்தை எவ்வாறு உருவாக்கலாம் என்று சிந்திப்பது கடமையாகும்.

இக்கருத்தாக்கத்திற்கு இந்துத்துவா தன்னை ஒரு மலினமான வடிவமாக முன் வைக்கிறது. இதற்கு சித்தாந்த தெளிவும், மக்கள் ஆதரவும் இருப்பதுபோல் தெரிகிறது. இந்துத்துவாவிற்கு அதே போன்ற மலினமான எதிர்வினையை அளிப்பதைத் தவிர்ப்பது மிக முக்கியம். அதாவது, அதை பின்னுக்குத் தள்ள, அதன் பகட்டான தேசியவாதத்தை முறியடிக்க உபதேசியவாதங்களை அல்லது தேசியத்திற்கு எதிரான வாதங்களை வைப்பதைத்தவிர்ப்பது, நமது பன்முகத் தன்மைகளை ஒரு அச்சுறுத்தலாகப் பார்க்காது, நமது சாதகமாகப் பார்க்கும் ஒரு பார்வையை உருவாக்குவது அதிக அவசியமானதும், அதிக கடினமானதும் ஆகும். இப்படிச் செய்வதில் நமது முன்னோர்கள் பெரும் முயற்சிகள் எடுத்தார்கள். சில தோல்விகளையும் சந்தித்தார்கள். அது மிகவும் பலவீனமான பார்வையாக இருந்தது. எப்போதும் அப்படியேதான் இருக்கும். அது நிச்சயமாக நமது நாகரீகத்தின்

உள்ளார்ந்த பார்வையன்று. அதன் ஒரு சாதகம் என்னவெனில், அது சமத்துவம், உரிமைகள், நமது வரலாற்றின் பெரும் தவறுகளை சரிசெய்வதற்கான வழிகள் ஆகியவற்றிற்கான நமது உண்மையான போராட்டங்கள் தொடர்வதற்கான சட்டகத்தை, குடியரசை, நீடித்து இருக்கச் செய்யும். நல்ல முடிவுகளை நோக்கி முன்னேறச் செய்யும். அந்தப் போராட்டங்களைப் பற்றித்தான் டெல்டும்டே நம்மை சிந்திக்க வைக்கிறார்.

ஆனந்த் டெல்டும்டேயின் தெளிவான வாதங்கள் யாருக்கும் வசதியாக இருக்காது. ஆனால் நாம் அனைவரும் அவற்றை அவசியம் படிக்க வேண்டும். சிந்திக்க வேண்டும். ஏனெனில் அவை நம்மை கடுமையாக சிந்திக்க நிர்பந்திப்பவை.

சுனில் கில்னானி

அறிமுகம்

நவீன தாராளமய இந்துத்வா காலத்தில் சமத்துவம் பற்றி சிந்தித்தல்

சமீபத்தில் எனது முன்னாள் மாணவர் ஒருவர், நான் முறையாகப் பயின்ற துறைகள் பற்றி எழுதாமல் ஏன், எவ்வாறு சாதி, வர்க்கம், மதவாதம் பற்றி எழுத ஆரம்பித்தேன் என்று சற்று தயக்கத்துடன் கேட்டார். இப்படிக் கேட்ட முதல் நபர் அவர் மட்டுமல்ல என்றாலும், எனது மாணவர்களில் முதலில் கேட்டது அவர்தான். கார்ப்பரேட் உலகில் பணிபுரிந்த பிறகு, நான் நாட்டின் சில முதன்மையான கல்வி நிறுவனங்களில் நிர்வாகவியல் கற்பித்தேன். பொறியியல் பட்டப்படிப்பு, அகமதாபாத்தின் இந்திய நிர்வாகவியல் நிறுவனத்தில் பட்டம், பின்னர் சைவர்நெடிக்சில் முனைவர் பட்டம் என எனது கல்வி என்னைத் தயார் செய்திருந்தது கல்விப்புலம் நோக்கித்தான். எனது மாணவரின் கேள்வி புரிந்துகொள்ளக் கூடியதே. உரிய விளக்கமும் தரப்பட வேண்டியதுதான்.

சற்று யோசனைக்குப் பிறகு, நான் அவருக்குத் தெரிந்த குலமொழியில், நாம் அனைவரும் நமது பணியில் ஒரு வித்தியாசத்தைக் காட்ட முயற்சி செய்வோமல்லவா? என்றேன். இயல்பாகவே, அந்த வகையில், அவர் எதிர்பார்த்த துறைகளில் நான் கட்டுரைகள் எழுதியிருக்கிறேன். அறிவார்ந்த இதழ்களில் தொழில்நுட்பம், நிர்வாகம் தொடர்பான ஆய்வுக் கட்டுரைகள் எழுதியுள்ளேன். அந்த ஆய்வுகள் நிலவிய அமைப்பிற்கு பெருமளவு நன்மை செய்ததுதான் அவை ஏற்படுத்திய வித்தியாசம்.

நவீன அறிவியலுக்கு சமூகத்தை ஒரு சமத்துவ லட்சியம் நோக்கிச் செலுத்தும் உள்ளார்ந்த பண்பு இருந்தபோதும், அதைச் சூழ்ந்துள்ள முதலாளித்துவ உற்பத்தி உறவுகள் புதிய தொழில்நுட்பங்கள் சிலருக்கு மட்டுமே பலன் தரும்படி செய்து விடுகின்றன. இதன் விளைவுகள் பெருமளவு ஏழ்மை மற்றும் அதிகரித்து வரும் பெருமளவு சமத்துவமின்மை என்பது வெளிப்படையாகத் தெரிகின்றன. கடந்த ஆண்டு உற்பத்தியான செல்வத்தில் எண்பத்தியிரண்டு சதவிகிதம், உலக மக்கள்தொகையின் ஒரு சதவிகித பணக்காரர்களுக்குச் சென்றது. மனித இனத்தின் சரிபாதியான 3.7 பில்லியன் ஏழைகளின் நிலை மேலும் மோசமானது. இந்த சட்டகத்தை மாற்றுவது, மக்களின் நலனுக்கு முன்னுரிமை தருவதற்கு உழைப்பது

அவசியமாகும். எனது தொழில்வாழ்க்கையை இந்தக் கவலைகள்தான் செலுத்தின. இருப்பு நிலையைத் தொடரச் செய்யும் அமைப்பிற்குள் வேலை பார்ப்பதோடு, எனது பள்ளி நாட்களிலிருந்தே நான் ஒரு செயல்பாட்டாளனாகவும் ஒரு இணையான ‘பணியை’ செய்து வந்தேன்.

யவாத்மால் மாவட்டத்தின் வாணி நகரில் நான் ஒன்பதாவது படிக்கும் காலத்தில், அரசுப் பள்ளியில் ஆர்.எஸ்.எஸ்.சின் மேலாதிக்கத்திற்கு எதிராக ஒரு போராட்டத்தை நடத்தினேன். பள்ளிச் சீருடையின் ஒரு பகுதியாக இருந்த நேரு குல்லாய்க்குப் பதிலாக, சில பிராமண மாணவர்கள் ஆர்.எஸ். எஸ். கறுப்புக் குல்லாய் அணிந்தனர். சில நெருங்கிய நண்பர்களோடு விவாதித்த பிறகு, ஒரு நாள் அந்த ஆர்.எஸ்.எஸ். பையன்களை எதிர்க்க ஒரு திட்டம் தீட்டினேன். சினிமா விளம்பரத்தட்டி பலகைகள் வரைந்து சிறிது பணம் சம்பாதித்து வைத்திருந்தேன். அதை வைத்து நூறு நீலநிற குல்லாய்கள் வாங்கினேன். சாதி வேற்றுமை இன்றி விருப்பப்பட்ட மாணவர்களுக்கு அவற்றைத் தந்து, ஒரு குறிப்பிட்ட நாளில் அனைவரும் அவற்றை அணிந்து சென்றோம். பள்ளி பிரார்த்தனைக் கூட்டத்தில் எங்கள் பலரையும் நீலக் குல்லாயில் பார்த்த விளையாட்டு ஆசிரியர் (அவர் ஒரு தலித்) ரகளை செய்துவிட்டார். என்னை தலைமையாசிரியரிடம் அழைத்துச் சென்றார்கள். அவர் ஒரு முஸ்லிம். எல்லா மாணவர்களும் பள்ளிச் சீருடை அணிவதை அவர் உறுதி செய்யும்வரை நாங்கள் நீலக்குல்லாய் அணிய முடிவு செய்திருப்பதாகக் கூறினேன். அவர் ஒப்புக் கொண்டார். ஆனால் அந்த மாணவர்கள் பணக்கார, செல்வாக்கான குடும்பங்களைச் சேர்ந்தவர்கள் என்பதால் தான் அவர்களது பெற்றோரிடம் பேச வேண்டும் என்றார். அவர் என்ன செய்தாரோ தெரியவில்லை. ஆர்.எஸ்.எஸ். மாணவர்கள் கறுப்புக் குல்லாய் அணிவது நின்றது. எனது சிறுவயதிலிருந்தே நான் சாதி தாண்டி பணி செய்திருக்கிறேன். அதற்கு பிறரது ஆதரவும் கிடைத்திருக்கிறது.

இந்த அணுகுமுறை எனது பொறியியல் கல்லூரி மாணவச் சங்கத் தேர்தலில் ஒரு சாதனை படைக்க உதவியது. பதிவான ஆயிரத்திச் சொச்ச வாக்குகளில் பத்தொன்பது வாக்குகள் தவிர அனைத்தும் எனக்கு விழுந்தன. எனது வாலிப நாட்களில், மேற்கு வங்க ஒப்பந்தத் தொழிலாளர்களைத் திரட்டுவது, குஜராத்தின் விவசாயத் தொழிலாளர்கள் மத்தியில் பணி செய்தது. ராஜஸ்தானின் முஸ்லிம் சேரிவாசிகள் தமிழ்நாட்டின் தலித்துகள் மத்தியில் பணி, மும்பையின் பலவிதமான அரசியல் போராட்டங்கள் என எனது செயல்பாடுகள் எனது பிழைப்புப் பணியிலிருந்து எப்போதும் மாறுபட்டே இருந்தன. ஜனநாயக உரிமைகள் பாதுகாப்பிற்கான கமிட்டியுடன் *(Committee for Protection of Decomratic Rights)* எனக்கு நீண்டகாலமாக தொடர்பு உண்டு. நான் அதன் தற்போதைய பொதுச்

செயலாளர். இக்கமிட்டி மூலம் நான் கடந்த நாற்பதாண்டு காலத்தில் ஏராளமான மக்கள் உரிமைப் போராட்டங்களில் ஈடுபட்டிருக்கிறேன்.

உண்மையைச் சொல்வதானால், பெருவிலங்கின் வயிற்றுள் இருக்கும் அதேசமயத்தில் அதனை எதிர்த்தும் போராடுவதை, நிறுவனங்களின் நிர்வாக அறைகளில் உட்காரும் அதே சமயத்தில் செங்கொடியையும் உயர்த்திப் பிடிக்கும் மிகக் கடினமான சூழல்களில் போராடுவதை நான் ரசித்திருக்கிறேன். மூடி மறைக்கப்பட்ட கார்ப்பரேட் உலகில் நான் சந்தித்த மிகச் சிக்கலான பிரச்சினைகளை விட மிகப் பெரிய சவால்களை வெளியே உள்ள உலகம் தந்திருக்கிறது. சாதி மற்றும் வர்க்கம் என்ற இருவிதமான போராட்டங்களையும் பார்த்திருப்பது, எனது கிராமத்தில் கடுமையான வறுமையை நேரடியாக உணர்ந்தது, பூர்ஷ்வா மற்றும் உழைப்பாளி என இரண்டின் அங்கமாகவும் இருந்தது ஆகியவை சாதியை எதிர் கொண்டால் அன்றி இந்தியாவில் புரட்சிகரமான மாற்றம் சாத்தியமில்லை என்ற முடிவிற்கு என்னை இட்டுச் சென்றன. இடதுசாரி மற்றும் தலித் அமைப்புகளின் இப்போதைய புரிதலுக்கு மாறாக, நான் வர்க்கமும், சாதியும் பின்னிப் பிணைந்தவைகள் என்று பார்க்கிறேன். சாதியை ஒழிக்காமல் இந்தியாவில் புரட்சி வராது. அதே சமயம், ஒரு புரட்சி இல்லாமல் சாதியை ஒழிக்க முடியாது. அதனால் இரு தரப்பும் என்னை தவறாகப் புரிந்து கொள்ளும் வாய்ப்புள்ளது என்றாலும் கூட இவ்விரு நிலைப்பாட்டின் ஆச்சாரக்கூட்டங்களோடு மோதத்தான் வேண்டும் என நான் உணர்ந்தேன். அது உழுவதற்கான ஒரு தனிமையான வயல்.

எனது இரட்டைப் பாத்திரம் பற்றி ஆர்வமாக இருந்தது அந்த நிர்வாகவியல் மாணவருக்கு 'இடதுசாரி', 'தலித்' என்ற இரண்டுமே அந்நியமான சொற்கள். மேல்நோக்கி நகரும் இந்தியர்களின் அதீத உற்சாக உலகில், இந்த நிலைதான் அதிகமாக உள்ளது. நான் சொன்னவற்றை அவர் முழுமையாகப் புரிந்து கொண்டாரா என்று எனக்கு நிச்சயமாகத் தெரியவில்லை. ஒரு வேளை அவர் இந்த நூலைப் படிக்கலாம். நவீன, வளர்ந்து வரும் வல்லரசு இந்தியா என்ற பகட்டு மென்பூச்சிற்குக் கீழே இந்தியா எவ்வாறு ஒரு சாதியின் குடியரசாக இருக்கிறது என்பது பற்றி சிந்திக்கலாம்.

இந்த நூலை நான் எழுதத் திட்டமிடவில்லை என்ற வகையில், இது அசாதாரணமானது. இதன் உருவாக்கத்திற்கான பெருமை நவயானா குழுவையே சாரும். பத்தாண்டுகளுக்கும் மேலாக, எகனாமிக் அண்ட் பொலிடிகல் வீக்லி இதழின் எனது மாதாந்திரப் பத்தியில் நான் அவ்வப்போது நிகழ்ந்தவற்றிற்கு எதிர்வினையாற்றி வந்தேன். அந்த சுமார் நூற்றிச் சொச்ச கட்டுரைகளில் ஒரு கருத்தியல் ரீதியான தொடர்பை உணர்ந்த பதிப்பாளர் அவற்றை செழுமைப்படுத்தி எழுதச் சொன்னார். பத்தி எழுத்தின்

வரம்புகளுக்குக் கட்டுப்படாது, அவற்றை விரிவாக்க, கூர்மைப்படுத்த, எனது வாதங்களை செழுமைப்படுத்த அது ஒரு வாய்ப்பைத் தந்தது. 'சாதியின் குடியரசு' ஒரு நூலாக உருவானது. பாபாசாகேப் அம்பேத்கர் உருவாக்கிய அரசியலமைப்பு சாதியை நிராகரிக்கும் ஒரு குடியரசை ஏற்படுத்தியது என நாம் நினைக்கும் வேளையில், யதார்த்தத்தில் இந்தியக் குடியரசு சாதி என்ற அஸ்திவாரத்தில் கட்டப்பட்டிருக்கிறது. சட்டத்தை உருவாக்கியவர்கள், அரசியலமைப்பில் தீண்டாமையை சட்டவிரோதமாக ஆக்கிவிட்டாலும், அவர்கள் திறமையாக தீண்டாமையின் ஊற்றுக்கண்ணான சாதியை தெய்வீகமாக்கி விட்டார்கள். குடியரசோடு சேர்ந்து சாதியும் வளர்ந்து செழித்துள்ளது. இந்த நூல் அது எவ்வாறு? ஏன்? என்று கூறுகின்றது. இந்த நூலின் *13* அத்தியாயங்களும் இந்தியாவில் சமத்துவமின்மை எவ்வாறு மதத்தோடு ஆழமாகப் பின்னிப் பிணைந்துள்ளது. நம் காலத்தில் பெரும்பான்மைவாதத்தின் மொழியைப் பேச, சாதி மற்றும் மத அடிப்படை வாதங்கள் எவ்வாறு சந்தையோடு இணைந்துள்ளன என்று ஆய்வு செய்கின்றன. இந்த மோசமான செயல்பாடுகளின் விளைவு தலித்துகள், ஆதிவாசிகள், சிறுபான்மையினர் ஆகியோருக்கு எவ்வளவு பாதகமாக உள்ளன. ஒரு பொதுவான பார்வையில், ஒடுக்கப்பட்ட அனைவருக்கும் எவ்வளவு பாதகமான உள்ளன என்ற கவலைதான் இந்த நூலின் அடிநாதம்.

சாதியும், முதலாளித்துவமும் இணையும் இந்தியச் சூழலில், மாற்று அரசியலின் வளர்ச்சிக்கான பெரிய இடையூறு தலித் மற்றும் இடதுசாரி இயக்கங்களுக்கு இடையே அதிகரித்துவரும் விரிசல்தான். இந்த விரிசலுக்கான காரணம் சாதி மற்றும் வர்க்கத்தின் பிளவுநிலைப் புரிதலில் *(dichotomy)* உள்ளது. இது இந்த இரண்டும் குறித்து இரண்டு பிரிவினரிடமும் இருக்கும் தவறான புரிதல்களைப் பிரதிபலிக்கிறது. சாதி ஒரு நிச்சயமான - யதார்த்தம் இத்துணைக் கண்டத்து மக்களின் வாழ்க்கை நடக்கும் உலகம். பல சமயங்களில் சாதி தன்னுள் வர்க்கங்களை உள்ளடக்கியதாக இருக்கிறது. மாறாக வர்க்கம் என்பது ஒரு கருத்தியல் வகைமை. உற்பத்தி முறைகளுடனான ஒருவரது உறவின் அடிப்படையிலான ஒரு கருத்தாக்கம். இதிலிருந்து, இந்திய சமூகம் பற்றிய ஒரு வர்க்க ஆய்வை, சாதி என்னும் எதார்த்தத்தைக் கணக்கில் கொள்ளாமல் செய்ய முடியாது என்பது தெரியும். எனினும், நடுத்தர வர்க்கத்திலிருந்தும், நகரப் பின்னணி கொண்ட உயர் சாதியிலிருந்தும் வந்த கம்யூனிஸ்டுகள் ஐரோப்பாவிலிருந்து கடன் பெற்ற தத்துவார்த்த அச்சுக்களைப் பயன்படுத்தி சிக்கலான இந்திய யதார்த்தத்தைப் புரிந்து கொள்ள முயன்றார்கள். மிகவும் தவறாகப் பயன்படுத்தப்படும் மார்க்சிய உருவகமான 'அடித்தளம் மற்றும் மேற்கட்டுமானம்' அவர்களது தவறான புரிதலை மேலும் இறுகச்செய்தது. அவர்கள் சாதியை மேற்கட்டுமானத்திற்குத் தள்ளினார்கள். இதன் விளைவாக புரட்சிக்குப்

பிறகு பொருளாதார அடித்தளம் மாறும்போது சாதிப் பிரச்சினை காணாமல் போய்விடும் என்று நம்பினார்கள். இதன் விளைவாக அவர்கள் சாதிப் பிரச்சினையை புறக்கணித்தார்கள். அதனால் மோசமாக பாதிக்கப்பட்ட 'தீண்டத்தகாத' தலித்துகளை அதோடு தனியாகப் போராட விட்டுவிட்டார்கள். தலித் இயக்கம் வேகம் பெற்றபோது, இடதுசாரிகள் அதனிடம் ஒரு விரோத மனப்பான்மை கொண்டார்கள். உழைக்கும் வர்க்கத்தை பிரிக்கும் விஷயமாக அதைக் கருதினார்கள். தலித்துகள், தமது பங்கிற்கு தமது மேல் உள்ள சாதிகளால் தம்மீது செலுத்தப்பட்ட மத கலாச்சார ஒடுக்குமுறை மீது மட்டுமே கவனம் செலுத்தினார்கள். தமது சுரண்டலின் மற்ற அம்சங்களைப் புறக்கணித்தார்கள். கம்யூனிச இயக்கம் மீது ஒரு விரோத மனப்பான்மை கொண்டார்கள். இந்த உட்பகை சார்ந்த முரண் இரு பிரிவுகளின் உழைப்பாளிகளுக்கும் நன்மை செய்யவில்லை. இவர்களை மீண்டும் ஒன்றிணைப்பதுதான் மிக முக்கியமான சவால். இல்லாவிட்டாலும் கூட, இரு தரப்பும் சாதி, வர்க்கம் பற்றிய மேம்பட்ட புரிதலைப் புரிந்துக் கொள்ளச் செய்ய வேண்டும். இதைத்தான் நான் 'சாதி மற்றும் வர்க்க இயங்கியல்' என்ற அத்தியாத்தில் எழுதியுள்ளேன்.

இந்த இயக்கங்களின் விரிசல் ஒரு வறட்டுக் கோட்பாட்டு தன்மையைக் கொண்டுள்ளது. இடதுசாரிகள் மார்க்சியத்தின் பெயரிலும், தலித்துகள் அம்பேத்கரிசத்தின் பெயரிலும் சொல்லாடிக்கொண்டு இருக்கிறார்கள். மார்க்சியம், லெனினிய த்தாலும், மாவோயிச த்தாலும் மற்றும் பல வடிவங்களாலும் ஒரங்கப்பட்டாலும் கூட அனைத்தையும் விளக்கக்கூடிய, பின்னர் வரப்போவதை கணிக்கும் திறன் கொண்ட ஒரு சிந்தனை முறையாக உலகம் முழுவதும் ஏற்கப்பட்ட ஒன்று. அம்பேத்கரிசம் இத்தகைய உலகளாவிய புகழை உருவாக்கிக் கொள்ளவில்லை. இயக்கவியல் பொருள்முதல்வாதம் என்ற கோட்பாட்டின் அடிப்படையிலானது என்பதால் மார்க்சியம் உலகை ஒரு அறிவியல் பார்வையில் ஆய்வு செய்யும் வழிமுறையாகும். இயக்கவியல் பொருள் முதல் வாதத்தை சமூக வாழ்விற்கு விரிவுபடுத்தி மார்க்ஸ் வரலாற்றுப் பொருள்முதல்வாதம் என்ற கோட்பாட்டை உருவாக்கினார். இது நமது கூட்டு வாழ்வின் போக்கை அடையாளம் கண்டு, அதன் மூலம் ஒடுக்குமுறை அமைப்புகளை தகர்க்கும் வாய்ப்புகளை இனம் கண்டு, பெரும் மானுட சமத்துவக் கோட்பாடு நோக்கி நகரும் வழிமுறையாகும். இத்தகைய கோட்பாடுகளை அறிவியல் உண்மைகளைப் போல் சரிபார்க்க முடியாது. எனவே, புதிய தரவுகளுக்கு ஏற்றாற்போல் திருத்தங்களுக்கு உட்பட்ட அனுமானமான உண்மையாகவே இவற்றை ஏற்கவேண்டும். உண்மையில் அறிவியலில் கூட ஏற்கப்பட்ட உண்மைகள் தற்காலிகமானவைகளாக, புதிய தரவுகள் சேகரிக்கப்படும்போது தொடர்ந்து மாறி வருவனவாகவே உள்ளன. இதுதான் அறிவியல் நடைமுறையின் பிரச்சினை. துரதிர்ஷ்டவசமாக, மார்க்சின் கோட்பாடுகள் அதீத ஆர்வம் கொண்டவர்களால் ஒரு இசமாக ஆக்கப்பட்டுவிட்டன. ஒரு

மதக் கோட்பாட்டு நம்பிக்கை போல் ஆக்கப்பட்டு விட்டன. விலக்கி வைத்து விடும் அபாயம் இன்றி அவற்றை ஆய்வு செய்ய முடியாது. தனது கோட்பாடுகளை இவ்வாறு மாறாத கருத்தாக்கமாக மாற்றுவதை மார்க்ஸ் வெறுத்தார். எட்வர்ட் பெர்ன்ஸ்டீனுக்கு *1882*ல் எழுதிய கடிதத்தில் அவர், 'நான் ஒரு மார்க்சியன் அல்ல என்பது உறுதி, என்று குறிப்பிட்டது மிகவும் புகழ்பெற்ற வாசகமாகும். அறிவியல் புதிய உண்மையை வரவேற்று, ஏற்றுக் கொள்வதைப் போல, மார்க்சியமும் மார்க்சிற்குப் பிறகான முதலாளித்துவம் மற்றும் வேறு பல முக்கிய ஆய்வுகளின் கண்டுபிடிப்பால் கிடைத்த புதிய தரவுகளின் அடிப்படையில் தன்னை செழுமைப்படுத்திக் கொள்ளும் வகையில் திறந்த மனதோடு இருந்திருக்க வேண்டும். எனினும், தங்களது கட்சி அமைப்பைக் கொண்டுள்ள மார்க்சியர்கள் இந்த செயல்முறையைத் தடுத்து விட்டார்கள். ஐயம் எழுப்புபவர்களை பிற்போக்காளர், துரோகி, முதலாளித்துவப் பாதையாளர், திரிபுவாதி, என்றெல்லாம் முத்திரையிட்டு, எதிரி முகாமிற்கு தள்ள அவர்கள் தயங்கவில்லை.

என்றாலும், இன்றைய இந்திய இடதுசாரி இயக்கத்திற்கு இந்த செவ்வியல் மார்க்சியத்தைக் கொண்டு செய்ய எதுவுமில்லை. லெனினியம், மாவோயிசத்திற்குக் கூட அப்படித்தான் இருக்கக்கூடும். எனினும் அம்பேத்காரிய தலித்துகளுக்கிடையில் இந்த வார்ப்பட மார்க்சியம் எளிதில் தாக்குவதற்கேற்ற 'சோளக்கொள்ளை போம்மை' வடிமாக இருக்கிறது. அவர்கள் மார்க்சியத்திற்கு எதிரானதாக அம்பேத்கரியத்தை வளர்த்தனர். அம்பேத்கரும், மார்க்சும் பிறவி எதிரிகள் போல எதிரெதிரே நிறுத்தினர். அம்பேத்கர் ஒரு மார்க்சியர் அல்ல என்பதில் எந்த ஐயமும் இல்லை. மார்க்சியம் பற்றிய தனது சந்தேகங்களை அவர் மறைத்ததில்லை. ஆனால் அதற்காக அவரை அதன் எதிரியாகக் கருத முடியுமா? 'அம்பேத்கர், அம்பேத்கரியர்கள், அம்பேத்கரியம், பாந்தர் முதல் காவி அடிமை வரை, என்ற கட்டுரை அம்பேத்கரிசம் பயணித்த பல வினோதமான பாதைகளை, அது கூட்டுசேர்த்த வினோதமான கூட்டாளிகளை, அது அடைந்த பல அரசியல் முட்டுப்பாதைகளை ஆராய்கிறது. அடிப்படையில் அம்பேத்கர், அம்பேத்கரிசம் போன்ற எந்த இசத்தையும் உருவாக்குவதற்கு எதிராக இருந்தார் என்பது என் வாதம். எந்த வரலாற்றுக் கோட்பாடும் இருக்க முடியும் என்பதை அவர் நம்பவில்லை. கொலம்பியா பல்கலைக்கழகத்தில் தனக்குப் பேராசிரியராக இருந்த ஜான் ட்யூவேயின் தாக்கத்தால் அவர் வரலாற்றைப் பொருத்தவரை சாத்தியப்பாட்டுக் கோட்பாட்டாளராக *(Pragmatist)* இருந்தார். அவரது வழிமுறைகளை ஒருவர் ஆராய்ந்தால், இந்தத் தத்துவப்போக்கு புலனாகும். அம்பேத்கரிசம் என்று சொல்லப்படுவது உண்மையில் சாத்தியப்பாட்டுக் கோட்பாடுதான். குறிப்பிட்ட பிரச்சினைகளைத் தீர்க்க பெரும் வாதங்களையும், அரசியல் மாற்றங்களையும் நம்பி இருக்காமல், கிடைக்கும் வளங்களைக் கொண்டு தீர்த்துக் கொள்ளும் நடைமுறை.

மார்க்சியமோ, அம்பேத்கரியமோ அல்லது எந்த இசமோ, இந்த தத்துவார்த்த அடையாளங்களின் மதிப்பு என்ன என்பதுதான் நாம் எழுப்ப வேண்டிய அடிப்படைக் கேள்வி. தனது முன்மொழிவுகளுக்கு ஒருமனதான அங்கீகாரத்தைப் பெறுவதற்காக இயற்கை அறிவியல் முயற்சி செய்து வரும் வேளையில், சமூக அறிவியலாளர்கள், தங்களது இசங்களுக்கு அங்கீகாரம் கோரும் அதே நேரத்தில் அவற்றைச் கடைப்பிடிப்போரை மிகச் கூர்மையாக எதிரெதிர் முகாம்களுக்குப் பிரித்துவிட்டு விடுகிறது. இந்த இசங்களை முன்னிறுத்துவோர் பொதுவாக தமது முன்னோடிகளின் பார்வையை வலுவற்றதாக்கி விடுகிறார்கள். அதுவும் அம்பேத்கரியர்கள் என்று சொல்லப்படுபவர்கள் போல் இதை முழுமையாக வேறு யாரும் செய்ததில்லை. பல்வேறு பிரச்சினைகளில் அம்பேத்கருடைய நிலைபாடுகளை தன் அகநிலை உணர்வு சார்ந்து விவாதிக்க முடியும். ஆனால் ஒடுக்குமுறையின் ஒரு அமைப்பான சாதிக்கு எதிரான அவரது அடிப்படைப் போராட்டத்தை யாரும் சந்தேகிக்க முடியாது. அம்பேத்கர் களத்தில் இறங்குவதற்கு முன்பே ஒடுக்கப்பட்ட சாதிகளின் அமைப்புகள் இந்தியா முழுவதும் தோன்றிவிட்டன. ஆனால் எவரும் இந்த அமைப்பை முற்றிலுமாகக் குறி வைக்கவில்லை. பெரும்பாலான முயற்சிகள் ‘தம் சாதி ஆட்களின்’ நிலைமைகளை மேம்படுத்துவதாகத்தான் இருந்தன. அவர்களை கலாச்சார ரீதியாகவும், பொருளாதார ரீதியாகவும் முன்னேற்றுவதில் அக்கறை காட்டின. விதிவிலக்காக ஐயன்காளி *(1863-1941)* போன்றோர் ஒடுக்குமுறைக்கு எதிராகக் கிளர்ச்சி செய்தார்கள். இந்தப் பிரச்சினையை கோட்பாடாக மாற்ற முயன்று, சாதியை ஒழிப்பதுதான் ஒரே தீர்வு என்று சொன்ன முதல் தலைவர் அம்பேத்கர்தான். இது அவர் இந்து மதத்தை துறந்து, பௌத்தத்தைத் தழுவுவதில் முடிந்தது. அவரது அடிப்படை கண்ணோட்டத்தில், நோக்கத்தில், லட்சியத்தில் அதாவது சாதியை ஒழிப்பது என்பதில் எவ்வித குழப்பமும் இல்லை. மாறாக, அவர் பெயரில் உருவான இயக்கங்கள், அவர் தலைமையை ஏற்றவர்கள் சாதியைப் பாதுகாக்க இயன்றவை அனைத்தையும் செய்தார்கள். அம்பேத்கர் தீண்டத்தகாத சாதிகள் அனைத்தையும் தலித் என்ற அரைவர்க்கமாக இணைக்க முயன்றார். இன்று, அதிலுள்ள சாதிகள், உட்பிரிவுகளின் மதிப்பை உயர்த்தும் முயற்சிகள் மூலம் தலித் என்ற அடையாளமே சிதைந்து கொண்டிருக்கிறது.

தலித் இயக்கம் பரந்த அடிப்படையில் தன்னை நிலை நிறுத்திக் கொண்டபோது, அது சாதி மற்றும் சமூக அடையாளங்களின் அடிப்படையில் இருந்தது. இது ஒரு வகையில் தேர்தல் வாக்கு வங்கிக்கான சாதி சமூக கணக்கைப் பயன்படுத்தும் ஆளும் வர்க்க தந்திரம் போன்றதுதான். ஆளும் வர்க்கங்கள் சாதி ஒழிவதை நிச்சயம் விரும்பமாட்டார்கள். அதை அவர்கள் பாரம்பரிய தளத்திலிருந்து புதிய அரசியலமைப்பில் நட்டுவிட்டார்கள்.

ஆளும் வர்க்கத்தோடு கூட்டணி பேரத்திற்கு சாதி அடையாளத்தைப் பயன்படுத்தும் தலித் கட்சிகளின் தந்திரம், குறுகிய காலப் பலன்களைத் தரலாம். ஆனால் அது தவறான அனுமானங்களின் அடிப்படையிலானது. முதலாவது வளங்களின் சமத்துவமின்மை தொடர்பானது. ஆளும் வர்க்கங்கள் ஒரு புரவலர் உதவி பெறுபவர் உறவை கையில் வைத்துக் கொள்ளலாம். இந்த வசதி ஒரு தலித் கட்சிக்குக் கிடையாது. இதன் மூலம் ஆளும் வர்க்கம் ஆதரவிற்கும் போட்டியிடுபவர்களாக தலித்துகளைப் பிரிக்கலாம். இரண்டாவது நோக்கம் குறித்த சமத்துவமின்மை. ஆளும் வர்க்கங்களின் நோக்கம் நிலவி வரும் நிலைமையைத் தொடரச் செய்வது, தலித் கட்சியின் நோக்கமோ அதைத் தகர்த்தெறிவது. மூன்றாவது, தலித் கட்சி அதன் நேர்மாறான ஆளும் வர்க்கக் கட்சியாக சத்தமின்றி மாற்றம் பெறுவது. இந்த வழுக்கலான சரிவில் இது மேலும் நடக்கும். சாதி உணர்வை மேலும் உறுதிப்படுத்தும். பகுஜன் சமாஜ் கட்சியின் தேர்தல் வெற்றி அம்பேத்கரிய தலித்துகளை மிகவும் மயக்கிவிட்டதில், அது அம்பேத்கர் நினைத்தது போன்ற சாதி ஒழிப்பிற்கு நேர்மாறானது என்பதே அவர்கள் மனதில் தோன்றவில்லை. இதுதான் 'வலியுறுத்தல்-ஒழித்தல் அல்ல' பிஎஸ்பி புதிர் என்ற அத்தியாயத்தில் விவாதிக்கப்படுகிறது. கோலாகலமாக அவர்கள் இணைந்து கொள்ளும் அமைப்பு அம்பேத்கர் உருவாக்கியது என்று நம்புகிறார்கள். அம்பேத்கர் அவர்கள் அதனுள் உள்ள பொறிகளை அடையாளம் காணுமளவு அறிவார்ந்தவர்களாக (பிரபுத்தா) இருக்க வேண்டும் என்று எதிர்பார்த்தார். ஆனால் அவர்கள் அவரது சொந்த வார்த்தைகளையே கேட்கவில்லை. அவர் 1953-இல் ராஜ்யசபாவில் அரசியலமைப்பை எழுதுவதில் தன்னை ஒரு எழுத்தராகவே பயன்படுத்திக் கொண்டார்கள் என்று மிகவும் தெளிவாகவே கூறியுள்ளார்.

சுரண்டல் மயமான உலகில், அதை மாற்றுவதற்கான அவசியத்தை உணர்ந்து வாழ்வது ஒரு விஷயம். அதன் ஏற்பாடுகளை எதிர்ப்பின்றி அப்படியே ஏற்றுக்கொள்வது முற்றிலும் வேறு விஷயம். தலித் மக்களது நடவடிக்கை அந்த இரண்டாவது போக்கைத்தான் காட்டுகிறது. அமைப்பில் செயல்பாட்டு ரீதியாக குறைகள் இருக்கலாம். ஆனால் அது அடிப்படையில் அம்பேத்கர் வடிவமைத்தது போல சரியாகவே உள்ளது என்ற ஆளும் வர்க்கப் பிரச்சாரத்திற்கு அவர்கள் விரும்பி இரையாகிறார்கள். இக்கருத்தை ஆளும் வர்க்கமும், தலித் அறிவு ஜீவிகளும் மிக உற்சாகமாகப் பரப்பும் நிலையில் அதற்கு மாறாகப் பேசினால்கூட அது தெய்வநிந்தனையாகக் கருதப்பட்டுவிடும். இந்திய அரசியல் நிர்ணயசபை பெருமளவு காங்கிரஸால் ஆதிக்கம் செய்யப்பட்டது. உபகுழுக்களில் விவாதிக்கப்பட்ட அனைத்து முக்கியப் பிரச்சனைகளிலும் இறுதி முடிவுகளை எடுத்த அதன் ஆலோசனைக் குழுக்கள் நேரு, படேல் ஆகியோரால் ஆதிக்கம் செலுத்தப்பட்டன. இதனால்

உருவான அரசயலமைப்பின் முக்கால் பகுதி பழைய காலனிய அரசியலமைப்பான இந்தியச் சட்டம் 1935ஐ அப்படியே புதிய பாத்திரத்தில் ஊற்றித் தந்ததுபோல் இருந்தது. இந்த உண்மைகளும், காலனியத்திற்குப் பிறகான காலத்திலும் பழைய நிறுவன அமைப்புகளே தொடர்ந்ததும், அரசியல் நிர்ணய சபையின் தலைவரிடம் அம்பேத்கர் அளித்த அரசியலமைப்பில் அம்பேத்கரது ஆணைகள் இருந்தன என்ற மயக்கத்தை நீக்குகின்றன. அம்பேத்கர் ஒவ்வொரு விஷயத்தையும் சபையில் விவாதித்து, தன்னல அக்கறை கொண்டோரால் அது சிதைவடையாமல் பாதுகாத்து, ஒட்டுமொத்தத்தையும் சட்டபூர்வமான மொழியில் வழங்கினார் என்பதில் ஐயமில்லை. ஆனால் அரசியலமைப்பின் உள்ளடக்கத்தில் ஆளும் வர்க்கங்களை அழுத்தமாகப் பிரதிநிதித்துவப்படுத்திய காங்கிரஸ் கட்சியின் முடிவுகள் சேர்ந்திருந்தன. அரசியலமைப்பு தன்னுடையது அல்ல என்று அம்பேத்கர் ராஜ்யசபாவில் பேசியது கோப வெளிப்பாடு அல்ல, மாறாக உண்மையின் ஒரு வேதனையான வெளிப்பாடு. இரண்டாண்டுகளுக்குப் பிறகு அரசியலமைப்பு என்பது பிசாசுகள் குடியேறிவிட்ட அழகிய கோவில் என்று அவர் சமாளித்தது ஒரு யுத்ததந்திர பின்வாங்கல்.

அரசியல் நிர்ணய சபையில் அம்பேத்கர் நுழைய விரும்பியதற்கு ஒரே காரணம், தலித்துகளுக்கு அவர் பெற்றுத்தந்த பாதுகாப்புகளைக் காப்பாற்றுவதுதான். இடஒதுக்கீடு இவற்றில் மிக முக்கியமானது. இட ஒதுக்கீடு அடிப்படையில் காலனிய ஆட்சியிலிருந்தே தொடர்ந்து வந்தாலும், காலனியத்திற்கும் பிறகான ஆளும் வர்க்கங்கள் காலம்காலமாக மக்களைப் பிரித்தே வைப்பதற்கான ஒரு ஆயுதமாக அதை தந்திரமாக மாற்றிவிட்டன. அரசியலமைப்பின் சாதியைக் காப்பாற்ற இடஒதுக்கீடு ஒரு சாக்காக மாறிவிட்டது. குறுகிய கால ஆதாயமான இட ஒதுக்கீட்டிற்காக தலித்துகள் கொடுத்த மிகப் பெரிய விலை அவர்களது நீண்ட கால லட்சியமான சாதி ஒழிப்பில் சமரசம் செய்து கொண்டதுதான். முதல் அத்தியாயமான இட ஒதுக்கீடு, ஒரு பொறியும், பெரு நெருப்பும், அது எவ்வாறு ஆளும் வர்க்கங்களின் கையில் ஒரு ஆயுதமாக மாறியது என்பதைக் காட்டுகிறது. அதற்காக இடஒதுக்கீடு உள்ளார்ந்த வகையில் தீங்கானது; அது கைவிடப்பட வேண்டும் என்று பொருளல்ல. தலித்துக்கள் மிகச்சிறிய அளவில் கேட்டாலும் கூட, ஆளும் வர்க்கங்கள் அதைத் தந்துவிடாது என்பதே எனது வாதம். மேலும், ஒரு விஷயம் நமக்கு வைக்கப்பட்ட பொறி என்று அறிந்து கொண்டே பயன்படுத்துதல் வேறு. அதை ஒரு வரலாற்றுத் துபத்திற்கு வானிலிருந்து வந்த தீர்வாக நினைத்துக் கொள்வது வேறு என்பதை நினைவில் கொள்வதும் முக்கியமாகும். இட ஒதுக்கீட்டிற்குத் தரப்பட்ட விலை அதன் பலன்களை விட மிக அதிகம்.

கிராமப்புறங்களில் தலித்துகள் மீது இருக்கும் வன்மம் அதன் விலைகளில் ஒன்று. அது தொடர்ச்சியாக தலித்துக்கள் மீது வன்முறையை ஏவுகிறது. கிராமப்புற தலித் மக்கள் இட ஒதுக்கீட்டால் ஒரு பயனும் பெறவில்லை. ஆனால் அதற்காக தமது ரத்ததால் விலை தருகிறார்கள் என்பதுதான் முரண். இட ஒதுக்கீடு ஒரு தனி நபருக்கு அல்லது அதிகபட்சமாக அவரது குடும்பத்திற்கு பலன் தரும் வேலையில், அது சாதியின் பெயரால் தரப்படுவது என்பதால், அதனால் வரக்கூடிய எதிர்மறை விளைவுகளை அந்த முழு சமூகமும் தாங்க நேர்கிறது. எனினும், தலித்துக்களுக்கு எதிராக அதிகரித்து வரும் வன்முறைகளுக்கு இட ஒதுக்கீடு மட்டுமே காரணம் அல்ல. தலித்துக்களுக்கு எதிரான வன்முறை சாதியைப் போன்றே பழமையானது என்ற பொதுவான கூற்றுக்கு மாறாக, அந்த வன்முறை நிச்சயமாக நமது காலனியத்திற்குப் பின்பான அரசியல் பொருளாதாரத்தின் விளைவுதான். சாதிகள் தான் மக்களது வாழ்க்கை என்ற வகையில், வரலாறு நெடுக அவமதிப்பு, ஒடுக்குமுறை, சுரண்டல், ஆகியவை சாதி உறவுகளோடு பின்னிப் பிணைந்தவை. அது எல்லோராலுமே ஏற்கப்பட்டது. பறையன், சண்டாளன் அல்லது சாமார் போன்ற சாதிப் பெயர்கள் வசவுக் சொறக்களாக ஆகிவிட்டதிலேயே தெரியும். இச்சூழலில் நிலவி வரும்

சூழலை பாதிக்கும் வண்ணம் கோரமான செயல்கள் செய்ய எந்த கூடுதல் தூண்டுதலும் தேவையில்லை. அத்தகைய சம்பவங்கள் எல்லாம் *1960*களின் பிற்பகுதியில் உருவான ஒரு புதிய அமைப்பின் குறிப்பிடத்தகுந்த அம்சங்கள்.

முன்பு, ஒரு தலித் சாதி கட்டுமானத்தை மீறினால், அவர் உடனடியாக தண்டிக்கப்பட்டு விடுவார். இன்று, ஒட்டுமொத்த சமூகத்திற்கும் ஒரு பாடமாக இருக்க வேண்டும் என்ற நோக்கத்தோடு, சாதி இந்துக்களின் கூட்டத்தால், தலித் மக்கள் கூட்டத்தின் மீது திட்டமிட்ட வகையில் வன்முறை ஏவப்படுகிறது. இந்த நோக்கத்தோடுதான் *2007* செப்டம்பரில் கைர்லாஞ்சியில் சுரேகா போட்மாங்கேயும், அவரது குழந்தைகளும் விசாரணையின்றி கொல்லப்பட்டார்கள். 'கேளா ஒலியாக வன்முறை, கைர்லாஞ்சி, காவ்லிவாடா, துலினா, பாகனா, என்ற அத்தியாயம் இப்புது வகைமையான கொடுமை, *1968*ல் தமிழ்நாட்டின் கீழ்வெண்மணியில் கம்யூனிஸ்ட் கொடியின் கீழ் அணி திரண்டதற்காக நாற்பத்தி நான்கு தலித் விவசாயக் கூலிகள், சக்திவாய்ந்த நிலப்பிரபுவால் எரித்துக் கொல்லப்பட்டதிலிருந்து ஆரம்பித்தது என்று வாதிடுகிறது. துரதிஷ்டவசமாக, கீழ் வெண்மணியோ அல்லது கைர்லாஞ்சியோ, நடந்த ஒரே கொடுமைகளோ, அல்லது விதிவிலக்கான சம்பவங்களோ அல்ல. பல ஆண்டுகளாக இவைபோன்று பல்லாயிரம் சம்பவங்கள் நடந்துள்ளன. சராசரியாக தினமும் இரண்டுக்கும் மேற்பட்ட தலித்துக்கள்

கொல்லப்படுகிறார்கள். ஐந்துக்கும் மேற்பட்ட தலித் பெண்கள் வன்புணர்ச்சிக்கு ஆளாகிறார்கள். விதிவிலக்காக, சில கொடுமைகள் பொதுமக்கள் கோபத்தை தூண்டிவிடுகின்றன. ஊடகங்களில் பேசப்படுகின்றன. பெரும்பாலும் அவை இந்திய கலாச்சார சூழலின் ஒரு பகுதியாக, இயல்பான சம்பவங்களாக எடுத்துச் கொள்ளப்படுகின்றன. இந்த செயல்முறையை தீ முக்கோணம் போன்ற ஒரு முக்கோணத்தால் நான் விளக்குவேன். வன்முறை என்ற இந்த முக்கோணத்திற்கு, தலித்துகள் மீதான வன்மம்? எந்த தீங்கும் வராது என்ற உத்திரவாதம், ஒரு தூண்டுகோள் என்ற மூன்று அம்சங்கள் தேவைப்படுகின்றன. ஆனால், இக்கொடுமைகள் எப்படி நடக்கின்றன என்பதல்ல கேள்வி. ஏன் நடக்கின்றன என்பதுதான். நியாயமாகப் பார்த்தால் அரசு நிர்வாகத்தில் தலித்துக்களின் பிரதிநிதித்துவத்திற்கு எதிர்மறை விகிதத்தில், ஆண்டுதோறும் குறைந்து வருவதாகத்தான் இந்தக் கொடுமைகள் இருக்க வேண்டும். மாறாக கொடுமைகளின் எண்ணிக்கை தொடர்ந்து அதிகரித்து வருகிறது. கைர்லாஞ்சி ஒரு சரியான உதாரணம். மாவட்ட காவல் அதிகாரி, உள்ளூர் காவல் நிலைய ஆய்வாளரிலிருந்து பிரேத பரிசோதனை செய்த மருத்துவர் வரை கிட்டத்தட்ட அப்பகுதியின் அரசு நிர்வாகத்தின் அனைத்து அதிகாரிகளும் தலித்துகள். அதிலும் பொரும்பாலானோர் பாதிக்கப்பட்டவர்கள் சார்ந்த அதே உட்பிரிவினர். அவர்கள் செயல்படாமல் இருந்தது மட்டுமின்றி, சிலர் விஷயங்களை மேலும் மோசமாக்கினார்கள். தமது இயக்கத்தின் மையமாக பிரதிநிதித்துவம் இருப்பதன் தர்க்க நியாயத்தை தலித்துக்கள் இந்த விஷயத்திலிருந்தாவது யோசிக்க வேண்டும்.

அரசு என்ற கோட்பாடு பற்றியும் தலித்துகள் மறுசிந்தனை செய்ய வேண்டும். கல்வி, மருத்துவம், சுகாதாரம் போன்ற கண்ணியமான வாழ்விற்கு அவசியமான அடிப்படைத் தேவைகளை மறுக்கும், தனது கொள்கைகளால் தலித்துகளை சத்தமின்றி பட்டினி போட்டுக் கொள்ளும், அரசியலமைப்பு உத்திரவாதங்களை அப்பட்டமாக மீறும், அவமதிக்கும், பணக்காரர்களுக்கு ஆதரவாக தலித்துகள் மீது பாரபட்சம் காட்டும் அரசு இப்போதும் அவர்களுக்கும், சமுதாயத்திற்கும் இடையிலான பாரபட்சமற்ற மத்தியஸ்தராகக் கருதப்படுகிறது. தலித்துகளிடமிருந்து சுதந்திரமான வெளிப்பாடு பற்றிய லேசான அறிகுறி தென்பட்டாலும்,

அரசு மிருக பலத்தோடு அவர்கள் மீது பாயும் அவர்களை நக்ஸலைட் என்று முத்திரை குத்தும், ஆண்டுக்கணக்கில் சிறையில் அடைக்கும். கொல்லவும் செய்யும். கொடுமை முக்கோணத்தில், குற்றவாளிகள் பின் விளைவுகள் பற்றிக் கவலைப்பட வேண்டாம் என்று உத்திரவாதம் தரும் நிரந்தர அமைப்பு அரசுதான். நீதிமன்றங்களும் உடன் சேர்ந்து கொள்கின்றன.

அதிகரித்து வரும் வன்முறைகளை கட்டுப்படுத்துவதற்குப் பதிலாக. உச்சநீதிமன்றம் கூட, குற்றவாளிகளுக்குச் சாதகமாக வன்கொடுமைச் சட்டத்தை வளைக்கிறது. 2018 மார்ச்சில், மஹாராஷ்ட்டிராவின் ஒரு பார்மஸி கல்லூரியில் இரு 'முதல் நிலை' அதிகாரிகளால் ஒரு ஸ்டோர் கீப்பர் துன்புறுத்தப்பட்ட வழக்கை விசாரித்த ஏ.கே.கோயல், யு.யு.லலித் அடங்கிய அமர்வு இச்சட்டம் சாதியம் தொடர்வதற்கு உதவக் கூடாது என்றும், பொய்யான, உள்நோக்கமான குற்றச்சாட்டுகளிலிருந்து குற்றஞ்சாட்டப்படுபவர்கள் பாதுகாக்கப்பட வேண்டும் என்றும் கூறியது. ஆனாலும், தலித்துகள் உலகில் அரசை புரவலராக, நன்மை தருபவராகப் பார்ப்பது தொடர்கிறது. அது இட ஒதுக்கீடு தருவதுதான் அடிப்படைக் காரணம். எனவே, இட ஒதுக்கீடுகள் இட ஒதுக்கீடே அணுகாத தலித்துகளின் அனுபவங்களையும் இட ஒதுக்கீட்டால் பயன் பெற்ற தலித்துகளின் மாறுபட்ட அனுபவங்களையும் மறைத்து விடுகிறது.

அரசு மீதான நம்பிக்கை என்ற போக்கு இட ஒதுக்கீடு விஷயத்தில் மட்டுமல்ல அரசு அதிகாரத்தின் முத்திரை பதிந்த அனைத்தின் மீதும் உள்ளது. இட ஒதுக்கீடு..., தேர்தலோ அல்லது மிக இழிவான வழியான நியமனம் மூலமாகவோ... இதில் உடனடியாக சந்தோகம் தான் வர வேண்டும். அதிகார வர்க்கத்தில் பதவிகளில் இருப்பவர்களை தலித் சமூகம் கொண்டாடுகிறது. அவர்களுக்காக உண்மையாக உழைக்கும் ஆயிரக்கணக்கான ஈடுபாடு கொண்ட செயல்பாட்டாளர்கள் கவனிக்கப்படாமல் போய் விடுவார்கள். ஆனால், அமைச்சராக ஆக்கப்பட்ட யாரோ ஒரு ஒழுக்கக்கேடான ஆளைப் பாராட்ட ஏராளமான கூட்டம் கூடும். ஒரு சம்பிரதாயமான பதவிக்காக இருப்பவர்களிடமிருந்து தேர்ந்தெடுக்கப்பட்ட தலித் கூட உடனடியாக சமூகத்தின் பெரிய ஆளாக மாறிவிடுவார். ஆதிக்க சாதிகளின் நலன்களுக்காக இருக்கும் அரசு, இவர்களிலிருந்து ஒரு ஆளைத் தேர்ந்தெடுத்தால், அவர் நிச்சயம் அரசின் நலன்களுக்காகத் தான் பணி செய்வார் என்ற எளிய யோசனை கூட மறந்து போய்விடும். மாறாக, கூட்டம் அவரை தோளில் தூக்கி வைத்துக் கொண்டாடும். மாறாக அரசை எதிர்ப்பவர்கள் தலித்துகளின் வெறுப்பிற்கு ஆளாவார்கள்.

அரசு ஒரு தலித்தை நக்ஸலைட் என்று முத்திரை குத்திவிட்டால், இயல்பாகவே அவர் சமூகத்திலிருந்து ஒதுக்கப்பட்டு விடுவார். சிறைகளில் வாடும், போலி என்கவுண்டர்களில் கொல்லப்பட்டட நக்ஸலைட்டுகள் பெரும்பாலும் தலித் மற்றும் ஆதிவாசி சமூகங்களைச் சேர்ந்தவர்கள்தான். ஆனால் இது தலித்துகளிடையே எந்தவித எச்சரிக்கையையும் ஏற்படுத்தவில்லை. 2011ல் நக்ஸலைட் என்ற பொய்யான குற்றச்சாட்டில்

சுதீர் தாவலே கைது செய்யப்பட்டு, கிட்டத்தட்ட நான்காண்டுகள் சிறையில் அடைக்கப்பட்ட போது, அந்த சமூகத்திடம் எந்த எதிர்ப்பும் ஏற்படவில்லை. இங்கு இரண்டு அம்சங்கள் செயல்படுகின்றன. ஒன்று அரசு மீதான நம்பிக்கை. இரண்டாவது, இடதுசாரிகள் மீதான தத்துவார்த்த ரீதியான வெறுப்பு. நக்ஸலிசம் தனது இருப்பிற்கு அச்சுறுத்தல் என்ற பெயரில், இந்திய அரசு தனது ஜனநாயக முகமூடியை மீறி வன்முறையைக் கையாள்வதை , மாவோயிஸ்ட்டுகளை உருவாக்குதல் - நவீன தாராளமய யுகத்தில் எதிர்ப்புக்குரல், என்ற அத்தியாயம் விவாதிக்கிறது. பினாயக் சென், அருண் ஃபெரைரா, சுதீர் தாவலே, ஜி.என்.சாய்பாபா ஆகியோரது நிலை இந்த அரச பயங்கரவாதத்தை தெளிவாக விளக்குகின்றன. ஆனால் இந்த பிரபலமான உதாரணங்களைத் தாண்டி, ஏராளமான நகர்புற தொழில் சார்ந்தோர் சம்பந்தப்பட்ட வழக்குகள், கிராமப் புறங்களில் கட்டுக்கடங்காத வன்முறை ஆகியவை வெளியில் தெரிவதே இல்லை.

சாதிக்கு எதிரான தலித் போராட்டத்தை உலகம் முழுவதும் கட்டவிழ்த்து விடப்படும் மற்ற அநியாயங்கள், அவற்றை எதிர்த்தும் போராட நடக்கும் முயற்சிகள் ஆகியவற்றிலிருந்து பிரித்துப் பார்க்க முடியாது. 1930ன் பெருமந்தத்திற்குப் பிறகு, முதலாளித்துவம் மிகப் பெரிய பிரச்சினையை சந்தித்து வருகிறது. தவிர்க்க முடியாத அழிவிலிருந்து அது கீனிசியனிசம் என்று சொல்லப்படும் கொள்கைகளால் காப்பாற்றப்பட்டது. இது ஜான் மேனார்ட் கீன்ஸ் (1883-1946) என்ற பொருளாதார அறிஞரின் பெயரால் வழங்கப்படுகிறது. அவர் பொருளாதாரத்தில் அரசு பெரிய பங்கு வக்க வேண்டும் என்று கூறினார். அவரது ஆலோசனையின் பேரில் உருவான நல்வாழ்வு முன்மாதிரி உலகெங்கும் பல்வேறு அளவுகளில் கடைப்பிடிக்கப்பட்டது. போருக்குப் பிந்தைய முதலாளித்துவம் இருபதாண்டுகளுக்கும் மேலாக உலகை மறுசீரமைப்பு செய்ய கீன்ஸிய மாதிரியை பயன்படுத்தியது. வளர்ந்து வந்த கிராக்கி விநியோகம் வேலை வாய்ப்பு சுழற்சி வர்த்தக நிறுவனங்களின் அதிகாரத்தை நிலைநிறுத்தி, அவற்றை அரசியல் அதிகாரத்தோடு நெருக்கமான கூட்டு வைக்கச் செய்தது. எனினும், தேவைக்கு மீறிய உற்பத்தி, தேக்கம், லாப விகிதத்தில் வீழ்ச்சி போன்ற காரணங்கள் இந்த அமைப்பு தவிர்க்க முடியாதபடி சிக்கலில் மாட்டிக் கொண்டது. 1960களின் இறுதியில் உலகம் முழுவதும் சமூக அமைதியின்மை அலை வீசியது. இச்சிக்கலிலிருந்து மீள முதலாளித்துவ அமைப்பு நவீனதாராளமயம் என்ற ஒரு கலப்புப்கோட்பாட்டை ஏற்றது. இது சோவியத் முகாமின் பொதுக்கூட்டுடைமைக்கு (collectivism) மாற்றாக மூன்று ஆஸ்திரியர்களால் உருவாக்கப்பட்ட கோட்பாடாகும். இவர்களில் கார்ல் போப்பர் என்பவர் தத்துவ ஆசிரியரும், முன்னாள் கம்யூனிஸ்டுமாவார்.

இவர் தனிநபர்களுக்கு மேலாக கூட்டு நடவடிக்கைகளை மதித்த பிளேட்டோ முதல் மார்க்ஸ் வரையிலான அத்தனை சிந்தனையாளர்களையும் விமர்சித்தவர். மற்றவர் லுத்விக் வான் மீசஸ். இவர் அமெரிக்காவில் குடியேறிய முன்னாள் இடதுசாரியான பொருளாதார அறிஞர். இவர் சோஷலிசம் நிச்சயமாக பொருளாதாரத் தோல்விக்கு இட்டுச் செல்லும் என்று வாதிட்டார். மூன்றாமவர் ஃபிரடெரிக் ஹயாக் என்பவர். இவர் எந்த ஒரு மனிதரும், எவ்வளவு புத்திசாலியாக இருந்தாலும் கூட, மக்கள் எதை விரும்புவார்கள் என்று அறிய முடியாது என்பதால் மத்தியத்துவப்படுத்தப்பட்ட திட்டமிடல் சாத்தியமில்லை என்று நம்பியவர். (ஜோன்ஸ் 2012ஐ பார்க்க) இது கின்சியனிசத்தின் தாராளமான வடிவத்திலிருந்து முதலாளித்துவத்தின் அரசு தலையிடாக் கொள்கை *(Laissez-faire)* எனும் தீவிர வடிவத்திற்கு மாறுவதைக் குறித்தது.

நவீன தாராளமயம் பற்றிய புத்தகவடிவிலான ஆய்வு 1950ல் ஜாக் கிராஸ் என்பவரால் முனைவர் பட்ட ஆய்வுக்காக செய்யப்பட்டது. இச்சொல்லாடல் பிரெஞ்சு மொழியில் பத்தொன்பதாம் நூற்றாண்டிலிருந்தே இருக்கிறது. *(neo-liberalisme* - தார்சன் மற்றும் லீயால் இது குறிப்பிடப்படுகிறது. 2011) வில்லியம் பிவரிட்ஜ் (1944). கீன்ஸ் (1926) ஆகியோரது சமத்துவமான தாராளமயத்தோடு ஒப்பிடும்போது இந்த நவீன தாராளவசதிகள் பொருளாதார பிரச்சினைகளில் அதிக வலதுசாரி அல்லது தலையிடாக் கொள்கை நிலைபாட்டை எடுத்து தாராளமயத்தை மறுவரையறை செய்கிறார்கள் என்பதுதான் கிராஸின் முக்கியமான வாதம். தேவைக்கு அதிகமான உற்பத்தி, சேர்த்து வைக்கப்பட்ட உபரி ஆகியவற்றை பின்காலனிய பொருளாதாரங்கள் அல்லது 'மூன்றாம் உலகில்' பயன்படுத்துவதைத் துடித்துக் கொண்டிருந்த முதலாளித்துவ உலகிற்கு சுதந்திரச் சந்தையை ஆதரிக்கும் கோட்பாடுகள் வசதியாக இருந்தன. இவை சர்வதேச நிதிநிறுவனம், உலகவங்கி (1944 பிரெட்டன் உட்ஸ் மாநாட்டில் உருவாக்கப்பட்டவை) ஆகியவை மூலம் திணிக்கப்பட்டன. பெட்ரோலிய ஏற்றுமதி நாடுகளின் அமைப்பான OPECக்கால் 1974ல் உருவான எண்ணெய் பிரச்சினை, எண்ணெய் விலையை நான்கு மடங்கு அதிகரித்துவிட்டது. இது வளரும் நாடுகளுக்கு பெரும் கடன் சுமையை ஏற்படுத்த, அவை கடனுக்காக உலகவங்கியிடம், சர்வதேச நிதி நிறுவனத்திடம் வந்தன. இக்கடன்கள் நவீன தாராளமய நிபந்தனைகளுடன்தரப்பட்டன. முதலாளித்துவ விரிவாக்கத்திற்கு கடைசித் தடையாக எஞ்சியிருந்த சோவியத் அமைப்பு இந்த ஆண்டுகளில் சரிந்து வந்தது. 1991ல் சிதைந்து போனது. உடனடியாக நவீன தாராளமயம் உலக மூலதனத்தின் சித்தாந்தமாக மாறியது.

இந்தியாவில் ஆளும் வர்க்கங்கள் பழைய காலனிய அரசு முறையைத் தான் தொடர்ந்து கொண்டிருந்தன. மக்களை ஏமாற்ற அதை ஒரு அரசியலமைப்பால் விரிவுபடுத்தின. மக்களை ஒடுக்க பழைய கொடூரமான காலனிய சட்டங்களை அப்படியே வைத்துக் கொண்டிருந்ததோடு, அவற்றில் கூடுதலாகவும் சேர்த்துக் கொண்டன. ஆட்சியின் உண்மையான தன்மையை உணர்ந்து, அரசுக்கு எதிராகக் கிளர்ந்தெழ மக்களுக்கு இருபத்தாண்டுகள் ஆனது. 1960களின் இறுதியில் உலகெங்கும் நிலவிய அமைதியின்மையும் இதற்குக் காரணமாக இருந்தது. நக்ஸல்பாரி எழுச்சி (1967) முதல் அதிகரித்து வந்த தேசிய எதிர்ப்புணர்வு பல வடிவங்களில் நிகழ்ந்தது. தலித் பாந்தர் (1972) உருவானது. குஜராத் நவ்நிர்மாண் யுவக் சமிதி, நவ்நிர்மாண் அந்தோலன் (1973-75) பீஹாரின் சத்ரா சங்கர்ஷ் சமிதி (1974-75) டெல்லி பல்கலைக்கழகம் மற்றும் ஜெவஹர்லால் நேரு பல்கலக்கழகம் ஆகியவற்றில் மாணவர் எழுச்சி, முழுப்புரட்சிக்கான ஜெயப்பிரகாஷ் நாராயணின் அறைகூவல் (1974) என பலவற்றையும் நாம் உதாரணமாகக் கூறலாம். இந்த அரசியல் கொந்தளிப்புகளுக்கு 1975ல் இந்திராகாந்தி அவசர நிலைப் பிரகடனத்தின் மூலம் பதில் தந்தார். அவசரநிலையின் முடிவில் (1977) அதிகாரத்திலிருந்து தூக்கி எறியப்பட்ட அவர், மூன்று ஆண்டுகளுக்குள் மீண்டும் பதவிக்கு வந்தார். 1980ல் அதுவரை சர்வதேச நிதி நிறுவனம் தந்ததிலேயே மிக அதிகத் தொகையான ஐந்து பில்லியன் டாலரை அவர் கடனாகப் பெற்ற போது, நவீன தாராளமயத்திற்கான வழி திறக்கப்பட்டது. 1991ல் ஏற்றுமதி-இறக்குமதி சமனின்மைப் பிரச்சினையை (Balance of Payment) காரணம் காட்டி, இந்தியா முறைப்படி வாஷிங்டன் இசைவை (Washington Consensus) ஏற்றது. இது ஜான் வில்லியம்சன் என்ற பிரிட்டிஷ் பொருளாதார அறிஞர் உருவாக்கிய சொல்லாடல், வளரும் நாடுகளுக்கான பத்து வழிகாட்டுதல்கள் அடங்கியது. அதன் பிறகு இந்தியாவில் எதுவும் முன்புபோல் இல்லை.

''எ பிரீஃவ் ஹிஸ்டரி ஆஃப் நியோலிபரலிசம்' (A Brief History of Neo Liberalism) என்ற நூலில் டேவிட் ஹார்வி இக்கோட்பாட்டை, வலுவான தனியார் சொத்துரிமைகள், சுதந்திரச் சந்தை மற்றும் சுதந்திரவர்த்தகம் ஆகிய தன்மைகளைக் கொண்ட அமைப்புச் சட்டகத்திற்குள் தனியார் தொழில் முனைவுச் சுதந்திரத்தையும், திறமையையும் கட்டறுத்துவிடுவதன் மூலம் மட்டுமே மனித நல்வாழ்வை நல்லமுறையில் முன்னேற்றலாம் என்று பரிந்துரைக்கும் அரசியல் பொருளாதார நடவடிக்கைகள் பற்றிய கோட்பாடு என்று வரையறுக்கிறார். (2005, 2) இந்த நடைமுறைகளுக்குப் பொருத்தமான நிறுவனச் சட்டகத்தை உருவாக்கி, பாதுகாப்பதுதான் அரசின் பாத்திரம் என்று அவர் கூறுகிறார். தனியார் சொத்துரிமையைப் பாதுகாப்பதற்கான அமைப்புகளை, செயல்முறைகளை அரசு ஏற்படுத்த வேண்டும். சந்தைகள் முறையாக செயல்பட தேவைப்பட்டால், கடுமையாகவும் நடந்து கொள்ள

வேண்டும் என்பதே இதன் பொருள். குடிநீர், கல்வி, மருத்துவ வசதி, சுகாதாரம், சமூகம், பாதுகாப்பு, போக்குவரத்து போன்ற, இதுவரை அரசு பாரம்பரியமாக அளித்து வந்த சமூக சேவைகள் சந்தைப்படுத்தப்படும். அவை தனியார் மூலதனத்திடம் தரப்படும். இது இயல்பாகவே பெரும்பாலான ஏழைகளை, குறிப்பாக தலித்துகளை தாக்கும் இக்கொள்கைகளுக்கு எதிரான அவர்களது குரலை நசுக்க, அரசு எந்த எதிர்க்கருத்தையும் சகிக்காததால், சர்வாதிகாரமாக மாறுகிறது.

இப்படிப்பட்ட ஒரு பாசிச அரசு, தலித்துகளுக்கு சாதகமானது என்று சில தலித் அறிவு ஜீவிகள் வாதிடுகிறார்கள். அவர்களது கருத்து, சந்தை சாதி பார்ப்பதில்லை. எனவே இக் கொள்கை பண்டைய மனுதர்மத்தை விட மேலானது என்ற கோட்பாட்டு ரீதியான வாதத்தின் அடிப்படையில் உருவானதாகும். இக்கொள்கைகள் சில தலித்துக்களின் தொழில் முனைவு நடவடிக்கைகளை உற்சாகப்படுத்தியுள்ளன என்ற வாதம் இதற்கு வலு சேர்த்தது. எதிர்பார்த்தபடியே, அவர்கள் தம் வாதங்களை அம்பேத்கர் சந்தைப் பொருளாதார ஆதரவாளர் என்று கூறி முடித்தார்கள், சேரிநாய்களும், லட்சாதிபதிகளும், சாதியற்ற நவீன தாராளமயத்தின் மாயை, என்ற அத்தியாயம் இந்த வாதங்கள் பற்றி விவாதிக்கிறது. நவீன தாராளமயம் என்பது சமூக டார்வினியத்தின் பொருளாதார முகமாகும். பத்தொன்பதாம் நூற்றாண்டின் இறுதியிலும், இருபதாம் நூற்றாண்டின் ஆரம்பத்திலும் இக்கருத்தை முன் வைத்த ஹெர்பர்ட் ஸ்பென்சர் மற்றும் சிலரின் கருத்தின்படி, விலங்குகள், தாவரங்கள் போலவே தனிநபர்களும், குழுக்களும் அதே டார்வினிய இயற்கைத் தேர்வு விதிக்கு உட்பட்டவர்கள். *(Claeys, 2000)* இது அரசியல் பழமைவாதம், ஏகாதிபத்தியம், இனவெறி ஆகியவற்றை நியாயப்படுத்தவும், நலவாழ்வுத் தலையீடு, சீர்திருத்தம் ஆகியவற்றைத் தடுக்கவும் பயன்படுத்தப்படுகிறது. *(Largent 2000)* அதன் கூற்றுகள் விளக்கப்பட்டு விட்டாலும் கூட, சமூக டார்வினியம் இப்போதும் நவீன தாராளமயப் பார்வையைக் கொண்டுள்ளது. இந்த வாதங்களை எல்லாம் மறுப்பது கடினமல்ல. சந்தைகள் சாதி பேதமற்றவை என்ற கூற்று கோட்பாட்டு ரீதியாகவே ஏற்க முடியாதது. அதேபோல தலித்துகளிடையே தொழில முனைவு வேகம் பெற்றுள்ளது அல்லது இருக்கக்கூடிய தொழில் முனைவு இக்கொள்கைகளால் ஏற்பட்டது என்ற வாதமும் உண்மையல்ல. நவீன தாராளமயம் உலகம் முழுவதும் மிக ஏழ்மையானோர் மத்திய பொருளாதார பாதுகாப்பின்மையை அதிகரித்துள்ளது. இந்தியாவிலும் அப்படித்தான். இந்த முதலாளித்துவத் தாக்குதலின் ஆள்விழுங்கும் பண்பு மக்களின் சமூக நிலைக்கு எதிர்மறை விகிதத்தில் அவர்களுக்குத் தீங்கு செய்கிறது. மேலும் நவீன தாராளமயம் உலகம் முழுவதும் மதவெறியை, அடிப்படைவாதத்தை, பிற்போக்குகளைத் தூண்டுவிட்டு மீண்டெழச்

செய்துள்ளது. தலித் நலன்களுக்கு மிகவும் தீங்கான, இந்தியாவில் இந்துத்துவாவின் எழுச்சி இதற்கு எடுத்துக்காட்டு, மீரா நந்தா என்ற அறிஞர் (2012) உலகமயமும், இந்துமயமும் எவ்வாறு ஆபத்தான வகையில் பின்னிப்பிணைந்துள்ளன, நவீன தாராளமயக் கொள்கைகள் எவ்வாறு அரசு – கோவில்- கார்ப்பரேட் காம்ப்ளெக்ஸ் என்ற ஒரு மோசமான கூட்டை உருவாக்கி, கடவுள் சந்தைக்கு சாதகமாக உள்ளன என்பதைக் காட்டியிருக்கிறார். அதேபோல மார்க்சிய அறிஞர் ஐ ஜாஸ் அகமது 'இந்துத்துவா தத்துவமும்', நவீன தாராளமயப் பொருளாதாரமும் ஒன்றையொன்று சமன் செய்பவை மட்டுமல்ல, இணைந்து முழுமையாக வல்லவை என்கிறார்.

நவீன தாராளமயத்தின் மிக மோசமான வெளிப்பாடு கல்வித் துறையில்தான் நிகழ்ந்துள்ளது. கல்வி இளையோர் மனதை வடிவமைக்கும் மிகப் பெரிய கருவி. அதே சமயத்தில் அதுதான் உலகின் மிகப் பெரிய, ஒப்பீட்டளவில் கிராக்கிக்கு சம்பந்தமில்லாத விலை உள்ள சேவைச் சந்தை ஆகும். அதன் மாபெரும் நேர்மறை புறத்தோற்றத்தால் பொதுவாக அது ஒரு பொது சரக்காகக் கருதப்படுகிறது. ஒரு பெரும் பகுதி. அரசால் தரப்படுகிறது. சில தனியார் நிறுவனங்கள் கல்வி தர முன் வந்தாலும்கூட, அவையும் அதை ஒரு சேவை நோக்கத்துடன்தான் செய்தன. எனினும், நவீன தாராளமயம் வந்ததும், கல்வித் தொழிலின் கிராக்கிக்குச் சம்பந்தமற்ற விலை-அதுதான் அதை உற்பத்தியாளரின் சந்தையாக ஆக்குகிறது - மற்ற எல்லா நோக்கங்களையும் விட முன்னுக்கு நின்றது. ஒரு தனிநபர் சந்தையில் பங்கேற்பாளராக மாறுவதற்கான அடிப்படைத் தகுதியான ஆரம்பக் கல்வி அரசின் பொறுப்பாக ஆக்கப்பட்டாலும், உயர்கல்வி தனியார் மூலதனத்திடம் விடப்படுவது அதிகரித்தது. இந்தியாவின் மக்கள் தொகையை வைத்துப் பார்க்கும்போது, உலகிலேயே உயர்கல்விக்கான மிகப்பெரிய சந்தை இநதியாவில்தான் உள்ளது. (2020ல் அது 144 பில்லியன் டாலரை எட்டும் என்று கணக்கிடப்படுகிறது) எனவே, சர்வதேச நிறுவனங்கள் அதை குறி வைக்கின்றன. 'கல்வி மந்திரமும், தவிர்ப்பு சூத்திரமும்' என்ற அத்தியாயம் மனித விடுதலைக்கான இந்த முக்கியமான சேவையில் நவீன தாராளமய தந்திரங்களை விளக்குகிறது. ஆளும் வர்க்கங்கள் நீண்ட காலமாக கல்வியை அடிப்படை உரிமைகளில் சேர்ப்பதை எவ்வாறு தவிர்த்தன ; அரசியலமைப்பின் அத்தனை செயல்திறனற்ற அரசுக் கொள்கைக்கான வழிகாட்டுக் குறிப்புகளில் சேர்த்தன; முதல் கல்வி ஆணையமான கோத்தாரி ஆணையத்தின் (1964) பரிந்துரைகளை எவ்வாறு நிறைவேற்றாமல் காலம் தள்ளின; ஏழைகளுக்கு தரமான கல்வி கிடைக்காத வண்ணம் அதை எவ்வாறு ஒரு பல அடுக்கு முறையில் வைத்தன; உச்சநீதிமன்றம் கல்வி அடிப்படை உரிமை என்று கூறியபிறகும் 0-6 வயதுள்ள சுமார் 170 மில்லியன்

குழந்தைகளுக்கும், 14-18 வயதில் உள்ள அதே எண்ணிக்கை குழந்தைகளுக்கும் கல்வி கிடைக்காத வகையில் தந்திரம் செய்தன; கல்வியின் தரம் பற்றிய பிரச்சினையை கண்டுகொள்ளாமல் தவிர்த்தன; மாறாக, பொருளாதார ரீதியாக பின்தங்கிய மாணவர்களுக்கு இட ஒதுக்கீடு (25 சதம்) என்று மக்களை சமாதானம் செய்தன என்று காட்டுகிறது.

உயர்கல்வித்துறையில், உலக வங்கியின் கட்டளைகளுக்கு இணங்க, அரசு பல்வேறு கமிட்டிகளையும், ஆணையங்களையும் அமைத்தது. உயர்கல்விச் சீர்த்திருத்தங்களுக்காக நாட்டின் மிகப் பெரிய தொழிலதிபர்களான பிர்லா, அம்பானியை வைத்து வெட்கமின்றி ஒரு கமிட்டி அமைத்தது. எதிர்பார்த்து போலவே இவர்கள் உயர்கல்வியில் பெரிய வர்த்தக வாய்ப்புகள் கிடைப்பதற்கான திட்டங்களை வகுத்தார்கள். கணிசமான கட்டண உயர்வுடன் சுயநிதிக் கல்வியையும் அரசு ஆரம்பித்தது. உயர்கல்விக்கு அரசு செலவழிப்பதை முற்றிலும் தவிர்ப்பது அரசியல்ரீதியாக சாத்தியமில்லை என்றாலும், இந்தத் திட்டங்கள் 2005ல் உயர்கல்வியை உலக வர்த்தக மையத்திடம் ஒப்படைப்பதற்கான களத்தை அமைத்துத் தந்தன. தோஹா சுற்று முடிந்தபிறகு இது தவிர்க்க முடியாத கடப்பாடாக ஆகி விடும். ஏழைகள், தலித்/ஆதிவாசி குழந்தைகளின் கல்வியில் மிக மோசமான விளைவுகளை ஏற்படுத்தும். அதற்கும் மேலாக, இன்றைய ஆட்சி கல்வியை காவிமயமாக்க கடுமையாகப் பாடுபட்டு வருகிறது. வரலாற்றைத் திரித்து, இளம் மனதுகளில் மதவாத நஞ்சை ஏற்றுகிறது. பகுத்தறிவிற்கும், அறிவியல் கண்ணோட்டத்திற்கும் முக்கியத்துவம் குறைவதால், மாணவர்கள் பாசிச பிரச்சாரத்திற்கு எளிதாக இரையாகிறார்கள். இச்செயல்பாடுகளை அமைப்பு ரீதியாக கட்டுப்படுத்த அவர்கள் மாற்றுக்கருத்துகளை அழிக்கும், வளாக ஜனநாயகத்தை மறுக்கும் துணை வேந்தர்களை, இயக்குநர்களை நியமிக்கிறார்கள். நவீன தாராளமயக் கொள்கைகளின் தாக்குதல் தொடர்ந்து நடக்கும் அதே வேளையில் அம்பேத்கரை தெய்வநிலைக்கு உயர்த்துவதும் நடக்கிறது.

அசமத்துவத்தை அதிகரிக்கும் வேலையோடு கூடவே இந்துத்துவாவின் அம்பேத்கரை புனிதச்சின்னமாக்கும் வேலையும் நடக்கிறது. தலித்துக்களைக் கவர்வதற்காக, அம்பேத்கர் காலடி வைத்த இடங்கள் அனைத்திலும் அவருக்கு பெரிய நினைவுச் சின்னங்கள் எழுப்பப்படும் என்று அறிவித்திருக்கிறார்கள். இன்று புனிதச் சின்னமாகப் போற்றப்படும் அம்பேத்கர் மரணமடைந்து, அவரது உடலை மும்பைக்கு விமானத்தில் எடுத்துச் செல்ல வேண்டியதாக இருந்தபோது (1956 டிசம்பர் 6ம் தேதி இரவு) மத்திய அரசாங்கம் அந்தச் செலவை ஏற்கத் தயாராக இல்லை. என்பதை நினைவு கூர்வது நல்லது. கடைசியில் பாதி போக்குவரத்து செலவை

தலித்துகள் ஏற்க நேர்ந்தது. தாதாசாகேப் கெய்க்வாட் தலைவராக இருந்த ஷெட்யூல்ட் காஸ்ட் இம்ப்ரூவ்மெண்ட் டிரஸ்ட் இச்செயலைச் செய்தது. கிட்டத்தட்ட பத்தாண்டுகள் வரை, அவர் தகனம் செய்யப்பட்ட இடத்தில் அவர் நினைவாக ஒரு நினைவுச்சின்னம் எழுப்பப்படவில்லை. 1967ல் சைத்யபூமியில் எளிய நினைவுச் சின்னம் கட்டுவதற்காக அவரது புதல்வர் யஷ்வந்த்ராவ் அம்பேத்கர் மத்தியப் பிரதேசத்தில் உள்ள அம்பேத்கரின் பிறப்பிடமான மோவ் நகரிலிருந்து இருந்து மும்பை வரை பாதயாத்திரை சென்று மக்களிடம் சிறுசிறு தொகையாக நன்கொடை பெற நேர்ந்தது. அது இன்றும் அவரது நினைவுச் சின்னமாகத் திகழ்கிறது. பல ஆண்டுகளுக்கு, அவரது நினைவு நாளில் அவரது குடும்பத்தினர் உட்பட நூற்றுச் சொச்சம் மக்கள்தான் அந்த நினைவுச் சின்னத்திற்கு வருவார்கள். பல்வேறு கோரிக்கைகளோடு, அம்பேத்கரது படத்தை நாடாளுமன்றத்தில் வைக்க வேண்டும் என்பதற்காக, கிட்டத்தட்ட ஒரு மாத காலத்திற்கு தலித்துகள் நாடு முழுவதும் சிறை நிரப்பும் போராட்டம் நடத்த வேண்டியதாக இருந்தது. அந்தப் படம்தான் அம்பேத்கரின் நூற்றாண்டைக் குறிக்கும் வகையில் ஒரு வழியாக 1990 ஏப்ரல் 12ம் தேதி நாடாளுமன்றத்தின் மைய மண்டபத்தில் திறக்கப்பட்டது. (நினைவுச்சின்னம் மட்டுமின்றி) நிலமற்ற விவசாயிகளுக்கு நிலம் என்ற கோரிக்கையோடு நடந்த இப்போராட்டத்தின் வீச்சைக் கண்டு, முதன்முறையாக ஆளும் நிறுவனம் தலித்துக்களைக் கண்டு அஞ்சியது. சில இசைவான கொள்கைகளை எடுக்க ஆரம்பித்தது. வேறு சில மாற்றங்களும் 'அம்பேத்கரின்' முக்கியத்துவத்தை வலியுறுத்தின. முதலாளித்துவ விவசாயத் திட்டமான பசுமைப் புரட்சி, அதற்கு முந்தைய நிலச் சீர்திருத்தங்கள் ஆகியவை ஆளும் கட்சிக்கு நல்ல கூட்டாளிகளாக அதிக மக்கள்தொகை கொண்ட 'சூத்திர' சாதிகளில் பணக்கார விவசாயிகளை உருவாக்கும் நோக்கம் கொண்டிருந்தன. இந்த முதாளித்துவ விவசாயிகளுக்கும், கிராமப்புற தலித்துகளுக்கும் இடையிலான வர்க்க முரண்பாடு புதிய வகை கொடுமைகளுக்குக் காரணமானது. இதுதான் 1968ல் கீழ்வெண்மணியில் வெளிப்பட்டது. அதற்குள், இந்த வர்க்கத்தின் அரசியல் அபிலாஷைகள் மாநிலக்கட்சிகள் உருவாக்கத்திற்கு இட்டுச் செல்ல, தேர்தல் அரசியல் அதிக போட்டி நிறைந்ததாக மாறியது. அதிக வாக்கு பெறுபவர் ஜெயிக்கும் தேர்தல் முறையில் சாதி, சமூக அடிப்படையிலான வாக்கு வங்கிகளின் முக்கியத்துவத்தை இது அதிகரித்தது. இப்படிப்பட்ட வாக்கு வங்கிகளில் ஒன்றான தலித்துகள் மொத்த வாக்காளர்களில் ஆறில் ஒரு பங்கு என்பதால், அவர்களது சொந்த அரசியலும் சீரற்று இருந்ததால், அவர்கள் ஆளும் வர்க்க கட்சிகளுக்கு முக்கியமானவர்களாக ஆனார்கள். தம்பங்கிற்கு அவர்கள் அதிகரித்து வரும் கொடுமைகளை சந்தித்ததாலும், ஆதரவற்று, நிச்சயமற்ற எதிர்காலத்தை நோக்கி இருந்தாலும், பழைய நினைவாலும், உணர்வு

ரீதியாகவும் அம்பேத்கரோடு அதிக நெருக்கம் கொண்டார்கள். அவர் மட்டுமே தங்களை காப்பவர் என்று கருத ஆரம்பித்தார்கள். ஆளும் வர்க்கங்களுக்கு, கொடுமைகளைக் கட்டுப்படுத்துதல், பாதிக்கப்பட்டவர்களுக்கு நியாயம் வழங்குதல், தலித்துகளின் பொருளாதாரத் தேவைகளைப் பூர்த்தி செய்தல் ஆகியவற்றை விட அம்பேத்கர் மீது மரியாதை காட்டுவது மிக எளிதாக இருந்தது. பகுஜன் சமாஜ் கட்சி காட்டிய வழியில் எங்கு பார்த்தாலும் அம்பேத்கர் சிலைகள் எழுந்தன. சாலைகளுக்கு அவரது பெயர் வைக்கப்பட்டது. அவரது நினைவுச் சின்னங்களுக்கு நிலங்களும், நிதியும் ஒதுக்கப்பட்டன.

இந்துத்துவாவின் அச்சானியான ஆர்.எஸ்.எஸ். கூட பாதிக்கப்படாமல் இருக்கவில்லை. மீண்டெழும் பிராமணியத்தைப் பிரதிநிதித்துவப்படுத்தும் அது அம்பேத்கரின் தத்துவார்த்த எதிரியாகும். அம்பேத்கரது இந்துயிசத்தின் மீதான கடுமையான தாக்குதல் அதற்குப் பிடிக்காது. அவரோடு நேரடியாக மோதுவதைத் தவிர்க்க வேண்டும் என்று அது முடிவெடுத்திருந்தாலும், இந்தியக் குடியரசை ஜனநாயக பாணியில் உருவாக்குவதில் அம்பேத்கரின் பங்கு அதன் தொண்டர்களுக்குப் பிடிக்கவில்லை. பொது வெளியில் சாமர்த்தியமாக அது அவர் குறித்து பட்டும்படாத அணுகுமுறையை மேற்கொண்டது. கோல்வால்கருக்குப் பிறகு தலைவரான மதுகர் தத்தாத்ரேய தேவ்ரஸின் (1973-94) நீண்டகாலத் தலைமையின் போது, ஆர்.எஸ்.எஸ்.ஸின் தளத்தை பரவாக்குவதன் முக்கியத்துவம் உணரப்பட்டது. அம்பேத்கர் சத்தமின்றி போற்றப்பட வேண்டிய மரியாதைக்குரியவர்களின் பட்டியலில் (பிரதஹ்ஸமரானியா) சேர்த்துக் கொள்ளப்பட்டார். 1983ல் புனேயில் அவரை காவியமயமாக்குவதற்காகவே சமாஜிக் சம்ரஸத மஞ்ச் (சமூக நல்லிணக்க மேடை) உருவாக்கப்பட்டது. விரைவில் அம்பேத்கர் பற்றி முழு பொய்களும், அரை உண்மைகளும் அடங்கிய ஏராளமான நூல்கள் வர ஆரம்பித்தன. அவர் ஹெட்கேவர், கோல்வால்கரின் நண்பர், சங்கை எப்போதும் புகழ்ந்து பேசுவார், இந்துக்களுக்காக, இந்துத்துவாவிற்காகப் பேசியவர், முஸ்லிம்களுக்கு எதிரானவர் என்றெல்லாம் எழுதப்பட்டன. இந்துக்களுக்காகப் பாடுபட்டவர் என்று காட்டி, இந்துயிசத்தின் மீதான அவரது வெறுப்பை மறைத்தார்கள். சுயேச்சையான தலித் அரசியல் இல்லாதது, அதன் தத்துவார்த்தச் சீரழிவு ஆகியன இந்த முயற்சிகளுக்கு உதவின. அம்பேத்கரை அதீதமாகப் புகழுவது பாரதீய ஜனதா கட்சிக்கு நல்ல அரசியல் லாபத்தைத் தந்தது. இன்று கிட்டத்தட்ட அனைத்து தலித் தலைவர்களுமே அதன் பிடியில்தான் இருக்கிறார்கள். ஒருபுறம், சங் பரிவாரின் பல அமைப்புகளும் தலித்துகளின் கலாச்சார வெளிப்பாடுகளை நசுக்க அவர்கள் மீது வன்முறையைக் கட்டவிழ்த்து விட்டன. (குஜராத்தில்

1981,1985ல், உனாவில் 2016ல், 2018 ஜனவரி 1 அன்று மஹாராஷ்ட்ராவின் பீமா-கோரெகாவ்னில் நடந்தது உட்பட ஏராளமான சம்பவங்களைச் சொல்லலாம்). மறுபுறம் தலித் சமூகத்தை அடிமை நிலையில் வைத்துக்கொள்ள அம்பேத்கரைப் புகழ்ந்தது. ஆர்.எஸ்.எஸ்.ஸின் முக்கியமான பிரசாரகரான நரேந்திர மோடி மத்திய அரசின் அதிகாரத்தைப் பிடித்தது முதல், சங்பரிவார் தனது இந்து ராஷ்ட்டிரக் கனவு விரைவில் நிறைவேறி விடும் என்று கருதுகிறது. பெரிய எண்ணிக்கையில் தலித்துகளை ஈர்க்க அம்பேத்கர் மீதான பக்தியை அதிகரித்துள்ளது. மோடி அம்பேத்கருக்காக பெரிய பெரிய நினைவுச் சின்னங்கள் எழுப்புவதாக அறிவிக்கிறார். அடுத்தடுத்து வரும் பட்ஜெட்களில் தலித்துகளுக்கான பங்கை குறைத்து வருகிறார். இச்செயல்பாடுகளும், அவற்றின் உட்பொருளும் 'அம்பேத்கரை காவிமயமாக்குதல்: இந்தியா என்ற கருத்தாக்கத்தை ஆர்எஸ்எஸ் மாற்றுவது' என்ற அத்தியாயத்தின் கருப்பொருளாக உள்ளன.

வெளிப்படையான அரசியல் நோக்கங்களும், நவீன தாராளமய இந்தியாவிற்கான ஒரு பொருத்தமான புனிதரைக் கண்டுபிடிக்கும் தேவையும் இணைந்துள்ளன. காலனியத்திற்குப் பின்பான இந்தியாவிற்கு, தனது சுந்திரப் போராட்ட ஒளிவட்டத்தோடு மஹாத்மாகாந்தி அப்படிப்பட்ட ஒரு குறியீடாக இருந்தார். தனது தெளிவற்ற 'ராமராஜ்ஜியம்' என்ற கருத்துகளோடு காந்தி குறியீடு பல தலைமுறைகளுக்கு உத்வேகம் தந்தது. ஆனால் உலக வல்லரசாக மாற விரும்பும் நுகர்வோரிய நவீன தாராளமய இந்தியாவின் பிம்பத்தோடு அது பொருந்தாமல் போனது. ஆளும் வர்க்கங்களுக்கு, கோட்சூட் அணிந்த, உலகப் புகழ் பெற்ற பல்கலைக்கழகங்களில் பெரிய படிப்புகள் படித்த, நடைமுறை சார்ந்த சீர்த்திருத்தங்களைவிரும்பும் பொருளாதார அறிஞரான, பணக்கட்டுப்பாட்டு பொருளாதாரக் கோட்பாட்டு முகாமிற்குள் தள்ளிவிடப் பொருத்தமான பணக்கட்டுப்பாட்டுப் பொருளாதார ஆய்வுக் கட்டுரைகளை எழுதிய அம்பேத்கரை, அரை நிர்வாண சுதேசி காந்திக்கு மாற்றாகக் கொண்டு வரலாம் என்று தோன்றியது. சாதிப் படிநிலையின் மிகக் கீழ் தட்டிலிருந்து வந்து, படிப்பு, அரசியல் மற்றும் சமூக வாழ்வின் பல அம்சங்களிலும் உச்சநிலையை எட்டிய அவர்சமூக டார்வியினிசத்திற்கு சிறந்த உதாரணமாகத் திகழ்ந்தார். சுதந்திரம், சமத்துவம், சகோதரத்துவம், ஜனநாயகம், அரசியலமைப்பு வாதம், மக்களின் நடத்தையைக் கட்டுப்படுத்துவதற்கான மௌன அங்கீகாரம் வெளியில் அரசும், உள்ளே மதமும் கட்டுப்படுத்துவது ஆகியவற்றின் மீதான அவரது விருப்பம் அவரை ஒரு நவீன தாராளமயக் குறியீடாகப் பயன்படுத்துவதற்கு உதவும். அதற்கும் மேலாக அவரது தர்ம பிரவர்தக் பிம்பம்-தர்மத்தைப் பாதுகாப்பவர் என்ற பிம்பம்-அவரை

கம்யூனிசத்திற்கு எதிரான அரணாக ஆக்குகிறது. நவீன தாராளமய இந்தியாவில் காலியாக உள்ள காக்கும் துறவிப் பொறுப்புக்குப் பொருத்தமானவராக ஆக்குகிறது. அவரது ஆதரவாளர்கள் அவரை அடித்தட்டு மக்களின் விடுதலைக்காகப் பாடுபட்டவராகச் சித்தரிப்பதன் மூலம் இந்தத் திட்டத்தைக் குலைக்கிறார்கள். ஆனால், அவர்களே அவரை பெரிய சுதந்திரச் சந்தை சிந்தனையாளர் என்று காட்ட முற்படும்போது, வலதுசாரிகள் அவரை எடுத்துக் கொள்வதற்கான வழி திறந்து கொள்கிறது.

அம்பேத்கரின் 125வது பிறந்தநாளின்போது அரசு அவரைக் கடவுளுக்கும் மேலாக கொண்டாடிக் கொண்டிருந்த போது, சஃபாய் கர்மசாரிகள் (கையால் மலம் அள்ளும் தொழிலாளர்கள்) 'எங்களைக் கொல்வதை நிறுத்து' என்ற கோஷத்தோடு நாடெங்கிலும் பீம் யாத்திரை நடத்தினார்கள். 2000ல் 1.3 மில்லியன் என்ற எண்ணிக்கையினராக இருந்ததாகக் கணக்கிடப்படும் (அரசின் எண்ணிக்கை 679000) இவர்கள் தமது சாதித் தொழில் என்ற காரணத்திற்காக இப்போதும் மனித மலத்தை தம் தலையில் சுமந்து செல்கிறார்கள். நகரங்களின் சாக்கடைகளில் ஆயிரக்கணக்கில் மூச்சுத் திணறி உயிரை விடுகிறார்கள். அரசாங்கம் தனது சொந்த சட்டத்தை (The Employment of Manual Scavengers and Construction of Dry Latrines(Prohibition) Act 1993) அமுல்படுத்த வேண்டும் என்று அவர்கள் பலனின்றி போராடி வரும் வேளையில், அரசாங்கம் 36.3 பில்லியன் அமெரிக்க டாலர் செலவில் சுவச் பாரத் திட்டத்தை ஆரம்பித்தது. சுகாதார நடவடிக்கைகளோடு நெருங்கிய தொடர்பு கொண்ட சமூகங்களின் கோரிக்கைகளை, ஆலோசனைகளை சந்தோஷமாக கைவிட்டுவிட்ட சுவச் பாரத் திட்டம் சர்வதேச பாராட்டையும் பெறுவதற்கான, தமது தேசிய பிம்மத்தை அதிகரித்துக் கொள்வதற்கான வெற்று ஆடம்பரத் திட்டம். அது நாட்டில் திறந்தவெளியில் மலம் கழிப்பதை ஒழிப்பதையும், சுகாதாரமான பழக்க வழக்கங்களை அறிமுகப்படுத்துவதையும் நோக்கமாகக் கொண்டது. 2019ல் காந்தியின் 150வது பிறந்தநாளின்போது தனது பிரச்சாரகர் ஒருவரால் சுட்டுக் கொள்ளப்பட்ட மனிதரின் புகழை பயன்படுத்திக் கொள்ள சங்பரிவார் அரசு விரும்புகிறது. நிறைவேற்றப்பட வேண்டிய இத்திட்டம் உண்மையில் ஒரு காலம் கடந்த முதலீடாகும். 2015ன் ஐ.நா. அறிக்கையின்படி, வாட்டர் எய்ட் (Water Aid) என்ற அமைப்பும் இதற்கு உதவியுள்ளது). கிட்டத்தட்ட நாட்டின் மக்கள் தொகையில் பாதி பேர் திறந்தவெளியில் மலம் கழிக்கின்றனர். அதாவது உலகம் முழுவதும் இவ்வாறு செய்யும் 1.1 பில்லியன் மக்களில் பாதிப்பேர். அதனால் தினமும் இந்தியாவில் 65000 டன் மனித மலம் திறந்த வெளியில், சூழலை மாசுபடுத்தும் விதமாகக் குவிகிறது. இதன் காரணமாக இந்தியக் குழந்தைகளில் ஐந்து வயதுக்குக் குறைவானவர்களில் சுமார்

1,17,000 பேர் மரணமடைகின்றனர். இதனால் ஏற்படும் உற்பத்திப் பற்றாக்குறை, இக்கழிவுகளை சுத்தப்படுத்தும் செலவு, அகாலமரணங்கள் ஆகியவற்றால் இந்தியாவிற்கு ஆண்டுதோறும் *106* மில்லியன் டாலர் நஷ்டம் ஏற்படுகிறது. அதாவது அதன் உள்நாட்டு உற்பத்தியில் *5* சதவீதத்திற்கும் மேலாக நஷ்டம். எனினும் சுவச் பாரத் திட்டம் வன்பொருளில் (கழிப்பறை கட்டுதல்) கவனம் செலுத்துகிறதே அன்றி மென்பொருளில் (இப்பிரச்சினைக்கு அடித்தளமான கலாச்சார அம்சங்கள்) அக்கறை காட்டுவதில்லை. சுத்தத்திற்கு ஒரு பொருளாதார அம்சம் உண்டுதான் என்றாலும், அது பெருமளவில் கலாச்சாரத்தின் பணியாகும். சுத்தம் செய்வதை ஒரு குறிப்பிட சாதியின் வேலையாக ஒதுக்கும், சுத்தம் செய்யும் பணியை கீழ்த்தரத்தோடு இணைக்கும் சாதிய முறையால் இத்திட்டம் தோல்வியைத் தான் அடையும். அது ‘சாதி ஒழிப்பின்றி சுவச் பாரத் இல்லை’ என்ற அத்தியாயத்தில் விவாதிக்கப்படுகிறது.

கையால் மலம் அள்ளுபவர்களின் நீண்டகாலப் போராட்டத்திற்கான அரசின் அக்கறையற்ற எதிர்வினைகளைப் பார்த்தால் அரசின் நேர்மையின்மை வெளிப்படும். சஃபாய் கரம்சாரி அந்தோலன், அரசாங்கத்தின் பொய்கள், மறுப்புகள், அக்கறையின்மையை எதிர்த்து பல முனைகளிலும் நீண்டகாலமாகப் போராடி வருகிறது. எத்தனையோ கமிட்டிகள், ஆணையங்கள், சட்டங்கள் போடப்பட்டும், யதார்த்தத்தில் ஒரு பலனும் இல்லை. அரசாங்கத்தின் சொந்தத் துறைகளே கையால் மலம் அள்ளும் விஷயத்தில் குற்றவாளிகளாக இருப்பதால், இப்போராட்டங்கள் கண்டுகொள்ளப்படவில்லை. சுவச் பாரத் மூலம் கழிப்பறைகள் கட்டப்பட்ட இடங்களிலெல்லாம் அவற்றை அத்தம் செய்யும் பணி ஒப்பந்தக்காரர்களிடம் தரப்படுகிறது அவர்கள் சொற்பக் கூலிக்கு கையால் மலம் அள்ள ஆட்களை நியமிக்கின்றார்கள்.. இத்திட்டத்தால் இப்போது உள்ள கையால் மலம் அள்ளும் பிரச்சினை மேலும் அதிகரிக்கவே வாய்ப்பு உள்ளது. இப்படிப்பட்ட நிலையில், இத்திட்டத்தின் இலக்குகள் அடையப்படுவதற்கு வாய்பில்லாத நிலையில், அடுத்த பொதுத் தேர்தலின் போது அரசாங்கம் அது வெற்றிகரமாக முடிக்கப்பட்டதாக பெருமை பேசும். அதற்கும்மேலாக, ஆரோக்கியம், சுகாதாரத்தில் எவ்வித முன்னேற்றமும் இருக்காது.

சுவச் பாரத் திட்டம் காகிதத்தில் மட்டும் வெற்றி பெற்று, அதன் மூலம் இந்தியாவின் லட்சக்கணக்கான மலம் அள்ளும் தொழிலாளர்களின் கூற்றை அரசு பொய் என்று கூறிவிடும் அதே வேளையில், வரும் காலங்களில் தலித் மக்கள் புது வகையான போராட்டங்களை மேற்கொள்வதற்கான நம்பிக்கை தரும் அறிகுறிகளும் உள்ளன. உத்திரப் பிரதேசத்தின் பீம் ராணுவம் (*Bhim army*) செய்தது போல, இளம் தலித்துகள் தங்களது ஒடுக்குமுறை,

சுரண்டலுக்கு நேரடியாக சவால் விட முன் வருகிறார்கள். இது அதிகரித்து வரும் வன்கொடுமைகளுக்கு மத்தியில் தலித் அரசியல்வாதிகளின் செயலற்ற தன்மைக்கான, இளைஞர்களின் கோபத்தின் வெளிப்பாடாக, *1972*ல் மும்பையில் தலித் பேந்தர் இயக்கம் தோன்றியதை நினைவுபடுத்துகிறது. தலித் பேந்தரைப் போலவே, பீம் ராணுவத்திற்கும் செயல்திட்டத் தெளிவு இதுவரை இல்லை. அதன் போராட்டங்களின் போக்கில் அத்தெளிவை அது பெறும் என்று நம்பலாம். வேகத்தோடு செயல்படும் அரசியலுக்கான மற்றொரு தூண்டுதல் மோடியின் குஜராத்திலிருந்து வந்தது. சோம்நாத் மாவட்டத்தின் உனா தாலுகாவின் மோட்டா சாமதியாலா கிராமத்தில் *2016* ஜூலையில் நடந்த ஒரு வன்கொடுமை ஒரு புதுவிதமான தலித் போராட்டத்தைத் தூண்டிவிட்டது. எந்தக் கொடுமை நடந்தாலும் தலித்துகள் தமது பலவீனத்தைதான் வெளிப்படுத்துவார்கள். இம்முறை அம்மாதிரி இல்லாமல் தமது இயக்கத்தின் திசையை தமது சொந்த பலத்தையும் எதிரியின் பலவீனத்தையும் அடையாளம் காணும் வகையில் திரும்பினார்கள். இறந்த கால்நடைகளை அப்புறப்படுத்துதல் போன்ற சாதி சார்ந்த வேலைகளை செய்வதில்லை என்று தீர்மானித்து, அதற்கு பதிலாக ஒவ்வொரு குடும்பத்திற்கும் ஐந்து ஏக்கர் நிலம் வேண்டும் என்று கோரினார்கள். தங்களது கோரிக்கையை வலியுறுத்த, அவர்கள் இறந்த கால்நடைகளின் உடல்களை ஆட்சியர் அலுவலக வளாகத்திற்குள் எறிந்தார்கள். அவற்றின் துர்நாற்றம் நிர்வாகத்தை விழித்துக் கொள்ள வைத்தது. பசு குண்டர்களால் ஒரு குடும்பத்தைச் சேர்ந்த நான்கு தலித் இளைஞர்கள் தாக்கப்பட்ட இடமான அருகிலுள்ள நகரமான உனா, கலாச்சார ஒடுக்குமுறையை பொருளாதாரக் கோரிக்கையாக மாற்றும் தலித்துகளின் இப்புதிய வகைப் போராட்டத்தின் குறியீடாக மாறியது. இது பற்றி 'குஜராத்தில் தலித் போராட்டங்கள் மாறும் கருத்தியல்' என்ற அத்தியாயம் பேசுகிறது. உனாவில் பாதிக்கப்பட்டவர்களுக்கு இன்னும் நியாயம் கிடைக்காவிட்டாலும், இப்போராட்டம் முப்பதாண்டுகளுக்கு முன்பு தலித்துகளுக்கு காகிதத்தில் ஒதுக்கீடு செய்யப்பட்ட நிலங்களை, அவர்கள் வசம் ஒப்படைக்க நிர்வாகத்தை நிர்பந்தித்துள்ளது. உனா போராட்டம் உயர் சாதிகளுக்கு எதிரான வழக்கமான ஆரவாரப் பேச்சுகளில் தன் சக்தியை வீணடிக்கவில்லை. மாறாக குற்றவாளியாக அரசை அடையாளம் கண்டது. சாதி பற்றியே குறிப்பிடாமல் ஒடுக்கப்பட்டோர் அனைவரையும் ஒன்றுதிரட்ட முயன்றது. வர்க்க ரீதியான மக்கள் ஒற்றுமையைத் திரட்டும் விதமாக, நாடெங்கிலும் உனாவின் பாதிப்பை உணர முடிந்தது. வர்க்க ஒற்றுமையைக் கட்ட இதே போன்ற அணுகுமுறையை மேற்கொள்ள இளைஞர்களுக்கு அது உத்வேகமளித்தது. இப்போராட்டத்தின் மூலமும் அறியப்பட்டவரான ஜிக்னேஷ் மேவானியின்

புகழ் இதற்குச்சான்றாகும். தேர்தல் அரசியலை அது பணத்தையும், அடியாள் பலத்தையும் வைத்து ஆளும் வர்க்கங்கள் விளையாடும் ஒரு விளையாட்டாகிவிட்டது. அதிகமாக நம்பாமல், இப்போராட்டம் களத்தில் தனது தாக்கத்தை வேகப்படுத்துவதற்கு தேர்தலில் போட்டியிடுவதன் நடைமுறைத் தந்திரமான அவசியத்தை உணர்ந்தது. இவ்வாறாக, *2017* டிசம்பரில் மேவானி சட்டமன்றத் தேர்தலில் வட்காம் தொகுதியில் சுயேச்சையாக நின்று, நல்ல வாக்கு வித்தியாசத்தில் வென்றார். அவரது வெற்றி ஒருவர் சாதி, சமூகத்தையும் தாண்டிச் சென்று, மக்களின் ஒற்றுமையைக் கட்டி, ஆளும் வர்க்கங்களை அவர்களது விளையாட்டிலேயே தோற்கடிக்க முடியும் என்று காட்டியது.

மற்றொரு அசாதாரணமான போராட்டம் *2012-13*ல் நடந்தது. அது மிக அசாதாரண புத்திசாலியான சாதாரண மனிதரான அரவிந்த் கேஜ்ரிவாலை டில்லியின் முதலமைச்சர் பதவியில் அமர்த்தியது. ஐக்கிய முற்போக்குக் கூட்டணியின் இரண்டாவது ஆட்சிக் காலத்தில் *(2009-14)* வரிசையாக ஊழல் புகார்கள் எழுந்த நிலையில், கேஜ்ரிவாலும், அவரது நண்பர்கள் சிலரும் மஹாராஷ்டிராவின் சமூக சேவகரான அன்னா ஹசாரேயைப் பயன்படுத்தி ஊழலுக்கு எதிரான இந்தியா என்ற இயக்கத்தை ஆரம்பித்தனர். இது நடுத்தர வர்க்கத்தின் பிம்பத்திற்கு-சுத்தமான, தத்துவங்களைத் தாண்டிய-அரசியல் ஏற்ற தந்திரமான நடவடிக்கை. இயக்கம் கோரிய ஜன் லோக்பால் இன்னும் வரவில்லை. ஆனால் அப்பிரச்சினை ஊழல் மண்டிய காங்கிரஸின் மத்திய, மாநில ஆட்சிக்கு எதிராக பாஜகவும், கேஜ்ரிவாலும் பதவிக்கு வர பெரிய அளவில் உதவியது. கேஜ்ரிவால் கட்சி ஆரம்பித்து, தேர்தலில் நின்று காங்கிரஸின் வேண்டாத உதவியோடு டில்லி சட்டமன்றத் தேர்தலில் வென்று ஆட்சியைப் பிடித்தார். முதலமைச்சராகவும் கேஜ்ரிவால் மத்திய அரசுக்கு எதிரான தனது போராட்டங்களை வீதியில் தொடர்ந்தார். அதனால் டில்லி மக்களுக்கு மிகவும் நெருக்கமானவராக ஆனார். லோக்பால் மசோதாவிற்காக, பதவியேற்ற நாற்பத்தியொன்பதாவது நாளிலேயே ராஜினாமா செய்தது போன்ற செயல்களால் அவரது புகழ் அதிகரித்தது.

தனக்குக் கிடைத்த ஆதரவு அளவற்ற தன்னம்பிக்கை காரணமாக அவர் நாடு முழுவதும் நாடாளுமன்றத் தேர்தலில் போட்டியிடும் ஒரு தவறான சாகசத்தில் ஈடுபட்டார். *2014* தேர்தலில் மிக மோசமான தோல்வியைச் சந்தித்த பின்னும், டெல்லி சட்டசபைக்கு *2015* இல் நடந்த தேர்தலில் எழுபதிற்கு அறுபத்தி ஏழு இடங்களில் அவர் கட்சி வெற்றி பெற்று அனைவரையும் அதிர்ச்சியடைய வைத்தது. ஆம் ஆத்மி கட்சி அது ஒரு புதிய அரசியல் மாதிரி என்று கருதிய முற்போக்கான இளைஞர்களை உற்சாகமடையச் செய்தது. எனினும் விரைவிலேயே அவர்கள் ஏமாற்றமடைந்தனர். கேஜ்ரிவால் வேகமாக வழக்கமான அரசியல்வாதியாக

மாறிக்கொண்டு வந்தார். அவரது கட்சி சில நல்ல காரியங்களைச் செய்வதாகச் சொல்லப்பட்டாலும் கூட, அவரது வாக்குறுதிகளுக்கும் அவற்றிற்கும் இடைவெளி அதிகம். கேஜ்ரிவாலின் ஆசைக்கேற்ப அது எல்லா மாநிலங்களிலும் தேர்தலில் நின்று, தோற்கிறது. இந்திய அரசியல் சகதியில் கேஜ்ரிவால், அவரது கட்சியின் வெற்றிக்குப் பின்னால் இருப்பது எது? அவர் நிலவும் அரசியலுக்கு உண்மையான ஒரு மாற்றத்தைப் பிரதிநிதித்துவப்படுத்துகிறாரா? இன்றைய நடப்புச் சட்டத்திற்குள் உண்மையாகவே அப்படி ஒன்று இருக்க முடியுமா? தனிப்பட்ட சொத்துக்கள் பற்றிய வெளிப்படைத்தன்மை தத்துவத்தை தேவையற்றதாக ஆக்கிவிடுமா? இந்த விஷயங்களும், இவை தொடர்பானவைகளும் 'ஆம் ஆத்மி கட்சி : நவீனதாராளமய யுகத்தின் அரசியல் ஆப் (AAP)' என்ற கடைசி அத்தியாயத்தில் விவாதிக்கப்படுகின்றன.

கேஜ்ரிவால் ஒரு சாதாரண மனிதராக (ஆம் ஆத்மி) தோற்றமளித்து, ஒரு சிறப்பானவராக (காஸ்) மாறினார் என்றால், ராகுல் காந்தி சிறப்பானவராகப் பிறந்து, சாதாரண மனிதராகக் காட்டிக் கொள்ள கஷ்டப்பட்டுக் கொண்டிருப்பவர். அவர் வேண்டா வெறுப்பாக அரசியலுக்கு வந்தவர். இந்த விஷயத்தை சுட்டிக்காட்டுவதில் ஊடகங்கள் களைப்படைவதே இல்லை. நேரு பரம்பரையினருக்கு காங்கிரஸின் தலைமையை ஏற்பது (பெரும்பாலும் தயாரிப்பில்லாமல்) விதிக்கப்பட்டுள்ளது. பலரின் திகைப்பையும் மீறி ராகுலைத் தவிர (குறைந்தபட்சமாக தற்போது வரையிலும்) மற்ற அனைவரும் ஏற்றுக்கொண்ட பாத்திரத்தை சரியாக நிறைவேற்றுவதில் எப்படியோ சமாளித்துவிட்டார். ஆர்.எஸ்எஸ் பயிற்சியுள்ள திறமையான அரசியல்வாதியும், திறன்மிக்க பரிவார் மற்றும் உலக மூலதனத்தின் ஆதரவும் கொண்டவருமான வலிமையான நரேந்திர மோடிக்கு எதிராக நிற்க வைக்கப்பட்டதால் # ராகுல் ஓரளவிற்கு அதிருஷ்டமில்லாதவர் என்றே சொல்ல வேண்டும். மென்மையான இந்துத்துவா போக்கு, ஊழல், நவீனதாராளமய பொருளாதாரம் ஆகியவற்றோடு அடையாளம் காணப்படும் காங்கிரஸின் பாரம்பரியம் ராகுலை பின்னுக்கு இழுக்க, அவருக்கும் அரசியல் அனுபவம் குறைவு என்றே தெரிகிறது.

தலித்துகள் குடிசைகளில் இரவு தங்குவதெல்லாம் நன்றாகத்தான் இருக்கிறது. ஆனால் தான் எளியவர்கள் பக்கம் இருப்பதாகக் காட்டிக் கொள்வதற்கு அவர் செய்யும் முயற்சிகள் வேடிக்கையாக, பார்க்க வேதனையாகக் கூட இருக்கின்றன. காங்கிரஸின் 'வானவெளிவித்தையும்,, அம்பேத்கரியர்களின் குட்டிக் கரணங்களும், என்ற அத்தியாயம் ராகுலின் ஒரு குறிப்பிட்ட பேச்சை வைத்து, சாதி பற்றிய அவரது புரிதல் எவ்வளவு தவறானது என்பதை ஆய்வு செய்கிறது. மோடியின் அதிரடி அரசியல்

தாக்குதலில், காங்கிரஸ் விழித்துக் கொண்டு, பாஜகவிற்கு உண்மையான எதிர்ப்பை வடிவமைத்திருக்க வேண்டும். ஆனால் 2017 நவம்பர் குஜராத் தேர்தலில் அதன் செயல்பாடு பாஜக எதிர்ப்பாளர்களுக்குக் கூட ஆத்திரம் விளைவிப்பதாக இருந்தது. நாட்டின் ஒவ்வொரு தீங்கிற்கும் காங்கிரஸ்தான் காரணம் என்று சொல்லும் விமர்சகர்கள் கூட, இந்துத்துவா பாசிசத்தின் ஆலத்தை? நீக்குவதற்காக அதை இப்போதும் ஆதிப்பார்கள். ஆனால் பெரிதும் விளம்பரப்படுத்தப்படும் அவரது கோவில் வருகைகள், தன்னை பூணூல் அணிந்த பிராமணன் என்று சொல்லிக் கொள்வது என்று தனது இந்துத் தன்மையை அவர் வெளிப்படுத்தும்போது, அவர் காட்டும் பிற்போக்குத்தனமான அரசியல் நிலைபாட்டில், அவர் காட்டும் தலித்துக்கள் மீதான அன்பு மறைந்து விடுகிறது.

இக்கட்டுரைகள் நமது காலத்தில் நிலைகொண்டவை. ஒரு ஜனநாயகக் குடியரசாக நாம் கூட்டாக நீடிப்பதற்கு முக்கியமான பிரச்சினைகள் பற்றிப் பேசுபவை. நாம் மிகவும் போற்றும் இந்தியா என்ற கருத்தாக்கம் அது நிறைவேறாதது பற்றி நாம் வீணாகப் புலம்பினாலும் கூட என்றைக்குமாக அழிந்து போய்விடக்கூடிய ஒரு வரலாற்றுக் கட்டத்தில் இப்பிரச்சினைகள் குறியீடாக முக்கியத்துவம் பெறுகின்றன. இன்று நமது நிறுவனங்கள் காவிமயம் ஆக்கப்படுகின்றன. நமது கலாச்சாரங்கள் இந்துமயமாக்கப்படுகின்றன. நமது பன்முகத்தன்மை அழிக்கப்படுகிறது. கடந்த எழுபதாண்டுகளில் நாம் சாதித்த மிகக் குறைவான சாதனைகளுக்கும் இந்துத்துவா சக்திகளின் தாக்கம் ஒரு பின்னடைவு என்பதை உணர்கிறோம். அரசின் நிர்பந்திக்கும் செயல்முறைகள் சாதிக்க முடியாததைச் சாதிக்க வன்முறைக் கும்பல்கள் ஏவிவிடப்படும்போது ஜனநாயக மாண்புகள் அழிக்கப்படுகின்றன. மோடியின் முதல் நான்காண்டுகள் பின்னால் வரப் போவதைக் காட்டும் ஒரு அறிகுறியாக இருக்கக்கூடும்.

அவரது வெற்றி நம்மில் பலருக்கு தோல்விகளை அளித்துள்ளது. ஒவ்வொரு கொடுமையையும் ஏதோ ஒரு தனிப்பட்ட நிகழ்வு, அரசியல்வாதிகளின் தனிப்பட்ட தவறு என்று அதை அமைப்பியல் ரீதியாகப் புரிந்து கொள்ள முடியாத தோல்வி. ஆர்.எஸ்.எஸ்.ஸின் மிகத் திறமையான பிரச்சாரகர் நாட்டின் தலைமைப் பொறுப்பில் இருப்பதால் இது ஆர்.எஸ்.எஸ்.ஸின் வரலாற்றின் பெருமையான தருணம் என்பதைப் புரிந்து கொள்ளாத கேள்வி. நாம் இன்று பார்ப்பது நவீன தாராளமய யுகத்தில் பாசிசத்தின் செயல்படும் வகைமாதிரி என்பதை உணரமறுத்த தோல்வி, வார்த்தைகளுக்கு அப்படியே நேரடிப் பொருள் கொள்ளும் சில ஆய்வாளர்கள், குறிப்பாக கொள்கைப் பிடிவாதமான மார்க்சியர்கள் பல்வேறு தகவல்களை ஆராய்ந்து, பாசிசம் ஏதோ வரலாற்றுக்குத்

தொடர்பில்லாத மாற்றமில்லாத தத்துவம் என்பதுபோல இந்துத்துவாவிற்கும் 1920களின் முன்மாதிரி பாசிசத்திற்கும் உள்ள அற்ப வேற்றுமைகளைச் சுட்டிக்காட்டுவதில் காலத்தைக் கழிக்கிறார்கள்.

துடிப்பான குஜராத், குஜராத்தி பெருமை என்ற பகட்டு வார்த்தைகளால் நாட்டின் வளங்களை உலக மூலதனத்திற்கு விற்கும் மோடியின் குஜராத் முன்மாதிரி, இரண்டாவது ஐமுகூ கட்டத்து காங்கிரஸை விட மூலதனத்திற்கு மிகவும் ஈர்ப்புடையதாக உள்ளது. மோடி தனது நிர்வாகத் திறமையால் உலக முதலீட்டாளர்களை ஈர்ப்பதில் வல்லவர். 2002 முஸ்லீம் அழித்தொழிப்பில் தொடர்புடையவர் என்ற பழியை மீறி, அவர் அடுத்தடுத்த தேர்தல்களில் வென்றார். அந்த அழித்தொழிப்பில் சம்பந்தப்பட்ட அனைவரையும் காப்பாற்றியும் உள்ளார். இந்த அடிதடி அரசியல் மற்றும் நவீன தாராளமய பண்புநலன்களின் கூட்டுதான் முதலீட்டாளர்கள் விரும்பும் விஷயம். இதனால் உலக மூலதனத்தோடு ஏற்பட்ட கூட்டினால்தான் மோடி 2014 பொதுத் தேர்தலில் வென்றார். அரசாங்கம் மற்றும் கட்சி மீதான ஒரு கட்டுப்பாட்டை தன் கையில் வைத்துக் கொண்டு கட்சி அமைப்பை பலப்படுத்தினார். தனது இந்து தொகுதியை பக்தர்களாக்கி தனது நிலையை உறுதிப்படுத்தி, இனி வேறு வழி இல்லை என்ற சூழலை உருவாக்கி, எதிர்ப்புகளைத் தகர்த்தார். அவரது கொள்கைகளால் தாம் துன்புறுவதாக, அவரது வாக்குறுதிகளை அவர் நிறைவேற்றவில்லை என்று ஏமாற்றம் கொண்டதாக மக்கள் எவ்வளவு தான் உணர்ந்தாலும் கூட, ஏமாந்து போய் அவருக்கு வாக்களிப்பதைத் தொடர்வார்கள். மோடி ஒரு பாசிச ஆளுமையை வளர்த்துக் கொள்வது, தனது லட்சியங்கள் நிறைவேறும் என்ற நம்பிக்கையை ஆர்.எஸ்.எஸ்.ஸிற்குத் தருகிறது. அவரது சர்வதேச ஆதரவாளர்கள் இந்தியவானில், அதன் சந்தை, இயற்கை வளம் ஆகியவை தங்குதடையின்றி தமக்குக் கிடைக்கப் போவதைக் காணும்அதே வேளையில், உள்ளூர் ஆதரவாளர்கள் அந்த வானில், இந்து ராஷ்டிரச் சூரியன் உதிப்பதைப் பார்க்கிறார்கள்.

உண்மையில் இந்து ராஷ்டிரத்திற்கான நெருக்கமான ஒப்புமை - 1920களிலும், 1930களிலும் இத்தாலியிலும் ஜெர்மனியிலும் இயங்கிய பாசிச மாதிரிதான். அதுதான் பி.எஸ்.மூஞ்சே, வி.டி.சவர்க்கரிலிருந்து எம்.எஸ். கோல்வார்க்கர் வரையிலான இந்துத்துவா தலைவர்களை மிகவும் ஈர்த்தது. அங்கு ஒரு செயல்திறன் உள்ள பொருளாதாரம், அடையாள அரசியலோடும், அரசு ஆதரவு பெற்ற சிவில் வன்முறையோடும் உற்சாகமாக இணைந்தது. உரிமைகள், சுதந்திரம் ஆகியவற்றின் அழிவு கற்பனையான பழைய பொற்காலம் மீண்டும் வரவேண்டும் என்ற ஏக்கத்தோடு இணைந்தது. முந்தைய சர்சங்சாலக்குகள் அதைக் குறிப்பிடுவதைத் தவிர்த்தாலும்,

தற்போதைய சர்சங் சாலக்கான மோகன் பகவத் பாஜகவின் அரசியல் வெற்றியில் தைரியம் பெற்று இத்தொடர்பு பற்றிப் பேசுகின்றார். உதாரணத்திற்கு பகவத் நாட்டில் 'ஒருமைப்பாடு' கொண்டு வர வேண்டியதன் அவசியத்தைப் பேசுகிறார். அதை கோல்வால்கரின் 'ஒரு நாடு, ஒரு தேசம், ஒரு கடவுள், ஒரு மதம்' என்ற சொல்லாடலால் விளக்குகிறார். இது 'ஒரு மக்கள், ஒரு பேரரசு, ஒரு தலைவர்' என்ற நாஜி ஜெர்மனி வாசகத்தின் எதிரொலிதான் *(ein Volk, ein Reich, ein Furher)*

பகவத்தைப் பொருத்தவரை இந்தியா ஏற்கனவே இந்து ராஷ்ட்டிரம் தான். இது கேட்க வினோதமாக இருந்தாலும், மதச்சார்பின்மையை அரசியலமைப்பில் சேர்க்கும் துணைக்குழுவின் பரிந்துரையை சாட்சாத் நேருவின் தலைமையிலான ஆலோசனைக்குழு நிராகரித்தபோதே இதற்கான விதை தூவப்பட்டுவிட்டது. மாறாக, அரசிற்கு எந்த மதமும் இருக்காது. ஆனால் அது எல்லா மதங்களையும் சமமாக நடத்தும் என்று முடிவு செய்யப்பட்டது. இது தர்மானிரபெக்ஷிதா அல்லது சர்வதர்ம சம்பாரா என்றெல்லாம் பளபளப்பான சமஸ்கிருதச் சொற்களால் குறிக்கப்பட்டது. ஜனநாயக அரசியலால் நிறுவப்படும் அரசு, ஆகக் கூடி அதிகம் வாக்குப் பெற்றவர்க்கு மட்டும் வெற்றி *(First-post-the-post)* என்பதன் அடிப்படையில் அமைக்கப்படும் அரசாங்கம், பெரும்பான்மையோரின் விரும்பத்தின்படி, அதன் விளைவாக அவர்களின் மதத்தின்படி தான் நடந்து கொள்ளும் என்று உணரப்படவில்லை. பூமி பூஜை போன்ற இந்து மதச் சடங்குகள், சர்வசாதாரணமாக அரசால் கடைப்பிடிக்கப்படுவது வெளிப்படையாக நடக்கிறது. ஆரம்பகால தலைவர்கள் தம் பார்வையை வெளிப்படுத்த தம்மையறியாது பயன்படுத்திய சமஸ்கிருதச் சொல்லாடல்கள் ஒரு குறிப்பான சமிக்ஞையைக் கொடுத்திருக்க வேண்டும். நேருவின் சொந்த அரசாங்கத்திலேயே அதற்கு மாறான நடைமுறைக்கு சாட்சியங்கள் இருந்தபோதும்கூட இந்தியா ஒரு மதச்சார்பற்ற நாடு என்ற மாயை நீடித்தது.

*1995*ல், அரசியலமைப்பின் பாதுகாவலராக, உச்சநீதிமன்றம், இந்துத்துவா என்பது ஒரு மதமல்ல, அது ஒரு வாழ்க்கை முறை, ஒரு மனநிலை' என்று வெளிப்படையாகவே அறிவித்தது. *2016*ல் நாங்கள் (டீஸ்டா செதல்வாட், ஷம்சுல் இஸ்லாம், ஆனந்த் டெல்டும்ப்டே) அதை எதிர்த்தபோது, அதை மறுபரிசீலனை செய்ய மறுத்தது. கடந்த மூன்றாண்டுகளாக டாக்டர்.நரேந்திர தபோல்கர், தோழர் கோவிந்த் பன்சாரே, டாக்டர் எம்.எம்.கல்புர்கி, மிகச் சமீபகாலத்தில் கௌரி லங்கேஷ் போன்ற ஆளுமைகளை தேர்ந்தெடுத்துக் கொன்று, இந்துத்துவா குண்டர்கள் சிறுபான்மையினரை, தம்மை விமர்சிப்பவரை அச்சுறுத்துகிறார்கள். கோவாவில் இருந்து இயங்கும்,

சனாதன் சன்ஸ்தா வெளிப்படையாகவே இதை அசுரர்களை அழிப்பதோடு ஒப்பிட்டு, தபோல்கரின் கொலையைப் பாராட்டுகிறது. பன்சாரே வழக்கின் குற்றவாளிகளோடு தொடர்பு கொண்டிருக்கிறது. எனினும் அது இதுவரை தொடரப்படவில்லை. அதே சமயம் நக்ஸல் தொடர்பு என்ற பொய்யான குற்றச்சாட்டின் பேரில் ஏராளமான அமைப்புகள் தடை செய்யப்பட்டுள்ளன.

இத்தீய சக்திகள் மிக வேகமாக கோட்டையைக் கைப்பற்றி வரும் வேலையில் அரசியலமைப்பு ரீதியான தடை போன்றவை இவற்றைத் தடுக்கும் என்று நம்புவது மிக மோசமான அப்பாவித்தனமாகும்.

1

இட ஒதுக்கீடு

ஒரு பொறியும், பெருநெருப்பும்

சாதி, இடஒதுக்கீடு என்ற இரு சொற்களும் பொது விவாதங்களில் பின்னிப் பிணைந்துள்ளன. நகர்ப்புற இந்தியாவில் சாதி பற்றிய பேச்சு இடஒதுக்கீட்டில்தான் முடியும். பேச்சில் பங்குபெறுபவர் உயர்சாதிக்காரர் என்றால், அவர் 'தகுதி' என்பதையே இடஒதுக்கீடு இல்லாமல் செய்கின்றது என்று கூறி இந்த கருத்தைத் தாக்குவார். வரலாறு, தர்க்கம், இவ்விஷயம் பற்றிய உண்மைகள் எல்லாமே பிரச்சினைதான் என்பதால் இடஒதுக்கீட்டை ஆதரிப்பவர், பாதிக்கப்பட்ட நிலையில், உயர்சாதியில் பிறப்பதால் ஏற்படும் வசதி, அதனால் கிடைக்கும் சமூக மூலதனமான வாய்ப்புகளுக்கான வழிகள் என்பவற்றை வைத்து தகுதி என்பதை முதலில் விளக்க வேண்டும். இந்த வாதங்கள் சுமூகமாக முடியாது. சர்வசாதாரணமாக இட ஒதுக்கீட்டிற்கு கண்டனம் தெரிவிப்பதைப் போலவே, சூத்திரர்களிடமிருந்து பிராமணர்கள் வரை கிட்டத்தட்ட அனைத்து சமூகங்களுமே தாம் பின்தங்கியவர்கள் என்றும், ஏதேனும் ஒரு வகையில் இட ஒதுக்கீடு கோருவதையும் - அதாவது சமூக நீதி என்று மிக எளிமைப்படுத்தப்பட்டுப் பார்க்கப்படும் ஒன்றில் தமக்கான பங்கு-பார்க்கிறோம்.

பல நூற்றாண்டுகளாக எத்தனையோ சவால்கள், மாற்றங்கள் ஏற்பட்ட போதும் கூட சாதி முறை சமூகப்படி நிலை என்ற கொள்கைகயை ஏற்று நடக்கச் செய்யும் தனது சாரத்தை தொடர்ந்து வருகிறது. சாதி அவர்களது பிறப்பால் ஒதுக்கும் கொள்கையின் அடிப்படையில் இயங்குகிறது. படிப்பதில், எழுதுவதில் கிட்டத்தட்ட ஒரு முழு ஏகபோகம் - முக்கியமாக மதநூல்கள் படிப்பது - பிராமணர்களுக்கு இருந்த அதே வேளையில் தீண்டத்தகாதவர்கள் இறந்த கால்நடைகளை அப்புறப்படுத்தி, அவற்றின் தோலை உரித்து, உபயோகமான பொருட்களைச் செய்தார்கள். மிகவும் மதிக்கப்படும் தம்முடைய இந்து சமூக முறை என்பது மிக மோசமான ஒரு இடஒதுக்கீட்டின்அடிப்படையில் அமைந்துள்ளது என்பது இடஒதுக்கீட்டை எதிர்ப்பவர்களுக்குத் தோன்றவே இல்லை. எல்லா சலுகைகளையும் அனுபவிக்கவும், சமூகத்தின் மீது ஆதிக்கம் செலுத்தவும் பிராமணர்கள் எந்த ஒரு தகுதியையும் நிரூபிக்க வேண்டியதாக இல்லை. தலைமுறை தலைமுறையாக ஒரு சமூக நரகத்தில் தள்ளப்பட்டிருக்க தீண்டத்தகாதவர்கள் எந்தவிதமான குற்றத்தையும் இழைக்கத் தேவைப்படவில்லை. மாறாதது

போல் தோற்றமளிக்கும் சாதி அமைப்பு ஒருபோதும் மாறாமல் இருந்ததில்லை. காலப் போக்கில் மிகப் பெரும் மாற்றங்களை அடைந்துள்ளது. நவீன காலத்தில் சாதி-தொழில் இணைப்பு பலவீனப்பட்ட போதிலும், ஏறுவரிசை மரியாதை, இறங்குவரிசை வெறுப்பு என்று அம்பேத்கர் குறிப்பிடுவது பெரும்பாலும் அப்படியே இருக்கிறது. ஒழிக்கப்பட்டு விட்டதாகச் சொல்லப்படும் தீண்டாமை இப்போதும் அப்படியே உள்ளது. தலித்துகளுக்கு எதிரான பாரபட்சம் பற்றி சொல்லவே வேண்டாம். ஒரு தலித் லட்சாதிபதியோ, தலைமை நீதிபதியோ, முதலமைச்சரோ, ஏன் ஒரு குடியரசுத் தலைவர் கூட சாதி அவதூறுக்கு உட்படலாம். சில சமூகங்களுக்கு சமூக மரியாதை (மற்ற சமூகங்களுக்கு எதிராக) என்ற இடஒதுக்கீடு நவீன காலகட்டத்தின் சாதி இயங்கியலில் ஒரு முக்கிய இடம் வகிக்கிறது.

சாதியின் மோசமான விளைவுகளை சரி செய்யும் விதமாக இட ஒதுக்கீடு என்ற கருத்து காலனிய காலகட்டத்தில்தான் முறையாக அமுல்படுத்தப்பட்டது. 1871ன் முதல் மக்கள்தொகை கணக்கெடுப்பின் மூலம் பிரிட்டிஷார் சேகரித்த ஏராளமான புள்ளிவிவரங்கள் பல்வேறு சாதி, மத சமூகங்களிடையே தமது எண்ணிக்கை பற்றிய ஒரு சுய புரிதலை ஏற்படுத்தினாலும்கூட, இட ஒதுக்கீட்டை முதலில் அமுல்படுததியவர்கள் பிரிட்டிஷார் அல்ல. நாடு முழுவதும் சாதி, மத சமூகங்கள் தங்களது எண்ணிக்கையை உணர்ந்தன. உயர்சாதியினர், அரசு கையில் இருக்கும் ஏராளமான வளங்களில் பங்கு கிடைக்காவிட்டாலும், வேலைவாய்ப்பில், கல்வியில் பங்கு கிடைப்பது நியாயமாக இருக்கும் என்ற பார்வை ஏற்பட்டது. போக்குவரத்திலும், தகவல் தொடர்பிலும் ஏற்பட்ட நவீன மாற்றங்களும் நாடு முழுவதும் சாதி ஒற்றுமை ஏற்படுவதில் பெரிய பங்காற்றின.

மேற்கு இந்தியாவின் கோலாப்பூர் அரசரான சாஹூ மஹராஜ் (1874-1922) என்பவர்தான் இடஒதுக்கீட்டுக் கருத்தின் முன்னோடி, தான் சூத்திரன் என்பதால், தனது அரசவையில் வேதம் ஓதும் சடங்கில் வாய்ப்பு மறுக்கப்பட்டதில் பிராமண ஆணவத்தை அனுபவித்த அவர் (வேதோக்தா சம்பவம்) தனது நிர்வாகத்தில் பிராமணர்களின் ஆதிக்கத்தை நீக்க விரும்பினார். 1902ல் அவர் பாதி இடங்களை பிராமணரல்லாதோருக்கு ஒதுக்கினார். இந்த இடஒதுக்கீட்டைப் பயன்படுத்திக் கொள்ளும் வகையில் பிராமணரல்லாதோர் மத்தியில் கல்வியறிவை வளர்க்க, அவர் பள்ளிகள், தங்கும் விடுதிகளை ஏற்படுத்தினார். கோவில் பூஜைகளில் பிராமணர்களுக்கு இருந்த ஆதிக்கத்தைக் கூட அவர் கேள்விக்குள்ளாக்கினார். கோவில் பூசாரிகளாக பிராமணரல்லாத மராட்டியர்களை பயிற்றுவித்து, வேலை

தருவதற்காக பயிற்சி நிறுவனங்களை அமைத்தார். பிரமணரல்லாதோர் இயக்கம் வலுப்பெற்ற இடங்களில் எல்லாம் இடஒதுக்கீடு என்பது தீர்வாக மாறியது.

கோலாபூருக்கு அடுத்தபடியாக, 1910, 1920களின் நீதிக்கட்சியின் தலைமையிலான பிராமணரல்லாதோர் இயக்கத்தின் மூலம் இது மதராஸ் மாகாணத்தில் வேறூன்றியது. இந்த இயக்கம் அமைச்சரவைகளிலும், அரசுப் பணிகளிலும், பிராமணரல்லாதோருக்கு விகிதாச்சார பிரதிநிதித்துவம் என்ற கருத்தை உருவாக்கியது. தீண்டத்தகாதவர் மீது சாஹூ மஹராஜிற்கு இருந்த சார்பிற்கு மாறாக, பிராமணரல்லாதோர் இடஒதுக்கீடுகள் பெரும்பாலும், தீண்டத்தகாதவர் நீங்களாக இருந்த, ஒப்பீட்டளவில் வசதியாக இருந்த சூத்திர சாதிகளால் ஏகபோகமாக்கப்பட்டன. பின்னர் பகுஜன் இயக்கமாக உருமாறிய பிராமணரல்லாதோர் இயக்கத்தின் அல்லது பொதுவாக சாதி அடிப்படையிலான இயக்கத்தின் குறைப்பாட்டை இந்த நுட்பமான மாற்றத்தால் தெளிவாக அறியலாம். மிக ஆரம்பகால முன்னோடியும், சாஹூ மஹராஜிற்கு உத்வேகமாக இருந்தவரும், தனது மூன்று குருநாதர்களில் ஒருவர் (கபீர், புத்தர் ஆகியோர் மற்ற இருவர்) என அம்பேத்கரால் கருதப்பட்டவருமான ஜோதிராவ் பூலேயால் கூட (1827-1890) அவரது தலித் முன்னேற்றத்திற்கான விருப்பம் ஒருபுறமிருந்தாலும், சாதி முரண்பாட்டை மீற முடியவில்லை. புனேயில் அவரது மரணத்திற்குப் பிறகு நடந்த அஞ்சலிக் கூட்டத்தில், அவரது சூத்திர தொண்டர்கள், தீண்டத்தகாதோரை அனுமதிக்கவில்லை. 1895ல், பூலேயின் மரணத்திற்கு ஐந்தாண்டுகளுக்குப் பிறகு, அவரது சமாஜ் சம்பார், டெட், மஹர், மங் சாதியினரை தமது கூட்டங்களில் கலந்து கொள்ளக் கூடாது என்று தடை விதித்தது. (ஷீர்சாகர், 1994, 372).

தெற்கில் பிரஜா மித்ர மண்டலியால் பிரதிநிதித்துவப்படுத்தப்பட்ட பிராமணரால்லாதோர் இயக்கத்தின் நிர்பந்தம் காரணமாக, மைசூர் சமஸ்தானத்தின் அரசரான நான்காம் கிருஷ்ண ராஜ உடையார், சமஸ்தானத்தின் பிராமணரல்லாதோர் சாதிகள் பற்றி கணக்கெடுத்து, அவர்களது முன்னேற்றத்திற்கு ஆலோசனைகள் வழங்க, சர் லெஸ்லி மில்லர் தலைமையில் மில்லர் கமிட்டியை 1918ல் அமைத்தார். 1919ல் மில்லர் கமிட்டியின் அறிக்கை விகிதாச்சார பிரதிநிதித்துவம் என்ற திட்டத்தைத் தந்தது. இந்த அறிக்கை பின்னர் உருவான கொள்கைகளுக்கு வழிகாட்டியாக அமைந்தது. தேசிய அளவில் ஒடுக்கப்பட்டோருக்கான விகிதாச்சார பிரதிநிதித்துவத்திற்கான கொள்கைகளை வகுப்பதற்கு அம்பேத்கர் பயன்படுத்திய ஆவணங்களில் இதுவும் ஒன்று. பின்னர் பரோடா, திருவிதாங்கூர் போன்ற சமஸ்தானங்களும் இதே போன்ற திட்டங்களை

ஏற்றன. பிராமணரல்லாதோருக்கான இந்த இடஒதுக்கீடுகளால் சூத்திர சாதிகளின் ஒரு பகுதி பெருமளவு முன்னேறியது. ஆனால் இந்தப் பலன்கள் தீண்டத்தகாதோருக்கு விரிவுபடுத்தப்படவில்லை. உதாரணமாக, இன்று தமிழ்நாட்டில் கிட்டத்தட்ட அனைத்து பிராணமரல்லாதோருக்கான இந்த இட ஒதுக்கீடுகளால் சூத்திர சாதிகளின் ஒரு பகுதி பெருமளவு முன்னேறியது. ஆனால் இந்தப் பலன்கள் தீண்டத்தகாதோருக்கு விரிவுபடுத்தப்படவில்லை. உதாரணமாக, இன்று தமிழ்நாட்டில் கிட்டத்தட்ட அனைத்து பிராமணரல்லாத சாதிகளுக்குமாக மிகப்பெரிய அளவில் 69 சதவீத இட ஒதுக்கீடு உள்ளது. இது இந்த மாநிலத்தில் நிலவும் பிற்படுத்தப்பட்ட சாதிகளின் மேலாதிக்கப் பிடிக்கு ஒத்திசைவாக உள்ளது.

ஒடுக்கப்பட்ட வகுப்பினருக்கான (தீண்டத்தகாதோர் அதிகாரபூர்வமாக அப்போது இப்படித்தான் குறிப்பிடப்பட்டார்கள்) இடஒதுக்கீடுகள் 1935 இந்திய அரசாங்கச்சட்டத்தால் (Government of India Act of 1935) வந்தன. இரண்டாவது வட்ட மேஜை மாநாடுகள் காலத்தில் (1931-32) காந்தியோடு கடுமையாக சண்டையிட்டு, அம்பேத்கர் தலித்துக்களுக்கு தனி வாக்காளர்கள் கொண்ட ரிசர்வ் தொகுதிகளை வென்றெடுத்தார். எனினும் இந்த சாதி ரீதியான முடிவிற்கு எதிராக காந்தி விரதத்தை ஆரம்பித்தார். இரு தனி தொகுதிகள் என்ற உரிமையை விட்டுத்தர அம்பேத்கருக்கு நெருக்கடி தந்தார். இதன் விளைவாக ஏற்பட்ட ஒப்பந்தமான புனே ஒப்பந்தத்தின்படி (1932 செப்டம்பர் 24ல் கையெழுத்தான ஒப்பந்தம்) மாகாண சட்டசபைகளில் தலித்துக்களுக்கான ரிசர்வ் தொகுதிகள் 71லிருந்து 147 ஆகவும், மத்திய சட்டசபைக்கு மொத்தத்தில் 18 சதமாகவும் உயர்ந்தது. இந்த ஒப்பந்தத்தின் ஒரு பிரிவின்படி, பணிநியமனத்திற்கான கல்வித் தகுதிகள் இருக்கும் பட்சத்தில், அரசுப் பணிகளில் ஒடுக்கப்பட்ட வகுப்பினரக்கு நியாயமான இட ஒதுக்கீடு தர வழி செய்யப்பட்டது. (AWS 18, பாகம் I, 368-9) கல்வித் தகுதிகளை அதிகரிப்பதற்கான ஒவ்வொரு மாகாணத்தில் தலித்துக்களுக்கு வசதிகள் ஏற்படுத்தித் தர, கல்வி மானியத்தில் ஒரு தொகை ஒதுக்கப்பட்டது. இந்த ஷரத்துகளை அரசு சாதிவாரி தீர்ப்பின் திருத்தமாக ஏற்றுக்கொண்டு, அவற்றை 1935 இந்திய அரசாங்கச் சட்டத்தில் சேர்த்தது. இதுதான் கல்வி நிறுவனங்களிலும், அரசுப் பணிகளிலும் தலித்துகளுக்கு இடஒதுக்கீடு தரப்பட்டதின் ஆரம்பம். 1935 முதல் 1943 வரை ஒரு நிரந்தர ஒதுக்கீடு சாத்தியப்படும் வகையில் தகுதியான நபர்கள் போதுமான அளவு இல்லாததால் இட ஒதுக்கீடுகள் தேர்ந்தெடுக்கும் கொள்கையாகவே (Preferment policy) இருந்தன. 1943ல் அம்பேத்கர் வைசிராயின் செயற்குழுவில் உறுப்பினராக இருந்தபோது, இக்கொள்கையை இடஒதுக்கீட்டுக் கொள்கையாக மாற்றி தலித்துகளுக்கு 8.5 சத இடஒதுக்கீடு கிடைக்குமாறு

செய்தார். (8.5 என்பது மக்கள் தொகையில் தலித் மக்களின் சதவிகிதமாகக் கருதப்பட்டது). இது கல்வி நிறுவனங்களிலும், அரசுப் பணிகளிலும் தரப்பட்டது. கோட்டா முறை என்று இன்று அறியப்படும் முறையில் தலித்துகளுக்கான இடஒதுக்கீடு, அவர்கள் 'பட்டியலின சாதி' என்ற நிர்வாகப் பிரிவின் கீழ் வந்தவகையில் 1943லிருந்துதான் தரப்பட்டது என்று சொல்லலாம். தீண்டத்தகாதோர் இந்து சமூகத்தின் ஆழமான சமூக வெறுப்பால் பாதிக்கப்பட்ட சமூகத்தினர் என்ற அனுமானத்தின் பேரில் இக்கொள்கை வகுக்கப்பட்டது. தலித்துகளை தனிமைப்படுத்தி, நாடு முழுவதும் அவர்களிடமிருந்து கூலி தராது உழைப்பை உறிஞ்சிய இந்து சமூகம் அவர்களது நலன்களை பிரதிபலிக்கும் என்று நம்ப முடியாது. அவர்களுக்கு நியாயமாக உரியதைத் தராது என்பது ஏற்கப்பட்டது. எனவே, அவர்களது பிரதிநிதித்துவத்திற்காக ஒருவகையான ஏற்பாடு அவசியமாகப்பட்டது.

1947ன் அதிகார மாற்றத்திற்குப் பிறகு, நாட்டின் அரசியல் நிலைமை நிலையற்றதாக இருந்தது. அரசியலமைப்பு சபை நாடாளுமன்றமாகச் செயல்பட்டது. அதன் உறுப்பினர்கள் மாகாண சட்டசபை உறுப்பினர்களால் தேர்ந்தெடுக்கப்பட்டார்கள். இந்த மாகாண சபை உறுப்பினர்கள் 1946 மார்ச்சில், நாட்டு மக்களின் 28 சதவிகித மாணவர்களால், ஒரு சிறு அளவிலான வாக்காளர்களால் தேர்ந்தெடுக்கப்பட்டவர்களாவர். பிரிவினையின் காயங்கள் இன்றும் ஆறாமல் இருந்தன. இந்து தேசியவாதிகள் நிலவிய மதப் பிளவுகளை தமக்கு சாதகமாகப் பயன்படத்திக் கொள்ள முயற்சி செய்து கொண்டிருந்தார்கள். கம்யூனிஸ்ட்டுகள் தலைமையில் நடந்த விவசாயிகளின் ஆயுதப் போராட்டம் ஒரு சங்கடமான அமைதியாக அப்போதுதான் ஒடுக்கப்பட்டிருந்தது. ஐநூறுக்கும் மேற்பட்ட சமஸ்தானங்களை அரசியல் ரீதியாக ஒன்று சேர்ப்பது முடிந்துவிட்டது. ஆனால் அவற்றின் சமூக பொருளாதார ஒருங்கிணைப்பு பிரச்சினையாக இருந்தது. மேற்கத்திய கல்வி பயின்ற மேட்டுக் குடியினரின் மனமகிழ் மன்றமாக இருந்து 1916ல் காந்தி தலைமையில் ஒரு மக்கள் இயக்கமாக, மக்கள் அனைவரையும் பிரதிநிதித்துவப்படுத்துவதாகக் கூறி வந்தது. ஆனால் இக்கூற்று அப்போது வளர்ந்து வந்த தொழில் – முதலாளித்துவ வர்க்கம் மீதான கட்சியின் சார்பை மறைப்பதற்கான வேஷம்தான். அதிகாரத்திற்கு வந்த ஜவஹர்லால் நேரு, முதலாளித்துவப் பாதையில் ஒரு நவீன வளர்ந்த நாடாக இந்தியா இருக்க வேண்டும் என்ற ஒரு ஃபேபியப் பார்வை கொண்டிருந்தார். இச்சூழலில், ஒரு சமூக அமைதிமின்மையை அல்லது ஒடுக்கப்பட்டோரின் பாதுகாவலன் என்ற பிம்பத்தை இழப்பதை சந்திக்க காங்கிரஸ் தயாராக இல்லை. காலனிய அதிகாரத்திடமிருந்து தலித்துக்கள்

வென்றெடுத்திருந்த சமூக நீதி திட்டங்களை திரும்பப்பெறும் நிலையில் காங்கிரஸ் இல்லை. (பிரிவினையால் அம்பேத்கர் வங்கத்தில் தனது குல்னா ஜெசோர் தொகுதியை இழந்த பிறகு) அம்பேத்கரை அரசியலமைப்பு சபையில் சேர்த்துக் கொண்டது. மிக முக்கியமான கமிட்டியான வரைவுக் கமிட்டியின் தலைவராக அவர் ஆக்கப்பட்டது ஆகியவை, அரசியலமைப்பு உருவாக்கத்தில் தங்களுக்கும் பங்கு உண்டு என்று தலித் மக்களுக்கு நம்பிக்கை தரும் நோக்கம் கொண்டவைதான். இந்த காந்தியத் தந்திரம் தனது செயல்படுதிறனை முற்றிலுமாக நிரூபித்தது. 1953 செப்டம்பர் 2ம் தேதி ராஜ்யசபாவில் அம்பேத்கரே, அரசியலமைப்பை எழுத காங்கிரஸ் தன்னை ஒரு எழுத்தாளராகத்தான் பயன்படுத்திக் கொண்டது என்று சொன்னபோதும்கூட, தலித்துகள் பெரும்பாலும் அரசியலமைப்பை தொடர்ந்து நம்பி வந்தார்கள்.

இந்திய அரசாங்கச்சட்டம் (பட்டியலின சாதிகள்) 1936க்கு பதிலாக தனது சொந்த அரசியலமைப்பு (பட்டியலின சாதிகள்) உத்தரவு 1950ன் மூலமாக அரசியலமைப்பு சபை பட்டியலின சாதிகளை ஏற்றுக்கொண்டது. அது சமூக நீதி மற்றும் பாதுகாப்பை ஆதிவாசிகளுக்கும் விரிவுபடுத்த விரும்பி, அரசியலமைப்பு (பட்டியலின பழங்குடிகள்) உத்தரவு 1950 என்று மற்றொரு உத்தரவைப் போட்டது. இந்த முயற்சி காங்கிரஸ் சமூக நீதியின் பால் கொண்டுள்ள அக்கறையை வெளிப்படுத்த உதவியது. ஆனால் யதார்த்தத்தில் வரலாற்று ரீதியாக விதிவிலக்கான நிலையில் உள்ள மக்களுக்கு ஒரு விதிவிலக்கான நடவடிக்கைகளை செயல்படுத்த முடிந்த ஒரே கொள்கையான இட ஒதுக்கீட்டை நீர்த்துப் போகச் செய்தது. தலித்துகள் வரலாற்று ரீதியாக விதிவிலக்கான நிலையில் உள்ளவர்கள், மிக ஆழமான சமூக பாரபட்சத்தில் பாதிக்கப்பட்டவர்கள், ஏதேனும் ஒரு சமன்செய்யும் வழிமுறையாலன்றி தமக்கு நியாயமாகக் கிடைக்க வேண்டியவற்றை ஒருபோதும் பெற முடியாதவர்கள் என்பதில் சிறிதும் ஐயமில்லை. ஆதிவாசிகளின் விஷயம் மாறுபட்டது. அவர்களில் ஏராளமானோர் பாரம்பரியமாக பொது நீரோட்டத்திலிருந்து விலக்கப்பட்டு, எங்கோ ஒரு மூலையில் வாழ்கிறார்கள் என்பதில் ஐயமில்லை. ஆனால் தீண்டத்தகாதாரோடு ஒப்பிடும்போது அவர்கள் சமூக விலக்கத்தால் பாதிக்கப்படவில்லை. அவர்களது வரலாற்றில் அவர்களது சில சமூகங்கள் அரசுகளை நிறுவியிருக்கிறார்கள். சமவெளிகளில் குடியேறிய பலரும், சாதி சமூகத்தின் பகுதியாக மாறியிருக்கிறார்கள். மேலும், ஆதிவாசிகளில் பெரும்பாலோர் மிக இரங்கத்தக்க நிலையில் வாழ்ந்தார்கள். வளர்ச்சியின் மதச்சார்பற்ற காரணிகளின் அடிப்படையில் பின்தங்கிய நிலையில் இருப்பதால் # கீழ்நிலையில் இருப்பதாகக் கருதப்பட்டார்கள்.

இக்காரணங்களுக்காக, தலித்துகள் போல் அவர்களுக்கும் இட ஒதுக்கீட்டை விரிவுபடுத்துவதை வரவேற்கலாம். ஆனால் அதே சமயம் அவர்களை அதே பட்டியலில் இணைத்துக் கொள்ளக்கூடாது. அது பொருத்தமான வகையில் வேறு பெயரிடப்பட்டு, ஒதுக்கீட்டில் அளவை பொருத்தமாக உயர்த்தி செய்யப்பட வேண்டும். ஆதிவாசிகள் தலித்துகள் போல தீண்டத்தகாதவர்கள் இல்லைஎன்பதால், தலித்துகளையும், ஆதிவாசிகளையும் இணைப்பது, தலித் பட்டியலோடு தொடர்புடைய சமூக களங்கத்திற்கு எதிரான நடவடிக்கைகளை நீர்த்துப்போகச் செய்துவிடும். இணைந்த ஒதுக்கீடு என்பது ஆதிவாசிகள் தங்களுக்கு உரிய நிலையான பங்கைப் பெறுவதை உறுதிப்படுத்தாது என்ற வாதம், 'பட்டியலின சாதிகள்' தொகுப்பில் உள்ள பல்வேறு வகையான முன்னேற்ற அளவுகள் கொண்ட, பல்வேறு குழுக்களுக்கும் பொருந்தும். அது சாதி ஒழிப்பை நோக்கிய ஒரு படியாக இருக்கலாம். ஆனால், அது எடுத்து வைக்கப்படாத காலடியாகவே உள்ளது. மாறாக, அரசாங்கம் சாதிக்கு பதிலாக பழங்குடி என்று போட்டு ஒரு இணைப்புப் பட்டியலை உருவாக்கி, அதன் மூலம் தலித்துகளின் சாதி அடையாளத்தை பாதுகாத்துவிட்டது.

இந்தக் கணக்கு ஒபிசிக்களுக்கு மேலும் விரிவுப்படுத்தப்பட்டது. அரசியலமைப்பின் 240வது பிரிவு அரசாங்கம் 'சமூகம், கல்வி ரீதியாக பின்தங்கிய' 'வகுப்பினரை' அடையாளம் காண வேண்டும் என்றும், 'அவர்களது நிலையை முன்னேற்றும் விதமாக அந்த சிரமங்களை நீக்கும்' நடவடிக்கைகளை மேற்கொள்ள வேண்டும் என்றும் கூறுகிறது. பார்வைக்குத் தீங்கற்றதாய்த் தோன்றும் இந்தப் பிரிவில் பிரச்சினை என்னவென்றால், சாதி என்ற வார்த்தையை கவனமாகத் தவிர்த்தபோதும், அது நடைமுறையில் 'பின்தங்கிய வகுப்பினர்' என்பதற்கு 'சாதியினர்' என்ற பொருள் தந்ததுதான்.

அரசியல் விஞ்ஞானியான கிரிஸ்டோஃப் ஜாஃப்ரிலாட் தனது 'ஒபிசி அரசியல்' *(The Politics of OBCS (-2005)* என்ற கட்டுரையில் 'பின்தங்கிய வகுப்புகள்' என்ற சொல்லாடலின் ஆரம்பம் மற்றும் பயன்பாடு 1870களின் மதராஸ் மாகாணத்தில் ஆரம்பிக்கப்பட்ட பிராமணரல்லாதோர் இயக்கத்தில் இருக்கிறது என்கிறார் அவர்.

'இந்தியா சுதந்திரம் அடைந்தபோது, தீண்டத்தகாதோர், பழங்குடிகள் அல்லாத வகுப்பினர் என்பதை சுட்டிக்காட்டும்விதமாக, திருப்திகரமானது இல்லையென்றாலும், அவர்களுக்கு 'இதர பிறப்பட்ட வகுப்பினர் (other backward classes) என்ற புதிய பெயரை வழங்கினார். ஆனால் இங்கு 'வகுப்பினர்' என்ற சொல் முக்கியமானது. இச்சொல்லை முதலில் பயன்படுத்தியவர் அவர் இல்லை என்றால் கூட, சாதி ரீதியான ஒரு அணுகுமுறையிலிருந்து தான் விலகி இருக்க வேண்டும் என்பதில் நேரு தெளிவாக இருந்தார். (41-2).

நேரு மிகவும் சாதிக்கு எதிரானவர் அல்லது முற்போக்கானவர் என்பதால் சாதி என்ற சொல்லைத் தவிர்த்தார் என்பதல்ல. அவர் ஒரு தாராளவாத மனநிலையில் வளர்ந்தவர். சாதியை ஆரம்பகாலத்திலிருந்து இருந்து வந்ததாகப் பார்த்தவர். சாதியைப் பற்றிப்பேசாமல் அதை அப்படியே கடந்து செல்ல முயன்றார். காரணம் எதுவாகினும், சாதிக்குப் பதிலாக வகுப்பு என்ற இடக்கரடக்கல் அரசியலமைப்பில் நுழைந்துவிட்டது. குழப்பத்தை ஏற்படுத்தியது. வகுப்பு என்பதை சாமர்த்தியமாகப் பொருள் கொள்ளும் அரசியல் வர்க்கங்களால் சாதகமாகப் பயன்படுத்திக் கொள்ளப்பட்டது. சாதி, வகுப்பு என்ற இந்த இரு சொற்களும் சந்திக்கும் புள்ளி 'பின்தங்கிய' என்ற சொல்லில் படிநிலையான அசமத்துவம் நிலவும் ஒரு நாட்டில், அம்பேத்கரின் வார்த்தைகளில் சொன்னால், எல்லா மக்களும் சமூக ரீதியாக பின்தங்கியவர்கள் என்று சொல்லிக் கொள்ள முடியும். ஏனெனில் வேறு சில சமூக வகுப்புகளோடு ஒப்பிடும்போது, பிராமணர்களின் சில உப சாதிகள் கூட தமது சமூக பின்தங்கிய நிலையை நிரூபிக்க முடியும். கல்வியில் பின்தங்கிய நிலையைப் பொருத்தவரை, சுதந்திரத்திற்குப் பிறகு 70 ஆண்டுகள் ஆன பிறகு, இன்றும் கூட, எட்டு சதவீத மக்களே பட்டதாரிகளாக உள்ள நிலையில் கிட்டத்தட்ட எல்லா சாதிகளுமே இந்த வரையறையில் வருபவைதான். இந்த அரசியலமைப்புப் பிரிவு சாதிப் புழுக்களின் ஒரு பெட்டியை உருவாக்கி, நிறைத்து விட்டது. அதற்கும் மேலாக, சமூகம் முழுவதையும் வேறு சாதியாக்கும் வண்ணம், ஆளும் வர்க்கம் எப்போது வேண்டுமானாலும், திறந்து கொள்ளும்படியான வசதியான மூடியையும் பொருத்திவிட்டது.

எங்கும் பரவியுள்ள பின்தங்கிய நிலை நிலவும் ஒரு நாட்டில் இட ஒதுக்கீட்டுக்கு மிக அடிப்படையான அளவுகோல் வெல்ல முடியாத சமூக பாரபட்சமாகத்தான் இருக்க வேண்டும். அதற்கு ஒரே வழி அரசின் சமன்படுத்தும் சக்தி என்ற விசேஷ நடவடிக்கை மட்டும்தான். கோட்டா என்பது அந்த சக்தியைக் குறிக்கிறது. இந்த அளவுகோலை பின்தங்கிய நிலை என்பதற்காக நீர்த்துப்போகச் செய்யக்கூடாது. மற்ற வகுப்பினருக்கான விசேஷ நடவடிக்கைகளை, பொதுவான பின்தங்கிய நிலைக்கு எதிரானவை; அரசின் வளர்ச்சி முதலீடுகள் பொதுமக்களின் செலவில் பாரம்பரிய மேட்டுக்குடியினர் மேலும் ஊதிப்பெருப்பதாக ஆகிவிடக்கூடாது என்பதை உறுதிப்படுத்த வேண்டும் என்ற வகையில் ஆதரிக்கப்படலாம். ஆனால் இடஒதுக்கீடு சட்டப்பிரிவுகள் இருந்தும், இந்தியாவில் இதுதான் நடக்கவில்லை. பணக்காரர்கள் தொடர்ந்து மேலும் பணக்காரர்களாக, ஏழைகள் மேலும் ஏழையானார்கள்.

பிரிட்டிஷாரைத் தொடர்ந்து ஆட்சிக்கு வந்து, சமூக நீதி என்ற போர்வையில் இந்தக் கொள்கையை மூலதனத்தின் சேவையில் திருப்பிவிட்ட இந்திய ஆட்சியாளர்களின் வஞ்சகத்தைப் புரிந்து கொண்டால்தான், இட ஒதுக்கீட்டுக் குழப்பங்களை ஆழமாகப் புரிந்து கொள்ள முடியும். இதற்காக அரசியலமைப்பில் சேர்க்கப்பட்டுள்ள பிரிவு சமூகநீதியை (இடஒதுக்கீடு என்று படிக்கவும்) 'கீழ்'சாதிகளுக்கு வழங்குதல் என்ற சாக்கில் சாதிகளையும், மதத்தையும் புனிதப்படுத்துவதோடு, சீர்த்திருத்தங்களைச் செய்வதற்கான வெளியையும் அரசு வசம் தருகிறது. இடஒதுக்கீடு என்பது பட்டியலின சாதிகள் என்ற நிர்வாகப் பிரிவினருக்குத்தான், சமூக உலகில் அதற்கு இணையான எதுவும் இல்லை என்பதால், இடஒதுக்கீட்டிற்கு சாதி தேவையில்லை என்பதை யாருமே கவனிப்பதில்லை. சட்டத்தை உருவாக்கியவர்கள் தீண்டாமையை சட்ட விரோதமாக ஆக்கியபோது, சாதிகளும் சட்டவிரோமாக ஆக்கப்பட்டிருக்க வேண்டும். சாதியின் ஒரு அம்சம் என்பதால் சாதி ஒழிக்கப்படாத வரை தீண்டாமை ஒழியாது. மாறாக நமது சட்டங்களின் வரலாற்றைப் பார்த்தால் இடஒதுக்கீட்டை பரவலாக்குவதன் மூலம் சாதி அடையாளங்களை தொடர்ந்து வலுப்படுத்துவது தெரியும். அது பின்தங்கியநிலை என்ற அம்சத்தால் வேகமும் பெறுகிறது. சாதிகளும், மதங்களும் உழைக்கும் வர்க்கத்தைப் பிரிப்பவை என்பதால் அவை நீடிப்பதை முதலாளிகள் மட்டுமே விரும்புவார்கள். மேலும், சாதிகளும், மதங்களும் மக்களின் வாழ்வாதாரப் பிரச்சினைகளிலிருந்து அவர்களது கவனத்தைத் திருப்புவதால் அரசியல் வர்க்கமும் அவற்றை விரும்புகிறது.

அரசியலமைப்புப் பிரிவுகளின் மூலம் பல்வேறு ஆணையங்கள் அமைக்கப்பட்டன. முதலில் 1953ல் பின்தங்கிய சமூகங்களை அடையாளம் கண்டு, உரிய நடவடிக்கைகளை வடிவமைக்க காகா காலேல்கர் தலைமையில் முதல் பிற்பட்ட வகுப்புகள் ஆணையம் அமைக்கப்பட்டது. காலேல்கர் நாடு முழுவதும் 2399 பிற்பட்ட சாதிகளை அடையாளம் கண்டார். அவற்றில் 827 மிகவும் பிற்பட்டவை என்று வகைப்படுத்தப்பட்டன. இந்த ஆணையம் பின்தங்கிய நிலையை முடிவு செய்ய 'சாதிதான் அடிப்படை' என்பதை மீண்டும் உறுதி செய்தது. 1961ல் சாதிவாரியாக மக்கள்தொகை கணக்கெடுப்பு நடத்தப்பட வேண்டும் என்று பரிந்துரைத்தது. வேறு பல நடவடிக்கைகளுடன், அனைத்து அரசுப் பணிகளிலும், உள்ளாட்சிப் பணிகளிலும், கல்வி, தொழில்கல்வி நிறுவனங்களிலும் ஒபிசிக்களுக்கு 70 சத இட ஒதுக்கீட்டை பரிந்துரைத்தது. அப்போது அதை ஏற்பதற்கான அரசியல் தேவை இல்லாததால், அரசாங்கம் இந்த அறிக்கையை ஏற்கவில்லை. எனினும், இரண்டாவது பிற்பட்ட வகுப்புகள் ஆணையத்தின்

மண்டல் ஆணையம் பரிந்துரைகளை அமுலாக்குவது அரசியல் ரீதியாக அவசியமாகிவிட்டது. ஜனதா கட்சி, தனது 1977 தேர்தல் அறிக்கையில் சமூகத்தின் நலிவடைந்த பகுதியினருக்கான விசேஷ சலுகைக்கான கொள்கை பற்றியும், அரசுப் பணிகளின் எல்லா நியமனங்களிலும், கல்வி நிறுவனங்களிலும் பிற்பட்ட வகுப்பினருக்கு 25 முதல் 33 சதம் வரையிலான இட ஒதுக்கீடு பற்றியும் வாக்குறுதி அளித்திருந்தது. தனது தேர்தல் வாக்குறுதியை நிறைவேற்ற தெளிவான பரிந்துரைகளைப் பெறும் வகையில் ஜனதா அரசாங்கம் நாடாளுமன்ற உறுப்பினரான சி.பி.மண்டல் தலைமையில் பிற்பட்ட வகுப்பு ஆணையம் ஒன்றை அமைத்தது. மண்டல் ஆணையம் 3743 சாதிகளை, சமூகங்களை பிற்பட்டவைகளாக அடையாளம் கண்டது. 2006 வாக்கில் இது 5013 ஆக உயர்ந்துவிட்டது. நாட்டின் மொத்த மக்கள் தொகையில் ஒபிசிகளின் தொகை 52 சதமாக இருக்கும் என்று கணக்கிடப்பட்டது. எனவே, 27 சத இடஒதுக்கீடு பரிந்துரை செய்யப்பட்டது. (உச்சநீதிமன்றம் இடஒதுக்கீடு 50 சதத்திற்கு மேல் இருக்கக்கூடாது என்று கட்டுப்பாடு விதித்ததன் காரணமாக) 1931குப் பிறகு சாதி அடிப்படையிலான மக்கள் தொகை கணக்கெடுப்பு நடக்காததால், ஒபிசி மக்கள் தொகை பற்றி பலவிதமான மதிப்பீடுகள் இருந்தன. உதாரணத்திற்கு 1979ல் மண்டல் ஆணையத்தின் 52 சதத்திற்கு மாறாக, தேசிய குடும்ப சுகாதாரக் கணக்கெடுப்பு 2002ல் ஒபிசி மக்கள்தொகை 32.4 சதம் என்றது. எனினும் இங்கு மக்கள் தொகை அல்லது இடஒதுக்கீட்டின் அளவு என்பது பிரச்சினையல்ல. அந்தக் கொள்கைதான் பிரச்சினை.

வி.பி.சிங்கின் மைனாரிட்டி அரசாங்கம் திடீரென்று இதன் பரிந்துரைகளை அமலாக்க முடிவு செய்து அறிக்கையை 1990 ஆகஸ்ட் 7 அன்று நாடாளுமன்றத்தில் சமர்ப்பிக்கும் வரை மண்டல் அறிக்கை சுமார் பத்தாண்டு காலம் தூசியடைந்து கிடந்தது. வி.பி.சி.ங்கிற்கு இருந்த அரசியல் நெருக்கடி அனைவரும் அறிந்ததே. ஜாட் தலைவரான தேவிலாலுவுடன் அவரது உறவு முறிந்தது. அதனால் மிக முக்கியமான ஆஹிர், ஜாட், குஜார், ரஜபுத் கூட்டணியின் (AJGAR) ஆதரவை இழந்தார். இதனால் உ.பி. மற்றும் பீஹாரின் ஜனதா அரசுகளும் ஆட்டம் கண்டன. வட இந்தியாவில் ஒரு புதிய சாதிக் கூட்டணி மூலம் காங்கிரஸின் செல்வாக்கைக் குறைக்கவும், பாஜகவின் இந்து அணிதிரட்டலை முறியடிக்கவும் வி.பி.சிற்கு கட்டாயம் நேர்ந்தது. மண்டல் பரிந்துரைகளின் மூலம் இவையனைத்தையும் ஒரே அடியில் சாதித்து விடலாம். சிங்கின் சாதி விளையாட்டு சமூகநீதி வழங்குவதாகவும் இருந்து அவரை பிற்பட்ட வகுப்பினரின் தலைவராக ஆக்கியது. இதுபோன்ற தந்திரங்கள் இந்திய அரசியலுக்கு புதியவையல்ல. ஒவ்வொரு முறையும் இவற்றில் இட ஒதுக்கீடுதான் முக்கிய இடத்தில் இருந்தது. 1972 முதல் 71 வரை கர்நாடகாவில் தேவராஜ் அர்ஸ் லிங்காயத்துகளின் சில உட்பிரிவினர்

ஒக்கலிகர்களுடன் அரசியல் கூட்டணிக்கு ஈர்த்து, இந்த புதிய குழுவிற்கு 50 சத இடஒதுக்கீடு தந்து இதே தந்திரத்தை செய்தார்.

பிராமணர்களையும், வைசியர்களையும் தவிர, எஞ்சிய மக்கள்தொகையின் 92 சதம் ஓபிசியாக மாறியது. தமிழ்நாட்டில், திராவிட இயக்கம் பிராமணர்கள், தலித்திற்கு இடையிலான காங்கிரஸின் சாதிக் கூட்டை முறித்து, வேளாளர்கள், செட்டியார்கள், நாயுடுகள், முதலியார்கள் அடங்கிய ஒரு புதிய ஆளும் மேட்டுக்குடியை உருவாக்கியது. இவர்களுக்கு 31 சத இடஒதுக்கீடு உருவாக்கப்பட்டது.

வி.பி.சிங்கின் அறிவிப்பிற்கு நாடெங்கிலும் கடுமையான எதிர்ப்பு உருவானது. குறிப்பாக மேல் சாதிக் கல்லூரி மாணவர்கள் எதிர்த்தனர். இந்த எதிர்ப்புகள் எல்லாம் வி.பி.சிங்கின் அரசியல் எதிரிகளால் உருவாக்கப்பட்டவை. அதே சமயம் இவை அரசாங்கத்திற்கோ அல்லது ஓபிசி இடஒதுக்கீட்டிற்கோ எதிர்ப்பாக இல்லாமல் இடஒதுக்கீடு என்ற கொள்கைக்கு எதிராகவே இருந்தன. உண்மையில் ஓபிசி பிரிவினரிடமே ஏராளமான குழப்பங்கள் இருந்ததால், இப்பிரிவினர் பலரும் இந்த எதிர்ப்பில் ஈடுபட்டார்கள். இவர்களுக்கான இடஒதுக்கீட்டுக்கு ஆதரவாக இருந்த தலித்துக்களை கூட தாக்கினார்கள். கிராமப்புற இந்தியாவில் தங்களுக்கும் ஓபிசிகளுக்கும் உள்ள முரண்களைப் பற்றி அறியாத நகர்புற தலித்துகள், இந்த புதிய சேர்க்கையில் தம் பலம் அதிகரிக்கும் என்ற கற்பனையில் மண்டல் பரிந்துரைகளை ஆதரித்தார்கள். பல்வேறு இடதுசாரிப் பிரிவுகளும் தமது இடதுசாரித்தனத்தை நிரூபிக்க, ஓபிசிகளை ஆதரிப்பதில் ஒன்றோடு ஒன்று போட்டியிட்டன. இது சமூகம் சாதிமயமாகுதலுக்கு இட்டுச் செல்லும், அது காலப்போக்கில் தலித்துகளுக்கு தீங்கானதாக இருப்பது மட்டுமின்றி, மிக முக்கியமாக வர்க்க ஒற்றுமை என்ற கருத்திற்கே தீங்காக இருக்கும் என்பதைப் பார்க்க அவர்கள் தவறினார்கள். இட ஒதுக்கீட்டை பிரித்தாலும் காலனிய சூழ்ச்சியாகக் கருதிய அதே தேசியவாதிகள் அதை சமூக நீதி நடவடிக்கையின் ஒரு அரசியல் விளையாட்டுக் கருவியாக ஆக்கி, அதை மக்களைப் பிரிப்பதற்கான, நாட்டை அழிப்பதற்கான ஆயுதமாக மாற்ற முனைவதை யாருமே கவனிக்கவில்லை. அவர்கள் இவ்வாறு செல்வதற்கு உதவும் அரசியலமைப்பைக் கேள்விக்குள்ளாக்குவது பற்றியும் யோசிக்கவில்லை.

செயல்பாட்டில் இடஒதுக்கீடு

கல்வி நிறுவனங்களில், அரசுப் பணிகளில் முன்னுரிமைக் கொள்கை என்ற அரசியல் பிரதிநிதித்துவமாகத்தான் இடஒதுக்கீட்டுக் கொள்கையின் இன்றைய வடிவம் ஆரம்பித்தது. செயல்பாடு மற்றும் செயல்திறன்

வழிவகைகளின் அடிப்படையில் இடஒதுக்கீட்டின் மூன்று வடிவங்களும் மாறுபட்டவை. எனவே, அவற்றை தனித்தனியாகவே விவாதிக்க வேண்டும். சட்டமன்றங்களில் இடஒதுக்கீடு என்பது பிரதிநிதித்துவ அடிப்படையில்தான்.

அம்பேத்கரின் ஆரம்பத் திட்டமான தனி தொகுதி என்பது இந்த அடிப்படையில்தான் இருந்தது. தலித்துகள் அவர்களுள் ஒருவரை தனியாகத் தேர்ந்தெடுத்தால்தான் அவர் அவர்களை உண்மையாக பிரதிநிதித்துவப்படுத்துவார் என்ற வாதத்தில் அமைந்தது. கூடுதலாக தலித்துகளுக்கு பொது தொகுதியிலும் ஒரு வாக்கு இருக்கும். இது அவர்கள் பொது வேட்பாளர்களால் புறக்கணிக்கப்படாமல் இருப்பதை உறுதி செய்யும்.

தனி தொகுதிகளை புனே ஒப்பந்தம் ஒழித்துவிட்ட பிறகு, ரிசர்வ் தொகுதிகளின் தலித் வேட்பாளர்கள் தலித் வாக்குகளைவிட பெரும்பான்மை சமூகத்தின் ஆதரவை, வாக்குகளை அதிகமாக நம்பியிருக்க நேர்ந்தது. இயல்பாகவே, ஜெயித்த பிறகு அவர்கள் பெரும்பான்மை சமூகத்திற்கும், அதன் கட்சிக்கும் கடமைப்பட்டிருந்தார்கள். இங்கு பிரதிநிதித்துவம் என்ற தர்க்கம் அடிப்பட்டுப் போனது. அம்பேத்கர் புனே ஒப்பந்தத்தின் விளைவு பற்றி திருப்தி தெரிவித்தாலும் *(BAWS18 Part I 368-9)* பின்னர் அதன் மோசமான விளைவை உணர்ந்தார். அது அரசியலமைப்பில் சேர்க்கப்படுவதில் அத்தனை ஆர்வம் கொள்ளவில்லை. எனினும், அது பத்தாண்டுகளுக்குச் செல்லுபடியாகும் திட்டமாக சேர்க்கப்பட்டது. பத்தாண்டுகளுக்கு பிறகு, முறையான பரிசீலனைக்குப் பிறகு அது புதுப்பிக்கப்படும் என்று சொல்லப்பட்டது.

நாம் மீண்டும் மீண்டும் பார்த்தபடி, இடஒதுக்கீடு தட்டையாக அமுல்படுத்தப்படுவதோடு, மட்டுமல்லாமல், ஒவ்வொரு பத்தாண்டிற்குப் பிறகும், அது முடிவடையும் முன்பே, அதற்காக எவ்வித சிறப்பான போராட்டம் கூட இல்லாமல், தானாகவே புதுப்பிக்கப்பட்டுவிடுகிறது. இது அதன் உண்மையான பயனாளர்கள் தலித்துகளல்ல, ஆளும் வர்க்கங்கள்தான் என்பதைத் தெளிவாகக் காட்டுகிறது. அதிக வாக்கு பெற்றவர் ஜெயிக்கும் முறையில், தலித் பிரதிநிதித்துவம் என்று சொல்லப்படுபவரது, தவிர்க்க முடியாமல் சாதியின் கட்டளையைத் தான் நிறைவேற்றுகிறது. (தலித் நலன்களுக்கு தீங்கான வகையில்) சுதந்திரத்திற்குப் பிறகு நடந்த இரு தேர்தல்களில் அம்பேத்கரே தோற்றுப் போனார். இத்தகைய பெரும்பான்மைவாதம் ஆட்சி அமைப்புகளில் ஒரு விகிதாசார பிரதிநிதித்துவத்தை ஏற்படுத்தத் தவறிவிட்டது. மாறாக, தலித் பிரதிநிதித்துவம் என்ற பெயரில் கைக்கூலிகளை உருவாக்குகிறது.

கல்வி நிறுவனங்களில் இட ஒதுக்கீடுகள் கிராக்கி - பற்றாக்குறை சூழலை ஆனுமானமாகக் கொண்டது. கிராக்கிக்குத் தகுந்தவாறு சமமான தரமுள்ள கல்வி போதுமான அளவு கிடைத்தால், இட ஒதுக்கீடுக்கு அர்த்தமில்லாமல் போய்விடும். இன்றைய பலருக்குக் கல்வி முறை நிலைமையில், பொது நிதியால் நடத்தப்படும் பெரிய நிறுவனங்களில் தலித் மாணவர்களுக்கு இடத்தை உறுதி செய்யும் வரையில் அது அர்த்தமுள்ளதாக இருக்கும். இன்று அரசு நிறுவனங்களுக்குப் போட்டியாக வந்துள்ள ஏராளமான தனியார் கல்வி நிறுவனங்களுக்கு இடஒதுக்கீடு தருவதிலிருந்து விலக்கு அளிக்கப்பட்டுள்ளது. அரசு நிறுவனங்களில் தலித் மாணவர்களுக்கு தகுதி அடிப்படைகளை குறைத்து, இடஒதுக்கீடு தரப்படுகிறது. தலித் மாணவர்களுக்கு மற்றவர்களுக்குச் சமமான பொருளாதார வசதி இருக்காது. மதிப்பீடு செய்யப்படுவதில் அவர்கள் பாரபட்சத்தை சந்திப்பார்கள் என்ற அனுமானத்தின் அடிப்படையில் இது செய்யப்படுகிறது. தமது சமூக பொருளாதார சூழல் காரணமாக தலித் மாணவர்களின் எண்ணற்ற தடைகளைச் சந்திக்கின்றார்கள் அதன் காரணமாக தலித் அல்லாத மாணவர்களோடு ஒப்பிடும்போது தரங்குறைந்த கல்வியைப் பெறுகிறார்கள் என்பது உண்மைதான். தலித் மாணவர்களில் பலரும் மிகச் சிறப்பாக, முதல் மதிப்பெண் பெறுபவர்களாக தேறினாலும்கூட, மதிப்பீடு செய்யப்படுவதில் அவர்கள் பாரபட்சத்திற்கு ஆளாவதும் உண்மைதான். பொதுவாக கல்வி நிறுவனங்களில் இடஒதுக்கீடு என்பது நியாயமானது. தலித்துகளுக்கு பலனுள்ளது என்பது அனுபவ ரீதியாகத் தெரிந்தாலும், அந்த இட ஒதுக்கீட்டின் அவசியத்தைக் குறைக்கும். தலித்துகளுக்கு வாழ்க்கை முழுவதும் தாம் தாழ்ந்தவர் என்ற பெரிய மனச்சுமையைத் தவிர்க்கும் மாற்றுவழிகளுக்கு போதுமான கவனம் தரப்படவில்லை. மாற்று என்பது 14 வயது வரை அருகாமை பள்ளி திட்டம் மூலம் அனைவருக்கும் இலவசமாக, கட்டாயக் கல்வி தருவது, (கல்வி உரிமைச்சட்டம் 2009ன் படி ஒருவழியாக ஏற்கப்பட்டது போல) கல்வித் துறையில் எந்த வர்த்தக ஊடுருவலையும் தவிர்ப்பது ஆகியவையாகும். இவற்றைச் செய்திருந்தால், இட ஒதுக்கீட்டிற்கான தேவையில் பெருமளவு நீக்கப்பட்டிருக்கும். பல ஆண்டுகளாக அதிகரித்துவரும் பல அடுக்குக் கல்விமுறை, உயர்நிலை, மேல்நிலை மட்டங்களில் புற்றீசலாக வளர்ந்துள்ள கல்விக் கடைகள், தலித்துகளைத் தவிர்க்க பல்வேறு மதச்சார்பற்ற தனித்துவமான சாக்குப் போக்குகளைக் கண்டுபிடிக்கும் உயர்கல்வியின் தாறுமாறான வர்த்தகமயம் பற்றியெல்லாம், சிறு எதிர்ப்புகூட இல்லை என்பது கவனிக்கத்தக்கது. (கல்வி மந்திரமும், தவிர்ப்பு சூத்திரமும் இப்பிரச்சினைகளை விரிவாகப் பேசுகிறது.)

இந்தியத் தொழிலாளர்களின் பரவலாக்கத்தைப் பற்றி சிந்தித்தால்தான், பணிகளில் இட ஒதுக்கீடு பற்றிய உண்மையான கட்சி கிடைக்கும். நாட்டின்

மொத்த உழைப்புச் சக்தியில், முறைப்படுத்தப்பட்ட துறையின் உழைப்புச் சக்தி வெறும் 6 சதவீதம்தான். இந்த முறைப்படுத்தப்பட்ட துறையில் பொதுத்துறை (அனைத்து

அரசுப் பணிகளும் சேர்ந்து) சுமார் 66 சதம், இதனால் மொத்த உழைப்புச் சக்தியில் இட ஒதுக்கீட்டிற்கு வாய்ப்புள்ள பகுதி என்பது வெறும் 4 சதம் மட்டுமே. இடஒதுக்கீட்டு வகுப்பினரின் பொதுத்துறை வேலை வாய்ப்புப் பரவல் தான் நமது அளவுகோல் என்றல் A பிரிவு வேலைகளில் 1.7 சதம், B பிரிவு வேலைகளில் 3.3 சதம், C பிரிவில் 65 சதம், O பிரிவில் 30 சதம் மொத்த வேலைகளில் மிகமிகக் குறைவான இடங்களுக்குத்தான் (0.002 சதம்- A மற்றும் B பிரிவு இரண்டையும் சேர்த்து) படித்த தலித்துகள் உண்மையில் குறி வைக்கிறார்கள் என்பது தெரியும். கிட்டத்தட்ட அனைத்து சாதியினரும் இடஒதுக்கீடு பற்றிப் போடும் கூச்சல் எல்லாம் உண்மையில் இந்த மிகச்சிறிய, குறைந்து கொண்டே போகும் அரசு வேலைகள் பற்றித்தான்.

பல்கலைக்கழகங்களில் படித்த தலித்துக்கள் விதிதாச்சார வர்க்கத்தில் முக்கியமான பொறுப்புகளில் அமர்ந்து, தலித் மக்களுக்கு ஒரு பாதுகாப்புக் கவசத்தை உருவாக்க வேண்டும் என்பதுதான் இந்த இட ஒதுக்கீடுகள் பற்றி அம்பேத்கரின் பார்வை. தன் வாழ்நாளிலேயே அதற்கு மாறான பின் விளைவுகள் உருவானது பற்றி அவர் புலம்பியிருக்கிறார். அதிகார வர்க்கப் பதவிகளைஅடைந்தவர்கள் நமது சொந்தக் குடும்பங்களின் முன்னேற்றத்தில் மட்டுமே அக்கறை கொண்டிருந்தார்கள். தமது சமூகம் பற்றி கவலைப்படவில்லை. ஏராளமான தலித் மக்களுக்கு மேல் இவர்கள் ஒரு மெல்லிய உயர் தட்டு அடுக்காக இருந்தார்கள். இவர்கள் அதிகம் கவனிக்கப்பட்டதால், பேசப்பட்டதால், தமது உண்மையான நிலையை, நலன்களை தவறாகவே பிரதிநிதித்துவப்படுத்தினார்கள். அம்பேத்கரின் எதிர்பார்ப்புகளுக்கு மாறாக, ஒரு சில தலித்துக்கள் சமூக பொருளாதார ஏணியில் மேலே ஏற வாய்ப்பு கிடைத்தபோது, அவர்கள் தலித் மக்களிடமிருந்து வெகுவாக விலகிப் போனார்கள். இன்றைய நடப்பில் உள்ள இட ஒதுக்கீட்டு முறையின் மிகப் பெரிய மிக அடிப்படையான விளைவு என்னவென்றால், அது ஒரு தனிநபர் அல்லது அவரது நெருங்கிய குடும்பத்தாருக்கு பலனளிக்கிறது. அதற்கான விலையை ஒட்டுமொத்த சமூகமும் தருகிறது. அதுவும் அதன் பலன்களை அனுபவிக்காதவர்கள்தான் பெரும்பாலும் தருகிறார்கள். வன்கொடுமைகளில் வெளிப்படும் தலித்துகளுக்கெதிரான வன்மத்திற்கு, இடஒதுக்கீடு பற்றி மற்ற சாதிகளின் புரிதலும் ஓரளவிற்குக் காரணம்.

இடஒதுக்கீட்டில் பெற்றது அதற்குத் தந்த விலை பற்றி தலித்துக்கள் தமது சொந்த ஆய்வை நடத்தி, ஒட்டுமொத்தமாக நாம் ஏதேனும்

பெற்றிருக்கிறோமா என்று பார்க்க வேண்டும் என்பது ஒருபுறமிருந்தாலும், இந்த ஏற்பாட்டைத் தூற்றுவோரின் சாதிய விமர்சனங்கள் மிக வெளிப்படையாகக் கண்டிக்கப்பட வேண்டியது அவசியம். இடஒதுக்கீடு என்பது பல்லாயிரம் ஆண்டுகளாக அவர்களுக்கு இழைக்கப்பட்ட தீங்கிற்காக தலித்துகள் கேட்கும் நஷ்ட ஈடு அல்ல, இப்போதும் நிகழ்ந்துவரும், சாதி வெறியால் பாதிக்கப்பட்டோருக்கு வழங்கப்படும் ஒரு அடையாள பாதுகாப்பு அம்சம் என்பதை மனதில் கொள்ள வேண்டும். இன்று சிலர் நினைப்பதுபோல் சட்டபூர்வமாகவே வரலாற்றுத் தவறுகளுக்கான நஷ்ட ஈடு என்பது செயல்திட்டத்தில் இருக்குமானால், அதற்குத் தேவைப்படும் நிதியைத் திரட்ட இந்த நாட்டை பல லட்சம் முறை விற்க வேண்டியதாக இருக்கும். இடஒதுக்கீடுகள் தலித் பங்கேற்பை உறுதிப்படுத்தும் ஒரு வழிமுறைதான். அது நீதி வழங்கும் நடவடிக்கையல்ல. தலித் அல்லாதோருக்கு சாதிய நோய் இல்லாதிருந்திருந்தால், இட ஒதுக்கீடுகளுக்கான தேவையே இருந்திருக்காது. ஏதோ தனியார் துறையின் செயல்பாடுகள் சாதி உணர்வு, பொது மூலதனம் ஆகியவற்றிற்கு அப்பாற்பட்டதுபோல, ஏற்கனவே, இடஒதுக்கீடு பொதுத்துறையில் மட்டும்தான் உள்ளது. அதை செயல்படுத்தும் நடைமுறைகள் ஒருபுறமிருக்க, கொள்கையளவில், தலித்துக்களுக்கு எதிரான சாதிவெறி எங்கும் பரவியிருக்கிறது என்பதற்காகவே, பொது வாழ்வின் அனைத்துத் துறைகளிலும் தலித்துகள் தங்களுக்கு உரிய பங்கைப் பெற வேண்டும் என்பதில் எந்த மாற்றுக்கருத்தும் இருக்கக் கூடாது.

தகுதியுள்ளவர்களை மீறி தகுதியற்றோருக்கு அது சாதகம் செய்கிறது என்பது இடஒதுக்கீட்டைத் தூற்றுவோரின் முக்கியமான வாதம். இந்த வாதத்தின் பொய்மையையும், அறியாமையையும் பார்க்கும்போது அதை உறுதியாக முன்வைப்பது வியப்பாக இருக்கிறது. உலக நாடுகளில் இந்தியாவிற்கு இருக்கும் மரியாதையை லேசாகப் பார்த்தாலே, தகுதி வாய்ந்தவர்கள் என்று சொல்லப்படுபவர்களில் திறமையான நிர்வாகம் இதுவரை என்ன சாதித்துள்ளது என்பது தெரியும். மனித வளர்ச்சிக்கான அத்தனை குறியீடுகளிலும் இந்தியா இப்போதும் கடைசியில்தான் இருக்கிறது. மேலும், எழுத்தறிவின்மை, வறுமை, ஊட்டச்சத்துக் குறைபாடு, நோய்கள், சிசு மரணம், சிறையடைப்பு, உள்நாட்டுப் புலம் பெயர்தல் என எந்தவொரு எதிர்மறை அம்சமென்றாலும், அது பாரம்பரியமாக விளிம்பு நிலைக்குத் தள்ளப்பட்ட மனிதர்களிடம்தான் அதிக அளவில் உள்ளது. பாரம்பரியமான இடர்பாடுகள் பாரம்பரியமாக பாதிக்கப்பட்டோர் மீது முழுவேகத்தோடு சுமத்தப்படுவது இப்போதும் தொடரும் நிலையில், எந்தச் சார்புமற்ற தகுதிவாதத்திற்கு ***(meritocracy)*** கூற்றுக்கு எதிராக வேறு என்ன சாட்சியம் வேண்டும்? உறுதியாகவே, தகுதிவாத ஆதரவாளர்கள்,

பாதிக்கப்பட்டோர் மீதேபழி கூறி, முழுமையான சாதியத்தை முன் வைக்கப்போகிறார்கள். மிகவும் துன்புறும், எளிதில் அனைத்து இடர்பாடுகளுக்கும் ஆட்பட்டுவிடும் பகுதியினர் நாட்டை கேவலப்படுத்தி, அதன் முன்னேற்றத்தைத் தடுப்பதற்காக, வேண்டுமென்றே சதி செய்து வறுமையில் இருப்பதுபோல் பேசுகிறார்கள். விரைவிலேயே ஹரியானா, ராஜஸ்தானில் நடந்தது போல, 2015ல் அதற்கு உச்சநீதிமன்றத்தின் ஒப்புதலும் கிடைத்ததுபோல வீட்டில் கழிப்பறை இல்லாதவர்கள் அல்லது போதிய படிப்பு இல்லாதவர்கள் உள்ளாட்சித் தேர்தலில் நிற்க முடியாது என்று வந்துவிட்டது. டிசம்பர் 10ம் தேதி வந்த அந்த தீர்ப்பு எதேச்சையாக அது சர்வதேச மனித உரிமைகள் தினம்-இரு மாநில அரசுகளாலும் வரவேற்கப்பட்டது. அவை தாம் தகுதிவாதத்தின் சார்பாக ஒரு பெரும் தாக்குதலை நடத்திவிட்டதாகவும், தமது நிலைபாடு நிரூபணமாகி விட்டதாகவும் கருதின. அதுபற்றி நாம் பின்னர் பார்ப்போம்.

மற்றொரு காரணத்திற்காகவும் தகுதி பற்றிய வாதத்தை நாம் ஆராய வேண்டும். பொருள் உணராமல் படித்து, கூடுதல் கோச்சிங், டியூஷன் மூலம் பெறப்படும் மதிப்பெண் தகுதியானது அல்ல என்பதைச் சுட்டிக்காட்டுவது அவசியமாகும். மாறாக, கிராமங்களில், அதுவும் ஒரு விரோதமான சூழலில் படித்த தலித் குழந்தைகள், நகரங்களுக்கு போட்டியிட வரும்போது, அது நிச்சயமாக தகுதியின், தன்னம்பிக்கையின் அத்தாட்சிதான். மதிப்பெண் அடிப்படையிலும், பல சமயங்களில் புறவயமான மதிப்பீட்டில் நன்கு திறனை வெளிப்படுத்தும் தலித் மாணவர்கள் 'மேல்' சாதி தேர்வாளரின் அகவயமான நேருக்கு நேரான தேர்வில் இறக்கி விடப்படுவது நடக்கிறது. 1950ல் யுபிஎஸ்சி நடத்திய முதல் ஐஏஎஸ் தேர்விலேயே இப்படி நடந்ததை ஏ.கே.பிஸ்வாஸ் (இவரே ஒரு ஐஏஎஸ் அதிகாரிதான்) கொல்கத்தாவின் தேசிய நூலகத்தின் காப்பகத்திலிருந்து கண்டுபிடித்துள்ளார். **("Sorry, Mr Das: Merit, Caste....A Tale of Two IAS Candidates", Outlook, 30 May 2016)** கல்கத்தா பல்கலைக்கழகத்தில் படித்த தலித் மாணவரான அச்யுதானந்த தாஸ் என்பவர்தான் ஐஏஎஸ்ஸில் நுழைந்த முதல் பட்டியலின சாதிக்காரர். இவர் எழுத்துத்தேர்வில் மிக அதிகமான மதிப்பெண்கள் பெற்றிருந்தார். நேர்முகத் தேர்வில் மிகக் குறைவான மதிப்பெண்கள் தரப்பட்டன. இதே போன்ற பாரபட்சம் பட்டியலின பழங்குடியினரிலிருந்து முதன்முறையாக ஐஏஎஸ் தேறியவரான அஸ்ஸாமின் நம்புய் ஜாம் சோங்காவிற்கும் (இவர் 1954ல் தேர்ச்சி பெற்றார்) நேர்ந்தது. இவை ஏதோ தற்செயலாக நடந்த விதிவிலக்குகள் அல்ல.

பொதுவான சீரழிவைக் காட்டுபவை. அவர்கள் நாட்டின் பல்வேறு தேர்வுகளில் முதலாவதாக வருகிறார்கள் என்றால், எங்கும் பரவியுள்ள இந்த சமூக நோயை மீறித்தான்.

தமது வசதிபடைத்த சகாக்களுக்கு எளிதில் கிடைக்கக்கூடிய கலாச்சார மூலதனம், பொருளாதார வசதிகள் இல்லாமல், தலித் மற்றும் ஆதிவாசி மாணவர்கள், முதலில் ஒரு பல்கலைக்கழகத்தில் காலடி வைக்கவே தாண்டமுடியாத பல தடைகளை எதிர்கொள்ள வேண்டியதாக இருக்கிறது. இந்தத் தடைகளையும் மீறி, இந்த 'கோட்டா' மாணவர்கள் எழுத்துத் தேர்வுகளில் சிறந்த முறையில் வெற்றி பெற்றாலும், பெரும்பாலான சமயங்களில் நேர்முகத்தேர்வில் உன் இடம் இதுதான் என்று காட்டப்பட்டுவிடுகிறது. மிக உயர்ந்த கல்வி நிறுவனங்களான ஜவஹர்லால் நேரு பல்கலைக்கழகம் போன்றவற்றில் தலித் மாணவர்கள் தலைமையிலான போராட்டங்களில் இதுதான் மையமான பிரச்சினையாக உள்ளது. ஜவஹர்லால் நேரு பல்கலைக்கழகத்தில் வரலாற்றுத் துறை எம்ஃபில் மாணவரான முத்துகிருஷ்ணன் மார்ச் 2017ல் தற்கொலை செய்து கொண்டார். தனது ஃபேஸ்புக் பதிவில் அவர், எம்ஃபில், பி.ஹெச்டி சேர்கையில் சமத்துவம் இல்லை. நேர்முகத் தேர்விலும் சமத்துவம் இல்லை. சமத்துவத்தை மறுப்பதுமட்டும்தான் உள்ளது என்று எழுதியிருந்தார். 2016 வரை ஜேஎன்யு எழுத்துத் தேர்வு, நேர்முகத் தேர்விற்கு 70:30 என்ற அளவில் முக்கியத்துவம் தந்து வந்தது. மாணவர் அமைப்புகள் நேர்முகத் தேர்விற்கான மதிப்பை 15 சதமாகக் குறைக்க வேண்டும் என்று கோரி வந்தன. ஜேஎன்யு பல்கலைக்கழக மானியக் குழுவின் 2016 விதிமுறைகளை *(Minimum Standards and Procedure for Award of MPhil/PhD Degrees)* ஏற்றுக்கொண்டது. அதன்படி எழுத்துத்தேர்வை வெறும் தகுதி பெறும் தேர்வாக மட்டுமே கருதி, சேர்க்கைக்கான இறுதித் தீர்மானக் காரணியாக நேர்முகத் தேர்வை ஆக்கிவிட்டது.

கிடைக்கோணம்.

உச்சியில் பிராமணர்களின் சில உட்பிரிவுகள், மிகக் கீழே தலித்துகள் (இரண்டும் சரிவர வரையறை செய்யப்படாதவை) சாதிகளுக்குள் பாரபட்சம் என சாதிமுறை சமூகப்படிநிலையின் ஒரு தொடர்ச்சிதான் என்றாலும், சாதி மற்றும் சாதி அல்லாத சமூகங்களுக்கு இடையே ஒரு முறிவு, பண்புமாறுபாடு உள்ள ஒரு புள்ளி அவற்றைப் பிரிக்கிறது. இரு தரப்பிலும் சமூக வூடுபரவல் இருந்தாலும், தொடர்பு இல்லை. இட ஒதுக்கீடு பற்றிய புரிதலுக்கு சாதி பற்றிய இந்தப் புரிதல் முக்கியமானது. தீண்டத்தகாதோருக்கு மட்டும் இடஒதுக்கீடு தருவதன் மூலம், இந்த சமூகப் பிரிவினையின் திட்டவட்டத் தன்மை ஏற்றுக்கொள்ளப்பட்டுள்ளது. எனினும், சுதந்திரத்திற்குப் பிறகு, இக்கொள்கையை காலனிய ஆட்சியிலிருந்து அரசியலமைப்பு சபை ஏற்றபோது, அது அதற்குள் பின்தங்கிய நிலை என்ற அம்சத்தை நுட்பமாக நுழைத்து விட்டது. (அரசியலமைப்பின் 29வது பிரிவின் 2வது உட்பிரிவு) இது அரசியலமைப்பு சபைக்குள் இருந்த நெருக்கடியின் விளைவு என்றாலும்

கூட, புதிய ஆளும் வர்க்கங்களின் சார்பைக் காட்டியது. முன்பே குறிப்பிட்டதுபோல, அரசியலமைப்பு, வகுப்பு என்ற சொல்லை சாதி என்ற பொருளில் பயன்படுத்தியது. அரசியலமைப்பு, (முதல் திருத்தம்) சட்டம் 1951 மீதான விவாதத்தின்போது அம்பேத்கரே, 'பிற்பட்ட வகுப்புகள்.. சில சாதிகளின் தொகுப்பன்றி வேறல்ல' என்று சொல்லியிருக்கிறார். ஒரு பின்தங்கிய நாட்டில் பின்தங்கிய நிலையை சாதி அடிப்படையில் அளவிடுவது எப்போதுமே எரிச்சலூட்டும் யோசனையாகத்தான் இருக்கும். என்ன இருந்தாலும் எங்கும் நிறைந்துள்ள பின்தங்கியநிலை என்பதை இட ஒதுக்கீடுகளால் தீர்க்கவே முடியாது. ஒருவர் முற்பட்ட, பிற்பட்ட சாதிகள் பற்றிப் பேசும்போது, படிநிலையில் அவர்களது இடத்தைக் குறிப்பிட்டுத்தான் பேசுகிறார். 'கல்வி மற்றும் சமூக பின்தங்கிய நிலை 'என்ற அடிப்படைக்கு வரும்போது, முற்பட்ட சாதிகளை அடையாளம் காண்பது சர்ச்சைக்குரிய பிரச்சினையாகிறது. மிக முற்பட்ட சாதி என்று ஏற்கப்பட்ட பிராமணர்களுக்குள்ளும் உட்பிரிவுகள் உள்ளன. இவற்றில் சில நியாயமாகவே கல்வி ரீதியாக பின்தங்கியவைகளாகத் தேர்வு பெறும். தனது மக்களை சமமாக நடத்த முடியாத ஒட்டுமொத்த சமூகத்தின் இயலாமையால், அரசியலமைப்பை உருவாக்கியவர்கள் இட ஒதுக்கீடுகளின் தனித்தன்மையை கருத்தாக உருவாக்கத் தவறிவிட்டார்கள். அது போன்று எந்தக் கொள்கையும் தானே முடிந்துகொள்ளக் கூடியதாக இருக்க வேண்டும். எனவே, சாதி மற்றும் பாரபட்சத்தை நீடிக்கச் செய்யும் நிலைமைகளை அழிப்பதில் கவனம் செலுத்த வேண்டும். என்பதைப் புரிந்து கொள்ளவும் தவறிவிட்டார்கள். தலித்துகளை சமமாக நடத்த முடியாத சமூகத்தின் இயலாமையிலிருந்து உருவானதாக இடஒதுக்கீடு வடிவமைக்கப்பட்டிருந்தால், அந்நிலை மாறும் வரையில் இருப்பதாக அமைக்கப்பட்டிருந்தால், அந்த இட ஒதுக்கீட்டு நடவடிக்கை சமூகத்தை வெட்கம் கொள்ள வைத்திருக்கும். அந்த இயலாமையை கூடுமானவரையில் விரைவாக சரி செய்வதற்கான உந்துதலைத் தந்திருக்கும். இட ஒதுக்கீடு பெறுவது குறித்து குற்ற உணர்ச்சி கொள்வதற்கு மாறாக தலித்துகள் இடஒதுக்கீட்டின் மூலம் கிடைக்கும் குறிப்பிட்ட அளவு பங்கைத் தாண்டி வேறு வாய்ப்புகள் பற்றி தம் பார்வையை விரிவுபடுத்தியிருப்பார்கள். இன்றிருப்பது போல இக்கொள்கையை நீடிப்பதற்கு எந்த கட்சிக்கும் தன்னலம் சார்ந்த அக்கறை இல்லாமல் போகும். இட ஒதுக்கீடு உருவாக்கிய நடைமுறைப்படுத்தப்பட்ட விதத்தில் இந்த அடிப்படைக் கொள்கைகள் இல்லை. இதன் விளைவாக, சம்பந்தப்பட்ட சாதிகளின் பின்தங்கிய நிலைக்கு ஒரு பரிகாரம் என்ற வகையில் ஒரு அடையாள அக்கறை காட்டப்பட்டது. இட ஒதுக்கீடுகள் கொள்கையும், திட்டமும் தலித்துகளை எதுவும் இயலாத மக்களாகவும், சமூகத்தை பெருந்தன்மையோடு

அவர்களைக் காக்கும் புரவலராகவும் ஆக்குகின்றன. அது தலித்துகளிடம் தாழ்வுணர்ச்சியை ஏற்படுத்துகிறது. தற்காப்பு நிலையில் வைக்கிறது. சமூகத்தின் ஏளனத்திற்கு ஆளாக்குகிறது. பிறர் தமக்கு அளித்தவற்றிற்காக தலித்துகள் நன்றி காட்ட வேண்டும் என்று எதிர்பார்க்கும் சாதிப் பண்பை இன்னும் அதிகரிக்கிறது. அந்த கருத்தியல் அமைப்பு முழுவதும் தலைகீழாக மாறி, பிரச்சினை நீடிக்கவே உதவுகிறது.

1991ல் இந்தியா, முதலாளித்துவத்தின் ஒரு தீவிரவடிவமான நவீன தாராளமய பொருளாதார சீர்திருத்தங்களுக்கு முறையாக மாறியது. தாராளமயம், தனியார்மயம், உலகமயம் என்ற பல கொள்கைகள் மூலம் வெளிப்படும் இவ்வகை முதலாளித்துவம் அடித்தட்டு மக்கள் பரப்பு முழுவதற்கும் பன்முகத்தன்மையிலான சிக்கல்களை உருவாக்குகிறது. அந்த மக்களின் அதிருப்தி வெளிப்பாடுகளைக் கட்டுப்படுத்த அரசை அதிகமான ஒடுக்கும் தன்மை உடையதாக மாற்றுகிறது. அதோடு சேர்த்து, மக்களை குறுகிய மனப்பான்மை கொண்டவர்களாக, சடங்கு சம்பிரதாயங்களில் பாதுகாப்புத் தேடுபவர்களாக மாற்றுகிறது. இது அடிப்படைவாதமும், மதவாதமும் மீண்டெழச் செய்கிறது. உலகெங்கும் இது பல்வேறு அளவுகளில் நடந்துள்ளது. இந்தியாவில் இது இந்து ராஷ்ட்டிரம் என்ற வடிவில் ஒரு பிராமண எழுச்சியை உருவாக்க முயலும் இந்துத்துவா இயக்கமாக உருக்கொண்டது. சாதி, மதத்தால் அதன் வீரியம் காப்பாற்றப்படும் இந்த நவீன தாராளமயம் மற்றும் இந்துத்துவாவின் விஷக்கலவை அரசியலமைப்புச்சட்டம் மற்றும் அதன் தவறான விடுதல்கள், சேர்த்தங்களிலிருந்து தோன்றியதாகக் கொள்ளலாம். இந்த வீரிய அரசியலுக்கு இடஒதுக்கீடும், மதச்சார்பின்மையும் முகமூடிகளாகிவிட்டன. நவீன தாராளமயமாக்கத்தின் கொள்கை வேகம் பொதுத்துறையைச் சுருக்கி, அதன் மூலம் இடஒதுக்கீடு வாய்ப்புகளை குறைக்கும் வேளையில் (கல்வியில், வேலைவாய்ப்பில்), எல்லா சாதிகளிடமிருந்தும் இட ஒதுக்கீடு வேண்டும் என்ற கோரிக்கை எழுவது அதிகரித்துள்ளது கவனிக்கத்தக்கது. முற்பட்ட சாதிகளின் பொருளாதார ரீதியான ஏழைகளுக்கும் இட ஒதுக்கீட்டை விரிவுபடுத்த வேண்டும் என்ற கூட. ஒரு மெல்லிய கோரிக்கை பாஜகவிடமிருந்து வருகிறது. 'சர்வஜன் சமாஜ' தலைவராக பண்பு மாற்றம் அடைந்த பிறகு மாயாவதி கூட இக்கோரிக்கையை வைக்கிறார். பிற்பட்ட முஸ்லீம்கள், தலித் கிறிஸ்தவர்கள் போன்றோரிடம் உள்ள இதைவிட நியாயமான கோரிக்கைகள் இன்னும் நிலுவையில் உள்ளன. இத்தகைய சிக்கலான சூழலிலும், மக்கள் இட ஒதுக்கீடு ஒரு சமூக நீதியா என்பதை மட்டுமல்ல, அது பயன்தரக்கூடியதா என்பதையும் மறுபரிசீலனை செய்ய மறுக்கிறார்கள்.

இருக்கக்கூடிய வாய்ப்புகள் அனைத்தையும் எல்லா சாதிகளுக்கும் மக்கள் தொகைகளில் அவற்றின் எண்ணிக்கையின் சதவிகிதத்திற்கு ஏற்ப பிரித்துத் தர முடியாத வரை, இட ஒதுக்கீடுகளுக்கான அதிகரித்து வரும் கோரிக்கைகளை ஏற்கும் விதமான ஒரு அமைப்பை எவ்வாறு ஒருவரால் வடிவமைக்க முடியும் என்பது புரியவில்லை. இது சாத்தியமில்லை என்றாலும், அப்படியே ஒரு திட்டம் அமல்படுத்தப்பட்டாலும் கூட அது பிரச்சினையைத் தீர்க்காமல் அதிகரிக்கவே செய்யும். இட ஒதுக்கீட்டிற்கான கோரிக்கைகள், எதிர்கோரிக்கைகளிலிருந்தே இது நமக்குப் புரிகிறது. சாதிகளின் சமத்துவமற்ற வளஆதாரங்களை கண்டுகொள்ளாமல், எங்கும் விரிவடையக் கூடிய இடஒதுக்கீடுகளை உருவாக்குவது, சமூக நீதியைக் கூட மறுத்துவிடும். வரலாற்று ரீதியாக சமுதாயத்தால் தமக்கு இழைக்கப்பட்ட அநீதி காரணமாக, சில வகுப்பினருக்கு அது மிகவும் அவசியம் என்று கருத்தையே கேலிக் கூத்தாக்கி விடும்.

மராத்தா போராட்டம்

மஹாராஷ்ட்ராவின் சமூக, பொருளாதார, அரசியல் தளங்களில் சந்தேகத்திற்கிடமின்றி ஆதிக்கம் செலுத்தி வரும் மராத்தா சமூகம், இடஒதுக்கீட்டை தனது கோரிக்கைகளுள் ஒன்றாக வைத்து 2016 ஜூன் முதல் மாநிலத்தின் பல நகரங்களிலும் பிரம்மாண்டமான பேரணிகளை நடத்தி வருகிறது. இப்படி ஒரு ஆதிக்க சாதி இட ஒதுக்கீடு கேட்டு வீதிகளில் இறங்கியது இது முதல் முறையாக அல்ல. இதற்கு முன்பே, இப்படிப்பட்ட ஆதிக்க சாதிகளைக் குறிப்பிட வேண்டுமென்றால், ராஜஸ்தானின் குஜ்ஜார்கள், வட பகுதியின் ஜாட்கள், குஜராத்தில் படேல்கள் இது போன்ற போராட்டங்களைச் செய்துள்ளார்கள். ஆனாலும், மராத்தாக்கள் தமது வெளிப்பாட்டின் விதத்தாலும், (அவர்கள் அதை முக்மோர்ச்சா ஊமை முன்னணி என்று குறிப்பிடுகிறார்கள்) ஆட்களை திரட்டியவிதத்தாலும் பார்வையாளர்களை திகைக்கச் செய்துள்ளார்கள்.

இந்தப் போராட்டங்களுக்குத் தூண்டுதலாக இருந்தது ஒரு குற்றச் சம்பவம். மஹாராஷ்டிராவில் தலித்துகளுக்கு எதிரான குற்றங்களுக்குப் பெயர் போன, அகமது நகர் மாவட்டத்தின் கோபார்டி கிராமத்தில் பட்டியலின சாதியைச் சேர்ந்த நான்கு குடிகாரர்கள் மராத்தா சாதியைச் சேர்ந்த பதினான்கு வயது பள்ளி மாணவியை கூட்டு வன்புணர்ச்சி செய்து கொலை செய்துவிட்டார்கள். நான்கு குற்றவாளிகளும் உடனடியாகக் கைது செய்யப்பட்டார்கள். பார்க்கப்போனால், குற்றம் நடந்த பதினாறு மாதங்களுக்குள்ளாகவே, 2017 நவம்பரில், ஒரு சிறப்பு நீதிமன்றம் குற்றவாளி தலித்துகளில் மூவருக்கு மரண தண்டனை விதித்தது. இச்சம்பவம் மாநிலம் முழுவதும் கண்டனக் குரல்களை ஏற்படுத்தியது. சட்டமன்றத்தின்

மழைக்காலக் கூட்டத் தொடரில், அகமது நகரைச் சேர்ந்தவரான எதிர்க்கட்சித் தலைவர் ராதாகிருஷ்ண விக்கே படேல், சாதி அம்சத்தை வலியுறுத்தி, இச்சம்பவத்திற்கு, தலித்துகளுக்கு பட்டியலின மக்கள் மற்றும் பட்டியலினப் பழங்குடிகள் (வன்கொடுமைத் தடுப்பு) சட்டம் -1989 தரும் பாதுகாப்புக் கவசம் தான் காரணம் என்றார். மராத்தாக்களுக்கு தலித்துக்களால் ஆபத்து இருப்பதாகச் சுட்டுவதால் இது முட்டாள்தனமான வாதமாகும். இது தீய நோக்கம் கொண்டதுமாகும். ஏனெனில் விக்கே படேலின் சொந்த மாவட்டத்தில் மராத்தாக்கள் தலித்துகளுக்குக் கொடுமை செய்த வரலாறு ஏராளமாக உண்டு. உதாரணமாக, 2013 ஜனவரியில்,

சோனை கிராமத்தில் ஒரு குடும்பத்தில் மூன்று ஆண்கள் கொலை செய்யப்பட்டார்கள். 2014 ஏப்ரலில் ஜாம்கெட் தாலுகாவின் சார்டாவில் பதினான்கு வயது தலித் சிறுவன் கொடூரமாகத் தாக்கப்பட்டான். உண்மையில் கோர்பாடி தீர்ப்பு தரப்பட்ட அதே வாரத்தில் 2014ல் ஒரு மராத்தா பெண்ணுடன் காதல் கொண்டதற்காக கொல்லப்பட்ட பதினேழுவயது நிதின் ஆகே என்ற தலித் பையனின் கொலை வழக்கில் குற்றவாளிகளான ஒன்பது மராத்தாக்களையும் அகமது நகர் நீதிமன்றம் விடுதலை செய்தது. ஆனால் இவையெல்லாம் வழக்கமான வன்முறை சம்பவங்கள். வழக்கமாக தவறான நீதி வழங்கப்பட்ட சம்பவங்கள். பாதிக்கப்பட்டவர் மராத்தா என்பதால் கோபார்டி சம்பவம் ஒரு விதிவிலக்கு. 2016 ஆகஸ்ட் மாதத்தில் அகமதுநகர் முழுவதும் குற்றவாளிகளை விரைவாகக் கைது செய்து, மரண தண்டனை வழங்கக்கோரி ஏராளமான ஆர்ப்பாட்டங்களும், பந்த்களும் நடந்தன. ஒரு மாதத்திற்குப் பிறகு மராத்தா கிரந்தி மோர்ச்சா (மராத்தா புரட்சிகர முன்னணி) என்ற அமைப்பின் கீழ் போராட்டங்களின் வடிவமும், உள்ளடக்கமும் மிகவும் மாறிவிட்டன. இந்த அமைப்பு அது உருவாகிய நாளைக்கூட கூற முடியாத அளவிற்கு எதனோடும் சேராத, போராட்ட இயக்கத்தால் தன்னெழுச்சியாக உருவானது போன்ற ஒரு பிம்பத்தை ஏற்படுத்திக் கொண்டது. பாதிக்கப்பட்டோருக்கு விரைவாக நியாயம் கிடைக்க வேண்டும் என்ற கோரிக்கைக்குப் பதிலாக, கல்வி, வேலைவாய்ப்புகளில் மராத்தாக்களுக்கு இட ஒதுக்கீடு, வன்கொடுமை சட்டம் ரத்து செய்யப்பட வேண்டும் ஆகிய கோரிக்கைகள் எழுந்தன. அரபிக் கடலில் சத்ரபதி சிவாஜிக்கு நினைவுச் சின்னம் எழுப்ப வேண்டும் (ஷிவ்ங்சமாரக்), தனது படைப்புகளில் (சிவாஜியின் தாயாரான) ஜீஜீ மாதாவை அவமதித்ததாகக் கூறப்படும். பிராமணக் கவிஞர் பாபாசாகேப் புரந்தரேக்கு வழங்கப்பட்ட மஹாராஷ்ட்டிர பூஷண் விருதை திரும்பப் பெற வேண்டும் போன்ற புதிய கோரிக்கைகளும் சேர்த்துக் கொள்ளப்பட்டன. 19ம் நூற்றாண்டில் வீழ்ந்து கொண்டிருந்த பீஜப்பூரின் அடில்ஷா சுல்தான்

ராஜ்ஜியத்திலிருந்து ஒரு பேரரசை உருவாக்கிய சிவாஜிதான் மராத்தாக்களின் மிகப்பெரிய குறியீடாக இருக்கிறார்.

மாநிலத்தில் மிக அதிக எண்ணிக்கையில் இருப்பவர்களும், எல்லா துறைகளிலும் ஆதிக்கம் செலுத்துபவர்களுமான மராத்தாக்கள் தமது குறைகளைத் தெரிவிக்க இதுவரை இல்லாத எண்ணிக்கையில், அசாதாரண அமைதியுடன் வீதிகளுக்கு வந்தார்கள். இந்த பெரும் ஆர்ப்பாட்டங்களுக்கு, இதுவரை, அறிந்த தலைவர் என்று யாரும் இல்லை. ஒரு தலைவர் இல்லாமல், பேச்சுகள் இல்லாமல், கோஷங்கள் இல்லாமல் பல லட்சக்கணக்கானோர், ஒரு பேரணியை விட பெரியதாக அடுத்த பேரணி என்று சென்றபோது, வலிமையை பறைசாற்றும் இந்தப் புதுமையான காட்சி அரசியல் நோக்கர்களை திகைக்க வைத்தது. ஏதுமறியாத இளைஞர்கள், சிலர் பதின்பருவங்களில் இருந்தவர்கள் அதிக எண்ணிக்கையில் இளம்பெண்கள் போராட்டத்தின் முகமாக முன்னுக்குத் தள்ளப்பட்டார்கள்.

2014 பொது மற்றும் சட்டமன்றத் தேர்தலில் பல மராத்தா தலைவர்கள் தோற்றுப்போனது. அவர்களில் சிலர் மீது ஊழல் புகார்கள் இருப்பது ஆகியவற்றை வைத்துப் பார்க்கும்போது, இந்த பிரம்மாண்டமான பேரணிகள் எவ்வளவுதான் தன்னெழுச்சியாக நடந்தது போல் தெரிந்தாலும் கூட, தேசியவாத காங்கிரஸ் கட்சியின் (என்சிபி) மறைமுக ஆதரவும், தூண்டுதலும் இவற்றிற்குப் பின்னால் இருப்பதுபோல் தெரிகிறது. பின்னர் பாஜக மற்றும் காங்கிரஸின் மராத்தா தலைவர்களும் இயக்கத்திற்கு ஆதரவு தெரிவிக்க ஆரம்பித்தபோது, அதன் உரிமையாளருக்கு, அது எந்த ஒரு கட்சிக்கு கணிசமான தேர்தல் ஆதாயம் தரும் என்பது பற்றி குழப்பம் வந்துவிட்டது. முக்கியமாக, இந்தச் கட்டத்தில்தான் இயக்கம் தனது வேகத்தை இழக்க ஆரம்பித்தது. 2016 நவம்பர் 20ம் தேதி டில்லியில் நடத்தத் திட்டமிடப்பட்டிருந்த பேரணியை பணமதிப்புக் குறைப்பு பிரச்சினையால் ரத்து செய்ய நேர்ந்தது. மஹாராஷ்ட்டிர நகரங்களின் பேரணிகளிலும் பங்கேற்பு குறைய ஆரம்பித்தது.

தொடர் மௌனப் பேரணிகள் மருத்துவர்கள், பொறியாளர்கள், வழக்கறிஞர்கள், கணக்காளர்கள் போன்றோரால் ஆதரிக்கப்பட்டிருக்க வேண்டும். முகமற்ற இளைஞர்களால் நடத்தப்பட்டிருக்க வேண்டும். இவர்கள் எந்த அரசியல்வாதியின் ஈடுபாட்டையும் அனுமதிக்கவில்லை. எனினும் மக்கள் திரட்டப்பட்டதன் அளவைப் பார்க்கும்போது இதை நம்பமுடியவில்லை. பெயர் குறிப்பிடப்படாத என்சிபி தலைவர்கள் ஆதரவு தந்ததை ஒப்புக் கொண்டதாக அவ்வப்போது ஊடகங்களில் சொல்லப்பட்டன. இவ்வகையான போராட்டத்தை வடிவமைத்து, நடத்தியவர்கள் தம்மை வெளிக்காட்டிக் கொள்ள மட்டார்கள் என்றாலும்,

அவர்கள் இருக்கிறார்கள். கோபார்டிஸின் பொறியை வைத்து, இதுவரை பல அரசியல் கட்சிகளிலும் இருந்து வந்த மராத்தாக்களின் சக்தியை ஒரு ஒற்றைப் பெரு எடுப்பாக மாற்றிய அது மிக படைப்பூக்கமான தந்திரம்தான். மராத்தாக்கள் எந்த கோஷமும் இல்லாமல் ஊர்வலம் சென்று, எந்த உரைகளும் இல்லாமல் கலைந்து சென்றபோது, அவர்கள் ஏந்திய அறிவிப்புத் தட்டிகளும் காவிக்கொடிகளும் தலித்துகளுக்கு ஒரு அச்சுறுத்தும் செய்தியைக் கொண்டிருந்தன. தமது மௌனத்தின் மூலம் கூட்டங்கள் தமது கோபத்தை வெளிப்படுத்தின. அதைவிட முக்கியமாக, பாதிக்கப்பட்டதாக ஒரு உணர்வை ஏற்படுத்தின. இது வருங்காலத்தில் நல்ல அரசியல் ஆயுதமாக இருக்கும். தமது போர்க்குணம் பாரம்பரியப் பெருமையோடு, 1977-79ல் ஔரங்கபாத்தின் மராத்வாடா பல்கலைக்கழகத்திற்கு அம்பேத்கர் பெயரிட வேண்டும் என்று கோரிய தலித்துகள் மீது கட்டவிழ்த்த வன்முறையைப் போன்று, அவர்கள் அடிக்கடி நடத்திய வன்முறையான போராட்டங்கள் இந்த நோக்கங்களை சாதித்ததில்லை. வன்முறைப் போராட்டங்களை எளிதில் அதிகப்படுத்தவோ, பரந்த பகுதிகளில் பரப்பவோ, நீண்ட காலத்திற்கு நடத்தவோ முடியாது. அவை அரசின் அடக்குமுறைக்கு ஆளாக நேரிடும்.

மஹாராஷ்ட்டிராவின் மக்கள்தொகையில் கிட்டத்தட்ட மூன்றில் ஒரு பகுதியினரான மராத்தாக்கள் ஒரே இயல்புள்ள சமூகத்தினர் அல்லர். வரலாற்று ரீதியாக அவர்கள் குன்பிஸ் என்ற வேளாண் சாதியிலிருந்து உருவானார்கள். மத்திய கால கட்டத்தில் ராணுவ சேவையில் ஈடுபட்டு, தமக்கென ஒரு தனி அடையாளத்தை உருவாக்கிக் கொள்ள ஆரம்பித்தார்கள். அப்படியிருந்தாலும்கூட, அவர்களில் 96 பிரிவுகள் கொண்ட ஒரு படிநிலை இருப்பதாகக் கூறுகிறார்கள். சுதந்திரத்திற்குப் பிறகான வளர்ச்சிச் செயல்பாடுகள் சாதிக்குள் வர்க்கத்தை உருவாக்கியபோது, உண்மையான வேறுபாடுகள் வர ஆரம்பித்தன. இவர்களில் மிகச் சிறிய, சக்தி வாய்ந்த ஒரு பிரிவு சர்க்கரை கூட்டுறவுகள், வங்கிகள், கல்வி நிறுவனங்கள், தொழிற்சாலைகள், அரசியல் ஆகியவற்றில் ஆதிக்கம் செலுத்துகிறது. கதிர்வர்ச்சா மராத்தா எனப்படும் இப்பிரிவினரின் அரசியல் அமைப்புதான் என்சிபி. இவர்கள் மிகவும் உயர்ந்த தட்டில் உள்ளவர்கள். அடுத்த பிரிவு வாத்யவர்ச்சா மராத்தா என்ற வசதியானோரின் பிரிவு. இவர்கள் நிலங்கள், விநியோக முகாவாண்மைகள், போக்குவரத்து, ஒப்பந்த நிறுவனங்கள், இரண்டாம் மட்ட கூட்டுறவு சங்கங்கள் ஆகியவற்றில் ஆதிக்கம் செலுத்துகிறார்கள். இவர்கள் பெரும்பாலும் காங்கிரஸ், பாஜகவில் உள்ளார்கள். எஞ்சிய மராத்தாக்கள் வாதிவர்ச்சா மராத்தாதக்கள் என்ற கடைநிலை மராத்தாக்கள். இவர்கள் பெரும்பாலும் சிறு விவசாயிகள். சிவசேனா, மஹாராஷ்டிர நவநிர்மாண் சேனா ஆகியவற்றில் இருப்பார்கள்.

குஜராத்தில் பதிதார் போராட்டம் 2016 ஆகஸ்ட் 3 அன்று முதலமைச்சர் ஆனந்தி பென் படேலை பதவி விலக வைத்ததில் உத்வேகம் பெற்ற என்சிபி, 2014ல் தனது தேர்தல் தோல்விக்குப் பின் கோபர்டி சம்பவம் தொடர்பான மராத்தாக்களின் கோபத்தை அரசியலல்லாத காரணங்கள் போன்று தோற்றமளிக்கும் போராட்டங்களின் மூலம் திரட்ட ஒரு வாய்ப்பாகப் பார்த்தது. ஆதிக்கத்திற்காகக் குரல் கொடுக்கும் சாதி பிரிவுகள் இயக்கத்தின் சரியாக மறைக்கப்படாத உள்நோக்கத்தை காட்டுகின்றன. இப்போராட்டத்தால் பதவி ஆட்டம் கண்ட பாஜகவின் முதலமைச்சர் (இந்த நூல் எழுதப்படும் நேரத்தில்) தேவேந்திர பட்னாவிஸ்,

1960ல் மாநிலம் அமைக்கப்பட்டதிலிருந்து 1995ல் முதல்வராக இருந்த மனோஹர் ஜோஷிக்குப் பிறகு, அப்பதவிக்கு வந்த இரண்டாவது பிராமணர் மற்ற எல்லா காலங்களிலும் - முந்தைய காங்கிரஸ் என்சிபி கூட்டணி அரசியல் இருந்த கிட்டத்தட்ட 80 சதவிகித மராத்தா அமைச்சர்களோடு ஒப்பிடும்போது, பட்னாவிஸ் அமைச்சரவையில் 38 சத அமைச்சர்கள்தான் மராத்தாக்கள் என்பது முக்கியமானது. இதுவும் மஹாராஷ்ட்டிர பிராமண அமைச்சர்களான நிதின் கட்காரி, சுரேஷ் பிரபு, மனோஹர் பாரிக்கர், பிரகாஷ் ஜாவடேகர் ஆகியோர் மத்திய அரசாங்கத்தில் முக்கியமானவர்களாக இருந்த நேரத்தில், நடந்ததே. மராத்தாக்களின் முக்கியமான வாதம், அவர்களில் பெரும்பாலானோர் பின்தங்கியவர்கள் என்பதுதான். இந்த வாதம் பிராமணர் உட்பட எந்த சாதிக்கும் பொருந்தும். இது பின்தங்கிய நிலை என்ற வாதத்தை இடஒதுக்கீட்டிற்கான அடிப்படையாக வைக்கிறது. மராத்தாக்களில் பெரும் பகுதியினர் (அடிப்படையில் குன்பிஸ்) சிறு விவசாயிகள் என்பது உண்மைதான். தமது அரசியல் சமூக ஆதிக்கத்தில் பெருமை கொண்டு, அவர்கள் நீண்ட காலத்திற்கு கல்வியையும், மாறி வரும் பொருளாதாரச் சூழலையும் கண்டுகொள்ளாமல் இருந்து விட்டார்கள். காலப்போக்கில், அதிகரித்து விட்ட விவசாயப் பிரச்சினைகள் (முக்கியமாக அரசாங்கத்தின் கொள்கைகள் காரணமாக) அவற்றை மேலும் அதிகரித்துவிட்ட 2014-15ல் தொடர்ந்த மூன்றாண்டுகால மஹாராஷ்டிர வறட்சி ஆகியவை காரணமாக அவர்களது அந்தஸ்து கடுமையாக சரிந்தது. மாறாக அம்பேத்கர் வழி நடந்த, சிறிது நிலம் இருந்த அல்லது நிலமே இல்லாத தலித்துகள் கல்வியின் பக்கம் திரும்பி, வேலை வாய்ப்புகள் பெற்று ஒப்பிட்டளவில் பாதுகாப்பான வாழ்க்கையைப் பெற்றார்கள். 1954 போன்ற மிக ஆரம்ப காலத்திலேயே மராத்தாக்களின் கல்வி நிலை 7 சதமாக இருந்தபோது, மஹர்களின் கல்வி நிலை 11 சதமாக இருந்தது. தமது பாதுகாப்பின்மை அதிகரிக்க ஆரம்பித்தபோது, மராத்தாக்கள் இந்தப் போக்கைக் கண்டு கோபமுற்றார்கள். எதிர்காலத்தில் தலித்துகள் மீதான தமது ஆதிக்கம் கேள்விக்குள்ளாக்கப்படும்

என்று பார்த்தார்கள். அவர்கள் தமது துயரான நிலைக்கு அரசு அதிகாரத்தையும், பொருளாதார, கல்வி அதிகாரத்தையும் கையில் வைத்திருந்த தமது சாதியின் மேல்தட்டினரை இதற்குப் பொறுப்பாகக் கருதவில்லை.

இந்தியன் எக்ஸ்பிரஸின் (27 ஜூன் 2014) ஒரு செய்தியின்படி, 1960லிருந்து சட்டமன்ற உறுப்பினர்களில் பாதிக்கும் மேற்பட்டோர் மராத்தா சமூகத்தைச் சேர்ந்தவர்கள் தான். கல்வி நிறுவனங்களில் கிட்டத்தட்ட 50 சதம் மராத்தா தலைவர்களின் கட்டுப்பாட்டில் உள்ளன. 200 சொச்ச சர்க்கரை ஆலைகளில் மாநிலத்தின் பொருளாதாரத்திற்கு மிக முக்கியமான தொழில் இது 168 மராத்தாக்கள் வசம். மராட்டாக் கூட்டுறவு வங்கிகளில் 70 சதம் மராத்தார்களால் கட்டுப்படுத்தப்படுகின்றன. ஒரு சமூகமாக இன்றும் பெரும்பகுதி நிலம் அவர்கள் வசம்தான் உள்ளது (மாநிலத்தின் மக்கள் தொகையில் 32 சதமான மக்களிடம் விவசாய நிலங்களில் 75 சதத்திற்கும் அதிகமாக உள்ளது) பொது வாழ்வின் அனைத்துத் துறைகளிலும் அவர்கள் ஆதிக்கம் செலுத்துகிறார்கள். ஓபிசி பட்டியலில் இடம் பெறுமளவிற்கு தமது சமூகம் சமூக ரீதியாக, கல்வி ரீதியாக பின்தங்கியுள்ளது என்பதை நிறுவுவது எளிதல்ல என்று அவர்களுக்குத் தெரியும். அது நடந்தால் மற்ற ஓபிசியினர் இவர்களுக்கு எதிராக எழுவார்கள். சிலர் ஏற்கனவே அப்படி வந்துவிட்டார்கள். மராத்தாக்களின் கோரிக்கைகளுக்கு எதிராக மாலி சமாஜ் மஹாசங் 2016 அக்டோபர் 3ம் தேதி நாசிக்கில் ஒரு எதிர் பேரணி நடத்தியது.

மற்றொரு கோரிக்கையான, வன்கொடுமை சட்டத்தை ரத்து செய்யும் கோரிக்கை தலித்துகளுக்கு நேரடியாக எதிரானது. நியாயப்படுத்தவே முடியாதது. அடிக்கடி சொல்லப்படும் வாதமான இச்சட்டத்தை தவறாகப் பயன்படுத்துதல் என்பது இவ்வழக்குகளின் விடுதலைகளைப் பார்க்கும்போதே அடிபட்டுப்போகிறது. ஒவ்வொரு வழக்கும் காட்டுவதுபோல, மாநிலத்தின் நிர்வாக அமைப்பு முழுவதுமே மராத்தாக்களால் நேரடியாக ஆதிக்கம் செலுத்தப்படுவது என்பதால், இச்சட்டம் பலன் இல்லாமல் போய்விட்டது. இச்சட்டத்தின் கீழ் தண்டிக்கப்பட்டோரின் சதவிகிதம் மஹாராஷ்ட்டிராவில் இப்போதும் ஒற்றை இலக்கில்தான் உள்ளது. 2016ல் அது 1 சதம். வன்கொடுமைக்கு ஆளான தலித் தனது சமூகத்தின் உதவி அல்லது ஒரு சுயஉதவிக்குழுவின் உதவி, ஒரு இயக்கத்தின் உதவி இல்லாமல் ஒரு புகாரை பதிவு செய்யக்கூட முடியாது என்பது துஷ்பிரயோகம் என்ற வாதம் விஷமத்தனமானது என்பதைக் காட்டுகிறது. தமது சாதி எதிரிகளை பழிவாங்க, வன்கொடுமை சட்டத்தைப் பயன்படுத்தி, அவர்களுக்கு எதிராக தலித்துகளை சில மராத்தா பெருந்தலைகள் நிறுத்திய வழக்குகள் சில உண்டு. ஆனால் அவை மிகவும் குறைவு. எப்போதாவது நடப்பவை.

ஒபிசி பிரிவாக இட ஒதுக்கீடு என்ற மராத்தாக்களின் கோரிக்கை அரசாங்க நடைமுறைகள் மூலம் இரண்டு முறை நிராகரிக்கப்பட்டுள்ளது. 2008ஆம் ஆண்டில் மஹாராஷ்டிர மாநில பிற்பட்டோர் ஆணையம், நீதியரசர் ஆர். எம்.பாபட் ஆணையத்தின் முடிவுகளின் அடிப்படையில், மராத்தாக்கள் பிற்பட்டோர் என்று கருதப்படுவதற்கான சமூக, கல்வி, பொருளாதார, அரசியல் அடிப்படைகளை கொண்டிருக்கவில்லை என்று இந்தக் கோரிக்கையை நிராகரித்தது. 2014ல் அக்டோபர் மாதம் நடக்கவிருந்த மாநிலத் தேர்தலுக்கு நான்கு மாதங்களுக்கு முன், காங்கிரஸ் என்சிபி அரசாங்கம் மராத்தாக்களுக்கு 16 சத இடஒதுக்கீடை அறிமுகப்படுத்த முயன்றபோது, இதே காரணங்களுக்கவும், இந்த கூடுதல் இடஒதுக்கீடு உச்ச நீதி மன்றம் வகுத்துள்ள 50 சத அளவிற்கு மேல் இட ஒதுக்கீட்டை அதிகரித்துவரும் என்பதனாலும் பம்பாய் உயர்நீதி மன்றம் அந்த முடிவை தடை செய்தது. ஆதிக்க சாதி தனக்கு குறை இருப்பதாக ஒரு உணர்வை ஏற்படுத்தும்போது, அது தனது சமூக அடையாளத்தை கடந்து சென்றால் மட்டுமே அமைப்பு ரீதியான மாற்றத்துக்கு இட்டுச் செல்ல முடியும். இல்லாவிட்டால், அது ஒரு சமூக கலவரத்திற்கு அறிகுறியாகிவிடும்.

பாலேரும், பாலாடையும்

பட்டியலின சாதியாக அல்லது பழங்குடியாக அறிவிக்கப்பட்ட ஒவ்வொரு சமூகமும் இட ஒதுக்கீடுகளால் பயன்பெற்று விடும் என்பதல்ல. 2015ல் ஒ.பி.சுக்லா என்ற ஓய்வு பெற்ற இந்திய சட்டத்துறைப் பணி அதிகாரி, சில குறிப்பிட்ட சாதி, பழங்குடி சமூகங்கள், பட்டியலில் சொல்லப்பட்ட 1677 சாதிகளின் முன்னேற்றத்திற்காகத் தரப்பட்ட கோட்டாவில் 99 சதவிகிதத்தை தாமே எடுத்துக் கொள்வதால், அவற்றை பட்டியலிலிருந்து நீக்க வேண்டும் என்று தொடர்ந்த பொது நல வழக்கை உச்சநீதிமன்றம் நிராகரித்தது. வழக்கு நிராகரிக்கப்பட்டிருக்கலாம். ஆனால் மனுதாரரின் வாதம் இப்போதும் சாதி மையமான இடஒதுக்கீட்டுக் கொள்கை அமல்படுத்தப்பட்ட விதத்தில் அது தவிர்க்க முடியாத தோல்விதான் என்பதைக் காட்டுகிறது. 1990களில் ஆந்திராவில் மாலாக்களுக்கும், மாதிகாக்களுக்கும் இடையில் ஏற்பட்ட உட்சாதி சண்டைகள் எழும் என்பதையும் காட்டுகிறது. இப்பிரச்சனை நிஜமான போராக நடந்தது. இட ஒதுக்கீட்டிற்குள் உள் ஒதுக்கீடு வேண்டும் என்ற கோரிக்கையை எழுப்ப மற்றவர்களையும் தூண்டியது. மாதிகா, ரெலிகளுக்கு உள் ஒதுக்கீடு வேண்டும் என்ற கோரிக்கைக்காக மாதிகா இடஒதுக்கீடு போராட்டக் கமிட்டியான மாதிகா தண்டோரா இப்போதும் போராடி வருகிறது.

இக்கோரிக்கை சாத்தியமல்லாததாக இருக்கலாம். ஆனால் அதை ஆதாரமற்றது என்றோ, உள்நோக்கம் கொண்டது என்றோ நிராகரித்துவிட

முடியாது. விஷயம் என்னவென்றால், மாலாக்கள் இடஒதுக்கீட்டில் சரியான விகிதத்திற்கும் மேலாக பயன்பெற்றுவிட்டார்கள் என்ற, இக்கொள்கையின் குறைபாட்டை வெளிப்படையாக இது காட்டுகிறது. இப்போது இதே போன்ற பிரச்சனை மஹாராஷ்ட்டிரா பங்குகள் மற்றும் மஹர்களுக்கு இடையிலும், தமிழ்நாட்டில் அருந்ததியர் மற்றும் பறையர், பள்ளர்களுக்கு இடையிலும், வடமாநிலங்களில் சாமர்கள் மற்றும் இதர சிறு சாதிகள் இடையிலும் என்று பல மாநிலங்களிலும் நிலவுகிறது. 'சமூக நீதியை' அளிக்கும் இந்த அரசியல் ரீதியானதந்திரமான, ஒப்பீட்டளவில் ஆபத்தில்லாத வழிமுறையில் பயன்படுத்தி, பீஹாரின் முதலமைச்சர் நிதிஷ்குமார் 2007ல் மாநில மஹாதலித் ஆணையத்தை அமைத்தார். ஒரு சில சாதிகளே பலன்களை அனுபவித்தன என்று வரிசையிட்டுப் பதினேட்டு சாதிகளை (பின்னர் இது 21 ஆக விரிவடைந்தது) பட்டியலிட்டார்.

ஓ.பி.சுக்லாவைப் பொருத்தவரை அவரது பிராமண பெயரொட்டு, அவர் தனது சாதியான வால்மீகியோடு அடையாளப்படுத்தப்படுவதை விரும்பவில்லை என்று காட்டுகிறது. எனினும் அவர் முப்பத்தைந்து ஆண்டுகள் தனது சாதியின் நலனுக்காகப் பாடுபட்டிருக்கிறார். அதை பாதிக்கும் பல்வேறு விஷயங்களில்தலையீடு செய்துள்ளார். ஒற்றை மனிதர் ராணுவமாகத் தோற்றமளிக்கும் சுக்லா, தான் இந்தியா முழுவதும் கல்வியில் மிகப் பின்தங்கிய பட்டியலின சாதிகள், பழங்குடிகளின் பிரதிநிதிகளைக் கொண்ட இடஒதுக்கீடு சீர்த்திருத்தங்களுக்கான, தேசிய ஒருங்கிணைப்புக் குழுவின் தலைவர் என்று கூறிக் கொள்கிறார். 2011ல் லெட்டர் பேட் அமைப்பு போல் தெரியும் ஒரு அமைப்பு மூலம் தொடரப்பட்ட இந்த நூறு பக்க பொது நல வழக்கு கடந்த 61 ஆண்டுகளாக நடைமுறையில் இருந்து வரும் இட ஒதுக்கீட்டுக் கொள்கை ஒருதலைப்பட்சமானது; பட்டியலின சாதிகள், பழங்குடியினரை முன்னேற்றம் என்ற தனது நோக்கத்தில் தவறிவிட்டது என்று கூறுகிறது. இவ்வழக்கு சாமர், மஹர், மாலா, துசாத் (பஸ்வான்), பாசி, தோபி போன்ற சாதிகள் பட்டியலின சாதிகளிலிருந்து நீக்கப்படலாம் என்று வாதிடுகிறது. மக்கள் தொகை அதிகமுள்ள சில சாதிகள் (வழக்கில் குறிப்பிடப்பட்டுள்ளவை) இடஒதுக்கீட்டால் அளவுக்கு அதிகமான பலன் பெற்றது, துரதிருஷ்டவசமான, ஆனால் மறுக்கமுடியாத உண்மைதான் என்றாலும், வழக்கு காட்ட முயற்சி செய்யும் அளவிற்கு மிகையான பலன் பெற்றுவிடவில்லை. சமூகத்தின் படிநிலை அமைப்புத் தன்மையை வைத்துப் பார்க்கும்போது, இது எதிர்பார்க்காததுதானா? தவிரவும், இந்த சாதிகள் நீக்கப்பட்டுவிட்டதற்குப் பிறகு, எஞ்சிய சாதிகளில் நான்கைந்து ஆதிக்க சாதிகள் இதே பிரச்சினையை மீண்டும் ஏற்படுத்தாதா? வகைப்படுத்தும் இந்த வாதம் மற்றொரு காரணத்தாலும் பொய்யாகிறது.

சாதியை அடிப்படையாகக் கொண்டால், சில சாதிகள் இட ஒதுக்கீட்டின் பலன்களை ஏகபோகமாக்கிக் கொண்டது போல் தெரியும். ஆனால் ஒப்பீட்டு அளவுகோலை குடும்பம் என்று மாற்றினால், ஒவ்வொரு சாதிக்குள்ளும் இதே நிலைமை தோன்றும் இடஒதுக்கீட்டின் பலன்கள் ஒரு சில குடும்பங்களுக்கு மட்டுமே கிடைத்து, பெரும்பாலானவை விடுபட்டிருக்கும். தவிர்க்க முடியாத இந்த சாதிக்குள் நிகழக்கூடிய அசமத்துவம் இடஒதுக்கீட்டால் பலனடைந்தவைகளாகக் கருதப்படும் எல்லா சாதிகளுக்குள்ளும் இருக்கும்.

பொது நல வழக்கு கோரியதைப் போல, பலன் பெற்ற சாதிகளை பழிசுமத்தி, அவற்றை பட்டியலிலிருந்து நீக்குவது இப்பிரச்சினைக்குத் தீர்வாகாது. தமது புரிதலுக்கு மாறாக, சமபங்கு தருதல் என்பது ஒருபோதும் இக்கொள்கையின் நோக்கம் அல்ல. எஸ்.சி.எஸ்.டி.யினரில் ஒரு சிலரை மட்டும் தூக்கிவிடுவதுதான் அதன் நோக்கமாக இருந்திருக்க வேண்டும். இங்கு இந்திய ஆளும் வர்க்கம் மெக்காலேயின் காலனிய தர்க்கத்தின்படி நடக்கிறது. இப்படித் தூக்கிவிடப்பட்டவர்கள் அமைப்பிற்கு விசுவாசமாக இருப்பார்கள் என்று கருதுகிறது. நிலவும் சமூக அசமத்துவத்தை நீக்குவதற்கு இன்றியாமையாத கருவியாக இடஒதுக்கீடு ஒருபோதும் இருக்கவில்லை. கல்வி மற்றும் அரசுப்பணிகளில் அதிகரித்து வரும் அசமத்துவத்தை கூடுமானவரை சமாளிக்க அது உதவியிருக்கலாம். இரண்டாவதாக, இத்துறைகளிலும் பட்டியலின மக்களின் பிரதிநிதித்துவத்தை முழுமையாக இடஒதுக்கீடு விரிவுபடுத்தவில்லை. நாம் ஏற்கனவே பார்த்தபடி இடஒதுக்கீடு ஏராளமான தனியார் கல்வி நிறுவனங்களுக்கோ அல்லது தனியார் நிறுவனங்களில் வேலைவாய்ப்புகளுக்கோ விரிவுபடுத்தப்படவில்லை. சொல்லப்போனால் பொதுத்துறையின் அனைத்து பகுதிகளுக்கும் கூட கிடையாது. உதாரணத்திற்கு ராணுவம் மற்றும் நீதித்துறையைச் சொல்லலாம். இத்துறைகளின் பதவிகள் மிகவும் தனித்துவமானவை என்பதால் அவை இடஒதுக்கீட்டிலிருந்து விலக்கப்பட்டுள்ளன.

நவீன தாராளமயக் கொள்கைகள் காரணமாக, பொதுத்துறை வேலைவாய்ப்புகள் குறைந்துவிட்ட நிலையில், தனியார் துறையில் இடஒதுக்ககீடு வேண்டும் என்ற கோரிக்கை தலித்துகளிடம் எழுந்தது. *2002* ஜனவரி *12, 13* தேதிகளில் போபாலில் நடந்த ஒரு மாநாட்டில் முதன்முறையாக இக்கோரிக்கை எழுந்தது. கொள்கையளவில் இக்கோரிக்கை குறித்து எந்த சர்ச்சையும் இருக்க முடியாது. ஏனெனில் தனியார் துறை என்று செயல்படுபவை உண்மையான தனியார் அல்ல. அவை பொது வள ஆதாரங்களால்தான் வளர்கின்றன. எனினும் இக்கோரிக்கை இடஒதுக்கீட்டை

அமல்படுத்தும் தனியார் துறையின் திறன் பற்றிய அறியாமையைக் காட்டுகிறது. அது பெரியது. வளர்ந்து வருவது என்பது ஏற்கக்கூடியதுதான் என்றாலும், பொதுத்துறை போலன்றி, குறிப்பிட்ட வடிவில் இல்லாதது. சிறு குடும்ப நிறுவனங்கள் முதல் பகாசூர கார்ப்பரேட் குழுமங்கள் வரை பல்வேறு அளவுகளில் இருப்பது. பின்னவற்றில் கூட இடஒதுக்கீட்டு முறையை அமல்படுத்துவதற்கு வேண்டிய நிர்வாக அமைப்பு கிடையாது. மேலும் இந்த ஒதுக்கீடுகள் தொழில் சார்ந்த கல்வி பயின்ற மக்களுக்கு வேண்டுமானால் பொருத்தமாக இருககலாம். நிர்வாகம் சாராத தொழிலாளர்களுக்கு பொருத்தமாக இருக்காது. பார்க்கப்போனால் தனியார் கம்பெனிகளில் இடஒதுக்கீடு சதவிகிதம் கோருவதை விட அதிக எண்ணிக்கையில் உடல்உழைப்புத் தொழிலாளர்கள் ஏற்கனவே இருக்கிறார்கள். அங்கு சாதி வாரியான இடஒதுக்கீட்டை அமல்படுத்தும்போது, குறைந்த பட்சம் சில கம்பெனிகளிலாவது அவர்களது எண்ணிக்கைக் குறைவிற்கு அது இட்டுச் செல்லக்கூடும்.

அரசாங்கம் குறிப்பிட்ட சமூகங்களுக்கு தேவையான பிரதிநிதித்துவத்தை உறுதிப்படுத்தும் நீதி உறுதியாக்கல் முறை (*affirmative action*) பொருத்தமான முறையாக இருக்கும். இதில் வேறு சில பிரச்சினைகள் இருந்தாலும்கூட இந்த வகையான உடன்பாடான செயல்பாடுகள் (நீதி உறுதியாக்கல் முறைபாடுகள் (*affirmative actions*)) அமெரிக்காவில் சில குறிப்பிட்ட சமூகங்களுக்கு சமமான பிரதிநிதித்துவத்திற்கு அழுத்தம் தருவது சிறப்பாக செயல்படுவதாகத் தெரிகிறது. நிர்வாகம், இயக்குநர் குழுமம் போன்ற பணிகளில் இந்தியாவில் இதுபோன்ற பிரதிநிதித்துவம் இல்லை. இங்கு ஒருவர் அதிகாரப் படிநிலைகளில் மேலே செல்லச் செல்ல, ஜாதீய தந்திரங்களால் எஸ்சி/எஸ்டி சதவிகிதம் குறைந்து கொண்டே போகிறது. உச்சபட்சப் பதவிகளில் பிரதிநிதித்துவமே கிடையாது. மேலும் இந்திய முறையில் பதிலளிப்பதற்கான கடப்பாடு (*accountability*) கிடையாது. தவறுபவர்களுக்கு தண்டனை செயல்முறை எதுவாகினும், அது நோயின் மூலத்தைத் தீர்ப்பதாக இருக்க வேண்டும். அதை நீடிக்கச் செய்வதாகவோ, அதிகப்படுத்துவதாகவோ இருக்கக்கூடாது. இட ஒதுக்கீடு தனது அமைப்பினாலேயே, குறுகிய கால பலன்களுக்காக இந்த அடிப்படை லட்சியத்தை காவு கொடுத்துவிட்டது.

சுக்லா வகையறாக்கள் கோட்டாவில் ஒவ்வொரு சாதிக்கும் விகிதாச்சாரமாக பங்கு தரலாம் என்று வாதிடுகிறார்கள். அதாவது, சட்டபூர்வமான 8 சதத்தை சுக்லா வழக்கில் பிரதிநிதித்துவப்படுத்தும் 1670 சாதிகளுக்கு இடையே சமமாகப் பிரித்துத் தருவது, இட ஒதுக்கீட்டின் இப்போதைய ஏகபோகவாதிகள் எஞ்சியுள்ள எஸ்சிக்கள் சம அளவில், சம

வசதி நிலையில் இருப்பதாக அனுமானித்துக் கொண்டால் ஒரு குழுவிற்கான சராசரி பங்கு 0.005 சாதகமாக இருக்கும். இப்படிப் பட்ட திட்டத்தின் மூலம் பலவீனமான சாதிகள் எப்போது, எப்படி பலன் பெற முடியும்? இடஒதுக்கீட்டை இப்படி உட்பிரிவுகளாகப் பிரிக்கும் செயல்பாட்டின் இறுதியில் தலித் அடையாளத்தில் எது எங்கியிருக்கும்?

தமிழ்நாட்டில் நடந்து வரும் சில நிகழ்வுகள் இச்சூழலை மேலும் சிக்கலாக்குகின்றன. பள்ளர்களில் ஒரு பகுதியினர் தாம் பழங்காலத்தில் ஆண்ட வர்க்கமாக இருந்ததாகக் கூறி தம்மை 'மள்ளர்', 'தேவேந்திரர்' அல்லது 'தேவேந்திரகுல வேளாளர்' என்று அழைத்துக் கொள்கின்றனர். (வேதக் கடவுளான இந்திரனின் மற்றொரு பெயரான) தேவேந்திரர் என்ற கடவுளின் வழி வந்தவர்கள் தாம் என்று கூறும் அவர்கள் இப்போது பட்டியலிலிருந்து தம்மை நீக்க வேண்டும் என்று கோருகின்றனர். இங்கு பிரச்சனை என்னவெனில் இடஒதுக்கீடும், பட்டியலின சாதிகளில் சேர்க்கப்பட்டாலும், அவர்களை மற்றொரு பெயரால் தீண்டத்தகாதவர்களாக ஆக்குகிறது. எனவே, அவர்கள் எஸ்சி, தலித் என்ற இரு அடையாளங்களையும் நிராகரிப்பதுதான். தேவேந்திரர் தன்னார்வ அறக்கட்டளை, தென் தமிழகத்தில் உள்ள பள்ளர், குடும்பர், பன்னாடி, காலாடி, கடையர், தேவேந்திரகுலத்தார், வாத்திரியார் என்ற ஏழு எஸ்சி உபபிரிவுகளை 'தேவேந்திரகுல வெள்ளாளர்கள்' என்று மாநில அரசு அறிவிக்க வேண்டும் என்று கோரி 2015ல் ஒரு தீர்மானத்தை நிறைவேற்றியது. இந்து ராஷ்டிரம் அமைப்பதை லட்சியமாகக் கொண்ட பாஜகவின் தலைவர் அமித் ஷா இந்த முயற்சிக்கு ஆதரவு தெரிவித்தார். ஷா 2015 ஆகஸ்டில் அவர்களது பேரணியில் உரையாற்றினார். எனினும் இதில் மேலும் ஒரு சிக்கல் ஏற்பட்டது. சிறிது காலத்திற்கு முன்பு, இந்த ஏழு பிரிவுகளில் ஒன்று தங்களது இந்த மேல்நிலையாக்கத்திற்கு எதிர்ப்புத் தெரிவித்தது. இந்து இதழில் (2011 பிப்25.) வந்த ஒரு செய்தி வாத்தியர்களில் ஒரு குழு தூத்துக்குடி மாவட்ட ஆட்சியரிடம் கீழ்கண்டவாறு மனு அளித்ததாகக் கூறுகிறது. வாத்திரியர் பிரிவைச் சேர்ந்த நாங்கள் பட்டியல் சாதியாக மாநில அரசின் பலன்களையும், ஒபிசியாக மத்திய அரசின் பலன்களையும், கிறிஸ்துவ வாத்திரியர் பிற்பட்ட வகுப்பினராகவும் பலன் பெறுவதால், அரசாங்கம் எங்களை பட்டியலின சாதிகளில் 72வது இடத்தில் தொடர்ந்து இருக்க அனுமதிக்க வேண்டும் என்று கோருகிறோம். ஒரு சாதி உப்பிரிவே இப்படி பல்வேறு விதங்களில் அடையாளம் காணப்படும் என்பது இப்பிரச்சினை எந்த அளவு தீர்க்க முடியாதது, சிக்கலானது என்பதைக் காட்டுகிறது.

சுக்லா மிகவும் மரியாதையாகக் குறிப்பிடும் 1965ன் லோகூர் கமிட்டி அறிக்கை, மத்திய சட்ட அமைச்சகத்தின் செயலாளரான பி.என்.லோகூரால்

சமர்ப்பிக்கப்பட்டதாகும். இது வெறுமனே அரசியலமைப்பில் சொல்லப்பட்டதையே திரும்பக் கூறியது. எஸ்சி பட்டியலை அவ்வப்போது மறுபரிசீலனை செய்ய வேண்டியதன் அவசியம்: இது சில அதிகமான சாதிகளைச் சேர்ப்பதன் மூலம் செய்யப்பட்டது. உட்பிரிவு விளையாட்டு 1972லேயே முதன்முறையாக பஞ்சாபில் செய்யப்பட்டிருக்கிறது. கோட்டாவை ரவிதாசியாக்களுக்கும், வால்மீகி மற்றும் மஜாபி சீக்கியர்களுக்கும் பிரித்துத் தந்தார்கள். நவீன தாராளமய காலத்தில் மிகப் பெரிய மாற்றங்கள் நிகழ்ந்தன. குறிப்பாக ஹரியானாவில் (நீதியரசர் குர்னாம்சிங் ஆணையத்தின் 1990 டிசம்பர் பரிந்துரைகளின்படி முன்னுரிமையின்படி சாதிகளை A, B என்று பிரித்தல்). ஆந்திரப் பிரதேசத்தில் (A.B,C,D என்று பிரித்தது-1997 மே-நீதியரசர் ராமச்சந்திர ராஜி ஆணையப் பரிந்துரை) மற்றும் பீஹாரில் நடந்தன. இவை அனைத்தும் பொதுத்துறை சுருங்கியதால் இட ஒதுக்கீட்டின் மூலம் வேலை பெறும் வாய்ப்பே இல்லாத நிலையில், அரசியலமைப்பு மூலம் சாதிய சமூகத்தில் புரட்சிகர மாற்றத்தை ஏற்படுத்தும் நம்பிக்கை அழிந்த நிலையில் நடந்தன.

ஒரு கிராமப்புற யதார்த்தம் பற்றிய பரிசீலனை

கிட்டத்தட்ட 80 சத தலித் மக்களும், ஒட்டுமொத்த மக்கள் தொகையில் 70 சதமும் வாழும் கிராமப்புற இந்தியாவில் இடஒதுக்கீடுகள் எவ்வாறு செயல்படுகின்றன அல்லது செயல்படவில்லை என்பதை இப்போது பார்ப்போம். இட ஒதுக்கீட்டுத் திட்டத்தை உருவாக்கியவரான அம்பேத்கருக்கு கிராமம் பற்றி பெரிய கற்பனைகள் கிடையாது. 1948 நவம்பர் 4 அன்று அரசியலமைப்பு சபையில் அவர் எந்த தயக்கமும் இன்றி பின்வருமாறு கூறினார். கிராமம் என்பது பிரதேசவாதம், அறியாமை, குறுகிய மனப்பான்மை, மதவாதம் ஆகியவற்றின் சாக்கடையன்றி, வேறு என்ன? வரைவு அரசியலமைப்பு கிராமத்தை விட்டுவிட்டு தனிநபரைத் தனது அலகாக எடுத்துக் கொண்டதில் நான் மகிழ்கிறேன். (Das 2010, 176)

இந்தியாவின் பாரம்பரியமான அரசாட்சி அமைப்பு என்று கிராமப் பஞ்சாயத்து புகழப்பட்டாலும், அது எப்போதுமே சாதி பஞ்சாயத்துதான். ஒரு வகையில் காஃப் பஞ்சாயத்துதான்; இன்றைய பஞ்சாயத்து முறைக்கும் அதற்கும் தொடர்பேதுமில்லை. அதன் இன்றைய பஞ்சாயத்து ராஜின் வேர்களை நாம் 1882 மே ரிப்பன் தீர்மானத்தின் காலனிய வாதங்களில் காண முடியும். அது, பிரிட்டிஷ் ஆட்சியின் கீழ் உள்ள கிராமப்பகுதிகளின் நிர்வாகத்தில் பொதுநல அக்கறை கொண்ட, அறிவார்ந்த மனிதர்களை ஈடுபடுத்துவதை நோக்கமாகக் கொண்டது. இது சுகாதாரம், சாலைகள், கல்வி ஆகியவற்றை கவனித்துக் கொள்ள நியமன உறுப்பினர்கள் கொண்ட மாவட்ட மற்றும் தாலுகா போர்டுகளை அமைப்பதற்கு இட்டுச் சென்றது.

ஆனால் உள்ளாட்சி அமைப்பின் அடிப்படை அலகாக கிராமத்தை மாற்றத் தவறிவிட்டது. 1919ன் மாண்டேகு செம்ஸ்ஃபோர்ட் சீர்த்திருத்தங்கள் இந்த கருத்திற்கு புத்துயிர் தந்தன. கிட்டத்தட்ட அனைத்து மாகாணத்திலும், சமஸ்தானங்களிலும் கிராம பஞ்சாயத்துகளை அமைப்பதற்கான சட்டங்கள் போடப்பட்டன.

சுதந்திரத்திற்குப் பிறகு, பஞ்சாயத்துராஜ் 1959ல் நேருவால் மீண்டும் கொண்டுவரப்பட்டது. இதைத் தொடர்ந்து 1957ல் பல்வந்த் ராய் மேத்தா கமிட்டி பரிந்துரைகள் வந்தன. ஆனால் இத்திட்டங்கள் தோல்வியடைந்தன. 1960ல் அறிஞர்கள் பஞ்சாயத்து ராஜ் அமைப்புகள் 'தோற்றுப்போன கடவுள்கள், என்றார்கள். 1970 வாக்கில், நிலச்சீர்த்திருத்தங்கள், பசுமைப்புரட்சி ஆகியவை பணப்பயிர்கள், பெரும் உபரி, சந்தை வாய்ப்பு என முதலாளித்துவ உற்பத்தி முறைகளை உருவாக்கினாலும்கூட, நேருவிய நவீனத்துவ திட்டம் வேளாண் சாதிகளில் ஒரு பகுதியினருக்கு நல்ல லாபமாக அமைந்தபோது, அவை அதே அளவிற்கு தலித்துகளின் பாதிப்புகளையும் அதிகரித்தன. உழுபவர் அல்லது குத்தகைதாரர்களுக்கு விளைச்சலில் பங்கோடு, நில உரிமையாளரின் நிலத்தில் ஒரு பகுதியில் விவசாயம் செய்வதில் சுதந்திரம் இருந்த பாரம்பரிய ஜஜ்மானி உறவுகள் சிதைந்ததில் தலித்துகளின் பாதிப்பு அதிகரித்தது. பாரம்பரிய வேளாண் சாதிகளிலிருந்து நடுத்தர வர்க்க, பணக்கார விவசாய வர்க்கம் உருவானது. இவர்கள் பழைய உயர் சாதி நிலப்பிரபுக்களிடமிருந்து பிராமணியத்தை எடுத்துக் கொண்டு, அதிக அதிகாரம் பெற்றுவிட, இது மாநிலக்கட்சிகளின் தோற்றத்திற்கும், கூட்டணி அரசியல் யுகத்தின் துவக்கத்திற்கும் இட்டுச் சென்றது. இதன் முதல் வெளிப்பாடான 1977ன் ஜனதா அரசாங்கம் அசோக் மேத்தா கமிட்டி மூலம் பஞ்சாயத்து ராஜ் நிறுவனங்களோடு புத்துயிர் தர 132 பரிந்துரைகள் கொண்ட இந்த அறிக்கை 1978ல் சமர்ப்பிக்கப்பட்டது. ஆனால் இம்முயற்சி வெற்றி பெறவில்லை. காலப்போக்கில், பிராந்திய நலன்கள் அதிக மாறுபட்டவைகளாக, சிக்கலானவைகளாக மாறின. உண்மையில் ஒரு மையப்படுத்தப்பட்ட அரசியலால் கையாள முடியாத அளவிற்கு படுசிக்கலாக இருந்தன.

முரண்பாடாக, மேற்கு வங்கத்தின் மார்க்சிஸ்ட் கம்யூனிஸ்ட் கட்சி தலைமையிலான இடது முன்னணி அரசுதான் அரசியல் அதிகாரத்தைத் தொடர்வதில் பஞ்சாயத்து ராஜிற்கு உள்ள முக்கியத்துவத்தை முதலில் உணர்ந்ததாகும். அங்கு 1984 முதல் நிலச்சீர்த்திருத்தங்கள், பஞ்சாயத்து முறை ஆகியவற்றை செயலூக்கத்தோடு அமல்படுத்தியது. நடுத்தர, பணக்கார விவசாயிகளின் அபிலாஷைகளை நிறைவேற்றி அவர்களுக்கு அதிரைமும் வளங்களும் கிடைக்கச் செய்தது. 2011வரை இடது முன்னணி தொடர்ந்து

வெற்றி பெற்றதற்கு இது ஒரு முக்கியமான காரணம். மாறாக, மத்தியில் இப்பகுதியினரை ஈர்க்க மண்டல் கமிஷன் பரிந்துரைகள் செயல்திட்டமாக இருந்தன.

1980களின் மத்தியிலிருந்தும், அதிகாரபூர்வமாக 1991 ஜூலையிலிருந்தும் தான் அன்றைய நிதியமைச்சர் மன்மோகன்சிங் அவர்களால் பொருளாதார தாராளமயம் அறிமுகம் செய்யப்பட்ட அதேமாதம் பஞ்சாயத்து ராஜ் முறை அமலாக்கத்திற்கு தெளிவான நடவடிக்கைகள் எடுக்கப்பட்டன. உள்ளூர் பிரச்சினைகளில் நிர்வாகத்தை உள்ளூர் தலைமையிடம் விட்டுவிட்டு, அரசாங்கத்தின் பங்கை குறைத்துக்கொள்வதுதான் திட்டம். 1993ல் நிறைவேற்றப்பட்ட 73வது 74வது திருத்தங்களின்படி அனைத்து இடங்களிலும் மூன்றில் ஒரு பங்கு பெண்களுக்கு, எஸ்.சி., எஸ்.டி., ஓபிசி உறுப்பினர்களுக்கு ஒதுக்கப்படும் என்று இச்சட்டத்திற்கு சாதிக்கு ஆணாதிக்கத்திற்கு எதிரானது போன்ற ஒரு மேற்பூச்சு இருந்தது. இந்த அதிகாரப்பரவல் நடவடிக்கை கிராமப்புற அரசியல் சக்திகளை உள்ளூர் பிரச்னைகளில் கவனம் கொள்ளவும், அவற்றை புதிய பொருளாதார ஆட்சி முறையோடு இணைந்திருக்கவும் வைக்கும். புதிய பொருளாதார ஆட்சிமுறைக்கு அச்சுறுத்தலாக இருக்காது. அதன் தொடர்ந்த செயல்பாட்டை உறுதிப்படுத்தும்.

கிராமப்புறத்தில் இது ஏற்படுத்தப்போவதாகச் சொல்லப்பட்ட சமூக மாற்றம் என்ன ஆனது? யதார்த்தத்தில், கணிசமான இடங்களில் பஞ்சாயத்துத் தேர்தல்களில் வெற்றி பெற்றவர்கள் முன்பு அதிகாரத்தில் இருந்தவர்களின் கையாட்களாகத்தான் இருந்தார்கள். பெண்ணுக்கு ஒதுக்கப்பட்ட இடம் என்றால் பழைய பஞ்சாயத்துக் தலைவரின் மனைவியோ அல்லது மருமகளோ கோப்புகளில் கையெழுத்திட, அனைத்து நடவடிக்கைகளையும் கணவனோ அல்லது மாமனாரோ செய்தார். எஸ்சி/எஸ்டிக்கு ஒதுக்கப்பட்ட இடம் என்றால் பழைய பஞ்சாயத்துத் தலைவரின் கொத்தடிமை அவருக்கு பதிலியாகச் செயல்பட்டார். வேறு சில இடங்களில் சில எஸ்சி/எஸ்டிக்களை அதிகார வர்க்கத்தின் ஆதரவோடு, கொள்ளையில் பங்கு பெற ஆசைகாட்டி இழுத்தார்கள். சில விதிவிலக்கான இடங்களில் மட்டுமே தலித்துகள் ஆதிக்க வர்க்கத்தினரோடு / சாதியினரோடு மோதினார்கள். பல சமயங்களில் அதற்கு விலையாக தம் உயிரைத் தந்தார்கள். இவ்வாறாக உள்ளூர் மாவட்டத்தில் ஆதிக்க சாதிகளின் பணக்கார விவசாயிகள், நிலப்பிரபுக்கள் தான் உண்மையான அரசியல் அதிகாரத்தோடு பஞ்சாயத்து ராஜ் நிறுவனங்களைக் கட்டுப்படுத்தினார்கள்.

பஞ்சாயத்து ராஜ் முறையின் அமைப்பிலேயே தலித் மற்றும் பெண்கள் பங்கெடுப்பது, தலைமையேற்பதற்குத் தடை முயற்சிகள் இருந்தன.

வழக்கமாக அவை ஒரு உள்ளூர் அளவிலான வன்முறை மூலமாக இருக்கும். இப்போது ஒரு சட்டபூர்வமான வடிவில் உள்ளன. 206ல் பாஜக ஆளும் மாநிலங்களான ராஜஸ்தானும், ஹரியானாவும் பஞ்சாயத்துத் தேர்தலில் போட்டியிட புதிய தகுதிகளை அறிமுகப்படுத்தின. ஹரியானா படிப்பறிவற்றவர்கள் தேர்தலில் நிற்க முடியாது என்ற சட்டத்தைக் கொண்டு வந்தது. ஒரு ஆண் எஸ்சி வேட்பாளர் 8ம் வகுப்பும், பெண் எஸ்சி வேட்பாளர் 5ம் வகுப்பும் தேறியிருக்க வேண்டும். அவர்களது படிப்பறிவின்மை அரசின் தோல்வியல்ல, அவர்களது சொந்த விருப்பம் என்பதுபோல் சட்டம்போட்டது. ஒரே அடியில் எஸ்சி பெண் வாக்காளர்களில் 68 சதமும், ஆண் வாக்காளர்களில் 41 சதமும் தேர்தலில் போட்டியிடும் தகுதியை இழந்தன. இதை எதிர்த்து உச்சநீதிமன்றத்தில் வழக்கு தொடர்ந்தபோது, நீதியரசர்கள் சலமேஸ்வர், அப்பாய் மனோகர் சாப்ரே கொண்ட அமர்வு, அந்த ஆண்டு டிசம்பரில் புதிய சட்டம் செல்லும் என்று தீர்ப்பளித்தது. புதிய சட்டம் வாக்காளர்களில் இரு பிரிவுகளை ஏற்படுத்தியது என்பதை ஏற்றுக்கொண்ட நீதிபதிகள், மக்கள் படிப்பறிவின்றி இருப்பது அவர்களது விருப்பத் தேர்வல்ல. என்ற வாதம் ஏற்கத்தக்கதல்ல என்றும், தலைவர்கள் சமுதாயத்திற்கு முன்மாதிரியாக இருக்க வேண்டும் என்றும் கூறினர். இதே காரணத்திற்காக, வேட்பாளர்கள் வீட்டில் செயல்படும் கழிப்பறை இருக்க வேண்டும் என்ற ஹரியானா அரசாங்கத்தின் சட்டத்தையும் உறுதி செய்தனர். ‘இப்போதும் மக்களின் வீட்டில் கழிப்பறை இல்லாவிட்டால், அது அவர்களது வறுமை காரணமாக அல்ல, அதற்கு மனமில்லாத காரணத்தால்தான். என்ற எதிர்மனுதாரரின் வாதத்தை ஏற்றுக் கொண்டனர். இதற்கு முன்னே 2014 டிசம்பரில் பஞ்சாயத்துத் தேர்தலுக்கு முன்பாக, ராஜஸ்தான் சட்டம் ஒரு அவசரச் சட்ட வடிவில் வந்தது. அடுத்த ஆண்டு மாநில சட்டமன்றத்தால் சட்டமாக்கப்பட்டது. கழிப்பறை, குறைந்தபட்ச கல்வித்தகுதி பற்றிய நிபந்தனைகள் ராஜஸ்தான் அவசரச்சட்டத்தில் தான் முதலில் வந்தன. மிகத் திறமையாக, ஹரியானா வழக்கில் உச்சநீதிமன்றத்தின் தீர்ப்பின் மூலம் ராஜஸ்தான் அவசரச்சட்டத்தில்தான் முதலில் வந்தன. மிகத் திறமையாக, ஹரியானா வழக்கில் உச்சநீதிமன்றத்தின் தீர்ப்பின் மூலம் ராஜஸ்தான் சட்டத்தின் எதிர்காலமும் பாதுகாக்கப்பட்டு விட்டது.

உள்ளாட்சிகளில் இட ஒதுக்கீட்டின் பலனை அனுபவிப்பவர்களான எஸ்சி, எஸ்டி மற்றும் பெண்கள் ஆகியோரின் பங்கேற்பை, அதிகாரம் பெறும் வாய்ப்பை சீராக சுருக்குவது, பஞ்சாயத்து ராஜ் அமைப்பின் செயல்பாட்டின் துவக்கத்திலிருந்தே நடந்து வருகிறது. ஹரியானாவும், ராஜஸ்தானும் இதை எவ்வாறு சட்டபூர்வமாகச் செய்யலாம் என்று காட்டுவதற்கு முன்பாகவே, யதார்த்தத்தில் இது தேர்ந்தெடுக்கப்பட்ட தலித் மற்றும் பெண் தலைவர்களுக்கு எதிரான வன்முறைகள் மூலம்

செயல்படுத்தப்பட்டது. இப்போதும் அப்படி செயல்பட்டுக் கொண்டிருக்கிறது.

தமிழ்நாட்டின் திருநெல்வேலி மாவட்டத்தின் தாழையூத்து பஞ்சாயத்து தலித் பெண் வேட்பாளருக்கு ஒதுக்கப்பட்டதாக 2007 தேர்தலில் அறிவிக்கப்பட்டபோது அருந்ததியர் வகுப்பைச் சேர்ந்த கிருஷ்ணவேணி என்ற பெண் (பள்ளிப் படிப்பை பாதியில் விட்டவர். இரு குழந்தைகளின் தாய்) சுயேச்சையாகப் போட்டியிட்டார். 700 வாக்குகள் வித்தியாசத்தில் ஜெயித்து, பஞ்சாயத்துத் தலைவரானார். அவரது நேர்மையும், பணியும் அவருக்கு நல்ல மரியாதையைப் பெற்றுத் தந்தன. அவரது கிராமத்தினர் அவர் எவ்வாறு சாலைகள் அமைத்தார். நூலகம் கட்டினார். உள்கட்டமைப்பு வசதிகளை விரைவாகச் செய்தார் என்று புகழ்ந்து பேசினார்கள். அவரது நேர்மை பற்றியும், ஆதிக்க சாதிகளின் தொடர்ந்த மிரட்டலுக்கு நடுவில் அவர் எப்படி நடந்து கொண்டார் என்பது பற்றியும் புகழ்ந்தனர். அவரது பணியைப் பாராட்டி, தேசிய கிராமப்புற வேலைவாய்ப்பு உத்தரவாதத் திட்டத்தை அமல்படுத்தியதற்காக (மாவட்ட அளவில்) 2009ல் அவருக்கு குடியரசுத்தலைவர் பிரதீபா பாடீல் சரோஜினி நாயுடு விருதை வழங்கியிருக்கிறார். பழைய அதிகாரவர்க்க பெருந்தலைகளின் காயம்பட்ட பெருமையில் உப்புத் தடவுவதாக அவரது சாதனைகள் இருந்தன. ஒரு அருந்ததியர் பெண் தங்கள் தலைவியாக இருந்து, இவ்வளவு புகழ் பெறுவதை அவர்களால் தாங்க முடியவில்லை. பஞ்சாயத்து நிதிகளை கையாடல் செய்ய அவர் அனுமதிக்காததால், சாதிப் பெருமையோடு, அவர்களது பொருளாதார நலன்களும் பாதிக்கப்பட்டன. தன்னைப் பணி செய்ய விடாமல் தடுத்த அவர்கள் மீது, (துணைத் தலைவர், வார்டு உறுப்பினர்கள் உட்பட) பதினைந்திற்கும் மேற்பட்ட புகார்களை கிருஷ்ணவேணி அளித்தார். எனினும் மாவட்ட நிர்வாகமும், போலீசும் எந்த நடவடிக்கையும் எடுக்கவில்லை. மாறாக, அவர் தகராறு பிடித்தவர், தனக்கு பிடிக்காதவர்கள் மீது வன்கொடுமை வழக்கு போடுபவர் என்ற பிம்பம் பரப்பப்பட்டது.

2011 ஜூன் 12ம் தேதி, இரவு சுமார் 10 மணிக்கு, பஞ்சாயத்து அலுவலகத்திலிருந்து ஆட்டோவில் வந்து கொண்டிருந்தபோது, அவர் ஒரு கொலைகாரர் கும்பலால் தாக்கப்பட்டார். இதற்கு உடனடிக் காரணம், பிற்படுத்தப்பட்ட ஆதிக்கச் சாதியான தேவர் சாதியைச் சேர்ந்த ஒருவரால் சட்டவிரோதமாக ஆக்கிரமிப்பு செய்யப்பட்டிருந்த ஒரு புறம்போக்கு இடத்தில்அவர்தலித்பெண்களுக்குகழிப்பறைகட்டதிட்டமிட்டிருந்ததுதான். உடல் முழுவதும் வெட்டி அவர் சாகட்டும் என்று போட்டுவிட்டுக் சென்றார்கள். அருந்ததி இனத்து இளம் செயல்பாட்டாளர்களின்

முயற்சியால் முதலில் திருநெல்வேலியிலும் பின்னர் சென்னையிலும் சில நாட்கள் தீவிர சிகிச்சைப் பிரிவில் இருந்து அவர் பதினைந்து வெட்டுக்காயங்களையும், வெட்டுப்பட்ட காதையும் மீறி உயிர் பிழைத்தார். செயல்பாட்டாளர்கள் போராட்டத்திற்காக மக்களைத் திரட்டினார்கள். பெரிய தலித் தலைவர்களான தொல்.திருமாவளவன், ஜான் பாண்டியன் ஆகியோரின் ஆதரவைப் பெற்றார்கள். ஆனாலும், அவர்களால் ஊடகம் மற்றும் மாநில நிர்வாகத்தின் வழக்கமான தலித் பிரச்சனைகள் மீதான அக்கறையின்மையை மாற்ற முடியவில்லை.

அதே திருநெல்வேலி மாவட்டத்தில் 2006 மற்றும் 2007ல் நடந்த இரு சம்பவங்களை கிருஷ்ணவேணி சம்பவம் நினைவுபடுத்துகிறது. அவற்றில் இதே அருந்ததியினர் சமூகத்தைச் சேர்ந்த பஞ்சாயத்துத் தலைவர்களான நக்கலமுக்தன்பட்டியின் பி.ஐக்கையனும், மருதன் கிணறு சேர்வாரனும் ஆதிக்கச் சாதியைச் சேர்ந்த சிலரால் கொலை செய்யப்பட்டனர். 1997ல் தேர்தலில் தைரியமாக நின்ற குற்றத்திற்காக மதுரைக்கு அருகில் தலித் பஞ்சாயத்துத் தலைவரான முருகேசனும், அவரது உறவினர்கள் ஆறு பேரும் இதேபோல் சொல்லப்பட்டார்கள். அதே காலகட்டத்தில், மதுரை மாவட்டத்தின் கிராமங்களான பாப்பாபட்டியும், கீரிப்பட்டியும் தலித் தொகுதிகளாக அறிவிக்கப்பட்டபோது, அங்கு தேர்தலை நடக்கவிடாது தடுத்ததற்காக செய்திகளில் இடம் பெற்றன. மேலவளவில் முருகேசனும், அவரது ஆறு உறவினர்களும் கொல்லப்பட்டது ஒரு எச்சரிக்கையாக இருந்ததால், எந்த தலித்தும் வேட்புமனு தாக்கல் செய்யாமல் இருக்க, ஊர் கட்டுப்பாடு போதுமானதாக இருந்தது. அப்போது அக்கிராமத்தின் ஆதிக்க சக்திகளான தேவர்கள், 'ஒரு தீண்டத்தகாதவர் இந்தியாவிற்கு குடியரசுத் தலைவராக இருக்கலாம். ஆனால், எங்கள் கிராமங்களில் ஒரு தீண்டத்தகாத பிரசிடெண்ட்டை அனுமதிக்க மாட்டோம் என்று சொன்னார்களாம். இங்கு குறிப்பிடப்படுவது குடியரசுத் தலைவர் கே.ஆர்.நாராயணன் அவர்களை ஆகும்., தன்னார்வக் குழுக்கள், தலித் மற்றும் இடதுசாரி அமைப்புகளின் கடுமையான முயற்சிக்குப் பிறகு 2006இல் தான் பாப்பாபட்டியும், கீரிப்பட்டியும் ஒரு தலித் தலைவரை அனுமதித்தன.

இந்த சம்பவங்கள் அனைத்திலும், ஆதிக்கவாதிகளின் மிரட்டல்களும், துன்புறுத்தல்களும் இருந்தன. நிர்வாகம் பிடிவாதமாக அவற்றைக் கண்டுகொள்ளாமல் இருந்தது. ஐக்கையன் விஷயம் பஞ்சாயத்து ராஜ் எவ்வாறு உண்மையில் ஆதிக்க சாதிகளின் ஆட்சியாக இருக்கிறது என்பதற்கு அருமையான உதாரணம். ஐக்கையனுக்கு முன்பாக, தலைவர் பதவி பெண்களுக்கு ஒதுக்கீடு செய்யப்பட்டிருந்தது. அப்போது, கம்மா நாயுடு சமூகத்தைச் சேர்ந்த திருப்பதி ராஜா என்ற அதிகாரம் மிக்க நிலப்பிரபுவின்

மனைவி அவரது பதிலியாக பஞ்சாயத்துத் தலைவராக இருந்தார். அடுத்த முறை பதவி எஸ்சிகளுக்கு ஒதுக்கப்பட்டபோது, ஜக்கையன் தனக்கு விசுவாசமாக இருப்பார் என்று நினைத்து திருப்பதி ராஜா ஜக்கையன் தேர்தலுக்கு செலவு செய்தார். எனினும், ஜக்கையன் சுதந்திரமாக செயல்பட ஆரம்பித்ததும், ராஜாவின் ஆதிக்கத்தை எதிர்த்ததும், கொலை செய்யப்பட்டார்.

கிராமப்புற இந்தியாவில் அதிகாரம், ஆதிக்கம் ஆகியவை எந்தப் போக்கில் செல்கின்றன என்பதைக் கருதாமல், அதிகாரப் பரவலாக்கம் என்பது மிக எளிமையாக கிராமப்புற மேட்டுக்குடியினர் தமக்குக் கீழ் உள்ள சமூகங்களை ஆதிக்கம் செய்ய வழிவகுக்கிறது. ஹரியானா, ராஜஸ்தான் சட்டமன்றங்கள் போட்டது போன்ற சட்டங்கள் இடஒதுக்கீட்டின் நோக்கம் அதிகாரம் தருவதல்ல, அடையாளம் நிமித்தம் தரப்படுவதுதான் என்று அப்பட்டமாகக் காட்டுகின்றன. பஞ்சாயத்து ராஜ் பற்றி வந்துள்ள ஏராளமான

ஆய்வுகள் தலித், பெண்கள் ஆகியோரின் பங்கேற்பு பற்றி சம்பிரதாயமான விதிகள் பஞ்சாயத்து செயல்பாடுகளில் சிறிதளவும் தாக்கம் ஏற்படுத்தவில்லை என்பதைக் காட்டுகின்றன. ஒரு சில இயங்களில்தான் என்றாலும், இந்த அதிகார பரவலாக்கம் இந்த சமூகங்கள் உள்ளூர் அரசியல் நிறுவனங்களில் தமது இருப்பை உணரச் செய்ய உதவியுள்ளதற்கு ஆதாரங்கள் உள்ளன. விளிம்பு நிலையில் தள்ளப்பட்ட சமூகங்களுக்கு அதிகாரம் தந்து, பஞ்சாயத்துகள் ஜனநாயகமாக்கப்பட்டால், அவை சமூக மாற்றத்திற்கான தூதர்களாக செயல்பட முடியும் என்பதை இது காட்டுகிறது. இதில் அரசாங்கத்திற்கு திட்டவட்டமாக பங்கும், பொறுப்பும் உள்ளது. மற்ற அனைத்திற்குமிடையில் மாவட்ட ஆட்சியரும், காவல் கண்காணிப்பாளரும் எஸ்சி/எஸ்டி பெண்களது உரிமைகள் பறிக்கப்படும் சம்பவங்களுக்கு தனிப்பட்ட முறையில் பொறுப்பானவர்களாக ஆக்கப்பட வேண்டும். எனினும் தமிழ்நாட்டின் புதுக்கோட்டை மாவட்டத்தின் கருவடத்தெரு கிராமத்தின் தலித் பெண் தலைவரான ஏ.கலைமணி 2012 குடியரசு தினத்தன்று கொடி ஏற்றுவது கூட தடுக்கப்பட்டது போல் தலித் பஞ்சாயத்துத் தலைவர்கள் மீதான கொடுமைகள் தொடர்ந்து நடப்பது பல ஆண்டுகளுக்கு முன் அம்பேத்கர் கிராமங்கள் பிரதேசவாதம், அறியாமையின் சாக்கடை என்று கூறியது சரிதான் என்பதைக் காட்டுகின்றன. உயிருக்கு ஆபத்து என்ற மிரட்டலையும் மீறி, அடிபணிய மறுக்கும் பஞ்சாயத்துத் தலைவர்களுக்கு அரசாங்கத்தின் ஆதரவு கிடைப்பதில்லை. அவர்களால் தனிப்பட்ட முறையில்தான் எதிர்ப்பை காட்ட முடியும். அப்படித்தான் கிருஷ்ணவேணி 2007 சுதந்திரதினத்தன்று மூவர்ணக் கொடிக்கு பதிலாக கறுப்புக் கொடியை ஏற்றினார்.

அயோக்கியத்தனமும், அழுகல் மனப்பான்மையும்

அரசியல்வாதிகளுக்கு என்றும் பயனுள்ளதாக இருந்தாலும், இடஒதுக்கீடு என்ற கருத்து அதன் ஒப்புக் கொள்ளப்பட்ட நோக்கத்தைப் பொருத்தவரை பிரச்சனைக்குரியதாகத்தான் இருக்கிறது. எஸ்சி/எஸ்டி இடஒதுக்கீடு சமூக பாரபட்சத்தின் அடிப்படையில் உருவாக்கப்பட்டது என்பதால், இந்த பாரம்பட்சங்கள் நிலவும் வரை இடஒதுக்கீட்டை முற்றிலுமாக ரத்து செய்வது முடியாத காரியம். ஆனால் மிக வெளிப்படையான ஒரு குறையைச் சரி செய்ய நிச்சயமாக காரணம் உள்ளது. மிகவும் தட்டையாக அமல்படுத்தப்படும்போது, இட ஒதுக்கீடுகள் குறி வைக்கப்பட்ட மக்கள் தொகைக்குள் வசதியானவர்களின் நலன்களுக்கே உதவுகிறது. இதன் விளைவாக, இம்மக்கள் தொகையில் ஒரு சிறு பகுதி முன்னோடி, எஞ்சியவர்கள் பின்னால் விடப்படுகிறார்கள். எஸ்சி/எஸ்டிகளுக்கு இட ஒதுக்கீடு என்ற கருத்து உருவான காலத்தில் இந்த அம்சங்கள் முக்கியமானவைகளாக இல்லை. ஏனெனில் அப்போது வெளியில் தெரியும்படி வசதியானவர்கள் என்று அவர்களில் யாருமே கிடையாது. யாராவது ஒருவர் முன்னேறி வந்தால் அவர் மற்றவர்களுக்கு முன்னுதாரணமாக கருதப்பட்டார். அவர்கள் நலன்களை பிரதிநிதித்துவப் படுத்துவர் என்று கருதப்பட்டார். இப்போது, பலன் பெற்ற மூன்றாவது, ஏன் நான்காவது தலைமுறை கூட வந்துவிட்ட நேரத்தில், இந்த முறையின் கோளாறுகள் தெளிவாக வெளிப்படுகின்றன.

இடஒதுக்கீட்டில் சரி செய்ய முடியும் என்று கருதப்படும் ஜனநாயகம் பிரதிநிதித்துவத்தின் பல அம்சங்களை, பல ஆய்வாளர்களும் சுட்டிக் காட்டுவது போல, விகிதாச்சார பிரதிநிதித்துவம் என்ற தேர்தல் முறையின் மூலம் மேலும் சிறந்தமுறையில் செய்ய முடியும். இன்றைய களத்தை மதிப்பீடு செய்யும்போது, சுதந்திரத்திற்குப் பிறகான இந்தியாவில் அம்பேத்கர் போன்ற ஒருவரால் ஒருபோதும் ஒரு தேர்தலில் ஜெயிக்க முடியாது என்ற உண்மையை நாம் மனதில் கொள்ள வேண்டும். ஒரு சர்வரோக நிவாரணியாக இட ஒதுக்கீட்டில் உள்ள குறைபாடுகளைப் பற்றிய அறிவார்ந்த விவாதம் நடக்காமல், தாம் பின்தங்கிய வகுப்பினர் என்று கூறிக்கொண்டு பல்வேறு சமூகங்களும் இடஒதுக்கீட்டை தமக்கும் விரிவுபடுத்த வேண்டும் என்று கூச்சலிடுவதைத்தான் பார்க்கிறோம். ஆழமான குறைபாடுள்ள இட ஒதுக்கீட்டு முறையும், பாராளுமன்ற ஜனநாயகமும் சாதியுடன் உள்ளூரப் பொருந்திப் போகும் தன்மைதான் பல சமூகங்களும் இட ஒதுதுக்கீடு கேட்டு போட்டி போடும் நிலையை உருவாக்கியுள்ளது.

மராத்தாக்கள் பலமுறை கண்டதைப் போல, எவரும் அப்படி எளிதாக ஓபிசி அந்தஸ்தைப் பெற்றுவிட முடியாது என்பதை நீதித்துறை உறுதிப்படுத்தியுள்ளது. எனினும் மத்திய அரசாங்கத்தின் புதிய அரசியலமைப்பு (நூற்றியிருபத்தி மூன்றாவது திருத்தம்) மசோதா 2017ன்படி, பிற்பட்ட வகுப்பினருக்காக தேசிய ஆணையம் எஸ்சி மற்றும் எஸ்டிகளுக்கான ஆணையங்களின் (முறையே NCSC, NCST) அந்தஸ்துக்குச் சமமான அதே அரசியலமைப்பு அந்தஸ்தைப் பெறப் போகிறது. மேலும் முக்கியமாக, இம்மசோதா, ஓபிசி பட்டியலின் மாற்றங்கள் தொடர்பான இறுதி நடுவர் நாடாளுமன்றம் என்று கூறுகிறது. மராத்தாக்கள், பதிதார்கள், ஜாட்கள் போன்ற பணக்கார, மக்கள்தொகை அதிகமாக உள்ள சாதிகளின் கோரிக்கைகள் எழும்போது நாடாளுமன்றம் எந்தப் பக்கம் சாயும் என்பதை எளிதாக ஊகித்துவிடலாம். குஜ்ஜார்கள், ஜாட்கள், படேல்கள், மராத்தாக்கள், ஏன் சில சமயங்களில் பிராமணர்களின் சில பிரிவுகள்கூட இடஒதுக்கீடு கோரும்போது, அவை கட்சிகளின் தேர்தல் அறிக்கைகளால் ஊக்குவிக்கப்படுகின்றன அல்லவா? 'பின்தங்கிய' வகுப்பு என்பது புதியவர்களை சேர்க்கமுடியாத அளவிற்கு பெரியதாகப் போகும்போது, 'சிறப்பு', 'இதர' வகை பின்தங்கிய நிலைகள் வடிவமைக்கப்படுகின்றன. தற்சமயம் பதினோறு மாநிலங்களும், யூனியன் பிரதேசங்களும் ஒபிசிக்களை அரசுப் பணிகளில் சேர்க்க உட்பிரிவுகளை ஏற்படுத்தி இருக்கின்றன. தமிழ்நாடு, புதுச்சேரி, கர்நாடகா, ஆந்திரப் பிரதேசம், தெலுங்கானா, ஹரியானா, ஜார்கண்ட், பீஹார், மேற்கு வங்கம், மஹாராஷ்டிரா, ஜம்மு, காஷ்மீர் ஆகியவையே இவை. 1972லும் 1993லும் உச்சநீதி மன்றம் இருமுறை கட்டிக்காட்டிய ஆந்திரப் பிரதேசத்தின் ஒரு அம்சம்தான் பிற்பட்டோர் தேசிய ஆணையம் ஒபிசிக்களை A மிகப் பிற்பட்ட வகுப்புகள் (EBC) B அதிக பிற்பட்ட வகுப்புகள் MBC C-பிற்பட்ட வகுப்புகள் BC) என மூன்றாகப் பிரிக்கும் பரிந்துரையைத் தர உத்வேகம் அளித்தது. A பிரிவில் உள்ள EBC என்பதில் பழங்குடி வகுப்பினர் (aboriginal tribes) சீர்மரபினர் (Denotified tribes) நாடோடி மற்றும் அரை நாடோடி பழங்குடியினர் இடம்பெற்றனர். தொழில் சாதியினரான கருமான்கள், ஆசாரிகள், நெசவாளர்கள், தச்சர்கள் போன்றோர், B பிரிவிலும், வியாபார அல்லது விவசாய பின்னணி கொண்ட சாதிகள் C பிரிவிலும் ஒரு ஆர்வெலிய பாணியில் சொன்னால் இதர பிற்பட்ட வகுப்புகள் இடம் பெற்றனர். ஒரு படிநிலை சமுதாய அமைப்பில் சாதி தொடர்பான மனக் குறைகள், அவற்றை சரி செய்யும் முயற்சிகள் வருவதற்கான வாய்ப்புகளுக்கு முடிவே கிடையாது. அரசியலமைப்பு தடை செய்துள்ள சாதி ரீதியான திரட்டலுக்கான தூண்டுதலுக்கு, அரசியல் ரீதியாக பயன்தரக்கூடிய ஒரு மாற்றாக இடஒதுக்கீடு உள்ளது. அரசியல் கட்சிகள் அதை திறம்பட பயன்படுத்திக் கொள்கின்றன. தேசியக் கட்சிகளின்

மேலாதிக்கம் வீழ்ச்சியடைந்த நிலையில், வாக்காளர் குழுக்களை திரட்டுவதற்கும், மாநிலக் கட்சிகள் உருவாவதற்கும், கூட்டணி அரசியலின் தோற்றத்திற்கும் சாதி அடையாளங்கள் உதவுகின்றன. சாதிகளை ஈர்ப்பதற்கான ஒரு செயல்பாட்டு வழிமுறையாக இடஒதுக்கீடுகள் மாறிவிட்டன. இட ஒதுக்கீடுகளின் சமூக நீதிப் பாரம்பரியம் இந்தச் செயல்களுக்கு ஒரு முற்போக்குப் பூச்சைத் தருகின்றன.

இராஜஸ்தானில் விசேஷ பிற்பட்டோராக இட ஒதுக்கீடு கோரி ராஜஸ்தானின் குஜ்ஜார்கள் நடத்தும் போராட்டத்தில் வெளிப்படுவது போல இடஒதுக்கீடு பற்றி அரசியல்கட்சிகள் பக்திமயமாகப் பேசும் பேச்சுகளின் பின்னால் உள்ள அயோக்கியத்தனத்தையும், வெறுப்புமனப்பான்மை பற்றியும் இப்போது நாம் பார்ப்போம். இந்தியாவின் வடக்கு, வட மேற்கு ஜம்மு, காஷ்மீர் மற்றும் ஹிமாச்சலப் பிரதேசத்தில் இவர்கள் பட்டியலின பழங்குடியினராக அறிவிக்கப்பட்டுள்ளனர். இப்பகுதியின் மற்ற அனைத்து மாநிலங்களிலும் உத்திரப் பிரதேசம், ராஜஸ்தான், ஹரியானா, குஜராத் இவர்கள் ஒபிசியாக உள்ளனர். 1857ல் பிரிட்டிஷ் அரசாங்கம் இவர்களை குற்றப்பரம்பரையினராக அறிவித்தது. இவர்கள் 1924 குற்றப்பரம்பரைச் சட்டத்தின் கீழ் கொண்டு வரப்பட்டனர். 1949ல் வல்லபாய் படேலின் உள்துறை அமைச்சகம் இச்சட்டத்தை ரத்து செய்தது. 1952ல் இவர்கள் சீர்மரபினர் (Denotified) ஆனார்கள். 1981ல் ராஜஸ்தானில் இவர்கள் பட்டியலின பழங்குடி அந்தஸ்தைக் கோரினார்கள். அன்றைய காங்கிரஸ் அரசாங்கம் நியமித்த ஒரு கமிட்டி பழங்குடியினர் அந்தஸ்திற்காகச் சொல்லப்படும் அடிப்படைத் தகுதியைக் காரணம் காட்டி இக்கோரிக்கையை நிராகரித்தது. காரணம் மிகச் சிறிய எண்ணிக்கையிலான இச்சமூகத்தினர்தான் மலைகளில், பள்ளத்தாக்குகளில் வசித்தார்கள். பெரும்பாலானோர் பொதுமக்களிடமிருந்து விலகி தனியாக வாழ்ந்து வரவில்லை. 2003ல் இக்கோரிக்கை மீண்டும் எழுந்தது. 2006 டிசம்பரில் மெல்லிய எதிர்ப்புகளோடு திரும்பவும் வந்தது. 2007ன் கோடையில் ஒரு வன்முறை இயக்கமாக வடிவம் பெற்றது. அப்போது சில போலீஸ்காரர்கள் உட்பட 26 பேர் உயிரிழந்தனர்.

குஜ்ஜார் போராட்டம், தவிர்க்க முடியாத வகையில் மீனா என்ற சமூகத்தின் கோபத்தைத் தூண்டியது. மீனா என்பது ராஜஸ்தானின் ஒரு முக்கிய எஸ்டி சாதி. எஸ்டி இட ஒதுக்கீட்டில் பெரும் பங்கை அனுபவித்து வருவதால் மீனாக்கள் குஜ்ஜார்கள் தமக்குப் போட்டியாக வருவதை விரும்பவில்லை. 2007 டிசம்பரில் எஸ்டி அந்தஸ்திற்கான கோரிக்கை மீண்டும் நிராகரிக்கப்பட்டது. இம்முறை நீதியரசர் ஜஸ்ராஜ் சோப்ரா தலைமையிலான நான்குபேர் கொண்ட கமிட்டி இதை நிராகரித்தது. மாறாக இக்கமிட்டி, இச்சமூகத்திற்கு குறிப்பாக தொலைதூரங்களில் வசிப்போருக்கு

ஒரு சிறப்பு நல்வாழ்வுத் திட்டங்களைப் பரிந்தரைத்தது. அப்போதைய பாஜக அரசாங்கம் உடனடியாக ரூ.282 கோடிக்கு ஒரு சிறப்புத் திட்டத்தைத் தயாரித்தது. ஆனால் குஜ்ஜார் தலைமை அதை ஏற்கவில்லை. 2008 டிசம்பரில் புதிய காங்கிரஸ் அரசாங்கம் வந்தது. அது குஜ்ஜார்களுக்கு 5 சதவிகித சிறப்பு இட ஒதுக்கீட்டை ரத்து செய்தது. வன்முறை கலந்த எதிர்ப்பு, ஆட்சி மாற்றம், கோரிக்கைகளில் சற்று மாற்றம், போட்டியிடும் சாதிகளுக்கு இடையில் பகை, அரசிற்கும், கோரிக்கை வைத்தோருக்கும் இடையில் ஏற்படும் சமரசத்தை நீதிமன்றம் செல்லாததாக ஆக்குவது என்ற ஒரே கதைதான் திரும்பத் திரும்ப நடந்து வருகிறது. 2016 டிசம்பரில், சமீபத்தில் குஜ்ஜார் கோரிக்கைகளை ஏற்றுக் கொள்வதற்காக பாஜக மாநில அரசு, மற்ற நான்கு சாதிகளையும் சேர்த்து குஜ்ஜார்களுக்கு வேலை வாய்ப்புகளில் 5 சத இடஒதுக்கீடு தர முன்வந்த திட்டத்தை உயர்நீதிமன்றம் ரத்து செய்துவிட்டது. இந்த ஐந்து சாதிகளும் எஸ்பிசி என்று குறிப்பிடப்பட்டன. நீதிமன்றம் அதற்கு முந்தைய ஆண்டில் மாநில சட்டமன்றம் கொண்டு வந்த எஸ்பிசி இட ஒதுக்கீடு சட்டத்தை ரத்துசெய்தது. தன் பங்கிற்கு குஜ்ஜார் தலைமை அரசாங்கம் தனது சட்டத்தை தானே நாசம் செய்து விட்டது என்று குற்றச்சாட்டி, போராட்டத்தை மீண்டும் தொடரப் போவதாக அறிவித்தது.

ஒபிசிக்களாக குஜ்ஜார்கள் ராஜஸ்தானில் இட ஒதுக்கீட்டை அனுபவிக்கவே செய்கிறார்கள். பிறகு ஏன் தாங்கள் பட்டியலின பழங்குடியினராக அறிவிக்கப்பட வேண்டும் என்று கோருகிறார்கள்? இதற்கு மூன்று காரணங்கள் உள்ளன. முதலாவது, எஸ்டி பிரிவிற்கு 12 சத இடஒதுக்கீடு. இது குஜ்ஜார் மக்கள் தொகைக்கு தாராளமாகப் போதுமானதாக இருக்கும். மாறாக ஒபிசிக்கு உள்ள 27 சத இட ஒதுக்கீட்டிற்கு மாநிலத்தின் 52 சத மக்கள் தொகையும் வருவதால், போட்டி கடுமையாக இருக்கிறது. வசதியான குஜ்ஜார்களுக்கு ஒபிசியாக இருப்பதை விட எஸ்டியாக இருந்தால் கல்வி, வேலை வாய்ப்புகளில் எளிதாக இடம் கிடைத்துவிடும். ஒபிசியில் ஜாட்கள்தான் எல்லா சலுகைகளையும் அனுபவிக்கிறார்கள் என்று குஜ்ஜார்களின் குற்றச்சாட்டு, இரண்டாவது காரணம், குஜ்ஜார்கள் ஏற்கனவே இரண்டு மாநிலங்களில் எஸ்டியாக இருக்கிறார்கள். மூன்றாவது காரணம் இம்மாதிரி எஸ்டியாக சேர்த்துக் கொள்வதற்கு வாய்ப்பு உண்டு. மீனாக்கள் 1954ல் தான் இப்படி சேர்க்கப்பட்டு, இன்று மாநிலத்தில் சக்தி வாய்ந்த சாதியாக இருக்கிறார்கள். எஸ்சி அந்தஸ்து வாங்கினாலும் இதே சாதகங்கள் கிடைக்குமே, பிறகு ஏன் குஜ்ஜார்கள் அதைக் கேட்கவில்லை என்பது ஒரு முக்கியமான கேள்வி. இதன் விடை என்னவென்றால், மற்ற எந்த இட ஒதுக்கீட்டு பிரிவுகள் போலவும் இல்லாமல், எஸ்சி அந்தஸ்தோடு ஒரு சமூக ரீதியான களங்கம் சேர்ந்துள்ளது. எனவே, எவ்வளவு சாதகங்கள் கிடைக்கும் என்றாலும் எஸ்சி அல்லாத சாதிகள் அந்த அந்தஸ்தைக் கேட்பதில்லை.

உண்மையில், முதல்காலனியகாலத்து மக்கள்தொகைகணக்கெடுப்பின்போது கள் இறக்கும் ஈழவர்கள், தமிழ்நாட்டின் பின்னர் நாடார் என்று தம்மை குறிப்பிட்டுக்கொண்ட சாணார் போன்றவர்களைப் போல தீண்டாமைக்கு உட்பட்டிருந்த பல சாதிகளும், தாம் தமக்கும் கிழானவர்கள் என்று கருதும் சாதியினரோடு சேர்க்கப்படுவோம் என்று உணர்ந்ததும், தீண்டத்தகாதோர் மீண்டும் எஸ்சியாக குறிப்பிடப்பட விரும்பவில்லை. எஸ்டியாக இருப்பதற்கான அடிப்படைகளில் இப்பிரச்சினைகள் இல்லை. எனவே, குஜ்ஜார்கள் எஸ்சி அந்தஸ்து கேட்காமல் எஸ்டி அந்தஸ்து கேட்டார்கள்.

இடஒதுக்கீட்டு மைய அரசியல் பின்வரும் மூன்று முக்கிய அச்சுக்களைச் சுற்றிச் சுழல்வதை நாம் பார்க்கிறோம். ஒன்று தலித் கிறிஸ்துவர்கள், பஸ்மாந்தா முஸ்லிம் போன்ற சில குறிப்பிட்ட சமூகங்களுக்கு இடஒதுக்கீடு கேட்பது. இரண்டு, சில சாதிகள் இடஒதுக்கீட்டுப் பிரிவுகளில் சேர்க்க வேண்டும் என்று கோருவதை ஆதரிப்பது. இடஒதுக்கீட்டு கோட்டாவிற்குள் சில குறிப்பிட்ட உட்பிரிவுகள் உள் ஒதுக்கீடு கோரும் கோரிக்கைகளை ஆதரித்தல், மூன்றாவது வகை. இவை அனைத்துமே தவிர்க்க முடியாதபடி சாதிகளுக்குள் மோதல்களை உருவாக்குகின்றன. அவற்றை அரசியல் கட்சிகள் தமக்கு சாதகமாகப் பயன்படுத்திக் கொள்கின்றன.

1936லும் 1950லும் எஸ்சி, எஸ்டிக்கான அடிப்படை பட்டியல்கள் தயாரிக்கப்பட்டபிறகு, பின்னர் அவற்றில் பல சாதிகள் சேர்த்துக் கொள்ளப்பட்டன. (உதாணரத்திற்கு 2014, ஹரியானாவிலிருந்து மட்டும் அஹரியா, அஹேரி, ஹெரி, நாயக், தோரி, டூரி, ஹரி, ராய்சீக்கியர், பஞ்சாரா, தோபி, தோபிரஜாக் ஆகிய சாதிகளை எஸ்சி பட்டியலில் சேர்க்க பரிந்துரைகள் வந்தன. என்றாலும் அனைத்தும் சேகர்ப்படவில்லை. ஒவ்வொரு மாநிலமும் இப்படிப் பரிந்தரைகளை அனுப்பும்.ஆனால் 341 பிரிவின் இரண்டாவது உட்பிரிவின்படி, எஸ்சி சாதிப் பட்டியலில் திருத்தத்தை ஒரு நாடாளுமன்ற சட்டம் மூலமாகத்தான் செய்ய முடியும். குஜ்ஜார்களின் கேரிக்கைகளை வெளிப்படையாக எதிர்க்க போராட்டத்திற்கு வந்த மீனாக்களே, மறுசிந்தனையில் இவ்வாறு சேர்க்கப்பட்டதற்கு நல்ல உதாரணம். இராஜஸ்தானில் அவர்கள் மக்கள்தொகையில் 10 சதமாக இருக்கிறார்கள். எஸ்டி இடஒதுக்கீட்டை கிட்டத்தட்ட ஏகபோகமாக அனுபவிக்கிறார்கள். ஆனால், மக்கள் தொகையில் 7.5 சதம் உள்ள குஜ்ஜார்கள் கூட்டணி காலக்கட்டத்தில் முக்கியமானவர்களாக ஆகிவிட்டார்கள். இதனால்தான் மாநிலத்தின் இரு பிரதான அரசியல் கட்சிகளும் அவர்களது கோரிக்கைகளுக்கு பரிவோடு செவிசாய்த்தன. பின்னர் வந்த மாநில அரசாங்கங்கள் அதை நிறைவேற்றவும் முயன்றன. சற்று தாமதமாக, சமாஜ்வாதி கட்சி கூட குஜ்ஜார்களுக்குத் தன் ஆதரவைத் தெரிவித்தது.

ஒரு சாதியின் அரசியல் கற்பனைகளின் அடிப்படையில் முன்னேற்றத்தில் ஒரு வழிமுறையாக இட ஒதுக்கீட்டிற்கு உள்ள மோசமான பிடிமானத்தை குஜ்ஜார் போராட்டம் காட்டுகிறது. எந்த சாதியும் இப்படி கோரிக்கை வைக்கலாம். மற்ற சாதிகளோடு போட்டி போடலாம். மற்ற சாதிகள் அதிகமாகப் பெறுவதைப் பார்த்து வன்மம் கொள்ளலாம். இப்படியாக இது சென்று கொண்டிருக்கிறது. இட ஒதுக்கீட்டின் பலன்களில் அனேகமானவை பொருளாதாரக் கொள்கைகள் காரணமாகக் குறைந்து வரும் நிலையில் மக்கள் தங்கள் சமூக பொருளாதார பின்தங்கிய நிலைக்கு சர்வரோக நிவாரணத்தன்மை கொண்டதாக சாதி அடிப்படையிலான இட ஒதுக்கீட்டை நம்புகிறார்கள். பிடிவாதமாக இட ஒதுக்கீடு கோருவதும், அதே சமயம் அந்தக் கோட்பாட்டின் நுட்பமான, அமைப்பு ரீதியாக சிதைவும், மக்களை அதன் பலன்கள் குறைந்து கொண்டே செல்வதை உணர முடியாதவர்களாக ஆக்குகிறது.

புதிதாய் சிந்தித்தல்

இந்த மேற்செல்ல முடியாத நிலையிலிருந்து மீள வழி உள்ளதா? 2009 ஆகஸ்ட் 1ம் தேதி பிரகாஷ் அம்பேத்கர் மும்பையில் நிகழ முடியாத விஷயமான இடஒதுக்கீட்டிற்குள் இட ஒதுக்கீடு பற்றி வித்வத்சமா (அறிஞர்கள் சபை) மூலமாக ஒரு கருத்தரங்கை நடத்தினார். அது, எல்லா மாநிலங்களிலுமே ஒரு குறிப்பிட்ட உட்பிரிவால் தன் எண்ணிகைக்குப் பொருத்தமின்றி மிக அதிக அளவில் பயன்படுத்திக் கொள்ளப்படும் எஸ்சிகளுக்கான இடஒதுக்கீட்டை, அனைத்து பிரிவுகளுக்கும் சமமான அளவில் கிடைப்பது போன்று பிரிக்க வேண்டும் என்று கோரியது. 1990களின் மத்தியில் ஆந்திராவில் உருவான மாலா மாதிகாக்களுக்கு இடையிலான உள் ஒதுக்கீட்டு விவாதம், சுக்லாவின் 2015 பொதுநல வழக்கு ஆகியவற்றின் எதிரொலி போல் இது இருந்தது. இதற்கான வாய்ப்புகளை நீதிமன்றங்கள் அடைந்த பிறகு இதே மாதிரியான வாதங்கள் மஹாராஷ்டிராவில் எழுந்தது வியப்புதான். மேலும் இப்படியொரு கருத்தரங்கை நடத்துவதற்கான தூண்டுதலாக, அதற்கு சமீப காலத்தில் எந்த நிகழ்வும் நடக்கவுமில்லை. ஆனாலும் அது ஆயிரத்திற்கும் மேற்பட்ட மக்களை ஈர்த்தது. இவ்விஷயமாக சட்டம் என்ன சொன்னாலும், பிரச்சனை இன்னும் உயிரோடு இருப்பதைக் காட்டியது.

எஸ்சிக்கள் படிப்படியாக பொது நீரோட்டத்தில் சேர்த்துக் கொள்ளப்பட்டு விடுவார்கள். அதனால் இட ஒதுக்கீட்டிற்கே அவசியமில்லாமல் போய்விடும் என்று கற்பனை செய்யப்பட்டது. அல்லது அப்படி நாம் நம்பவைக்கப்பட்டோம். இடஒதுக்கீட்டிற்கும் பின்னால் உள்ள அனுமானம், எதிர்பார்க்கப்படும் அதன் விளைவு இரண்டுமே யதார்த்தத்திற்கும் புறம்பானவை. பொய்யானவை.

இக்கொள்கை ஆரம்பத்தில் அமலாக்கப்பட்டபோது, தீண்டத்தகாதோரில் (எஸ்சிக்கள் அப்போது அப்படித்தான் குறிப்பிடப்பட்டார்கள்) பெரிய வேறுபாடுகள் இல்லை. எனவே, அவர்களில் குறிப்பிட்டசிலரது முன்னேற்றத்தின் மூலம் அவர்களுக்கு பிரதிநிதித்துவம் தரப்பட்டது என்று இடஒதுக்கீட்டிற்கு ஆதரவாக வாதிடலாம். எனினும் இதற்காக சில விலை தரவேண்டியதாக உள்ளது. இடஒதுக்கீட்டிற்கு சாதிதான் அடிப்படை என்பதால், தனிப்பட்ட சாதி உணர்வு அப்படியே நீடிக்கும். புதிய நிர்வாக அடையாளமான எஸ்சி என்பதால் அதை அழிக்க முடியாது. இந்த சாதிகளை எஸ்சி என்ற அரை வர்க்கமாக, செயல்படும் ஒரு ஒற்றுமையை உருவாக்க தனிப்பட்ட சாதி உணர்வை குறைக்க வேண்டும். அது முடியாத காரியமல்ல. ஆனால் அதை நோக்கி உழைக்க வேண்டும். காலனியத்திற்கு முந்தைய, பிந்தைய பத்தாண்டுகளில் இது போன்றதொரு ஒற்றுமை முதலாளித்துவ வளர்ச்சி மூலமாக உயர்சாதியினரிடையே தோன்றியிருக்கிறது. பின்னர் இதே போன்ற ஒற்றுமை மேல்தட்டு சூத்திர, சாதிகளிலும் நிகழ்ந்தது. இவ்விஷயத்தில் முன்முயற்சி ஒப்பீட்டளவில் முன்னேறிய சாதிகளால்தான் ஒவ்வொரு முறையும் எடுக்கப்பட்டது. இவை பாரம்பரியமாக உயர் சாதிகள். அதிக மக்கள் தொகை கொண்ட சூத்திர சாதிகள் வலுவான அரசியல் சக்தியாக ஒருங்கிணைந்தது. நாட்டின் சமூக அரசியல் சூழலையே மொத்தமாக மாற்றிவிட்டது. பிற்பட்ட வகுப்புகளாக முத்திரை குத்தப்பட்ட சாதிகள்தான் கிராமப்புற, அரை நகர்ப்புற இந்தியாவின் சமூகக் கட்டுப்பாட்டை தன்னிடம் வைத்துக் கொண்டிருப்பதும், அரசியலில் ஆதிக்கம் செலுத்துவதும், நாட்டின் பொருளாதாரத்தில் ஒரு கணிசமான பங்கு வகிப்பதும்தான் பெரிய முரண். இந்த மாற்றங்களால், இன்று இவர்களுக்கும், உயர் சாதிகளுக்கும் இடையிலான சம்பிரதாயமான வேறுபாடுகள் காணாமல் போய்விட்டன. இந்த இயங்கியல் சாதி என்பதை தலித், தலித் அல்லாதோர் என்பதாகக் குறைத்துவிட்டது. பிசி/ஓபிசியில் உள்ள பல சாதிகளும் தலித், ஆதிவாசிகள் போன்று பின்தங்கிய நிலையில் இருந்தாலும், சாதி அவர்களை தம் சாதியின் சக்திவாய்ந்த மனிதர்களோடு பிணைக்கிறது. அவர்களை தம்மை தலித், ஆதிவாசிகளோடு அடையாளம் காணவிடாமல் தடுக்கிறது.

எஸ்சிகளுக்கிடையே, அம்பேத்கரிய தலித் இயக்கத்தில் முன்னணியில் நிற்கும் சாதிகள் இப்படிப்பட்ட ஒற்றுமையைக் கட்டும் பணியில் ஈடுபடவேண்டும் என்று எதிர்பார்க்கப்படுகிறது. பெயர் குறிப்பிட்டுக் சொல்வதென்றால், மஹாராஷ்டிராவில் மஹர்கள், ஆந்திரப் பிதேசத்தில் மாலாக்கள், உத்தரப்பிரதேசத்தில் ஜாதவ்கள், தமிழ்நாட்டில் பள்ளர்கள், கர்நாடகாவில் ஹாரியாக்கள் ஆகியோரைச் செல்லலாம். இவர்கள் இந்தப் பணியைச் செய்ய முடியாதவர்களாக இருப்பதுதான் சோகம். மாறாக,

இவர்கள் பட்டியலில் உள்ள மற்ற சாதிகளை விட தாம் உயந்தவர்கள் என்ற உணர்வைத்தான் காட்டுகிறார்கள். 1990களில் ஆந்திராவில் உள்ள ஒதுக்கீடு கேட்ட மாதிரியாக்களின் கோரிக்கைகளுக்கு மாலாக்கள் வைத்த எதிர்வாதத்தை இங்கு சுட்டிக்காட்டுவது சரியாக இருக்கும். தம்முள் ஐம்பத்தியிரண்டு உட்பிரிவுகளைக் கொண்ட மாதிகாக்கள் தம்மைப் பார்த்து பொறாமைப்படக் கூடாது என்றும், மாதிகாக்கள் வெறுமனே சாப்பிட்டு, தூங்கி, ஊர் சுற்றிப் பொழுதைக் கழித்தபோது, தமது சாதியினர் கடுமையாக உழைத்து முன்னேறினர் என்று மாலாதலைமை கூறியது. பாதிக்கப்பட்டோரே மிக எளிமையாக தமது பாதிப்புகளை மறந்துவிடுவது, வாய்ப்பு கொள்வதும் தான் சாதி முறையின் குறிப்பிட்ட பண்பு. அவர்கள் சொல்வது இடஒதுக்கீட்டுக்கு எதிரானவர்கள் சொல்லும் வாதம் என்பதை மறந்து விட்டார்கள். ஆதிக்க சாதிகள் எப்போதுமே தங்களது வசதிகள் தங்களது முற்பிறவியில் பெற்ற தகுதியால், அல்லது இப்போது சொல்லப்படுவது போல், தங்கள் கடும் உழைப்பு, செயல்திறம், திறமை போன்றவற்றால் அமையப்பட்டவை என்றே நியாயப்படுத்துகின்றன. வேறுபட்ட சலுகைகள் கொண்ட ஒரு சமூக அமைப்பில் தனிப்பட்ட 'திறமையை விட', 'பிறப்பு' எனும் விபத்து அதிக முக்கியமானது என்பது மிகவும் நன்றாக மறைக்கப்பட்டிருப்பதால், அதனால் பாதிக்கப்பட்டவர்களே அதை கவனிப்பதில்லை. இது உயர்சாதிகளுக்கு மட்டும் உரித்தானதல்ல. எஸ்ஸிக்களுக்கு நடுவிலும் செயல்படுகிறது. மும்பையில் வாழும் ஒரு மஹர் ஐஏஎஸ் அதிகாரியின் பையனுக்கு நிச்சயம் வாய்ப்புகள் அதிகம்தான். அதே சமயம் காட்சிரோலி மாவட்டத்தின் ஒரு குக்கிராமத்தில் வாழும் நிலமற்ற மஹர் தொழிலாளியின் மகனுக்கு வாய்ப்புகள் குறைவுதான். இரண்டுமே பிறப்பின் விபத்துக்கள்.

அசமத்துவத்திற்கு எந்த சாதி அடிப்படையிலான தீர்வும் இருக்க முடியாது. ஒரு நடைமுறைப்படுத்த முடிந்த தீர்வைக் கண்டுபிடிக்க ஒருவர் விரும்பினால், அது சாதிக்கு அப்பாற்பட்டதாகத்தான் இருக்க முடியும். வித்வத்சபா, ஒரு தனி குடும்பத்தை அடிப்படையாகக் கொண்டு, இப்படிப்பட்ட ஒரு தீர்வை முன்வைத்தது. அது இட ஒதுக்கீட்டை அனுபவித்தவர்கள், அதனால் இதுவரை பலன்பெறாதவர்கள் என்று ஒட்டுமொத்த தலித் மக்கள்தொகையும் இரண்டாகப் பிரிக்கப்பட்ட வேண்டும் என்றது. இதுவரை பலன் அனுபவிக்காத குடும்பங்களுக்கு இடஒதுக்கீட்டில் முன்னுரிமை தர வேண்டும் என்றது. ஏற்கனவே, அந்த சலுகையை அனுபவித்த குடும்பங்கள், இதுவரை அனுபவிக்காதவர்கள் சலுகை பெற்ற பிறகே, பெறமுடியும். அதாவது, ஏதேனும் இடங்கள் எஞ்சியிருந்தால் மட்டும்.

இத்தீர்வின் எளிமை ஒருபுறமிருக்க, இதன் மிகப் பெரிய சாதகம் என்னவென்றால் இது பலன்களைப் பெறும் பிரச்சினையை சாதி முத்திரையைத் தாண்டி அணுகுகிறது. எஸ்சிகளுக்குள் உள்ள பல்வேற சாதிகளுக்கு மட்டுமின்றி, ஒரு சாதிக்குள்ளும் நிலவும் பலன்களின் அசமத்துவமான பகிர்விற்குத் தீர்வு தருகிறது. இடஒதுக்கீட்டின் பல்வேறு மட்டங்களை வைத்து (வேலையின் பிரிவு, கல்வியின் மட்டம்) இத்தீர்வை மேலும் செழுமைப்படுத்தவும் முடியும். இது சாதியைக் கடந்தது என்பதாலும், அனைவருக்கும் ஒரு நியாயமான பகிர்வை வழங்குகிறது என்பதாலும் எல்லா சாதியினரிலும் பெரும்பான்மையோரின் ஆதரவை இத்தீர்வு எளிதாகப் பெற்றுவிடலாம். சுக்லாவின் பொதுநல வழக்கின்போது ஏற்பட்டதுபோல, அரசியமைப்பிற்கு இத்தீர்வோடு முரண்பாடு எதுவும் வராது. இது அரசியலமைப்பு ரீதியான இட ஒதுக்கீட்டோடு முரண்படாது. இதன் பலன்கள் அனைவருக்கும் கிடைப்பதை உறுதி செய்கிறது. மிக முக்கியமாக, அது தலித்துகளின் அத்தனை உட்பிரிவுகளும் ஒரு வர்க்கமாக ஒன்று சேர வழிவகுக்கும்.

இத்தீர்வை இட ஒதுக்கீட்டை கொண்டு வந்த காலத்திலேயே அமலாக்கி இருக்கலாம். முன்பே கூறியது போல, முழு திட்டமும் தவறாகவே உருவாக்கப்பட்டு கற்பனையின்றி செயல்படுத்தப்பட்டு, அது இன்றைய சிக்கலில் வந்து நிற்கிறது. இது வேண்டுமென்றே செய்யப்பட்டதாகக் கூட இருக்கலாம். ஏனெனில் எவ்வாறு இடஒதுக்கீடுகளும், அவை உருவாக்கிய அனைத்து மைய விலக்கு சாதி கொந்தளிப்புகளும் தலித்துகளுக்குப் பலன் தராமல் ஆளும் வர்க்கங்களுக்குப் பலன் தந்தன என்பதை ஆவணங்கள் காட்டுகின்றன. பரந்த சமூகத்தின் இயலாமைகளினால், அசாதாரண சூழலுக்குத் தள்ளப்பட்டவர்களுக்கான அசாதாரணக் கொள்கையாக இடஒதுக்கீடு அமலாக்கப்பட்டு, அதோடு சாதியை ஒழிக்கும் உத்வேகமும், இடஒதுக்கீட்டில் பயன் பெறுவது சாதியல்ல. குடும்பம் என்ற கருத்தும் இணைந்திருந்தால், இப்போது கூறிய அடையாளங்கள் ஓரளவிற்கு அழிந்துபோயிருக்கக் கூடும். மாறாக, தந்திரத்திற்குப் பிறகான அரசியல் சாதிகளும், இடஒதுக்கீடுகளும் நிரந்தரமானவை என்று நம்மை நினைக்க வைத்துவிட்டது. நவீன தாராளமய சீர்திருத்தங்களால் இடஒதுக்கீட்டிற்கான அடித்தளம் சுருங்கி வரும்போது, இட ஒதுக்கீடு பற்றிய கூச்சல் அதிகமாகி இருப்பதும், அதைப் பற்றி பகுத்தறிவோடு யோசிப்பது கடினமாகிவிட்டதும் சோகமான முரண். இடஒதுக்கீட்டால் அடைந்த பலன் எவ்வளவு, அதற்காக அவர்கள் தந்த விலை என்ன என்பதைப் பற்றிய விஷயத்தில் யாருக்குமே தேர்தல் ஆதாயம் இல்லை. இன்று பொதுத்துறைகள் கூட இட ஒதுக்கீட்டு கட்டுப்பாடுகளைத் தவிர்க்க ஒப்பந்த முறை, வெளிநபர்களிடம்

வேலைகளை ஒப்படைப்பது *(Business Process Outsourcing)* ஆகியவற்றைச் செய்கின்றன. இன்று நடந்து வரும் பொதுத்துறை தனியார் மயம் இந்நடவடிக்கையை விரைவுபடுத்தும். தனியார் துறைகளில் இடஒதுக்கீடு வேண்டும் என்று கோரும் இட ஒதுக்கீட்டு ஆதரவாளர்கள் அதற்கான சரியான தீர்வுகளை வைப்பதில்லை. எதிர்பார்ப்புகளை வைத்து விளையாடுவதுதான் அவர்களது திட்டம். தங்களது அரசியல் பாரம்பரியமான இந்த செயலற்ற தன்மையை வருங்காலத்தின் இளம் தலித் சமூகம் களைந்து, ஆளும் வர்க்கத்தின் இந்த வெறுப்பு விளையாட்டிற்கு முடிவுகட்ட புதிதாய் சிந்திக்கும் திறன் வாய்ந்ததாக இருக்கும் என்று நம்புவோம்.

2

சாதி, வர்க்கம் இடையிலான முரணியக்கம்

சாதி என்பது ஒரு மூடுண்ட வர்க்கம்

வர்க்கம் என்பது இயந்திரத்தின் ஏதோ ஒரு பாகமல்ல, மாறாக, இயந்திரத்தை இயக்கியதும், அது இயங்கும் விதமாகும்.

- ஈ.பி.தாம்சன், "Peculiarities of the English" - 1965

இந்தியாவைச் சூழ்ந்துள்ள முரண்பாடுகளின் சுழலில், சாதி, வர்க்கம் போன்று வேறு எந்த சொற்களின் ஜோடியும், இந்நாட்டின் எதிர்காலத்திற்கும், அரசியலுக்கும் துயரம் தருவதாக இல்லை. இந்த இரு சொற்களும் நாட்டின் உழைக்கும் வர்க்க இயக்கத்தை இரு முகாம்களாகப் பிரித்துள்ளன. இவை ஒவ்வொன்றும் தமது முன்னோடிகளின் கொள்கைப் பிடிவாதங்களால் செலுத்தப்பட்டு, மாறுபட்ட பாதைகளில் சென்று, இருபாதைகளுமே விளிம்பு நிலைக்குத் தள்ளப்படுவதற்கு இட்டுச் சென்றுள்ளன. கருத்தியல் ரீதியாக வர்க்கமும், சாதியும் மாறுபட்டவை என்றாலும், ஒரு ஒன்றுபட்ட விடுதலைக்கான போராட்டத்தைச் கட்டுவதற்கு இவை இரண்டிற்குமுள் ஒற்றுமை போதுமானது. இந்த வாய்ப்பை இந்த இயக்கங்கள் உணரத் தவறிவிட்டன. இதற்கான விலையும் தரப்பட்டுவிட்டது. இன்று இரண்டுமே கிட்டத்தட்ட பொருத்தமற்றவைகளாக சுருங்கிவிட்டன. பெரும்பாலும் ஆளும் வரக்கங்களால் வளர்க்கப்பட்ட சாதி இயக்கங்கள் ஒரு மறுபரிசீலனைப் பார்வைக்கான தேவையை ஏற்க மறுக்கின்றன. வர்க்க (இடதுசாரி) இயக்கம் தனிமைப்படுத்தப்பட்டு அழிவின் ஆபத்தோடு இருக்கிறது. மாறாக கிராமப்புறப் பகுதிகளில், 1960களின் பிற்பகுதியில் ஏற்பட்ட நக்ஸல் எழுச்சியிலிருந்து, இடதுசாரிகள் தமது தத்துவத்தை, நடைமுறையை மாற்றிக் கொண்டு, கணிசமான எண்ணிக்கையில் தலித்துகளை ஈர்த்துள்ளது. இந்த சவாலை எதிர்கொள்வதற்கு தன்னிடம் உள்ள தத்துவார்த்த, தார்மீகக் குறைபாட்டை அதனால் முழுமையாக சரிசெய்ய முடியவில்லை.

இந்த எதிரும்புதிருமான நிலை (Dichotomisation) எனக்கு எப்போதுமே வெறுப்பூட்டுவதாக இருப்பதை நான் முதலிலேயே கூறிவிடுகிறேன். உலகம் முழுவதிலுமுள்ள சமூகங்கள் வர்க்க வேற்றுமையை எதிர்த்துப் போராடி வரும்போது, தனது சாதி அமைப்பைக் கொண்டுள்ள இந்தியா மட்டும் ஏன் அந்த கோட்பாட்டு சட்டகத்திலிருந்து விதிவிலக்காக இருக்க வேண்டும்? அம்பேத்கர் சரியாகப் புரிந்து கொண்டதுபோல், இந்தியாவில் சாதிகள் ஏதோ ஒரு வழியில் வர்க்கத்தின் ஒரு வடிவமாகவே இருக்க

வேண்டும். வர்க்கங்களை சாதிகள் உட்பொதிந்தவையாகப் பார்க்கலாம். எனினும் இந்தப் போலியான இருமைமுறை மலட்டுக்கோட்பாடுகளையும், அறிவுரைகளையும் உருவாக்கியுள்ளது. மார்க்ஸை வர்க்கத்துடனும், அம்பேத்கரை சாதியுடனும் வகைப்படுத்துவதை அறிவார்ந்த செயல்பாடு இல்லை என்றே எனக்குத் தோன்றுகிறது. மார்க்சிஸ்டுகள், அம்பேத்கரிஸ்டுகள் எனப்படும் இரு தரப்பினருமே, தங்களது இயக்கங்கள் ஒன்றிலிருந்து ஒன்று விலகிச் செல்வதற்கும், தங்களது சொந்த அழிவிற்கும் ஏராளமான வேலையைச் செய்துள்ளனர்.

சாதி மற்றும் வர்க்கப் போராட்டத்தின் எதிரும்புதிருமான நிலை ஆரம்பகால கம்யூனிஸ்டுகளின் பிராமணியப் பார்வை, மற்றும் ஏதோ புனிதமான மந்திரம் போல் மார்க்சிய உருவகமான அடித்தளம், மேற்கட்டுமானம் என்பதன் மீது அவர்களுக்கு இருந்த பிடிவாதமான நம்பிக்கை ஆகியவற்றிலிருந்து தோன்றியதாக இருக்கலாம். இதனால் ஒரு புரட்சியையே விலையாகத் தர நேர்ந்தது என்பதை அவர்கள் இப்போதுவரை உணரவில்லை. தன்பங்கிற்கு, சாதி எதிர்ப்பு இயக்கத்தின் முன்னோடியான அம்பேத்கர் வர்க்க, சாதி போராட்டங்கள் இணைக்கப்பட வேண்டும் என்ற மும்பை வீதிகளில் போராடினார். கம்யூனிஸ்ட் மற்றும் தலித் இயக்கங்களுக்கு சந்திக்கும் புள்ளிகள் இருந்தன. தமது பாதைகளை சரி செய்துகொள்ள போதுமான வாய்ப்புகளும் இருந்தன. அவ்வாறு அவர்கள் செய்திருந்தால், அவர்கள் வரலாற்றின் போக்கை மாற்றியிருப்பார்கள். எனினும் அவர்கள் இந்த வாய்ப்புகளை தவறவிட்டார்கள். நாம் தமது சக்தியனைத்தையும் இந்த தவறான சாதி, வர்க்க எதிரும்புதிருமான நிலை குறித்த பயனற்ற விவாதத்தில் செலவழிக்கும் நிலைக்குத் தள்ளப்பட்டிருக்கிறோம்.

பொருளாதார அடித்தளமான வர்க்கம் மார்க்சிய சித்தாந்தத்தின், சமூகக் கட்டுமானம் மற்றும் அதன் புரிதல் ஆகியவற்றின்பொருள் முதல்வாத அடிப்படைக்கு மிகவும் மையமானது என்பது உண்மைதான். அதேபோல, சாதிகள் அம்பேத்கருக்கு மையமாக இருந்தன. அவர்கள் அதை இந்துமதத்திலிருந்து உருவானது என்று பெரும்பாலும் மத தத்துவ அடிப்படைகளில் பார்த்தார்கள். இந்த மேலோட்டமான நிலைபாட்டைத் தாண்டி, மார்க்சிஸ்டுகளும், அம்பேத்காரிஸ்டுகளும் முறையே உழைப்பாளர்கள், தலித்துகளின் முன்னேற்றத்திற்குப் பாடுபட்டார்கள் என்று அளவில், இந்த வேறுபாடுகள் தோன்றுவதற்கான காரணங்கள் என்ன, போராட்டத்தின் எதிர்காலப்போக்கில் அதன் பாதிப்பு என்ன என்பதை நாம் புரிந்து கொள்ள வேண்டும். எல்லா வரலாறுகளுமே வர்க்கப் போராட்டத்தின் வரலாறுகள் தான் என்ற மார்க்ஸ், ஏங்கெல்ஸின் கருத்துக்கு, தன் சாதிகளோடு இந்திய சமூகம் மட்டும் எப்படி ஒரேயொரு விதிவிலக்காக மாறியது?

சாதி பற்றிய தொல்பொருளாய்வு

எல்லா பண்டைய சமூகங்களும் படிநிலை சமூக அமைப்பைக் கொண்டிருந்தன. சில இந்தியாவின் நால்வருண அமைப்பை மிகவும் ஒத்திருந்தன. ஆனாலும் எந்தவொரு சமூகமும், இந்திய சாதியமைப்பின் ஆழமான, சிக்கலான இயங்கியலைக் கொண்டிருக்கவில்லை. வரலாற்று ரீதியாக ஜப்பானில் புராகூமின், நைஜீரியாவின் ஓசு, காலனியத்திற்கு முந்தைய கொரியாவின் பேக்ஜியாஜ், பிரான்சின் காகோட் போன்று, உலகின் பல பாகங்களிலும் தீண்டத்தகாதோரை ஒத்த சமூகக் குழுக்கள் இருந்திருக்கின்றன. ஆனால் இங்கிருந்தது போல் ஒரு பெரிய நிலப்பரப்பு முழுவதும் பரவியிருக்கவில்லை. தனது மத ஒப்புதலோடு இந்திய சாதி முறை இருப்பதுபோல் நீண்டகாலத்திற்கும் நிலவவில்லை. நிறைய மாறியிருந்தாலும், தீண்டாமையும், தீண்டத்தகாதோர் இருந்ததும் நிரந்தரமாக மாறாமல் இருந்தது என்று அம்பேத்கர் குறிப்பிடுகிறார்.

'இந்து மதம் பல விஷயங்களை உள்வாங்கும் என்பது உண்மைதான். மாட்டிறைச்சி சாப்பிட்ட இந்துமதம் (அல்லது சரியாகச் சொன்னால் இந்துமதத்தின் பண்டைய பெயரான பிராமணமதம்) பௌத்தத்தின் அஹிம்சைக் கொள்கையை உள்வாங்கி சைவ உணவு மதமாக மாறியது. ஆனால், தீண்டத்தகாதோரை ஏற்பது அல்லது தீண்டாமை என்ற தடையை நீக்குவது என்ற ஒன்றை மட்டும் இந்துமதத்தால் ஒருபோதும் செய்ய முடியவில்லை. *(BAWS 9,195)*

சாதி உருவானது, அவற்றின் வரையறை பற்றி ஏராளமான கோட்பாடுகள் உள்ளன. கண்பார்வையற்ற ஆறு பேர் யானையை வர்ணித்ததுபோல, ஒவ்வொன்றிலும் சிறிது உண்மை இருக்கும். ஆனாலும் சிக்கலான முழுமையை அவற்றால் தர முடியாது. தமது புனித நூல்கள், மந்திரங்கள் மூலம் ஒரு சிறுபான்மையான பிராமணர்கள் தங்கள் அதிகாரத்தை நிலைநாட்டினார்கள் என்பது நம்புவதற்கு கடினமாக இருந்தாலும், இந்த தத்துவத்திற்கு எதிராக வந்த பல சவால்கள் ஆளும் வர்க்க மதமாக மாறிய பௌத்தம் உள்ளிட்டு சாதி அமைப்பின் திட்டங்களில் சிறு கீறலைக் கூட ஏற்படுத்த முடியவில்லை. வடக்குப் புற எல்லையிலிருந்து தொடர்ந்து படையெடுப்பாளர்கள் வந்து, அவர்கள் இங்கு குடியேறியதை எளிதாக உள்வாங்கிக் கொண்டு சாதி தொடர்ந்து நீடித்திருக்கிறது என்பது இங்கு நாம் முக்கியமாக கவனிக்க வேண்டிய விஷயம். மத்திய காலகட்டத்தில் இஸ்லாமிய ஆட்சி நிலை நிறுத்தப்பட்டு இத்துணைக் கண்டத்தில் இஸ்லாமிய சமூகம் உருவானபோது சாதிக்கு பெரிய அடி விழுந்தது. சமத்துவமான இஸ்லாமும், அந்த ஆட்சியாளர்களின் மேம்பட்ட

நிலப்பிரபுத்துவம் உருவாக்கிய பொருளாதார வாய்ப்புகளும், ஏராளமான கைத்தொழில், உழைப்பாளி சாதிகளை பெரும் எண்ணிக்கையில் புதிய நகர மையங்களில் குடியேற வைத்தன. உழைப்பாளி சாதியினர் பெரும் எண்ணிக்கையில் இஸ்லாமிற்கு மாறியது பிராமணியத்தின் விதிக்கப்பட்ட சமூக உலகின் எண்ணிக்கைக்கு பெரும் அச்சுறுத்தலாக இருந்தது.

பின்னர் நவீனமயம், நகரமயம், தொழில் மயம் என்ற வகையில் பிரிட்டிஷ் காலனிய ஆட்சி கொண்டு வந்த பன்முகத் தன்மை வாய்ந்த மாற்றங்கள் உழைப்பாளி சாதிகளுக்கு ஏராளமான நன்மைகளைச் செய்தன. இந்த மாற்றங்கள் தான் பிராமணரல்லதோர் மற்றும் தலித் இயக்கங்களின் தோற்றத்திற்கு நேரடியான காரணம் மேலும் நகர மையங்களில் பரவிய முதலாளித்துவ உற்பத்திகளும், தம்மை இரு பிறப்பாளர்களாகக் கருதிக் கொண்ட உயர் சாதியினரை 'மதச் சார்பற்றவர்களாக' ஆக்கின.

முதலாளித்துவப் பொருளாதாரத்துடனான அவர்களது ஊடாட்டம் குறிப்பிடத்தகுந்த வகையில் அவர்களது சடங்குரீதியான அடித்தளத்தை பலவீனப்படுத்தின. பிரிட்டிஷார் இந்தியாவை விட்டுச் சென்ற பிறகு, மேலும் அதிக பின் விளைவுகள் உள்ள மாற்றங்கள் ஏற்பட்டன. சாதியின் பிறப்பு அடித்தளமான கிராமப்புறங்களில் பசுமைப்புரட்சி என்ற பெயரில் முதலாளித்துவ உறவுகள் ஊடுருவின. இந்த உறவுகளின் முன்னோடிகளாக அதிக மக்கள் தொகை கொண்ட சூத்திர நில உடமையாளர்களிடமிருந்து ஒரு வர்க்கம் உருவானது. காலனிய காலத்தின் போது இருபிறப்பு சாதிகளில் துவங்கிய மதச்சார்பின்மை என்ற செயல் முறை இப்போது இந்த கிராமப்புற சாதிகளிடமும் பரவியது. இதனால் சாதி முறை என்பது சாதியுள்ளோர் சாதியற்றோர் அல்லது தலித் அல்லாதோர் தலித் என்ற எதிரும் புதிருமான நிலையாக வெளிப்படுத்தப்பட்டது. முன்பு போலவே இப்போதும் சாதி கீழ்மட்டத்தில் இருந்த பெரும்பாலானோரின் பொருளாதார வாழ்வில் ஆதிக்கம் செலுத்தியது.

இன்று நிலவும் சாதிகளை நாம் பழைய செவ்வியல் சாதிகளின் தொல்லியல் எச்சங்களாகக் கருதலாம். அவை இப்போதும் பிறப்பு அடிப்படையிலான அடையாளங்கள் கொண்டவைதான். உணவு மற்றும் கூட்டு வாழ்தன்மை பற்றிய விதிமுறைகள் வெளிப்படையாக இல்லாமல் இருக்கலாம். ஆனால் அவை கிராமப்புறம் நகர்புறம் இரண்டிலுமே குறிப்பாக தனிப்பட்ட வாழ்வில் கடைப்பிடிக்கப்படுகின்றன. தொழில் ரீதியான இணைப்புகளும் அப்படியே உள்ளன. 'கீழ்த்தரமான' அல்லது கேவலமான வேலைகள் இன்னும் தலித்துகளின் சில குறிப்பிட்ட உட்பிரிவினர்களால்தான் செய்யப்படுகின்றன. தொடர்ந்த ஆய்வுகள்

காட்டுவதுபோல் அகமணமுறை இன்னமும் ஒரு பொது விதியாக உள்ளது, அந்தஸ்து தீண்டாமை குறித்த விதிகளும் அப்படியே உள்ளன. மதத்தால் சாதிக்கு அளிக்கப்பட்ட சடங்குரீதியான, புனித நூல்கள் ரீதியான அடித்தளம் கிட்டத்தட்ட மறைந்து விட்டாலும், அரசியல் மற்றும் பொருளாதாரத்தால் உறுதி செய்யப்படும் சாதிமுறையின் மிச்சம், முன்பைவிட அதிகமாக இல்லாவிட்டாலும், முன்பு இருந்ததைப் போலவே தீங்கானதாக இருக்கிறது.

வர்க்கத்திற்கான *(கிளாஸ் - Class)* என்ற ஆங்கிலச் சொல், மக்களை செல்வத்தின் அடிப்படையில் பிரிக்கும் *'Classis'* என்ற லத்தீன் சொல்லிலிருந்து உருவானதாகும். பதினெட்டாம் நூற்றாண்டின் இறுதியில் அந்தஸ்தின் பரம்பரைத் தன்மையை செல்வம் மாற்றியபோது, சமூகப் படிநிலைகளை உருவாக்கிய பழைய முறைகளுக்கு பதிலாக வர்க்கம் வந்தது. மார்க்சிய அடிப்படையில், வெப்பரிய அடிப்படையில் என இரு வகையான வர்க்கங்கள் சமூக அறிவியலில் புழக்கத்தில் உள்ளன. வர்க்கம் பற்றிய வெப்பேரியக் கருத்தாக்கம் பொதுவாக மார்க்சியரல்லாத தாராளவாதிகளால் பயன்படுத்தப்படுகிறது. இது மாக்ஸ் வெப்பர் என்பவர் உருவாக்கிய கருத்து. இது செல்வம், அந்தஸ்து, அதிகாரம் ஆகிய மூன்றின் ஊடாட்டங்களால் சமூக வர்க்கம் உருவாவதாக, மூன்று பாக படிநிலைப்படுத்துதல் என்ற கோட்பாட்டை முன்வைத்தது. உற்பத்தி முறைகளுடனான ஒருவரது ஹவின் மூலம் அவரது வர்க்க நிலை முடிவாகும் என்றும், அந்தஸ்து அல்லது அதிகாரம் அவரது கௌரவத்திலிருந்து உருவாகும்என்றும் வெப்பர் கருதினார் *(பார்க்க- வெப்பர் 2015,, 27-59)* மார்க்சின் தத்துவங்களுக்கு மாறாக, வெப்பர் இந்தப் படிநிலைப்பிரிவு வெறும் மூலதன உரிமை என்பதைத் தாண்டிய சில அடிப்படைகளைக் கொண்டது என்றார் அவர். மேட்டுக்குடியினரில் சிலருக்கு பொருளாதார செல்வம் இருக்காது. ஆனாலும் அரசியல் அதிகாரம் இருக்கும். அதே சமயம், ஐரோப்பாவின் பல செல்வம் மிக்க யூத குடும்பங்களுக்கு அவர்களது மதம் காரணமாக, அந்தஸ்தோ, கௌரவமோ இருக்காது என்று அவர் சுட்டிக் காட்டினார்.

மாறாக, மார்க்ஸ், வரலாற்றை உருவாக்குவதில் இயக்கவியல் பொருள் முதல்வாதத்தின் உலகளாவிய விதியை மெய்யாக்கும் அம்சங்களாக வர்க்கங்களைப் பார்த்தார். வரலாற்றை விவரிக்கும் வெப்பேரிய நோக்கத்தோடு அவர் திருப்திப்பட்டு நின்றுவிடவில்லை. ஒரு சமத்துவமான மாற்றத்தைக் கொண்டுவர, அதற்குப் பின்னால் உள்ள செயல்முறைகளைக் கண்டுபிடிப்பதில் அதிக கவனம் செலுத்தினார். பல சமூகங்களின் வரலாறுகளையும் ஆராய்ந்த பிறகு, அவர் அவை அனைத்துமே சலுகைகள் பெற்ற வர்க்கங்கள், சுரண்டப்படும் வர்க்கங்களாக பிரிக்கப்பட்டுள்ளன

என்ற முடிவிற்கு வந்தார். ஒரு வர்க்கம் உழைத்து செல்வம் உற்பத்தி செய்வதும், மற்றொன்று உற்பத்தி கருவிகள் மீதான தனிப்பட்ட உடமை உரிமை கொண்டிருப்பதால், அந்த உழைப்பாளிகளின் உழைப்பில் வாழ்வதுமான முறையில்தான் வர்க்கங்களுக்கு இடையிலான உண்மையான வேறுபாடு உள்ளது. இவர்களுக்கு இடையிலான முரண்பாடு வர்க்கப் போராட்டமாக வெளிப்படும். ஒரு உச்சகட்டத்தில், ஒரு முதிர்ந்த கட்டத்தில் அது சமூகத்தில் குணம்சரீதியான மாற்றத்தை ஏற்படுத்தும். இதுதான் வரலாற்றுப் பொருள் முதல்வாதம் மற்றும் புரட்சி பற்றிய அவரது கோட்பாட்டின் அடித்தளம். அம்பேத்கரின் நிலைபாடு வெப்பரின் நிலைபாட்டிற்கு நெருங்கி வருகிறது. ஆனால் சமூக மாற்றம் பற்றிய அவரது அக்கறை அவரது சாதி பற்றிய ஆய்வு மார்க்சிய வர்க்க கருத்தாக்கத்தின் மீது ஒரு நல்ல நோக்கத்தைக் காட்டுகிறது.

புரட்சி பற்றிய மார்க்ஸின் கோட்பாட்டிற்கு வர்க்கம் மிக முக்கியமானது. வரலாற்றின் இயங்கியலை செய்து முடிக்கப்போகும் போராட்டத்திற்கான அடிப்படை என்றாலும், மார்க்ஸோ, ஏங்கெஸ்ஸோ, வர்க்கத்தை தெளிவாக வரையறுக்கவில்லை. மாறாக, ஒவ்வொரு முறையும் சூழலுக்கேற்ப, அவர்கள் அந்த சொல்லைப் பயன்படுத்தியது மாறியது. உதாரணத்திற்கு மூலதனத்தில் மார்க்ஸ் வளர்ந்த முதலாளித்துவ சமூகத்தில் முதலாளித்துவ வர்க்கம், உழைப்பாளி வர்க்கம் என்ற இரு வர்க்கங்கள்தான் என்றார். பின்னர் ஐரோப்பிய முதலாளித்துவத்தின் கீழ் ஒரு மூன்றாம் வர்க்கம் இருப்பதாக முன் வைத்தார். இது ஒரு கம்யூனிஸப் புரட்சியை உருவாக்குமளவு வளர்ந்துள்ளதாக நம்பினார். அதன்பிறகு குட்டி பூர்ஷ்வாக்கள், விவசாயிகள், விவசாயத் தொழிலாளர்கள் என்ற பல்வேறு பொருளாதார அலகுகளுக்கும் வர்க்கம் என்ற முத்திரையை அளித்தார்.

குறைந்தபட்சமாக ஒரு இடத்தில் ஹெச்.மேயர். , 'பகூனின் குறித்து மார்க்ஸ்: ஒரு பொருட்படுத்தப்படாத பிரதி' (1959), நூலில் வெளிப்படுத்தியது போல் அவர் விவசாயத் தொழிலாளர்கள் உழைப்பாளிகள் என்று தெளிவாகக் குறிப்பிடுகிறார். ஆனால் கூர்மையாக அவர் அந்தச் சொல்லை எங்கு பயன்படுத்தினாலும், அது எப்போதும் தொழிற்சாலைத் தொழிலாளர்களைக் குறிப்பிடவே பயன்படுத்தப்பட்டது.

மற்றொரு இடத்தில் மார்க்ஸ் வர்க்கம் என்பது 'பூர்ஷ்வாக்களின் ஒரு படைப்பு' என்கிறார். ஆனால் அந்த நேரம் அனைத்து வரலாறுகளும் வர்க்கப் போராட்டத்தின் வரலாறுகள்தான் என்கிறார். மார்க்சியத்தில் 'வர்க்கம்' என்பது உணர முடிகிற சில தரப்படுத்தல் அடிப்படையில் ஒரு சமூகத்திலிருந்து பிரிக்கப்படும் குழுக்களுக்கான வெறும் முத்திரை மட்டுமல்ல, அது அவற்றிற்குள் நடக்கும் உட்கிடையான ஊடாட்டங்களையும்

உள்ளடக்கியதாகும். மார்க்ஸைப் பொருத்தவரை 'உழைப்பாளி', 'முதலாளி' போன்ற சொற்களின் பொருள், அவற்றின் ஒன்றோடொன்றான ஊடாட்டம் நடக்க நடக்க, புது உருவம் எடுத்துக் கொண்டே செல்கிறது. இந்த வேறுபாட்டை ஈ.பி., தாம்சன் அழகாகக் குறிப்பிட்டார். வர்க்கம் என்பது ஒரு இயந்திரத்தின் தனித்தனி பாகங்களைக் குறிப்பிடுவதன்று. இயந்திரம் ஒட்டுமொத்தமாக இயங்கும் விதத்தைக் குறிப்பிடுவது என்றார்.

இரஷ்ய மார்க்சிஸ்டுகளில், நிகோலாய் புகாரின் ஒரு சமூக வர்க்கத்திற்கும், ஒரு சாதிக்குமான வேறுபாட்டுப் பிரச்சினையை நேரடியாக அணுகியவர். 'வரலாற்றுப் பொருள்முதல்வாதம் ; ஒரு சமூகவியல் அமைப்பு' - 'Historical Materialism : A System of Sociology) என்ற நூலில் அவர் விளக்கியதன்படி வர்க்கம் என்பது உற்பத்தி முறையில் ஒரு பொதுவான விதியால் ஒன்றிணைக்கப்பட்ட மனிதர்களின் பிரிவு, அந்த காலத்தில் ஒரு சமூக சாதி என்பது சமூகத்தின் சட்டதிட்டங்களில் தமது பொதுவான நிலையால் ஒன்றிணைக்கப்பட்ட மனிதர்களின் குழு. உதாரணத்திற்கு நிலஉடைமையாளர்கள் ஒரு வர்க்கம். பிரபுக்கள் என்பது ஒரு சாதி. பொருளாதார ரீதியாக ஒரு பிரபு ஏழ்மை நிலையில் இருக்கலாம். ஆனால் அவரது அந்தஸ்து பிரபுவிற்கான அந்தஸ்தாகவே இருக்கும். இது மார்க்ஸின் வர்க்கம் குறித்த கோட்பாட்டை, வெப்பரின் கோட்பாட்டிலிருந்து மேலும் வேறுபடுத்திக் காட்ட உதவுகிறது. இது ஐரோப்பிய சூழலை வைத்து எழுதப்பட்டிருப்பது என்றாலும், புகாரினின் கூற்று இந்தியாவில் சாதி அந்தஸ்து எப்படி செயல்படுகிறது என்பதற்கு சரியாகப் பொருந்துகிறது. ஒரு பிராமணர் ஏழையாக, குடிசைப் பகுதியில் வாழ்பவராக இருக்கலாம். ஆனாலும் அவர் அப்போதும் தனது பிறப்பு அடிப்படையிலான செல்வாக்கைப் பெற்றிருப்பார். தனது 'இந்தியாவில் பிரிட்டிஷ் ஆட்சியின் எதிர்கால விளைவுகள் *(1853)* கட்டுரையில் மார்க்ஸே, சாதிகள் 'இந்தியாவின் வளர்ச்சிக்கும், அதிகாரத்திற்கும் மிக முக்கியமான தடைகள்' என்று குறிப்பிடுகிறார். சாதிகளுக்கும், உற்பத்தி உறவுகளுக்கும் ஒரு திட்டமிடப்படாத உறவு இருப்பதாக அவர் தெளிவாகக் குறிப்பிட்டார். எனினும் விஷயம் சாதி மற்றும் வர்க்கத்திற்கு இடையிலான வேறுபாடுகள் குறித்து கவலைப்படுவது அல்ல. மாறாக, மக்களின் வாழ்வு அடிப்படையில் சாதிகளால் கட்டுப்படுத்தப்படும் ஒரு சமூகத்தில் வர்க்கங்களை எப்படிக் கருதுவது என்பதுதான்.

மார்க்சியத்தை நடைமுறைப்படுத்திய லெனின் வர்க்கத்திற்கான வரையறையை உருவாக்கினார். அவரது தொகுக்கப்பட்ட படைப்புகளின் *29*வது பாகத்தில் அது கீழ்கண்டவாறு தரப்பட்டுள்ளது.

வர்க்கங்கள் என்பவை வரலாற்று ரீதியாக முடிவு செய்யப்பட்ட சமூக உற்பத்தி முறையில் தாம் வகிக்கும் இடம், உற்பத்தி முறையுடனான தமது உறவு (பெரும்பாலான இடங்களில் சட்டத்தால் நிர்ணயிக்கப்பட்டது) உழைப்பின் சமூக அமைப்பு முறையில் தமது பங்கு, அதன் விளைவாக, தாம் சேர்த்துள்ள சமூக சொத்தின் பங்கின் அளவு, அதை தாம் பெற்ற வழிமுறை ஆகியவற்றால் ஒருவருக்கொருவர் மாறுபடும் மக்களின் பெரிய குழுக்களாகும். வர்க்கங்கள் என்பவை சமூக பொருளாதாரத்தின் ஒரு வரையறுக்கப்பட்ட அமைப்பில் தாம் இருக்கும் வேவ்வேறான இடங்கள் காரணமாக, ஒருவரது உழைப்பை மற்றவர் எடுத்துக்கொள்ளும் மக்களின் குழுக்களாகும். *(1965, 421)*.

இது வர்க்கம் என்று மார்க்ஸ், ஏங்வெல்ஸ் எதைக் குறிப்பிடுகிறார்களோ, அதை பெரும்பாலும் வெளிப்படுத்துகிறது.

எனவே, மார்க்சிஸ்ட் லெலினிஸ்ட்டுகளைப் பொருத்தவரை ஒரு மனிதன் இருக்கக்கூடிய வர்க்கம் என்பது ஸ்தூலமான யதார்த்தத்தால் முடிவு செய்யப்படுவது; யாரோ ஒருவரின் கருத்தால் அல்ல. அப்படியானால் இந்தியாவின் ஸ்தூலமான யதார்த்தம் என்ன? மேற்கூறிய வரையறையை வைத்துப் பார்த்தால், சாதிகளை, குறிப்பாக, கீழ்சாதிகள் தம்மை ஒரு வர்க்கமாகக் கருதிக் கொள்வதற்கு சற்று நெருங்கி வரும். தலித்துகள் தலித் அல்லாதோரிடமிருந்து இவ்விதமாக பிரிக்கப்படாமலா இருக்கிறார்கள்? இதனால்தான் ஒருவேளை அம்பேத்கர் சாதி என்பது மூடுண்ட வர்க்கம் என்று சொல்லியிருக்கக்கூடும். ஆனால் தலித்துகளை வர்க்கமாகக் கருதுவதில் வெளிப்படையாகவே ஒரு சிக்கல் உள்ளது. ஏனெனில் தலித் அல்லாதோரிடமிருந்து தலித்துகளை வேறுபடுத்திக் காட்டும் சட்டத்தை 'தலித்' என்ற வகைமைக்குள் உள்ள பல்வேறு சாதிகளுக்கும் பொருத்த முடியும்.

வர்க்கம் மக்களை ஒன்று திரட்டும் அதேநேரத்தில், சாதியின் இயல்பான தன்மையே படிநிலைகளாக அவர்களைப் பிரிப்பதுதான். எனவே, இந்தியாவில் வர்க்கங்கள் பரந்த ஒன்று திரளும் சக்தி கொண்டவை என்று கருதலாம். இதன் பொருள் சாதி அடிப்படையிலான சமூகத்தின் வர்க்க ஆய்வு என்பது சாதியையும் உள்ளடக்கியது என்பதே. உதாரணத்திற்கு, உழைக்கும் வர்க்கம் என்பது பெரும்பாலான சூத்திரர்களை, தலித்துகளைக் கொண்டதாக இருக்கலாம். ஆனால் அவர்களுக்கிடையிலான முரண்பாடுகள் ஒழிக்கப்படாதவரை, அவர்கள் தாமாக ஒரு வர்க்கமாக மாறமாட்டார்கள். என்ன இருந்தாலும், வர்க்க நலன்கள் கூட ஆரம்பத்திலிருந்து கருதப்பட்டவை அல்ல அல்லவா? அவை குறிப்பிட்ட சமூக சூழலின் குறிப்பிட்ட சமூக நிலையில் உள்ள மக்களின் விழிப்புணர்வில் உருவாகி, மற்றொரு

வர்க்கத்திற்கு எதிராக ஒரு பொது கோரிக்கையை எழுப்பும் ஒரு குழுவாக அமைகின்றன. மற்றபடி ஒருவருக்கொருவர் போட்டியாளராக எதிரான நிலையில் இருக்கின்றன. மார்க்ஸைப் பொருத்தவரை, வர்க்க ஒற்றுமை என்பது ஒருபோதும் தானாக நிகழ்வதல்ல. உழைக்கும் வர்க்கத்தை ஒரு ஒன்றிணைந்த அமைப்பாக மாற்ற தகவல் பரிமாற்றமும், ஒற்றுமையைக் கட்டுவதும் அவசியம்.

இந்தியாவில் கம்யூனிஸ்ட்டுகள் மார்க்சியக் கோட்பாட்டை உண்மையாகப் புரிந்து கொண்டிருந்தால், அவர்கள் வர்க்கம் என்பது ஏராளமான சாதிகளை உள்ளடக்கியது என்பதை உணர்ந்து, சாதிக்கு எதிராக போராட்டத்தை முன்னெடுக்க வேண்டியதன் அவசியத்தை அறிந்திருப்பார்கள். இது ஒரு சிக்கலான கூற்றுதான் என்பதில் ஐயமில்லை. ஆனால் இதுதான் அவர்கள் எதிர்கொள்ள வேண்டிய ஸ்தூலமான யதார்த்தம். இது *1920*களிலேயே செய்யப்பட்டிருந்தால், தனியான தலித் இயக்கத்திற்கான தேவையே எழுந்திருக்காது. அது சாதிக்கு எதிரான போராட்டங்களுக்கு ஊக்கத்தை அளித்திருக்கும். அதன் மூலமாக புரட்சி மற்றும் சாதி ஒழிப்பு இரண்டையும் நிறைவேற்றும் வர்க்கப் போராட்டத்தை முன்னேற்றியிருக்கும்.

வர்க்கம் குறித்து அம்பேத்கர்

மார்க்ஸைப் போலவே, அம்பேத்கரும் வர்க்கங்களை சமூகத்தின் அடிப்படை அங்கங்களாக அடையாளம் கண்டார். *'இந்தியாவில் சாதிகள்! அவற்றின் இயங்கியல், தோற்றம் மற்றும் வளர்ச்சி' (''Castes in India : Their Mechanism, Genesis aand Development')* என்ற தனது முதல் ஆய்வுக் கட்டுரையில் *(1916*ல் கொலம்பியா பல்கலைக்கழகத்தில் மானுடவியல் கருத்தரங்கில் வாசிக்கப்பட்டது) அவர் பின்வருமாறு குறிப்பிட்டார்.

அரசியல் உரைகளில் மிகப் பிரபலமான சமூகம் என்பது தனிமனிதர்களால் ஆனது என்ற கருத்தாக்கம் ஒரு வீண் பேச்சாகும். சமூகம் தனிநபர்களால் ஆனது என்பது சரியல்ல. சமூகம் எப்போதுமே வர்க்கங்களால் ஆனது. வர்க்க மோதல் என்ற கருத்தை வலியுறுத்துவது மிகைக்கூற்றாக இருக்கலாம். ஆனால் சமூகத்தில் உறுதியான வர்க்கங்கள் இருப்பது உண்மையே. அவற்றின் அடித்தளங்கள் மாறலாம். அவை பொருளாதாரமாகவோ, அறிவு ரீதியானதாகவோ அல்லது சமூக ரீதியாகவோ இருக்கலாம். ஆனால் ஒரு சமூகத்தில் ஒரு தனிநபர் எப்போதும் ஒரு வர்க்கத்தின் உறுப்பினர்தான். இது உலகளாவிய உண்மை. ஆரம்பகால இந்து சமூகமும் இதற்கு விதிவிலக்காக இருந்திருக்க முடியாது. அது அப்படி இல்லை என்பது நமக்கே தெரியும். இந்த பொதுமைப்படுத்துதலை நாம் மனதில் கொண்டால், சாதியின் தோற்றம் குறித்த நமது ஆய்வு மிக எளிதாக இருக்கும். ஏனெனில் சாதியும்,

வர்க்கமும் அடுத்த இந்த வீட்டுக்காரர்கள்தான், ஒரு கால இடைவெளி மட்டும்தான் இரண்டையும் பிரிக்கிறது என்பதால், நாம் செய்ய வேண்டியதெல்லாம் எந்த வர்க்கம் முடிவில் தன்னை சாதியாக ஆக்கிக்கொண்டது என்பதை முடிவு செய்வது மட்டும்தான். (BAW51, 15, emphasis as in the original)

எனினும் இந்த வர்க்கங்கள் எவ்வாறு மூடுண்டன என்பதைப் பற்றி விவாதிக்கும்போது அவர் பொருளாதாரம் சாராத அம்சங்களான அனைத்து பண்டைய நாகரிகங்களிலும் பூசாரி வர்க்கங்கள் தம் கையில் எடுத்துக் கொண்ட சடங்குகள், சமூக உயர்வு ஆகியவற்றை இந்த இயற்கைக்கு மாறான வழிமுறைகளால் உருவாக்கப்பட்டு, நடத்தப்படும் 'இயற்கைக்கு மாறான நிறுவனங்களின்' தோற்றத்திற்குக் காரணமான அம்சங்களாக அடையாளம் காண்கிறார். அவர் வர்ண பிரிவினையை அடிப்படையில் ஒரு வர்க்க அமைப்பாகக் காண்கிறார். பூசாரி வர்க்கமான பிராமணர்கள் தம்மை ஒரு சாதியின் பண்புகளோடு ஒரு அலகாக மேற்கொண்டபோது, இந்த வர்க்க முறை மூடுண்ட சாதி முறையாக மாறியது. உழைப்பு என்ற சமூகப் பிரிவினையின் கூட்டத்திற்கு உட்பட மற்ற வர்க்கங்கள், பாகுபாடுகளுக்கு உள்ளாகி சில பெரிய குழுக்களாகவும், சில மிகச் சிறிய குழுக்களாவும் மாறின. இந்த மூடுண்ட முறை எவ்வாறு பிறரால் ஏற்கப்பட்டது என்பதும் பொருளாதாரம் சாராத உளவியல் ரீதியான, இயந்திரகதியான அம்சங்களால் விளக்கப்படுகிறது.

ஒரு சமூகம் இப்படி மேலும் பிரிக்கப்படுவது மிக இயல்பானது. ஆனால் இந்த பிரிவுகளில் இயற்கைக்கு மாறான விஷயம் என்னவென்றால் அவர்கள் வர்க்க அமைப்பின் திறந்த தன்மையை இழந்து சாதிகள் என்ற மூடுண்ட அலகுகளாக மாறிவிட்டதுதான். கேள்வி என்னவென்றால், தம் கதவுகளை மூடிக் கொண்டு, அகமணமுறைக்குச் செல்ல அவர்கள் கட்டாயப்படுததப்பட்டார்களா? இல்லை தாமே விரும்பி கதவுகளை மூடிக்கொண்டார்களா? இதற்கு இரண்டு வரி பதில் இருக்கிறது என்று நான் கூறுகிறேன். சிலர் தாமாக கதவை மூடிக் கொண்டார்கள். சிலர் தமது கதவுகள் அடைக்கப்பட்டதை உணர்ந்தார்கள். (***) ஒன்று உளவியல் ரீதியானது. மற்றது இயந்திரத்தனமானது. ஆனால் அவை ஒன்றையொன்று நிறைவு செய்பவை. சாதி உருவாக்கம் என்ற கருத்தை அதன் முழுமையோடு விளக்க இரண்டுமே அவசியம். (BAWS 1, 18, emphasis as in original)

அம்பேத்கர் தனது கட்டுரையை நான்கு முக்கிய அம்சங்களாக சுருக்கிக் கூறுகிறார். 1. இந்து மக்களின் ஒட்டுமொத்த தொகையையும் மீறி, ஆழமான ஒரு கலாச்சார ஒற்றுமை இருக்கிறது. 2. சாதி என்பது ஒரு பெரிய கலாச்சார அலகை சிறுசிறு துண்டுகளாக பிரிக்கப்பட்டதாகும். 3. ஆரம்பத்தில் ஒரு சாதி

இருந்தது. 4. வர்க்கங்கள் அச்சுறுத்தலாலும், விலக்கி வைக்கப்பட்டதாலும் சாதிகளாக மாறின. (22)

'இந்தியாவில் சாதிகள்' எழுதி இருபதாண்டுகள் ஆனபிறகு எழுதிய 'சாதி ஒழிப்பு' நூலில் அவர் இந்துமதத்திற்குள் சமூக சீர்திருத்தத்திற்கு வாய்ப்பில்லை என்ற வேதனையான முடிவிற்கு வந்தார். (BAWS 1, 33) 1930களின் அரசியல் மாற்றங்கள் என்ற அளவில் ஏற்பட்ட மாற்றங்கள் அவரை தமது சமூக தளத்தை தலித்துக்களிடமிருந்து உணவுக்கும் வர்க்கத்திற்கும் விரிவுபடுத்தத் தூண்டின. அவர் பிராமணியம் மற்றும் முதலாளித்துவத்தை (பிராஹ்மண் ஷாஹி மற்றும் பந்தவால் ஷாஹி) எதிர்க்க வேண்டிய இணையாகப் பேச ஆரம்பித்தார். உழைக்கும் வர்க்கங்கள் என்ற பரந்த சமூகத்தை ஈர்க்க முயன்றார். இது 1936ல் இந்தியச் சட்டம் 1925ன் படி அடுத்த ஆண்டு நடைபெற இருந்த மாகாண சட்டமன்றத் தேர்தல்களில் போட்டியிடும் வகையில் சுதந்திர தொழிலாளர் கட்சி (Independent Labour Party - ILP) உருவாக்கத்திற்கு இட்டுச் சென்றது. இக்கட்சி ஃபேபியன் சோஷலிஸ்டுகளின் கருத்துக்களால் தாக்கம் பெற்று, இங்கிலாந்தில் இதேபெயரில் செயல்பட்ட கட்சியைப் போலவே உருவாக்கப்பட்டது. எனினும் அம்பேத்கரின் ILF கட்சி அவரது சொந்த சாதியைத் தாண்டி பரவவில்லை. 1937 தேர்தலில் கட்சி நிறுத்திய வேட்பாளர்கள் பெரும்பாலும் மஹர் சாதியினர் தான். மஹர் இயக்கத்தின் (இது பின்னால் தலித் இயக்கமாக மாறப் போகிறது) வரலாற்று ஆய்வாளர்எலினார் ஜெலியட் 1927ல் கட்சி நிறுத்திய 17 வேட்பாளர்களில் ஒருவரே ஒருவர் மட்டும்தான் மங் சாதி என்றும், மற்றொரு மஹர் அல்லாதவர் குஜராத்தைச் சேர்ந்த ஒரு தீண்டத்தகாதவர் என்றும் குறிப்பிடுகிறார் (1970, 26-69) மாங் மற்றும் மஹர் ஆகியோரைக் காட்டிலும் பொருளாதார ரீதியிலும் சமூகரீதியிலும் மேலே இருந்த சாம்பார்களுக்குப் பிரதிநிதித்துவமே இல்லை. மங்குகளும் சாம்பர்களும் அம்பேத்கரை ஒரு மஹர் தலைவர் எனக் கருதியதால், அவர்களின் ஆதரவைப் பெறுவதில் அம்பேத்கர் பல கஷ்டங்களைச் சந்தித்தார். என்று கிறிஸ்சடோஃப் ஜாஃப்ரிலாட் கூறுகிறார். (2005-76-77)

மிகவும் பிற்காலத்தில், அதாவது 1946ல் அம்பேத்கர் தனது 'அரசும், சிறுபான்மையினரும்' என்ற கட்டுரையில் அரசு சோஷிலிசத்தின் ஒரு வகை மாதிரியை முன் வைத்தார். இதிலும் அவர் வர்க்கம் என்ற சொல்லைப் பயன்படுத்தினாலும், அக்கட்டுரையே ஒரு சாதி அடிப்படையிலான கட்சியாகிய பட்டியலின சாதிகளின் கூட்டமைப்பின் சார்பாக எழுதப்பட்டதுதான்.

தலித்துகளுக்கு எதிரான சாதி ஒடுக்குமுறைக்குப் போராடும் போது அம்பேத்கர் ஒரு சாதி சார்ந்த சொல்லைப் பயன்படுத்துவதைத் தவிர்த்து,

பல்வேறு சமூகங்களை எப்போதும் வர்க்கங்கள் என்றே குறிப்பிட்டார் என்பதை எளிதாகக் காணமுடியும். இது அனைத்து தீண்டத்தகாத சாதிகளையும் ஒடுக்கப்பட்ட வர்க்கமாக அல்லது தலித்தாக ஒன்றிணைக்கும் அவரது விருப்பத்தைப் பிரதிபலிக்கிறது. எனினும், இந்த முத்திரைக்கு அப்பால், அவரது இயக்கத்தின் உள்ளடக்கம் அவரது சொந்த சாதியைத் தவிர மற்ற தீண்டத்தகாத சாதிகளுக்குக் கூட பெரிய மாற்றத்தை ஏற்படுத்தவில்லை. அவரைப் பின்பற்றிய இதர சாதி மக்கள் மிகக் குறைவான எண்ணிக்கையில், விதிக்கு விலக்காக இருந்தார்கள்.

வர்க்கம் பற்றிய மார்க்ஸ் மற்றும் அம்பேத்கரின் கருத்தாக்கங்களில் உள்ள வேறுபாட்டிற்குக்காரணம் பிரச்சனை குறித்த அவர்களது அணுகுமுறைதான். மார்க்ஸைப் பொருத்தவரை வர்க்கம் என்பது அடிப்படையானது. புரட்சிகளின் வழியே வரலாற்று ரீதியாக வரும் உலகளாவிய அம்சம். அம்பேத்கருக்கு அது ஒரு கலாச்சாரத்திற்குத் தொடர்புடைய தன்னலக்குழு. தனது சூழலில் தொடர்ச்சியான மாற்றங்களை நிர்பந்தித்து தனது குறிக்கோளை அடையவல்ல குழு. தமது இருப்பை 'சிறப்பானதாக' உணரத்தக்கதுபோன்று இந்த உலகை மாற்ற மக்களுக்கு வழிகாட்டும் வகையில் ஒரு கோட்பாட்டை உருவாக்க மார்க்ஸ் முயன்றார். மாறாக, அம்பேத்கரின் அணுகுமுறை நடைமுறை சார்ந்ததாக இருந்தது. அவர் கொலம்பியாவிலும், லண்டன் பொருளாதாரப் பள்ளியிலும் அவர் ஃபேபியன் தத்துவ அறிஞர்களின் தாக்கத்தில் பயிற்சி பெற்றவர். அவர்கள் சோஷலிசத்தை அமைதியான வழியில் படிப்படியாக கொண்டு வர முடியும் என்று நம்பினார்கள். (மார்க்ஸ் முன் வைத்த வன்முறையான புரட்சிக்கு மாறாக) அது அறிவு பெற்ற நடுத்தர வர்க்கத்தால் செய்யப்படும். (கம்யூனிஸ்டு முன்னோடிகளான தொழிலாளர்களால் அன்றி) அது நிலத்தையும், மூலதனத்தையும் விடுவிப்பதன் மூலம் செய்யப்படும். (உழைப்பை விடுவிப்பதற்கு மாறாக) இந்த ஃபேபியன் கண்ணோட்டம் அம்பேத்கரை மார்க்சியம் பற்றி ஆழமான சந்தேகங்கள் கொள்ள வைத்தது. ஜான் டிவேயின் (John Dewey - அம்பேத்கர் காலத்தின் புகழ் பெற்ற அமெரிக்க ஃபேபியன்) தாக்கத்தைத் தவிர இந்தத் தாக்கம் பற்றி அம்பேத்கர் எங்கும் குறிப்பிடவில்லை. ஆனால் ஐஎல்பி உருவாக்கம், அரசு சோஷலிசம் போன்ற அவரது செயல்பாடுகள் முழுவதிலும் இத்தாக்கம் பிரதிபலிக்கிறது. அது அவரது எழுத்துகளிலும் வெளிப்பட்டது. உதாரணத்திற்கு, மகத் போராட்டத்திற்குப் பிறகு, அம்பேத்கர் தான் உணர்ந்ததை பின்வருமாறு எழுதினார்.

அறிவார்ந்த வர்க்கம்தான் நிகழ்வுகளை முன்னுணரக் கூடியது. அதுதான் அறிவுரை கூறி, தலைமையேற்க முடிந்த வர்க்கம். எந்த நாலாபுறம்

பொதுமக்கள் அறிவார்ந்த சிந்தனையும், செயலும் உள்ள வாழ்க்கையை வாழ்வதில்லை. அது பொதுவாக அறிவார்ந்த வர்க்கத்தைப் பார்த்து, அதைப் பின்தொடர்கிறது. ஒரு நாட்டின் தலைவிதி முற்றிலும் அதன் அறிவார்ந்த வர்க்கத்தைச் சார்ந்தது என்றால் மிகையல்ல. அறிவார்ந்த வர்க்கம் நேர்மையாளராக, சுதந்திரமானதாக, தன்னலம் கருதாததாக இருந்தால், ஒரு சிக்கலின்போது அது முன் முயற்சி எடுத்து, சரியான தலைமையை வழங்க, அதை நம்பலாம். ((In Annihilation of Caste, BAWS 1, 71))

நடுத்தர வர்க்கம் தலைமையேற்க வேண்டும் என்ற முன்மொழிவு ஃபேபியன் தாக்கத்தைத் தெளிவாகக் காட்டுகிறது. அதுவும் குறிப்பாக, முற்போக்கான கல்வி கொண்ட அறிவுஜீவிகளின் முக்கியத்துவத்தை வலியுறுத்திய ட்யூவேயின் தாக்கத்தைக் காட்டுகிறது.

மார்க்ஸ் மற்றும் மார்க்சியம் பற்றிய அம்பேத்கரின் கருத்துகள் புதிரானவை. ஆனாலும், தனது முடிவுகள் மார்க்சியத் தலைவர்களின் முடிவுகளை விட மேலானவை என்று காட்டுவதற்காக என்றாலும்கூட, அவரது எழுத்துகளில் அவை முக்கியமான குறிப்புகளாக இடம்பெற்றன. இதில் ஒரு மறைமுகமான பாராட்டு உள்ளூர இருக்கிறது. அம்பேத்கர் மார்க்சிஸ்டுகளை தனது போட்டியாளர்களாக தனக்கு அடுத்தபடியாகச் சிறந்தவர்கள் என்று ஏற்றதாகத் தோன்றுகிறது. அதே சமயம் அவர் தனது ஆதரவாளர்களிடம் கம்யூனிஸ்டுகள் சொல்லும் விடுதலை ஒரு மாயை என்று எச்சரித்ததையும் மறுக்க முடியாது. சாதிப் பிரச்சினையைத் தீர்க்க தனக்கு உதவுவதற்கு மார்க்ஸிடம் எதையுமே அம்பேத்கர் பார்க்கவில்லை. இந்திய சூழலுக்கு மார்க்சியம் பொருந்தி வருமா என்று கண்டுபிடிக்கக்கூட அவர் எப்போதேனும் முயற்சி செய்ததற்கு எந்த ஆதாரமும் இல்லை. அவர் பம்பாயில் கம்யூனிஸ்டுகளால் (பெரும்பாலும் பிராமணர்கள்) கடைப்பிடிக்கப்பட்ட மார்க்சியத்தைத்தான் ஆதாரத்திற்காக நம்பினார். இந்த மார்க்சிஸ்டுகள் சாதிப் பிரச்சினை ஒரு பிரச்சினையே அல்ல என்று அதை கைவிட்டவர்கள். ஆனால் அம்பேத்கருக்கோ, அதுதான் அடிப்படைப் பிரச்சினை. சாதி எதிர்ப்பு இயக்கம் பற்றிய கம்யூனிஸ்டுகளின் பார்வை, அது அறிவியல்பூர்வமற்றது என்று ஆணவமாக நிராகரிப்பதாகத்தான் இருந்தது. அது நமது 'உழைப்பாளிகளை' பிரிக்கிறது என்று அவர்கள் கருதியதால், அதை வெறுத்தார்கள். இது அம்பேத்கரை மார்க்சியத்திலிருந்து மேலும் மேலும் விலக வைத்தது.

சாதி குறித்து மார்க்ஸ்

மார்க்ஸ் சாதி குறித்து பல இடங்களில் பேசியுள்ளார். குறிப்பாக மூலதனத்தில் இந்திய கிராம சமுதாயம் பற்றிய அவரது புகழ் பெற்ற வர்ணனையில், அவர்,

'சமூகத்தில் இயல்பாகவே பிரிக்கப்பட்டுள்ள தொழில்களில், அத்தொழில்களை தொழிலாளர்கள் திரும்பத் திரும்பக் செய்வதன் மூலம் திறம் பெறுகிறார்கள். மாறாக, இத்தொழில்களை ஒருவர் தனது வாழ்க்கைக்கான பிழைப்பாக எடுத்துக் கொள்ளும்போது, அது பழைய சமூகங்களில் காணப்பட்டது போன்று, தொழில்கல்வி பரம்பரைத் தொழிலாக்குகிறது. சாதித் தன்மையோடு ஒத்துப்போக முடியாத தனிநபர் போக்கை உருவாக்கக்கூடிய சமூகங்களில் அது கைவினைச் சங்கமாக மாறுகிறது. தாவரங்களை, விலங்குகளை இனங்களாகப் பிரிக்கும் அதே இயற்கை விதியிலிருந்துதான் சாதிகளும், கைவினைச் சங்கங்களும் உருவாகியுள்ளன. ஆனால் வளர்ச்சியின் ஒரு கட்டத்தில் சாதி பரம்பரையாக வருவதும், கைவினைச் சங்கங்களின் தனிச் சிறப்புத் தன்மையும் சமூக விதியாக மாறிவிட்டன. *(1974, 221)*

மார்க்ஸ் முதலாளித்துவத்தின் எழுச்சிக்கு முந்தைய காலகட்டத்தில் உழைப்புப் பிரிவினையின் தனித்துவமான வெளிப்பாடாக சாதி முறையைப் பார்த்தார். கிராம சமுதாயத்திற்கு வெளியேயான நகரங்களில் அல்லது கிராமங்களுக்கு இடையிலான உபரிப் பொருள்களின் வர்த்தகத்தில் பாரம்பரியமான சாதிகள் பரம்பரை வர்த்தகக் குழுக்களாக செயல்பட்டன. மார்க்ஸ் பொருட்களின் விற்பனையே கிடையாது என்று நினைத்த கிராம சமுதாயத்தினுள் சாதிகள் 'மாற்ற முடியாத உழைப்புப் பிரிவினையாக' செயல்பட்டு, தனிப்பட்ட விவசாயிகளின் வீட்டில் தாமே செய்து கொள்ள முடியாத, நிபுணத்துவம் தேவைப்படும் தொழில்கள், சேவைகளை வழங்கின. இந்த சேவை சாதியினர் நாவிதர், துவைப்பவர், வன்னார், குயவர் போன்றோர்

'ஒட்டுமொத்த சமுதாயத்தின் செலவின் மூலம் பராமரிக்கப்பட்டார்கள். எனவே, சாதி அமைப்பு ஒவ்வொரு கிராமத்தையும் சுய பூர்த்தி அடைந்ததாக இருக்க அனுமதித்தது. அதே சமயம் அரசு வரி வடிவில் வசூலிக்கும் உபரியை அதிகபட்சமாக உயர்த்தவும் உதவியது.

மார்க்ஸ் சாதி பற்றி எந்தக் கட்டுரையும் எழுதியதில்லை. ஆனால் அது பற்றி அவருக்குத் தெரியாமல் இல்லை என்பதை அவரது எழுத்துகள் காட்டுகின்றன. சாதி பற்றிய முதல் குறிப்பு ஜெர்மன் தத்துவம் *(1806)* நூலில் வருகிறது. அவர் சாதி முறையை 'உழைப்புப் பிரிவினையின் பண்படாத வடிவம்' என்று குறிப்பிடுகிறார். மூலதனத்தில் அதை ஒரு சிறப்பு உழைப்புப் பிரிவினையாகக் காட்டும் அரை டஜன் குறிப்புகள் உள்ளன. *1847* புருதோனின் நூலுக்கு (வறுமையின் மெய்யறிவு *1846*) விமர்சனமாக மார்க்ஸ் மெய்யறிவின் வறுமை என்ற நூலை எழுதினார். அதில் அவர் சாதி என்பது பொருளாதார உற்பத்தி நிலைமைகளில் ஒரு விளைவு. அது

வெகுகாலத்திற்குப் பின்னர் ஒரு சட்டமாக முறைப்படுத்தப்பட்டது என்று குறிப்பிடுகிறார். இதையே அம்பேத்கர் தனது 'இந்தியாவில் சாதிகள்' நூலில் குறிப்பிடுகிறார். மார்க்ஸ் எழுதியது பின்வருமாறு.

'தந்தை வழி முறையில், சாதி அமைப்பு முறையில், நிலப்பிரபுத்துவ முறையில் மாறாத விதிகளின் அடிப்படையில் ஒட்டுமொத்த சமூகத்திலும் ஒரு வேலைப் பிரிவினை இருந்தது. இந்த வரிகள் சட்டமன்ற உறுப்பினர்களால் உருவாக்கப்பட்டவைகளா? இல்லை. ஆரம்பத்தில் பொருளாதார உற்பத்தி நிலைமைகளிலிருந்து தோன்றிய இவை மிகவும் பிற்காலத்தில்தான் சட்ட அந்தஸ்திற்கு உயர்த்தப்பட்டன. இந்த விதமாக உழைப்புப் பிரிவினையின் பல்வேறு வடிவங்கள் சமூக அமைப்பின் பல்வேறு அடித்தளங்களாக மாறின. (118)

அரசியல் பொருளாதார விமர்சனத்திற்கு ஒரு பங்களிப்பு என்ற *1859* கட்டுரையிலும் இது பற்றி போகிற போக்கில் சொல்லப்படுகிறது. அல்லது சட்டம் நில உரிமையை சில குடும்பங்களில் நீடிக்கச் செய்யும். அல்லது உழைப்பை பரம்பரைச் சொத்தாக அளித்து வரும். இவ்வாறு அதை ஒரு சாதி முறையாக ஒன்றிணைக்கும். *(1970, 201)* இந்திய கிராமங்கள் பற்றிய மார்க்ஸின் கூற்றுகள் சில, வியப்பூட்டும் வகையில் அம்பேத்கரின் கருத்துக்களைப் போலவே உள்ளன. உதாரணத்திற்கு அவரது கருத்து கீழே.

'அந்த எண்ணற்ற, சுறுசுறுப்பான தந்தை வழி அமைப்புகள், தீங்கற்ற சமூக அமைப்புகள் சீர்குலைந்து, கலைந்து போய், அவற்றின் தனிப்பட்ட உறுப்பினர்கள் தமது நாகரீகத்தின் புராதன வடிவத்தையும், தமது பரம்பரையான வயிற்றுப் பிழைப்பையும் இழந்துவிட்டதைப் பார்க்க வேதனையாக இருப்பினும், தீங்கற்றவைகளாகத் தோற்றமளிக்கும் இந்த அமைதியான கிராம சமூகங்கள்தான் எப்போதுமே கிழக்கிந்திய சர்வாதிகாரத்தின் வலுவான அடித்தளமாக இருந்தன. இவைதான் மனித மனங்களை மிகச் சிறிய கண்ணோட்டம் கொண்டவைகளாக குறுக்கி, அவற்றை மூடநம்பிக்கையின் கருவியாக மாற்றி, பாரம்பரிய சட்டங்களின் கீழ் அவற்றை அடிமைப்படுத்தி, அதன் அனைத்து வரலாற்று ஆற்றல்களையும், சிறப்புகளையும் பறித்தன. *(New York Daily Tribune, 25 June 1853)*

அம்பேத்கர் கிராமத்தை பிரதேசவாதத்தின் சாக்கடை. அறியாமையின், குறுகிய மனோபாவத்தின் மதவாதத்தின் இருப்பிடம். என்று குறிப்பிட்டார். நியூயார்க் டெய்லி டிரிபியூனில் எழுதிய மற்றொரு கட்டுரையில் மார்க்ஸ் பிரிட்டிஷ் இந்தியாவில் ரயில்வே முறையின் தாக்கம் பற்றிக் குறிப்பிட்டிருக்கிறார். இது அவர் சாதி ஒழிப்பு பற்றி சிந்தித்ததைக்

காட்டுகிறது. சாதிமுறை என்று அவர் அடையாளம் காணும் பரம்பரை வேலைப் பிரிவினையை பலரும், மார்க்ஸ் எவ்வளவு தவறாகக் கூறியுள்ளார் என்று தீர்ப்பு வழங்கிவிடக் கூடும். ஆனால், முதலாளித்துவ நவீனமயம் அடைந்த இடங்களில் எல்லாம் சாதி கட்டமைப்பில் மாற்றம் நடந்ததைக் காண முடியும். உதாரணத்திற்கு, காலனிய காலகட்டத்தில் முதலாளித்துவ நவீனமயம் முக்கியமாக இரு பிறப்பு சாதிகளைத்தான் அடைந்தது. குறைந்தபட்சம் சாதி அடிப்படையில் அவர்களுக்குள் இருந்த சடங்கு ரீதியான பிரிவுகளாவது கிட்டத்தட்ட அழிந்து போனதை நம்மால் பார்க்க முடியும். ஏற்கனவே குறிப்பிட்டதுபோல, நேருவிய அரசு பணக்கார விவசாயிகளின் முதலாளித்துவ வர்க்கத்தை உருவாக்கிவிட்டபோது, இந்த சூத்திர சாதிகளும், இருபிறப்பு சாதிகளோடு சேர்ந்து கொண்டதுபோல் இருந்தது. சாதி முறையை தலித் தலித் அல்லாதோர் என்ற வகையில் ஒரு வர்க்கம் போல் மாற்றியது. இது எரிச்சலூட்டும் கருத்தாகத் தெரியக் கூடும். ஆனால், பணமும், அதிகாரமும் மிக்க சூத்திரசாதிகள் எழுச்சி பெற்ற இடங்களிலெல்லாம் இந்தப் போக்கை காண முடியும்.

மார்க்ஸ் அடிப்படையாக கவனம் செலுத்திய விஷயங்களில் சாதி இருக்கவில்லை என்பது தெளிவு. எனவே, அவர் அம்பேத்கர் போல் அது பற்றி விரிவாகப் பேசவில்லை. ஆனாலும் சாதி முறை பற்றிய அவரது நுணுக்கமான விவரிப்பு ஈர்க்கக் கூடியதாக உள்ளது. அம்பேத்கரால் அது ஏளனம் செய்யப்படும் என்பதும் தெரிகிறது. அவரது வரலாற்றுப் பொருள் முதல்வாதத்தின் சட்டகத்திற்கு சாதி புறம்பானதல்ல என்பதையும் காட்டுகிறது. மிகப் பரந்த அளவில் பேசினாலும் கூட அவர் சாதி என்பது விசேஷமான ஒரு வேலைப் பிரிவினை என்பதை விளக்குகிறார். இங்கு ஐஜாஸ் அகமது தனது கோட்பாடுகளில் : வர்க்கங்கள், தேசங்கள், இலக்கியங்கள் குறிப்பிடும் விஷயம் முக்கியத்துவம் பெறுகிறது. 'இந்தியா குறித்து மார்க்ஸ்; ஒரு விளக்கம் என்ற அத்தியாயத்தில் இந்திய கிராமத்தில் சாதி முறையின் சக்தி பற்றிய மார்க்ஸின் நேரடிக் கூற்றுகள்.

'ஒருபுறம், ஐரோப்பிய விவசாய சமூகம் 'கிராமப்புற வாழ்வின் மூடத்தனத்தில் மூழ்கிப் போயுள்ளது என்ற அவரது விமர்சனத்தின் நேரடியான சாராம்சமாகவும் இருக்கும் அதே வேளையில், மறுபுறம், இந்தியாவின் பல நூற்றாண்டு கால அரசியல் சீர்திருத்த எழுத்துகள், குறிப்பாக இருபதாம் நூற்றாண்டில் கூர்மையாக வெளிப்பட்ட எழுத்துகள், அம்பேத்கர் தனது

'தீண்டத்தகாதோர்' நூலின் முன்னுரையில் கூறியதுபோல 'மனித இனத்தை அடிமைப்படுத்த, ஒடுக்க பயன்படும் மிக பயங்கரமான ஆயுதம் என்று குறிப்பிட்ட சாதிமுறையை, ஒட்டுமொத்தமாக மனிதத் தன்மையற்ற

ஒன்றாக, 'தீண்டத்தகாதோர்' மட்டுமின்றி இந்திய விவசாயிகள் அனைவரின் சக்தியையுமே உறிஞ்சி விடுவதாக, இழிவுபடுத்துவதாகவே எப்போதும் கருதி வந்ததையும் நினைவுபடுத்துகின்றன. (1922, 225) மார்க்ஸ் சொல்லும் தீர்வு பொதுவானதுதான் என்பதும், இந்தியாவில் முதலாளித்துவத்தின் பரவல் என்பது நடந்தும். இது முழுமையாக நிறைவேறவில்லை என்பதும் தோன்றுகிறது.

மார்க்ஸின் விலகல் குறித்த மனச் சித்திரம்.

சாதி மற்றும் வர்க்கம் என்ற எதிரிணை நிலையை உருவாக்கிய முக்கிய அம்சம் மார்க்சிய உருவகமான அடித்தளம் மற்றும் மேற்கட்டுமானம். இது மார்க்சிஸ்டுகள் என்று சொல்லப்படுவர்களால் புரிந்து கொள்ளப்பட்ட விதத்தில் வர்க்கங்களால் நடத்தப்படும் பொருளாதரப் போராட்டங்களை அதீதமாய் முன்னிறுத்தி பிற எல்லா அம்சங்களையும் மேல்கட்டுமானம் என்று பின்னுக்குத் தள்ளியது. மார்க்ஸ் மற்றும் ஏங்கெல்ஸின் எழுத்துகளில் சிலவற்றில் மட்டுமே உருவான இந்தக் கருத்து வரலாற்றுப் பொருள் முதல் வாத ஆய்விற்கான வார்ப்புரு என்ற நோக்கத்தில் தரப்படவில்லை. ஆனால் கம்யூனிஸத்தை விளக்கியவர்கள், குறிப்பாக ரஷ்யர்களால் இது அவ்வாறே கருதப்பட்டது.

இந்தியாவின் ஆரம்பகால கம்யூனிஸ்ட்டுகள் கல்வி கற்ற நடுத்தர வர்க்க பிராமண இளைஞர்களாகத்தான் பொதுவாக இருந்தார்கள். இவர்கள் 1917 ரஷ்யப் புரட்சியாலும், பிரிட்டன் மற்றும் ரஷ்யாவிலிருந்து ரகசியமாக வந்த நூல்கள், தகவல்களாலும் உத்வேகம் பெற்றவர்களாக இருந்தார்கள். இவர்கள் இயல்பாகவே தமது நடவடிக்கைகளை தொழிற்சங்கங்கள் மூலம் துவங்கினார்கள். உண்மையில் தொழிற் சங்கங்கள் 1925ல் இந்திய கம்யூனிஸ்ட் கட்சி முறையாகத் துவக்கப்படுவதற்கு முன்பே உருவாகிவிட்டன. சாதியுடனான இவர்களது தொடர்பு தொறச்சங்கங்களில் (இவற்றில் மிகச் சிறுபான்மையாக தலித் தொழிலாளர்கள் இருந்தனர்) ஸ்தாபன ரீதியான முரண்பாடுகளைச் சிந்திப்பது என்ற அளவில்தான் இருந்தது. சாதி என்ற பிரிவுக்கோடு, கம்யூனிஸ்ட் தலைமை எவ்வாறாயினும் சிந்திப்பதையோ, தீர்ப்பதையோ தவிர்க்கும் விஷயமாகத்தான் இருந்தது. உதாரணத்திற்கு, தொழிலாளர்கள் மீது கம்யூனிஸ்ட்கள் முழு கட்டுப்பாடு வைத்திருந்த ஜவுளி ஆலைகளில் தலித்துகள் இணைத்த நூலைத் தாங்கள் தொடுவது தீட்டு என்று தலித் அல்லாத தொழிலாளர்கள் கருதியதால், அதிக சம்பளம் உள்ள நெசவுப் பிரிவில் தலித்துகளுக்கு வேலை மறுக்கப்பட்டது.

காரணம், இயந்திரத்தில் நூலை முதன்முறையாக நுழைக்கும்போதும், பிறகு அறுந்துபோகும் நூலை இணைக்கும்போதும், நூலின் நுனியை தொழிலாளி தன் எச்சில் தொட்டு ஈரப்படுத்திக் கொள்ள வேண்டும். மேலும்

ஆலைகளில் தலித் தொழிலாளர்களுக்கு தனி தண்ணீர் பானைகள் வைக்கப்பட்டு தீண்டாமை கடைப்பிடிக்கப்பட்டது. அம்பேத்கர் இவற்றை சுட்டிக் காட்டிய பிறகும், சாதி இந்துத் தொழிலாளர்களுக்கு பிடிக்காதே என்ற அச்சத்தில் கம்யூனிஸ்ட்கள் நடவடிக்கை எடுக்கவில்லை. பத்தாண்டுகளுக்குப் பிறகு, 1938ல் நாசிக்கிக் ஜி.ஐ.பி. ரயில்வே ஒடுக்கப்பட்ட தொழிலாளர்களின் மாநாட்டில் தலைமையுரை ஆற்றும்போது அம்பேத்கர் இப்பிரச்சினையை எழுப்பினார்.

'தீண்டத் தகாதவர் என்ற காரணத்தால் ஒரு ஒடுக்கப்பட்ட வகுப்பின் தொழிலாளிக்கு பல வேலைகள் மறுக்கப்படுவது கொடுமையானது. பஞ்சாலையில் உள்ள ஒரு கொடுமையை குறிப்பிடவேண்டும். இது இந்தியாவின் மற்ற பகுதிகளில் நடக்கிறதா என்று தெரியவில்லை.

ஆனால் பம்பாய் மாகாணத்தில் பம்பாயிலும், அகமதாபாத்திலும் உள்ள பஞ்சாலகளில் நெசவும் பிரிவுகளில் ஒடுக்கப்பட்ட வகுப்பினருக்கு வேலை தருவதில்லை. அவர்கள் நூற்புப் பிரிவில் மட்டுமே வேலை பார்க்கலாம். நூற்பு பிரிவில்தான் இருப்பதிலேயே குறைவான கூலி. நெசவுப்பிரிவில் அவர்கள் விலக்கப்படுவதற்கு ஒரே காரணம் அவர்கள் தீண்டத்தகாதவர்கள் என்பதுதான்... (In Das 2009, 52)

சாதிப் பிரச்சினையின் தீவிரத்தை உணர்ந்து, அதைச் சந்திப்பதற்கு பதிலாக, கம்யூனிஸ்ட்டுகள் மார்க்ஸின் உருவகமான அடித்தளம் மேறகட்டுமானத்தில் தஞ்சம் புகுந்தார்கள். சங் பரிவாரங்களின் இந்துத்துவா அக்கிரமங்களுக்கு எதிராகப் பேசினால், இந்து வாக்குகள் போய்விடுமோ என்று பூர்ஷ்வா கட்சிகள் எவ்வாறு பயப்படுகின்றனவோ, அதேபோல, சாதிப் பிரச்சினையை கையிலெடுத்தால், ஸ்தாபன அமைப்பு உடைந்துவிடுமோ என்று கம்யூனிஸ்ட்கள் பயந்தார்கள்.

அடிப்படையில் சாதிகள் உற்பத்தி முறையில் வேர் கொண்டிருந்தாலும், கம்யூனிஸ்ட்கள் அவற்றை மேறகட்டுமானமாகக் கருதினார்கள். அவை பொருளாதார அமைப்பு என்ற அடித்தளத்தால் 'முடிவு செய்யப்படுவதாக' எடுத்துக் கொண்டார்கள். சாதிகளுக்கு எதிராக கம்யூனிஸ்ட்களின் மொத்த நடத்தையையும் இந்த உருவகத்தை அவர்கள் வார்த்தைக்கு அப்படியே பொருள் கொள்ளும் விதமாக, இயந்திர கதியாக பயன்படுத்திய விதம் விளக்கும். அம்பேத்கர் சுட்டிக் காட்டியதுபோல், இது அவர்களை ஒடுக்கப்பட்டோரின் உரிமைகளை கண்டு கொள்ளாது. உழைக்கும் வர்க்கத்தின் உரிமைகளுக்காக போராட்டம் நடத்த வைத்தது. உழைக்கும் வர்க்கம் என்பதும் கூட தொழிற்சாலைகளில் உழைப்பவர்கள் என்று குறுகலாக வரையறுக்கப்பட்டார்கள். சாதியம் பரவலாக உள்ள கிராமப்புற உழைப்பாளிகள் கைவிடப்பட்டார்கள்.

1941ல் தஞ்சாவூரில் கம்யூனிஸ்ட்கள் மத்திய தலைமையின் வழிகாட்டுதலில் இல்லாமல் தங்கள் சொந்த முன்முயற்சியில் நிலமற்ற விவசாயிகளைத் திரட்டி, அவர்கள் கோரிக்கைகளுக்காகப் போராட ஆரம்பித்தார்கள். தமது போராட்டத்தில் சாதிகளை கடந்து செல்வதில் ஓரளவுக்கு அவர்கள் வெற்றி பெற்றாலும் கூட, எந்த குறிப்பிட்ட சாதி தொடர்பான கோரிக்கையையோ (உதாரணத்திற்கு கட்டாய இலவச உழைப்புக்கு எதிராக) அல்லது தீண்டத்தகாதோருக்கு சமமான அரசியல், மத உரிமைகள் தந்து 'பாதுகாக்கும் சட்டங்கள் கேட்டோ போராடத் தயங்கினார்கள். மிகவும் பிற்காலத்தில்தான், நக்ஸல் இயக்கம் தனது கிராமப்புற வேர்களோடு சாதியோடு பெரிய அளவில் மோதுவதாக உருவானதற்குப் பிறகுதான், இந்த உருவகம் பற்றிய மறுசிந்தனை உருவானது. பெரும்பாலான நக்ஸல் இயக்கங்கள் சாதிப் பிரச்சனை குறித்த தமது நிலைபாட்டை செழுமைப்படுத்திக் கொண்டன. அவற்றில் சில சாதியை அடித்தளம். மேற்கட்டுமானம் ஆகிய இரண்டின் பகுதியாகவும் பார்த்தன. எனினும், இவை எதுவும் அடிப்படைத் திட்டத்தை பயனற்றது என்று ஒதுக்கவில்லை.

இந்த உருவகம் ஒரு திணறடிக்கும் வரலாறு கொண்டது. தனது ஆரம்பகால எழுத்துகளில் மார்க்ஸ் அடித்தளத்தை மேற்கட்டுமானத்திலிருந்து பிரிக்கவில்லை. ஜெர்மன் தத்துவம் (1840) என்ற நூலில்தான் மார்க்ஸ் முதன்முறையாக ஒரு மேற்கட்டுமானம் பற்றிக் குறிப்பிட்டார். 1859ல் தான் 'அரசியல் பொருளாதாரத்தின் விமர்சனத்திற்கு ஒரு பங்களிப்பு' (*A Contribution to the Critique of Political Economy*) நூலின் முன்னுரையில் அவர் இந்த உருவகத்தை பொருளாதார அமைப்பிற்கும் 'சட்ட மற்றும் அரசியல்' மேற்கட்டுமானத்திற்கும் உள்ள உறவின் வடிவமாகப் பயன்படுத்தினார். மார்க்ஸ் இதை வரலாற்றில் அடித்தளத்திற்கும், மேற்கட்டுமானத்திற்கும் உள்ள இயங்கியல் உறவை விளக்கப் பயன்படுத்தினார். ஆனால் அவரது தொண்டர்கள் மேற்கட்டுமான அம்சங்களை ஓரம் கட்டுவதற்கு அதை உற்சாகமாகப் பயன்படுத்தினார்கள். மேற்கட்டுமானம் அடித்தளத்தால் பாதிக்கப்படும் அதே வேளையில் அதுவும் அடித்தளத்தில் தாக்கம் ஏற்படுத்தக்கூடியதுதான்...

1890 வாக்கில் இந்த உருவகம் தவறாகப் பயன்படுத்தப்படுவது பரவலானபோது எங்கெல்ஸ் தலையிட நேர்ந்தது. ஜெர்மன் பொருளாதார அறிஞர் வால்தர் போர்ஜியஸ்-க்கு 1814 ஜனவரி 25ல் எழுதிய ஒரு கடிதத்தில் அவர்,

அரசியல், நீதி, தத்துவம், மதம், இலக்கியம், கலை முதலியவற்றில் முன்னேற்றம் பொருளாதார முன்னேற்றத்தைச் சார்ந்தது. ஆனால்..

பொருளாதார நிலைமை மட்டுமே காரணம்; அது ம ட்டுமே துடிப்பாக இயங்குகிறது; அதே சமயம் மற்ற அனைத்திற்கும் மிதமான தாக்கம் மட்டுமே உள்ளன என்பதல்ல, உண்மையில் பொருளாதார தேவையின் அடிப்படையில் ஊடாட்டங்கள் நடக்கின்றன. அங்கே பொருளாதாரத் தேவையின் அடிப்படையில் ஏற்பட்ட உரையாடலாக இறுதியில் அது எப்போதும் தன்னை நிலைநிறுத்திக் கொள்கிறது என்று (எங்கெல்ஸ் 1934) எழுதினார்.

மீண்டும், ஜெர்மன் மாணவரான ஜோசப் பிளாக்கிற்கு *(21-22* செப்டம்பர் *1890)* எழுதிய கடிதத்திலும் இந்தக் கருத்தை வலியுறுத்தும் வகையில்,

இளம் எழுத்தாளர்கள் சில சமயங்களில் பொருளாதாரத்திற்கு தர வேண்டிய அளவைவிட அதிகமான முக்கியத்துவம் தருவதற்கு என்னையும், மார்க்ஸையும் தான் பழிகூறவேண்டும்.. வரலாற்றுப் பொருள் முதல்வாதக் கண்ணோட்டத்தின்படி, இறுதி ஆய்வில், வரலாற்றில் தீர்மானகரமான அம்சம் என்பதுஉண்மையான வாழ்க்கையின் உற்பத்தி மற்றும் மறு உற்பத்திதான்... இப்போது, யாராவது ஒருவர் பொருளாதாரம் மட்டுமே தீர்மானிக்கும் அம்சம் என்று கூறி அதைச் சிதைத்தாரானால், அவர் அந்தக் கருத்தை ஒரு அர்த்தமற்ற, தெளிவற்ற, கேலிக் கூத்தான கலைச்சொல்லாக *(Jargon) (Engels 1972)* மாற்றிவிடுகிறார். என்று எழுதினார்.

தனது 'முதலாளித்துவத்திற்கு எதிரான ஜனநாயகம் : வரலாற்றுப் பொருள்முதல்வாதத்தின் மீளுருவாக்கம்' *(Democracy Against Capitalism : Renewing Historical Materialism)* என்ற நூலில் அரசியல் கோட்பாட்டாளரான எலென் மெய்க்சின்ஸ் உட், 'இ,ந்த அடித்தளம்/மேற்கட்டுமானம் உருவகம் அதன் மதிப்பை விட எப்போதுமே பெரிய பிரச்சினையாகத் தான் உள்ளது. மார்க்ஸே அதை மிக அபூர்வமாக, மிக முக்கியமான பொன்மொழி போன்ற, மறைக்குறிப்பீடு போன்ற வகையில்தான் பயன்படுத்தியிருக்கிறார் என்றாலும், அது அதன் வரையறுக்கப்பட்ட திறனுக்கு மிகவும் அப்பாற்பட்ட தத்துவார்த்தச் சுமையை சுமக்கச் செய்யப்பட்டுள்ளது' என்றார். *(2007, 49)* உண்மையான பிரச்சினைகள் ஸ்டாலினின் கட்டுப்பெட்டித்தனமான நிறுவனங்கள் இந்த உருவகத்தை மார்க்சிய லெனினிய தத்துவத்தின் அடிப்படைக் கொள்கையாக உயர்த்தியபோது அல்லது தாழ்த்தியபோது ஆரம்பித்தன. இவை மற்ற மிதமான இயல்புள்ள துணை அம்சங்களின் மீது சுய பூர்த்தியடைந்த பொருளாதார அம்சங்களின் மேலாதிக்கத்தை உறுதிப்படுத்தின.

இந்த உருவகம் ரஷ்ய மார்க்சிஸ்ட்களின் கையில் மோசமான உருமாற்றம் பெற்றது. இவர்கள்தான் இந்திய கம்யூனிஸ்ட்களுக்கு முக்கியமான

தத்துவார்த்த வழிகாட்டிகளாக அமைந்தார்கள். ஸ்டாலினுக்கு முன்பே, ரஷ்ய மார்க்சியத்தின் தந்தை என்று குறிப்பிடப்படும் ஜார்ஜ் பிளகானோவ் *(1856-1918)* இந்த அடித்தளம் மேற்கட்டுமானம் கொள்கையை இன்னும் கடுமையானதாக ஆக்கி வடிவமைத்தார். அவரது ஆரம்ப கால நூல்களில் ஒன்றும், மிக முக்கியமானதுமாகிய *The Development of the Monist View of History,* என்ற நூலில் (5வது அத்தியாயம் நவீன பொருள் முதல் வாதம்) பிளகானேவ், ஒரு குறிப்பிட்ட சமூகத்தில் அறிவார்ந்த பணியின் திசை வழி அந்த சமூகத்தின் உற்பத்தி உறவுகளால்தான் முடிவு செய்யப்படுகிறது. மார்க்சியத்தின் அடிப்படைப் பிரச்சனைகள் *(Fundamental Problems of Marxism) (1907)* என்ற நூலில் அவர் இந்த அடித்தளம். மேற்கட்டுமானம் பற்றி விளக்கினார். மேற்கட்டுமானம் என்பது 'சமூகத்தில் மனிதனின் உளவியல்' என்றும் இந்த உளவியலை வெளிப்படுத்தும் பல்வேறு தத்துவங்கள் ஒரு குறிப்பிட்ட பொருளாதார அடித்தளத்தின் மேல் நிறுவப்பட்டுள்ளன என்றும் விளக்கினார். லெனினோ அல்லது ட்ராட்ஸ் கியோ இந்த

அடித்தளம் மேற்கட்டுமானம் என்ற கருத்தை அதிகமாகப் பயன்படுத்தவில்லை என்றாலும், நிகோலாய் புகாரின் தனது வரலாற்றுப் பொருள்முதல்வாதம் *(Historical Materialism) (1925)* நூலில் இதற்கு ஒரு முழு அத்தியாயத்தை ஒதுக்கினார். அவரதுகைகளில் மார்க்ஸின் மேல்கட்டுமானம் மேலும் விரிவடைந்து, சமூகத்தின் பொருளாதார அடித்தளத்தின் மேல் சுற்றியது. இந்த தவறான விளக்கங்கள் வர்க்கம்தான் முக்கிய நிபந்தனை, அதாவது அடித்தளம், சாதி மேற்கட்டுமானம்தான்;5 வர்க்க உறவுகள் சீரமைக்கப்படும் போது அது நொறுங்கிவிடும். எனவே, சாதியை வர்க்கத்திலிருந்து பிரித்துவிட வேண்டும் என்ற இந்திய கம்யூனிஸ்ட்டுகளின் கருத்தை உறுதிப்படுத்தின.

அம்பேத்கருடன் வாதம்

இந்த சித்தாந்தக் கண்ணோட்டத்தோடு, சாதி பாகுபாட்டை, ஒடுக்குமுறையை ஒழிப்பதை நோக்கமாகக் கொண்ட அம்பேத்கருடைய தலித் இயக்கத்தோடு கம்யூனிட்டுகள் தவிர்க்க முடியாமல் வாதம் செய்தார்கள். உழைக்கும் வர்க்கமாவே அடிப்படையில் இருந்த தலித்துகளுக்கு அவர்கள் சந்தித்த யதார்த்தமான, எங்கும் பரவியிருந்த பாரபட்சத்தோடு ஒப்பிடும்போது கம்யூனிஸ்ட்களின் வர்க்கம், வர்க்கப் போராட்டம் ஆகியவை ஒரு கருத்தியலாகவே இருந்தன. அடிப்படையில் அவர்கள் தமது போராட்டத்திற்கு தாம் மட்டுமே தலைமையேற்க முடியும் என்ற முடிவிற்கு வந்தார்கள். அவர்களுக்கு அம்பேத்கர் போன்ற தகுதி வாய்ந்த தலைவரும் இருந்தார். இந்த இயக்கம் பொது இடங்களில் புழங்கும் உரிமை கோரி 1927 மார்க்சிங் மஹத்தில் ஆரம்பித்தது. அம்பேத்கர், சாவதார்

குளத்திற்கு நாங்கள் வெறுமனே தண்ணீர் குடிக்க மட்டும் செல்லவில்லை. நாங்களும் மற்றவர்களைப் போன்ற மனிதர்களே என்ற உரிமையை நிலைநாட்டவே அந்தக் குளத்திற்குப் போகிறோம். சமத்துவத்தின் விதிகளை நிர்ணயிப்பதற்காகவே இக்கூட்டம் கூடுகிறது என்பதில் தெளிவாக இருக்கிறோம். என்று அறிவித்தார். (டாங்ளே 1994, 225) புரட்சியின் மூலம் பொருளாதார அடித்தளம் மாற்றப்படாத வரை சாதி என்ற மேற்கட்டுமானம் மாறாது என்பதால் கம்யூனிஸ்ட்டுகளுக்கு, தலித்துகளின் இந்தப் போராட்டம் அர்த்தமற்றதாகத் தெரிந்தது. அம்பேத்கரின் இயக்கத்திற்கான அவர்களது எதிர்வினை இப்படி சிறுமைப்படுத்தும் போக்கைத்தான் காட்டியது. தலித்துகளின் பார்வையில் இந்த கண்ணோட்டத்திற்கும் உயர் சாதியினரின் (யதேச்சையாக கம்யூனிஸ்ட் தலைவர்கள் இந்த சாதிகள்) கண்ணோட்டத்திற்கும் வேறுபாடு இல்லை.

அம்பேத்கர் மார்க்சிய கோட்பாடுகளை முழுமையாக ஏற்காவிடினும், அதன் லட்சியங்கள், சாதனைகளால் ஈர்க்கப்பட்டார்.அது முழுக்க ஒரு குறியீடாகவே இருக்கலாம். ஆனால் அவரது பொதுவாழ்வின் இரு உதாரணங்கள் மார்க்சியம் மீதான அவரது உள்ளார்ந்த ஈரப்பைக் காட்டுகின்றன. முதலாவது சாதி என்பது ஒரு மூடுண்ட வர்க்கம் என்ற வரையறையோடு, எதிர்காலத்தின் போராட்டங்களில் இரண்டையும் இணைப்பதற்கான தத்துவார்த்தக் களத்தை அமைத்து தந்த அவரது ‘இந்தியாவில் சாதிகள்’ என்ற கட்டுரை. இரண்டாவது புத்தர் மற்றும் மார்க்ஸின் லட்சியங்கள் ஒன்றே என்று பெருந்தன்மையோடு அவர் குறிப்பிட்ட 1956ல் காட்மண்டுவில் அவர் ஆற்றிய கடைசி உரை. (சரியாகச் சொன்னால், கடைசிக்கு முந்தைய உரை) (BAWS 3) ஆனால், அவர் வன்முறையை நம்புவது, சர்வதிகாரம் என்ற இரு விஷயங்களில் மார்க்சின் முறையில் குறை இருப்பதாகக் கருதினார். இவை இரண்டையும் தவிரவும், மார்க்சியத்தின் மீதான அவரது ஆர்வத்தைக் காட்ட ஏராளமான ஆதாரங்கள் உள்ளன. அவர் ஜனதா (1927) இயக்கத்தை முறையாக ஆரம்பிப்பதற்கு முன்பே, அவர் முதன்முதலில் ஆரம்பித்த பத்திரிகையான மூக்நாயக்கிலிருந்து (1920) அவர் நடத்திய பத்திரிகைகளில் மார்க்சியம், போல்ஷ்விக் புரட்சி பற்றிய முக்கியமான கட்டுரைகள் தொடராக வந்துள்ளன. உதாரணத்திற்கு 1960களின் துவக்கத்தில் மூலதனத்தின் மராத்தி மொழி பெயர்ப்பு வெளிவந்தபோது, அம்பேத்கரின் ஜனதா, கூலி, உழைப்பு மற்றும் மூலதனத்தின், மொழி பெயர்ப்பை ஒன்பது பகுதிகளாக 1932 அக்டோபர் 31 முதல் டிசம்பர் 3 வரை வெளியிட்டது. மேலும் அது தனது 1935 ஜூலை 23 இதழில் மார்க்ஸ் மற்றும் ஏங்கெல்ஸ் பற்றிய கட்டுரை ஒன்றையும் வெளியிட்டது.

*1930*களில் அம்பேத்கர் உண்மையில் வர்க்க அரசியலில் ஈடுபட முயன்றார். *1937* மாகாண சட்டசபைத் தேர்தல்களுக்கு முன்பாக, *1936* ஆகஸ்ட் *15* அன்று ஐஎல்பி கட்சியைத் துவங்கினார். இக்கட்சி கடுமையான வர்க்க செயல்திட்டம் கொண்டிருந்தது. தேர்தல் அறிக்கையில் 'சாதி' என்ற சொல் ஒரே ஒரு முறை, போகிற போக்கில் தான் குறிப்பிடப்பட்டது. கட்சியின் தேர்தல் அறிக்கை, 'தொழிலாளர்கள்' என்பது ஒடுக்கப்பட்ட சமூகத்தினரையும் உள்ளடக்கியது என்பதால் ஒடுக்கப்பட்ட வகுப்பினர் என்ற சொல்லுக்குப் பதிலாக தொழிலாளர்கள் என்ற சொல் பயன்படுத்தப்படுகிறது. என்று குறிப்பிட்டது. தொழில்கள் அரசுடைமையாக, அரசால் நிர்வகிக்கப்படுவது. அரசு ஆதரவு கூட்டுறவு சொஸைட்டிகள், விவசாய, தொழிற்சாலை தொழிலாளர்களின் சுமையைக் குறைக்க வரிச் சீர்த்திருத்தங்கள், கட்டாய, இலவசக் கல்வி ஆகியவற்றை இந்தக் கட்சி முன் வைத்தது. இவ்வளவு இருந்தும், சாதி இந்துத் தொழிலாளர்களை இக்கட்சி ஈர்க்கவில்லை என்கிறார் எலினார் ஜெலியாட். கட்சியின் ஒடுக்கப்பட்டோர் வகுப்பு அடையாளம் அதற்கு எதிராகச் செயல்பட்டது என்கிறார் *(2003, 184)* *1935*ல் அம்பேத்கர் மும்பை தொழிலாளர் சங்கத்தை ஆரம்பித்தார். *1948*ல் துறைமுகத் தொழிலாளர்களையும், ரயில்வே தொழிலாளர்களையும் அணிதிரட்ட முயற்சி செய்தார். கிராமப்புறங்களில் நிலச்சீரத்திருத்தம், பரம்பரை உரிமைகளை ஒழித்தல் போன்ற தொடர்புடைய முயற்சிகள் மூலம், இந்த அமைப்பு ரீதியான முயற்சிகள் உழைக்கும் வர்க்க இயக்கத்தில் சாதியை ஒரு முக்கிய அம்சமாக நிறுத்த முயன்றன. கொங்கன் பகுதியில் நிலவிய ஒருவகையான நிலப்பிரபுத்துவமான 'கோட்டி' முறைக்கு எதிராக பெரும் போராட்டத்தை நடத்தினார். இதற்காக இருபதாயிரத்திற்கும் அதிகமான தலித்துகளும், குன்பி விவசாயிகளும், நிலமற்ற தொழிலாளிகளும் கலந்து கொண்ட பிரம்மாண்டமான பேரணியை பம்பாயில் நடத்தினார். இக்கால கட்டத்தில் அம்பத்கர் தனது புரட்சிகர செயல்பாட்டின் உச்சத்தில் இருந்தார். பம்பாய் மாகாணத்திலும், அதைச் சுற்றியுள்ள பகுதிகளிலும் ஏராளமான விவசாயிகள் மாநாடுகளை நடத்தினார். மொத்தத்தில் சாதிக்கு எதிரான போராட்டத்தை ஒரு வர்க்கப் போராட்டத்தில் உட்பொதிந்து நடத்தலாம் என்று உண்மையில் காட்டியவர் அம்பேத்கர்தான்.

எனினும் கம்யூனிஸ்ட்கள் தம் தத்துவார்த்த நிலைபாட்டை விட்டுத்தரத் தயாராக இல்லை. தொழிற்சங்கங்களுக்குள் மட்டுமே இயங்கினார்கள். கம்யூனிஸ்ட்களின் இந்தப் போக்கின் காரணமாகத்தான் அம்பேத்கரின் மார்க்சிய/ கம்யூனிச கசப்பு உண்மையில் உருவானது. பம்பாயின் பஞ்சாலைகளில், தொழிலாளர்கள் கம்யூனிஸ்ட்களின் கட்டுப்பாட்டில் இருந்தபோதும் தீண்டாமை குறையாமல் தொடர்ந்தது. இந்த அனுபவங்கள்

ஆரம்பத்திலிருந்தே இரு இயக்கங்களுக்கும் இடையில் இருந்த புரிதலைக் கெடுத்தன.

1929ல் கம்யூனிஸ்ட்கள் பஞ்சாலை தொழிலாளர் வேலை நிறுத்தத்தை அறிவித்தபோது, அம்பேத்கர் ஈ.டி.சாசூன் மில்லின் மேலாளர் பிரடெரிக் ஸ்டோன்சுடன் சேர்ந்து தலித் தொழிலாளர்களை வேலைக்குப் போகச் சொல்லி, வேலை நிறுத்தத்தை உடைக்க, இச்செயல் கம்யூனிஸ்ட்டுகளின் கோபத்தைத் தூண்டியது. இச்செயல், அதற்கு முந்தைய ஆண்டு சைமன் குழுவுடன் ஒத்துழைக்க அம்பேத்கர் தேசிய இயக்கத்திலிருந்து விலகியதன் தொடர்ச்சி என்று கம்யூனிஸ்ட்கள் கருதினார்கள். ஆனாலும்,1938ல்தொழிலாளர்களின் வேலை நிறுத்த உரிமையைப் பறிக்கும் தொழில் தகராறு மசோதாவை பம்பாய் மகாண காங்கிரஸ் அரசாங்கம் கொண்டு வந்தபோது, அம்பேத்கர் கம்யூனிஸ்ட்களோடு இணைந்து பெரும் வேலை நிறுத்தத்திற்கு தலைமை தாங்கினார். 1940ல் அக்கால கட்டத்தில் இந்தியாவில் இருந்த 11 மாகாணங்களைக் குறிக்கும் விதமாக இடதுபக்க மேல் மூலையில் 11 நட்சத்திரங்கள் உள்ள சிவப்புக் கொடியை தன் கட்சிக்கு வடிவமைத்தார். எனவே, சாதி பிரச்னைக்குத்தான் முக்கியத்துவம் என்று குரல் தந்த அம்பேத்கர் சாதி, வர்க்கப் போராட்டங்களை இணைக்க விரும்பிய பல அதே நேரத்தில் கம்யூனிஸ்ட்கள் பிடிவாதமாக தங்கள் வர்க்க நிலைபாட்டில் இருந்ததற்கு நிறைய ஆதாரங்கள் உள்ளன. அடித்தளம் மேற்கட்டுமானக் கொள்கையில் விடாப்பிடியாக இருந்து அதை ஒரு சூத்திரமாக அவர்கள் சுருக்கியது வார்த்தைக்கு முக்கியத்துவம் தரும் (சப்தப் பிரமாணா) பிராமணியக் கோட்பாட்டை நினைவூட்டுகிறது. அன்றைய இந்திய கம்யூனிஸ்ட் கட்சியின் தலைமையில் பிராமணர்கள் அதிகம் இருந்ததால் பழைய வாசகங்களை புதிய சூழலில் பொருத்திக் கொண்டதில் வியப்படைய எதுவுமில்லை. பழைய வேத வாக்கியங்களைப் போல் மார்க்சியமும் இயந்திரகதியாக ஏற்றுக் கொள்ளப்பட்டதிலும் எந்த வியப்புமில்லை.

இந்திய கம்யூனிசத்தின் இந்த சாயல் பற்றி அம்பேத்கர் எச்சரிக்கையாக இருந்தார். 1953ல் அமெரிக்க பத்திரிகையாளர் செலிக் ஹரிசனுக்கு பலமாதங்கள் தொடர்ந்த ஒரு நீண்ட நேர்காணல் அளித்தபோது, அவர்

கம்யூனிஸ்ட் கட்சி ஆரம்பத்தில் டாங்கே மற்றும் சில பிராமணப் பையன்களின் கையில் இருந்தது. அவர்கள் மராத்தா சமூகத்தையும், பட்டியலின சாதிகளையும் வென்றெடுக்க முயற்சி செய்து கொண்டிருந்தார்கள். ஆனால் அவர்களால் மஹாராஷ்ட்ராவில் முன்னேற முடியவில்லை ஏன்? காரணம் அவர்கள் பெரும்பாலும் ஒரு பிராமணப் பையன்களின் கூட்டம். இந்தியாவில் கம்யூனிஸ்ட் இயக்கத்தை இவர்கள்

கையில் கொடுத்து, ரஷ்யர்கள் ஒரு பெரிய தவறைச் செய்துவிட்டார்கள். ஒன்று, ரஷ்யர்கள் இந்தியாவில் கம்யூனிஸத்தை விரும்பவில்லை. அல்லது அவர்களுக்கு எதுவும் புரியவில்லை. *(Harrison 1960, 190-1)*

*1925*ல் கான்பூரில் நடந்த முதல் கம்யூனிஸ்ட் மாநாட்டில் சிங்காரவேலுவின் தலைமையுரை சாதிப் பிரச்சினையை இந்தியக் கம்யூனிஸ்ட் கட்சி வேண்டுமென்றே கண்டுகொள்ளாமல் இருந்ததற்கு வெளிப்படையான உதாரணமாகும். அவர் மீனவ சமுதாயத்தைச் சேர்ந்தவர். அயோத்திதாச பண்டிதர், பெரியார் ஆகியோரால் தாக்கம் பெற்றார். சாதி பாரபட்சத்தை நேரடியாக அனுபவித்தவர் என்ற வகையில் கட்சித் தலைமையில் தனித்துவமானவர். ஆனாலும் அவர், 'தீண்டத்தகாதோரின் பொருளாதாரச் சார்பு தீர்க்கப்பட்டவுடன், தீண்டாமை என்ற சமூகக் களங்கம் மறைந்துவிடும்' என்று சந்தோஷமாகக் கூறினார். கோவில்கள், குளங்கள், சாலைகளில் நுழைவது பிரச்சினையாக இல்லை. இதற்கான குறிப்பான நடவடிக்கைகள் கோரப்படவில்லை. மற்ற ஏழைகளோடு சேர்த்து, இவர்களின் பொருளாதார சுதந்திரமும் உயர்த்தப்பட்டால், தீண்டாமை மறைந்துவிடும் என்றே நம்பியுள்ளார். சிங்காரவேலு போன்ற பின்னணி கொண்ட ஒருவரே இப்படிப் பேசினால், மற்ற தலைவர்களின் சிந்தனை அவர்களில் பெரும்பாலானோர் பிராமணர்கள் எப்படி இருந்திருக்கும் என்பதை நாம் கற்பனை செய்து கொள்ளலாம். சாதி நேரத்தை வீணாக்கும் ஒரு திசைதிருப்பல் என்று பார்க்கப்பட ஒரு காரணம், இந்திய கம்யூனிஸ்ட் கட்சியின் தலைவர்கள் சிலர் புரட்சியை ஆரம்பிக்கும் அவசரத்தில் அது ஒரு உட்டோப்பிய சமுதாயத்தை ஏற்படுத்தி, எல்லா பிரச்சினைகளையும் தீர்க்கும் என்ற எண்ணத்தில் இருந்ததுதான். அவர்களில் எம்.என்.ராய் இந்தியா பிரிட்டனுடன் தொடர்ந்த தொடர்பினால், காலனிய அதிகாரம் கொண்டு வந்த அரசியல், பொருளாதார நடவடிக்கைகளால், ஏற்கனவே வளர்ந்த முதலாளித்துவத்தில் இருக்கிறது என்று நம்பினார். எனவே, சாதி ஒரு தடையே அல்ல, உழைப்பாளரின் புரட்சி ஆரம்பித்ததும், நிலப்பிரபுத்துவத்தின் மற்ற எச்சங்களுடன், சாதியும் வரலாற்றின் குப்பைத் தொட்டிக்குப் போய்விடும்.

கம்யூனிஸ்ட்களின் இந்த அணுகுமுறை அம்பேத்கரிடம் விரோத உணர்வைத் தூண்டியது. அவர்களது (அடித்தளம் – மேற்கட்டுமானம்) கருத்து தவறு என்பதை நிரூபிக்கும் பதட்டத்தில் அவர், 'எப்போதுமே அரசியல் புரட்சிக்கு முன்பாக சமூக, மதப் புரட்சிகள் நடந்துள்ளன என்பதை வரலாறு காட்டுகிறது' *(சாதி ஒழிப்பு –*

BAWS 1, 44) என்று எழுதி, தன்னையறியாமல், சாதிகள் உண்மையில் ஒரு மேற்கட்டுமான விஷயம்தான் என்ற அவர்களது அடிப்படை தர்க்கத்திற்கு

உடன்பட்டுவிட்டார். கம்யூனிஸ்ட்கள் கொள்கைப் பிடிவாதமாக இல்லாமல் இருந்திருந்தால், அவர்கள் அம்பேத்கரின் பார்வையை உணர்ந்து, தலித்துகளின் சாதி எதிர்ப்புப் போராட்டம் வர்க்கப் போராட்டத்தின் ஒரு பகுதியாக இருக்கும் வண்ணம் ஒரு வர்க்க ஆய்வை செய்திருப்பார்கள் என்று கருதலாம். ஒரு தனியான தலித் இயக்கத்திற்கும், அதன் தொடர்ச்சியாக சகோதரச் சண்டைகளுக்கும் இடமில்லாது போயிருக்கும். தீண்டாமையிலிருந்து தலித்தியத்திற்கு *(From Untouchability to Dalit 1992, 137)* கட்டுரையில் ஜெலியாட் குறிப்பிடுவதைப் போல, இந்தியாவில் கம்யூனிசத்திற்கே தடையரணாகச் செயல்பட, அம்பேத்கர் பௌத்தமதத்தைத் தழுவியது, இந்த விரோத உணர்வின் ஒரு வெளிப்பாடுதான். சாதி மற்றும் வர்க்கத்தின் எதிரினை நிலைக்குத் தரப்பட்ட விலை இதுதான். இது முளையிலேயே கிள்ளி எறியப்பட்டிருந்தால், *1947*ல் நடந்த வெறும் ஆட்சி மாற்றத்திற்கு மாறாக இந்தியா ஒருவேளை ஒரு புரட்சியைச் சந்தித்திருக்கக் கூடும்.

மார்க்ஸ் தனது கணிப்புகளுக்கு மாறாக ஒரு சோசலிச சமுதாயத்தைப் படைக்க இயலவில்லை; மறுபுறத்தில் அம்பேத்கர் சாதியை ஒழிக்க இயலாது, தலித் மக்களின் நிலையை சிறிது உயர்த்த மட்டுமே முடிந்தது என்ற வகையில் மார்க்ஸ், அம்பேத்கர் இருவருமே தமது லட்சியங்களை அடைவதில் தோல்வி கண்டார்கள் என்று ஒருவர் எளிதாகச் சொல்லிவிடக் கூடும். எனினும் அவர்களது தோல்விகளை ஒன்றாகக் கருத முடியாது. மார்க்ஸ் புரட்சிக்கான ஒரு அறிவியல்பூர்வ சட்டகத்தையும், அதைக் கொண்டு வருவதற்கான ஒரு கோட்பாட்டையும் அளித்தார். நம்மைச் சுற்றியுள்ள உலகைப் புரிந்து கொள்வதற்கான பகுப்பாய்வுக் கருவிகளையும், நமது செயல்களை திட்டமிட சில குறிப்பான கருத்துக்களையும் அளித்தார். இயல்பாகவே அவரது லட்சியம் ஒரு நீண்ட காலத்தில் நிறைவேறக் கூடியதாக இருந்தது. மாறாக, தனது லட்சியத்தை அடைய, கிடைத்த சூழலைப் பயன்படுத்திக் கொள்ளும் ஒரு நடைமுறை வழிமுறையை அம்பேத்கர் கடைப்பிடித்தார். அவருடையது அடிப்படையில் ஒரு குறுகிய கால அணுகுமுறை. உடனடிப் பலன்களைத் தருவதற்காக வடிவமைக்கப்பட்டது. அது எல்லா நேரங்களிலும் அவரது நீண்ட கால லட்சியங்களுக்காக ஒத்திசைவாக இருக்காது. இந்த முறைக்கும், மார்க்ஸின் அறிவியல் முறைக்கும் இடையில் பிரச்சினைகள் இருக்கும். அது என்னவெனில் முன்னது அடிப்படையில் எதிர்வினையாற்றுவதாக இருப்பது. மார்க்சிய முறையின் சாதகம் என்னவெனில், அதன் தத்துவார்த்த அடித்தள சட்டத்தில், அது பாரபட்சமற்ற கடுமையைக் கொண்டது. அதே சமயம் அது கடந்த காலத்தையும் விளக்குகிறது. எனினும், அதை

நடைமுறைப்படுத்துவது மிகவும் சிக்கலானது என்பது நிரூபணமாகியுள்ளது.

இந்திய மக்களின் சமூக வாழ்வின் ஒவ்வொரு அம்சத்திலும் பரவியுள்ளது என்ற வகையில் சாதி முறையை இந்திய மக்களின் வாழ்வு முறையாகப் பார்த்த அம்பேத்கர் அதன் ஒழிப்பு அவசியம், அதே சமயம் அப்பணி கிட்டத்தட்ட சாத்தியமற்றது என்றும் உணர்ந்திருந்தது சரிதான். அவரே கூறியுள்ளது போல் சாதி மதத்திலிருந்து பிறக்கவில்லை. அது மதத்தால் மட்டுமே நீடித்திருக்கவும் இல்லை. மதம் என்பது சாதி நீடித்திருக்க உதவிய பல அம்சங்களில் ஒன்று மட்டுமே. முக்கியமான அம்சம் என்னவென்றால் அது பொருளாதார அதிகாரத்தை ஆதிக்க சாதிகளுக்கு படிநிலை அளவுகளில் அளித்தது. இதனால் அதிகாரப் படி நிலையில் அடுத்தடுத்த கீழ் நிலையில் இருந்தோருக்கு அதன் நீடிப்புத் தன்மையில் பங்கு குறைந்து கொண்டே சென்றது. எனவே, சாதிகள் சமூக அமைப்பைப் போன்ற செயலொப்புமை உள்ளவை. அதனுள் ஏற்படும் மாற்றங்களுக்குத் தகுந்தாற்போல் மாறிக்கொள்ள போதுமான மீண்டெழும் சக்தி கொண்டவை. எனவே, சாதி ஒழிப்பிற்கு ஒரு முழுமையான ஜனநாயகப் புரட்சி அவசியம். அது கண்ணுக்கெட்டும் தூரம் வரை காணப்படவில்லை. இந்தியாவின் எதிர்காலத்தில் மார்க்ஸ், அம்பேத்கர் சந்திக்கும் ஒரு கட்டம் வரலாம். அது மிகவும் அவசியமாகத் தேவைப்படுகிறது.

3

அம்பேத்கர், அம்பேத்காரியர்கள், அம்பேத்காரிசம்

தலித் பேந்தர்கள் முதல் காவி அடிமைகள் வரை

ஒரு மனிதரின் சிறப்பிற்கு அவர் நினைவாக வைக்கப்பட்டுள்ள சிலைகள், படங்கள், சுவரொட்டிகள், பாடல்கள், இசை நாடகங்கள், புத்தகங்கள், துண்டு பிரசுரங்கள், மாநாடுகள், கருத்தரங்குகள், அவற்றில் கூடும் மக்களின் எண்ணிக்கை ஆகியவற்றை ஒரு அளவாகக் கொண்டால், அம்பேத்கருடன் எந்தவொரு வரலாற்று ஆளுமையும் போட்டிபோட முடியாது. இருக்கும் நினைவுச் சின்னங்களில் பட்டியலில் புதிய இடங்கள் தொடர்ந்து சேர்க்கப்படுகின்றன. நரேந்திர மோடி தலைமையிலான இன்றைய அரசாங்கம் அவர் நினைவைப் போற்ற பெரும் செலவில் திட்டங்களை அறிவித்து வருகிறது. 2016ல் அம்பேத்கர் பிறந்த இடமான மோவ் (Mhow) (மத்திய பிரதேசம்), லண்டனில் அவர் படித்த காலத்தில் தங்கியிருந்த கட்டிடம், நாக்பூரில் உள்ள தீக்ஷாபூமி, டில்லியில் உள்ள மஹாபரிநிர்வாண ஸ்தலம், மும்பையில் உள்ள சைத்யபூமி ஆகிய ஐந்து இடங்களும், பஞ்சதீர்த்தம் ஐந்து புனித ஸ்தலங்களாக மேம்படுத்தப்படும் என்று மோடி அறிவித்தார். டில்லியில் ஏராளமான பெரும்செலவில் அமைக்கப்பட்டுள்ள நினைவுச் சின்னங்களான, ஜன்பத்தில் உள்ள டாக்டர். அம்பேத்கர் சர்வதேச மையம் மற்றும் 26 அலிப்பூர் சாலையில் உள்ள டாக்டர். அம்பேத்கர் தேசிய நினைவாலயம் ஆகியவை இந்த சங்கிலியின் வெறும் கண்ணிகள் சமூக நீதி மற்றும் அதிகாரமளித்தலுக்கான மத்திய அமைச்சர் தவாக் சந்த் கெலாட். இன்னும் ஒருபடி மேலே சென்று, அம்பேத்கர் காலடி வைத்த இடங்களில் எல்லாம் அவர்கள் பெரிய நினைவுச் சின்னங்களை எழுப்பப்போவதாக அறிவித்தார். இந்த தனிச்சிறப்பான ஆர்வத்திற்குப் பின்னால் என்ன இருக்கக்கூடும்? தலித்துகளுக்கு அம்பேத்கர் ஒரு தேவதூதராக இருந்தவர் என்பதில் ஐயமில்லை. அவர் தங்களுக்குச் செய்ததற்காக அவர்கள் நன்றி காட்டுவது இயல்பானது. ஒருவரை பெரிய நாயகராகப் போற்றுவது என்பது வேறு. அவரை ஒரு கடவுளாக ஆக்குவது, அதுவும் அவரே தன்னை கடவுளாக்கிவிடக்கூடாது என்று எச்சரித்துள்ள நிலையில் என்பது வேறு. அரசியல்வாதிகள், ஏன் தலித் அறிவுஜீவிகள் கூட அறியாமையாலோ அல்லது ஆளும் வர்க்கத்தின் நெருக்கத்தைப் பெறவோ அம்பேத்கரைக் கொண்டாடுவது, அவரை எதுவும் செய்யாத, வெறுமனே வணங்க மட்டுமே முடிந்த கடவுளாக ஆக்கிவிட்டது. அதினும் மோசமாக, ஒரு பிற்போக்கான அடையாள பிம்பமாக, மேலும் அறிவுபெறுவதைத்

தடுப்பவராக ஆக்கிவிட்டது. அவரவரது தனிப்பட்ட வாழ்க்கை முன்னேற்றத்திற்கும் பயன்படுத்திக் கொள்ளப்படுபவராக ஆக்கிவிட்டது. கடந்த நாற்பதாண்டுகளாக இந்த பக்திக் கலாச்சாரத்தால் ஏற்பட்ட தலித் இயக்கத்தின் கடும் சரிவு, பெரும்பாலான தலித் மக்களின் தீராத துயரம், சுயநலமான தலித் மேட்டுக்குடியான ஒரு பிற்போக்கு அடுக்கின் வளர்ச்சி ஆகியவை ஒரு கொடிய நம்பிக்கையின்மையை ஏற்படுத்தி விட்டது. இது திரும்பவும் அந்த பக்தி கலாச்சாரத்தை ஊக்குவிக்கிறது.

அம்பேத்கரின் மரணத்திற்குப் பிறகு அம்பேத்கரிசம் தத்துவார்த்த ரீதியாக குறிக்கோளின்றி, பல்வேறு பாதைகளில் பயணித்ததன் விளைவாக இந்த இச்சகம் பேசும் போக்கு அதிகமாக வளர்த்துவிட்டது. இவற்றில் கவனம் செலுத்தும் முன் அம்பேத்கரின் வாழ்வின் முக்கியமான கட்டங்களை ஆராய்ந்து, அவரது பரபரப்பான வாழ்வின் மத்தியில் மறுக்க முடியாத ஒரு கருத்தோ அல்லது தனித்துவமான சிந்தனை முறையோ இருக்கிறதா, அம்பேத்கரிசம் என்று வெளிப்படுத்தும் விதமாக ஒரு அமைப்பு முறை உள்ளதா என்பதைப் பார்ப்பது மிகவும் முக்கியமானது.

அம்பேத்கருடன் சர்ச்சை

1927 மகத் போராட்டங்களுக்குப் பிறகு, சாதி இந்துக்களின் எதிர்வினை குறித்து அம்பேத்கர் மனம் வெறுத்துப் போனார். தலித்துகள் தம் குடிமை உரிமைகளுக்காகப் போராடினால், இந்து சமூகத்தின் முன்னேறிய சமூகம் தனது கடமை பற்றி விழிப்புணர்வு பெற்று சீர்த்திருத்தங்களை மேற்கொள்ளும் என்று அவர் கற்பனை செய்திருந்தார். பின்னால் தோழர். மோரே *(Comrade.More)* என்று அழைக்கப்பட்ட ராமச்சந்திர பாபாஜி மோரே என்ற இளைஞரால் யோசிக்கப்பட்டு, திட்டமிடப்பட்ட மஹத் மாநாட்டில் மூவாயிரம் தலித்துகள் கலந்து கொண்டார்கள். இவர்கள் பெரும்பாலும் முதல் உலகப்போரில் போரிட்ட முன்னாள் ராணுவ வீரர்கள். இந்தக் கூட்டம் ஆரம்பத்தில் ஒடுக்கப்பட்ட வகுப்பினரின் வெறும் ஒரு மாநாடாகத்தான் திட்டமிடப்பட்டிருந்தது. "ஒடுக்கப்பட்ட வகுப்பு' *'Depressed Classes'* என்பது *1916*லிருந்து பிரிட்டிஷ் நிர்வாகம் தலித்துகளைக் குறிக்கப் பயன்படுத்தி சொல்லாடலாகும். ஆனால், இந்த சந்தர்ப்பத்தைப் பயன்படுத்தி, *1923*ல் பம்பாய் மாகாண சட்டசபையின் போலே தீர்மானத்தால் அவர்களுக்கு வழங்கப்பட்டிருந்த குடிமை உரிமையை நிலைநிறுத்தும் விதமாக, அனைவரும் சாவதார் குளத்திற்கு ஊர்வலமாகச் சென்று, அதன் நீரைப் பருகுவது என்று முடிவு செய்யப்பட்டது. போக் தீர்மானம் 'பொது நிதியால் அமைக்கப்பட்ட அனைத்து பொது நீர் ஆதாரங்கள். கிணறுகள், தர்காக்கள், பள்ளிகள், நீதிமன்றங்கள், அலுவலகங்கள், மருத்துவமனையால் இனிமேல் அனைவரும் பயன்படுத்தும் வகையில், எவ்விதத் தடையின்றி

திறந்துவிடப்படும் என்று கூறியபடி, இதன் அம்சங்களை பிறகு மஹத் முனிசிபாலிதியும் ஒரு சிறப்புத் தீர்மானம் மூலம் ஏற்றது. 1927 மார்ச் 20 அன்று கூடியிருந்த பிரதிநிதிகளுக்கு இடையில் உரையாற்றும்போது, அம்பேத்கர், சாவதார் குளத்திற்கு வெறுமனே நாம் தண்ணிர் குடிக்க மட்டும் செல்லவில்லை. நாமும் பிறரைப்போல மனிதர்கள் தான் என்பதை நிலைநாட்டப் பேசுகிறோம். இக்கூட்டம் உரிமைக்கான விதியை ஏற்படுத்துவதற்காக ஏற்பாடு செய்யப்பட்டுள்ளது என்பதில் தெளிவாக இருக்க வேண்டும் என்றார். எனினும், குளத்திலிருந்து திரும்பி வரும்போது, பிரதிநிதிகள் சனாதன இந்துக் கும்பலால் தாக்கப்பட்டார்கள். இருபது பேருக்கு கடுமையான காயம், பெண்கள் உட்பட அறுபது, எழுபது பேருக்கு காயம். தீட்டுப்பட்ட குளத்தை 'சுத்தம் செய்வதற்காக, பிராமணர்கள் வேத கோஷங்களுக்கிடையே 108 மண்குடங்கள் பஞ்சகவ்யத்தை (சாணி, மாட்டு, மூத்திரம், பால், தயிர், வெண்ணெய் ஆகியவற்றின் கலவை) குளத்தில் ஊற்றினார்கள். இதனால் கோபமுற்ற அம்பேத்கர், ஒன்பது மாதங்கள் திட்டமிட்டு 'சத்தியாகிரகமாக' ஒரு மாநாட்டை ஏற்பாடு செய்தார். ஒடுக்கப்பட்ட வகுப்பினர் சத்தியாக்கிரகமாக திட்டமிட்டு உணர்ந்து நடத்திய முதல் போராட்டம் இதுதான். இதில் பத்தாயிரத்திற்கும் மேற்பட்டோர் கலந்து கொண்டனர். எனினும் இந்த முறையும் விளைவு அறைகுறையாகத்தான் இருந்தது. காரணம் சில சாதி இந்துக்கள் சாவதால் குளம் தனிப்பட்ட ஒருவருக்கு சொந்தமானது. ஒரு சௌதிரி குளம் என்ற பொய்யான தகவலை அளித்து சத்யாகிரகிகளுக்கு எதிராக நீதிமன்றத்தில் தடை உத்தரவு வாங்கிவிட்டார்கள். இந்த இரண்டாவது மாநாட்டில் தான், 1927 டிசம்பர் 25 அன்று, பாபுசாகிப் சகஸ்ரபுத்தே என்ற முற்போக்குப் பிராமணரின் கையால் 'மனுஸ்மிருதி'யின் பிரதி எரிக்கப்பட்டது.

இதன் பிறகு, இந்து சமூகத்திற்குள் சமூக சீர்த்திருத்தங்களைக் கொண்டு வரும் தனது முயற்சியை அம்பேத்கர் கைவிட்டார். அரசியலில் புதிதாக ஏற்பட்டுக் கொண்டிருந்த வாய்ப்புகளை நோக்கித் திரும்பினார். மஹதிற்குப் பிறகிலிருந்தே அவர், இந்து மதத்தை துறக்கப்போவதாக இந்துக்களுக்கு வெளிப்படையாக எச்சரிக்கை விட ஆரம்பித்தார். 1928ல் ஜல்கானில் (விதர்பா) அவரது ஆரம்ப கால உரை ஒன்றில், அவர் தலித்துகள் முஸ்லீம்களாக மாற வேண்டும் என்றார். சுமார் இருபது பேர் மதம் மாறினார்கள். இப்போது அவரது செய்தி சமூகம், அரசியல் என்று இரண்டு அம்சங்களைக் கொண்டிருந்தது. சமூக செய்தி இப்போதும் இந்து மதத்தில் சீர்த்திருத்தம் பற்றிப் பேச, அரசியல் அம்சம், 1909 மிண்டோ – மார்லி சீர்த்திருத்தங்களின்போது முஸ்லீம்- லீக்தீண்டத்தகாதோரும், ஆதிவாசிகளும் இந்துக்களல்லர் என்று கூறியதிலிருந்து உருவானது. காங்கிரஸ் அதிக

தொகுதிகளை எடுத்துக் கொள்வதைத் தடுக்கும் விதமாக லீக் இந்த வாதத்தை வைத்தது. அம்பேத்கர் இக்கோரிக்கையை, தலித்துகளுக்கு தனி அடையாளம் கோருவதன் மூலம் தனது அரசியலை வளர்த்துக் கொள்ள பயன்படுத்திக் கொண்டார். பொதுவாக நிலவும் கருத்துக்கு மாறாக, இக்காலகட்டத்தில் அம்பேத்கர் சத்யாகிரக வழியை கைவிட்டுவிட்டார். ஆனால் தனது தொண்டர்கள் அந்த வழியைக் கடைப்பிடிக்கக் கூடாது என்று வெளிப்படையாகத் தடுக்கவில்லை. புனேயில் பார்வதி கோவில் சந்தியாகிரகம் (1939) நாசிக்கில் நடந்த காலாராம் கோவில் சத்தியாகிரகம் ஆகியவற்றை முறையே அவரது தொண்டர்களான பி.என்.ராஜ்போஜும், பி.டி. (தாதா சாகேப்) கெய்க்வாட்டும்தான் திட்டமிட்டு, தலைமையேற்று நடத்தினார்களே தவிர அம்பேத்கர் நடத்தவில்லை. அம்பேத்கர் தனது தார்மீக ஆதரவை அளித்தார். பின்னதில் ஒருமுறை கலந்து கொள்ளவும் செய்தார்.

1919ல் மாண்டேகு-செம்ஸ்ஃபோர்ட் காலத்தில் வாக்குறுதி தந்தபடி அரசியலமைப்பு சீர்த்திருத்தங்களை ஆராய, 1927ல் பிரிட்டிஷ் அரசாங்கம் ஏழு பேர் கொண்ட சைமன் குழுவை அனுப்பியபோது, காங்கிரஸ் அதைப் புறக்கணித்தது. ஆனால் அம்பேத்கர் ஒத்துழைக்க முடிவு செய்தார். 1928 மே 29 அன்று பரேல், தாமோதர் அரங்கத்தில் பஹிஷ்கிருது ஹிதரிணி சபாவில் (ஒடுக்கப்பட்டோர் அமைப்பு) உரையாற்றும்போது, அவர் பம்பாய் மாகாணத்தில் ஒடுக்கப்பட்ட வகுப்பினரிடையே உள்ள கல்வியின் நிலை பற்றிய பிரச்சினைகளை சைமன் குழு முன் எழுப்பினார். குழு தனது அறிக்கையை 1930 மே மாதம் அளித்தது. அது பல்வேறு சமூகங்களுடன் அரசாங்கம் ஒரு வட்டமேஜை மாநாட்டை நடத்த வேண்டும் என்று பரிந்துரைந்தது. ஒடுக்கப்பட்ட வகுப்பினரின் பிரதிநிதிகளாக அம்பேத்கரும், மதராஸ் மாகாணத்தின் ரெட்டைலை சீனிவாசனும் லண்டனுக்கு அழைக்கப்பட்டார்கள். அம்பேத்கர் இந்த வாய்ப்பை தலித்துகளுக்கு தனித்துவமான அடையாளத்தைப் பெற வலியுறுத்தப் பயன்படுத்திக் கொண்டார். காந்தியின் கடுமையான எதிர்ப்பை மீறி, தலித்துகளுக்கு மாகாண சட்டசபைகளில் ரிசர்வ் தொகுதிகளோடு, தனிவாக்குரிமையையும் பெற்றுத்தந்தார். 1932 ஆகஸ்ட் 16 அன்று பிரிட்டிஷ் பிரதமர் ராம்ஸே மெக்டொனால்ட் முற்பட்ட வகுப்பினர், முஸ்லீம்கள், சீக்கியர்கள், ஐரோப்பியர்கள், இந்தியக் கிறிஸ்துவர்கள், ஆங்கிலோ-இந்தியர்கள், தீண்டத்தகாதவர்கள் ஆகியோருக்கு தனி வாக்குரிமை தொகுதிகளை அறிவித்தபோது, காந்தி அதை ஏற்க மறுத்து, தலித்துகளுக்கான சலுகைக்கு எதிராக சாகும்வரை உண்ணாவிரதத்தை அறிவித்தார். மற்ற தனித் தொகுதிகள் அவரை பாதிக்கவில்லை. இதன் விளைவாக அம்பேத்கர் தான் பெற்ற சலுகையைத் துறந்து, இந்துக்களுடனான பொதுத் தொகுதிகளை ஏற்க

நேர்ந்தது. ரிசர்வ் தொகுதிகளின் எண்ணிக்கை உயர்த்தப்பட்டது. (70களிலிருந்து 148ஆக). ஒரு முதற்கட்ட தேர்வு முறை அமைக்கப்பட்டது. இதன்படி, நான்கு வேட்பாளர்கள் கொண்ட பட்டியலை தலித்துகள் மட்டுமே தேர்ந்தெடுப்பார்கள். அவர்களில் ஒருவர் பொதுத் தொகுதிகளிலிருந்து தேர்வு செய்யப்படுவார்கள். புனே ஒப்பந்தம் 1932 செப்டம்பர் 24ம் தேதி கையெழுத்தானது. அது இந்திய அரசாங்கச் சட்டம் 1935ல் சேர்க்கப்பட்டது.

அம்பேத்கர் புனே ஒப்பந்தத்தால் திருப்தி அடைந்ததாகத் தெரிந்தாலும், ஆறு மாதங்களுக்குப் பிறகு, ஹரிஜன் பத்திரிகையின் (11 பிப்ரவரி 1933) முதல் இதழுக்காக காந்தி அவரிடம் வாழ்த்துச் செய்தி கேட்டபோது, அம்பேத்கர் இந்துக்கள் ஒரு தீண்டத்தகாதவரின் வாழ்த்தை மரியாதையாக ஏற்றுக் கொள்ள மாட்டார்கள் என்று இகழ்ச்சியாக ஒரு பதில் அனுப்பினார். அதற்குப் பதிலாக கீழ்க்கண்ட அறிக்கையை வெளியிடுமாறு கேட்டுக் கொண்டார்.

சாதிக்கு வெளியே இருப்போர் சாதி முறையின் ஒரு உடன்விளைவாகும். சாதிகள் இருக்கும் வரை சாதிக்கு வெளியே இருப்போரும் இருப்பார்கள். சாதி முறை அழிக்கப்பட்டாலன்றி, இவர்களுக்கு விடுதலை கிடையாது. இந்த இழிந்த, தீய நம்பிக்கையை இந்து மதத்திலிருந்து நீக்காதவரை வரக்கூடிய போராட்டத்தில் இந்துக்களை எதனாலும் காப்பாற்ற முடியாது. (Mandal 1999, V)

இதில் வெளிப்படும் வெறுப்பும், போர்க்கோலத்தன்மையும், மூன்றாண்டுகளுக்குப் பிறகு அவர் எழுதப்போகும் சாதி ஒழிப்பு நூலின் தொனிக்கு ஒரு முன்னோட்டமாகும். 1936ல் லாகூரில் ஒரு மாநாட்டில் பேசுவதற்காக அம்பேத்கர் தயாரித்தது தான் சாதி ஒழிப்பு நூலாக பின்னர் வந்தது. இது சாதி அமைப்பின் வேர் இந்து தர்ம சாஸ்திரங்களில் இருப்பதாகவும், சாதி ஒழிக்கப்பட வேண்டும் என்றால் அந்த தர்ம சாஸ்திரங்கள் தகர்க்கப்பட வேண்டும் என்றும் கூறியது. அம்பேத்கரை ஆரிய சமாஜத்தில் வேர்கொண்டதும் எந்த வகைபாட்டிற்குள்ளும் அடங்காததுமான ஜாட்பட் தோடக் மண்டல் அவரைப் பேச வருமாறு அழைத்திருந்தனர் மாநாட்டு ஏற்பட்டாளர்கள். எழுதப்பட்ட அம்பேத்கரின் உரையின் கடுமையைக் கண்டு பின் வாங்கி விட்டார்கள். (எனவே பிறகு அவரைப்பேசவேண்டாம் என்று சொல்லிவிட்டனர்) 1936 மே மாதம் அம்பேத்கர் தனது சொந்த செலவில் அதை சிறுநூலாக வெளியிட்டார். மே 31ம் தேதி தாதர் புறநகர் பகுதியான நைகாம் பகுதி மஹர்களின் மும்பை எலக்க மஹர் பர்ஷத்தின் மாநாட்டில் தான் அவர் தனது புகழ்பெற்ற 'முக்தி சோன் பதே?' (கடைத் தேற்றத்திற்கு என்னவழி?) உரையை ஆற்றினார்.

அதில் அவர் மதமாற்றத்தைத் தான் ஆதரிப்பதற்கான காரணங்களை விளக்கினார். மிகப் பொருத்தமாக, அம்பேத்கர் மத ஒடுக்குமுறைக்கு எதிரான போராட்டத்தை ஒரு வர்க்கப் போராட்டமாகவே கருதினார்.

'இது ஒரு பகையாளிகளுக்கு இடையிலான பகையல்ல. தீண்டாமைப் பிரச்சினை என்பது வர்க்கப் போராட்டம் தொடர்பான விஷயம். இது சாதி இந்துக்களுக்கும் தீண்டத்தகாதோருக்கும் இடையிலான போராட்டம். இது ஒரு மனிதருக்கு எதிராக அநீதி இழைக்கும் விஷயமல்ல. ஒரு வர்க்கம் மற்றொரு வர்க்கத்திற்கு இழைக்கும் அநீதி பற்றிய விஷயம். இந்த வர்க்கப் போராட்டத்திற்கும், சமூக அந்தஸ்திற்கும் தொடர்பு இருக்கிறது. நீங்கள் மற்றவர்களைப் போலவே சமமாக நடத்தப்பட வேண்டும் என்று கேட்க ஆரம்பிக்கும்போதே இந்த போராட்டம் துவங்கி விடும். *(அம்பேத்கர் 1988)*

இந்தியச் சட்டம் *1935*ன்படி மாகாணத்தேர்தல்கள் நடப்பதற்கு முன்பாக, அம்பேத்கர் தனது அரசியல் கட்சி ஐ.எல்.பி.ஐ. *1936*ல் தோற்றுவித்தார். அது ஒரு தொழிலாளர்களின் கட்சி என்றார் அவர். தேர்தலின் அவசியத்தால், தலித்துகளைத் தாண்டி தனது செல்வாக்கை விரிவுபடுத்தும் தந்திரத்தின் ஒரு பகுதி இது. என்றாலும், மக்களின் வர்க்க ஒற்றுமை மீது அவருக்கு இருந்த நம்பக்கையின் வெளிப்பாடும் ஆகும். *1937* தேர்தலுக்கு முன்பு வெளியிட்ட தேர்தல் அறிக்கையில், அவர் வர்க்கம் என்ற அடிப்படையில் தொழிலாளர்கள், விவசாயிகளின் பொருளாதார பிரச்சினைகள் பற்றிப் பேசினார். சாதி போகிற போக்கில் ஒரு இடத்தில்தான் குறிப்பிடப்பட்டது. எனினும், அதேகாலகட்டத்தில் அம்பேத்கர் தலித்துகளுக்கு ஒரு புதிய கலாச்சார அடையாளத்தைத் தேடுவதில் தீவிரமாக ஈடுபட்டிருந்தார். *1935* அக்டோபர் *13* அன்று நாசிக் மாவட்டத்தில் நடந்த ஒரு மாநாட்டில் தலித்துகள் இந்து மதத்திலிருந்து விலக வேண்டும் என்று வற்புறுத்தினார். அங்குதான் அவர், 'தீண்டத்தகாதவன் என்ற களங்கத்தோடு பிறக்கும் துரதிருஷ்டம் எனக்கு ஏற்பட்டது. எனினும் அது என் தவறல்ல. ஆனால் நான் ஒரு இந்துவாக இறக்கமாட்டேன். ஏனெனில் அது எனது கையில் இருக்கிறது' என்ற அவரது புகழ்பெற்ற சபதத்தை விடுத்தார். சாதி, மதம் பற்றிய இப்படி ஒரு தீர்மானமான பார்வையோடு, இருந்தவர் வர்க்க அரசியலுக்கு மாறியது திடீர் முடிவாக, வரையறுக்கப்பட்ட வாய்ப்பு உள்ளதாகத் தெரிந்தது. வர்க்க மற்றும் சாதி அரசியல்களுக்கு இடையில் பரஸ்பரம் மோதல்கள் அவ்வப்போது வந்ததையும், நாம் பார்க்கப்போகிறோம்.

ஐஎல்பி காலகட்டத்தில் அம்பேத்கர் சட்டசபைக்கு உள்ளும், வெளியிலும் குறிப்பிடத்தகுந்த வர்க்கப் போராட்டங்களை நடத்தினார்கள். பம்பாய் முனிசிபல் தொழிலாளர் சங்கத்தை உருவாக்கியது. கோட்டி முறையை ரத்து செய்யக்கோரி பம்பாயில் *1938*ல் நடத்திய வரலாற்றுச் சிறப்பு மிக்க

விவசாயிகள் பேரணி, தொழிற் தகராறு மசோதாவிற்கு எதிராக 1938 நவம்பர் 7ல் வேலைநிறுத்தம், (இதில் கம்யூனிஸ்ட்களும் இணைந்தனர்) ஆகியன சில உதாரணங்கள். ஆனால் சாதிக்கு எதிரான அவரது போராட்டமும் நீர்த்துப்போகாமல் இருந்தது. பார்க்கப்போனால், முதலாளித்துவமும், பிராமணியமும் தலித்துகளின் இரு விரோதிகள் என்று அவர் கூறியதால், வர்க்க மற்றும் சாதி எதிர்ப்புப் போராட்டங்களுக்கு இடையே அவர் எந்த முரண்பாட்டையும் பார்க்கவில்லை என்றே தெரிகிறது. இந்த சாதி கடந்த அல்லது வர்க்க அடிப்படையிலான முயற்சிகளில் மிகவும் குறிப்பிடத்தக்கது, சுமார் இருபதாயிரம் விவசாயிகள் அவர் தலைமையில் பம்பாயின் கவுன்சில் ஹாலுக்கும் பேரணியாகச் சென்றதுதான். இதில் ஐஎல்பி கொடியின் கீழ் குன்பி மற்றும் மஹர் விவசாயிகள், நிலமற்ற தொழிலாளர்களோடு இணைந்து கலந்து கொண்டார்கள். இந்த அணி திரட்டலுக்கு ஐஎல்பியின் செயலாளரும், ரத்தின கிரியின் சட்டசபை உறுப்பினருமான ஷ்யாம்ராங் பாருலேகர் முக்கியப் பங்காற்றினார். மோரேயைப் போல இவரும் பின்னர் அம்பேத்கரை விட்டு விலகி கம்யூனிஸ்ட் கட்சியில் சேர்ந்தார்.

சாதி எதிர்ப்பு அடித்தளத்தோடு கூடிய ஒரு வர்க்கம் போராட்டத்தில் அம்பேத்கர் எந்த முரண்பாட்டையும் காணவில்லை என்றாலும், வர்க்க அரசியல் முடிவில் சாதியின் அக்கிரமங்களைத் தீர்த்துவிடும் என்று நினைத்த கம்யூனிஸ்ட்கள் போல் மெத்தனமாகவும் இருக்கவில்லை. தொழிலாளி வர்க்கத்திடையே ஐஎல்பியின் தாக்கத்திற்கு சில வரம்புகள் இருந்தன. கட்சியின் அடிப்படையில் இருந்த மஹர் தன்மை, ஏழை மக்களிடம் இருந்த சாதியின் பிரிக்கும் தாக்கம் ஆகியவற்றில் இது வெளிப்பட்டது. ஜாஃபிரிலாட் குறிப்பிடுவது போல், 'அது தலித் செயற்பாட்டாளர்களை அடிப்படையாகக் கொண்டிருந்தது. அதனால் அனைத்து தொழிலாளர்களின் பிரதிநிதியாக மாற முடியவில்லை. ஐஎல்பிக்கு மிக விசாலமான ஊழியர்களை அளித்த, அது நன்கு பரவ உதவிய சமதா சைனிக் தல் (சமத்துவப்படை) பெரும்பாலும் மஹர் இளைஞர்களைத் தான் உறுப்பினராகக் கொண்டிருந்தது. தனது சொந்த நீலக்கொடியின் கீழ் தான் செயல்பட்டது. மேலும், அம்பேத்கர் தனது ஆதரவுத் தளத்தை உருவாக்க முயன்று கொண்டிருந்த சமூகம் சாதியால் ஆழமாக பாதிக்கப்பட்டிருந்தது என்கிறார் ஜாஃபிரிலாட்: பரம ஏழைகள் கூட (விவசாய, தொழிலாளர் வர்க்கத்தைச் சேர்ந்தவர்கள்) தாம் தீண்டத்தகாதவர்களை விட இயல்பாகவே உயர்ந்தவர்கள் என்று கருதிக்கொண்டார்கள், (2005, 79-80)

அப்போது நிலவிய அரசியல் சூழல், தலித்துகளின் கோரிக்கைகளை முன்வைக்க பிற கட்சிகளிடம் ஆதரவு இல்லாதது ஆகியவற்றைப் பார்க்கும்போது, அம்பேத்கரின் திட்டம் மேற்கொண்டு செல்ல முடியாத

ஒரு நிலையை அடைந்தவிட்டதுபோல் தோன்றியது. மேலும் பிரிட்டிஷ் ஆட்சி விரைவில் முடிவதற்கான அறிகுறிகள் தென்பட, நிகழ்வுகள் தலித்துகளுக்கு சாதகமற்ற வகையில், அவசரத் தேவையின் அடிப்படையில் நிகழ்ந்தன. அரசியல் பணிகளில், மதச்சார்பற்ற செயல்திட்டம் இன்றி, மத ஆதரவு அடித்தளத்தின் அடிப்படையில் அடையாள அரசியல்கள், அதிகமாக ஆதிக்கம் செலுத்த ஆரம்பித்தன. 1942ல் வெளியான கிரிப்ஸ் குழு அறிக்கை அரசியலமைப்பு சபைக்கான தேர்தலை முன்மொழிந்தபோது, தீண்டத்தகாதோரின் கோரிக்கைகளை கணக்கில் எடுத்துக் கொள்ளவில்லை. மாறாக, முஸ்லீம்களுக்கு பாகிஸ்தான் என்ற தனிநாடு அளிக்கும் சாத்தியத்திற்கான வாக்குறுதி தரப்பட்டது. இதற்கான கோரிக்கையை முஸ்லீம் லீக் 1940லேயே முறையாக வைத்துவிட்டது. அம்பேத்கர் 'தனது சமூகத்தின் நலன்கள் இவ்விதமாக பலிகொடுக்கப்பட்டதைக் கண்டு' கோபமுற்றார்.(ஜாஃபிரிலாட் 2005, 80)

1942 ஏப்ரலில் அவர் அகில இந்திய பட்டியலின சாதிகளின் கூட்டமைப்பை உருவாக்கினார். ஐஎல்பிக்கு பதிலாக கூட்டமைப்பு வந்தது சாதி பிரச்சினைகளின் மையத்திற்கு அவர் திரும்பி வந்துவிட்டதைக் காட்டியது. அதே ஆண்டு ஜூலையில் அம்பேத்கர் வைசிராயின் செயற்குழுவில் தொழிலாளர் உறுப்பினராக சேருமாறு அழைக்கப்பட்டார். வைசிராயுடனான இந்த நெருக்கத்தை அம்பேத்கர் வெளிநாடு சென்று படிக்கும் தலித் மாணவர்களுக்கு உதவித் தொகை வழங்கப்பட பயன்படுத்தினார். பின்னர் 1943ல் அரசு வேலைகளில் கோட்டா முறையை ஏற்படுத்தவும் பயன்படுத்தினார். அவர் தொழிலாளர்களுக்கு ஆதரவாக பல சட்டங்களை, குறிப்பாக எல்லா தொழில்களிலும் சங்க அங்கீகாரத்தை கட்டாயப்படுத்தும் இந்திய தொழிற்சங்கங்கள் (திருத்தம்) மசோமா (1947) உருவாக்கினார். ஆனாலும் அவரது கட்சியால் பெரிய அளவிற்கு அரசியல்ரீதியாக முன்னேற முடியவில்லை. இரண்டாம் உலகப் போருக்குப் பிறகு, அதிகார மாற்ற வழிமுறைகள் பற்றி விவாதிக்க பிரிட்டிஷ் அரசாங்கம் காபினெட் மிஷனை அனுப்பியது. வைசிராயின் செயற்குழு சுதந்திர இந்தியாவின் மந்திரிசபையாக மாற்றம் செய்யப்பட்டது. அதில் அம்பேத்கருக்கு இடம் தரப்படவில்லை. அவரது கோரிக்கைகள், மனுக்கள் பிரிட்டிஷ், காங்கிரஸ், முஸ்லீம் லீக் என அனைவராலும் தொடர்ச்சியாக புறக்கணிக்கப்பட்டன. 1946 மார்ச் பொதுத் தேர்தலில் அவரது கட்சி மொத்தம் 51 இடங்களில் போட்டியிட்டது. (மதராஸ், பம்பாய், வங்கம், ஐக்கிய மாகாணங்கள், மத்திய மாகாணங்கள் மற்றும் பெரார்). ஆனால் வங்கத்தில் ஜே.என்.மண்டல், மத்திய மாகாணங்கள் மற்றும் பெராரில் ஆர்.பி.ஜாதவ் என்று இருவர் மட்டுமே வெற்றி பெற்றார்கள். கேபினட் மிஷன் திட்டத்தை கடுமையாக விமர்சித்த அம்பேத்கர், 1946 மே 17ம் நாள் வின்ஸ்டன் சர்ச்சிலுக்கு எழுதிய கடிதத்தில்,

ஆறு கோடி தீண்டத்தகாதோரின் கோரிக்கைகளுக்கு அது அவமானகரமான நம்பிக்கைத் துரோகம்' என்று குறிப்பிட்டார். (சைரஸ்-கார்ஸா 2017 - இல் குறிப்பிட்டுள்ளபடி). இத்திட்டத்தின்படி அரசியலமைப்பு சபைக்கு தேர்தல் நடத்தப்பட்ட விதத்தையும் கடுமையாக எதிர்த்தார். அதன் உறுப்பினர்கள் காங்கிரஸ் ஆதிக்கம் செலுத்தும் மாகாண சட்டசபைகளிலிருந்து விகிதாசார பிரதிநிதித்துவம் என்ற முறையில் மறைமுகமாகத் தேர்ந்தெடுக்கப்பட்டார்கள். இந்த மாகாண சட்டசபைகள் 1946 மார்ச்சில் வயது வந்தோரில் சுமார் 20 முதல் 24 சதவிகித்தினருக்கு மட்டுமே வாக்குரிமை இருந்த ஒரு வரையறுக்கப்பட்ட வாக்காளர்களால் தேர்வானவை. தேர்ந்தெடுக்கப்பட்ட உறுப்பினரில் 82 சதத்தினர் காங்கிரஸ்காரர்கள். 83 சதத்தினர் இந்துக்கள், 45 சதம் பிராமணர்கள். அரசியலமைப்பு சபையில் நுழைந்துவிட வேண்டும் என்று ஆர்வமாக இருந்த அம்பேத்கருக்கு, அதற்கான வழி தெரியவில்லை. இந்த சூழலில் அவர் பட்டியலின சாதிகள் கூட்டமைப்பின் சார்பாக, அரசு சோஷலிசம் பற்றிய தனது திட்டத்தை எடுத்துக் கூறும் ஒரு மனுவை அரசியலமைப்பு சபைக்கு அனுப்பினார். அது பின்னர் அரசுகளும், சிறுபான்மையினரும் என்ற வெளியீடாக வந்தது. பட்டியலின சாதிகள் கூட்டமைப்பின் தோழரான ஜோகேந்திர நாத் மண்டல், அம்பேத்கர் கிழக்கு வங்கத்தின் குல்னா ஜெஸ்ஸீர் தொகுதியிலிருந்து அரசியலமைப்பு சபைக்கு தேர்ந்தெடுக்கப்பட உதவினார். ஆனால் இந்த வெற்றி சிறிது காலத்திற்குத்தான். மௌன்ட்பேட்டனின் பிரிவினைத் திட்டம் அறிவிக்கப்படும்போது, அவர் தனது உறுப்பினர் பதவியை இழக்கப்போகிறார்.

இதனிடையே, அவர் காங்கிரசுடனான தனது உறவை ஓரளவு சரி செய்தார். அரசியலமைப்பு சபையில் நேரு நோக்கங்கள் குறித்த தீர்மானத்தை (Objective Resolution) சமர்ப்பித்தபோது, ராஜேந்திர பிரஸாத் வரிசையை மீறி அம்பேத்கரை பேச அழைத்தார். காங்கிரஸிற்கு தான் ஒத்துழைப்பு தரப் போவதை தெளிவாகக் காட்டும் வண்ணம் அம்பேத்கர் உரையாற்ற, அது பெரும் கை தட்டலோடு வரவேற்கப்பட்டது. நோக்கங்கள் குறித்த தீர்மானம் பற்றிய விமர்சனங்களை வைத்த அம்பேத்கர் தனது ஆதரவு அரசு சோஷலிசத் திட்டத்திற்குத் தான், என்றாலும் சபையில் அதற்காகப் பேசப் போவதில்லை என்பதை குறிப்பால் உணர்த்தினார். காங்கிரஸோடு ஏற்பட்ட சமாதானத்தால், அரசியலமைப்பு சபையின் அடுத்த கூட்டத்திற்கு அவர் பம்பாய் சட்டசபையிலிருந்து தேர்ந்தெடுக்கப்பட்டார். காங்கிரஸிற்கும் இதில் உள்நோக்கம் இருந்தது. கிட்டத்தட்ட இதே நேரத்தில் அவர் நேரு தலைமையில் அமைக்கப்பட்ட மந்திரிசபையில் சட்ட அமைச்சராக சேர்த்துக் கொள்ளப்பட்டார். அரசியலமைப்பு சபையின் மிக முக்கியமான குழுவாகிய வரைவுக் குழுவின் தலைவராகவும் ஆக்கப்பட்டார். ஏற்கனவே

தயாரிக்கப்பட்டுவிட்ட வரைவை அம்பேத்கர் வெற்றிகரமாக முன்வைத்து, ஒரு அரசியமைப்புச் சட்டத்தை உருவாக்குவார். இந்த அரசியலமைப்புச் சட்டம் இந்தியச் சட்டம் 1935க்கு (இதன் 831 பிரிவுகளில் கிட்டத்தட்ட 250 பிரிவுகள் சிறு சிறு மாற்றங்களோடு அப்படியே ஏற்கப்பட்டன.) புத்துருவம் தந்து, அதோடு பல்வேறு அரசியலமைச்சட்டங்களில் இருந்து பிரிவுகளையும் சேர்த்து, 395 பிரிவுகள் உள்ளதாக உருவாக்கப்பட்டது.

அரசியலமைப்புச் சட்டத்தை உருவாக்கியவர் என்ற பெரும் புகழுக்கு மத்தியில், அம்பேத்கர் தனது ஆதரவாளர்கள் சத்தியாகிரஹம் உள்ளிட்ட போராட்ட வடிவங்களைத் தவிர்த்து, தம் கோரிக்கைகள் நிறைவேற அரசியலமைப்பு வழிமுறைகளைப் பயன்படுத்த வேண்டும் என்று அறிவுறுத்தினார். பின்னர், 1953 செப்டம்பரில், ஒரு நிதானமான பின்னறிவால், தான் காங்கிரஸால் வெறும் எழுத்தராகப் பயன்படுத்திக் கொள்ளப்பட்டதாகவும், அரசியலமைப்புச் சட்டம் யாருக்கும் நன்மை செய்யாது என்றும், அதை தீயிட்டுக் கொளுத்தப்போகும் முதல் மனிதர் தான் தான் என்றும் கூறினார். அதற்கும் பிறகு 1955 மார்ச்சில், அரசியலமைப்பு சிறந்ததுதான் அது தேவர்களுக்காக கட்டப்பட்ட கோவில் போன்றது. ஆனால் அதில் அசுரர்கள் புகுந்து விட்டார்கள் என்று தனது கோபத்திற்கு விளக்கம் தந்தார். அதற்கு முன்பே, அவர் பல்வேறு மனவருத்தங்கள் காரணமாக, நேருவின் மந்திரிசபையிலிருந்து 1951ல் ராஜினாமா செய்துவிட்டார். இந்து மணம், விவாகரத்து, தத்து எடுத்தல், வாரிசுரிமை போன்ற பல்வேறு விஷயங்களில் பெரிய சீர்த்திருத்தங்களை முன்வைத்த இந்து சட்ட மசோதாவின் தோல்விதான் தனது ராஜினாமாவிற்குக் காரணம் என்று அறிவித்தார். இந்த மசோதாவை கிட்டத்தட்ட இந்துக்கள் அனைவருமே எதிர்த்தனர். மாநிலங்களவைக்குத் தேர்வு செய்யப்பட அவரால் முடிந்தாலும் கூட, சுந்திர இந்தியாவில் அவரால் எந்தத் தேர்தலிலும் வெற்றிபெற முடியவில்லை. உடல்நிலையும் வேகமாக சீர்கெட்டுவந்த நிலையில், தான் மிகவும் மதித்த வழிமுறைகள் முரண்பட்ட விளைவுகளைத் தந்த வருத்ததில் அவர், தான் இறப்பதற்கு 53 நாட்களுக்கு முன் 1954 அக்டோபரில் புத்தமதத்தைத் தழுவினார்.

சுருங்கச் சொன்னால், அம்பேத்கரின் எந்தவொரு உண்மையான வாழ்க்கை வரலாறும், தலித்துகளின் முன்னேற்றத்தில் அவருக்கிருந்த அசாதாரண ஈடுபாடு, சாதி முறை, மீதும், அதன் ஊற்றுக்கண்ணாக விளங்கிய பிராமணியம் மீதும் அவருக்கு இருந்த வெறுப்பு, அரசியலமைப்புவாதமும், ஜனநாயகமும் ரத்தம் சிந்தாமல் புரட்சிகர மாற்றத்தை உருவாக்கிவிடும் என்ற அவரது நம்பிக்கை ஆகியவற்றைக் காட்டும். அரசு என்ற நிறுவனம் அவசியமானது. அதை உருவாக்கும் மனித முயற்சி மிக முக்கியமானது என்று அவர் கருதினார். மனிதர்களின் விதி சுதந்திரம், சமத்துவம்,

சகோதரத்துவம் ஆகியவற்றின் அடிப்படையிலான சமூகத்தை நோக்கி முன்னேற வேண்டும் என்ற மதச்சார்பற்ற நம்பிக்கையையும், சமூகத்தின் தார்மீக நெறிகளைக் காக்க மதம் முயற்சி செய்கிறது என்ற நம்பிக்கையும் ஒருசேரக் கொண்டிருந்தார். பௌத்தம் மீதான அவரது ஈர்ப்பு இதற்கு நல்ல எடுத்துக்காட்டு. உலக உறவுகளின் சுரண்டல் தன்மையை முன்னிறுத்தும் ஒரே தத்துவம் என்று மார்க்சியம் மீதான அவரது மரியாதையும் வெளிப்படுகிறது. அதேபோல, அறிவியல் உண்மை என்ற அதன் கூற்றுகள் பற்றிய அவரது ஆழமான ஐயங்களும் வெளிப்படுகின்றன. சமூகம் எப்போதுமே வர்க்கங்களால் ஆனது என்பதை ஏற்கும் அவர், அவற்றின் உறவுகள் கட்டாயமாக முரண்பாடுகளால்தான் வரையறுக்கப்படும் என்பதை ஏற்கவில்லை. சமத்துவம் என்ற லட்சியத்தில் அவர் கம்யூனிஸ்ட்களோடு உடன்பட்டார். ஆனால் அதை அடைய புரட்சி தவிர்க்க இருந்தன. இலட்சியம் எவ்வளவு முக்கியமானது என்றாலும்கூட, அதற்காக எந்த வகையிலும் அவர் வன்முறையை ஒப்புக் கொள்ளவில்லை. சோஷலிசத்தின் நோக்கங்களை ஏற்றுக் கொண்டபோதிலும், உரிமையாளர்களுக்கு தம் சொத்துக்களுக்குரிய இழப்பீடு இன்றி செல்வங்கள் மறுபங்கீடு செய்யப்படுவதில் அவருக்கு தயக்கங்கள் இருந்தன.

இப்படி பொதுப்படையான வகையில் அம்பேத்கரின் பார்வையின் குணாதியங்களை விளக்கி, புரிந்துகொள்வதில் கூட சர்ச்சைகள் இல்லாமல் இல்லை. அவரது கொந்தளிப்பான வாழ்வில், அவரது கருத்துக்கள், முடிவுகள், செயல்கள் மாறிக் கொண்டே இருந்தன. சில சமயங்களில் அவருக்கு முதலில் இருந்த நிலைபாட்டிற்கு நேரெதிரான நிலைபாட்டிற்கு மாறின. அவரது சிந்தனையில் தாக்கம் செலுத்திய அம்சங்களை மீட்டெடுப்பது எப்போதுமே கடினமானதுதான். அதற்கும் மேலாக அவர் தான் முன்பின் முரணாக இருப்பதை தயக்கமின்றி ஏற்றுக்கொண்டார். ஒரேநிலைபாட்டில் இருப்பதுதான் சிறந்தது என்ற கருத்தை ஏளனம் செய்தார். அவர் பேசியவை, எழுதியவை பெரும்பாலும், அந்தச் சூழலில் வெப்பத்தில் உருவான வாதங்களாகத்தான் இருந்தன. எனவே, அவற்றை ஒரு குறிப்பிட்ட மாறாத கொள்கையின் வெளிப்பாடாகச் சுருக்குவது கடினம். அவர் குறித்த இந்த மேலோட்டமான புரிதலையும், அனுமதிக்கப்பட்ட ஒரு வகைமாதிரியையும் வைத்துக் கொண்டு, அவரது மரணத்திற்குப் பிறகு அவரைப் பின்பற்றுவதாகச் சொல்லிக் கொள்ளும் அம்பேத்கரிய இயக்கம் பற்றி ஆராய்வோம்.

ஒரு நோவாவின் தோணி

1952, 1954 தேர்தல்களில் தனது தோல்விகளைத் தொடர்ந்து, அம்பேத்கர் காங்கிரஸிற்கு கம்யூனிஸ்ட் அல்லாத ஒரு எதிர்க்கட்சி என்பது பற்றி யோசிக்கத்

துவங்கினார். இது குறித்து முக்கியமான சோஷலிஸ்ட் தலைவர்களான ராம் மனோகர் யோஹியா, பி.கே.ஆத்ரே, எஸ்.எம்.ஜோஷி மற்றும் சிலருடைய கருத்துகளை அறிய விரும்பினார். கட்சிக்குப் புதிய ரத்தம் பாய்ச்சும் நோக்கத்தோடு, அரசியலுக்குப் புதிதாக வருபவர்களுக்காக, முதல் கட்டமாக 15 மாணவர்களை வைத்து, 1956 ஜூனில் புனேயில் அகில்யாஸ்ரமில் ஒரு பயிற்சிப் பள்ளியை நிறுவினார். அந்தப் பள்ளிக்கும், அந்த மாணவர்களுக்கும் பிறகு என்ன ஆனது என்ற விபரங்கள் எதுவும் தெரியவில்லை. 1956 செப்டம்பர் 30ம் தேதி, அம்பேத்கர் தலைமையில் கூடிய பட்டியலின சாதியினர் கூட்டமைப்பின் செயற்குழு, கட்சியைக் கலைத்துவிட்டு, இந்தியக் குடியரசுக் கட்சி என்ற புதிய கட்சியை உருவாக்க முடிவெடுத்தது. பின்னர், இந்த முடிவை 1956 அக்டோபரில் மதமாற்ற நிகழ்ச்சிக்காக கூடிய மக்கள் நடுவே அம்பேத்கர் அறிவித்தார். பட்டியலின சாதியினர் கூட்டமைப்பைக் கலைத்து, குடியரசுக் கட்சியைத் தோற்றுவிக்க பல காரணங்கள் இருந்தன. ஒன்று, பௌத்தத்திற்கு மாறிய பிறகு பட்டியலின சாதி இருக்காது. இரண்டு, புதிய கட்சியின் பெயரில் உள்ள 'குடியரசு' அமெரிக்காவில் உள்ள லிங்கனின் கட்சியையும், முடியாட்சிக்கு முன்னர் நிலவிய இனக் குடியரசுகள் பற்றிய புத்தரின் நினைவுகளையும் குறிக்கும். மூன்று, பட்டியலின சாதியினர் கூட்டமைப்பு தொடர்பான மோசமான அனுபவங்கள் காரணமாக பழைய ஐஎல்பி காலகட்டத்தின் பரந்துபட்ட பகுதிக்கு மாறும் அம்பேத்கரின் விருப்பத்தையும் இது குறித்தது. எனினும், அறிவித்த இரண்டு மாதங்களில் அம்பேத்கர் மரணமடைந்தது, அதற்கு இரண்டு மாதங்களுக்குப் பிறகு வரவிருந்த தேர்தல் ஆகிய காரணங்களால், புதிய கட்சியை விரைவாக வளர்க்க முடியவில்லை. 1957 தேர்தலுக்காக பட்டியலின சாதியினர் கூட்டமைப்பு வெளியிட்ட தேர்தல் அறிக்கை கட்சியின் பெயர் மாற்றப்படும் என்று கோடிட்டுக்காட்டியது. ஆனால் வியப்பூட்டும் விதமாக, புதிய பெயர் இந்தியக் குடியரசுக் கட்சியாக இல்லை. மாறாக, இந்த பிற்பட்ட வகுப்பினரையும், ஆதிவாசிகளையும் உள்ளடக்கும் வண்ணம்

பிற்பட்ட சாதிகள் கூட்டமைப்பு என்று அறிவிக்கப்பட்டது. (ஜாஃப்ரிவாய் 2000, 86) இது பட்டியலின சாதியிலும் கூட்டமைப்பின் தலைவர்களிடையே ஒருமித்த கருத்து இல்ல என்பதைக் காட்டியது. பௌத்தத்திற்கு மாறிய பின்பும், பட்டியலின சாதியினர் கூட்டமைப்பின் பின்னர் இந்தியக் குடியரசுக் கட்சியின் தலைவர்கள் அரசியல் இடஒதுக்கீடுகளைப் பெற, தமது இந்து சாதிகளிலேயே தொடர்ந்து இருந்தார்கள். எனினும், அம்பேத்கரின் விருப்பத்திற்கு மதிப்பளிக்கும் வகையில், அவரது ஆதரவாளர்கள் பட்டியலின சாதியினர் கூட்டமைப்பைக் கலைத்துவிட்டு, 1957 அக்டோபர் 3ம் தேதி நாக்பூரில் இந்திய குடியரசுக் கட்சியை ஆரம்பித்தார்கள். ஆர்.எஸ். மார்க்கண்டிகர் குறிப்பிடுவது போல,

அதன் திட்டம் அம்பேத்கர் மக்களுக்கு எழுதிய ஒரு திறந்த கடிதத்தின் (அவர் இறந்தபின் வெளியானது) அடிப்படையில் அமைக்கப்பட்டது. இக்கடிதத்தில் ஜனநாயகத்தின் கருத்தாக்கத்தை அவர் விரிவாகக் கூறியிருந்தார். இந்தியக் குடியரசுக் கட்சி ஒரு வர்க்கம் மற்றொரு வர்க்கத்தை ஒடுக்குமுறையும், சுரண்டலும் செய்யாத ஒரு சமுதாயத்தை, ஒவ்வொரு தனிநபரும் அச்சமும், தேவைகளும் இல்லாமல் சுதந்திரமாக இருக்கும் சமுதாயத்தை, சமத்துவத்திற்கான வாய்ப்புகள் கொண்ட சமுதாயத்தை லட்சியமாகக் கொண்டிருக்க வேண்டும் என்று அவர் குறிப்பிட்டிருந்தார். முன்னேறுவதற்கான வாய்ப்புகள் ஒருபோதும் கிடைக்கப் பெறாதவர்களுக்கு முன்னுரிமை தரப்பட வேண்டும் என்றார். கடிதம் முழுவதிலும் தாராளவாத ஜனநாயகத்தின் மீதான நம்பிக்கை, தனிநபர் சுதந்திரம் மீது நம்பிக்கை, இக்குறிக்கோளை அடைவதற்கான வழிமுறை அரசு என்ற நம்பிக்கை நிறைந்திருந்தது. எளியவர்களுக்கு சமூகநீதியும், சமத்துவமும் மறுக்கப்படும்போது மட்டுமே கட்சி போராட்டங்களில் ஈடுபட வேண்டும் என்றும் கூறினார். (மோர் கண்டிகார் 1990, 5 மே)

பழைய கட்சிக்கு வெறுமனே புதிய பெயர் என்பதாகத் தான் இந்தியக் குடியரசுக் கட்சி இருந்தது. கட்சியைத் துவக்கும்போது அனைவரின் நம்பிக்கையையும் பெற்ற அம்பேத்கர் போன்ற ஒரு தலைவர் இல்லாததால், கட்சித் தலைமை ஒரு தலைமைக்குழு மூலம் கூட்டாக நடத்தப்படும் என்று புத்திசாலித்தனமாக முடிவு செய்யப்பட்டது. சம்யுக்த மஹாராஷ்ட்ர சமிதியுடன் (மராத்தி பேசும் மக்களுக்கு தனி மாநிலம் உருவாக்கும் நோக்கத்தோடு அமைக்கப்பட்ட ஒரு தற்காலிக அமைப்பு) கூட்டணி சேர்ந்து, இந்தியக் குடியரசுக் கட்சி தனது முதல் பிளவைச் சந்தித்தது. தலைமைக்குழு உறுப்பினர்களில் ஒருவரும், வழக்கறிஞருமான பி.சி.காம்ப்ளே, அம்பேத்கரிசம் என்பது அரசியலமைப்புவாதம், தன்னைப் போன்ற படித்தவர்களால் மட்டுமே அதைப் புரிந்து கொள்ள முடியும் என்றார். அப்போதைய மூத்த தலைவரான 'தாதாசாகேப் கெய்க்வாட்டை (1925-1971) வேட்டிகட்டிய நாட்டுப்புறத்தான் என்று இழிவுபடுத்தினார். தலித் மக்களின் வாழ்வாதாரப் பிரச்சினைகளுக்கு முக்கியத்துவம் தராது. கம்யூனிஸ்ட்களுடன் உறவாடுபவராக அவர் மீது குற்றம் சாட்டினார். அதற்கு முன்பே சில இளம் தலைவர்கள் குடியரசுக் கட்சியில் (ஆனால் தமது அம்பேத்கரிய முத்திரையை விட்டுவிடாமல்) சேர்ந்தார்கள். பின்னர் 1964ல் தாதா சாகேப் கெய்க்வாட் தலைமையில் இந்தியக் குடியரசுக்கட்சி நாடு தழுவிய நிலச்சத்தியாகிரகத்தை நடத்தியபோது, இந்த புரட்சிகர மாற்றத்தில் எச்சரிக்கை அடைந்த காங்கிரஸ், தலித் தலைவர்களை தன்னோடு இணைத்துக் கொண்டு, அவர்களது இயக்கத்தை மழுங்கடிக்கத் திட்டமிட்டது. மஹாராஷ்டிராவின் முதல்

முதலமைச்சரான யஷ்வந்த்ராவ் சவான் மூலம் செயல்படுத்தப்பட்ட இத்திட்டத்தில், மற்றவர்களைவிட எதிர்தந்திரங்களை அதிகம் அறிந்திருக்க வேண்டியரான தாதா சாகேப் கெய்க்வாட்டே, காங்கிரஸின் புகழ்ச்சிக்கு இரையானார். இந்தியக் குடியரசுக் கட்சியின் உறுப்பினராக அவரது நாடாளுமன்ற உறுப்பினர் பதவி முடிவடைந்தவுடன் *(1959-62)*, அவர் மாநிலங்களவை உறுப்பினராக்கப்பட்டார். *1968*ல் அவருக்கு பத்மஸ்ரீ விருது தரப்பட்டது.

*1960*களின் இறுதியில் பல்வேறு மக்கள் இயக்கங்களால் உலகம் முழுவதும் குழப்பத்தில் இருந்தபோது, இப்போது அதிகமான எண்ணிக்கையில் பல்கலைக்கழகங்களில் கற்று வெளியேறி, எந்த வாய்ப்புகளும் அற்ற எதிர்காலத்தைச் சந்தித்த மஹாராஷ்டிராவின் தலித் இளைஞர்கள் தலித்துகளின் தொடர்ந்த மோசமான நிலையையும், இந்தியக் குடியரசுக் கட்சியின் அறிவார்ந்த மற்றும் தார்மீக போதாமைகளையும் கண்டுகோபமுற்றார்கள். சாதிக் கொடுமைகள் அதிகரித்து வருவதன் எதிர்விளைவாக, அமெரிக்காவில் கருஞ்சிறுத்தைகள் கட்சியை அடியொற்றி, நாம்தேவ் தாஸல், ஜே.வி.பவார் ஆகியோர் தலித் சிறுத்தைகள் *(Dalit Panthers)* என்ற அமைப்பை உருவாக்கினார்கள். நம்பிக்கை தராத வகையில் பிளவுபட்டுவிட்ட நிரப்பும் முயற்சியாக அவர்கள் சாதியைக் கடந்து, சமூக, பொருளாதார ரீதியாக ஒடுக்கப்படும் சுரண்டப்படும் அனைத்துப் பிரிவினரையும் தலித் என்ற பிரிவில் ஒன்றிணைக்க முயன்றார்கள். அதன் தேர்தல் அறிக்கை சமூக மாற்றம் பற்றி ஒரு ஆவேசமான மொழியில் பின்வருமாறு பேசியது:

தலித் விடுதலைக்கான போராட்டத்திற்கு ஒரு முழுமையான புரட்சி அவசியம். அரைகுறை மாற்றம் சாத்தியமல்ல. நாங்களும் அதை விரும்பவில்லை. நாங்கள் ஒரு முழுமையான, மொத்தமான புரட்சிகர மாற்றத்தைக் கோருகிறோம். இப்போது நாங்கள் எளிதாக திருப்தி அடைந்துவிட மாட்டோம். பிராமணிய சந்திற்குள் ஒரு சிறிய இடத்தை நாங்கள் விரும்பவில்லை. நாங்கள் மொத்த நாட்டையும் ஆள விரும்புகிறோம். சமூகப் புரட்சி குறித்த எங்கள் கருத்துக்கள், வெற்றுக் காகிதப் புரட்சிகளால் தாங்க முடியாத அளவு கடுமையானவை. அவை இந்த மண்ணில் வேர் கொண்டு, மனதில் மலர்ந்து, பின்னர் எஃகு போன்ற உறுதியான வழிமுறைகள் மூலம் முழு சக்தியோடு வெளியே வரும். (Satyanarayana and Tharu 62)

தலித் சுய வெளிப்பாட்டுச் சொல்லாடலின் வெறும் இந்த மாற்றமே அரசியல் நோக்கங்களை அதிர்ச்சியடைய வைத்தது. அது ஒரு அச்சுறுத்தலாகப் பார்க்கப்பட்டது. மஹாராஷ்டிராவில் தலித் சமூகம் மீதான வன்முறை

அதிகரித்ததற்கு நடுவே, இளம் ஆண்களும், பெண்களும் எதிர்ப்பைக் காட்ட, கம்புகளையும், சைக்கிள் செயின்களையும் ஏந்தி வெளியே வந்தார்கள். பெரிய மாற்றம் எதுவும் நிகழாவிட்டாலும் கூட, எளியவர்களின் இந்தக் கோபம், கொடுமை செய்பவர்களை சற்று நிதானிக்க வைத்தது. 1980களில் இந்தியக் குடியரசுக் கட்சியைப் பிளவுபடுத்திய அதே இன்னலால் தலித் சிறுத்தைகளும் பாதிக்கப்பட்டதுதான் சோகம். அதன் தலைவர்களில் ஒருவரான ராஜாதாலே, அம்பேத்கரிசம் பிரச்சினையை எடுத்தார். மற்றவர்கள் அம்பேத்கர் எதிர்த்த மார்க்சியம் பக்கம் சாய்வதாக குற்றம் சாட்டினார். தாலேயின் கருத்துப்படி அம்பேத்கரிசம் என்பது பௌத்தம். தலித் சிறுத்தைகள் உடைந்தது. கிட்டத்தட்ட காணாமலேயே போனது. மீண்டும் ஒரு சிதைந்த வடிவில் பாரதிய தலித் சிறுத்தைகள் என்ற பெயரில் காலஞ்சென்ற அருண் காம்ப்ளி, ராம்தாஸ் அத்வாலே போன்றோர் தலைமையில் உருவானது. 1980களின் துவக்கத்தில் தலித் மக்களின் நினைவலைகளில் அம்பேத்கர் பற்றிய எண்ணம் மீண்டும் எழுந்தபோது, களத்தில் அம்பேத்கரின் பேரன் பிரகாஷ் அம்பேத்கர் தோன்றினார்.

தலித்துகள் அவரை நோக்கிச் செல்ல ஆரம்பித்தனர். சில முன்னாள் சிறுத்தைகள் ஆதரவோடு நிலமற்றோருக்கு நிலம் பெறும் போராட்டங்களுக்குத் தலைமை தாங்கிய அவர், மஹாராஷ்டிராவின் சர்க்கரை முதலாளிகளை எதிர்த்தார். அன்றைய முதலமைச்சரான சரத் பவார் ஒரு சுதந்திரமான, புரட்சிகரமான தலித் இயக்கம் மீண்டும் எழும் வாய்ப்பு இருப்பதைக் கண்டு எச்சரிக்கை அடைந்தார். முன்பு கெய்க்வாட்டை சமாதானம் செய்த தனது குருநாதர் யஷ்வந்த்ராவ் வானின் உதாரணத்தை தானும் பின்பற்றினார். பிரகாஷ் அம்பேத்கரை பலவீனப்படுத்த, ராம்தாஸ் அத்வாலேவை தன் பக்கம் இழுத்தார் பவார். தனது கையாளான அத்வாலே மூலம் தலித் இயக்கத்தை பலவீனப்படுத்த இதுபோன்ற பல வேலைகளைச் செய்தார். அத்வாலேயும் கால மாற்றத்திற்கு ஏற்ப தகவமைத்துக்கொண்டு தற்போது மோடியின் அமைச்சரவையில் அமைச்சராக உள்ளார்.

தலித் உலகம் முழுவதுமே தனது ஒரே சூரியனை அம்பேத்கரைச் சுற்றியே சுழல்கிறது. மும்பையைச் சேர்ந்த தலித் மராத்தி கவிஞரான யமராஜ், அம்பேத்கர் பெயரை கீழே போடுங்கள், பிறகு நீங்கள் எப்படி தலைவரானீர்கள் என்பதை எங்களுக்குக் காட்டுங்கள் என்று இந்த சுயநலம் தேடும் தலைவர்களுக்கு சவால் விட்டார். அம்பேத்கர் மீதான தமது விசுவாசத்தைக் காட்டாமல், தாங்கள் பிழைப்பு நடத்த முடியாது என்பதை இந்தத் தலைவர்கள் அறிவார்கள்.

இன்று மஹாராஷ்டிராவின் தலித் இயக்கம் இந்தியக் குடியரசுக் கட்சி, தலித் சிறுத்தைகள் ஆகியவற்றின் ஏராளமான பிரிவுகளாக சிதைந்துவிட்டது.

இந்த லெட்டர்பேடு அமைப்புகள் தேர்தல் காலங்களில் ஆளும் வர்க்கங்களிடம் அரசியல் ஆதாயத்தில் தம் பங்கைப் பெற வெளிப்படும். எல்லோரும் அம்பேத்கரிசம் பேசுவார்கள். ஒரு பிரிவு காங்கிரஸோடு சேரும். மற்றது பாஜகவுடன் இன்னொன்று சிவசேனாவுடன் இன்னும் சில வேறு ஏதாவது கட்சிகளுடன், எல்லோரும் தம்மை அம்பேத்கரியர்கள் என்று சொல்லிக் கொள்வார்கள். மற்ற மாநிலங்களிலும் ஏறக்குறைய இதே கதைதான். தலித் சிறுத்தை என்ற கருத்தாக்கம் பல மாறிய இளைஞர்களையும் தமது சொந்த சிறுத்தைக் கட்சியை உருவாக்க உத்வேகம் தந்தது. மஹாராஷ்டிராவிற்கு அண்டை மாநிலமான குஜராத்தில், மிக எழுச்சியான சிறுத்தை இயக்கம் இருந்தது. ஆனால், அதுவும் நசுக்கப்பட்டுவிட்டது. தலித் விடுதலை இயக்கம் *(Dalit Sangarsh Samithi)* என்ற இயக்கம் கர்நாடகாவில் *1974* இல் தொடங்கப்பட்டு, இயக்கங்களை நடத்தி சற்று அதிககாலம் தாக்குப் பிடித்தது. ஆனால் அதனாலும், வழக்கமான உள்கட்சி தத்துவார்த்தப் பிளவுகளும், ஆளும் வர்க்கத்தின் தந்திரங்களும் சேர்ந்து கொண்டபோது தாக்குப் பிடிக்க முடியவில்லை. இதுவரையிலும், அரசியல் அரங்கில் காலஞ்சென்ற கன்ஷிராம் துவக்கிய பகுஜன் சமாஜ் கட்சிதான் ஒரே விதிவிலக்காக உள்ளது.

கன்ஷிராம் கூறியதுபோல, அவர் எப்படி அரசியல் செய்யக்கூடாது என்பதை இந்திய குடியரசுக்கட்சியிடமிருந்து கற்றார். பகுஜன் சமாஜ் கட்சியின் மீது இறுக்கமான பிடியை தன் கையிலும், தனது நெருங்கிய நம்பக்கைக்குரியவரான மாயாவதி கையிலும் வைத்துக் கொண்டார். ஆளும் வர்க்கக் கட்சிகளால் ஈர்க்கத் தகுந்த அளவிற்கு தனிப்பட்ட செல்வாக்கு உள்ள தலைவர்கள் தமது கட்சிக்குள் உருவாகாதவாறு அவர்கள் பார்த்துக் கொண்டார்கள். கட்சியை விட்டு யாராவது விலகினால், அவர் விரைவில் அடையாளமற்றவராகப் போய்விடுவார். கட்சியின் தலைவரின் இந்த சர்வாதிகாரமான கட்டுப்பாட்டில் கட்சியில் உள்ளார்ந்து இருக்கும் பிளவு என்ற ஆபத்து தவிர்க்கப்பட்டது. உத்திரப்பிரதேசத்தின் தலித் மக்கள்தொகையின் ஒரு தனித்துவமான தன்மை *2011* மக்கள் தொகை கணக்கின்படி மொத்த மக்கள் தொகையில் *21.1* சதம், அதாவது தேசிய சராசரியைவிட சுமார் *5* சதவிகிதம் அதிகம், அதுவும் ஜாதவ்/சாமர் என்ற ஒரே சாதியினர்தான் பெரும்பான்மை என்பது கட்சிக்கு சாதகமாக இருந்ததால், அது வெற்றிகரமாக பெரிய அரசியல் சக்தியாக உருவானது. வெளிப்படையாக தன்னை அது அம்பேத்கரிய கட்சி என்று அறிவித்துக் கொள்ளாவிட்டாலும், தலித்துகள் தான் அதன் முதுகெலும்பாக இருந்தனர். அவர்கள் அக்கட்சியை அம்பேத்கரிய கட்சியாகவே பார்த்தனர். பிஎஸ்பி இந்த பிம்பத்தை தொடர்வதில் சங்கடப்படவில்லை. இந்த இணைப்பால்

கிடைத்த மரியாதை, நம்பகத்தன்மை, வாக்குகள் உண்மையாகவே லாபகரமாக இருந்தன. இதற்கான செலவும் குறைவுதான். பல சிலைகள், சாலைகளுக்கு காலனிகளுக்கு நிறுவனங்களுக்கு பெயரிடுவது, பெயர் மாற்றுவது, அம்பேத்கர் பூங்கா, நினைவிடம் அமைப்பது என்பது மாதிரி மேலோட்டமான வேலைகள்தான்.

அரசியல் கட்சிகள் தவிர, முன்பு கன்ஷிராம் 1978ல் துவக்கிய பிற்பட்ட, சிறுபான்மை வகுப்பினர் ஊழியர் கூட்டமைப்பின் *(backward and Minority Employees Federation - Bamcf)* பல்வேறு பிரிவுகள் பல கோஷ்டிகளாக இருந்தன. பழைய வேகம் இல்லை என்றாலும், ஆரம்ப அமைப்பின் தன்மையை விடாது சமூகப் பணிகள் செய்து வந்தன. அவற்றின் மாநாடுகள் நடந்த இடங்களை வைத்துப் பார்க்கும் போது, அவை ஒரு விதத்தில் வளர்ந்துள்ளதாகத் தெரிகிறது. கடந்த சில ஆண்டுகளாக, குறைந்த பட்சம் ஒரு பிரிவாவது தனது மாநாட்டை வெளிநாட்டில் நடத்துகிறது. இவை பகுஜன்கள் ஒருநாள் பிராமணியத்தின் சக்தியை அழித்துவிடுவார்கள் என்ற கன்ஷிராமின் ஆரவாரப் பேச்சை தொடர்ந்து பேசுகின்றன. வருணம் அல்லது சாதி பாடுபட்டிற்குப் பின்னாலுள்ள இனக் கோட்பாட்டை அம்பேத்கர் நிராகரித்திருந்தார்.

இது தம்மை அம்பேத்கரியர்கள் என்று இவர்கள் தம்மைக் கூறிக் கொள்வதை பாதிக்கவில்லை. இப்போது பல பாம்செஃப் பிரிவுகளும் தாம் தாமாகவே தோன்றிய பூர்வகுடிகள் முல்னிவாசி என்ற இன அடையாளத்தை வலியுறுத்துகின்றன. இந்தப் பிரிவுகள் இன்னும் பொதுப்போக்கு அரசியல் அரங்கில் செயல்பட ஆரம்பிக்கவில்லை. ஆனால் இத்தகைய சொல்விளையாட்டுகள் பிராமணிய அதிகாரத்தைத் தூக்கி எறியும் அவர்களது அரசியல் லட்சியத்தைக் குறைத்துவிடவில்லை. 1970களிலிருந்து வளர்ந்து வரும் அவர்களது தற்போதைய கட்டம், ஒரு விழிப்புணர்வுக் கட்டமாக கருதப்படுகிறது. இந்த முல்னிவாசிகள் தாம் மீண்டும் கைப்பற்றவேண்டிய இழந்த ராஜ்ஜியம் ஒன்று உள்ளது என்பது குறித்து முழுமையான விழிப்புணர்வைப் பெற்று விட்டால், அவர்கள் இறுதிப் போரைத் தொகுத்து பிராமணியக் கோட்டையை தகர்த்துவிடுவார்கள். இந்த அர்த்தமற்ற பேச்சு அம்பேத்கரிய என்ற பெயரில் நன்கு செல்லுபடி ஆகிறது.

இதுபோக, பல்வேறு பௌத்த அமைப்புகளும் உள்ளன. ஆரம்பத்தில் மஹாராஷ்டிராவில் மட்டும் இருந்த இவை, மெதுவாக நாடு முழுவதும் பரவின. இவை அம்பேத்கரின் கனவு என்று சொல்லப்படும் இந்தியாவை பௌத்த நாடாக மாற்றும் பணிக்காக பாடுபட்டு வருகின்றன. இவர்களும் தமது அடையாளமாக 'அம்பேத்கரியர்கள்' என்று கூறிக் கொள்கின்றன. பௌத்தத்திற்கு மாறுவதற்கு முதல்நாள் (14 அக்டோபர் 1956) அம்பேத்கர்

நவீன பௌத்த சமூகத்தின் அரசியல் நேர்மையைப் பாதுகாக்கவும், மதமாற்ற இயக்கத்தை முன்னெடுத்துச் செல்லவும் பாரதிய பௌத்த மஹாசபா *(BBM, Bharathiya Boutha Mahasabha - Buddhist Society of India)* என்ற அமைப்பை உறுவாக்கினார். அவரது மறைவிற்குப் பிறகு, அவரது புதல்வர் பையாசாஹிப் என்ற யஷ்வந்த்ராவ் இந்த அமைப்பின் தலைவராக இருந்தார். அவரது மறைவிற்குப் பிறகு அவருடைய மனைவி மீராதாய் அம்பேத்கர் *1977* செப்டம்பரில் தலைவரானார். இந்த பிபிஎம்மும் பல முறை பிளவுபட்டது. இன்று அதன் எத்தனை பிரிவுகள் உள்ளன என்று கணக்கெடுப்பது கூட கடினம். மஹாராஷ்டிராவின் ஒவ்வொரு ஊரிலும் பல பிபிஎம்கள் உள்ளன. ஆனால் ஒன்றிற்கொன்று தொடர்பு கிடையாது. இன்றும் வேறு பல பெயர்களில் மேதும் அதிகமான பௌத்த அமைப்புகள் உள்ளன. ஆனால், அனைத்தும் தாம் அம்பேத்கரிய இயக்கம் என்று சொல்லிக் கொள்கின்றன.

மேலும், சமத்துவத்தைப் பரப்பவும், இயக்கத் தொண்டர்களின் ஆக்கப்பூர்வமான யோசனைகளை அமல்படுத்துவதைத் தடுக்கும் விஷமிகளை ஒதுக்கி வைக்கவும், அம்பேத்கரால் துவக்கப்பட்ட சமதா சைனிக் தள் (சமத்துவப் படை) இருக்கிறது. இது *1947* மஹத் சத்யாகிரகத்தின் போது தலித்துகள் மீது ஏற்படக்கூடிய தாக்குதலை சமாளிக்க முன்வந்த சமாஜ் சமதா சங்கின் (சமூக சமத்துவப்படை) உறுப்பினர்களின் ஒரு குழுவால் ஆரம்பிக்கப்பட்டது. *1956*க்குப் பிறகு, ஒரு பகுதியினர் தலித்துகள் போராட்ட வழிமுறையைப் பின்பற்ற வேண்டியதில்லை. மாறாக அரசியலமைப்பு ரீதியான வழிமுறைகளில் கவனம் செலுத்த வேண்டும் என்ற அம்பேத்கரின் கொள்கையை முன்னிறுத்தினர். இதன் விளைவாக சமூக சமத்துவப்படையின் முக்கியத்துவம் குறைய ஆரம்பித்தது. அம்பேத்கரின் மறைவிற்குப் பிறகு சில ஆண்டுகளில் கிட்டத்தட்ட மறைந்து போய்விட்டது. காலப்போக்கில் பலரும் பலமுறை அதற்கு உயிரூட்ட முயன்றிருக்கிறார்கள். இப்போது அது தன் பழைய வடிவின் ஒரு நிழலாக இருக்கிறது. குடியரசுக் கட்சி, பிபிஎம் போலவே, இந்தப் படையிலும் பல பிரிவுகள் உள்ளன, எல்லாம் 'அம்பேத்கரியர்களால்' நடத்தப்படுகின்றன. (இளைஞர் அமைப்பு, மகளிர் அமைப்பு போல) எண்ணற்ற சமூக சேவை அமைப்புகள் ஒவ்வொரு சேரியிலும், கிராமங்களிலும், குக்கிராமங்களிலும் பல்வேறு பெயர்களில் பரவியுள்ளன. இவை புத்த விகாரங்கள், சிலைகள், நூலகங்கள், மாணவர்களுக்கு தங்கும் விடுதிகள் அமைத்தல் என பல்வேறு பணிகளைச் செய்கின்றன. இவை பெரும்பாலும் ஏதோ ஒரு தலைவருடன் சம்பந்தப்பட்டவைகளாக இருப்பதால், இவையனைத்துமே தலித் அரசியல் முழுவதும் பரவியுள்ள குழு மனப்பான்மையால் பாதிக்கப்பட்டவைகளாக உள்ளன.

இட ஒதுக்கீட்டுக் கொள்கையின் பலனாக, மத்திய, மாநில, உள்ளாட்சி அமைப்புகளில், பொதுத்துறை, நிதி நிறுவனங்கள், வங்கிகளில் தலித்துகள் கணிசமான அளவில் வேலை பார்க்கிறார்கள். துவக்க காலங்களில் இந்த தலித் ஊழியர்கள் பொது நீரோட்ட தொழிற்சங்கங்களில், அதிகாரிகளின் சங்கங்களில் உறுப்பினர்களாக இருந்தார்கள். காலப்போக்கில் இவர்கள் தமது சொந்த அமைப்புகளை உருவாக்க ஆரம்பித்தார்கள். பொது நீரோட்ட தொழிற்சங்கங்கள், அதிகாரிகள் சங்கங்கள் இவர்களது பிரச்சினைகளை (இவை மற்றவர் நலன்களோடு முரண்பட்டன) கையிலெடுக்காததுதான் காரணம். இந்த அமைப்புகளின் தலைலமை பொறுப்புகளிலும் தலித்துகளுக்கு போதுமான பிரதிநிதித்துவம் இல்லை. பத்திரிகையாளர் பி.சாய்நாத் ஒரு சம்பவத்தைக் குறிப்பிடுவது போல, தமிழ்நாட்டில், நாட்டின் மிகப் பெரிய தொழிற்சங்கங்களில் ஒன்றான பிஹெச்இஎல் சங்கம் 1996ல் சாதி அடிப்படையில் பிளவுண்டது. அனைத்து சங்கங்களின் தலித்துகளும் பாரபட்சம் பற்றி புகார் கூறினர். அந்நிறுவனத்தில் இருந்த 11 தேசிய சங்கங்களில், ஒன்றைத் தவிர, மற்ற அனைத்திலும் ஒரு தலித் சங்கப் பொறுப்பாளரும் இல்லை. *(PUCL Bulletin, June 1999)* சாதி அடிப்படையிலான சங்கங்களை தொழிற்சங்கமாக அங்கீகரிக்க முடியாது என்பதால் இவை ஒவ்வொரு நிறுவனத்திலும் எஸ்சி / எஸ்டி ஊழியர் நலச்சங்கங்களாக இயங்குகின்றன. இவை அனைத்தும் தம்மை அம்பேத்கரிய இயக்கம் என்றே சொல்லிக்கொள்கின்றன என்பதை தனியாகக் குறிப்பிடத் தேவையில்லை.

அரசு ஊழியர்கள் போராட்ட அரசியலில் ஈடுபடுவது சட்டபூர்வமாக தடை செய்யப்பட்டுள்ளதால், மேல் நோக்கி நகரும் தலித்துகளின் நடுத்தர வர்க்கங்கள் நலச் சங்க நடவடிக்கைகளில் ஈடுபடுகிறது. இவர்களில் சிலர் ஒன்றிணைந்து, பல பகுதிகளை உள்ளடக்கிய, ஏன் நாடு தழுவிய அளவில் கூட பெரிய அமைப்பை உருவாக்கியுள்ளனர். இத்தலைவர்களில் ஒருவர், உதித்ராஜ் என்பவர் பாஜக நாடாளுமன்ற உறுப்பினராகவும், அதில் தேசிய செயற்குழு உறுப்பினராகவும் ஆகுமளவிற்கு இதுபோன்ற ஒரு பெரிய 'கூட்டமைப்பை' உருவாக்கி உள்ளார். இதுபோக அவர் அனைத்திந்திய எஸ்சி/எஸ்டி அமைப்புகளின் கூட்டமைப்பின் தலைவராகவும் உள்ளார். இந்த அமைப்பு காகிதத்தில் மட்டும்தான் உள்ளது. அதிகாரப்பூர்வமாக, இத்தகைய அமைப்புகள் பணி சார்ந்த விஷயங்களில் தமது ஊழியர்களின் நலன்களைப் பாதுகாப்பதற்காக உருவாக்கப்பட்டவைகளாகும். எனினும், இவை 'சமூகத்திற்குத் திருப்பிச் செய்தல்' என்ற அம்பேத்கரின் வேண்டுகோளின் உணர்வில் தமது பணியை தமது சமூகத்திற்கு விரிவாக்க முயற்சி செய்கின்றன. இவையும் தம்மை அம்பேத்கரியர்கள் என்றே கூறிக்கொள்கின்றன. அம்பேத்கரின் வாழ்வின் முக்கிய தினங்களில்

ஆண்டுதோறும் 'சமூக சேவை' செய்து தாம் கூறிக்கொள்வது சரிதான் என்று திருப்தி கொள்கின்றன. மக்களுக்கு உணவு வழங்குதல், கண் சிகிச்சை முகாம் நடத்தி இலவச மூக்குக் கண்ணாடி தருதல், இலவச மருத்துவப் பரிசோதனை முகாம் நடத்தி, மருந்து மாத்திரை தருதல் போன்ற சமூக சேவைகள் நடத்துகின்றன.

கல்வித்துறையில், தன்னார்வ தொண்டு நிறுவனங்களில், அதற்கு அப்பால்

அம்பேத்கரையும், அவரது தாரகமந்திரமான 'கற்பி, போராடு, அணிதிரட்டு என்ற கொள்கைகளையும் முன்மாதிரியாகக் கொண்டு, தலித்துகள் பிற சமூகத்தினரைவிட இப்போதும் பின்தங்கி இருந்தாலும் கூட, கல்வியில் பெருமளவு முன்னேறி இருக்கிறார்கள். பொதுவான மக்கள் தொகையில் பட்டதாரிகளின் எண்ணிக்கை *2001*ல் *5.9* சதமாக இருந்தது. *2011*ல் *8.2* சதமாக உயர்ந்துள்ள நிலையில் பட்டியலின சாதிகளில் இது *2.2* சதத்திலிருந்து *4.1* சதம் என கிட்டத்தட்ட இரு மடங்காக உயர்ந்துள்ளது. உயர் கல்வியில் வாழ்வியல் புலங்களில் தலித்துகள் அதிக எண்ணிக்கையில் படித்துள்ளனர். இவர்களில் பெரும்பாலானோர் மத்திய, மாநில அரசுகளின் சர்வீஸ் கமிஷன் வேலைகள், பொதுத்துறைகளில் தொழில்நுட்பம் சாராத வேலைகள், குறிப்பாக வங்கிப் பணி அல்லது ஆசிரியர் பணிக்கு முயற்சி செய்கிறார்கள். மற்ற வர்த்தக நிறுவனங்களில் பணிபுரிவோர் போலன்றி, பல்கலைக்கழங்களில் பணிபுரியும் தலித் ஆசிரியர்களுக்கு தலித் நிலைமைகள் பற்றி விமர்சன பூர்வமாக சிந்திக்க சுதந்திரம் உள்ளது. அவர்களது படைப்புகள் பெரும்பாலும் வழக்கமானவைகளாக, கல்விப்புலத்தின் சம்பிரதாயங்கள், தேவைகளை ஒட்டி உருவானவைகளாக இருந்தாலும், சில விமர்சன பூர்வமான சிந்தனையை வெளிப்படுத்தி, ஆளும் வர்க்க நிறுவனங்களுக்கு ஆபத்து விளைவிப்பனவாக அமைகின்றன. அதிகரித்து வரும் இந்த தலித் கல்வியாளர்களை சமாதானம் செய்வதற்காகவோ, என்னவோ, ஒவ்வொரு முக்கியமான பல்கலைக்கழகத்திலும் சேர்த்துக் கொள்ளவோ, அல்லது விலக்கி தனியாக வைக்கவோ, பல்வேறு அம்பேத்கர் இருக்கைகளும், அம்பேத்கர் மையங்களும் உருவாக்கப்படுகின்றன. பதினோராவது ஐந்தாண்டுத் திட்டத்தின் ஒரு பகுதியாக *(2007-12)*, பல்கலைக்கழக மானியக் குழு முப்பத்தி ஐந்து மத்திய, மாநில பல்கலைக்கழகங்களில் சமூக விலக்கம் மற்றும் சேர்ப்பு கொள்கைகளுக்கான ஆய்வு மையங்களை ஆரம்பித்தது. இந்த முயற்சிகளுக்கு எப்போதுமே போதுமான வசதிகள் தரப்படாமல், பெருமளவு தலித்துகள் பணிபுரிவதாகவே இவை இருப்பதால், இது வேறொரு வகையான ஒதுக்கலை உருவாக்குகிறது. இவை 'அம்பேத்கர் சிந்தனைகள்' பற்றிய

படிப்புகள் நடத்துகின்றன. இது தொடர்பான ஆய்வுகளை நடத்தி, அது மேலும் பரவுவதை விரைவுப்படுத்துகின்றன. உயர் கல்வி பயின்ற தலித்துகளின் அறிவாற்றல் முழுவதையும் இந்த புதிதாக உருவாக்கப்பட்டுள்ள சமயத்திற்குள் மட்டுமே பயன்படுத்த வேண்டும் என்பது போல் செய்யப்படுவது போல் தெரிகிறது. ஆய்வு நடவடிக்கைகளில் திடீர் வேகம் பிடித்துள்ளது. இதன் விளைவாக அம்பேத்கர் தொடர்பான விஷயங்களில் அதிகத் தரமற்ற முனைவர் ஆய்வுகள் நிறைய வந்துள்ளன. தலித் அறிவுஜீவிகளின் அடையாளக் கண்ணோட்டத்தை வலுப்படுத்துவது, தலித் குழுக்களுக்கிடையே ஏற்கனவே உள்ள பிளவுபடும் போக்கை அதிகரிப்பது ஆகியவற்றோடு சேர்த்து, இதுபோன்ற அமைப்புகளில் காணப்படும் மற்றொரு பொதுவான அம்சம், இவை தம்மை அம்பேத்கரியக்கள் என்று கூறிக் கொள்வது.

இலக்கியம், சமூகத்தின் கண்ணாடி என்றால், தலித் இலக்கியம் தலித் இயக்கத்தின் சீரழிவு அறிகுறிகளிலிருந்து தப்பவில்லை என்று சொல்லலாம். இருபதாம் நூற்றாண்டின் இரண்டாவது பாதியில், அதுவரை உயர் சாதியினரின் ஏகபோகமாக இருந்த இலக்கியத் துறையை தலித் இயக்கியம் உலுக்கியது. காலப்போக்கில் ஓரளவிற்கு அங்கீகாரமும் பெற்றது. இது தமது படைப்புகளை ஒருங்கிணைந்த அல்லது தமது முயற்சிகளை ஒரு பொதுவான கொள்கையின்பால் குவித்த படைப்பாளிகளின் அணிதிரட்டப்பட்ட இயக்கமல்ல, எனினும் இதுபோன்ற ஒரு விளைவு இலக்கிய விழாக்கள் தலித் இலக்கியத்தின் பிறப்பிடமான மஹாராஷ்டிரா போன்ற மாநிலங்களில் ஏராளமாக நிகழ்ந்தன. இம்முயற்சிகள் பெரும்பாலும் படைப்பாளிகள் பிடிவாதமான அகநிலைவாதமாக, தலித் வாழ்க்கையை படம்பிடிப்பதாக அமைந்தன. ஒரு சில படைப்புகள் தவிர, எதுவும் சமகால சூழலை தலித் மக்களின் கோபத்தை, துன்ப உணர்வை சரியாகப் பிரதிபலிக்கவில்லை. இலக்கியவாதிகள் தம் சக்தி முழுவதையும் தமது இலக்கியத்தை தலித் இலக்கியம் அல்லது அம்பேத்கரிய இலக்கியம் அல்லது புலே - அம்பேத்கரிய இலக்கியம் அல்லது பௌத்த இலக்கியம் அல்லது வேறேதாவதாக என எப்படிக் குறிப்பிடுவது என்ற விவாதத்தில்தான் பெரும்பாலும் செலவழித்தனர். இலக்கியம் தவிர, பாடல்கள், இசை, வீதி நாடகம்,நாடகம் என்று பல்வேறு வழிகளில் கலாச்சார விழிப்புணர்வை ஏற்படுத்தும் பணியில் ஈடுபட்ட குழுக்களும் இருந்தன. இவர்களுக்குள்ளும் பெரிதாக ஒத்துழைப்பு என்பது இல்லை. தாம் குறிப்பிட்டுக் காட்ட எந்த லட்சிய நோக்கமும் இல்லாமல், எல்லோருமே அம்பேத்கர் துதிப்பாடல்களைப் பாடிக் கொண்டு, அவரைச் சுற்றி நிலவும் பக்திக் கலாச்சாரத்தை அதிகரிக்கவே செய்கின்றனர். கவித்துவம் என்ற பெயரில்

அவரது கடவுள் தன்மையை உறுதி செய்யும் மிகையான வார்த்தைகளைப் போட்டு, அவர் குறித்த விமர்சனரீதியான படைப்புகளே இல்லாமல் செய்கின்றனர்.

இதுபோக தலித் பொறியாளர்கள், மருத்துவர்கள், வழக்கறிஞர்கள் என பல்வேறு தொழில் நிபுணர்களின் குழுக்களும் தமது அடையாளத்தை வலியுறுத்த தமக்கு சொந்தமாக அம்பேத்கர் அமைப்புகளை வைத்துள்ளன. தலித் புலம்பெயர்வு என்ற பெயரில் இவர்கள் வெளிநாடுகளிலும் கூட பரவியுள்ளனர். அம்பேத்கரின் வாழ்வின் முக்கியமான நாட்களை கொண்டாடுவது, அவரை வெளிநாடுகளில் நினைவுகூர்வது, சமீபகாலமாக, சமூக ஊடகங்களில் தமது சொந்த டிஜிட்டல் இருப்பைக் கொண்டாடுவது ஆகியவையே இவர்களது முக்கியமான கலாச்சாரப் பணிகள். இன்று ஏராளமான மின்னஞ்சல் குழுக்கள், வலைப்பூக்கள், ட்விட்டர், பேஸ்புக் குழுக்களின் வலைப்பின்னல்கள் உருவாகியுள்ளன. எல்லாம் தம்மை அம்பேத்கரியர்கள் என்று காட்டிக் கொள்வதில் உறுதியாக உள்ளன. ஆனால் ஒரு ரசிகர் மன்றம் போல, அது எதைக் குறிப்பிடுகிறது என்பது பற்றி தெளிவற்று இருக்கின்றன.

இறுதியில், 1990க்குப் பிறகு நவீன தாராளமய அமைப்பின் வாஷிங்டன் கருத்தொற்றுமைக்குப் பிறகு அரசு ஒரு நல்வாழ்வு அமைப்பு என்பது இல்லை என்று ஆகிவிட்ட நிலையில், இதன் விளைவாக இடஒதுக்கீட்டுத் துறைகளில் வேலை இழப்புகள் வந்துவிட்ட நிலையில், தலித் மக்களின் துயர் துடைக்க ஏராளமான என்ஜிஓக்கள் பெருகிவிட்டன. இந்துவில் (2019 பிப்ரவரி 20) பிரசுரமான ஒரு உள்துறை அமைச்சகச் செய்திக் குறிப்பின்படி, 2015-16 நிதியாண்டில், வெளிநாட்டு நன்கொடை கட்டுப்பாட்டுச்சட்டத்தின் கீழ் பதிவு செய்யப்பட்டுள்ள 32000 என்ஜிஓக்களுக்கு வெளிநாட்டு நன்கொடையாளர்கள் மூலம் ரூ.17201 கோடி வந்துள்ளது. இத்தொகையில் பெரும்பங்கு இந்துத்துவாவின் கஜானாவிற்குத் தான் போகிறது. இந்த உண்மையை மறைப்பதற்காகவோ, என்னவோ, இந்திய அரசும், வலதுசாரி அமைப்புகளும் மிகத் தந்திரமாக, என்ஜிஓக்கள் கிறிஸ்துவ மிஷனரி நடவடிக்கைகளை ஆதரிப்பதாக கடுமையாக முத்திரை குத்துகின்றன.

ஏனெனில் பெரும்பாலான என்ஜிஓக்கள் அரசு எளிதாகக் கைவிட்டுவிட்ட தலித்துகள், ஆதிவாசிகள் மற்றும் சமூகத்தின் இதர விளிம்பு நிலை மக்கள் மத்தியில்தான் பணி செய்கின்றன. நாட்டில் எதிர்ப்புணர்வைக் கட்டுப்படுத்துவதற்காக, இன்றைய மோடி அரசாங்கம் இந்துத்துவா என்ஜிஓக்கள் தவிர மற்றவற்றிற்கு வரும் நிதியைக் கட்டுப்படுத்துகிறது. என்ஜிஓக்கள் விரும்பத்தக்க வழிமுறை என்பதல்ல. அவை மக்களின் உணர்வு நிலையில் அரசியல் நீக்கத்தைச் செய்கின்றன. எனினும் அவற்றில்

சில களத்தில் சிறிது நல்ல காரியங்களைச் செய்ய முயல்கின்றன. சாதி பாகுபாடு பிரச்சினை சர்வதேச அளவில் பேசப்பட உதவியுள்ளன. தலித்துகள் எப்போதுமே என்ஜிஓக்கள் இயல்பாக ஆர்வம் காட்டும் ஒரு பகுதியாக உள்ளனர். தலித் இயக்கம் பலவீனமடைந்ததும், இவை அந்த வெற்றிடத்தை நிரப்ப ஓடி வந்துவிட்டன. என்ஜிஓ துறை சமூகப்புலங்களில், குறிப்பாக சமூகப் பணிகளில் முதுகலைப்பட்டம் பெற்ற தலித்துகளுக்கு வேலை தரும் முக்கியமான துறையாக ஆகிவிட்டது. பொதுத்துறை வேலைவாய்ப்புகள் குறைந்துவிட்ட நிலையில் நல்ல வேலை தரும் துறையாக என்ஜிஓ மேலும் முக்கியத்துவம் பெற்றுவிட்டது.

எனினும் இவை தலித்துகளுக்கு துண்டுதுண்டான தீர்வுகளைத் தந்து, தமது துயரம் இந்த அமைப்பால் ஏற்பட்டது என்பதை தலித்துகள் உணராதபடி, திசை திரும்புகின்றன. அவற்றின் பணிநேர்த்தியான தோற்றம், இளைஞர்கள் பணிபுரிவது ஆகியவற்றால் அவற்றிற்கு தலித் அரசியல் தலைவர்களைவிட அதிக மரியாதை உள்ளது. இந்த என்ஜிஓக்களில் பெரும்பான்மை அம்பேத்கரிசத்தால் வழிநடத்தப்படுவதாக சொல்லிக் கொள்ளும் என்பதை தனியாகக் குறிப்பிட அவசியமில்லை.

மாறுபட்ட தத்துவார்த்த சார்வுகள் கொண்ட ஏராளமான அமைப்புகள் தம்மை அம்பேத்கரியர்கள் என்று சொல்லிக் கொள்ளும்போது, நாம் ஏராளமான அபத்தங்களும், கடுமையான அடையாளச் சிக்கலும் உள்ள ஒரு சூழலைச் சந்திக்கிறோம். 2011ல் அம்பேத்கரை சிறுமைப்படுத்தும் நீண்ட வரலாறு கொண்ட சிவசேனா 'சிவசக்தி+பீம்சக்தி=தேசபக்தி' என்ற ஒரு புதிய அரசியல் அல்ஜீப்ராவை முன்வைத்தபோது, முன்னாள் தலித் சிறுத்தைகள் சிலரும், தலித் அறிவுஜீவிகள் சிலரும் இந்த அபத்தமான கருத்தை வரவேற்றனர். 1974ல் தலித் சிறுத்தைகளின் முதல் போர்களில் ஒன்றான ஒர்லி கலவரத்தில், சிவசேனா தலித் சிறுத்தை உறுப்பினரான பகவத் ஜாதவை கொடூரமாகக் கொலை செய்தது. 1979ல் ஔரங்கபாத்தின் மரத்வாடா பல்கலைக்கழகத்திற்கு அம்பேத்கர் பெயரை வைப்பதை சேனா கடுமையாக எதிர்த்தது. பழைய பெயர், மிக பிற்போக்கானது. அது சக்தி வாய்ந்த மராத்தா சாதியின் பெயர். சேனாவின் தலைவரான பால் கேசவ் தாக்கரே போராடும் தலித்துகளை, 'இவர்களுக்கு சாப்பிட ரொட்டி இல்லை, ஆனால், பல்கலைக்கழகம் கேட்கிறார்கள். என்று கிண்டல் செய்தார். ஏராளமான தலித்துகள் வன்புணர்ச்சி செய்யப்பட்டார்கள். கொல்லப்பட்டார்கள். சேனா தொண்டர்கள் தலித்துகளின் சொத்துகளை அழித்தார்க்ள. அம்பேத்கரின் மரணத்திற்குப் பிறகு வெளியான அம்பேத்கரின் 'இந்து மதத்தின் புதிர்கள்' என்ற நூலில் 'இராமன் மற்றும் கிருஷ்ணன் பற்றிய புதிர்' என்ற அத்தியாயத்தை நீக்க வேண்டும் என்று 1989ல் சிவசேனா

பம்பாயில் கலவரம் செய்தது. மஹாராஷ்டிராவில் சேனா-பாஜக ஆட்சியின்போது, *1997* ஜூலை *11*ம் தேதி, ராமாபாய் நகரில் போலீஸ் துப்பாக்கி சூட்டில் பத்து தலித்துகள் படுகொலை செய்யப்பட்டார்கள். இக்கொலைகளுக்குப் பொறுப்பானவரான சார்வு ஆய்வாளர் மனோகர் கதமை அரசாங்கம் பிடிவாதமாகப் பாதுகாத்தது. இப்படிப்பட்ட பின்னணி இருந்தபோதும் சேனா நாம்தேக் தாஸல், ராம்தாஸ் அத்வாலே போன்றோரின் ஆதரவைப் பெறுவதில் வெற்றி பெற்றது. இவர்களும் சந்தேகமின்றி தமது துரோகத்தை தமது 'அம்பேத்கரிய' உணர்வால் சரி செய்து கொண்டார்கள். அத்வாலேயின் உணர்வு இப்போது இதுபோன்ற சோதனைகளால் கடினப்பட்டிருக்கக் கூடும். *(1818* ஆங்கில-மராத்தா போரின் நினைவு ஸ்தூபியின் இருநூறாவது ஆண்டு விழாவில் பீமா-கோரேகானில் பிராமணர் மற்றும் மராத்தா தலைமையிலான வன்முறைக்கு எதிராக அவர் சம்பிரதாயமாக கூச்சல் எழுப்பியது ஒரு புறமிருந்தாலும்)

இதனிடையே, மேல்நோக்கி நகரும் தலித்துகள், தமது அம்பேத்கரிய அடையாளத்தைக் கைவிடாமல் முதலாளித்துவத்தைப் போற்றுகிறார்கள். அல்லது தம்மை தலித் முதலாளிகளாகப் பெருமையாகக் காட்டிக் கொள்கிறார்கள். பிராமணியமும் முதலாளித்துவமும் தலித்துகளின் இரட்டை விரோதிகள் என்ற அம்பேத்கரின் எச்சரிக்கையை சத்தமில்லால் கைவிட்டுவிட்டு முதலாளித்துவம்தான் தலித் விடுதலைக்கான புதிய பாதை என்று சொல்வது அதைவிட மோசமானது. *1938*ல் ஜிஐபி ரயில்வே ஒடுக்கப்பட்ட வகுப்பு தொழிலாளர்களின் மாநாடு மன்மட்டில் நடந்தபோது, அதில் உரையாற்றிய அம்பேத்கர்.

'எனது கருத்தின்படி, இந்த நாட்டின் தொழிலாளர்கள் இரண்டு எதிரிகளை சந்திக்க வேண்டியுள்ளது. அவை பிராமணியமும், முதலாளித்துவமும்.. பிராமணியம் என்பதில் நான் ஒரு சமூகமாக பிராமணர்களிடம் உள்ள அதிகாரம், சலுகை, நலன் ஆகியவற்றைக் குறிக்கவில்லை. நான் அச்சொல்லை அந்த அர்த்தத்தில் பயன்படுத்தவில்லை. பிராமணியம் என்பது சுதந்திரம், சமத்துவம், சகோதரத்துவத்தை மறுப்பதைக் குறிப்பதாகும். இந்த வகையில் பிராமணர்கள் தான் அதை ஆரம்பித்தவர்கள் என்றாலும்கூட, அது பிராமணர்களிடம் மட்டுமின்றி, எல்லா வகுப்பினரிடமும் பரவலாகக் காணப்படுகிறது. (In Das 2010, 50-1) என்றார்.

அம்பேத்கர் தொடர்ச்சியாக அடையாளத்தை அவர் விஷயத்தில், தவிர்க்க முடியாத தீண்டத்தகாதவர் என்ற அடையாளத்தை ஒரு அரசியல், சமூக, வரலாற்று இருத்தலியல் உண்மையாக ஏற்றார். ஆனாலும், அவர் நடைமுறைத் தர்க்கத்தால் அதை கடந்து செல்ல முயன்றார். பிராணியம் என்பது உயர் சாதிகளுக்கு மட்டுமே உதித்தான தல்ல. அது அனைத்து

வகுப்புகளிலும் பரவியுள்ளது என்று எச்சரித்தார். ஆனாலும், அம்பேத்கர் ஒரு சமூக ஒழுக்கவியல் தத்துவமாகத் தழுவிய புத்தமதம் கூட அம்பேத்கரியர்களால், விகாரங்கள் கட்டுதல், பாலி மொழி கற்றுப் பஜனை பாடுதல், சடங்குகளை கடைப்பிடித்தல், சமீபமாக விபாசனாவில் (பௌத்த தியான முறை - ப..ர்) பங்கு பெற்றால் என்ற ஒரு கலாச்சார அடையாளாக மாற்றப்பட்டு விட்டது.

ஃபேபியன் மற்றும் ட்யூவியன் இழைகள்

முன்பே கூறியதுபோல், அம்பேத்கர் ஒரு தாராளவாதி என்பதைத் தாண்டி, தத்துவார்த்த ரீதியாக அவரைக் கட்டமைப்பது எளிதல்ல. இதை ஏற்றுக் கொண்டாலும், ஒருமுனையில் புரட்சிகரவாதமும் மறுமுனையில் அதற்கு நேர்மாறானதையும் கொண்டுள்ள தாராளவாதம் என்ற பரந்த விஷயத்தில் அவர் எங்கு சரியாகப் பொருந்துவார் என்பதை முடிவு செய்ய முடியாது. இந்த பயனற்ற சொல்லாடல்களைப் பற்றி அவரே கவலைப்பட்டிருக்க மாட்டார். சாதிப் பிரச்சினையை முன்னிறுத்தியது என்பது மட்டுமல்லாது, பாரபட்சத்திற்கு எதிராக சளைக்காமல் போராடியதில்தான் அம்பேத்கரின் சிறப்பு இருக்கிறது. (அதில் அவர் வெற்றி பெற்றாரா அல்லது எந்த அளவிற்கு வெற்றி பெற்றார் என்பதை நிறுவுவது இரண்டாம் பட்சம்தான்) அவர் எடுத்துக் கொண்ட பிரச்சினைக்கு,வரலாற்றில் ஒரு சில ஆளுமைகளைத் தவிர அவருக்கு வழிகாட்டி யாருமில்லை. அவர் ஏற்றுக்கொள்ள ஒரு கோட்பாடு எதுவுமில்லை. போராட்டங்களின் மூலம் அவர் தமது சொந்த கோட்பாடுகளை உருவாக்க வேண்டியதாக இருந்தது. மேலும் அவரது நோக்கம் கோட்பாட்டை உருவாக்குவதல்ல. அது அவர் மேற்கொண்ட நடைமுறைப் போராட்டங்களின் ஒரு உபவிளைவாக வந்தது. இது அவர் ஏராளமாக எழுதிய கட்டுரைகளின் மூலம் (பாதிக்கு மேல் அவர் மறைந்த பிறகு வெளியானவை) தெரிகிறது. தலித் விடுதலை என்பதை, ஒரு பொதுவான தாக்கம் உள்ளதாக, மனித இனத்தின் விடுதலை என்பதன் ஒரு பகுதியாக அவர் பார்த்தார். எனினும் அதை தலித்துகளிடமிருந்து துவங்கி, பொதுவான மனித இனத்திற்கு விரிவுபடுத்த வேண்டிய அவசியம் இருந்தது. இந்த இடைவெளியை நிரப்பவே அவர் பௌத்ததை தன் பாதையாகத் தேர்ந்தெடுத்திருக்கலாம்.

அம்பேத்கர் தொடர்ந்து மாறிக்கொண்டே வந்ததை, அல்லது இன்றும் ஒரு நல்ல வார்த்தையில் சொல்வதனால், பரிணமித்துக் கொண்டே வந்ததைப் பார்க்கலாம். உண்மைகள் கோரும்போது அவர் தனது கருத்தை மாற்றிக் கொள்ளத் தயங்கியதே இல்லை. நிலைத் தன்மை என்பது ஒரு குணநலன் என்பதை மறுக்க அவர், நிலைத்தன்மை என்பது கழுதையின் குணநலன் என்று எமர்சன் குறிப்பிட்டதை மேற்கோள் காட்டினார். அவரது

ஆளுமையில் பல்வேறு போக்குகளை நம்மால் காணமுடியும். உதாரணத்திற்கு உபேந்திர பக்ஷி, அவரது ஆளுமையில் பல்வேறு அம்பேத்கர்களைப் பார்த்தார். 1995ல் 'விடுதலையும், நீதியும்: பாபாசாகேப் அம்பேத்கரின் பார்வையும், பாரம்பரியமும் என்ற கட்டுரையில், பக்ஷி ஏழுவிதமான அம்பேத்கர்களை அடையாளம் காட்டுகிறார். முதல் அம்பேத்கர் தீண்டாமையின் முழு கொடுமைகளையும் சந்தித்த உண்மையான ஒரு தலித். இரண்டாமவர் அறிவாற்றலின் எடுத்துக்காட்டு. மூன்றாமவர் ஒரு தீவிரமான பத்திரிகையாளர். நான்காமவர் காந்தியத்திற்கு முந்தைய காலத்து களசெயற்பாட்டாளர். ஐந்தாமவர் ஒடுக்கப்பட்ட வகுப்பினருக்கு சட்டமன்ற இடஒதுக்கீட்டுப் பிரச்சனையில் காந்தியோடு கடுமையாக மோதியவர். ஆறாவது அம்பேத்கர் அதிகார மாற்றத்திலும், அரசியலமைப்பை உருவாக்குவதிலும் ஈடுபட்டவர். ஏழாவது அம்பேத்கர் ஒரு இந்து துரோகி. 1927ல் மஹத்தில் மனுஸ்மிருதியின் பிரதியை எரித்தவர் என்பதால் மட்டுமல்ல, 1935ல் மதமாற்றம் குறித்த அவரது குறியீடான அறிக்கைக்காகவும், (ஒரு இந்துவாக இறக்கமாட்டேன்) 1956ல் பௌத்ததிற்கு மாறியதற்காகவும் சேர்த்து, அவர் பற்றிய புரிதலுக்கு இது மட்டுமே வழிமுறையல்ல. நாம் மற்றொரு அணுகுமுறையையும் கையாளலாம். பல்வேறு அம்பேத்கர்களைப் பார்க்க, அவர் குறித்த எதிரிடையான, முழு பார்வையைப் பெற, அவரது தத்துவார்த்த நிலைபாடுகளையும் பயன்படுத்தலாம்.

அம்பேத்கர் கொலம்பியா பல்கலைக்கழகத்தில் மாணவராக இருந்தபோது, அவரது பேராசிரியர் ஜான் ட்யூவே ஏற்படுத்திய ஆழமான தாக்கம், அவரது பொது வாழ்வில் மீண்டும் மீண்டும் வரும் கூறாகும். அம்பேத்கரியர்களின் புத்தமத மாற்றத்தின் பொருள் மற்றும் ஏனைய கட்டுரைகள் (1997) நூலில், கே.என்.கதம் 'டாக்டர் அம்பேத்கரின் விடுதலைத் தத்துவமும், ஜான் ட்யூவேயின் தாக்கமும்' என்ற கட்டுரையில் குறிப்பிடுவது போல, 'ஜான் ட்யூவே பற்றி நாம் புரிந்து கொள்ளாவிட்டால்.. டாக்டர் அம்பேத்கரைப் புரிந்து கொள்வது சாத்தியமில்லை' இந்தத் தாக்கம் அவரது எழுத்துக்களிலும், அவரது நடைமுறை திட்டங்களிலும் காணப்படுகிறது. அவரது அற்புதமான படைப்பாகிய சாதி ஒழிப்பில் (1936ட ட்யூவே,யின் ஜனநாயகம் மற்றும் கல்வி (1916) என்ற நூலின் தாக்கத்தால் எழுதப்பட்ட பத்திகள் ஏராளமாக உள்ளன. ட்யூவேயின் நடைமுறைவாதம் அல்லது கருவிவாதம் அனைத்து அறிவுகளையும் தற்காலிகமானவைகளாகக் கருதியது. யதார்த்தம் என்பதன் பொருளை மனிதர்கள் தம் சூழல் தம்மீது திணிக்கும் பிரச்சினைகளோடு (தத்துவார்த்தப் பிரச்சினைகளை விட நடைமுறை பிரச்சினைகளோடு) ஊடாட்டம் செய்வதன் மூலமே அறிய முடியும். அவர் தனது கருத்துகளை சார்லஸ் சாண்டர்ஸ் பியர்ஸ் மற்றும்

வில்லியம் ஜேம்ஸ் ஆகியோரின் நடைமுறைவாதத்திலிருந்தும், தர்க்கரீதியான நேர்மறையாளர்களின் *** கருவிவாதத்திலிருந்தும் பெற்றாலும், அவை ஒவ்வொன்றியிலிருந்தும் நுட்பமான முறைகளில் மாறுபட்டார். ட்யூவே மனித நடவடிக்கைகளிலிருந்துதான் அர்த்தம் கிடைக்கிறது என்ற பியர்ஸின் கொள்கையை ஏற்றார். ஆனால், தன்னுள்ளான ஒரு யதார்த்தம், அது பற்றிய எந்த தனிநபரின் சிந்தனையையும் சாராத ஒரு தனித்துவமான தன்மை கொண்டது என்ற அவரது நிலைபாட்டை நிராகரிக்கிறார். அதேபோல எளிய மக்களின் யதார்த்த வாழ்வின் பிரச்சினைகள், துன்பங்களில் கவனம் செலுத்தும் ஜேம்ஸின் நடைமுறைவாதத்தை ஏற்கும் அவர், அவரது தனிநபர் சார்ந்த கண்ணோட்டத்திலிருந்து மாறுபடுகிறார். இக்கருத்துகளில் அறிவியல் பூர்வமான முறையை ஏற்கும் அவர், கட்டுப்படுத்தப்பட்ட சூழலில் தரவுகளை சேகரித்து, ஒரு கொள்கையை உறுதிசெய்யும் அல்லது உறுதி செய்ய முடியவில்லை என்று கூறும் அவர்களது மந்தமான 'பரிசோதனை'யிலிருந்து மாறுபடுகிறார். அவரைப் பொருத்தவரை, அறிவியல் பூர்வமான முறையில் நோக்கம் நமது வழக்கங்களை மேம்படுத்துவதற்காக, அதை குறித்த அறிவார்ந்த சிந்தனையைத் தூண்டுவதாக இருக்க வேண்டும். ஒரு கருத்து மனித நோக்கங்கள், நலன்களின் தேடலுக்கான மனித செயல்பாடுகளில் வெற்றிகரமாகப் பயன்படுத்தப்பட முடிந்தால் மட்டுமே, அது யதார்த்தத்துடன் பொருந்திப் போகும் என்று ட்யூவே கருதினார். அதாவது அது பிரச்சினையான ஒரு நிலைமைக்கு தீர்வு தர வேண்டும். இவ்வகையான நடைமுறைவாதத்தை அம்பேத்கர் தனது வாழ்நாள் முழுவதும் படைப்பூக்கத்தோடு பயன்படுத்தியதை நாம் காணமுடியும். மார்க்ஸ் குறித்து ஐயம் கொண்டது போலவே அவர் ட்யூவே குறித்தும் ஐயம் கொண்டிருக்கிறார். புத்தர் குறித்த அவரது புரிதல் ட்யூவிய கருவிவாதத்தால் ஊக்குவிக்கப்பட்டது. மீரா நந்தா *(2004)* குறிப்பிடுவது போல ஒரு ட்யூவிய புத்தரைப் பெறும் முயற்சி.

அம்பேத்கர் மீதான ட்யூவேயின் தாக்கத்திற்கு ஏராளமான சம்பவங்களையும், ஆவணங்களையும் எடுத்துக் காட்ட முடியும். *(*அம்பேத்கருக்கு கொலம்பியா பல்கலைக்கழகம் கௌரவ டாக்டர் பட்டம் வழங்கியபோது*) 1952* ஆம் ஆண்டு நியூயார்க்கின் சர்தா கமிருக்கு எழுதிய கடிதத்தில், என் முழு அறிவுஜீவி வாழ்க்கைக்கும் நான் பேராசிரியர் ஜான் ட்யூவேவிற்குக் கடன்பட்டுள்ளேன் என்று அம்பேத்கரே எழுதியுள்ளார். இந்த தத்துவார்த்தக் கண்ணோட்டம் வரலாற்று முன்னேற்றம் தொடர்பான எந்த மையமான கோட்பாட்டை அல்லது பெருங்கதையாடலை அல்லது ஒரு இசத்தையும் தள்ளுபடி செய்கிறது. ட்யூவேயின் கண்ணோட்டம்

வரலாற்றின் பொருள் விளக்கக் கதையாடல்களை, எளிய சமூக பொருளாதார அமைப்பிலிருந்து அதிக சிக்கலான முன்னேற்றத்திற்கு இயந்திரகதியாக மாறுவதை சந்தேகிக்கிறது. எனவே, ட்யூவிய நிலைபாடு மறைமுகமாக மார்க்சியமல்லாததாகும். அருண் பிரபா முகர்ஜி என்ற அறிஞர் அம்பேத்கர் மீதான ட்யூவேயின் தாக்கத்தை ஆராய்ந்துள்ளார். ஜனநாயகம் என்பது குறிப்பிட்ட கால இடைவெளிகளில் அரசைத் தேர்ந்தெடுக்கும் கடமைப்புக்கு அப்பாற்பட்டு, வாழ்வோடு இணைந்தது என்ற ட்யூவியக் கருத்தால் அம்பேத்கர் எவ்வாறு ஆழமான தாக்கம் பெற்றார் என்பதைக் காட்டியுள்ளார். ட்யூவிய கருத்தான 'வாழ்வோடு இணைந்தது' என்பதை எவ்வாறு அம்பேத்கர் புரிந்து கொண்டு, அதை ஒரு அரசியல் கருவியாக மாற்றினார் என்பதை முகர்ஜி *(2009, 356)* குறிப்பிடுகிறார். அம்பேத்கரும், ட்யூவேயும் ஜனநாயகத்தை அரசியல் அரங்கிற்குள்ளாக சுருக்கிவிடக் கூடாது என்று நம்பினார்கள் என்றும், அது கல்வி, தொழில், மற்ற பொது வெளிகளிலும் வெளிப்படவேண்டும் என்று நம்பினார்கள் என்றும் அவர் கூறுகிறார்.

மற்றொரு அறிஞரான ஸ்காட் ஆர், ஸ்ட்ரவுட் என்பவரும் அம்பேத்கர் மீதான ட்யூவேயின் தாக்கம் பற்றிக் குறிப்பிடும்போது, அம்பேத்கர் ட்யூவேயின் நடைமுறைவாதத்தை அநீதியும், மதத்தாக்கமும் நிறைந்த இந்தியச் சூழலுக்கு மாற்றியமைத்ததைக் குறிப்பிடுகிறார். தீண்டத்தகாதோர் பிரச்சினைகளுக்கு மதமாற்றத்தை முன்வைத்த அம்பேத்கரின் தீர்வு இந்த மாற்றியமைத்தலோடும் என்று அவர் வாதிடுகிறார். அவர் கூறுவதாவது :

'மதமாற்றத்திற்கான அம்பேத்கரின் வேண்டுகோள், ஒரு புதிய பிரதியை உருவாக்குவதற்கு பதிலாக, அவரைப் பின்பற்றுவோரின் வடிவில்ஒரு புதிய மனங்களை உருவாக்குகிறது. இந்தியா முழுக்க பல்வேறு விதமான மக்களிடம் அம்பேத்கர் உரையாடியதற்கு இதுதான் காரணமாக இருந்திருக்க வேண்டும். தன் பேச்சை கவனிப்போரின் மனங்களில் சில முக்கியமான மாற்றங்களை ஏற்படுத்த அவர் ட்யூவேயின் சிந்தனைகளைப் பயன்படுத்தினார். தனது நடைமுறைவாதம் மூலமாகவும், மதமாற்றத்தின் வழியாக, தன்னைப் பின்பற்றுவோரிடம் புதிய மனங்களை உருவாக்கியதன் மூலமும் அவர் உரையாடல்களுக்கான புதிய வழிகளை கண்டுபிடித்தார். ஒரு மேலாக்கவியல் பண்பு நோக்கத்திற்கான திட்டமாக மாறக்கூடிய அவரது நடைமுறைவாத பேச்சாற்றல், நடைமுறைவாதக் கோட்பாட்டில் உள்ளார்ந்து உள்ள சக்தியைக் காட்டுகிறது. ட்யூவேயின் நடைமுறைவாதத்தில் புரட்சிக்கோ அல்லது உடனடியான குறிப்பிடத்தகுந்த மாற்றத்திற்கோ வழியில்லை என்று பலரும் கருதுகிறார்கள். உண்மையில் இது மார்க்சிய புரட்சிகர வழிமுறை பற்றிய ட்யூவேயின் விமர்சனத்திற்கு வலு சேர்க்கிறது.

ட்யூவே அமெரிக்காவின் ஒரு முக்கியமான ஃபேபியன் சோஷலிஸ்ட். 'ஹ்யூமனிஸ்ட் மேனி; பெஸ்டோ' (1933) என்ற நூலை மற்றொரு வருடன் இணைந்து எழுதியவர். 1884ல் ஆங்கிலேய அறிவுஜீவிகளின் ஒரு சிறிய குழு, மார்க்ஸ் காணவிரும்பிய ஒரு வர்க்கமற்ற சோஷலிச சமுதாயத்தை அமைக்கும் நோக்கத்தோடு ஃபேபியன் சொஸைட்டியை உருவக்கினார்கள். ஆனால் புரட்சி எப்படி, யாரால் நடக்கும் என்பதில் அவர்கள் மார்க்ஸிடமிருந்து மாறுபட்டார்கள். மார்க்ஸின் புரட்சிகர சோஷலிசத்திற்கு மாறாக, இந்த சோஷலிசம் அறிவார்ந்த நடுத்தர வர்க்கத்தால் படிப்படியாகக் கொண்டுவரப்படும் (உழைக்கும் வர்க்கத்தால் அல்ல) உலகப் புரட்சிக்கு உழைப்பாளிகளின் எழுச்சிக்கு பதிலாக இளம் அறிஞர்களை சித்தாந்தரீதியாகத் தயார்படுத்தும் பணியில் ஃபேபியன்கள் ஈடுபட்டார்கள். இந்த அறிவுஜீவிப் புரட்சியாளர்கள் காலப்போக்கில் அதிகாரபூர்வ மற்றும் அதிகாரப்பூர்வமற்ற கருத்து உருவாக்கத்திலும், அதிகார மையங்களிலும் செல்வாக்கும், அதிகாரமும் பெற்று, படிப்படியாக இந்த உலகை சோஷலிச சமுதாயமாக மாற்றுவார்கள் என்று அவர்கள் நம்பினார்கள். நடைமுறையில் இதற்கு சட்டம், ஒழுக்கம், அரசாங்கம், பொருளாதாரம், கல்வி ஆகியவற்றில் நிலவி வரும் கருத்துகளில் மெதுவான, துண்டுத்துண்டான மாற்றம் என்று பொருள். 1950ல் தனது செல்வாக்கின் உச்சத்தில் ட்யூவே பிரிட்டிஷ் ஃபேபியன் சொஸைட்டியின் அமெரிக்க வடிவான லீக்ஃபார் இன்டஸ்ட்ரியல் டெமாக்ரஸி என்ற அமைப்பின் கௌரவ தேசியத் தலைவரானார்.

இந்த கருத்துக்களை எல்லாம் நிச்சயமாக அம்பேத்கர் அறிந்திருப்பார். கொலம்பியாவிற்குப் பிறகு அவர் 1895ல் ஃபேபியன் சொஸைட்டி உறுப்பினர்களால் (சிட்னி மற்றும் பிட்ரிஸ் வெப், கிரஹாம் வாலஸ், ஜார்ஜ் பெர்னார்ட் ஷா) உருவாக்கப்பட்ட லண்டன் ஸ்கூல் ஆஃப் எகனாமிக்ஸில் சேர்ந்தார். சாதி சமூகத்தை ஆய்வு செய்ய ட்யூவிய ஜனநாயகக் கருத்தை புத்தாக்க முறையில் பயன்படுத்தினார். அதன் மூலம் சாதி ஒழிக்கப்பட்டால் ஒழிய, உருப்படியாக எதையும் செய்ய முடியாது என்பதை உணர்ந்தார். சோஷலிசம் பற்றிய அம்பேத்கரின் கருத்து நிச்சயமாக ஃபேபியன் தான். அது ட்யூவே மற்றும் கொலம்பியாவில் அவரது ஆய்வு வழிகாட்டியான எட்வின் ஆர்.ஏ.செலிங்மன் ஆகியோரிடமிருந்து பெறப்பட்டு, லண்டன் பொருளாதாரப் பள்ளியில் அவர் தங்கியிருந்த காலத்தில் உறுதிப்பட்டதாகும். அம்பேத்கரின் முதல் அரசியல் கட்சியான, 1936ல் உருவான ஐஎஸ்பி 1893ல் இங்கிலாந்தில் அதேபெயரில் ஃபேபியன் ஆதரவோடு உருவாக்கப்பட்ட கட்சியின் பாணியில் அமைக்கப்பட்டதுதான். அது சோஷலிச லட்சியத்தை தெளிவாக முன் வைத்தது. செங்கொடியை பெருமையோடு ஏற்றது. பின்னர், தனது அரசுகளும், சிறுபான்மையினரும் நூலில் அவர் அரசு சோஷலிசம்

சட்டத்தால் எளிதாக மாற்ற முடியாதபடி அரசியலமைப்பில் அதன் அடிப்படை அம்சமாக சேர்க்கப்பட வேண்டும் என்றார். *(BAWS Vol 1, 406)* வாழ்வின் இறுதிக் காலத்தில் அவர் புத்தமதத்தைத் தழுவியதும் சோஷலிசத்தை நோக்கிய ஒரு காலடிதான். ஏனெனில், அவரைப் பொருத்தவரை, பௌத்தமும் மார்க்சியத்தின் அதே லட்சியத்தைக் கொண்டது. ஆனால் வன்முறை, சர்வாதிகாரம் இன்றி அதை அடைவது. அவரது சோஷலிச கருத்துக்கள், பள்ளிக் கல்வியை விட உயர்கல்விக்கு முக்கியத்துவம் தருதல், மார்க்சியம் மீதான அவரது ஈர்ப்பு மற்றும் ஐயங்கள், சீர்திருத்தங்களில் ஆழமான நம்பிக்கை, புரட்சியின் சாத்தியம் பற்றிய சந்தேகம், ஃபேபிய பாணி கட்சி ஆரம்பித்தது. அரசுகளும், சிறுபான்மையினரும் நூலில் அவர் காட்டும் அரசு சோஷலிசம் போன்ற அனைத்தும் அவரது ஃபேபிய தாக்கத்தின் நேரடிக் காட்சிகள்.

மறு உருவாக்கம், பொழுதுபோக்கு

அம்பேத்கரின் வாழ்வும், எழுத்துக்களும் ஒரு இசத்தை உருவாக்குவது போல, இந்த உலகை விளக்கும் அல்லது முன்னுணர்ந்து கூறும், செயல்பாடுகளை வழிநடத்தும் ஒரு அமைப்புரீதியான கோட்பாட்டை விட்டுச்சென்றுள்ளனவா? இதற்கு அடையாள வெறியின்றி, நேர்மையான, பாரபட்மற்ற விடை எதிர்மறையாகத்தான் இருக்க வேண்டும். இதற்கு மாறாக யோசிப்பது அவரது அடிப்படையை மறுதலிப்பதாகும். நிலைத்தன்மை பற்றிய கவலையின்றி, உருவாகும் சூழலுக்குத் தக்கவாறு அவர் பல்வேறு நீண்டகால, நடைமுறை தந்திரங்களை முயன்று பார்த்தார் என்பதை அவரது வாழ்வு காட்டுகிறது. அவரது நிலையற்ற தன்மைக்குக் காரணம் நடைமுறைவாதம் என்ற தத்துவம்தான்.

1902 பட்டியலின வகுப்பினர் கூட்டமைப்பை உருவாக்குவது முன்மொழியப்பட்ட அனைத்திருந்திய ஒடுக்கப்பட்டோர் மாநாட்டில், தனது தலைமையுரையை முடிக்கும்போது அம்பேத்கர் பின்வருமாறு குறிப்பிட்டார்.

‘உங்களுக்கு எனது கடைசி அறிவுரை கற்பி, ஒன்றுபடுத்து, போராடு, உன் மீது நம்பிக்கையை வை என்பதுதான். நம் பக்கம் நியாயம் இருக்கும்போது நாம் இந்தப் போரில் தோற்கமாட்டோம். எனக்கு இந்தப் போர் ஒரு மகிழ்ச்சியான விஷயம். இந்தப் போர் அதன் முழுமையான அர்த்தத்தில் ஆன்மீகமானது. இதில் சமூக, பொருளாதார விஷயங்கள் எதுவுமில்லை. ஏனெனில் நமது போர் செல்வத்திற்காகவோ, அதிகாரத்திற்காகவோ இல்லை. இது விடுதலைக் கான போர், மனித ஆளுமையை மீட்டெடுப்பதற்கான போர், *(keer 1954, 351)*

தன் தொண்டர்களுக்கு அவர் காட்டிய வழியான கற்பி, ஒன்றுதிரட்டு, போராடு என்பது ஃபேபியன் சொஸைட்டியின் புகழ்பெற்ற நோக்கமும், கோஷமும் ஆகும். *(Pugh 1984)* இதை அம்பேத்கர் ஏற்கனவே தனது பத்திரிகையான பகிஷ்கிரித் பாரத்தின் *(1927)* முகப்பை அலங்கரிக்கப் பயன்படுத்தியிருக்கிறார். அம்பேத்கர் யதார்த்தத்தில் மாறிக் கெண்டே இருக்கும் தன்மையையும், அதைப் புரிந்து கொண்டு, எதிர்கொள்ளும் அளவு அறிவார்ந்து இருக்க வேண்டியதன் அவசியத்தையும் வலியுறுத்தினார். உன்னைச் சுற்றியுள்ள உலகத்தைப் புரிந்து கொள்வதற்காக 'கற்பி', அநீதிக்கு எதிராக 'போராடு' அதை வேரறுக்கும் பலம் பெறுவதற்காக 'அணிதிரட்டு'. தம்மைப் பின்பற்றுவோர் தமது சூழலை ஆய்வு செய்யும் அறியும் தன்மை கொண்டு, அநீதி மீது வெறுப்பை வளர்த்துக் கொண்டு, அதை வேரறுக்க ஒற்றுமையாகப் போராடும் அறிவு மிக்கவர்களாக (பிரபுத்தா) இருக்க வேண்டும் என்று அறிவுறுத்தினார். தனது முறைகளையும், முடிவுகளையும் தன்னைப் பின்பற்றுவோர் மீது அவர் திணிக்கவில்லை. மாறாக அறிவார்ந்த மக்களாக தமது சொந்த தளத்தில், காலத்தில் அவர்கள் பொருத்தமான வழிமுறைகளை உருவாக்கிக்கொள்ள வேண்டும் என்று எதிர்பார்த்தார்.

அம்பேத்கரை பின்பற்ற 'அம்பேத்கரியர்' என்ற அடையாளத்தை உருவாக்கிக் கொள்ள வேண்டும் என்ற அவசியம் இல்லை. அதற்காக அவரைப் போற்ற வேண்டும். வழிபட வேண்டும் என்று அர்த்தமல்ல. அவரைப் பின்பற்றுவது என்றால், அவரது 'சுதந்திரம், சமத்துவம், சகோதரத்துவம்' என்ற பார்வையால் உத்வேகம் பெற்று, சமகால உலகோடு விமர்சனரீதியாக ஊடாடி, அதை மாற்றுவதற்கான வழிமுறைகளை உருவாக்குவது என்று பொருள். அம்பேத்கரைப் பின்பற்றுவது என்றால், விரும்பி குருடாக இருந்து கொண்டு, அவர் புகழ்பாடும் பக்தனாக இல்லாமல் அறிவு பெறுவதாகும். அதன் பொருள் யாரோ ஒரு பெரிய மனிதர் கூறியது என்பதற்காகவே, ஒரு விஷயத்தை உண்மை என்று ஏற்காமல் இருப்பதாகும். அம்பேத்கரைப் பின்பற்றுவது என்பது, அவரைப் புகழ்ந்து பாடியும் கூட சாதாரண தலித்துகளின் நிலைமை எப்போதும்போலவே மோசமாக இருக்கிறது என்பதைப் புரிந்து கொள்ள அவரது கருத்துகளை ஆய்வு செய்வதாகும். 1943ல் புனேயில் அறிஞரும், சீர்த்திருத்தவாதியுமான மஹாதேவ் கோவிந்த் ரானடேயின் 101வது பிறந்த நாள் கொண்டாட்டத்தில் அம்பேத்கர் ஆற்றிய உரையில் (பின்னர் ரானடே, காந்தி மற்றும் ஜின்னா என்ற நூலாக வந்தது) நாயக வழிபாடு பற்றி பின்வருமாறு எச்சரிக்கை செய்துள்ளார்.

'நமது அளவற்ற மரியாதையைக் காட்டும் விதமான நாயக வழிபாடு என்பது ஒரு விஷயம். அந்த நாயகருக்கு அடிபணிவது என்பது முற்றிலும்

வேறு விஷயம். முதலாவதில் ஒரு தவறுமில்லை. பின்னது சந்தேகமின்றி மிக மோசமான விஷயம். முன்னது உயர்ந்த விஷயங்களுக்கு, அதன் உருவமாகத் திகழும் மனிதருக்கு ஒருவர் காட்டும் மரியாதை, பின்னது தனது எஜமானருக்கு அடிமை காட்டும் விசுவாசம். முன்னது மரியாதையுடன் சேர்ந்தது. பின்னது தன்மதிப்பை ஒருவர் தாழ்த்திக் கொள்வதன் அடையாளம். முன்னது சிந்திக்கவும், சுதந்திரமாக செயல்படவும் ஒருவருக்கு இருக்கும் அறிவுக் கூர்மையை பறிக்காது. பின்னது ஒருவரை முழு முட்டாளாக மாற்றிவிடும். தன் சீடர்களை தனது அறிவுரைகளை ஆராயாமல் அப்படியே ஏற்கவேண்டாம். அவர்கள் தாமே ஒரு தீபமாக இருக்க வேண்டும் (அட்ட தீப் பாவா) என்று அறிவுறுத்திய புத்தரைப்போலவே அம்பேத்கரும், ஒருவர் எவ்வளவு பெரியவரானாலும், அவரது கருத்துகளை, முடிவுகளை ஆராயாமல் ஏற்கக் கூடாது என்று எச்சரித்தார். அதற்கு தாமே முன்னுதாரணமாக இருந்து புத்தரின் கருத்துகளை, போதனைகளை ஆராய்ந்து, புதுப்பித்தார். அதே உரையில் அவர் தொடர்ந்து,

'ஒரு மாமனிதர் செய்ய வேண்டியது தனது போதனைகளை தன் சீடர்கள் மேல் திணிக்காமல் இருப்பதுதான். அவர் செய்ய வேண்டியது அவர்களை தூண்டுவிட வேண்டும். தமது புலன்களை பயன்படுத்துவது அவர்களிடம் விழிப்புணர்வு ஏற்படுத்த வேண்டும். மேலும் ஒரு மாணவன் தனது ஆசிரியரிடமிருந்து வழிகாட்டுதலை மட்டுமே பெறுகிறான். தனது ஆசிரியரின் முடிவுகளை அப்படியே ஏற்க வேண்டிய அவசியம் இல்லை. (240)

இந்த அடிப்படையில், அம்பேத்கரியர்களின் போக்கு, அம்பேத்கருக்கு எதிரானது. உண்மையில் அவர்கள் தாங்கள் செய்பவற்றாலும், செய்யத் தவறியவற்றாலும் அவரை தொடர்ந்து அவமதித்துதான் வருகிறார்கள். சாதி ஒழிப்பு மற்றும் சோஷலிசத்தை அடைவது பற்றிய அவரது பார்வையை புறக்கணித்து விட்டார்கள். மாறாக சாதி அடையாளங்களை வெளிப்படையாகவே கொண்டாடுகிறார்கள். தங்களது குழுக் கோவில்களில் அவரை தெய்வமாக்கி ஒதுக்கி வைத்துவிட்டார்கள். எதிர்கால சந்ததியினர் அவரிடமிருந்து கற்றுக் கொள்ள முடியாதவாறு செய்து விட்டார்கள். *1954* நாடாளுமன்ற விவாதத்தில் அவரது வார்த்தைகள் அவரது கொள்கைப் பிடிவாதமின்மையை தெளிவாகக் காட்டின. 'சோஷலிஸ்ட், கம்யூனிஸ்ட், அல்லது வேறொருவர் என்று அனைவரிடமிருந்தும் நான் பெற்றுக் கொள்ளத் தயாராக இருக்கிறேன். நான் தவறே செய்யாதவன் என்று கூறிக் கொள்ள மாட்டேன். புத்தர் சொன்னதுபோல், தவறு செய்யாதவரே கிடையாது. எதுவுமே இறுதியானதல்ல. அனைத்துமே பரிசீலனைக்கு உட்பட்டதுதான்.' *(BAWS 1, 960)*

இந்த உலகை வாழ்வதற்கான நல்ல இடமாக மாற்ற உண்மையாக முயன்றார். என்ற காரணத்தினாலேயே அம்பேத்கர் பெருமை பெற்றவராக இருக்கிறார். தனது சொந்த சாதியினரான தலித்துகளின் முன்னேற்றத்திற்கான அவரது போராட்டத்தோடு இதை இணைக்கக்கூடாது. அவர் செய்தவை அனைத்தும் சரி என்றும் சொல்வதாக இது ஆகாது. தனது சொந்த இனத்தவரின் நல்வாழ்விற்குப் பாடுபடுவது அடிப்படையான ஒரு இனக்குழு உணர்வு. இத்தகைய கூட்டுகளை விரிவாக்கப்பட்ட குடும்பமாகப் பார்க்கலாம். உண்மையில் அவை ஒரு தனி மனிதரின் விரிவாக்கம்தான். இவை புறச்சூழலின் வேகத்தைக் குறைக்கவும் பயன்படுகின்றன. தனது சொந்த மக்கள் என்பதற்காக அம்பேத்கர் போராடியிருந்தால், அவர் இந்தப் பெருமைக்கு தகுதியடைந்திருக்க மாட்டார். அவர் தலித்துக்களுக்கான போராட்டத்தை அது மனித சமத்துவம், ஜனநாயமயமாக்கல் ஆகிய லட்சியங்களுக்கு முக்கியமானது. இந்திய சமூகத்தை தேக்கத்திலிருந்தும், சீரழிவிலிருந்தும் மீட்க உடனடி அவசியம் என்று கையில் எடுத்தார். அது சுரண்டல் மற்றும் ஒடுக்குமுறையிலிருந்து மனிதர்களை விடுவிக்கும் போராட்டத்தின் சாதியைப் பொருத்திப் பார்க்க முயலாமல், சாதியை அதன் வடிவத்திலேயே எதிர்கொண்டு, ஒழிக்க முயன்றார். அவரது கண்டுபிடிப்புகளும், நிவாரணங்களும் முழுமையாக பலன்தராமல் போயிருக்கலாம். உண்மையில் பலன் தரவில்லை. என்றாலும் அது வேறு விஷயம்.

மக்களைக் கவ்விப்பிடிக்கும் தத்துவம் ஒரு உயிரோட்டமான சக்தியாக மாறுகிறது. அத்தத்துவம் கல்விப்புலம் ரீதியாக தாங்கப்பட்டிருக்கலாம். ஆனால் அதைவிட அதிகமாக அது மக்களின் போராட்டங்கள் வாயிலாக உருவாக்கப்பட்டு, பரப்பப்படுகிறது. எந்த ஒரு தத்துவமும், அதைச் சொன்னவர் எந்த வடிவில் சொல்லியிருந்தாலும், மக்களின் கையில் செயலுக்கம் உடையதாக இருக்க வேண்டும் என்றால், அதற்கு போராட்டத்தின் மூலம் மறுவடிவம் தருவது அவசியம். அம்பேத்கரிசத்தின் சில அம்சங்கள் இந்த ஒரு செயல்முறைகளுக்கும் இடையில் ஒரு இயங்கியல் ரீதியான தொடர்பை உருவாக்கியிருக்கக்கூடும். ஆனால் இரண்டையுமே அம்பேத்கரின் சிந்தனை அல்லது மக்களின் போராட்ட அனுபவம் குறிப்பாக அரசுடனான அவற்றின் ஊடாட்டங்களை எளிதாகப் புரிந்து கொள்ள முடியாது. ஒரு மக்கள் போராட்டம் மூலம் அரசியல் அதிகாரம் பெறுவது என்பது ஒரு விஷயம். அதை ஏற்கனவே உள்ள சக்திகளோடு கூட்டு சேர்ந்து பெறுவது என்பது வேறு விஷயம். முதலாவது ஈட்டப்பட்டது. இரண்டாவது பிச்சை எடுத்தது. இயல்பாகவே அரசு சார் அம்பேத்கரியம், இந்தியச் சூழலால் திசைதிருப்பப்பட்ட, ட்யூவிய நடைமுறைவாதத்தின் மாற்றப்பட்ட

வடிவமாக எளிதாக மாறிவிடுகிறது. தார்மீக வேர்கள் இல்லாத நிலையில் அது அரசிடமிருந்து பலன் எதிர்பார்ப்பதாக சீரழிந்துவிடுகிறது. அதனால், நவீன காலத்தின் அத்தனை ஒடுக்குமுறைகளுக்கும் ஆதி காரணமான அரசு அமைப்பை பலப்படுத்துகிறது. அம்பேத்கரின் திட்டத்தில் அரசு ஒரு குற்றவாளியாக தெளிவாக வெளிப்படுவதில்லை. அவர் அதை உள்ளடக்கிய மனிதர்களின் கூட்டாகவே பார்க்கிறார். அந்த மனிதர்கள் தீயவர்கள் என்றால் அது தீயதாக இருக்கும். மாறாக, அந்த மனிதர்கள் நல்லவர்கள் என்றால் அதுவும் நல்லதாக இருக்கும். மனிதர்களின் நற்பண்புகளை நிர்வகிக்கும் பொறுப்பை அவர் மதத்திடம் தருகிறார். தமது மதம் பௌத்தம் என்று அறிவித்துள்ள அரசுகள் அவரைப் பொருத்தவரை சிறந்தவை மோசமான அரசுகளிடமிருந்து பெரியதாக வேறுபட்டிருக்கவில்லை என்பதைக் காட்டுவது கடினமல்ல.

அம்பேத்கரிசத்திற்கு ஒரு பொதுவான திருப்திகரமான வரையறை ஒன்றை நாம் ஏற்படுத்தினாலும்கூட, இசம்கள் ஏற்கனவே கடந்த காலத்தில் பலனளித்துள்ள ஏதோ ஒன்றைதான் அனுமானிக்க முயலும் என்பதை மனதில் கொள்ள வேண்டும்.

வேகமான மாற்றங்கள் நிகழும் ஒரு காலகட்டத்தில் அவற்றின் மதிப்பு பற்றி சந்தேகம்தான். இந்த எச்சரிக்கை மார்க்சியத்திற்கும் சமமான அளவில் பொருந்தும். ஏனெனில், அது ஒரு அறிவியல் அணுகுமுறை அடிப்படையிலான சிந்தனை முறைதான் என்றாலும், அதைப் பின்பற்றுவோர் கைகளில்அது ஒரு அரைமதமாக மாறிவிடுகிறது. மார்க்ஸ் டெஸ்கர்தேயின் அனைத்தையும் சந்தேகி என்ற அறிவுரையை வலியுறுத்தினார். விமர்சனத்தின் வழியாக உண்மையை தொடர்ந்து தேடிக் கொண்டே இருக்கும் வழிமுறையை முன்வைத்தார். ஆனால், அறிவுக்கு வேலை தராத மாற்றுவழியான வழிபாட்டுமுறையைத் தேர்ந்தெடுத்த அவரது சீடர்கள் இதைப் புறக்கணித்தார்கள். இதனால் மார்க்ஸின் எழுத்துகளே இறுதி வாக்காகி விட்டன. நிலையான இசங்கள் மனித செயலற்ற தன்மையின் வெறும் விளைவாகவே உள்ளன. இவை மக்களது கவனத்தை கடந்த காலத்தை நோக்கித் திருப்பி, ஒடுக்குமுறையான நிகழ்காலம் மீது கவனம் செலுத்துவதை திசை திருப்புவதால், இவை ஆளும் வர்க்கங்களுக்கு வசதியாக உள்ளன. இவை பெரும்பாலும் மக்களிடையே அணையாத உணர்வுகளைத் தூண்டுகின்றன. அவர்களது எதிர்வினைகளை முன்கூட்டியே அறிய முடிந்தவைகளாக ஆக்குகின்றன. கோஷங்கள், கவிதைகள், கொடிகள், பதாகைகள், புத்த விஹாரங்கள் என திருப்பிவிடப்படும். அம்பேத்கரிடம் எந்த தத்துவ உள்ளடக்கமும் இல்லாத கொண்டாட்டமாகவே இருக்கும். அதை பல்வேறு முரண்பட்ட வழிகளில்

பயன்படுத்த முடியும். நாம் ஏற்கனவே பார்த்தபடி, அம்பேத்கரிசம் போராட்ட அரசியலின் ஒரு அரசியமைப்புவாத நிராகரிப்பாகவோ அல்லது மக்களைதமக்குள் நோக்கி, விபாசனா மூலம் தமது மனதைத் தெளிவுபடுத்திக் கொள்ளச் சொல்லும் செயலற்ற பௌத்தமாகவோ வெளியுலகத்தை சந்திப்பதற்குமாறாக இருக்கக்கூடும். அது கம்யூனிச எதிர்ப்பாக, தலித்துகளை வர்க்கப் பிரச்சினைகள் மீது வெறுப்புள்ளவர்களாக வைத்திருப்பதாக வெளிப்படுத்தப்படுகிறது. அம்பேத்கரை ஒருகடவுளாக வணங்கும் நிலை தொடர்ந்து அதிகரிக்க, அது இந்து சடங்குகளில் ஊறி, தலித்துகளை பிற்போக்கான பாஜக முகாமிற்கு இழுக்கிறது. அம்பேத்கரிய இந்து தேசியவாதிகள், அம்பேத்கரிய முதலாளிகள் அல்லது வேறு பல சிதைவு வடிவினர் போன்ற முன்னேறி வரும் தலித்துகளின் வெற்றிகதையாகவும் வெளிப்படுகிறது.

தலித் போன்ற ஏராளமான எண்ணிக்கை கொண்ட மக்களுக்கு அதுவும் எல்லாவிதமான துன்பங்களையும் அனுபவிக்கும் நிலமற்ற தொழிலாளர்களுக்கு தமது உரிமைகளைப் பெறவும், அரசியல் ரீதியான இருப்பை வளர்க்கவும் அதிகார அமைப்பிற்கு எதிரான போராட்டம்தான் ஒரே வழி. இத்தகைய போராட்டத்திற்கு உத்வேகம் அளிக்கும் ஒளிவிளக்குதான் பாபாசாகேப் அம்பேத்கரின் வாழ்க்கை. அவரது எழுத்துகள், உரைகள், விமர்சனபூர்வமான சிந்தனைகளை நடைமுறை சார்ந்தது புரிந்து கொள்ளுதல் மூலமாக அம்பேத்கரிசம் வடிவம் பெற வேண்டும். மேலும், போராட்டம்தான் மக்களின் அரசியல் கல்விக்கான சிறந்த வழி. அதுதான் தத்துவார்த்த மூலவளங்கள் கொள்ளை போகாமல் காக்கும் அரண். அம்பேத்கரியர்கள் இந்த அடிப்படைத் தர்க்கத்தை உணர்ந்து கொள்ளத் தவறிவிட்டு, போராட்டம் கோரும் கடின உழைப்பை ஒதுக்கிவிட்டு, அரசியல் அதிகாரம் எனும் கானல் நீர் நோக்கி ஓடுகிறார்கள்.

அம்பேத்கர் மறைந்துவிட்டார். துயரால் சூழப்பட்ட தலித் மக்களை வேகமாக கடந்து சென்றபடி, ஏராளமான அம்பேத்கரிசங்களும், அம்பேத்கரியர்களும் தொடர்ந்து செழித்து வருகிறார்கள்.

4

கேளா ஒலியாக வன்முறை

கைர்லாஞ்சி, காங்லியவாடா, துலினா, பானா

2006 செப்டம்பர் *29* அன்று, அம்பேத்கர் பௌத்தத்திற்கு மாறிய முக்தி தினத்தின் ஐம்பதாவது ஆண்டு விழாவைக் கொண்டாட நாக்பூரில் நூற்றுக்கணக்கான தலித்துகள் நாக்பூரில் கூடுவதற்கு மூன்று தினங்களுக்கு முன், நாக்பூரிலிருந்து *125* கி.மீ தூரத்தில் உள்ள கைர்லாஞ்சி என்று கிராமத்தில் ஒரு கொடூரமான சம்பவம் நடந்தது. பையாலால் போட்மாங்கே என்ற விவசாயின் மொத்தக் குடும்பமும் - மனைவி சுரேகா *(20)*, மகள் பிரியங்கா*(17)*, மகன் ரோஷன்*(19)*, மகன் சுதிர்*(21)* ஆகியோர் விசாரணையின்றி படுகொலை செய்யப்பட்டது. மனிதர்களால் இப்படி செய்ய முடியுமா என்ற நம்ப முடியாத அளவிற்கு அவர்கள் சித்ரவதை செய்யப்பட்டார்கள். அந்தத் தாயும், மகளும் நிர்வாணமாக கிராமத்தின் மத்திக்கு ஊர்வலமாக அழைத்துச் செல்லப்பட்டு கூட்டு வன்புணர்ச்சி நடந்தது. பையன்களின் பிறப்புறுப்புகள் கற்களால் சிதைக்கப்பட்டன. பிணங்கள் இரக்கமின்றி வாய்க்காலில் தூக்கி எறியப்பட்டன. போட்மாங்கேக்கள் அம்பேத்கரியர்கள், பௌத்தர்கள், பூசப்படாத செங்கற்சுவர்களும், ஓலைக் கூரையும் கொண்ட அவர்களது சூறையாடப்பட்ட சிறுகுடிசை, ஐம்பதாண்டு சுதந்திரத்திற்குப் பிறகும் நிலவும் தலித்துகளின் கதையைச் சொல்வதுபோல் ஊருக்கு வெளியே தனியே நின்று கொண்டிருக்கிறது.

இக்கொடுமை பற்றிய முதல் செய்தி செப்டம்பர் *30* அன்று ஒரு நாக்பூர் பத்திரிகையில் வந்தது. சுரேகா போட்மாங்கேக்கு பக்கத்து கிராமத்து ஆள் ஒருவருடன் இருந்த கள்ளத்தொடர்பால் ஆத்திரமுற்ற கிராமத்தினர் ஒரு குடும்பத்தின் நான்கு உறுப்பினர்களை கொலை செய்துவிட்டதாக அதில் கூறப்பட்டிருந்தது. கொல்லப்பட்டவர்களின் சாதியைக் குறிப்பிடாமல், ஒரு பெண்ணின் தகாத நடத்தையால் கிராமத்தினரது ஒழுக்க உணர்வுகள் புண்பட்டதால் நிகழ்ந்த ஒரு குற்றச்சம்பவம் என்பது போன்ற செய்தி வந்தது. யாரும் அதை கவனிக்கவில்லை. *2006* அக்டோபர் *2* தீட்சாபூமி விழா தகாத சம்பவம் நடக்கப்போகும் எந்த அறிகுறியும் இன்றி முடிந்தது. செய்திகள் வர ஆரம்பித்து, தகவல்கள் தெரிய ஆரம்பித்த பின்னும், இச்சம்பவம் பற்றி எங்கும் இன்னும் எந்த எதிர்வினையும் இல்லை. கிரிகோரியன் நாட்காட்டியின்படி அக்டோபர் *14*ல் நாக்பூரில் தீட்சை நிகழ்வைக் கொண்டாட நடந்த இரண்டாவது விழாவிலும் இது கவனிக்கப்படவில்லை.

நவம்பர் 1ம் தேதி பந்தாராவில் தலித் பெண்கள் எதிர்ப்புப் பேரணி நடத்தி இருக்காவிட்டால், வழக்கமான கைதுகள், விசாரணை, ஜாமீன் என்று இந்த சம்பவம் முழுக்க அப்படியே கடந்து போயிருக்கும். இதற்குள், போலீஸ் அந்த கிராமத்திற்குள் யாரையும் அனுமதிக்காமல் தடுப்பதற்கு முன்பாக, விதர்பா ஜன் அந்தோலன் சமிதி, மனுஸ்கி அட்வகஸி சென்டர் ஆகியவற்றைச் சேர்ந்தவர்கள் உண்மை அறியும் பயணங்களை முடித்து, வழக்கின் கோரமான விபரங்களை வெளியிட்டு விட்டார்கள். தலித் பெண்களால் தலைமையேற்கப்பட்ட களச்செயற்பாட்டாளர்கள் போராட்டங்களுக்காக சமூகத்தை திரட்டினார்கள். அமராவதியில் அவர்கள், முதலில் மனுஸ்கி தனது இணையதளத்தில் வெளியிட்ட புகைப்படங்களை வைத்து, ‘இன்னும் எத்தனை காலம். இதை பொறுத்துக் கொள்ளப் போகிறீர்கள்?’ என்ற தலைப்போடு ஒரு சுவரொட்டியை ஒட்டினர். விரைவில் மஹாராஷ்ட்ரா முழுவதும் போராட்டங்கள் எழுந்தன. மாநில உள்துறை அமைச்சர் ராவ்சாகிப் ராமச்சந்திர பாடீல், இவை நக்ஸலைட்டுகளால் தூண்டப்பட்டவை என்று கூறி, நாக்பூர், காம்ப்டீ, அமராவதி, யவத்மால் மற்றும் விதர்பா பகுதி முழுக்க போராட்டக்காரர்கள் மேல் தாக்குதல் தொடுக்க போலீசுக்கு சுதந்திரம் தந்தார். போலீஸ் தலித் குடியிருப்புகளைத் தாக்கி இளைஞர்கள், முதியவர்கள், ஆண்கள், பெண்கள் என அனைவரையும் மோசமான வார்த்தைகளால் திட்டி, தாக்கியது. பள்ளி, கல்லூரி மாணவர்கள் காவலில் வைக்கப்பட்டு சித்ரவதை செய்யப்பட்டார்கள். இந்த போலீஸ் கொடுமைகள் குறித்து எங்களது ஜனநாயக உரிமைகள் பாதுகாப்புக் கமிட்டியிலிருந்து உண்மை கண்டறியும் குழு சென்று பார்த்தபோது, அது கையார்லாஞ்சியை விட மோசமான கொடுமை என்று தெரிந்தது. போராட்டங்கள் தனிய ஆரம்பித்தபோது, கான்பூரில் அம்பேத்கர் சிலை சேதப்படுத்தப்பட்ட செய்தி, தலித்துகளை திரும்பவும் போராடத் தூண்டிவிட்டது. அவர்கள் மும்பையின் கல்யாண் நிறுத்தத்திலிருந்து புறப்படும் ரயில்களை தடுத்தார்கள். சிலர், மும்பை புனே டெக்கான் குயின் ரயிலின் பயணிகளை இறங்கச் செய்துவிட்டு, அதன் இரு குளிர்சாதன ரயில் பெட்டிகளுக்கு தீ வைத்தார்கள். இதை யார் செய்தார்கள் என்று சரியாகக் கண்டு பிடிக்க முடியவில்லை. ஆனால் போலீஸ் வெறிகொண்டு கல்யாண் சேரிகளில் தலித் இளைஞர்களை சுற்றி வளைக்க ஆரம்பித்தது.

பல வாரங்களுக்கு கையர்லாஞ்சியைக் கண்டுகொள்ளாமல் இருந்த கார்ப்பரேட் ஊடகம், தலித் வெறியாட்டத்தை கண்டிப்பதில் உடனடியாக செயல்பட்டது. தலையங்கங்கள் மிகவும் போலித்தனமாக, தன் தொண்டர்களின் இந்த தகாத செயல்களை அம்பேத்கர் அங்கீகரிப்பாரா என்று உரக்க வியந்தன. தலித் வழக்கறிஞர்கள். மருத்துவர்கள்,

தொழிலதிபர்கள், நடுத்தர வர்க்க தொழில் நிபுணர்கள் என நூற்றுக்கணக்கானோர் அடித்து, கைது செய்யப்பட்டார்கள். மோசமான சட்டங்களின் கீழ் பல வழக்குகள் அவர்கள் மீது கட்டவீழ்க்கப்பட்ட கொடுமைகள் ஒரு பயங்கர சகாப்தத்தை உருவாக்கின. அவை பற்றி நான் எனது கையர்லாஞ்சி : ஒரு புதிரான கசப்புப் பயிர் - *(Khairlanji : A Strange Bitter Crop)* என்ற நூலில் விரிவாக எழுதியிருக்கிறேன். சாதிக் கொடுமைகளுக்காகவே எழுதப்பட்ட முதல் நூலாக இதுதான் இருக்கும். தலித்துகளைப் பணிய வைக்கும் இந்த அச்சுறுத்தல் தந்திரங்கள் இம்முறை செல்லுபடியாகவில்லை. இக்குற்றத்தை புலனாய்வு செய்யும் பொறுப்பை, அரசாங்கம் சிபிஐ வசம் ஒப்படைக்க நேர்ந்தது. பந்தராவில் உள்ள செஷன்ஸ் நீதிமன்றத்தை இதற்கான 'விரைவு' நீதிமன்றமாக அறிவிக்க நேர்ந்தது.

எனினும் அரசாங்கம் இந்த முடிவை கட்டுக்குள் கொண்டுவர, மாநிலத்தின் புகழ்பெற்ற வழக்கறிஞரான உஜ்வல் நிகாம் என்பவரை அரசு வழக்கறிஞராக நியமித்தது. இச்சம்பவத்தை வெளிர்கொணர்வதில் பெரும் பங்காற்றிய கையர்லாஞ்சி தலித் ஹத்யாகண்ட் சங்கர்ஷ் சமிதி (கையர்லாஞ்சி தலித் படுகொலைக்கு எதிரான போராட்டக் கமிட்டி) முன்மொழிந்த சசி பூஷண் வஹானேயை நிராகரித்தது. வழக்கு நடக்க ஆரம்பித்த போது, விரைவு நீதிமன்றம் இவ்வழக்கில் சாதி சம்பந்தப்படவில்லை. எனவே, இவ்வழக்கு வன்கொடுமை சட்டத்தின் கீழ் வராது என்று முடிவு செய்தது. மேலும் இதில் பெண் மானபங்கப்படுத்தப்பட்டதற்கு (வன்புணர்ச்சிக்கான விக்டோரிய சட்டச்சொல்) எந்த ஆதாரமும் இல்லை என்றும், தாக்குதல் திட்டமிட்டு நடத்தப்பட்ட தல்ல என்று கூறியது. மிகக் கொடூரமான ஒரு குற்றம் ஏதோ கோபத்தில் செய்யப்பட்ட சிறு குற்றமாக மாற்றப்பட்டுவிட்டது.

இருக்கக்கூடிய வலுவான சாட்சியங்களைப் பயன்படுத்துவது, குற்றத்திற்கு முன்பாக தொடர்ச்சியாக சாதி வன்முறைகள் நிகழ்ந்ததிலிருந்து சம்பவங்கள் கோர்வையாக நடந்ததைக் காட்டுவது, சாதி ஆதிக்கத்தை எதிர்த்ததால் கடுமையான பழிவாங்கல் நடவடிக்கைகள் நிகழ்ந்தது இப்பிரச்சனை சாதி தொடர்பானது என்பதைக் காட்டுவது இவை எவ்வற்றையுமே குற்றங்கள் நடந்துள்ளன. அந்த கொடுமைகளின் வரிசையில் இக்குற்றம் சமீபத்தில் நடந்தது என்ற அம்சம் கண்டுகொள்ளாமல் விடப்பட்டது. வேண்டுமென்றே செய்ததுதான்.

தலைமைதாங்க எந்த அரசியல் கட்சியோ அல்லது அமைப்போ இல்லாமல் தலித்துகள் மாநிலம் முழுவதும் போராட்டம் நடத்திய காரணத்தால், இதுபோன்ற வழக்குகளில் இல்லாத வகையில் கையர்லாஞ்சி வழக்கில் மிக விரைவாக விசாரணை நடந்தது. இரண்டே ஆண்டுகளில் 2008 செப்டம்பர் 24ம் தேதி பந்தராவின் மாவட்ட செஷன்ஸ் நீதிபதியான எஸ்.

எஸ்.தாஸ் ஆறு பேருக்கு மரண தண்டனையும், இருவருக்கு ஆயுள் தண்டனையும் விதித்தார். பல தலித்துகளும் இதை வரவேற்றார்கள். ஊடகங்களும் இதை ஒரு வரலாற்றுச் சிறப்பான தீர்ப்பு என்றன. இந்திய சுதந்திரத்திற்குப் பிறகு இப்போதுதான் முதன்முறையாக தலித்துகளை கொன்றவர்களுக்கு மரண தண்டனை தரப்பட்டிருக்கிறது. இது, வழக்கின் அத்தனை வலுவான அம்சங்களையும் தீர்ப்பு காணாமல் ஆக்கிவிட்டதை மறைத்துவிட்டது. போட்மாங்கே குடும்பத்து நண்பரும், பக்கத்து கிராமத்து போலீஸ்காரருமான சித்தார்த் கஜ்பியே தாக்கப்பட்டபோது இந்தப் பெண் சாட்சி சொன்னார் என்றும் அதற்காகத்தான் பழிவாங்கப்பட்டார் என்றும் வழக்கின் நோக்கம் கூறப்பட்டிருந்தது. வன்கொடுமைச் சட்டப் பிரிவுகள் பயன்படுத்தப்படவில்லை. பெண்கள் மானபங்கப்படுத்த தாக்குதல் தொடர்பான 354 பிரிவு வன்புணர்ச்சிக்கான 375 பிரிவு ஆகியவற்றை தான் பிரயோகிக்கவில்லை. இத்தனைக்கும், 2006 அக்டோபர், நவம்பரில் ஏராளமான சுதந்திரமான உண்மை அறியும் அறிக்கைகள் செய்யப்பட்டதோடு, (நிர்வாணமாக ஊர்வலமாக அழைத்துச் செல்லப்பட்ட பிறகு) கொடூரமான வகைகளில் சித்ரவதை செய்யப்பட்டதாகவும் காட்டியிருந்தன.

பந்தரா நீதிமன்றம் எட்டு பேருக்கு தண்டனை தந்து, அவர்கள் சிறையில் இருக்கிறார்கள். உயர்நீதிமன்றம் இந்தத் தீர்ப்பை உறுதி செய்தபோதும், ஆறு பேரின் மரண தண்டனையை ஆயுள் தண்டனையாகக் குறைத்தது. மனோஜ் மிட்டா தனது மோடியும் கோத்ராவும்: உண்மை அறிதல் என்பதன் புனைவு (Modi and Godhra : The Fiction of Fact Finding -2014) (2016) நூலில் குறிப்பிடுவதுபோல, குடிமை வன்முறை தொடர்பான வழக்குகளை நீதித்துறை வழக்கமாக இந்த விதமாகத்தான் கையாளுகிறது. கீழ் நீதிமன்றம் முதலில் வழக்கிற்கான முக்கிய அம்சங்களை எந்த சட்டப்பிரிவில் நடத்த வேண்டும் எந்த சாட்சியங்களை ஏற்க வேண்டும் போன்றவற்றை நீர்த்துப் போகச்செய்துவிட்டு, கடுமையான தண்டனை தந்து வழக்கை முடித்துவிடும். வழக்கு மேல்முறையீட்டுக்குச் செல்லும்போது, வழக்கின் முக்கிய அம்சங்கள் ஏற்கனவே உறுதி செய்யப்பட்டுவிடும், அவற்றை மாற்ற முடியாது. கீழ்நீதிமன்றத்தின் கண்டுபிடிப்புகளும், தீர்ப்பும்தான் சர்ச்சைக்கு உரியதாக இருக்கும். இந்தக் கட்டத்தில் ஏற்கனவே வரையறுக்கப்பட்ட வழக்கின் அம்சங்களின்படி குறைக்கப்பட்டுவிடும். நீதிமன்றங்கள் கையர்லாஞ்சி கொடுமையை மற்றொரு சாதாரணமான குற்றமாக மாற்றிவிட்டன. சுதந்திரத்திற்குப் பிறகான இந்தியாவின் மிகக் கொடூரமான சாதிக் குற்றம் என்ற அம்சத்தை நீக்கிவிட்டன. இந்தக் கொடூரம் நாற்பது முதல் அறுபது பேர் கொண்ட ஒரு கும்பலால் நடத்தப்பட்டது என்பதை பல்வேறு உண்மை அறியும் குழுக்களின் அறிக்கைகள் குறிப்பிட்டுள்ளன.

ஆரம்பத்தில் 46 பேர் கைது செய்யப்பட்டது அதை உறுதிப்படுத்துகிறது. சிறையில் இருப்பவர்கள்தான் உண்மையான குற்றவாளிகளாக? அல்லது தாக்குதலுக்கு தலைமை தாங்கிய கிராமத்தின் சக்திவாய்ந்த மனிதர்களால் பகடைக்காய்களாகப் பயன்படுத்தப்பட்ட அடியாட்களா? என்பதுதான் கேள்வி. இவர்களில் சிலர் முதல் தகவல் அறிக்கையில் பையாலால் போட்மாங்கே குறிப்பிட்ட நபர்களின் பட்டியலிலேயே இல்லை. உண்மையாகவே நீதி வழங்கப்பட்டுள்ளதா? எப்போதேனும் நியாயம் வழங்கப்படுமா? இதனிடையே 2017 ஜனவரியில் பையாலால் மாரடைப்பால் மரணமடைந்தார்.

உண்மை என்னவென்றால் போட்மாங்கேக்களிடம் ஓரளவிற்கு பொருளாதார சுதந்திரமும், அவர்களது நவீன-பௌத்த அம்பேத்கரிய அடையாளத்தால் ஒரு கலாச்சார விழிப்புணர்வும் இருந்தது. இவையும், போட்மாங்கோ குழந்தைகளின் கல்வி முன்னேற்றம், சுரேகா உயர் சாதி கொடுமைகளை தைரியமாக எதிர்த்தது எல்லாம் சேர்ந்து அவர்கள் சாதிக் கட்டுப்பாடுகளை மீறியதாக எடுத்துக் கொள்ளப்பட்டது. அப்பகுதியின் சாதிக் கலாச்சாரத்தில் இது மன்னிக்க முடியாத குற்றம். போட்மாங்கேக்கள் அனுபவித்த சாதிக் கொடுமைகள் பற்றி உள்ளூர் காவல் நிலையத்தில் பெரிய வரலாறே ஆவணமாக இருக்கிறது. ஆனால் போலீஸ் இவர்களைக் காப்பாற்ற எதுவும் செய்யவில்லை.

கையர்லாஞ்சி தலித்துகள் மற்றும் மற்றவர்களிடமும் கூட இருந்த பல கட்டுக்கதை நம்பிக்கைகளை தகர்த்து விட்டது. பிரதிநிதித்துவ தர்க்கம் என்பது அம்பேத்கரிய தலித் இயக்கத்தின் மையமாகும். சில தலித்துகள் நிர்வாகத்தில் முக்கியமான பதவிகளில் இருந்தால், அவர்கள் தலித் மக்களின் நலன்களில் அக்கறை எடுத்துக் கொள்வார்கள் என்பதே இத்தர்க்கத்தின் அடிப்படை. கையர்லாஞ்சியில் நிர்வாக அடுக்கில் மிகக் கீழே உள்ள பதவியிலிருந்து (கான்ஸ்டபிள்) மிக உயர்ந்த பதவி வரை (மாவட்டக் காவல் கண்காணிப்பாளர் வரை ஆணும், பெண்ணுமாக பல தலித்துகள் இருந்தார்கள். பந்த்ரா காவல் கண்காணிப்பாளர் சுரேஷ்சாகர் (உண்மையில் பெயர் மாற்றத்திற்கு முன்பு 'சோப்ரகடே') துணை கண்காணிப்பாளர் வி. அசத்கர் ஆகிய இருவரும் தலித்துகள். கான்ஸ்டபிள் பாபன் மேஷ்ராமும் தலித்தான். முதல் பிணக்கூராய்வைச் செய்த அவினாஷ் ஜான் கிஷன்கே, ஷென்டேக்கு பிணக் கூராய்விற்கு உத்தரவிட்ட மாவட்ட சிவில் சர்ஜன் கே.டி.ராம்டெகே, வழக்கை வன்கொடுமை சட்டத்தின் கீழ் நடத்துவதற்கு எதிராக ஆலோசனை வழங்கிய அரசு வழக்கறிஞர் லீனா கஜ்பியே ஆகியோரும் தலித்துகள். இவர்கள் தலித்துகள் மட்டுமல்ல, எல்லோருமே போட்மாங்கேயின் அதே மஹர் சாதியைச் சேர்ந்தவர்கள்தான். நான் பின்னர்

அறிந்ததுபோல், அந்தல்கான் காவல் நிலைய ஆய்வாளர் சித்தேஷ்வர் பர்ணே, தலித் இல்லாவிட்டாலும், நிச்சயமாக பிற்பட்ட வகுப்பினர் தான். எனவே, அவர் பிஎஸ்பி அரசியல் சொன்ன 'பகுஜன்' என்ற வட்டத்திற்குள் வருபவர்தான். வழக்கு விசாரணை நடைமுறையில் தலித்துகளுக்கு எதிரான பாரபட்சத்திற்கு இங்கு யாரும் 'பிராமணிய மக்கள்' அல்லது 'சூத்திர மனோபாவத்தை' குறைகூற முடியாது. தலித்துகள் பணிபுரிந்த, அதிகார வர்க்கத்தின் முழு சங்கிலித் தொடரும், ஒருமுறை அல்ல, பலமுறை போட்மாங்கேக்களுக்கு நியாயம் வழங்கத் தவறியிருக்கிறது. தலித் இயக்கத்தின் மகத்தான கட்டுக்கதை பொய்யானது.

உண்மையில் இந்தக் கருத்தை முன் வைத்த அம்பேத்கரே அதன் தோல்வியை தானே அனுபவித்திருக்கிறார். ஆனால் இவையெல்லாம் தனிநபரின் துரோகங்கள் என்பதாகப் புறந்தள்ளிவிட்டார். இப்படி வசதி பெற்ற தலித்துகள் தம்மை எளிய தலித் மக்களிடமிருந்து விலக்கிவிடக் கூடிய ஒரு வர்க்கநிலை மாற்றத்தை அனுபவிப்பார்கள். இது அவர்களது வர்க்க விசுவாசத்தையும் மாற்றிவிடும் என்ற தத்துவார்த்த முடிவை அவர் எட்டவில்லை. கையர்லாஞ்சி குறித்த ஆத்திரம் இன்னும் தீரவில்லை. கையர்லாஞ்சி ஒரு துரதிருஷ்டமான சம்பவம், அதற்கும் சாதிக்கும் சம்பந்தம் கிடையாது என்பதைக் காட்டும் முயற்சியாக மஹாராஷ்டிரா அரசாங்கம், போட்மாங்கே குடும்பத்தினரின் கொலைக்கு நான்காண்டுகளுக்கு பிறகு 2010ல் அதை பிரச்சினைகள் இல்லாத கிராமம் என்று அறிவித்த பிறகும், மஹாத்மா காந்தி பிரச்சினை இல்லாத கிராம முன் முயற்சி திட்டம் ஆரம்பித்து ஒரு வருடம் ஆனபிறகும்கூட, கையர்லாஞ்சிக்காகப் போராடியவர்கள் திட்டம் ஆரம்பித்து ஒரு வருடம் ஆனபிறகும்கூட, கையர்லாஞ்சிக்காகமல் போராடியவர்கள் போலீஸ் துன்புறுத்தல்களுக்கு ஆளானார்கள். இத்திட்டம் கொதிக்கும் சாதிப் பதட்டத்தை புறக்கணித்து, தலித்துகளின் காயங்களில் உப்பைத் தடவுவதோடு, சாதி அமைப்பின் நிலவிவரும் வழக்கத்தை அமைதியாக அவர்கள் ஏற்க வேண்டும் என்ற எச்சரிக்கையையும் தருகிறது என்பது தெளிவு. தலித் களசெயற்பாட்டாளர் சுதீர் தாவாலே கூறுவது போல, இத்திட்டம், போலீசுடன் நெருக்கம் கொண்ட உயர் சாதியினரில் காஃப் பஞ்சாயத்து போல் கொண்டு, தலித்துகளுக்கு எதிரான கொடுமைகள் வெளியே தெரியாமல் பார்த்துக் கொள்கின்றன. 'பிரச்சனைகள் இல்லாத கிராமங்கள்' எனும் பட்டியலில் இடம் பெற்றால் கிடைக்கும் கணிசமான லாபங்களைக் கணக்கில் கொண்டு புகார்கள் கிராமப் பஞ்சாயத்துகளால் மறைக்கப்படுகின்றன; அல்லது அவை குறித்த அறிக்கை அரசு நிறுவனங்களில் அளிக்கப்படுவது தடுக்கப்படுகின்றது.

நாம் பொதுவாக நினைப்பதற்கு மாறாக, வன்கொடுமைகள் குறிப்பாக மேல் குறிப்பிட்ட வகை கொடுமை, தலித் சமூகம் முழுவதற்கும் பாடம் கற்பிக்கும் நோக்கத்தோடு சாதி இந்துக்களின் ஒரு கும்பல் சில தலித்துகளுக்கு இழைக்கும் கொடுமைகள் சுதந்திரத்திற்கும் பிறகான விஷயம்தான். இவை ஆளும் வர்க்கம் வகுத்த அரசியல் பொருளாதாரத்தின் ஒரு குறிப்பிட்ட பாதையின் விளைவு. காலனியத்திற்குப் பிறகான ஆட்சியாளர்கள், தமது சுயநலன்களை மறைத்துக் கொள்ள சுதந்திரப் போரின் புகழ்பெற்ற கோஷங்களைப் பயன்படுத்தினார்கள். கிராமப்புறங்களில் தமது முகங்களாகப் பணியாற்ற பணக்கார விவசாயிகளின் ஒரு வர்க்கத்தை உருவாக்குவதற்காக நிலச் சீர்த்திருத்தங்களைக் கொண்டு வந்தார்கள். நிலவி வந்த உணவுப் பிரச்சனையைத் தீர்ப்பது என்ற பெயரில் பசுமைப்புரட்சி முதலாளித்துவத்திற்கும், விவசாயத்திற்கும் திருமணம் அறிமுகம் செய்யப்பட்டது. இது உண்மையில் நிலப்பிரபுக்களின் விற்கக்கூடிய உபரிக்கான முதலாளித்துவ தொழிற்சாலைகளுக்கான பெரிய சந்தையை உருவாக்குவதுதான். இந்த பொருளாதாரரீதியாக சார்ந்திருக்கும் பண்புகள் குலைந்ததுதான். இதன் மூலம் தலித்துகள் இந்த புதிய பணக்கார விவசாயிகளின் பண்ணையாட்களாக வேலைபார்க்கும் கிராமப்புற உழைக்கும் வர்க்கமாக மாற்றப்பட்டார்கள். இந்த தலித் தொழிலாளர்களும், நிலப்பிரபுத்துவ முதலாளித்துவ விவசாயிகளுக்கும் எழுந்த முரண்பாடுகள் சாதி பிளவுகள் வழியாக கொடூரங்களாக வெளிப்பட்டன. இந்த புதுவகையான கொடூரத்தை 1968 டிசம்பர் 25 அன்று தமிழ்நாட்டின் பழைய தஞ்சை மாவட்டத்தின் கீழ்வெண்மணி ஆரம்பித்து வைத்தது. கூலி உயர்வு கேட்டு வேலை நிறுத்தம் செய்த குற்றத்திற்காக பெண்கள், குழந்தைகள் உட்பட 44 நிலமற்ற தலித் தொழிலாளர்கள் நிலப்பிரபுக்களால் கொல்லப்பட்டார்கள். திரும்பத் திரும்ப நடக்கும் தாக்குதல், தாக்கியவர்களுக்கு தண்டனை என்பதை வெண்மணிதான் ஆரம்பித்து வைத்தது.

'ஜனநாயகக் குடியரசு' என்ற கனவு உருவாகி எவ்வளவோ காலம் ஆகிவிட்டது. யதார்த்தம் இருப்பவர்கள், இல்லாதவர்கள் இடையில் பெரிய இடைவெளியைக் காட்டுகிறது. முதலாளித்துவத்தின் 'பொற்காலம்' (1945-65) ஒரு சிக்கலான கட்டத்தை அடைந்தவுடன், உலக மூலதனம் நவீன தாராளமயம் என்ற ஒரு தத்துவத்தை உருவாக்கியது. 1973 எண்ணெய் விலை ஏற்றத்தால் ஏற்பட்ட நிதிச் சிக்கலை சமாளிக்க வளரும் நாடுகள் கடனுதவி விலை ஏற்றத்தால் ஏற்பட்ட நிதிச் சமாளிக்க வளரும் நாடுகள் கடனுதவி கேட்டபோது, அதை அவற்றின் மேல் நிபந்தனையாகத் திணித்தது. அது பெருநிலைப் பொருளாதார நிலைப்படுத்துதல் மற்றும் அமைப்பியல்

ரீதியாக சரிசெய்தலும் இணைந்த திட்டமாகத் தரப்பட்டது. 1980களின் மத்தியிலிருந்தே இந்தியா இதை முறைசாராத வகையில் ஏற்றிருந்தாலும், 1991 ஜூலையில்தான் இந்த நடவடிக்கைகளை முறையாக ஏற்றது. சோவியத் மாதிரியும் (1889-91)ல் சிதைய ஆரம்பித்தது. விஷயங்களை மோசமாக்கியது. நேருவிய மூன்றாம் உலகம் என்ற அணி சேரா கொள்கையும் ஆட்டம் கண்டது. முதலாளித்துவத்தின் தீவிர வடிவமானதும், தனது சமூக டார்வினிய பண்புகளால் உள்ளார்ந்த வகையில் மேட்டுக்குடித்தன்மை கொண்டு, அதன் விளைவாக ஏழைகளுக்குத் தீங்கானதுமான நவீனதாராளமயத்தை ஏற்றுக் கொள்ள நேர்ந்தது. மூன்று லட்சத்திற்கும் அதிகமான விவசாயிகளின் வாழ்வைப் பறித்த, அதிகரித்து வந்த விவசாய நெருக்கடி, அரசு விலகிக் கொண்டதால் கல்வி, சுகாதாரம் போன்ற சேவைகள் வணிகமயமானது, வேலைகள் முறைசாராதவைகளாக மாறியது. விலைகள் டாலரில் குறிக்கப்பட்டது. மக்கள் செல்வம் வெளிப்படையாக சூறையாடப்பட்டது. இத்தகைய கொள்கைகளுக்கு எதிரான ஏழைகளின் குரலை நசுக்க அரசு அதிகாரம் பாசிச வடிவில் ஒன்றுதிரட்டப்பட்டது போன்ற போக்குகள் கடந்த இருபதாண்டுகளாக அதிகரித்து வருகின்றன. சுதந்திர வர்த்தகப் போட்டி என்ற கருத்து அரசியல்வாதிகளாகவும், அதே சமயம் தொழிலதிபர்களாகவும் வேடம் பூணும் ஒரு சில மக்கள் இந்தியாவைக் கொள்ளையடிப்பதை சட்டபூர்வமாக்கியது. மேல்நோக்கி நகரும் நடுத்தர வர்க்கத்தை அமெரிக்க மயப்படுத்த மக்களின் செல்வங்கள் கொள்ளையடிக்கப்படுகின்றன.

சாதாரண மக்களின் பிரச்சினைகள் கடுமையாதல், சமத்துவமின்மை அதிகரித்துக் கொண்டே செல்லுதல் ஆகியவற்றால் நவீன தாராளமயத்திற்கு எதிர்ப்பு உருவாகிறது. தலித்துகளை இந்த அம்சங்கள் பல்வேறு வழிகளில் தாக்கின. பொதுவாக ஏழைகள் என்ற அளவில் அவர்கள் நிச்சயமாக பாதிக்கப்பட்டார்கள். கூடுதலாக, சமூக ரீதியாக பின்தங்கியவர்கள் என்ற வகையிலும் பாதிக்கப்பட்டார்கள். ஆளும் வர்க்கத்தால் தூண்டிவிடப்பட்ட, தலித் அறிவுஜீவிகளின் உலகமய ஆதரவு கோஷங்களுக்கு நடுவில் இது ஒவ்வொரு அம்சத்திலும் தலித் நலன்களுக்கு எவ்வாறு விரோதமாக உள்ளது என்பதை விளக்கி இருக்கிறேன். (இட ஒதுக்கீடு.. சேரி நாய்களும்.. குஜராத்தில் தலித் போராட்டங்கள் ஆகிய அத்தியாயங்களில்) தலித்துகளை அவமதிக்க சாதியைப் பயன்படுத்தும் வழக்கத்திற்குக் கூட நவீன தாராளமயம் புத்துயிர் தந்துள்ளது.

நவீன தாராளமயம் ஏற்படுத்திய பிரச்சனைகள் மக்கள் தங்களது 'நம்பிக்கைகளில் உளவியல் ரீதியாக ஆறுதல் பெற தள்ளிவிட்டது. இதனால் இது மதஉணர்வுடைமை, அடிப்படைவாதம், பகுத்தறிவின்மை ஆகியவற்றை உலகமெங்கும் உருவாக்கியது. இந்தியாவில் நவீன

தாராளமயம் இந்துத்துவா புத்துயிர் பெற உதவியது. அதன் அரசியல் கட்சியான பாஜக எங்கோ ஓரத்திலிருந்து அதிகார அரசியலின் மையத்துக்கு வந்தது. அது ஜனநாயக அரசியல் நடத்துவதாகக் காட்டிக் கொண்டாலும், இந்துத்தவா என்பது இந்து மதத்தின் பிராணிய 'வகை' தான். இது சாதி முறை உட்பட இந்தியாவில் நிலவி வருபவை அனைத்தும் மகத்தானவை, இந்தியாவின் (கற்பனையான) பழம் பெருமையை மீட்டெடுக்க அது மீண்டும் நிறுவப்பட வேண்டும் என்று நம்புகிறது.

இந்து ராஷ்ட்டிரம் என்றால் என்ன என்பதை இந்த விஷக் கும்பலைத் தோற்றுவித்தவர்கள் விளக்கியிருக்கிறார்கள். ஆனால் அது மோடி கடந்த நான்காண்டுகளாக டில்லியிலும், பத்தாண்டுகளுக்கு மேலாக குஜராத்திலும் பரீட்சித்துப் பார்த்த வகை மாதிரியிலும் நன்கு வெளிப்படுகிறது. அது ஐரோப்பாவில் இரு உலகப் போர்களுக்கு நடுவிலான காலத்தில் உருவான பாசிச அரசுகளின் அடிப்படையில் இந்திய சூழலுக்கும், கால வேறுபாட்டிற்கும் ஏற்றவாறு சில மாறுதல்களோடு அமைக்கப்பட்டது. நவீன தாராளமயம் தத்துவார்த்த ரீதியாக ஒரு இந்து ராஷ்டிரத்திற்கு விரோதமானதல்ல. ஆனால் அவற்றின் செயல்முறைகளில் சில முரண்பாடுகள் உள்ளன. நவீன தாராளமயம் உலக மூலதனத்திற்கு சேவை செய்வதாகும். இது ஒரு நடுத்தர வர்க்கமாக மேல்நோக்கி நகர்ந்து செல்லும். பாஜகவின் அடிப்படை ஆதரவு தளமான சிறு வர்த்தக முதலாளிகளுக்கு ஆபத்தானது. கலாச்சார வெற்றிக்களிப்பிற்கு முக்கியத்துவம் தந்து, நவீனதாராளமயத்தால் மோசமாகி வரும் வருமான அசமத்துவம், பணிப் பாதுகாப்பு, வாழ்க்கைத்தரம் போன்றவற்றிலிருந்து திசை திருப்ப கடுமையான இந்துத்துவா பிரச்சாரம் செய்யப்பட்டு, இப்பகுதியினர் அணி திரட்டப்பட்டுள்ளனர். இந்துத்துவா இந்துக்களில் ஒரு பெரும் பகுதியை தமது மத உணர்வால் மயக்கம் கொள்ள வைக்கும் அதே சமயத்தில், சமூகத்தில் அது ஏற்படுத்தும் கொந்தளிப்பு ஆபத்தானது. அதை உலக மூலதனம் விரும்பாமல் போகக் கூடும். எனினும் இந்துத்துவா, நவீன தாராளமயம் இரண்டும் சேர்ந்து தலித்துகளுக்குத் தீங்கானவை.

இந்துத்துவா அவர்களை மீண்டும் முன்புபோல் அடிமைப்படுத்த முயல்கிறது. நவீன தாராளமயம் அவர்களை வாழ்வின் விளிம்பிற்குத் தள்ளுகிறது. ஆனால், தலித்துகள் தேர்தலுக்கு மிகவும் முக்கியமானவர்கள் என்பதால் பாஜக அம்பேத்கர் மீதான தனது பக்தியைக் காட்டியும், தலித் தலைவர்களை தனது முகவர்களாக நியமித்தும் அவர்களை ஈர்க்க முயல்கிறது. இந்த மட்டமான முயற்சிகளால் யதார்த்தத்தின் அசிங்கமான முகத்தை மறைக்க முடியவில்லை. அது அம்பேத்கர் பெரியார் வாசகர் வட்ட மாணவர்களுக்கு எதிரான நடவடிக்கை அல்லது ரோஹித் வெமுலாவின்

மரணம், அல்லது உனா கொடூரம் (அம்பேத்கரை காவியமயமாக்குதல் அத்தியாயத்தில் விரிவாக) போன்ற பாரபட்ச நடவடிக்கைகளின் வடிவில் தலைதூக்கிக் கொண்டே இருக்கிறது.

பாதிக்கப்பட்டவர்களை குற்றவாளிகளாக மாற்றுதல்

நாடாளுமன்றத் தேர்தலில் பாஜக வெற்றி பெற்ற இருபத்திநான்கு மணி நேரத்திற்குள் 2014 மே மாதம் 17ம் தேதி அதிகாலையில், மஹாராஷ்டிராவின் கோண்டியா மாவட்டத்தின் காவ்லெவாடா கிராமத்தைச் சேர்ந்த ஆதிக்க சாதியினரான போவார்கள் மோடி அலையின் வெற்றியைக் கொண்டாட, முக்கியமான தலித் செயல்பட்டாளரான 50 வயது சஞ்சய் கோப்ரதாடேவை தீயிட்டுக் கொளுத்தினார்கள். 1500 போவார் குடும்பங்களும் (இது ஒரு மராத்தா உட்சாதி குடும்பப் பெயராகவும் போவார் என்று போட்டுக் கொள்வார்கள்) வெறும் 40 தலித் குடும்பங்கள் மட்டுமே இருந்த அந்த கிராமத்தில் ஒரு புத்த விகாரம் கட்டுவதற்கு சஞ்சய் விடாப்பிடியாக கோரிக்கை எழுப்பி வந்ததற்கான பதிலடியாகும். இதுவும் 4 தலித் குடும்பங்களும், 181 ஒபிசி குடும்பங்களும் இருந்த கையர்லாஞ்சி போன்றதுதான்.

94 சத தீக்காயங்களோடு ஆறு நாட்கள் வரை உயிருக்குப் போராடி, இறந்த கோப்ரகாடே, போலீஸ், செய்தியாளர்கள், தலித் செயல்பாட்டாளர்கள் என மூன்று தரப்பிற்கும் தனித்தனியாக தந்த வாக்குமூலத்தில் தன்னைத் தாக்கிய ஆறு நபர்களை - அனைவரும் போவார்கள். பெயர் சொல்லி குறிப்பிட்டிருந்தார். அவர் அறிக்கை தந்தபோது எடுக்கப்பட்ட காணொளிப் பதிவுகள் உள்ளன. அவரது மரணத்திற்குப் பிறகு அவரது அறிக்கை மரணவாக்குமூலமாகக் கருதப்பட்டு, அதில் குறிப்பிடப்பட்டவர்கள் மீது போலீஸ் நடவடிக்கை எடுத்திருக்க வேண்டும். மாறாக, போலீஸ் அந்த வாக்குமூலங்களை நிராகரித்தது. மே 19ம் தேதி, ஆய்வாளர் அனில் பாடீல்-சஞ்சையின் கொலைக்கான காரணம் 'காதல் விவகாரம்' என்று திடீரென்று கண்டுபிடித்து, இறந்தவரின் மனைவியான 48 வயது தேவகிபாயையும், பக்கத்து விட்டுக்காரரர் ராஜீ காட்பாயலேவையும் தங்களை சஞ்சய் அசிங்கமான நிலையில் பார்த்துவிட்டதால், இவர்கள் கொலை செய்ததாக ஒரு கதையைக் கட்டி கைது செய்தார். தேவகி பாயும், ராஜிவும் பழைய காதலர்கள் என்றும், கடந்த 30 ஆண்டுகளாக இவர்கள் கள்ளத் தொடர்பு வைத்திருந்ததாகவும் கதை சென்றது. இந்தக் கதை உண்மையானால், 41 வயதான ராஜீ காதல் ஆரம்பித்த போது 11 வயது சிறுவனாக இருந்திருப்பார் என்று கோபர்கடேயின் மகன் பிரதீப் சுட்டிக்காட்ட நேர்ந்தது! இந்த ஆபாசக் கதையைச் சொன்னவர்கள், அதை உறுதி செய்தவர்கள் அனைவரும் போவார்கள் என்பதில் வியப்பேதுமில்லை. சாதிவாரியாக பிரிக்கப்பட்ட

அந்த கிராமத்தில் கோப்ரகடே மற்றும் காட்பாயலேயின் அக்கம்பக்கத்து தலித்துகள் யாருமே, தம் கண்ணெதிரே நடந்த இந்த விவகாரத்தை பார்த்ததில்லை.

சாதி கொடுமை சம்பவங்களை தொடர்ந்து கவனித்து வருபவர்களுக்கு, பாதிக்கப்பட்டவர்கள் மீது பாலியல் குற்றச்சாட்டுகளை சுமத்துவது ஒரு எளிய, அடிக்கடி நிகழும் ஒரு வழிமுறை என்பது தெரியும். இது மாதிரி குற்றச்சாட்டு கையர்லாஞ்சி சம்பவத்திலும் சுரேகா போட்மாங்கே மீது சுமத்தப்பட்டது. உள்ளூர் மராத்தி பத்திரிகைகளில் (நாக்பூரிலிருந்து வரும் தேஷோந்நதியிலிருந்து, மிக அதிகமான விற்பனை உள்ள லோக்மத் வரை) சுரேகாவிற்கும், பக்கத்து கிராமமான துஷாலாவில் இருந்த அவரது உறவினர் சித்தார்த் கஜ்பயேவிற்கும் இருந்த கள்ளத் தொடர்புகள் காரணம் என்று கூறப்பட்டது. முதலில் சாதிப் பிரச்சனை இருப்பது கூறப்படவில்லை. கையர்லாஞ்சியில் கஜ்பயே செய்த உண்மையான குற்றம் அவர் கிராமத்தின் போலீஸ் டீலாக (இது அதிகாரம் அதிகம் இல்லாத ஒரு கௌரவப்பதவி) இருந்ததால், கரேகாவின் *4.79* ஏக்கர் நிலத்தை ஆக்கிரமிப்பு செய்திருந்த மராத்தாக்களுக்கு எதிராகப் போராடிய சுரேகாவிற்கு உதவி செய்ததுதான்.

காவ்லிவாடா கிராமத்தில், காட்டாலயே, சஞ்சய் கோப்ரகடேவைப் போலவே அம்பேத்கர் நீதிமன்றம் அமைதி இயக்கத்தில் அவரோடு செயல்பட்டு வந்தவர். அவரும் புத்த விஹாரம் கட்டும் திட்டத்தின் தீவிர ஆதரவாளர். இதற்கு கிராம பஞ்சாயத்து சமிதியிடம் தடையில்லா சான்றிதழ் (வட்டார அளவில்) கேட்டுக் கொண்டு இருந்தார்கள். அரசாங்க அனுமதி *2012* லேயே கிடைத்துவிட்டது. மேலும் பக்கத்து அரசு நிலத்தில் இரண்டு இந்து கோவில்கள் கட்டப்பட்ட முன்னுதாரணமும் இருந்தது. எனவே, சான்றிதழ் எளிதாக கிடைத்துவிடும் என்று எதிர்பார்த்தார்கள். எனினும் புத்த விவகாரத்திற்கு ஒதுக்கப்பட்ட நிலத்தை உள்ளூர் துறவி ஒருவர் பெயரில் அமைந்திருந்த பாஹிபாபா டிரஸ்ட் சன்ஸ்த்தா என்ற அமைப்பு கேட்டுக்கொண்டிருந்தது. குற்றவாளிகள் ஆறுபேரில் குறைந்தபட்சம் மூவர் இதில் உறுப்பினர்கள். பஞ்சாயத்து சான்றிதழ் தருவதற்கு முன்பாக, *2014*ல் இந்த அமைப்பு அங்கு கட்டிடம் கட்ட ஆரம்பித்துவிட்டது. *2012*லேயே கோப்ரகடே இவர்களது முயற்சியை எதிர்த்து போலீசை அணுகியிருக்கிறார். அவரது சிறிய பெட்டிக்கடை, இதற்காக, தீக்கிரையாக்கப்பட்டது. ஆனாலும், கோப்ரகடே இந்த ஆக்கிரமிப்பை எதிர்ப்பதில் தீவிரமாக இருந்தார். அவர் பஞ்சாயத்துத் தலைவரான மாதுரி டேம்ப்ரேயின் வீட்டுக்கு - இவரும், இவரது கணவரான முன்னாள் பஞ்சாயத்துத் தலைவரும், வட்டார பாஜக செயலாளருமான க்ருஷிபால் டெம்ப்ரேவும் குற்றவாளிகளில் அடக்கம் - சென்று தடையில்லாசான்றிதழ் கேட்டார். அவர் மே *16*ம் தேதி நாடாளுமன்றத்

தேர்தல் முடிவிற்குப் பிறகு பார்த்துக் கொள்ளலாம் என்று சொல்லி அனுப்பிவிட்டார். பஞ்சாயத்துத் துணைத் தலைவரான சிவப்பிரகாஷ் ரஹ்ங்டாலே தான் பாஹியாபா கோவில் டிரஸ்ட்டின் தலைவர், இவரும் வழக்கில் ஒரு குற்றவாளி எனும்போது இந்த தேதி முக்கியத்துவம் பெறுகிறது.

தேர்தல் முடிவுகள் சஞ்சய் கோப்ரகடேயின் விதியை முடித்து வைத்தன. கொலை முயற்சி பற்றி போலீஸுக்கு தகவல் தெரிவித்தும், மே 17 அன்று போலீஸ் காவ்லிவாடாவிற்கு வரவில்லை. புகாரை பதிவு செய்வதற்காக, மறுநாள் தேவகிபாயும், பிரதீப்பும் திரும்பவும் போலீஸ் ஸ்டேஷன் போக நேர்ந்தது. ஆறு குற்றவாளிகளும் கைது செய்யப்பட்டு, மறுநாளே விடுவிக்கப்பட்டார்கள். மே 19ம் தேதி போலீஸ் தேவகிபாயையும், ராஜீவையும் பிடித்து ஒரே அறையில் அடைத்தது. இதற்குள் போலீஸ் கள்ளக்காதல் பொறாமை, கள்ளக்காதல் வெறி என்று குற்றத்திற்கு எப்படி விளக்கம் தரலாம் என்று யோசித்து விட்டது. போலீஸின் இந்த புனைவைக் கேட்டு கிராமத்தினரும், தலித் செயல்பாட்டாளர்களும் அதிர்ந்து போனார்கள். ஆனால், சஞ்சய் இறந்த பிறகு ஏற்பட்ட அவமானம், போலீஸ் சித்ரவதையிலிருந்து தேவகி, ராஜிவை அவர்களால் காப்பாற்ற முடியவில்லை. போலீஸ் வழக்கு வன்கொடுமை சட்டத்தில் பதிவு செய்யப்பட்டது என்று கூறினாலும், மே 18 அன்று நீதிமன்றக் காவலில் வைக்கப்பட்ட ஆறு குற்றவாளிகளும், மறுநாளே விடுவிக்கப்பட்டதும், கோண்டியா கீழ் நீதிமன்றம் அவர்களுக்கு மே 27 அன்று நிபந்தனை ஜாமீன் தந்ததும் இது பொய் என்பதைக் காட்டுகின்றன. ஏனெனில் வன்கொடுமை குற்றங்களுக்கு ஜாமீன் கிடையாது. இதனிடையே 2014 ஜூன் 9ம் தேதி இந்தியன் எக்ஸ்பிரஸ் செய்தி ஒன்று போலீஸ் குடும்பத்தினரிடம் வாக்குமூலம் பெறவில்லை என்றது.

கையர்லாஞ்சியைப் போலவே, இந்த வழக்கிலும், இக்கொடுமையையும், அரசின் எதிர்வினையையும் பிரித்துப் பார்க்கவே முடியாது. புத்த விகாரத்திற்கு ஒதுக்கப்பட்ட நிலத்தின் சன்ஸ்த்தா ஆக்கிரமிப்பு செய்ததை எதிர்த்து சஞ்சய் புகார் அளித்தபோதே, கோபர்கடேக்கின் மீதான வன்முறை ஆரம்பமாகிவிட்டது. பிடிவாதமான ஒரு தலித் சட்டத்தின் உதவியை நாடிய உடன், நீண்ட சட்டவிரோதமான தாக்குதல் அவர் மீதும், அவரது குடும்பத்தினர், நண்பர்கள் மீதும் ஆரம்பித்துவிட்டது. அவர்களது உரிமைகள், கௌரவம், அமைதி மீதான தாக்குதலில் போலீஸ், கிராமத்தின் ஆதிக்க சாதி, கிராமத்தின் உள்ளூர் ஆட்சி அமைப்பு எல்லோரும் உடந்தை. அது சஞ்சயின் கொலைக்கும் பிறகும் குறைவின்றித் தொடர்ந்தது. இச்சூழலில், இது எங்கு ஆரம்பித்தது, எங்கு முடிந்தது என்பதை அறிய

சம்பவத்தைச் சுற்றி ஒரு கோடு போடுவது மிகவும் கடினம். நீதிமன்றத்திற்கு முன்னால் உள்ள வழக்கின் அக்கறை சஞ்சயின் கொடூர மரணம் பற்றி மட்டும்தான். இதனிடையே காவ்லிவாடாவின் போவார்கள் சஞ்சயின் உயிரைப் பறித்தது மட்டுமின்றி, அவரது மனைவி, மகன், பக்கத்து வீட்டுக்காரர் ஆகியோரையும் நீண்ட ஒரு சட்டப்போரில் சிக்க வைத்து விட்டார்கள். ஹிந்துத்துவா காலூன்றியதோடு சேர்ந்து, இக்கதை தம் உரிமையை நிலைநாட்ட நினைக்கும் தலித்துகளுக்குத் தரும் செய்தி நம்பிக்கை தருவதாக இல்லை.

இப்படி கொடுமைக்கு அடுத்து கொடுமையாக பட்டியலிட்டுக் கொண்டே போகலாம். காரணம் ஒவ்வொரு மணிநேரத்திற்கும் தலித்துகளுக்கு எதிராக ஐந்துக்கும் மேற்பட்ட குற்றங்கள் நடக்கின்றன. ஆனாலும் இவற்றை யாரும் புரிந்து கொள்வதில்லை. அம்பேத்கரே தனது 'தீண்டத்தகாதவர்கள் அல்லது இந்தியாவின் ஒதுக்கப்பட்ட பகுதிகளின் குழந்தைகள்' - *'Untouchables or India's Children of Ghetto'* போன்ற பல நூல்களில் இதுபோல் பட்டியலிட்டுள்ளார். இந்த நூலில் தீண்டத்தகாதோருக்கு எதிராக இழைக்கப்படும் பல்வேறு குற்றங்களைப் பட்டியலிட ஒரு முழு அத்தியாயத்தையே ஒதுக்கியிருக்கிறார். அக்காலகட்டத்திலிருந்து இரண்டு உதாரணங்க்ளைப் பார்ப்போம். 1936ல் ஆதிசங்கரர் பிறந்த ஊரான காலடியில், ஒரு இளம் பெண்ணின் குழந்தையைக் காப்பாற்றுவதற்காக, ஒருவர் கிணற்றில் குதித்தார். அவர் தீண்டத்தகாதவர் என்று தெரியவந்ததும், கிணற்றை தீட்டாக்கியதற்காக அவரை அடிக்கிறார்கள். 1937ல் மெட்ராஸ் ஹோம்ஸ் கம்பெனி ஊழியர் ஒருவர் தன்னுடன் வேலை பார்த்த ஒருவரது இறுதிச் சடங்கில் கலந்து கொண்டு, மற்றவர்களோடு சேர்ந்து சிதையில் சம்பிரதாயமாக அரிசி போட்டார். அவர் தீண்டத்தகாதவர் என்று தெரிந்ததும், அரிசி போட்ட குற்றத்திற்காக கத்தியால் குத்திவிட்டார்கள். அம்பேத்கர் தனது அத்தியாயத்தை பின்வருமாறு முடிக்கிறார். இச்சம்பவங்கள் காட்டும் விஷயம் மிக எளிதானது தெளிவானது. இதற்கு எந்த விளக்கமும் தேவையில்லை. சராசரி இந்துவிற்கு, தீண்டத்தகாதவர் மனித உறவுகளுக்குக்கூட லாயக்கற்றவர். அவர் தீமையின் உருவம். அவர் மனிதரே அல்ல. அவர் தவிர்க்கப்பட வேண்டியவர். இது இன்றளவும் உண்மையாகவே உள்ளது. ஆனால் இந்தக் கொடுமைகளின் அளவு, வன்முறையின் அதிகரிப்பிற்கு என்ன காரணம்? தலித்-தலித் அல்லாதோர் மத்தியிலுள்ள அசமத்துவம், தலித்துகள் தம் உரிமையை நிலைநாட்ட எழுச்சி பெற்றதோடு சேரும்போது, அது வன்முறையைத் தூண்டிவிடுகிறதா? சுரேகா போட்மாங்கேயின் அம்பேத்கரிய உணர்வு உயர்சாதி ஆதிக்கத்திற்கு அடிபணியக்கூடாது என்று அவருக்கு உறுதி தந்த அதேவேலையில், புத்த

விகாரம் கட்டுவதற்கு சஞ்சய் கோபார்கடே உறுதியாக இருந்தது. உள்ளூர் அதிகாரத்திற்கு மீறி ஒரு நீதி கிடைக்கும் என்ற நம்பிக்கையால்தான். அரசின் நீதி இந்த இரு சம்பவங்களிலுமே கிடைக்கவில்லை.

அதிகரிக்கும் வன்முறை

தேசிய குற்ற ஆவணங்கள் அமைப்பின் (National Crime Records Bureau) ஆவணங்கள் தலித்துகளுக்கு எதிரான வன்முறைகள் தொடர்ந்து அதிகரித்து வருவதைக் காட்டுகின்றன. அகில இந்திய அளவில் 2006ல் 27070 குற்றங்களாக இருந்தது 2016ல் 40801 ஆக, 74 சதம் அதிகரித்துள்ளது. அதாவது ஒவ்வொரு நாளும் 111 சாதிக் குற்றங்கள் அல்லது ஒவ்வொரு மணி நேரத்திற்கும் 4.6 சாதிக் குற்றங்கள். பாஜக ஆட்சியில் தலித்துகளுக்கெதிரான குற்றங்கள் அதிகரித்துள்ளது. மத்தியப் பிரதேசம், ராஜஸ்தான், கோவா, பீஹார், குஜராத் அனைத்தும் பாஜக ஆளும் மாநிலங்கள் ஆகிய குற்றவிகிதத்தில் முதல் ஐந்து இடங்களில் இருப்பதன் மூலம் நிரூபணமாகிறது. உத்தரப்பிதேசம், பீஹார், ராஜஸ்தானில் பதிவு செய்யப்பட்ட குற்றங்களின் எண்ணிக்கை மிகவும் அதிகம். மேலும் இவையெல்லாம் போலீஸ் தரும் புள்ளி விவரங்கள் உண்மையான குற்றங்களின் விகிதத்தை நாமே ஊகித்துக் கொள்ள முடியும். அரசே ஏற்கும் இந்த எண்ணிக்கை குற்றங்கள் குறித்த முழுமையான பார்வையைக் காட்டாது. இவை குறைவான மதிப்பீடுகள்தான். மேலும், இவை இக்குற்றங்களின் பின்னால் உள்ள மனிதர்களின் துயரத்தின் ஆழத்தையும் காட்ட முடியாது.

ஹரியானாவின் ஜாஜ்ஜர் நகருக்கு அருகில் உள்ள துரினாவில் நடந்த ஒரு சம்பவத்தை எடுத்துக் கொள்வோம். 2002 அக்டோபர் 15ம் தேதி தசரா அன்று, சாதி இந்துக்களின் கும்பல் ஒன்று போலீஸ் செக்போஸ்ட் வளாகத்திற்குள்ளேயே ஐந்து தலித்துகளை அடித்துக் கொன்றது. இராமலீலாவில் ராவணன் உருவபொம்மையை எரித்துவிட்டு திரும்பி வந்து கொண்டிருந்த சிலர், இந்த தலித்துகள் இறந்த பசுமாட்டை ஒரு டெம்போவில் எடுத்துச் செல்வதைப் பார்த்திருக்கிறார்கள். அவர்களை தசரா நாளன்று மாட்டைக் கொன்றதாக குற்றம் சுமத்தி போலீஸ் செக்போஸ்ட்டுக்கு இழுத்துச் சென்றார்கள். செக்போஸ்ட்டிற்குப் பொறுப்பான அதிகாரி ஒப்புக் கொண்டதுபோல், போலீசுக்கு அவர்கள் பசுமாட்டைக் கொல்லவில்லை என்பது தெரியும். ஆனால் குற்றம் சாட்டப்பட்டவர்களை காப்பாற்ற நினைக்கவில்லை. விரைவில் கூட்டம் கொலைகார கும்பலாக அதிகரித்துவிட்டது. அவர்கள் லாக்கப்பை உடைத்து, ஐவரையும் வெளியே இழுத்து வந்து, அந்த இடத்திலேயே அடித்துக் கொன்றார்கள். மூத்த போலீஸ் மற்றும் மாவட்ட நிர்வாக அதிகாரிகளின் எதிரிலேயே இரண்டு உடல்களை

நெருப்பில் தூக்கிப் போட்டார்கள். கூட்டத்தைக் கலைக்க போலீஸ் ஒரு தோட்டாவைக் கூட சுடவில்லை. போலீஸ் முன்னிலையிலேயே நடந்த இந்த வெளிப்படையான குற்றத்திற்கு உடனடியாக தண்டனை வழங்கியிருக்க முடியும். ஆனால் மாநில அரசாங்கம், அப்போதைய ரோடக் கமிஷனரான ஆர்.ஆர்.பன்ஸ்வால் தலைமையில், இந்த சம்பவத்திற்கு இட்டுச் சென்ற சூழல் குறித்து விசாரிக்க ஒரு ஆணையத்தை அமைத்தது. மிக விரிவாக 383 பக்கத்திற்கு அளிக்கப்பட்ட இந்த ஆணையத்தின் அறிக்கை நிகழ்ச்சிகளின் வரிசையை கோர்வையாகக் கூறி, சம்பந்தப்பட்ட அதிகாரிகள் முது பணியில் தவறியதற்காக நடவடிக்கை எடுக்க பரிந்துரை செய்தது.

தமது காவலில் இருந்த தலித்துகள் கொல்லப்பட்டதை வேடிக்கை பார்த்த போலீசார், தாக்குதல் நடத்தியவர்கள் அதிக எண்ணிக்கையில் இருந்ததால், தம்மால் ஒன்றும் செய்யமுடியவில்லை என்றார்கள். ஆனால் ஒரு மாதம் கழித்து அவர்கள்.

வெறும் இருபத்தெட்டு பேரை மட்டுமே கைது செய்தது இந்த வாதத்தோடு முரண்பட்டது.கைதான அனைவரும் ஓரிரு மாதங்களில் ஜாமீனில் விடப்பட்டார்கள். எட்டு வருடங்கள் கழித்து இவ்வழக்கில் ஒருவழியாக ஜடோடே மாவட்ட நீதிமன்றம் தீர்ப்பு வழங்கியது. பத்தொன்பது பேருக்கு விடுதலை. ஏழு பேருக்கு (6 ஜாட்கள், 1 தலித்) தண்டனை. இருவர் வழக்கு நடந்த காலத்தில் இறந்துவிட்டார்கள். இவர்கள் மேல் இந்திய தண்டனைச் சட்டத்தின் பல்வேறு பிரிவுகளில் வழக்கு நடந்தாலும், இவர்கள் வன்கொடுமைச் சட்டத்தில் தொடர்புடைய பிரிவுகளின் கீழ் விடுதலை செய்யப்பட்டார்கள். தண்டனை பெற்றோருக்கு ஆயுள் தண்டனையும், ரூ.20000 அபராதமும் விதிக்கப்பட்டது. 'இக்குற்றம், பாதிக்கப்பட்டோரின் சாதியின் காரணமாக இழைக்கப்பட்டது என்பதற்கு போதிய சாட்சியம் இல்லை' என்று தீர்ப்பு கூறியது. குற்றவாளிகள், தமக்கு இறந்தவர்கள் என்ன சாதி என்றே தெரியாது என்று கூறியதை நீதிமன்றம் ஏற்றது. இது வன்கொடுமைச் சட்டத்தை இவ்வழக்கில் பொருத்துவதைத் தவிர்க்க உதவியது. துலினா காவல் நிலைய அதிகாரி ராஜேந்திரர் சிங் கூட்டத்தில் யாரோ, 'இவர்கள் டெத், (தலித்துகளைக் குறிக்கும் இழிசொல்) இவர்கள் முஸ்லீம்களின் வேலையைச் செய்கிறார்கள். இவர்களை சும்மா விடக்கூடாது. என்று கத்தியதாக தனது வாக்குமூலத்தில் கூறியிருந்ததை நீதிமன்றம் வசதியாக கண்டுகொள்ளவில்லை. (ஃபிரண்ட்லைன்,10 செப்டம்பர் 2010)

தீர்ப்பு நாளன்று, குற்றவாளிகளுக்கு ஆதரவாக, 'பசுவதை செய்தவர்களைக் கொன்றவர்கள் மீது எந்த நடவடிக்கையும் கூடாது' என்று கோரி நீதிமன்றம் முன்பாக பெரும் கூட்டம் கூடியிருந்தது. இக்குற்றத்தில் விஷ்வ இந்து

பரிஷத்தின் பங்கு மிகத் தெளிவாகத் தெரிந்தது. இடதுசாரிகளின் உண்மையறியும் அறிக்கையின்படி (17 அக்டோபர் 2002) வி.இ.ப. அப்பகுதியில் நடத்திய பசுப்பாதுகாப்பு இயக்கத்தின் பின்னணியில் இக்கொலைகள் நடந்துள்ளன. போலீஸ் ஸ்டேஷன் வாசலில் கூட்டத்தைத் திரட்டியதில், வன்முறையைத் தூண்டியதில் வி.இ.ப.ற்கு நேரடித் தொடர்பு இருந்தது. அக்டோபர் 16ல் வி.இ.ப.வும், பஜ்ரங் தள்ளும் நடத்திய வெற்றிப் பேரணி இந்தத் தொடர்பை மேலும் உறுதி செய்தது. இப்பேரணியில் தலித்துகள் கொல்லப்பட்டது போற்றப்பட்டது. விஇபவின் மூத்த துணைத் தலைவர் ஆச்சார்ய கிரிராஜ் கிஷோர், பசுவின் உயிர் மனித உயிரை விட புனிதமானது என்று கூறி வி.இ.ப.நிலைபாட்டை நியாயப்படுத்தினார். வி.இ.ப. மற்றும் பஜ்ரங்தள் ஆகியவற்றின் உள்ளூர் கிளைகள் இக்கொலைகளில் தொடர்புடையவர்கள் மீது எந்த நடவடிக்கையும் எடுக்கக்கூடாது என்று மனு அளித்திருந்தன. 2015 வாக்கில் ஏழு குற்றவாளிகளில் குறைந்தது நான்கு பேர் உச்சநீதிமன்றம் மூலம் ஜாமீன் பெற்று விட்டார்கள்.

2014லிருந்து நாட்டில் பாஜக ஆளும் மாநிலங்களில் பசுவதைத் தடைகள் வரிசையாகக் கொண்டு வருவதற்கான சங் பரிவாரத்தின் பரிசோதனைக்கு துலினா கொடுமை தான் வகை மாதிரியாக இருந்தது. தனக்கு தண்டனை தர உரிமை உண்டு என்று ஒரு கும்பல் ஒழுக்கத்தைக் காக்கும் திமிரோடு செயல்படுவது இன்று சகஜமாக உள்ளது. ஆனால் இது திடீரென்று உருவாகிவிடவில்லை. தாங்கள் தாக்குதல் நடத்தும்போது அரசு நிர்வாகம் வேடிக்கை பார்ப்பது, தேர்தலிலும், அரசு நிர்வாகத்திலும் சில குறிப்பிட்ட சாதிகளின் ஆதிக்கம், கும்பலின் வன்முறைக்கும், அதன் சட்டப்பூர்வமான பின்விளைவுகளிலிருந்து கும்பலைக் காப்பதற்கும் அரசு நிர்வாகம் நேரடியாகவும், மறைமுகமாகவும் தரும் ஆதரவு எல்லாவற்றையும் கவனித்து, காலப்போக்கில்தான் இந்த தைரியம் உருவாகியிருந்தது. அதிகம் பேசப்படாவிட்டாலும், இன்று அதிகமாக நடக்கும் இந்த கும்பல் தாக்குதல்கள் முன்பும் நடந்துள்ளன. இவை பல ஆண்டுகாலமாக கவனித்து, பரிசோதித்து, முறைப்படுத்தப்பட்ட ஒரு செய்திட்டமாகும்.

பெண், பணம், நிலம் பற்றிய மனநிலை

(The Zan, Zar, Zameen Syndrome)

தலித் பெண்களின் உடல்களை வன்முறையின் களமாகப் பயன்படுத்துவதைவிட, தலித்துகளுக்கு பாடம் புகட்ட வேறு நல்லவழி எது இருக்க முடியும்? இந்தப் போக்கிற்கு ஹரியானா ஒரு உதாரணமாகத் திகழ்கிறது. அங்கு காஃப் பஞ்சாயத்துகளின் ஆதிக்கம். தேசிய சராசரியை

விட அதிகமாக பெண் சிசுக் கருக்களின் கட்டாய அழிப்பு. அங்கு அடிக்கடி சாதி ஆணவப் படுகொலைகள். அங்கு முறையற்ற பாலியல் தொடர்பு (Incest) அதிகம். அங்கு தலித்துகள் அடிமைகளைவிட மோசமாக நடத்தப்படுவதும், தாக்கப்படுவதும், இஷ்டத்திற்கு வன்புணர்ச்சி செய்யப்படுவதும் அதிகம். 1966ல் பஞ்சாப்பிலிருந்து பிரிக்கப்பட்ட பிறகு, ஹரியானா இந்துக்கள் அதிமாக வாழும், ஜாட் சாதி ஆதிக்கம் செலுத்தும் மாநிலமாக இருக்கிறது. வருமானம், சொத்து பகிர்வும் மிகவும் சமமற்று உள்ளது. வேகமாக பொருளாதார வளர்ச்சியின் பலனை அளவிற்கு அதிகமாக ஜாட்கள் எடுத்துக் கொள்கிறார்கள். அவர்களது தலைவர்கள் பிற சாதிகளை அடிமைகளாக நடத்துகிறார்கள்.

பெண்கள் எண்ணிக்கை விகிதம் மிகக் குறைவு என்பதால் (2011 மக்கள் தொகை கணக்கெடுப்பின்படி தேசிய சராசரி 1000 ஆண்களுக்கு 940 பெண்கள் என்ற நிலையில் ஹரியானாவில் 1000 ஆண்களுக்கு வெறும் 879 பெண்கள்) அங்கு முறையற்ற பாலியல் தொடர்புகள் அதிகம். காஃப் பஞ்சாயத்துக்ள் ஒரே கோத்திரத்திற்குள் மணம் முடிப்பதை தடை செய்வதால், தலித் பெண்கள் பாலியல் தாக்குதல்களுக்கு ஆளாவது அதிகரித்து வருகிறது. தேசிய குற்ற ஆவணக் கழகத்தின் அறிக்கைகள் (பதிவு செய்யப்பட்ட குற்றங்கள் மட்டுமே) 2009ல் தலித் பெண்கள் வன்புணர்ச்சி செய்யப்பட்ட சம்பவங்கள் 1346 ஆக 88.4 சதம் அதிகரிப்பு. அதே சமயம், ஹரியானாவில் இது 167 சதம் உயர்ந்துள்ளது. கிராமங்களில் தொடர்ந்து ஜாட்களால் பெண்கள் சீரழிக்கப்படுவது, காஃப் பஞ்சாயத்துகளின் சாதி ஆணவக் கொலைகள், ஜாட் தலைவர்கள், அரசியல்வாதிகள் இக்கொலைகளை நியாயப்படுத்துவது, இன்றும் இதேபோன்ற பல செயல்கள் பணக்கார ஜாட் சாதியின் ஆதிக்க வெறியைக் காட்டுகிறது.

ஒருபுறம் அரசின் எதிர்வினை மிகவும் மெத்தனமாக இருக்க, மறுபுறம், காஃப் பஞ்சாயத்துகள், வன்புணர்ச்சியைத் தவிர்க்க பெண்களுக்கு பருவமெய்துவதற்கு முன்பே திருமணம் செய்து வைத்துவிட வேண்டும் என்று கூறி, வன்புணர்ச்சியை நியாயப்படுத்துகின்றன. பெரும் புகழ் பெற்ற அரசியல்வாதிகளும், இந்த அதிர்ச்சியூட்டும் 'தீர்வு' சரியானதுதான் என்று வெட்கமின்றி, வெளிப்படையாகக் கூறுகிறார்கள். சிலர் வன்புணர்ச்சிகளை முதலில் மனமொப்பி ஈடுபட்டுவிட்டு, பிறகு மனக்கசப்பு நேர்ந்ததால் குற்றம் கூறப்பட்ட சம்பவங்கள் என்று சொல்லி நிராகரிக்கிறார்கள். இவையெல்லாம் ஏதோ யாரோ ஒரு சாதாரண தனிநபர் எப்போதோ தவறாகச் சொல்லிவிட்டவைகள் அல்ல. இந்த பாலியல் தாக்குதல்களும், அரசியல் நிறுவனங்களின் 'அதைப் பற்றி கவலையில்லை' என்ற போக்கும், இந்த மாநிலத்தை தலித்துகளுக்கு மோசமான நரகமாக மாற்றிவிட்டன.

2014ல் பகத் சிங்கின் நினைவு நாளான மார்ச் 23 அன்று, நாட்டின் தலைநகரிலிருந்து மூன்று மணி நேரப் பயண தூரத்தில் இருக்கும், ஹிஸ்ஸாரிலிருந்து 13 கிமீ தொலைவிலுள்ள பாகாரை கிராமத்தில், ஹரியானா தலித் பெண்களின் மீது இழைக்கப்படும் கொடுமைகளின் நீண்டபட்டியலில் மற்றொரு கொடுமையான சம்பவமும் சேர்ந்து கொண்டது. அன்று மாலை 13 முதல் 18 வயது வரை இருக்கும் நான்கு தலித் பள்ளி மாணவிகள் தம் வீட்டருகே உள்ள வயலில் சிறுநீர் கழிக்கச் சென்றபோது, ஜாட் சாதியைச் சேர்ந்த ஐந்து ஆண்களால் தாக்கப்பட்டார்கள். அவர்கள் போதை மருந்து தரப்பட்டு, கூட்டு வன்புணர்ச்சி செய்யப்பட்டு, காரில் கடத்திச் செல்லப்பட்டார்கள். பஞ்சாப் எல்லையைத் தாண்டி, 170 கி.மீ தூரத்திற்கு அப்பால் உள்ள பதின்டா ரயில்வே நிலையத்திற்கு அருகே ஒரு புதரில் போடப்படும்வரை இரவு முழுக்க அவர்கள் வன்புணர்ச்சிக்கு ஆளாகி இருந்திருக்கக்கூடும். கிராமப் பஞ்சாயத்துத் தலைவரான ராகேஷிற்கு இந்த விஷயம் தெரியும். காணாமல் போன பெண்களின் குடும்பத்தினர் அவரிடம் விசாரித்தபோது அவர் அந்தப் பெண்கள் பதின்டாவில் இருப்பதாகவும், மறுநாள் வந்துவிடுவார்கள் என்றும் அக்கறையின்றிக் கூறினார். போலீசில் புகார் தரப்போவதாக மிரட்டியதற்குப் பிறகுதான். தன் மாமாவுடன் அக்குடும்பத்தினரை பதின்டா அழைத்துச் சென்றார். அவர் சரியாக அழைத்துச் சென்ற இடத்தில் பெண்கள் மிக மோசமான நிலையில் கிடந்தார்கள். திரும்பி வந்த பிறகு, வன்புணர்ச்சி, கடத்தலால் கோபமுற்ற குடும்பத்தினர் போலீசில் புகார் அளிக்க முயன்றபோது, போலீஸ் புகாரை ஏற்கவில்லை. இருநூற்றுக்கும் மேற்பட்ட தலித் களச் செயல்பாட்டாளர்கள் நெருக்கடி தந்தபிறகு, மருத்துவ அறிக்கை வன்புணர்ச்சியை உறுதி செய்த பிறகுதான் சதர் ஹிஸ்ஸார் போலீஸ் ஸ்டேஷனில் வன்கொடுமை சட்டத்தின் கீழ் வழக்கு பதிவு செய்தார்கள். பின்னர், நூற்றுக்கணக்கான தலித்துகள் ஹிஸ்ஸாரின் மினி தலைமை செயலகம் முன்பு போராடி, ஏப்ரல் 16 முதல் பாகானாவின் 90 தலித் குடும்பங்கள் டில்லியில் ஜந்தர் மந்தரில் காத்திருப்புப் போராட்டம் செய்த பிறகுதான். ஹரியானா போலீஸ் விழித்துக் கொண்டு லலித், சுமித், சந்தீப், பரிமன், தரம்வீர் என்ற ஐந்து குற்றவாளிகளை ஏப்ரல் 29ம் தேதி கைது செய்தது. நியாயம் பெற்றே தீருவோம் என்று முடிவு செய்து விட்ட பகானா தலித்துகள், ஜாட்களால் கொல்லப்பட்டுவிடுவோம் என்ற அச்சத்தில் ஊர் திரும்பவும் முடியவில்லை. காலப்போக்கில் ஹிஸ்ஸார் மாவட்ட நீதிமன்றம் ஐந்து குற்றவாளிகளையும் விடுதலை செய்துவிட்டது.

ஹிஸ்ஸாரின்ஜனநாயக உரிமைகளுக்கான மக்கள் கழகம் மற்றும் ஜனநாயக உரிமைகளுக்கான கழகம் *(Peoples Union of Democratic Rights and the Association of Democratic Rights)* ஆகியவற்றின் உண்மை அறியும் அறிக்கை

பாகானா வன்புணர்ச்சிகள் வழக்கமான பாலியல் குற்றங்களைவிட அதிக கொடூரமானவை என்று குறிப்பிட்டது. இவை, தமது நிலம், நீர், ஏன் இடுகாட்டைக் கூட எடுத்துக் கொண்டு விட்ட ஜாட்களை எதிர்த்துப் போராடிய தலித்துகளுக்கு தக்க பாடம் புகட்டுவதற்காக செய்யப்பட்டன என்று கூறியது. பல ஆண்டுகளாகவே, விவசாய நிலங்கள் வேகமாக ரியல் எஸ்டேட்டாக மாறிவருவதால் ஏற்பட்ட நிலங்களின் விலை உயர்வால் ஹரியானாவின் சக்திமிக்க ஜாட்கள் நல்ல லாபம் அடைந்து வந்தார்கள். எனவே, கிராமத்தின் நில முதலைகள், சக்தி வாய்ந்த அரசியல்வாதிகளின் துணையோடு, கிராமத்தின் பொது நிலங்களை அபகரித்துக் கொண்டிருந்தார்கள். 2011ல் பாகானா பஞ்சாயத்து பொது நிலங்கள் உள்ளிட்ட சுமார் 280 ஏக்கர் நிலங்களை அக்கிராமத்தின் நிலமற்ற தலித்துகளுக்கும் பிரித்துத்தர முடிவு செய்தது. இது காங்கிரஸ் கட்சியின் தேர்தல் வாக்குறுதியின் அடிப்படையில் எடுக்கப்பட்ட முடிவு. எனினும், உத்தேச தலித் பயனாளிகள் பலரிடமிருந்து முற்றிலும் சட்ட விரோதமாக பதிவு கட்டணம் பறிக்கப்பட்ட பிறகும், நிலம் அவர்கள் பெயருக்கு மாற்றித் தரப்படவில்லை. பாகானா தலித்துகளின் இந்த நிலத்திற்கான போராட்டம்தான் இந்தத் தாக்குதலின் பின்னணி.

தலித்துகளுக்கு நிலம் கிடைத்துவிட்டால், பிறகு அவர்கள் தங்கள் நிலங்களில் உழைக்க மாட்டார்கள். தம் அதிகாரத்திற்குக் கட்டுப்பட மாட்டார்கள் என்று ஜாட் நிலப்பிரபுக்கள் அஞ்சினார்கள். 2012 மே மாதம், நில உரிமையாளர்களான ஜாட்கள் பாகானாவின் 450 சொச்ச தலித் குடும்பங்கள் அனைத்தையும் ஊரை விட்டு விரட்டினார்கள். விரட்டப்பட்ட தலித்துகள் நிலம் கோரியும், தம்மை விரட்டியவர்கள் மீது நடவடிக்கை கோரியும் ஹிஸ்ஸார் மினி தலைமை செயலகம் முன்பும், டில்லி ஜந்தர் மந்தரிலும் போராடினார்கள். தலைவர்களை, அமைச்சர்களை, சட்டமன்ற, நாடாளுமன்ற உறுப்பினர்களை சந்திப்பது போன்ற அனைத்து ஜனநாயக வழிமுறைகளிலும் முயன்றும், ஒரு பயனுமில்லை. வெறுத்துப் போய், சிலர் ஊர் திரும்பினார்கள். கிட்டத்தட்ட ஒரு வருடத்திற்குப் பிறகு, இந்த வன்புணர்ச்சி சம்பவம் நடந்தது. உண்மையில் இது பாகானாவில் மட்டுமல்ல, கிட்டத்தட்ட 58 கிராமங்களில் ஜாட்களும், அவர்களது காஃப் பஞ்சாயத்துகளும் கிராமப் பொது நிலங்களை தலித்துகளுக்குத் தரக்கூடாது என்று அரசிடம் வேண்டுகோள் விடுத்திருந்தன.

மார்ச் 23 சம்பவத்திற்குப் பிறகு, ஜாட்கள் தலித்துகள் மீது சமூக, பொருளாதார புறக்கணிப்பைத் திணித்தார்கள். வாழ்வாதாரமே ஆபத்தில் இருக்கும் நிலையில், அவர்கள் கிராமத்தை விட்டு வெளியேறி, ஹிஸ்ஸார் தலைமை செயலகத்தையும், டில்லி ஜந்தர்மந்தரையும் தங்கள்

இருப்பிடமாகவும், போராட்டக்களமாகவும் ஆக்கிக் கொண்டார்கள். இந்திய ஜனநாயகத்திற்கும், அதன் பெயரால் சொல்லிக் கொள்ளப்படும் பெருமைக்கும் இதுமிகப்பெரிய வெட்கக்கேடு. 2012 டிசம்பரில் 'உயர் சாதி' நடுத்தர வர்க்கப் பெண் வன்புணர்ச்சி செய்யப்பட்ட, கொலை செய்யப்பட்டபோது, ஊடகத்தால் பெரிதும் ஆதரிக்கப்பட்ட நடுத்தர வர்க்கம், அப்பெண்ணிற்கு 'நிர்பயா' (பயமற்றவள்) என்று உணர்ச்சிவசப்பட்டு பெயரிட்டு, நாடு முழுவதும் போராட்டத்தில் இறங்கியது. பெண்களுக்கு எதிரான பாலியல் வன்முறைகளை இனியும் பொறுக்க முடியாது என்ற புதிய உணர்வு நாட்டு மக்களிடம் தோன்றியதன் அறிகுறியாக இந்தப் போராட்டம் சித்தரிக்கப்பட்டது. ஊடகங்களும், நடுத்தர வர்க்கமும் பாகானா பெண்களின் துயர் பற்றி மௌனம் காத்தது வெளிப்படையாகத் தெரிந்தது. தலித்துகளின் இருப்பிடமாகவும் இருந்த போராட்டக்களத்திலிருந்து அவர்களை அரசு வலுக்கட்டாயமாக வெளியேற்றியது. கடைசியில் 2015 ஆகஸ்ட் 8ம் தேதி பாகானா கொடுமைக்கு எதிரான தலித் போராட்டக் கமிட்டி ஜந்தர் மந்தரில் ஒரு கூட்டம் போட்டு, தங்களது கடைசி ஆயுதத்தை எடுக்கத் தீர்மானித்தது. மதமாற்றம், அவர்கள் இஸ்லாமைத் தழுவினார்கள்.

இவையனைத்தும், ஜாட் முதலமைச்சரான பூபிந்தர் சிங் ஹீமா தலைமையிலான காங்கிரஸ் ஆட்சியில் நடந்தன. 2014ல் மத்தியிலும், மாநிலத்திலும் பாஜக வென்றபோது, வேறு எதற்காகவும் இல்லாவிட்டாலும் கூட, காங்கிரஸை மட்டம் தட்டவும், தலித்துகளை தம்பக்கம் இழுக்கவுமாவது, புதிய அரசாங்கம் தமக்கு நியாயம் வழங்கும் என்று மக்கள் எதிர்பார்த்தார்கள். சாதியின் முக்கியத்துவத்தைக் கணக்கிட்டுப் பழகிய அவர்கள் ஜாட் சாதியைச் சேராதவரான புதிய முதலமைச்சர் மனோகர் லால் கட்டார் தமக்கு செவிசாய்ப்பார் என்று நம்பினார்கள். ஆனால் அது வீணானது. அவர்கள் போராட்டத்தின் வெளிப்பாடாக இஸ்லாமிற்கு மதம் மாறியது மிக சுவாரஸ்யமானது. ஏனெனில் அவர்கள் அம்பேத்கர் தங்களுக்காகத் தேர்ந்தெடுத்த புத்தமதத்திற்கு மாறவில்லை. புத்த மதத்தால் தலித்துகளை பாதுகாக்க முடியவில்லை என்பதுதான் அவர்களது பதில். இது உண்மை இல்லையா என்ன? எவ்வாறாயினும் கையர் லாஞ்சியின் போட்மாங்கேக்கள் பௌத்தர்கள்தான். பௌத்தம் என்ற கலாச்சார அடையாளம் அவர்களைக் காப்பதற்கு பதிலாக, அவர்களது துயரங்களுக்குக் காரணமாக ஆகிவிட்டது. அம்பேத்கரைப் போற்ற நாக்பூரின் தீக்ஷாபூமியில் கூடியிருந்த லட்சக்கணக்கான பௌத்தர்களிடம் அவர்களது கொலை எந்த செயலையும் தூண்டவில்லை. அவர்களில் அத்தனை தீவிர பௌத்தர்களாக இல்லாதவர்கள்தான் (இடது சிந்தனை உள்ளவர்கள்) கையர்லாஞ்சி பேராட்டத்தில் ஈடுபட்டார்கள். அதற்காக, இஸ்லாம் தலித்துகளைப்

பாதுகாக்கும் என்பதல்ல. ஆனால் குறைந்தபட்சம் அது இந்து சக்திகளுக்கு ஒரு குறியீட்டான எதிர்ப்பதாகவாவது அங்கீகரிக்கப்பட்டது.

அமைப்பின் தோல்வி

சாதி வன்முறையாளர்கள் தமது கொடூர செயல்களை தொடர்ந்து செய்து கொண்டே இருக்கலாம் என்பதாகத்தான் அரசாங்கத்தின் செயல்பாடு பற்றிய அனுபவம் காட்டுகிறது- அமைப்பு ரீதியாகப் பேசினால், ஒவ்வொரு சாதி வன்கொடுமையையும் பரிசீலிக்கும் போது, சாதி இந்துக்களுக்கும், தலித்துகளுக்கும் உள்ள சமூக உறவில் உள்ள நிலவிவரும் சமநிலையின்மை, இந்த சமநிலையின்மை ஒரு அநீதியாக உருவெடுக்கும்போது அரசியலமைப்புச் சட்டப்படி தலித்துகளுக்கு ஆதரவாகத் தரப்பட்டுள்ள பாதுகாப்பு அம்சங்களின் செயல்தன்மை ஆகியவை கருத்தில் கொள்ளப்பட வேண்டும். சமூக உறவுகளில் சமநிலையின்மை என்பது சாதி சமூகத்தின் கட்டமைப்பின் ஒரு பகுதி. சாதி இந்துக்களின் கேவலப்படுத்தும் கட்டளைகளுக்கு தலித்துகள் பணிந்துபோகும் வரையிலும், அங்கு சமூக இணக்கம் இருப்பது போல் தோற்றமளிக்கும். பொதுவான நிகழ்ச்சிப் போக்கில், சமூக உறவுகளின் இயங்கியல், ஒவ்வொருபிரிவும் தனித்தனியே அளந்து வைத்திருக்கும் அவரவரது உணரப்பட்ட பலத்தின் அடிப்படையில் இயங்குகிறது. தலித்துகளின் பலம் பற்றிய உணர்வை தனது பாதுகாப்பு நடவடிக்கைகளால் அதிகப்படுத்துவதில் அரசால் ஒரு முக்கிய பங்கை ஆற்றமுடியும். ஆனால் தலித்துகள் மீதான வன்முறைப் பட்டியல்லை இதற்கு எதிரான விஷயத்தையே காட்டுகிறது. அரசு, நிலவி வரும் சாதிப் பிரிவினையை பாதுகாக்கும். ஏன் அதை அதிகரிக்கவும் விரும்பும் ஆளும் வர்க்கங்களுக்குத்தான் கடமையாக சேவை செய்கிறது. ஆக, வர இருக்கும் சாதிக் கொடுமைகளை முன்கூட்டியே தடுக்க ஒருபோதும் அரசு நேர்மையாக முயற்சி செய்ததில்லை. மாறாக, பல சமயங்களில் இதுபோன்ற குற்றங்களை இழைப்போரின் கூட்டாளியாகத்தான் இருக்கிறது.

அரசு தனது கடமையை சரியாகச் செய்திருந்தால், இப்போது சாதிப் கொடுமைகள் கணிசமாகக் கட்டுப்படுத்தப்பட்டிருக்கும். ஒரு குற்றம் பற்றி போலிசில் புகார் தருவதற்கே பல தடைகள் உள்ளன. தாம் சிறிய எண்ணிக்கையில் இருக்கும் கிராமத்தில் ஆதிக்க சாதிகளால் பழிவாங்கப்படும் அபாயம், போலீஸ் புகாரை வாங்க மறுப்பது என்று பல தடைகள். இந்த ஆரம்பத் தடங்கல்களைத் தாண்டினால்தான் அந்த வழக்கு குற்றங்கள் பற்றிய புள்ளிவிபரத்திலேயே சேரும். பெரும்பாலும், போலீஸ் குற்றவாளிகளுடன் கைகோர்த்துக் கொண்டு, அவர்களைக் காப்பாற்ற தன்னால் முடிந்த அனைத்தையும் செய்யும். அரசியல் நெருக்கடியும், பணமும் முக்கிய பங்கு வகிக்கும். வழக்கு பதிவு செய்ய போலீசுக்கு நிர்பந்தம் தர முடிந்தாலும்,

விசாரணை செய்வதும், சாட்சியங்களை சேகரிப்பதும் அவர்கள் கையில்தான். இம்மாதிரி வழக்குகளில் போலீஸ் விசாரணை சொதப்பலாகத்தான் இருக்கும் என்பது நியதி. இவ்வழக்குகளின் மிக மோசமான தண்டனை விகிதத்தைப் பார்த்தாலே (27.6 சதம் 2015ல், 2014ல் 28.8 சதம்.%) இது தெரியும். இது பல காலமாக ஒற்றை ஸ்தானத்தில் இருந்து இப்போதுதான் இந்த அளவிற்காவது உயர்ந்துள்ளது. இந்திய தண்டனைச் சட்டத்தின் கீழ் பதிவாகும் வழக்குகளில் தண்டனை விகிதம் 2015 ல் 46.9 சதமாகும். (பெண்களுக்கு எதிரான குற்றங்களில், இந்த விகிதம் 2015ல் இதுவரை இல்லாத அளவு 21.7 சதமாக குறைந்துள்ளது.) தலித்துகளை நீங்கள் என்ன செய்தாலும், நாங்கள் உங்கள் வழியில் வர மாட்டோம் என்று சட்டத்தின் பாதுகாவலர்கள் குற்றவாளிகளுக்கு மறைமுகமாக உறுதி தருகிறார்கள். போலீசுடனான இந்த கூட்டுதான் தமது கௌரவம், சுயமரியாதையை உயர்த்திப் பிடிக்கும் தலித்துகளை தண்டிக்க சாதி இந்துக்களுக்கு தைரியம் தருகிறது.

முழு அமைப்புமே சமூகத்தின் அதிகார சமநிலையின்மையை பாதிக்காமல் இருக்கும் வகையில் வடிவமைக்கப்பட்டிருக்கிறது. விமர்சனமின்றி தலித்துகளுக்கு பாதுகாப்பு தருவதாகச் சொல்லப்படும் அரசியலமைப்புச் சட்டத்தை, கூர்மையாக ஆராய்ந்தால் அது அதற்கு நேர்மாறானதைச் செய்வது தெரியும். அது மாற்றத்திற்கான கருவியாக செயல்படாது. நடைமுறையில் ஆளும் வர்க்கங்களை பலப்படுத்தவே உதவும்.

ஜனநாயகத்தை நல்ல முறையில் செயல்படுத்துவதற்காக ஏற்றுக் கொள்ளப்பட்ட, அதிக வாக்குகள் பெற்றவர் ஜெயிக்கும் முறை, இருக்கும் நிலைமை அப்படியே தொடர்வதை உறுதிப்படுத்துவதற்கான ஒரு அடிப்படையான வழிமுறையாகும். அரசின் மூன்று அங்கங்களான சட்டமன்றம், நிர்வாகம் மற்றும் நீதித்துறை ஆகியவற்றிற்கிடையிலான கட்டுப்பாடுகளுக்கும், சமநிலைப்படுத்தலுக்குமான அமைப்பு ரீதியான அம்சங்கள் இல்லாதது. இதை மேலும் பலப்படுத்துகிறது. இந்தியாவில் இவற்றில் முதல் இரண்டு அமைப்புகளும் ஒரே ஒடுக்குமுறை இயந்திரமாக மாறிவிட்டன. இது போலீஸ் அதிகாரவர்க்கம் மற்றும் அரசியல்வாதிகளின் கூட்டில் வெளிப்படுகிறது. இது ஒவ்வொரு வன்கொடுமையிலும்மிகத் தீங்கான பங்காற்றுகிறது. எளிய மக்களுக்கு ஒரே நம்பிக்கையாக நீதித்துறைதான் இருக்கிறது. அதற்கு ஏராளமான பலவீனங்கள் இருந்தபோதிலும், அவ்வப்போது சுந்திரமான மனதோடு செயல்படுகிறது. எனினும், சுரண்டப்பட்டோர், ஒடுக்கப்பட்டோரின் கண்ணோட்டத்திலிருந்து பார்த்தால், அதன் செயல்பாடும் மோசம்தான். ஒரு சில விதிவிலக்குகள் தவிர,

நீதிமன்றங்கள் எப்போதுமே ஏழைகள், பழங்குடியினர், தலித், முஸ்லிம் ஆகியோருக்கு எதிராகத்தான் இருக்கின்றன.

நீதி வழங்கும் அமைப்பு தலித்துகளுக்கு இழைத்த அநீதியை வார்த்தைகளால் விளக்க முடியாது பல வழக்குகளிலும் ‘சாட்சியம் இல்லை’ என்று குற்றவாளிகளுக்கு விடுதலைதான். கையர்லாஞ்சி வழக்கு ஒன்றுதான் அசாதாரணமாக உயர்நீதிமன்றம் வரை குற்றவாளிகள் விடுவிக்கப்படாத வழக்கு. இப்புதிய வகை வன்கொடுமைகளுக்கு முன்னோடி என்று நாம் முன்பே குறிப்பிட்ட 1968ன் கீழ்வெண்மணி வன்கொடுமையில், மெட்ராஸ் உயர்நீதிமன்றம் குற்றம் சாட்டப்பட்ட 23 மிராசுதார்களையும் இந்த கனவான்கள், அதிலும் சிலர் சொந்தமாக கார் வைத்திருப்பவர்கள் இது போன்று 44 தலித்துகளை கொடூரமாகக் கொலை செய்ய வாய்ப்பே இல்லை என்று கூறி விடுதலை செய்தது. அதே சமயம், இது தொடர்பான சம்பவங்களில் எட்டு தலித் விவசாயத் தொழிலாளர்களுக்கு, மிராசுதாரின் அடியாளான பி.படையாச்சி என்பவரின் கொலை தொடர்பாக தண்டனை தரப்பட்டது. ஒருவருக்கு ஆயுள் தண்டனை. மற்றவர்களுக்கு ஒன்று முதல் ஐந்தாண்டு வரை சிறை தண்டனை.

சுந்துரு வழக்கில் (1991 ஆகஸ்ட் 6ம் தேதி சாதி இந்துக்கள் எட்டு தலித்துகளை வெட்டிச் சாய்த்த வழக்கு) ஆந்திரப் பிரதேச உயர்நீதிமன்றம் 2012ல், விசாரணை நீதிமன்றம் 21 பேருக்கு ஆயுள் தண்டனையும், மேலும் 35 பேருக்கு ஓராண்டு சிறைத் தண்டனையும் தந்த தீர்ப்பை, போதிய சட்சியம் இல்லை என்று ரத்து செய்தது. இதற்கு முன்பு, 1987 ஜூலை 17 அன்று சுரம்சேருவில் ஆறு தலித்துகள் கொலை செய்யப்பட்ட வழக்கில் ஆந்திரப் பிரதேச உயர்நீதிமன்றம், 159 பேருக்கு ஓங்கோல் விசாரணை நீதிமன்றம் அளித்த ஆயுள் தண்டனையை ரத்து செய்து, அவர்களை விடுதலை செய்தது. 23 வருடங்களுக்குப் பிறகு 2008ல் உச்சநீதிமன்றம் தனது இறுதித் தீர்ப்பை வழங்கியது. முக்கிய குற்றவாளியான அஞ்சய்யாவிற்கு ஆயுள் தண்டனையும், 29 பேருக்கு மூன்று வருட சிறை தண்டனையும் தந்தது.

பாட்னா உயர்நீதிமன்றத்தில் ஆதிக்க சாதியினரால் தலித்துகள் கொலை செய்யப்பட்ட வழக்குகளில் பெரும்பாலும் விடுதலைதான் தரப்பட்டது. பதானி தோலா (1996-21 தலித்துகள் கொலை), லஷ்மண்பூர் பாதே (1997-58 தலித்துகள் கொலை), மியாபூர் (2000-34 தலித்துகள் கொலை), நகரி பஜார் (1998-10 கம்யூனிஸ்ட் ஆதரவாளர்கள் கொலை) என்று பல்வேறு இடங்களிலும் தலித்துகள் மொத்தமாகக் கொல்லப்பட்ட வழக்குகளில் குற்றம் சாட்டப்பட்டிருந்த அத்தனை ரண்வீர் சேனா தீவிரவாதிகளும் விடுவிக்கப்பட்டார்கள். பதானி தோலா வழக்கில் நேரில் பார்த்தவர்கள் கூறிய சாட்சியத்தை, நீதிமன்றம் அவர்கள் அந்த இடத்தில் இருக்க வாய்ப்பு

இல்லை என்று கூறி ஏற்க மறுத்தது. அவர்கள் உண்மையிலேயே அந்த இடத்தில் இருந்திருந்தால், அவர்களும் அல்லவா கொல்லப்பட்டிருப்பார்கள் என்று நீதிமன்றம் மிகவும் சாமர்த்தியமாகக் கூறியது. பொது மக்களின் நெருக்கடி காரணமாக கீழ் நீதிமன்றங்கள் கடுமையான தண்டனை தருவதும், உயர்நீதிமன்றங்கள் ஒட்டுமொத்தமாக எல்லோரையும் விடுதலை செய்வதும்தான் நடைமுறையாக உள்ளது. பாதிக்கப்பட்டவர்கள் எதிர்பாராத உறுதியுடன் விடாப்பிடியாக வழக்கை நடத்தினால், உச்சநீதிமன்றம் விடுதலையானவர்களில் ஒரு சிலருக்கு தண்டனை தரும். நீதிபதிகளின் சாதியை வைத்துதான் நீதிமன்றத்தின் தீர்ப்பு அமையும் என்ற முடிவிற்கும் நாம் வந்துவிடமுடியாது. பெரும்பாலான தலித் ஆதரவு தீர்ப்புகள் உயர் சாதியைச் சேர்ந்த நீதிபதிகளான கிருஷ்ணய்யர் அல்லது சின்னப்ப ரெட்டி போன்றோரிடமிருந்து வந்துள்ளன. அதே சமயம் சில தலித் நீதிபதிகள் தலித்துகளுக்கு எதிரான தீர்ப்புகளைத் தந்திருக்கிறார்கள். ஆனாலும் நிறுவனங்களில் ஒரு ஒற்றை சாதியின் மேலாதிக்கம் ஜனநாயகத்தில் விரும்பத்தக்கதான சுதந்திரமான கண்ணோட்டத்தை பாதிக்கவே செய்கிறது. வளர்ந்து வரும் சமூகங்கள் பற்றிய ஆய்விற்கான மையத்தின் ஒரு அறிக்கையை மேற்கோள் காட்டி, அவுட்லுக் தனது 2007 ஜூன் 4 இதழில் குறிப்பிட்டதுபோல, 1950 முதல் 2000 வரை இருந்த உச்சநீதிமன்ற தலைமை நீதிபதிகளில் 47 சதம் பிராமணர்கள், அதே காலத்தில் உயர்நீதிமன்றங்களிலும், கீழ் நீதிமன்றங்களிலும் இருந்த நீதிபதிகளில் 40 சதம் பிராமணர்கள்தான். பிற்பட்டோர் ஆணையம் தனது 2007 அறிக்கை ஒன்றில் இந்திய அதிகார வர்க்கத்தில் 37.17 சதவிகிதத்தினர் பிராமணர்கள் என்று குறிப்பிட்டது.

சாதிக் கொடுமைகள் வழக்குகளில் மிகக் குறைந்த தண்டனை வேண்டாவெறுப்பாக பதிவு செய்யப்படும் இவ்வழக்குகள், பின்னர் எவ்வாறு வேண்டுமென்றே அரசுத்தரப்பால் பலவீனப்படுத்தப்படுகின்றன. விதிமுறைகளைசரியாகக்கடைப்பிடிக்காமல் பலவீனப்படுத்தப்படுகின்றன. சமயங்களில் நீதிமன்றங்களே இவற்றில் தவறான முடிவு எடுக்கின்றன (அரசியல் நெருக்குதல் காரணமாகவோ அல்லது குற்றவாளிகளின் சாதி காரணமாகவோ) என்பதைக் காட்டுகிறது. மாறாக, 1992 பிப்ரவரியில் பாராவில் 35 பூமிஹார் பிராமணர்கள் கொலை செய்யப்பட்ட வழக்கில் மூன்று தலித்துகளுக்கு மரணதண்டனையும், ஆறு பேருக்கு ஆயுள் தண்டனையும் தரப்பட்டது. வழக்கு மேல்முறையீட்டுக்குச் சென்று ஒரு வருடத்திற்குள், உச்சநீதின்றம் (2002ல்) தண்டனையை உறுதி செய்தது. மேலும் மூன்று தலித்துகளுக்கு மாவோயிஸ்ட் கம்யூனிஸ்ட் மையத்தின் உறுப்பினர்கள் என்று தடா நீதிமன்றம் மரணதண்டனை தந்தது. அதே சமயம், ஆந்திரப் பிரதேசத்தின் மோசமான தலித் படுகொலைச் சம்பவமான சுந்துரு

வழக்கில் ஆந்திர உயர்நீதிமன்றம் அத்தனை குற்றவாளிகளையும் விடுவித்தது. லஷ்மண்பூர் பாதே, பீஹாரின் பதானிதோலா, ராஜஸ்தானின் கும்ஹெர்(இங்கு 1992ல் 30 ஜாதவ்கள் ஜாட் வன்முறையாளர்களால் எரித்துக் கொல்லப்பட்டவர்களைப் போலவே, தமிழ்நாட்டில் தர்மபுரி மாவட்டத்தில் சாதிக் கொடுமையால் பாதிக்கப்பட்டவர்களுக்கும் (இங்கு 2012ல் ஒரு வன்னியர் பெண் ஒரு தலித் பையனுடன் ஓடிப்போனதைத் தொடர்ந்து 200க்கும் மேற்பட்ட தலித் வீடுகள் தீயில் கொளுத்தப்பட்டன) இதுவரை நியாயம் கிடைக்கவில்லை. நியாயம் மேலே இருந்து வரும் என்று அமைதியாகக் காத்திருக்க வேண்டியது தானா? அது இதுவரை வராவிட்டால், அதை வேண்டுவோர் அதை வரவழைக்க வேண்டாமா?

குற்றவாளி அல்லது பாதிக்கப்பட்டவரின் சாதி என்று வரும்போது, நீதி வழக்குளில் இந்த மாதிரியான ஏற்றத்தாழ்வுதான் இருக்கிறது. இது தற்செயலாக, நடப்பதாக இருக்க முடியாது. ஆனாலும் அதை நாம் அப்படி நம் வேண்டும் என்று அரசு இழிவாக எதிர்பார்க்கிறது. இது பற்றி ஒரு முழுமையான சித்திரத்தைப் பெற தேசிய குற்ற ஆவணங்கள் கழகம் தரும் சிறையில் வாழும் தலித்துகளின் உயர்ந்த சதவிகிதம் பற்றிய புள்ளிவிவரத்தைப் பாருங்கள். மொத்தமுள்ள கைதிகளில் 20 சதத்தினர் பட்டியலின சாதியினர். 11 சதம் பட்டியலின பழங்குடிகள், மரண தண்டனைக்குக் காத்திருப்போரில் 76 சதத்தினர் ஒடுக்கப்பட்ட சாதியினர் (2016ல்) (மொத்தம் 279 கைதிகள்) பெரும்பாலான வன்கொடுமை வழக்குகளில் கையர்லாஞ்சி, ஜாஜர் போன்ற மிக மோசமான சம்பவங்களில் கூட நீதிபதிகள்சாதி சம்பந்தப்பட்டிருப்பதை உணரவில்லை. வன்கொடுமைச் சட்டம் பிரயோகிக்கப்பட்டதை நிராகரித்தார்கள். ஒரு குற்றம் சாதியின் காரணமாக மட்டுமே நடந்தது என்பதை எவரும் எப்படி நிரூபிக்க முடியும்? என்று ஒருவர் கேள்வியைத் திருப்பிப் போடலாம். வன்கொடுமைச் சட்டம் இதை எளிதாக வரையறை செய்துள்ளது. வன்கொடுமை என்பது எஸ்சி எஸ்டி அல்லாத ஒருவர் எஸ்சி எஸ்.டி மீது இழைக்கும் குற்றம், பல் இருக்கும் ஒரே சட்டம்' என்று கருதப்படும் இச்சட்டமும், நீதிமன்றம் அதன்பிரயோகம் பற்றிய பிரச்சினைக்குள் இறங்கும்போது முற்றிலும் செயலற்றதாக ஆகிவருகிறது.

சாதி வன்முறையோடு போரிடுதல்

தலித் அரசியல், அது உருவாகக் காரணமே சாதி பாரபட்சத்திலிருந்து தலித் நலன்களைப் பாதுகாக்கத்தான் என்றாலும், சாதி வெறியின் மிக மோசமான வெளிப்பாடாகிய வன்கொடுமைகள் மீது கவனம் செலுத்துவதில்லை என்பது முக்கியமானது. தலித் அரசியல்வாதிகள் ஒருபோதும்

வன்கொடுமைகளுக்கு எதிராக எந்த போராட்டத்தையும் நடத்தியதில்லை. தமது ஆளும் வர்க்க அரசியல் ஆதரவாளர்களுக்கு தர்மசங்கடத்தை ஏற்படுத்தினால் அவர்களுக்கு பாதிப்பு ஏற்படும் என்பதுதான் காரணம். கைலர்லாஞ்சி தலித் ஹத்யாகண்ட் சங்கர்ஷ் சமிதியின் கீழ் அணிதிரண்ட தலித் போராட்டக்காரர்களின் கோபம் எந்த அளவுக்கு சாதி வன்கொடுமையாளர்களுக்கு எதிராக இருந்ததோ, அதே அளவு அரசுக்கும், தலித் அரசியல்வாதிகளுக்கும் எதிராக இருந்தது. கையர்லாஞ்சியும், கொல்லப்போனால் எல்லா வன்கொடுமைகளுமே தலித்துகளின் அரசியல் பலம் பாதிக்கப்பட்டதன் விளைவுதான். இதற்கு தலித் அரசியல்வாதிகள்தான் பொறுப்பு. வழக்கறிஞர்கள், மருத்துவர்கள், வர்த்தகர்கள், நடுத்தர வர்க்கத்தினர், சேரிவாசிகள் என அனைத்துப் பகுதி மக்களும் எந்த ஒரு ஆதரவு தளமும் இல்லாமல் வீதிகளில் இறங்கினார்கள். அவர்கள் துன்பப்படத் தயாராக இருந்தார்கள். ஆனால் தலித் சட்டமன்ற, நாடாளுமன்ற உறுப்பினர்களின் உதவியை நாடவில்லை. உண்மையில், திரும்பத் திரும்ப நிகழும் தலித்துகள் மீதான வன்முறை தலித் அரசியல்வாதிகளுக்கும், தலித் மக்களுக்கும் இடையிலான இந்த இடைவெளி மேலும் அதிகரிக்கிறது.

இந்திய சமூகத்தில் ஒரு கணிசமான பகுதி சாதிக்கு எதிராக இருக்கிறது என்பது ஒரு மாயை. உண்மையில் மதவாதம், பாலின பேதம், பொதுவான உழைப்பாளிகள், விவசாயிகள் மீதான சுரண்டல் போன்ற பல விஷயங்களில் முற்போக்கான கருத்துகள் கொண்ட மக்கள் ஏராளமாக இருக்கிறார்கள். எனினும், இந்த தீமைகளுக்கெல்லாம் வேறாக இருக்கக்கூடிய சாதி என்பது வரும்போது, அவர்கள் அதை தலித்துகள் பார்த்துக் கொள்ளட்டும் என்று வசதியாக இருந்து விடுகிறார்கள். கையர்லாஞ்சி போராட்டங்கள் வெடித்தபோது, அவர்கள் தலித்துகளுக்கு தம் ஆதரவைத் தெரிக்க முன்வந்திருக்க வேண்டும். ஆனால் அப்படி வரவில்லை. பாகானா வன்புணர்ச்சிகளுக்குப் பிறகு ஆணாதிக்க எதிர்ப்பு அல்லது பாலின பாகுபாடு எதிர்ப்புப் படைகளை எங்கும் காணமுடியவில்லை. 'நிர்பயாவை' உருவாக்கிய நடுத்தர வர்க்கப் போராளிகளின் அலையும் இல்லை. பாகானா விற்குப் பிறகு நடந்த எதிர்ப்பியக்கங்கள் எந்த அரசியல் இயக்க உதவியும் இன்றிதான் நடந்தன. இவை ஏதோ ஒரு வகையில் நடுத்தர வர்க்கத்தின் முற்போக்கு சிந்தனைகளைக் கொண்டிருந்தவர்களால் நடத்தப்பட்டன. ஆனால், பிறகு ஏன் இவற்றில் நடுத்தர வர்க்கம் வரவில்லை? முஸ்லீம்கள் மீதான மதவாத ஒடுக்குமுறைக்கு எதிராக ஆர்வமாகப் போராடும் மக்கள் சாதி ஒடுக்குமுறைக்கு அசையாமல் இருப்பது ஏன்? சாதி எதிர்ப்பு என்பது மனித உரிமைகளோடு தொடர்புடையதாகப் பார்க்கப்படாமல், சாதியோடு தொடர்புடையதாகப் பார்க்கப்படுவது ஏன்? இந்தியாவில்

முற்போக்குத்தன்மை என்றால் அது அவசியமாகவே சாதிக்கு எதிரானதாக இருக்க வேண்டியது இல்லை என்று தெரிகிறது. சாதி பிரச்சினைகளில் தமது நிலைபாட்டை மாற்றிக் கொண்டுள்ளதாகக் கூறும் கம்யூனிஸ்ட்கள் கூட, அடையாள எதிர்ப்பிற்கு மேலாக செல்ல வேண்டும் என்று நினைப்பதில்லை. அவர்கள் ஏன் தம் அணிகளை கையர்லாஞ்சியில் போராடத் திரட்டவில்லை?

சாதி உணர்வு என்பதை ஆதியிலிருந்து இருப்பது என்று எடுத்துக் கொண்டால், சாதி வன்முறை என்பது அதைவிட சற்று அதிக ஒப்புமை உள்ள ஒன்று. அது ஒரு குறிப்பிட்ட உலகியல் சார்ந்த சூழலை உருவாக்குகிறது. அது சாதி பாகுபாடு, தீண்டாமை போன்றவற்றை உள்ளடக்கிய, உள்ளார்ந்த வகையில் வன்முறைகள் உள்ள ஒரு உயிரோட்டமான உலகை பிரதிபலிக்கிறது. சாதி வன்முறை செயல்களில் இருமடங்காக அதை வெளிப்படுத்துகிறது. அதே சமயத்தில் சமகால சாதி வன்முறைக்கு அதன் உட்பொதிந்த வடிவங்களிலிருந்து மாறுபட்ட ஒரு தன்மை உள்ளது. அது பின்காலனிய அரசியல் பொருளாதார சக்திகளால் உருவாக்கப்பட்ட ஒரு புது வன்கொடுமை வகைமையாகும். நான் நிலைத்துத்தொடரும் சாதி (*Persistence of Caste*) என்ற நூலில் விளக்கியுள்ளதுபோல், இந்த வன்முறைக்கு மூன்று மூலப்பொருட்கள் தேவைப்படுகிறது. முதலாவது தலித்துகள் மீது ஒரு வன்மம், இது அவர்களை மாறுபட்ட நலன்களைக் கொண்ட, மாறுபட்ட மனிதர்களாகப் பார்க்கும் சாதி உணர்விலிருந்து வருவது, அவர்கள் முன்னேற்றம் அடைவது போல் தெரிந்தால், அது நிலவும் சூழலை குலைப்பதுபோல் பார்க்கப்படும். இது மற்றவர்களிடம் ஒரு வெறுப்புணர்வைத் தூண்டும். இது இட ஒதுக்கீடு மற்றும் வேறுபல பிரச்சினைகளில் வாடும் தலித் அல்லாத மக்கள் தலித்துகள் எந்த கலாச்சார உறுதியைக் காட்டினாலும், அதை ஒரு பாதுகாப்பற்ற உணர்வுடன் பார்ப்பார்கள். அவர்களது நிலைமைகளில் பொருளாதார மாற்றம் ஏற்படுவதை, அது அவர்களது தகுதிக்கு மீறியதாகப் பார்ப்பார்கள். இது தலித்துகள் மீதான வன்மத்தை மேலும் கூர்மைப்படுத்துகிறது. இரண்டாவது, தலித்துகள் மீது வன்முறை புரிவோருக்கு எந்தத் தீங்கும் வராது என்ற நிறுவனரீதியான உறுதிமொழி. மூன்றாவது வன்முறையை உடனடியாகக் கிளப்பிவிடும் ஒரு தூண்டுதல். இத்திட்டம், இத்தீமையை ஒருவர் எப்படி எதிர்க்கலாம் என்பதற்கு நமக்கு ஒரு குறிப்பை உணர்த்துகிறது. இந்த அம்சங்களில் ஏதேனும் ஒன்றை நீக்கினால் அல்லது தனிமைப்படுத்திவிட்டால், சாதி வன்முறையை ஒழித்து விடலாம்.

மிக முக்கியமானது சாதி உணர்வை வேரறுத்தல். இதற்கு அதிகாரப் படிநிலையோடு தொடர்புடைய சாதி அடையாளங்களை அழிக்க வேண்டும். சாதி ஒழிப்புதான் சிறந்த தீர்வு. ஏனெனில் அதன் பலன்கள் சாதி

வன்முறை என்ற வரையறுக்கப்பட்ட வட்டத்தைத் தாண்டியும் விரிவடையும். இந்துமதத்தின் தரிசுநிலத்திலிருந்து அரசியலமைப்புச் சட்டத்தில் சாதிகளை நூற்பது போல் நட்டதற்கு ஒப்பாக, சாதிகள் அவற்றைச் சுற்றி சிலந்திவலை போல் சமூக நீதி நடவடிக்கைகள் சுற்றப்பட்டு அரசியலமைப்புச் சட்டத்தில் புனிதப்படுத்தப்பட்டு விட்டதால், சாதி ஒழிப்பு என்பது தற்சயம் சாத்தியமில்லை என்றே தோன்றுகிறது. பாரபட்சமான மனங்களுக்கு அது மோசமானது என்று தோன்றினாலும்கூட, ஒருவர் முயற்சி செய்து பார்க்கலாம் என்று கருதினால், நீண்ட காலம் பிடிக்கும் ஒரு தீர்வு இருக்கிறது. அது சாதி ஒழிப்பின் அவசியத்தை உணர்ந்து, சமூகத்தை வர்க்க அடிப்படையில் பார்ப்பதற்கு ஏற்ற வகையில் தம் கண்ணோட்டத்தை மாற்றிக் கொண்டு, தலித்துகளிடமிருந்து ஆரம்பிக்க வேண்டும். இதுதான், இதே நிலையில் இருக்கும். கிராம ஆதிக்க சக்திகளின் அடியாட்களாக உள்ள தலித் அல்லாத மக்களோடு இணைப்பை ஏற்படுத்தவற்கு சிறந்த வழி. இந்திய சமூகத்தை சாதிக் கண்ணாடி போட்டுப் பார்த்துப் பழகிய பலருக்கு இது சாத்தியமற்றது போல் தெரியும். ஆனால் அது அப்படியல்ல. நாம் சாதிகளின் இருப்பைத் தான் முரண்பாடான விஷயமாகப் பார்க்க வேண்டும். அது இல்லா நிலைமையை அல்ல. இன்றைய சூழ்நிலையை வைத்துப் பார்த்தால் அம்பேத்கரியர்களே தங்களது வழிகாட்டியின் கனவை நம்பாத நிலையில், சாதி ஒழிப்பு சாத்தியமில்லை என்று கருதும் நிலையில், மற்றவர்களும் இந்துத்துவா, நவீன தாராளமயம் என்ற விஷச் சூழலின் ஆதிக்கத்தில் இருக்கும் நிலையில், அது நிச்சயமாக மெதுவாக நடக்கும் ஒரு செயல்முறையாகத்தான் இருக்கும். ஆனாலும், 1930களின் இறுதியில் கோட்டி எதிர்ப்புப் போராட்டத்தில் அம்பேத்கர் முயற்சி செய்ததைப் போல, இத்தகைய வர்க்க ஒற்றுமை போராட்டத்தின் வாயிலாக மட்டுமே உருவாக முடியும்.

அரசியலமைப்பு உருவாக்கத்தில் இருந்த தந்திரத்தைப் புரிந்து கொள்வதும் இணைந்து நடக்க வேண்டிய ஒரு பனியாகும். மக்களைப் பிரிக்க இரு சக்தி வாய்ந்த ஆயுதங்களாக இருக்கும் மதத்தையும், சாதியையும், காலனியத்திற்குப் பிறகான ஆட்சியாளர்கள் திறமையாக அரசியலமைப்பில் பாதுகாத்திருக்கிறார்கள் என்பதை தலித்துகள் புரிந்து கொள்ள வேண்டும். ஒடுக்கப்பட்ட மக்களுக்கு சமூக நீதி வழங்குதல், மதச் சீர்த்திருத்தங்கள் செய்வதற்கான வெளியை திறந்து வைத்தல் என்ற போலிக் காரணங்களின் அடிப்படையில் இது செய்யப்பட்டது. எழுபதாண்டுகளுக்குப் பிறகும் ஆளும் வர்க்கங்களின் இந்த வஞ்சகம் கண்டுபிடிக்கப்படவில்லை. அல்லது, அதனால் பாதிக்கப்பட்டவர்களே அதைக் கொண்டாடுகிறார்கள். இது புரிந்து கொள்ளப்பட்டு, கண்டிக்கப்பட்டாலன்றி, சாதி ஒழிப்பு என்பதை அடைவது என்ன, அதற்காக முயற்சி செய்வதே இயலாத காரியமாக இருக்கும். சாதிகள்

(மதங்களும் கூட) அரசியல் செல்வாக்கிற்கான உந்து சக்தி. அதை ஆளும் வர்க்கம் ஒருபோதும் தானாக முன் வந்து கைவிடாது. தம் கையில் இருக்கும் இந்த ஏராளமான எரிபொருளை வைத்து, அவர்கள் தீயை தொடர்ந்து வளர்த்துக் கொண்டேதான் இருப்பார்கள். இவர்களின் இந்த தூண்டுதலின் வெற்றி, நடுத்தர வர்க்க தலித்துகளின் அதிகரித்து வரும் அடையாள வெறியார்வம், அம்பேத்கரின் சாதி ஒழிப்பு பற்றிய கனவிற்கு நேர் எதிரான உணர்வு ஆகியவற்றில் வெளிப்படுகிறது. இந்த அணுகுமுறை விரும்பத்தகாது என்றாலும், குறுகிய காலத்தில் சாத்தியப்படுவதாகத் தெரியவில்லை.

இரண்டாவது அம்சம், தற்போது வன்கொடுமை செய்வோர் தண்டனைகளிலிருந்து தப்புவது, அவர்களுக்கு சட்டங்களால் ஆபத்தில்லை. இதில் இரண்டு அம்சங்கள் உள்ளன. ஒன்று, வன்கொடுமை செய்வோருக்கு இருக்கும் சக்திமிக்கவர்களின் பாதுகாப்பான ஆதரவு, இரண்டாவது அவர்களை எதர்க்க முடியாத தலித்துகளின் பலவீனம். சாதி வன்முறைகளின் பின்னால் இருக்கும் முக்கியமான நபர் பணக்கார விவசாயி. பொதுவாக சாதி அடிப்படையில் சூத்திரர். காங்கிரஸ் கட்சியின் ஆதரவில் காலனியத்திற்குப் பிறகான அரசியல் பொருளாதாரத்தால் உருவானவர். வன்முறையை நேரடியாக நிகழ்த்துபவர் (அடியாள்) பாதிக்கப்பட்ட தலித்தைப் போலவே வசதியற்றவராகத்தான் இருப்பார் என்றாலும், அவருக்கு இந்த பணக்கார விவசாயியின் பொருளாதார, தார்மீக ஆதரவு இருக்கும். அந்த பணக்கார விவசாயிக்கு அரசியல் பின்புலமும், உள்ளூர் நிர்வாகத்தின் ஆதரவும் இருக்கும். கடந்த 70 ஆண்டுகளில், கிராமங்களில் தலித் தலித் அல்லாதோர் இடையிலான இந்த அதிகார அசமத்துவம் அச்சுறுத்தும் வகையில் வளர்ந்து விட்டது. இந்த அம்சங்களைத்தான். தலித்துகளின் எண்ணிக்கை ரீதியான பலவீனம், பொருளாதார ரீதியாக பின் தங்கிய நிலை. ஒடுக்குவோரை எதிர்கொள்ள தன்னம்பிக்கை இல்லாதது ஆகியவற்றைத்தான் தலித்துகள் கொடுமைகளை ஏற்று துன்புறுத்துவதற்கான காரணங்கள் என்று அம்பேத்கர் 1936 மே 31 நைகுவாமில் மும்பை எலகா மஹர் பரிக்ஷத்தில் 'கடைத்தேற்றத்திற்கான பாதை என்ன? (முக்தி கோன் பரே?) என்ற உரையில் குறிப்பிட்டார். இதற்குத் தீர்வாக அவர் நிலவி வரும் மற்றொரு மத சமூகத்தில் மதமாற்றம் மூலம் இணைந்து கொள்வதை முன்வைத்தார். கிட்டத்தட்ட இருபத்தாண்டுகள் மதமாற்றத்திற்கான பகுத்தறிவிற்கு ஏற்ற காரணங்கள் குறித்து யோசித்த அவர், இந்தியாவில் இணைவதற்கு ஒரு சாதியைத் தராத புத்தமதத்திற்கு இறுதியில் மாறினார்.

இந்த அம்சங்கள் குறித்து தலித்துகளால் ஏதாவது செய்ய முடியுமா? முதல் அம்சமான தலித்துகள் தான் சொன்ன பேச்சைக் கேட்கும்படி பாடம் புகட்ட

வன்முறையை ஏவும் கிராமத்தின் பெரியமனிதரின் அதிகாரம் குறித்து அவர்களால் எதுவும் செய்ய முடியாது. தனது பணம், அரசியல் தொடர்பு, உள்ளூர் நிர்வாகத்தில் தனது செல்வாக்கு ஆகியவற்றை வைத்து பின் விளைவுகளை சமாளித்துக் கொள்ள முடியும் என்று அவர் ஓரளவிற்கு தைரியமாக இருப்பார். இந்த விஷயத்தில் தலித்துகள் அவருக்கு சமமாக வர முடியாது. மேலும், இந்த அம்சம், வன்கொடுமை நிகழ்த்தப்பட்ட பிறகுதான், செயல்படுத்தப்படுகிறது. அந்த வன்கொடுமையோ, எதிர்ப்பு காட்ட முடியாத தலித்துகளின் இயலாமையின் காரணமாக, அவர்களது உள்ளார்ந்த பலவீனம் காரணமாகவே நிகழ்த்தப்படுகிறது. அம்பேத்கர் கூறியதுபோல், எதிர்ப்பைக் காட்ட பணபலமோ, எண்ணிக்கை பலமோ கிடையாது. ஆனால் அம்பேத்கர் மூன்றாவது ஒரு வலிமையையும், அதாவது தார்மீக பலத்தையும் குறிப்பிட்டார். இது மற்ற பலங்களைவிட மிக முக்கியமானது. பல நூற்றாண்டுகளாக அடிமைப்பட்டு இருந்ததால், தலித்துகள் இந்த தார்மீக பலத்தையும் இழந்து விட்டார்கள் என்றார் அம்பேத்கர். ஆனால் கடந்த நூற்றாண்டில் ஏற்பட்ட எழுச்சிக்குப் பிறகும் அது அப்படியே இருக்கலாமா? வன்கொடுமை செய்வோரை எதிர்க்க தலித்துகள் இந்த மனோபலத்தைப் பெற வேண்டும். இதில் இழைக்கப்பட்ட தவறுக்குப் பழிவாங்குதலும் அடங்கும். வன்கொடுமைகளை தலித்துகளால் எதிர்க்க முடியும். தாம் பெற்றதை அப்படியே திருப்பித்தர அவர்களால் முடியும் என்பதை உணர்ந்தால் தயங்குவார்கள். நடுத்தர வர்க்க உணர்வு வன்முறை என்றால் நெளியும். ஆனால் அவர்கள், கொள்கை ரீதியாக வன்முறை என்பதை நிறுத்திவிட முடியாது என்பதை அவர்கள் புரிந்து கொள்ள வேண்டும். வன்முறை என்பது மனிதர்களின் குணதிசயம். நாளுக்கு இருவர் என்ற கணக்கில் கொலை செய்யப்படும். நாளைக்கு ஐந்து முறைக்கு மேல் வன்புணர்ச்சி செய்யப்படும் தலித்துகளுக்கு வன்முறைக்கு எதிராக உபதேசிப்பது, இந்த வன்கொடுமைகளை பொறுத்துக் கொள்ளுங்கள் என்று சொல்வதேயாகும். வன்முறையை நாம் இங்கு குறிப்பிடுவது தற்காப்பு வன்முறை அரசியல் உணர்வை உருவாக்கும். கூர்மைப்படுத்தும் போராட்டத்தின் தீவிர வடிவத்தின் ஒரு பகுதியாகப் புரிந்து கொள்ள வேண்டும். எளியவர்களின் துயரம் இந்த உலகை அச்சுறுத்துகிறது. இவ்வுலகம் விழித்தெழுந்து, அவர்களது துயரத்தை உணர வேண்டும் என்பது தான் நமது நியாயமான கோரிக்கை.

5

மாவோயிஸ்ட்டுகளை உருவாக்குதல்

நவீன தாராளமய யுகத்தில் எதிர்ப்புக் குரல்

1966 அக்டோபரில் தற்காப்பிற்காக, பாபி சீலுடன் சேர்ந்து ஹிவை. பி.நியூட்டன் கருஞ்சிறுத்தைகள் கட்சியை ஆரம்பித்தார். அவரது வாழ்க்கை வரலாறு ஏ.ஹிவை.வி.நியூட்டன் ஸ்டோரி *(2001)* என்று திரைப்படமாக வந்தபோது, அதில் நியூட்டனாக நடித்த ரோஜர் குன்வர் ஸ்மித் கீழ்கண்ட வசனத்தைப் பேசுவார்.

'நீங்கள் எஃப்.பி.ஐயின் கோப்புகளைப் படித்தால் திரு.ஜே.எட்கர் ஹூவரே அமெரிக்காவின் உள்நாட்டுப் பாதுகாப்பிற்குப் பெரும் அச்சுறுத்தலாக இருந்தவை துப்பாக்கிகள் அல்ல. குழந்தைகளுக்கான இலவச காலை உணவுத் திட்டம்தான் என்று கூறியிருப்பது தெரியும்.

பார்த்தால் எளிமையான ஒரு சமூக நலப்பணிபோல் தெரியும். பள்ளிக்குழந்தைகளுக்கான இலவச காலை உணவுத் திட்டம் *1969* ஜனவரியில், கலிஃபோர்னியாவில் ஓக்லாண்டின் புனித அகஸ்டின் தேவாலயத்தின் சில குழந்தைகளுக்கு உணவளிப்பதற்காக கருஞ்சிறுத்தைக் கட்சியில் ஏற்படுத்தப்பட்டது. அந்த ஆண்டு இறுதிக்குள் அது மிகவும் பிரபலமாகி, பத்தொன்பது நகரங்களுக்குப் பரவி, அதன் மூலம் பத்தாயிரத்திற்கும் அதிகமான குழந்தைகளுக்கு இலவச காலையுணவு தரப்பட்டது. (பிரெட், பன்றி இறைச்சி, முட்டை, சோளக் கஞ்சி) இது தினமும் காலையில் பள்ளிச் செல்லும் முன் தரப்பட்டது. இவை பொதுவாக கறுப்பர் பகுதிகளில் இயங்கினாலும், மற்ற சமூகத்தினரின் குழந்தைகளுக்கும், சியாட்டில் போன்ற ஓரளவு நடுத்தர வர்க்கப் பகுதிகளில் உள்ள குழந்தைகளுக்கும் உணவு தரப்பட்டது. இது அமெரிக்காவில் பசி, வறுமை பற்றி மக்களிடையே விழிப்புணர்வை ஏற்படுத்தியது. கருஞ்சிறுத்தைக் கட்சியை உருவாக்கியவர்களின் சமூகப் பார்வையை நோக்கி மக்களை ஈர்த்தது. இத்திட்டத்தின் வெற்றி கறுப்பின சமூகத்தின் தேவைகள், கட்சியின் தேசிய அளவிலான வீச்சு, அதன் செயல்திறன் பற்றி ஏராளமான செய்திகளைச் சொன்னது. நாடெங்கிலும் இருந்த அரசுப் பள்ளிகளின் அரசு மதிய உணவுத் திட்டத்தின் போதாமைகளை வெளிச்சமிட்டுக் காட்டி, ஏழைகளின் பிரச்சினைகளை அரசு கண்டு கொள்ளாமல் இருக்கும் போக்கை அம்பலப்படுத்தியது. அத்திட்டத்தின் வெற்றியை மீறி அல்லது அந்த வெற்றியின் காரணமாகவோ, அரசு அந்த காலையுணவுத் திட்டத்தை முறியடிக்க முயற்சி செய்தது. பாதுகாப்பு நிறுவனங்களின் மனநிலையைக்

காட்டுவதுபோல, எஃபிஐ இயக்குநர் ஜே.எட்கர் ஹூவர் இது ஒரு 'ஊடுறுவல் - அரசு தனது குடிமக்களின் ஒரு பகுதியினரின் நலனுக்காக தான் செய்ய வேண்டியதிலிருந்து தவறினாலும்கூட, இது அரசின் அதிகார எல்லைக்குள் புகும் ஊடுறுவல் என்றார்.

இப்படியே தான் இந்திய அரசு நக்ஸலைட்கள் பற்றி நினைக்கிறது. அடிமட்டத்திலுள்ளோரின் கருத்து மாறுபாடு இப்படி வெளிப்படுவதில் உள்ள ஆபத்தைப் பற்றி அது கவலைப்படுகிறது. அது நக்ஸலைட்டுகளின் துப்பாக்கிகளுக்கு அஞ்சவில்லை. அவை பிரதிநிதித்துவப்படுத்தும் மாற்றை நினைத்து அஞ்சுகிறது. நக்ஸலைட் தத்துவம் அது என்னவாக இருந்தாலும் அது அரசுக்கு அச்சம் தருவதல்ல. ஆனால் மாற்றுக் கருத்து என்ன எளிய விஷயம் அச்சம் தருகிறது. ஏழைகளுக்காக போராடுவது, ஜனநாயக உரிமைகளின் மீறல்களுக்கு எதிராகப் பேசுவது, அரசின் நடவடிக்கைகளின் அரசியலமைப்புத் தன்மையை கேள்வி கேட்பது ஆகியவை இந்திய அரசுக்கு ஒத்துக்கொள்ளாது. மிகத் திறமையாக வடிவமைக்கப்பட்ட ஒரு பொய்யான சமன்பாட்டில் அது நக்சலைட்களை அல்லது மாவோயிஸ்ட்களை, 'தேச பாதுகாப்பிற்கு மிகப் பெரிய அச்சுறுத்தல்' என்று தேசத்தின் எதிரிகளாகச் சித்தரிக்கிறது. தேசத்தின் எரிகளாக அவர்களது அந்தஸ்து மிகவும் உறுதிப்படுத்தப்பட்டு, அதை விவாதிக்கவே முடியாததாக ஆக்கப்பட்டுவிட்டது.

இது போன்ற மாற்றுக் கருத்துகளை நசுக்க, அரசு தனது அமைப்பிற்கு ஆபத்து என்று கருதும் தனிநபர்களை அவமதித்து, நீக்கிவிட தனது அனைத்து பலத்தையும் பிரயோகிக்கிறது.

அதன் வடிவம் என்னவாக இருந்தாலும், ஒரு செயல்படும் ஜனநாயகத்தின் சாரம், அரசின் அதீதம்களிலிருந்து குடிமக்களைக் காக்க அது தரும் பாதுகாப்பில்தான் இருக்கிறது. இது போன்ற எந்தவொரு அரசியலிலும், மாற்றுக் கருத்தைச் சொல்ல ஒரு வெளி அவசிமாகத் தரப்பட வேண்டிய ஒன்று. பல்லாண்டு காலமாக உலகின் பெரிய ஜனநாயகம் என்று பெருமை பேசி வரும் இந்தியா தன் மக்களுக்கு இப்படிப்பட்ட வெளி கிடைப்பதை படிப்படியாக கட்டுப்படுத்தி வருகிறது. இன்று நமக்கு இத்தகைய வெளி மும்பையின் ஆஸாத் மைதானம் போல் ஒவ்வொரு தலைநகரத்திலும் ஒரு குறிபிட்ட சிறிய இடமாக சுருங்கிவிட்டது. அங்கு மக்கள் போடும் கூச்சல் அரசுக்கு இல்லாவிட்டாலும், எதையும் கவனிக்காத ஆகாயத்திற்குக் கேட்கும். இப்படிக் கட்டுப்படுத்தப்பட்ட இடங்கள் கூட இனிமேல் ஒரு அரசியல் உரிமையாக கிடைக்காது. 2017 அக்டோபரில் டில்லியின் ஐந்தர் மந்தரை அரசு மீண்டும் கைப்பற்றிக் கொண்டுவிட்டது. போராட்டக் காரர்களின் கசமுசா கூட்டங்கள் வெளியேற்றப்பட்டன. இந்தியா ஒரு

ஜனநாயகம் என்ற போலித்தனம் அனுமதிக்கப்பட்டு வந்த அந்த 18ம் நூற்றாண்டு வானியல் ஆய்வுக் கூடத்தின் பின்னர் இருக்கும் அகலமான தெருவில் இக்குடியரசால் அநீதி இழைக்கப்பட்ட எந்தவொரு குடிமகனும் இனி நுழைய முடியாது. நீங்கள் இராணுவ சிறப்புச் சட்டம் தந்த அதிகாரத்தால், ராணுவத்தினரால் வன்புணர்ச்சி செய்யப்பட்ட மணிப்பூரின் ஆதிவாசிப் பெண்ணா? வறட்சி நிவாரணம் கேட்கும் தமிழக விவசாயியா? ஜாட் சாதியினரால் கடத்திச் செல்லப்பட்டு, கூட்டு வன்புணர்ச்சி செய்யப்பட்ட நான்கு தலித் சிறுமிகளுக்கு நியாயம் கேட்பவரா? இன்றும் நியாயம் கிடைக்கும் என்று நம்பும், போபால் விஷவாயுவால் பாதிக்கப்பட்டவரா? யாராயினும், உங்களது கூச்சலை எழுப்ப நீங்கள் பணம் செலவழிக்க வேண்டும். நல்ல கணிசமான தினவாடகைக்கு மரங்களற்ற ராம்லீலா மைதானம் உங்களுக்குக் கிடைக்கும். அது அதிகார மையத்திலிருந்து, உண்மையில், உலகின் பார்வையிலிருந்தே ஒதுங்கி வெகுதூரத்தில் இருக்கும் இடம். சிறைச் சாலையைப் போல, முள்கம்பி வேலிகளோடு, ஆயுதமேந்திய போலீஸ் காவலுக்கு நிற்கும் குறுகிய வாசல்களோடு, கூட்டங்களுக்காகவே ஒதுக்கப்பட்ட இந்த இடங்கள் மாற்றுக் கருத்துகள் பொதுமக்களிடம் பரவி விடாமல் காக்கின்றன. இந்திய ஜனநாயகத்தின் பாதுகாவலர்கள் ஜனநாயக வெளியைக் குறைத்ததோடு மட்டும் திருப்தி கொண்டுவிடவில்லை. அரசு மாற்றுக்கருத்தாளர்கள் மீது கிரிமினல் வழக்குகளைப் போட்டு அவர்களை நிஜமான சிறைகளிலும் அடைக்கிறது.

அதன் வெளிப்பாட்டின் வழிமுறை ஒருபுறமிருந்தாலும், அதிகம் அவதூறு செய்யப்படும் நக்ஸல் இயக்கம் அடிப்படையில் ஒரு எதிர்ப்புச் செயல்தான். ஒரு பொது எதிர்ப்பு அமைப்புதான். அரசே இந்த விஷயத்தை எப்போதாவது ஏற்றுக் கொண்டுள்ளது. ஆனாலும், அதன் செயல்கள் இப்படி ஏற்றுக்கொண்டதைக் காட்டவில்லை. அரசு எப்போதுமே நக்ஸலைட்களை குற்றவாளிகளாகக் காட்டவே விரும்புகிறது. நக்ஸலைட்டுகளுக்கு எதிரான போர் என்ற போர்வையில் பழங்குடி மக்கள் மீது முழுமையான போர் தொடுக்கிறது. இப்படிப்பட்ட அரசின் சிவில் உரிமை மீறல்களைக் கேள்வி கேட்போர் மீதும் இதே கண்ணோட்டத்தை விரிவுபடுத்துகிறது. அவர்களையும் நக்ஸலைட் / மாவோயிஸ்ட் என்று முத்திரை குத்தி, தனது அடக்குமுறை அதிகாரத்தை ஏவுகிறது. நக்ஸலைட்கள் மீது அரசு கூறும் எந்த கிரிமினல் குற்றச்சாட்டுகளுக்கும், அரசிடம் உள்ள சாதாரண சட்டங்களை திறமையாகப் பயன்படுத்தினாலே போதும் என்று பல சட்ட வல்லுனர்களும், களச் செயல்பாட்டாளர்களும் உறுதியாகக் கூறுகிறார்கள். மாறாக, நக்ஸலைட் 'தொல்லையை' சமாளிக்க, அரசு பல்வேறு கொடூரமான சட்டங்களை

உருவாக்குகிறது. இச்சட்டங்கள் அரசு பாதுகாப்பு நலன்களை பொதுமக்கள் பாதுகாப்பிலிருந்து பிரித்து பாதுகாப்பு என்ற கருத்தைத் தவறாகச் சித்தரிப்பதைத் தவிர வேறு எதையும் சாதித்ததற்கு எந்த ஆதாரமும் இல்லை. எப்போதுமே இவை எந்த பாதுகாப்புமற்ற மக்களை ஒடுக்கும் கருவிகளாகத்தான் பயன்படுத்தப்படுகின்றன. அதன் மூலம் எந்த பிரச்சினையை தீர்ப்பதற்காக இச்சட்டங்கள் வந்தனவோ அந்தப் பிரச்சினையை மேலும் அதிகமாக்குகின்றன.

சுதீர் தாவ்லே என்ற மஹாராஷ்ட்டிராவின் புகழ் பெற்ற சமூக களச்செயற்பாட்டாளர், மாவோயிஸ்ட்களுடன் தொடர்பு இருப்பதாகக் கூறப்பட்டு கைது செய்யப்பட்டார். பின்னர் 2014 மே மாதம் எல்லா குற்றச்சாட்டுகளிலிருந்தும் விடுவிக்கப்பட்டு, நாக்பூர் மத்திய சிறைச்சாலையிலிருந்து விடுதலை ஆனார். எனினும் அவர் விசாரணைக் கைதியாக நாற்பது மாதங்கள் சிறையில் இருக்க நேர்ந்தது. அவரோடு குற்றம் சாட்டப்பட்ட எட்டு பேரும் அவரோடு விடுதலை செய்யப்பட்டார்கள். 2005ல் தலித் கவிஞரான சந்தனு காம்ப்ளே இதே போன்ற குச்சற்றச்சாட்டுகளின் பேரில் கைது செய்யப்பட்டு, ஜாமீன் தரப்படும் வரை நூற்றுக்கும் மேற்பட்ட நாட்கள் சிறையில் சித்ரவதை செய்யப்பட்டார். இன்று நீதிமன்றம் அவர் மீதான அத்தனை குற்றச்சாட்டுகளிலும் அவர் குற்றமற்றவர் என்று சொல்லிவிட்டது. இதுபோலவே புரட்சிகர அரசியல் செயல்பாட்டாளர் அருண் ஃபெளரரா நான்காண்டுகளுக்கு மேல் சிறையில் வைக்கப்பட்டு சித்ரவதை செய்யப்பட்டார். ஒரு வழக்கில் விடுதலையானால் புதிதாக மற்றொரு வழக்கு போட்டு சிறையில் அடைத்தார்கள். கடைசியில் 2015 ஜனவரியில் தான் அவருக்கு ஜாமீன் கிடைத்தது.

இதேபோன்ற குற்றச்சாட்டுகளில் 2009 ஜனவரியில் சந்திரபூரின் தேஷ்பக்தி யுவ மஞ்சின் பன்னிரண்டு உறுப்பினர்கள், நாக்பூரின் பண்டு மேஷ்ராம் ஆகியோர் கைதான சம்பவங்களும் நினைவிற்கு வருகின்றன. இவை பற்றி வெளியில் அதிகமாக யாருக்கும் தெரியாது. இவர்கள் அனைவரும் பின்னர் விடுவிக்கப்பட்டார்கள் என்றாலும், அதற்கு முன்பாக போலீசிடம் சித்ரவதையும், சிறை வாழ்க்கைத் துன்பத்தையும் அனுபவிக்க நேர்ந்தது. இப்படி தொலைதூர கிராமங்களின் இளம் ஆண்கள், பெண்களை மாவோயிஸ்ட் என்று மேலோட்டமாக குற்றம் சுமத்தி, குற்றப்பத்திரிகை கூட தாக்கல் செய்யாமல் சிறையில் அடைத்து, சித்ரவதை செய்த சம்பவங்கள் ஏராளமாக உண்டு. இவர்கள் எல்லாம் தமது இளமையையும், எதிர்காலத்தையும் தொலைத்துவிட்டு, எந்த ஆதரவும், சட்ட உதவியும் இன்றி, விசாரணைக்காகக் காத்துக் கிடக்கிறார்கள்.

சிவில் சமூகத்திற்கு எச்சரிக்கை மணி

அரசு இப்படி தனது குடிமக்கள் மீதே தாக்குதல் தொடுக்கும்போது, நக்ஸலைட்கள் கிராமப்புறங்களில் பெரிய வலைப்பின்னலை உருவாக்குகிறார்கள் என்ற உரத்த பிரச்சாரமும் சேர்ந்தே செய்யப்படுகிறது. இது நக்ஸல்களுக்கு எதிரான நடவடிக்கை பற்றிய எந்த விமர்சனமும், நக்ஸல் ஆதரவாகக் கருதப்பட்டு, அவர்கள் அரசின் நடவடிக்கைக்கு ஆளாக நேரிடும் என்ற மிரட்டலை மறைமுகமாக விடுக்கிறது. இதற்கு நல்ல உதாரணம் 2007ல் நடந்த பினாயக் சென் கைது. இவர் பொதுமக்களுக்காக சேவை செய்தவர் என்ற பெயர் பெற்ற, மரியாதைக்குரிய ஒரு மருத்துவர். இவருக்கு ஆயுள் தண்டனை விதிக்கப்பட்டது. இன்று உச்சநீதிமன்றத்தின் உத்தரவால் ஜாமீனில் வெளியே வந்திருக்கும் சென் சத்தீஸ்கர் அரசின் சட்டவிரோதமான நடவடிக்கைகளை அம்பலப்படுத்தியதற்காக பெரிய விலையைத் தர நேர்ந்தது.

மக்கள் உரிமைக் கழகத்தின் (PULL) சத்தீஸ்கர் மாநில செயலாளரும், அதன் தேசிய துணைத் தலைவருமான சென் மாவோயிஸ்ட் எழுச்சியை சமாளிப்பது என்ற பெயரில் அரசு நடத்திய மனித உரிமை மீறல்களைப் பற்றி ஆய்வு செய்து கொண்டிருந்தார். போலீஸ் நிராயுதபாணிகளை, ஏதுமறியாத பொதுமக்களை கொன்று குவித்தது பற்றிய பல உண்மை அறியும் விசாரணைகளில் பங்கேற்றவர். உதாரணத்திற்கு 2007 மார்ச் 31ல் சந்தேஷ்பூர் கிராமத்தில் நடந்ததாகச் சொல்லப்படும் துப்பாக்கிச் சண்டையில் இறந்த மாவோயிஸ்ட்கள் என்று கூறப்பட்ட 12 பேர் உண்மையில் மிக அருகிலிருந்து சுட்டுக் கொல்லப்பட்ட சாதாரண பழங்குடி மக்கள் என்ற உண்மையை வெளிக்கொணர்ந்தது. இவரது விசாரணையை ஏற்றுக் கொண்ட சதீஸ்கர் மனித உரிமை ஆணையம் இறந்தவர்களின் உடல்களை தோண்டி எடுக்க உத்தரவிட்டது. இந்த சம்பவத்திற்கு சில நாட்களுக்குப் பிறகு, 2007 மே 14ல் சென் கைது செய்யப்பட்டார். இவர் புதிதாக உருவாக்கப்பட்ட சதீஸ்கர் சிறப்பு பாதுகாப்புச் சட்டம் 2005ன்படி கைது செய்யப்பட்டார். அரசு பொது அமைதிக்கு பங்கம் விளைவிக்கக் கூடாது என்று கருதும் எந்த ஒரு கருத்தைச் சொன்னாலும், இச்சட்டத்தின்படி ஒருவரை மறுபரிசீலனைக்கோ அல்லது மேல்முறையீட்டிற்கோ வாய்ப்பின்றி ஏழாண்டுகள் சிறையில் அடைக்க முடியும். போலீஸ் தன்னைத் தேடுவதை அறிந்து, அவர்களுக்கு சிரமம் தர வேண்டாம் என்று தானே ராய்பூர் போலீசை சந்திப்பதற்காக கொல்கத்தாவிலிருந்து சென் வந்து கொண்டிருக்கும் போது இந்தக் கைதுப்படலம் நடந்தது. அப்போது ராய்ப்பூர் மத்திய சிறையில் அடைக்கப்பட்டிருந்த தடை செய்யப்பட்ட இந்திய கம்யூனிஸ்ட் கட்சியின் (மாவோயிஸ்ட்) மூத்த தலைவர் நாராயண் சன்யாலிடமிருந்து, அவரது

சகாக்களுக்கு ரகசிய கடிதங்களை சென் எடுத்துச் சென்று தந்தார் என்பதே அவர் மீதான கற்றச்சாட்டு. சதீஸ்கர் சிறப்புச் சட்டம் போக, மிகக் கொடூரமான சட்டவிரோத நடவடிக்கைகள் (தடுப்புச்) சட்டம் (1967) மற்றும் இந்திய தண்டனைச் சட்டம் ஆகியவற்றின் பல்வேறு பிரிவுகளின் கீழும் அவர் மீது குற்றம்சாட்டப்பட்டது. மாவோயிஸ்ட் தொடர்பான குற்றங்களில் சம்பந்தப்பட்டவர்கள் மீது இப்படித்தான் வழக்கமாக பல்வேறு சட்டங்களைக் கலந்து குற்றம் சாட்டுவார்கள். மாவோயிஸ்ட் எழுச்சியை சமாளிக்க 2005 ஜூன் முதல் மத்திய உள்த்துறை அமைச்சகம், சதீஸ்கரில் உருவாக்கப்பட்ட சால்வாஜீடும் என்ற காவல் அமைப்பின் நடவடிக்கைகளை அம்பலப்படுத்தியதன் காரணமாகவே சென் மீது இத்தகைய குற்றங்கள் சுமத்தப்பட்டன என்பது தெளிவாகத் தெரிந்தது.

கிட்டத்தட்ட 22 நோபல் பரிசுபெற்ற அறிஞர்களும், ஏனைய அறிவு ஜீவிகளும் அவர் விடுவிக்கப்பட வேண்டும் என்று வலியுறுத்தினாலும், பிடிவாதமான அரசு அதைக் கேட்கவில்லை. ராய்ப்பூர் நீதிமன்றம் இருமுறை, சதீஸ்கர் உயர்நீதிமன்றமும், உச்ச நீதிமன்றமும் தலா ஒரு முறை என அவரது ஜாமீன் மனு நான்கு முறை நிராகரிக்கப்பட்டது. போலீஸ் வழக்கு சென் நாராயண் சன்யாலைச் சந்தித்ததைத்தான் அடிப்படையில் மையமாகக் கொண்டிருந்தது. ஆனால் அவரது சந்திப்புகள் அனைத்தும் போலீஸ் துணை கண்காணிப்பாளிடம் அனுமதி பெற்று, சிறை அதிகாரிகளின் நெருக்கமான மேற்பார்வையில்தான் நடந்தன என்பதுதான் உண்மை. 2008 ஏப்ரல் 30ல் விசாரணை ஆரம்பித்தபோது அரசின் பொய்கள் அம்பலமாயின. மூலக் குற்றப்பத்திரிகையின்படி, அவருக்கு எதிராக எண்பத்தி மூன்று சாட்சிகள் சாட்சியளிப்பதாக இருந்தது. இவற்றில் ஆறு பேர் பிறழ் சாட்சிகளாக அறிவிக்கப்பட்டார்கள். பதினாறு பேர் விடுவிக்கப்பட்டார்கள். எஞ்சிய அறுபத்தியோரு பேர் மட்டும் நீதிமன்றத்தில் சாட்சியம் அளித்தார்கள். குற்றப் பத்திரிகையில் உள்ள குற்றச்சாட்டுகளுக்கு ஆதரவாக, சட்டரீதியாக ஏற்கத்தக்க எந்த ஒரு சாட்சியத்தையும் இவர்களில் எவராலும் அளிக்க முடியவில்லை. அரசுத் தரப்பால் சாட்சி கூற அழைத்துவரப்பட்ட சிறைக் கண்காணிப்பாளர், ஜெயிலர் போன்ற சிறை அதிகாரிகள் கூட, உயர் பாதுகாப்புச் சிறையான ராய்ப்பூர் சிறையில், நாராயண் சன்மாவிடமிருந்து சென் கடிதங்களை வாங்கிச் செல்ல சாத்தியம் இல்லை என்றார்கள். கிட்டத்தட்ட இரண்டாண்டு சிறைவாசத்திற்குப் பிறகு சென் ஒருவழியாக ஜாமீனில் விடுவிக்கப்பட்டார். ஆனால் அரசாங்கம் அசரவில்லை. அவரது விடுதலைக்காக உலகம் முழுக்க கூச்சல் எழுந்தபோதும், சென் போன்ற ஒரு புகழ்பெற்ற மனிதரை சிறையில் அடைத்து வைத்ததன் மூலம், தனக்கு எதிராக குரல் எழுப்புபவர்களுக்கு என்ன நடக்கும் என்ற செய்தியை தெளிவாக அறிவிப்பதில் அரசு வெற்றி பெற்றுவிட்டது.

தேஷ்பக்தி யுவ மஞ்ச்சின் உருப்பினரான அருண் ஃபெரைராவை அரசு ‘மாவோயிஸ்ட் ஆதரவாளர் என்று கருதியதால், அவர் ஐந்தாண்டு காலம் சிறையில் மாவோயிஸ்ட்களுக்கான அத்தனை சித்ரவதைகளையும் அனுபவிக்க நேர்ந்தது. ஒரு வழியாக நீதிமன்றம் அவர் மீது போடப்பட்ட பதினோரு வழக்குகளிலும் அவரை விடுவித்தது. இவை அனைத்துமே, ஒரு வழக்கு தோற்றுப்போனதும், அரசு அவர் மீது போட்ட அடுத்தடுத்த வழக்குகள், ஃபெரைரா வழக்கும் இதற்கு விதிவிலக்கல்ல. அது மஹாராஷ்டிரா போலீஸ் தன் இயல்பு மாறாமல் நடந்து கொண்டதைக் காட்டியது.

2007 மே மாதம் *8*ம் தேதி நாக்ப்பூரின் திக்ஷா பூமியில், முரளி என்ற அசோக் சத்யம் ரெட்டி என்பவருடன் சேர்த்து ஃபெரைரா கைது செய்யப்பட்டார். இவர்களிடம் ஒரு பென் டிரைவ், இடதுசாரி இலக்கியங்கள் போன்ற மிகக் கொடூரமான ஆயுதங்கள் இருந்தன. தமது நடவடிக்கையை நியாயப்படுத்தவதற்காக போலீஸ், அவர்கள் தயாரா அன்று தமது மதமாற்ற தினத்தை கொண்டாட அம்பேத்கரியர்கள் அதிகமாகக் கூடும் அம்பேத்கர் நினைவுச் சின்னத்தை அவர்கள் தகர்க்கத் திட்டமிட்டிருந்ததாக ஒரு கதையைக் கட்டியது. விதர்பா பகுதியில் அதிக எண்ணிக்கையில் மாவோயிஸ்ட் இயக்கத்தில் சேர்ந்து கொண்டிருந்த அம்பேத்கரிய இளைஞர்களிடம் வெறுப்பைத் தூண்ட இதுபோன்ற நயவஞ்சமான பொய்யை போலீஸ் பரப்பிக் கொண்டிருந்தது.

2012 ஜனவரி *11*ம் தேதி தனது பத்திரிகையாளர் சந்திப்பில் ஃபெரைரா கூறியதுபோல, போலீஸ் வெளிக்காயம் தெரியாத வகையில் உடலைப் புண்படுத்தும் பல சித்திரவதை முறைகளைப் பயன்படுத்தியது. போதைப் பொருட்கள் பரிசோதனை மூலம் பெறப்படும் தகவல்கள் குறித்து அறிவியல் ரீதியான ஐயங்கள் இருந்தபோதிலும், அவருக்கு, ஒருமுறை அல்ல, இருமுறை அந்த பரிசோதனை நடத்தப்பட்டது. பெங்களூரில் இப்பரிசோதனை நடத்துபவர்கள் போலீஸ் தரப்புக்கு ஆதரவாக தரவுகளை உருவாக்குவதற்குப் பெயர் பெற்றவர்கள். அவரது பரிசோதனை முடிவுகள் விசாரணை அதிகாரிகளுக்கு சற்று தர்மசங்கடத்தை அளித்தன. மருந்துகளின் ஆதிக்கத்தில் அவர் மஹாராஷ்ட்டிரா மாவோயிஸ்ட் நடவடிக்கைகளுக்கு பால் தாக்கரே நிதியுதவி தருவதாகச் சொல்லி இருந்தார். இத்தகவல் வெளியே கசிந்து, பெரும் பரபரப்பை ஏற்படுத்தியது. மாவோயிஸ்ட் என்று குற்றம் சாட்டப்பட்டவர். வெறுமனே ஒரு பெயரைக் குறிப்பிட்டாலே, அவரைக் கைது செய்ய அது போதுமானது என்ற நிலையில், போதைப் பொருள் பரிசோதனை மூலமாக மாவோயிஸ்ட்களுக்கு நிதிஉதவி செய்பவரின் பெயர் வெளிவந்தால் அவரை கைது செய்து, விசாரிக்க வேண்டாமா? கொலை, ராஜதுரோகம், குண்டு வைத்தல் என ஃபெரைரா

மீது நக்ஸல் தொடர்பான ஒன்பது வழக்குகள் போடப்பட்டிருந்தன. நான்கு வருடத்திற்கும் மேலாக நடந்த சட்டப்போராட்டத்தில், நீதிமன்றத்தால் அவருக்கு எதிராக ஒரு சிறு ஆதாரத்தைக் கூட கண்டுபிடிக்க முடியவில்லை. அவர் எல்லா வழக்குகளிலிருந்தும் விடுவிக்கப்பட்டார்.

ஃபெரைராவின் துன்பங்கள் போலீஸ் நடவடிக்கைகளின் வெளிப்படையான சட்ட விரோதத் தன்மையைக் காட்டுகின்றன. அவரது கைதின் மூலம் அரசியலமைப்புச் சட்டத்தால் உறுதி செய்யப்பட்ட அவரது தனிநபர், பேச்சு, வாழ்க்கைச் சுதந்திரத்திற்கான உரிமை மீறப்பட்டது. இதைத் தொடர்ந்து, அவரை ஆதரித்தால் கடுமையான விளைவுகளைச் சந்திக்க நேரும் என்று அவரது நண்பர்களை மிரட்டியது. காவலில் வைத்து அவரை சித்ரவதை செய்தது, போதைப் பொருள் பரிசோதனைக்கான சம்மதத்தில் அவரது கையெழுத்தை போலியாகப் போட்டது. அவர் மீது பொய்க் குற்றச்சாட்டுகளை சுமத்தியது. நீதிமன்றத்தில் வரிசையாக பொய்யான தகவல்களைத் தந்தது. சிறையிலிருந்து விடுதலையானதும் அவரைக் கடத்தியது. அவரது வழக்கறிஞர்களைத் தாக்கியது என்று வரிசையாக ஏகப்பட்ட சட்ட விரோதச் செயல்கள் தொடர்ந்தன. ஃபெரைராவிற்கு எதிராக எந்த குற்றச்சாட்டையும் நிரூபிக்க முடியவில்லை. ஆனாலும் போலீஸ் அவரை நான்காண்டுகளுக்கும் மேலாக சிறையில் அடைத்து வைக்க முடிந்தது... ஃபெரைரா மும்பையைச் சேர்ந்தவர், நடுத்தர வர்க்க கனவுப் புறநகர்ப் பகுதியான பந்தராவைச் சேர்ந்தவர், புகழ்பெற்ற செயிண்ட் சேவியர் கல்லூரியில் படித்தவர் என்பதால் அவருக்கு ஊடகத்தின் கவனம் கிடைத்தது. அவருக்கு வசதி வாய்ப்பு இருந்ததால் தனிநபர் சுதந்திரத்திற்கான தனது அடிப்படை உரிமையை மறுத்ததற்காக அரசு மன்னிப்புக் கேட்க வேண்டும். ரூ.25 லட்சம் இழப்பீடு வழங்க வேண்டும் என்று வழக்குத் தொடர்ந்தார். அரசின் குற்றங்களால் பாதிக்கப்படும் சாதாரண தலித்துகள், ஆதிவாசிகளுக்கு, அமைப்பின் அநீதியை அப்படியே ஏற்பதைத்தவிர வேறு வழியில்லை.

விளிம்பு நிலை மனிதர்களின் எதிர்ப்பைத் துடைத்தெறிதல்

நகர்ப்புற இடதுசாரி மக்கள் உரிமை செயல்பட்டாளர்களை எல்லாம் தேச விரோதிகள் என்று சொல்லிவிடுவதோடு, அரசுக்கு எதிராகப் பேசுபவர்களை நக்ஸல்களோடு தொடர்புடையவர்கள் என்று முத்திரை குத்துவதும் திரும்பத் திரும்ப நடக்கிறது. மஹாராஷ்ட்டிராவில் மாவோயிஸ்ட் என்று கைது செய்யப்பட்டவர்களில் பெரும்பாலானோர் தலித்துகள் மற்றும் ஆதிவாசிகள். அவர்களது சாதி அடையாளம் ஏற்கனவே, அவர்களை எளிதில் பாதிக்கப்படக் கூடியவர்களாக வைத்திருக்கும் நிலையில், மாவோயிஸ்ட் முத்திரை அந்த ஆபத்தை மேலும் அதிகரிக்கிறது. ஆளும் வர்க்கங்கள் தலித் இயக்கத்தை

பலவீனப்படுத்துவதில் வெற்றி பெற்ற பின்னரும் தலித்துகளிடம் உள்ள அம்பேத்கரிய உணர்வு உயிரோட்டத்தோடு இருக்கிறது. அது, கையர்லாஞ்சி கொலைகளுக்கான எதிர்வினை உ.பி.யில் சஹரான்பூரில் தலித் வீடுகள் தாக்கப்பட்டதற்கு பீம் படையின் எதிர்வினை என்பது போல சமயங்களில் வேகமான எதிர்வினையாக எழுகிறது. குறிப்பாக தலித், பழங்குடி இளைஞர்களை மாவோயிஸ்ட், நக்ஸலைட் முத்திரை குத்தி இந்த மாதிரியான ஆரம்ப நிலை எதிர்ப்பை அரசு மூளையிலேயே கிள்ளிஎறிய விரும்புகிறது. சிறையிலிருந்து வெளியே வந்ததும், இக்கருத்தைத் தான் சுதீர் தாவ்லே இந்தியன் எக்ஸ்பிரஸில் (2014 மே 23) மிகத் தெளிவாக பின்வருமாறு குறிப்பிட்டார்.

'எதிர்ப்புக் குரல்கள் நசுக்கப்படுகின்றன. ஒடுக்கப்பட்ட சாதிகள் திரும்பத் தாக்குவதை நாம் பார்க்க முடிவதில்லை. கையர்லாஞ்சிக்குப் பிறகான தொடர்ந்த போராட்டம் போன்றவை அரிதாகவே நிகழ்கின்றன. அப்போது எதிர்ப்பு இயக்கங்களில் கலந்து கொண்ட எங்களைப் போன்ற பலர் மீது வழக்குகள் போடப்பட்டன. நாங்கள் 'நக்ஸல்' என்று முத்திரை குத்தப்பட்டோம்.

நன்கு பிரபலமான தலித் சமூக செயற்பாட்டாளரும், விரோஹ் பத்திரிகையாசிரியருமான தாவ்லேயின் கைதில், மற்றொரு பினாயக் சென் உருவானார். ஆனால் அச்சு அசலாக அவரைப் போல் அல்ல. ஏனெனில் சென் பத்ரலோக் குடும்பம் என்று சொல்லப்படும் வசதிபடைத்த, படித்த வங்காளி குடும்பத்தைச் சேர்ந்தவர். மிகப் பெரிய மருத்துவக் கல்லூரியில் முதுகலைப் பட்டம் பெற்றவர். பெரிய படிப்பாளி. தனது மருத்துவத் தொழிலில் பல விருதுகளைப் பெற்றவர். மாறாக, சுதீர் தாவ்லே ஏழை தலித் குடும்பத்திலிருந்து வந்தவர். சுமாரான படிப்பு. இதுவரை குறிப்பிடத்தகுந்த அளவிற்கு சமூகத்தில் பெயர் எதுவும் பெறாதவர். ஒடுக்கப்பட்டோர் மீதான இவர்களின் அசைக்கமுடியாத பரிவைத் தாண்டி, இவர்கள் இருவரையும் இணைப்பது, இவர்கள் குறித்த அரசின் பதட்டமான நடவடிக்கைதான்.

நாக்பூரில் தனது கல்லூரிக் காலத்திலிருந்து சுதீர் தாவ்லே ஒரு அரசியல் செயற்பாட்டாளராக இயங்கி வருகிறார். 1980களில் அவர் வித்யார்த்தி பிரசதி சங்கடனா என்ற புரட்சிகர மாணவர் அமைப்பில் உறுப்பினராக இருந்தார். பொதுவாக நக்சலிசம் என்று குறிப்பிடப்படும், இப்போது மாவோயிசம் என்று அரசு கூறிவரும். மார்க்சிய லெனினிய கொள்கைகளை ஏற்றுள்ள அமைப்புகளுடனான தனது தொடர்பை அல்லது தத்துவார்த்தச் சாய்வை அவர் என்றும் மறைத்ததில்லை. அவர் மாவோயிஸ்ட் கட்சி அல்லது அதன் நடவடிக்கைகள், குறிப்பாக அதன் வன்முறை நடவடிக்கைகளோடு தனக்கு தொடர்பு இல்லை என்று மறுத்தார். 1995 முதல் தாவ்லே தலித்துகளுக்கு

எதிரான கொடுமைகளை எதிர்த்து தீவிரமாகப் பணியாற்றினார். வன்கொடுமைச் சட்டம் சரியாக அமல்படுத்தப்படவேண்டும் என்று பிரச்சாரம் செய்தார். மும்பைக்குக் குடியேறிய பிறகு, கலாச்சார இயக்கத்தில் பணியாற்றத் துவங்கினார். அரசு வலுவாக ஆதரித்த பொதுப்போக்கு இலக்கியக் கூட்டங்களை எதிர்த்து, 1999ல் மாற்று இயக்கமான விரோஹி மராத்தி காஹித்ய சம்மேளனம் என்ற அமைப்பை உருவாக்குவதில் பங்கேற்றார். இந்த முயற்சி விரோஹி சன்ஸ்கிருதிக் சால்வால் (கலாச்சார எதிர்ப்பிற்கான அமைப்பு) என்ற அமைப்பாக உருவெடுத்தது. இது இருமாதங்களுக்கு ஒரு முறை வெளிவரும் விரோஹி என்ற பத்திரிகையை நடத்தியது. தாவ்லே அதன் ஆசிரியரானார். விரைவில் விரோஹி மஹாராஷ்ட்ராவின் புரட்சிகர செயற்பாட்டாளர்கள் ஒன்று கூடும் மையமாக மாறியது. தாவ்லே தலித்துகள், ஆதிவாசிகள் போராட்டங்களை ஆதரித்து, புரட்சிகரக் கருத்துகளைக் கூறும் துண்டுப் பிரசுரங்கள், புத்தகங்களை எழுதினார். ராம்பாய்நகரில் அம்பேத்கர் சிலை அவமதிப்பு சம்பவத்திற்கு எதிராக நடந்த போராட்டத்தில் 1997 ஜூலை 11 அன்று போலீஸ் துப்பாக்கி சூட்டில் பத்து தலித்துகள் மரணமடைந்து, பலர் காயமடைந்தபோது, அதற்கு நீதி கேட்டுப் போராடியவர்களில் தாவ்லே முன்னணியில் இருந்தார். அம்பேத்கர் நினைவு நாளான 2007 டிசம்பர் 6ம் தேதி ரிப்பப்ளிக்கன் பேந்தர் என்ற அமைப்பு துவங்கப்பட்டபோது தாவ்லே முக்கிய பங்காற்றினார். இந்த அமைப்பு, 'சாதி ஒழிப்பிற்கான இயக்கம்' என்று தன்னை அடையாளம் காட்டிக் கொண்டது. கைலர்லாஞ்சி சம்பவத்திற்குப் பிறகு மாநிலம் முழுவதும் எழுந்த போராட்டத்தில் தீவிரமாக ஈடுபட்டார். இந்தப் போராட்டங்களைத்தான் மாநில உள்துறை அமைச்சர் ஆர்.ஆர்.பட்டீல் நக்ஸலைட் போராட்டம் என்று குறிப்பிட்டார். இந்த சமயத்தில் தான் தாவ்லே போலீசில் கண்காணிப்பில் வந்தார். 2011 ஜனவரி 2ம் தேதி

ஒரு இலக்கிய மாநாட்டில் கலந்து கொண்டு விட்டு, ஊர் திரும்பும்போது வார்தா ரயில் நிலையத்தில் தாவ்லே சீருடையணியாத போலீஸ் அதிகாரிகளால் கைது செய்யப்பட்டார். அவர் மீது இந்திய தண்டனைச் சட்டம் 124 பிரிவு, சட்டவிரோத நடவடிக்கைகள் தடுப்புச் சட்டம் (UAPA) 17, 20 மற்றும் 39 பிரிவு ஆகியவற்றின் கீழ் குற்றம் சுமத்தப்பட்டது. இவை ராஜதுரோகம், அரசின் மீது போர் தொடுத்தல் ஆகிய குற்றங்கள் தொடர்பான பிரிவுகள். அவரது கைது பற்றிக் கேட்டபோது போலீஸ் அவரது வீட்டில் குற்றம் சாட்டத்தக்க புத்தகங்கள் கைப்பற்றப்பட்டதாகவும், முன்பு கைதான, மவோயிஸ்ட் என்று சந்தேகிக்கப்படும் பீம்ராவ் போய்டே என்பவர் இவர் பெயரைக் குறிப்பிட்டதாகவும் கூறியது. கைப்பற்றப்பட்ட புத்தகங்கள் அம்பேத்கர், மார்க்ஸ், லெனின் மற்றும் அருந்ததி ராய் எழுதிய 87 புத்தகங்கள்.

போலீஸ் ரெய்ட் என்ற பெயரில் அவரது வீட்டை சூறையாடி அவரது புத்தகங்களையும், கணினிகளையும் எடுத்துச் சென்றது. இவற்றை வைத்திருப்பது எந்த வகையிலும் சட்டவிரோதமல்ல. உண்மையில், தாவ்லே கூறியதுபோல், மைனர்களான அவரது இரு குழந்தைகள் மட்டுமே இருந்த அவரது வீட்டில் புகுந்து, சோதனை இட்டதுதான் சட்ட விரோதம்.

பினாயக் சென் வழக்கும் இதே போன்றதுதான். அவர் வைத்திருந்த புத்தகங்களின்அடிப்படையில்தான் குற்றம் சுமத்தப்பட்டது. இந்த வாதத்தை உச்சநீதிமன்றம் ஏற்கவில்லை. ‘காந்தியின் சுயசரிதை ஒருவர் வீட்டில் இருந்தால், அவர் காந்தியவாதியா? அவர் அவர்களுக்கு (மாவோயிஸ்ட்களுக்கு) தீவிரமாக உதவி வந்தார் என்பதை நீங்கள் நிரூபிக்காத வரையில், அவரிடமிருந்த புத்தகங்களின் அடிப்படையில் ராஜதுரோக வழக்கு போட முடியாது என்றார். ஆனாலும் இது அதே நீதிமன்றத்தில் அவர் ஒரு எளிய ஜாமீன் பெறுவதற்கு உதவவில்லை.

2014 மே 22 அன்று கோண்டியா செஷன்ஸ் நீதிமன்றம், போலீஸ் வழக்கை தள்ளுபடி செய்து அவரை விடுவித்தது. ஆனால் என்ன பயன்? தாவ்லேயை தண்டிப்பது, அவர் போன்ற செயற்பாட்டாளர்களை அச்சுறுத்துவது என்ற போலீசின் நோக்கம் நிறைவேறி விட்டது. அவரோடு சேர்ந்து மேலும் எட்டு பேர் அனைவரும் தலித்துகள் பொய்க் குற்றச்சாட்டுகளின் பேரில் கைது செய்யப்பட்டு, சிறையில் சித்திரவதை செய்யப்பட்டார்கள். அவர்களும் விடுவிக்கப்பட்டார்கள். 2014 பிப்ரவரியில் நாக்பூர் சிறையில் அடைக்கப்பட்டிருந்த விசாரணைக் கைதிகளில் குறைந்தபட்சமாக 169 பேர் மீது (பெண்கள் உட்பட) மாவோயிஸ்ட் என்ற குற்றச்சாட்டு இருந்தது. இவர்களில் சமீபத்தில் கைதான ஹேம் மிஸ்ரா,. பிரசாந்த் ராஹி, டில்லி பல்கலைக்கழக பேராசிரியர் ஜி.என்.சாய்பாபா ஆகியோரும் அடக்கம். இவர்களது வழக்குகள் ஊடகங்களில் அடிபட்டன. போலீசின் பங்கு பரவலாகக் கண்டிக்கப்பட்டது. ஆனால் மற்றவர்கள் மஹாராஷ்டிராவின் கட்சிரோலி மாவட்டத்தின் உட்பகுதிகளைச் சேர்ந்த பெயரற்ற, முகமற்ற ஆதிவாசி இளைஞர்கள். இவர்களில் பெரும்பாலானோர் பக்கத்து பகுதிகளில் நடந்த மாவோயிஸ்ட் நடவடிக்கைகளைத் தொடர்ந்து பிடித்துவரப்பட்டவர்கள்.

நாக்பூர் மத்திய சிறைச்சாலையில் நக்ஸலைட் முத்திரையுடன் இறந்த விசாரணைக் கைதிகளில் நீண்டகாலமாக சிறையில் வாடியவர்கள் இரு ஆதிவாசி இளைஞர்கள் ஆவர். ஒருவர் மாணவர் அமைப்பின் செயற்பாட்டாளரான ரமேஷ் பந்தாரிராம் நேதம். (2014ல் இவருக்கு 26 வயது) இவர் கிட்டத்தட்ட எட்டுவருடங்கள் சிறையில் இருந்தார். 2016ல் ஜாமீனில் வந்தார். இப்போது பெரும்பாலான மாவோயிஸ்ட் பொய் வழக்குகளில்

நடப்பது போலவே அனைத்துக் குற்றங்களிலிருந்தும் விடுவிக்கப்பட்டார். இவரது பெற்றோர் மாவோயிஸ்ட் சார்புடையவை என்று அடையாளம் காணப்படும் மக்கள் இயக்கங்களின் செயற்பாட்டாளர்கள். இவரது தாயாரான பாயனாவாய் தண்டகாரண்யா ஆதிவாசி மஹிளா சங்கடனில் செயல்பட்டவர். கட்சிரோலி போலீசால் கைது செய்யப்பட்ட இவர் சித்திரவதையில் உயிரிழந்தார். கிராமத்தினர் அவரது மரணத்திற்காகப் போராடினர். ஆனால் அவர்கள் குரல் பொதுப்போக்கு ஊடகத்தை எட்டவில்லை. இவரது தந்தை 2012 ல் சரணடைந்ததாகச் சொல்லப்படுகிறது. அவர் விடுதலையாகும் நேரத்தில் எல்லாம், அவரை சிறையிலேயே வைத்திருப்பதற்காக, போலீஸ் புதிய வழக்குகளைஅவர் மீது போட்டுவிடும். 2014 மே மாதம், அவர் மீதான அனைத்து வழக்குகளும் தள்ளுபடி ஆகி, அவர் வெளியே வர இருந்த நேரத்தில், அவரை சிறையில் வைத்திருப்பதற்காக, போலீஸ் இரண்டு புதிய வழக்குகளை அவர் மீது போட்டது. மற்றொரு இளைஞர், கட்சி ரோலி மாவட்டத்தின் உட்பகுதி கிராமம் ஒன்றைச் சேர்ந்த 23 வயதான புத்துகுலே திம்மா என்ற ஆதிவாசி இளைஞர். இவரும் 2011ல் விடுவிக்கப்பட்டார், போலீஸ் புதிதாக ஆறு வழக்குகளை இவர் மீது போட்டதால், சிறையிலேயே இருந்தார். இவரும் 2016ல் எல்லா வழக்குகளிலிருந்தும் விடுவிக்கப்பட்டார்.

பெரும்பாலான ஆதிவாசி சிறைவாசிகள் படிக்காத விவசாயிகள், அவர்களுக்கு ஏற்படும் துயரத்தில் அவர்களின் நாதியற்ற நிலையை நம்மால் எளிதில் புரிந்துகொள்ள முடியும். அவர்களில் சிலரது விசாரணை கூட வீடியோ கான்பரன்சிங் முறையில் நடந்துள்ளது. வழக்குகள் காட்சிரோலி நீதிமன்றத்தால் உள்ளூர் வழக்கறிஞர்களால் நடத்தப்பட்டன. குற்றம் சாட்டப்பட்டவர்கள் நீதிமன்றத்திற்கு அழைத்துச் செல்லப்படாததால், அவர்களுக்கும், அவர்களது வழக்கறிஞர்களுக்கும் இடையில் தொடர்பு இல்லை. சாட்சிகள் என்ன கூறினார்கள். என்ன வாதங்கள் வைக்கப்பட்டன. நீதிபதிகள் என்ன கூறினார்கள் என்று எதுவும் அவர்களுக்குத் தெரியாது. வீடியோ கான்பரன்சிங் இதுபோன்ற முக்கியமான தகவல்கள் எதுவும் அவர்களுக்குக் கிடைக்காமல் செய்துவிட்டது- இதன் விளைவாக, அவர்கள் இறுதியாக வாக்குமூலம் தரவேண்டிய நேரம் வந்தபோது, இதற்கு முன்னால் என்ன நடந்தது. தமது வாக்குமூலத்தை எந்த சூழ்நிலையில் தருகிறோம் என்பதை அறியாமலேயே வாக்குமூலம் தர நேர்ந்தது. பலர் குற்றம் செய்யாத அப்பாவிகள் மட்டுமல்ல, எதற்காக சிறையில் இருக்கிறோம் என்பது கூட தெரியாத அப்பாவிகள். எனவே, அவர்கள் தலைவிதியின்படி நடக்கட்டும் என்று பேசாமல் இருக்க நேர்ந்தது. ஒவ்வொரு குற்றம் சாட்டப்பட்டவரும் தனிப்பட்ட முறையில் பெரும் துன்பம் அனுபவித்தார்கள். அதுபோக

குடும்பத்தினரின் துன்பம், சமூகத்தில் ஏற்பட்ட இழுக்கு, அவமானம், சொந்த பந்தங்களோடு உறவு முறிந்தது என்று சொல்ல முடியாத துயரம். மொத்தத்தில் அவர்கள் செய்யாத குற்றத்திற்காக தங்கள் வாழ்வின் நான்கைந்து வருட உபயோகமான வாழ்க்கையை இழந்தார்கள்.

மக்களை தாங்கள் விரும்பும் வரையில் சிறையில் அடைத்து வைப்பது போலீசின் வழக்கமான நடைமுறையாக இருந்தது. இந்திய தண்டனைச் சட்டத்தில் எந்த இடத்திலும், மாவோயிசம் ஒருகுற்றமாக வரையறுக்கப்படவில்லை. ஆனால் போலீஸ் அதை குற்றமாகவே கருதியது. உச்சநீதிமன்றம் 2011 பிப்ரவரி 2ம் தேதியிலும், மே 31ம் தேதியிலும் வழங்கிய இரு தனித்தனி தீர்ப்புகளில், எந்தவொரு அமைப்பில் வெறும் உறுப்பினராக இருப்பதோ, அல்லது எந்தவொரு கொள்கையை ஏற்பதோ அல்லது எந்த புத்தகங்களை வைத்திருப்பதோ குற்றமாகாது. சம்பந்தப்பட்ட நபர் குற்றம் செய்வார் அல்லது பிறரை குற்றம் செய்யத் தூண்டினார் என்றால்தான் அது குற்றமாகும் என்று கூறியுள்ளது. இதுதான் இந்த நாட்டின் சட்டம் என்பதுதான் சோகம். ஆனால் அதில் வியப்போதுமில்லை. இப்படியொரு சம்பவத்தில், கேரள உயர்நீதிமன்றத்தின் முன்னாள் நீதிபதி ஒருவரின் மகனான ஷியாம் பாலகிருஷ்ணன் 2014ல் மாவோயிஸ்ட் என்ற சந்தேகத்தின் பேரில் கைது செய்யப்பட்டபோது, கேரள உயர்நீதி மன்றம் 2015 மேயில் வழங்கிய தீர்ப்பில், ‘பாதுகாவலர்களாக இருக்க வேண்டிய போலீஸ்காரர்களே அக்கிரமக்காரர்களாக மாறிவிட்டார்கள். இது ஒரு மறைமுகமான சட்டமீறல்’ என்று கடிந்து கொண்டது. சமீப காலங்களில் நீதிமன்றம் மிகவும் நியாயமாக நடந்து கொண்ட ஒரு அபூர்வ சம்பவத்தில், நீதியரசர் ஏ.முகமது முஷ்டாக் கீழ்வருமாறு குறிப்பிட்டார்.

‘மாவோயிஸ்ட்களின் அரசியல் தத்துவம் நமது அரசியலமைப்பு அரசியலோடு ஒத்துப்போகாவிட்டாலும்கூட, மாவோயிஸ்ட்டாக இருப்பது ஒரு குற்றமல்ல. மனித அபிலாஷைகளின் அடிப்படையில் சிந்திப்பது என்பது ஒரு அடிப்படை உரிமை. எனவே, ஒருவரது நடவடிக்கைகள் சட்டவிரோதமானவை என்பதற்கு ஏற்கத்தக்க அளவு போலீசிடம் ஆதாரம் இருந்தாலன்றி, அவர் மாவோயிஸ்ட் என்ற ஒரே காரணத்திற்காக அவரை காவலில் வைக்க முடியாது. (Hindu, 22 May 2015)

பாலகிருஷ்ணனுக்கு ஒருலட்ச ரூபாய் இழப்பீடும், வழக்கு செலவுக்காக ரூபாய் பத்தாயிரமும் அரசு வழங்க வேண்டும் என்று உத்தரவிட்டார். ஒவ்வொரு வழக்கிலும், நீதிமன்றங்கள் அரசின் செயலை மிகக் கடுமையாக கண்டித்துக் கொண்டே இருக்கின்றன. போலீஸ் ஒடுக்குமுறை தனியாது தொடர்வதால், அது அரசியல் நிறுவனத்தின் வழிகாட்டுதலால், பாதுகாப்பால் சட்டபூர்வமாக்கப்பட்டது போல் தெரிகிறது.

கபீர் கலா மஞ்ச் என்பது புனேயில் உள்ள கவிஞர்கள், இசைக் கலைஞர்கள், பாடகர்களின் கலாச்சாரக் குழுவாகும். இது 2002 குஜராத் படுகொலைகளைத் தொடர்ந்து சாதி எதிர்ப்பு, மதவாத எதிர்ப்பு மற்றும் ஜனநாயகம் பற்றிய செய்திகளை மக்களிடையே பரப்புவதற்காக, பெரும்பாலும் தலித் இளைஞர்களால் உருவாக்கப்பட்டது.

2011 ஏப்ரல் மாதம், தடை செய்யப்பட்ட மாவோயிஸ்ட் அமைப்பின் கோல்டன் காரிடோர் கமிட்டியின் செயலாளரான ஏஞ்சலா சோன்டக்கே மஹாராஷ்ட்டிராவின் தீவிரவாத எதிர்ப்புப் படையால் கைது செய்யப்பட்டதைத் தொடர்ந்து, இந்த அமைப்பினரும் மாவோயிஸ்ட் தொடர்பு என்ற குற்றச்சாட்டில் கைது செய்யப்பட்டனர். இவர்களில் ஒருவரான தீபக் டெங்ளேவிற்கு 2013ல் ஜாமீன் கிடைத்தபோது, அதன் மற்ற உறுப்பினர்களான ஷீதல் சாத்தேயும், அவரது கணவர் சச்சின் மாலியும், ஆனந்த் பட்வர்த்தன் போன்ற செயற்பாட்டாளர்களின் உதவியுடன் தலைமறைவிலிருந்து வெளியே வந்து, தாங்கள் குற்றமற்றவர்கள் என்று வலியுறுத்தி, மாநில சட்டமன்றத்திற்கு வெளியே 'சத்யாக்கிரகம்' செய்தார்கள். இவர்களது தைரியமான செயல் போலீசிடம் எந்த தாக்கத்தையும் ஏற்படுத்தவில்லை அவர்களை அது உடனடியாக அவர்களை UAPA சட்டத்தின் கீழ் கைது செய்தது. ஷிதல் கர்ப்பமாக இருந்ததால், மனிதாபிமான அடிப்படையில் அவருக்கு ஜாமீன் கிடைத்தது. ஆனால் சச்சினுக்கு, உச்சநீதமன்றம் ரமேஷ் கைகோர், சாகர் கோர்கி ஆகியோருடன் சேர்த்து ஜாமீன் வழங்கும் வரை, அவர் 45 மாதங்கள் சிறையில் இருக்க நேர்ந்தது. இந்த கலா மஞ்ச் உறுப்பினர்கள் சிறையில் அடைக்கப்பட்டதற்கு ஒரே காரணம் தீவிரவாத எதிர்ப்புப் படை இவர்களுக்கு மாவோயிஸ்ட் தொடர்பு இருப்பதாகக் கருதியது மட்டும்தான். 2011 பிப்ரவரியில் அரூப் பூயன் எதிர் அஸ்ஸாம் அரசு வழக்கில் உச்சநீதிமன்றத் தீர்ப்பு, 'ஒருவர் வன்முறையில் ஈடுபட்டதற்கோ, பிறரை வன்முறைக்குத் தூண்டியதற்கோ ஆதாரம் இல்லாதபோது, ஒரு தடை செய்யப்பட்ட அமைப்பின் வெறும் உறுப்பினராக இருப்பது குற்றமாகாது' என்று தெளிவாகக் குறிப்பிட்டதன்படி, இவர்கள் குற்றவாளிகள் அல்லர். கலா மஞ்ச் உறுப்பினர்கள் ஜாமீன் பெறுவதற்கே இரண்டு முதல் நான்கு ஆண்டுகள் வரை போராட வேண்டியிருந்தது.

முந்தைய காங்கிரஸ் ஆட்சிகளும், தனிநபர் சுதந்திரத்தைப் பறிக்கும் கொடூர சட்டங்களைப் பயன்படுத்தியிருந்தாலும், 2014ல் மோடி அரசு வந்த பிறகு, ராஜதுரோக குற்ற வழக்குகளில் குற்றம் சாட்டுவது, அளவு மீறிப் போய்விட்டது. சித்தார்த் நாராயணும், கீதா சேஷூவும் தமது கட்டுரை ஒன்றில் *(Hoot 19 August 2016)*ஷ்ரேயா சிங்கால் வழக்கில் 2015 மார்ச் 24ல் வழங்கப்பட்ட தீர்ப்பில் உச்சநீதிமன்றம் எவ்வாறு தகவல் தொழில்நுட்ப

சட்டத்தின் 66A பிரிவை ரத்து செய்தது. 'விவாதம்', 'ஆலோசனை' மற்றும் 'தூண்டுதல்' ஆகியவற்றை எவ்வாறு மிக கவனமாக வேறுபடுத்திக் காட்டியது. முந்தைய பேச்சுரிமை குறித்த வழக்குகளில் குறிப்பிடப்பட்ட உயர்ந்த கருத்துகளை வலியுறுத்தியது என்பதை விளக்குகிறார்கள். இவர்கள் 1960 ராம் மனோகர் லோஹியா வழக்கில் உச்சநீதிமன்றத்தின் தீர்ப்பை மேற்கோள் காட்டுகிறார்கள். அதில், உச்சநீதிமன்றம் ஒருவரின் பேச்சிற்கும், அந்த பேச்சினால் ஏற்படப் போவதாக அரசு கூறும் பொது அமைதி பங்கத்திற்கான தொடர்பை அரசு நிரூபிக்க வேண்டும். அந்தத் தொடர்பு நேரடியானதாக இருக்க வேண்டும். அது சம்பந்தமற்றதாக, அனுமானமாக, சாத்தியமற்றதாக இருக்கக் கூடாது என்றது. எனினும், நீதமன்றங்கள் பெரும்பாலும் இவ்வித விவேகத்தைக் காட்டுவதில்லை.

90 சதவிகித உடல் ஊனம் கொண்டவரும், டில்லி பல்கலைக்கழகத்தின் ராம்லால் ஆனந்த் கல்லூரியின் ஆங்கிலப் பேராசிரியருமான ஜி.என். சாய்பாபாவின் வழக்கு போலீசும், நமது நீதித்துறையும் மிகப் பெரிய அநீதியை எவ்வாறு இழைக்க முடியும் என்பதைக் காட்கிறது. ஆயிரம் கிலோமீட்டருக்கு அப்பால்நடந்த ஒரு குற்றத்தை இந்த மாற்றுத் திறனாளி திட்டமிட்டு நடத்தினார் என்ற குற்றச்சாட்டில் 2014 மே மாதம் இவர் கைது செய்யப்பட்டபோது, உலகமே திகைத்தது. மாவோயிஸ்ட்களுக்கு பாடம் புகட்ட பினாயக் சென்னை நாண் காண்டுகளுக்கு சிறையில் அடைத்து சித்ரவதை செய்த சதீஸ்கர் போலீஸின் செயலை முன்னுதாரணமாகக் கொண்ட மஹாராஷ்ட்ரா போலீஸ் சாய்பாபா விஷயத்தில் இன்னும் ஒருபடி மேலே சென்றது. மஹாராஷ்டிரா அரசு வழக்கறிஞரின் கடுமையான எதிர்ப்பையும் மீறி, மிகவும் கஷ்டப்பட்டு 2015 ஜூனில் உச்சநீதிமன்றம் மூலம் ஜாமீன் பெற்றார். நீதியரசர் சேகர், ஜாமீனை எதிர்த்த அரசு வழக்கறிஞரை கடிந்து கொண்டார். 'உடல் நலம் குன்றிய அவரிடம் நீங்கள் மிகவும் அநியாயமாக நடந்து கொள்கிறீர்கள். முக்கியமான சாட்சிகளை விசாரித்த பிறகும் அவரை சிறையில் வைத்திருக்க ஏன் விரும்புகிறீர்கள். மனுதாரரை நீங்கள் அனாவசியமாகத் துன்புறுத்துகிறீர்கள் என்றார். இந்த நிவாரணம் சிறிது காலத்திற்குத்தான். 2017 மார்ச்சில் மஹாராஷ்டிரா அரசு அவருக்கும், மற்ற நால்வருக்கும் கட்சிரோலி செஷன்ஸ் நீதிமன்றம் மூலம் ஆயுள் தண்டனை தர வைத்தது, மீண்டும் அவரை சிறையில் அடைந்தது. இத்தீர்ப்பு சட்ட வல்லுனர்களால் கடுமையாக விமர்சிக்கப்பட்டது. எதிர்காலத்தில் தன்னை யாரும் எதிர்க்க தைரியம் பெற்றுவிடாத வகையில், அவர் சிறையிலேயே இறந்து விட வேண்டும் என்று மஹாராஷ்டிரா அரசு எதிர்பார்க்கக்கூடும்.

நீதியை முரட்டுத்தனமாக வளைத்தல்

2011 அக்டோபர் 4ம் தேதி டில்லி குற்றப்பிரிவு போலீஸ், அவரைக் கைது செய்வதற்கு முன்பே சோனி சோரியின் துன்பம் ஆரம்பித்துவிட்டது. அரசியல் ஈடுபாடு உள்ள பழங்குடியினர் குடும்பத்தைச் சேர்ந்த படித்த பெண்ணான அவர் (அவரது தந்தை 15 ஆண்டுகள் பஞ்சாயத்துத் தலைவராக இருந்தவர். மாமா சட்டமன்றத்தில் கம்யூனிஸ்ட் கட்சி உறுப்பினர், மூத்த சகோதரர் காங்கிரஸ்காரர், மருமகன் பத்திரிகையாளர்) தெற்கு சதீஸ்கரின் தண்டேவாடாவில் வளர்ந்தவர். சோரியும் (35), டில்லியில் இதழியல் படித்தவரான அவரது மருமகன் லிங்கராம் சொடோபி (25)யும், மக்கள் பிரச்சினைக்கு குரல் கொடுக்க ஆரம்பித்தபோது, இயல்பாகவே அவர்கள் மாவோயிஸ்ட்கள் மற்றும் போலீசின் கண்காணிப்பில் வந்தார்கள். அதோடு உள்ளூரில் சில சக்திவாய்ந்த மனிதர்களோடும், இவர்களுக்கு மோதல் ஏற்பட்டது. போலீஸ் இவர்களை தமக்கு துப்பு கொடுக்கும் இன்ஃபார்மர்களாக மாற்றப்பார்த்தது. இவர்கள் அதற்கு உடன்படவில்லை என்றதும், துன்புறுத்த ஆரம்பித்தது.

2009 ஆகஸ்ட் 30ம் தேதி லிங்கராமைப் பிடித்துச் சென்ற போலீஸ், அவரை நாற்பது நாட்கள் காவல் நிலையத்தின் கழிப்பறையில் அடைத்து வைத்திருந்தது. சதீஸ்கர் உயர்நீதிமன்றத்தில் ஆட்கொணர்வு மனு போடப்பட்ட பிறகுதான் அவர் அக்டோபர் 10ம் தேதி விடுவிக்கப்பட்டார். 2011 செப்டம்பர் 9ம் தேதி போலீஸ் லிங்கராமையும், எண்ணார் குரூப்பின் ஒப்பந்தக்காரரான பி.கே.லாலா என்பவரையும் வீட்டிலிருந்து அழைத்துச் சென்றது. ஆனால் மார்க்கெட்டில் இருவரும் பணத்தை மாற்றிக் கொண்டிருந்தபோது கையும் களவுமாகப் பிடித்ததாக சொன்னது. லிங்கராம் எங்கே இருக்கிறார் என்று அறிய முயன்ற சோனி சோரி தலைமறைவாக இருப்பவராக அறிவிக்கப்பட்டார். அப்பகுதியில் எஸ்ஸார் குரூப் சுரங்கப் பணிகளைச் செய்வதற்காக மாவோயிஸ்ட்கள் அவர்களை மிரட்டிப் பணம் பறிப்பதாகவும், அந்த பணத்தை வாங்கி மாவோயிஸ்ட்களிடம் அளிப்பவர்களாக இருவரும் செயல்படுவதாகவும் குற்றம் சாட்டப்பட்டது. இது முழுக்க இட்டுக்கட்டிய கதை என்று அம்பலப்படுத்தப்பட்ட பிறகும் (தெ ஹெல்கா, 15 அக்டோபர் 2011ல் வந்த செய்தி), சோரி அவர் மீதான எட்டு வழக்குகளில் ஆறில் விடுதலை ஆனபிறகும்கூட, போலீஸ் இக்குற்றச்சாட்டை பிடிவாதமாகக் கூறி வந்தது.

போலீஸ் காவலில் சோனி சோரி கொடூரமாகத் தாக்கப்பட்டு, பாரீயல்ரீதியாகத் துன்புறுத்தப்பட்டார். இதனால் பிறப்புறுப்பு பகுதியில் கொப்பளங்கள் ஏற்பட மருத்துவமனையில் அனுமதிக்கப்பட்டார்.

அக்டோபர் 8/9 தேதியில் நள்ளிரவில் அவர் எவ்வாறு தண்டேவாடா போலீஸ் நிலைய லாக்கப்பிலிருந்து இழுத்துச் செல்லப்பட்டு, காவல் கண்காணிப்பாளர் அங்கிட் கார்க் முன்பு நிறுத்தப்பட்டார். அவரது அறையில் எவ்வாறு நிர்வாணமாக்கப்பட்டார், பாலியல் ரீதியாக துன்புறுத்தப்பட்டார், மின்சார அதிர்ச்சி தரப்பட்டு சித்ரவதை செய்யப்பட்டார் என்பவற்றை எல்லாம் தம் கடிதங்களில் அவர் வர்ணித்துள்ளார். உச்ச நீதிமன்றத்தின் உத்தரவின் பேரில் அவருக்கு மருத்துவ பரிசோதனை நடந்தது. அதில் அவரது பிறப்புறுப்பில் இரண்டு கற்களும், ஆசனவாயில் ஒரு கல்லும் திணிக்கப்பட்டிருந்தது தெரியவந்தது. இவைதான் அவரது வயிற்று வலிக்கான முக்கிய காரணம். போலீஸ் கொடுமைக்கு இப்படி ஆதாரம் இருந்தும், தன்னை சதீஸ்கருக்கு வெளியே வேறு எங்காவது ஒரு சிறையில் அடைத்து வையுங்கள் என்று அவர் கோரியதை மறுத்த உச்சநீதிமன்றம், நாற்பத்தி ஐந்து நாட்களுக்குள் பதிலளிக்கும்போது மாநில அரசுக்கு உத்தரவிட்டு, அவரை சித்ரவதை செய்தவர்களிடமே அவரை திரும்பவும் ஒப்படைத்தது.

தனது கடிதங்களில் அவர், 'கார்க் எனது அனைத்தையும் அவர் எடுத்துக் கொண்டார். நான் அடைந்த சித்திரவதைகளை இங்கே விவரிக்கவே முடியாது என்று கார்க் மீது குறிப்பாகவே குற்றம் காட்டினார். அவர்களது சொந்த ஊரான தண்டே வாடாவில் உணவகம் நடத்தி வந்த அவரது கணவர் அனில் புடானே, மாவோயிஸ்ட் என்று முத்திரை குத்தப்பட்டு ஏற்கனவே கைது செய்யப்பட்டிருந்தார். கொடூரமான சித்ரவதையால் பக்கவாதத்தால் பாதிக்கப்பட்ட அவர் தமது காயங்கள் காரணமாக 2013 ஆகஸ்ட்டில் இறந்து போனார். கணவரது இறுதிச் சடங்கில் கலந்து கொள்ளவும், 5,8,13 வயதில் இருந்த மூன்று பெண் குழந்தைகளுக்கு உரிய ஏற்பாடுகள் செய்யவும் கூட அவருக்கு இடைக்கால ஜாமீன் தரப்படவில்லை. அவரது வழக்கு சர்வதேச அளவில் கொந்தளிப்பை ஏற்படுத்தியது. நோம்சாம்ஸ்கி, ஜீன் டிரீஸ் போன்றவர்கள் கூட 'அவருக்கு இழைக்கப்பட்ட கொடூர சித்ரவதைகளுக்கு' எதிராகக் குரல் கொடுத்ததும், ஒரு பயனும் இல்லை. 2012 குடியரசு தினத்தன்று, அவரைச் சித்ரவதை செய்த அங்கிட் கார்கிற்கு இந்தியக் குடியரசுத் தலைவர் வீர சாசகத்திற்காக விருது வழங்கினார்.

சோனி சோரியின் கைதிற்கு சுமார் ஓராண்டிற்கு முன் ஒடிசாவின் கஜபதி மாவட்டத்தின் ஒரு ஆதிவாசி குக்கிராமமான ஐடிங்கியைச் சேர்ந்த 20 வயது பெண்ணான ஆர்த்தி மஜ்ஹி கைது செய்யப்பட்டார். இந்த வழக்கு குறித்த தெளிவான விவரங்கள் பாலியல் வன்முறை மற்றும் அரசு ஒடுக்குமுறைக்கு எதிரான பெண்கள் என்ற அமைப்பால் 2011 ஜனவரியில் தரப்பட்டுள்ளன. 2010 பிப்ரவரி 12ம் தேதி அதிகாலை 4 மணியளவில், சாகர், ஆஸாத் என்ற

இரு மாவோயிஸ்ட்களைத் தேடி, சுமார் நாற்பது சிறப்பு நடவடிக்கை குழு அதிகாரிகளும், அதவா போலீஸ் நிலைய போலீஸ்காரர்களும் ஜடிங்கியில் ரெய்டு நடத்தினர். பலவந்தமாக எல்லா வீடுகளிலும் புகுந்து, மக்களை வெளியே இழுத்துப்போட்டு, அடித்து, சாகர் எங்கே இருக்கிறார் என்று தெரிவிக்காவிட்டால் சுட்டுக் கொன்று விடுவோம் என்று மிரட்டினார். இதில் ஒரு வீடு தகஸா மஜ்ஹியின் வீடு. அங்கு அவர் மகள் ஆர்த்தி வழக்கமாக காலையில் செய்வது போல் அரிசி குத்திக் கொண்டிருக்க, அவளது பெற்றோர், அண்ணன், அண்ணி தூங்கிக் கொண்டிருந்தார்கள். பாதுகாப்புப் படையினர் அனைவரும் ஆண்கள். அவளை வெளியே இழுத்து, மாவோயிஸ்ட்களுடன் தொடர்பு உடையவள் என்று சொல்லி அடிக்க ஆரம்பித்தனர். பின்னர் அவர்கள் மற்றொரு வீட்டிலிருந்து அவளது உறவினர் லாஜர் மஜ்ஹியையும், சாகர் என்று அவர்கள் தவறாக நினைத்துவிட்ட பக்கத்து கிராமத்தின் பிரசன்னோ மஜ்ஹியையும் பிடித்தனர். ஆர்த்தியையும், அந்த இரு இளைஞர்களையும் அவர்கள் அழைத்துச் செல்ல, அவளது தம்பி லாலு மஜ்ஹி பின்னாலேயே சென்றான்.

அடுத்த கிராமமான டாங்கிலியில் இவர்களது உறவுக்காரரான ஷ்யாமா மஜ்ஹிடாக்கு மஜ்ஹி என்ற பையனையும் பிடித்தார்கள். ஆர்த்தியை விட்டுவிடும்படி கெஞ்சியவாறு லாலு பின்னாலேயே சென்றாள். பாலிபோங்கா அருகில் ஒரு காட்டில் இந்த பையன்களின் கண் எதிரே, சில போலீஸ்காரர்கள் ஆர்த்தியை கூட்டாக வன்புணர்ச்சி செய்தார்கள்.

போலீஸ் நிலையத்தை அடைந்ததும், எதையேனும் வெளியே சொன்னால் உங்களைக் கொன்று விடுவோம் என்று பையன்களை மிரட்டினார்கள். அவர்களோ தம் உயிருக்கு மட்டுமின்றி, தம் குடும்பத்தினர் அவர்களில் பலர் ஏற்கனவே சிறையில் இருந்தார்கள் அல்லது போலீசால் குறி வைக்கப்பட்டிருந்தார்கள். உயிருக்கும் அஞ்சினார்கள். ஆர்த்தியின் சகோதரர் ஒருவரும், சகோதரி ஒருத்தியும் வீட்டை விட்டு வெளியேறி விட்டதாக சொல்லப்படுகிறது. அவர்கள் ஒருக்கால் மாவோயிஸ்ட்களோடு சேர்ந்திருக்கலாம். ஆனால் ஆர்த்தி மவோயிஸ்ட் அல்ல. ஆர்த்தி எந்த குற்றத்திற்காகவும், சந்தேகிக்கப்பட்ட மாவோயிஸ்ட்களின் சகோதரி என்பதற்காகக்கூட, கைது செய்யப்படவில்லை என்பது தெளிவு. அப்படி இருந்தால் அவளது தம்பியை விட்டிருக்க மாட்டார்கள். அவளைதண்டிக்கும் நோக்கோடு சித்ரவதை செய்யலாம். வன்புணர்ச்சி செய்யலாம் என்பதற்காகவே பிடித்திருக்கிறார்கள். போலீஸ் நிலையம் போனதும் ஆர்த்திமீது எட்டு வழக்குகளைப் போட்டார்கள். இதில் எதற்கும், எந்த ஆதாரமும் இல்லை என்றாலும், சிறையில் அடைக்க இந்த வழக்குகள் போதுமானவை.

2012 மார்ச்சில், இந்திய கம்யூனிஸ்ட் கட்சி மாவோயிஸ்ட்டின் ஒடிஷா மாநில அமைப்புக் குழுவின் செயலாளர் சுனில் என்ற சப்யசாசி பண்டாவின் பெயரில் மாவோயிஸ்ட்கள் ஒரு பதின் மூன்று அம்சக் கோரிக்கையை வைத்தார்கள். அதற்கு முந்தையவாரம் ஒடிஷாவின் கந்தமால் மாவட்டத்தின் தரிங்பாடியில் அவர்கள் கடத்திச் சென்ற இரு இத்தாலிய சுற்றுலாப் பயணிகளை விடுவிப்பதற்காக, அவர்கள் மாவோயிஸ்ட் கட்சி மீதான தடை நீக்கம் போன்ற அரசியல் கோரிக்கை முதல், ஒவ்வொரு கிராமத்திற்கும் குடிநீர் விநியோகம் போன்ற மக்கள் நல கோரிக்கை வரை பல கோரிக்கைகளை அதில் முன்வைத்தார்கள். அவற்றில் நான்காவது கோரிக்கை ஆர்த்தி மழ்ஹியின் கூட்டு வன்புணர்ச்சியில் ஈடுபட்ட போலீஸ் அதிகாரிகள், அப்பகுதியின் பல போலி என்கௌண்டர்கள், காவல் மரணங்களில் தொடர்புடைய போலீஸ் அதிகாரிகள் மீது நடவடிக்கை வேண்டும் என்பதாகும். மாவோயிஸ்ட் ஆதரவாளர் என்று கைது செய்யப்பட்ட *32* ஆதிவாசிகள் விடுதலை செய்யப்பட வேண்டும் என்று ஒரு கோரிக்கை. இப்பட்டியலில் ஆர்த்தியின் பெயரும் இருந்தது. எனினும் பிணைக் கைதிகள் பரிமாற்றத்தின் போது அவர் விடுதலை செய்யப்படவில்லை.

கிட்டத்தட்ட மூன்றரை ஆண்டுகள் சிறையில் இருந்தபின் *2013* ஜூலை *19* அன்று அவர் ஒருவழியாக எட்டு வழக்குகளிலிருந்தும் விடுவிக்கப்பட்டாள். ஆர்த்தி இப்போது தன் வீட்டில்தான் இருக்கிறார். ஆனால் அவரது உலகம் மொத்தமும் நொறுங்கிப்போய்விட்டது.

காவல்காரர்களை யார் கண்காணிப்பது?

இந்த வழக்குகள் எல்லாம் இந்தியாவின் ஆயிரக்கணக்கான பழங்குடி, தலித் மக்களின் துயரைக் காட்டுகின்றன. பட்டியலின பழங்குடியினரையும், பட்டியலின சாதிகளையும் பாதுகாக்க ஏராளமான அரசியலமைப்பு ஏற்பாடுகள் உள்ளன. ஆனால் நடைமுறையில் இந்த சட்டங்கள் எதுவும் அவர்களைக் காப்பாற்றவோ அல்லது குற்றவாளிகளைத் தண்டிக்கவோ வருவதில்லை. ஏன்? ஏனெனில் அவர்களுக்கு மாவோயிஸ்ட் என்ற பயங்கரமான முத்திரை குத்தப்பட்டு விடுகிறது. சட்டப்படி இது செல்லாது என்று உச்சநீதிமன்றம் கூறினாலும், போலீஸ் அவர்களை குற்றவாளிகளாகத்தான் பார்க்கிறது. மாவோயிஸ்ட்டாக அடையாளம் காட்டப்படுவதை டாக்டர் மன்மோகன்சிங் நக்ஸலியம் பற்றிச் சொன்ன வார்த்தைகளில் சொன்னால், 'நம் நாட்டிற்கு மிகப் பெரிய உள்நாட்டுப் பாதுகாப்பு அச்சுறுத்தல்' என்பதை இது மறைமுகமாகக் குறிக்கும். ஆனால் உண்மை வேறுவிதமாக உள்ளது. ஏழைகளை அடித்து, உதைத்து, சித்ரவதை செய்யும், பெண்களை வன்புணர்ச்சி செய்யும், தமது தவறுகளை மறைக்க ஏதுமறியாதவர்கள் மீது பொய் வழக்குப்போடும் போலீஸ்தான்

மாவோயிஸ்ட்கள் உருவாக முக்கிய தூண்டுகோல். போலீஸின் குற்றங்களை மௌனமாக ஆதரித்து, ஜனநாயகத்திற்கு ஆபத்து விளைவிக்கும் அரசியல்வாதிகள் நாட்டின் உள்நாட்டுப் பாதுகாப்பிற்கு உண்மையான அச்சுறுத்தல்.

மாவோயிஸ்ட் வழக்குகள் என்று குறிப்பிடப்படுபவற்றை மேலோட்டமாகப் பார்த்தாலே போலீசின் முக்கியமான நோக்கம் மக்களை முடித்த வரையில் சிறையில் வைத்துத் துன்புறுத்துவதுதான் என்பது தெரியும். முன்னணி செயல்பட்டாளர்களை இப்படி கடுமையாக துன்புறுத்தினால் பொதுமக்கள் அச்சப்பட்டு ஒடுங்கி இருப்பார்கள் என்பது அவர்களது வாதம். அனுபவப் பூர்வ ஆதாரங்கள் இதற்கு மாறானதைக் காட்டுகின்றன. இப்படிப்பட்ட கொடூமைகளைச் சந்திக்கும் செயல்பாட்டாளர்களும் பயந்துபோய் தமது செயல்பாடுகளை நிறுத்திக் கொள்வதில்லை. எதிர் கருத்துகளின் வெளிப்பாடுகளும் குறைந்து போய்விடவில்லை. மாறாக, அரசின் இந்த சட்டவிரோத நடவடிக்கைகள் மக்களை அமைப்பிலிருந்து மேலும் விலக்கி வைக்கவே செய்கின்றன. அவர்களில் குறைந்தபட்சம் சிலரை மாவோயிஸ்ட்களாகவும் ஆக்குகின்றன.

அதனால் நாட்டிற்கு எவ்வளவு இழப்பு என்றாலும் சரி, தனது சொந்தமக்களையே துன்புறுத்துவதுதான் இந்திய அரசின் நோக்கம் என்பதையே இச்சம்பவங்கள் காட்டுகின்றன. மாவோயிஸ்ட்டாக இருக்கும் குற்றத்திற்காக பல்லாயிரக்கணக்கானோர் இந்தியச் சிறைகளில் வாடிக் கொண்டிருக்கிறார்கள். அனைவருமே தவிர்க்க முடியாதபடி போலீஸ் காவலின்போது சட்டவிரோத சித்திரவதையையும், பின்னர் நீதிமன்றக் காவலில் மிக மோசமான நிலைமைகளையும் அனுபவித்திருக்கிறார்கள். நமது ஜனநாயகத்தில் காவலில் சித்திரவதை என்பது போலீசின் நடைமுறையாக உள்ளது. 1997ல் இந்தியா சித்திரவதை மற்றும் இதர கொடூர, மனிதாபிமானமற்ற, இழிவுபடுத்தும் செயல்கள் அல்லது தண்டனைக்கு எதிரான ஐ.நா.வின் அறிக்கையில் கையெழுத்திட்டுள்ளது. ஆனால் அதை இதுவரை நாட்டில் சட்டமாக்கவில்லை. இந்தியாவில் போலீஸ்காவல் சித்திரவதைக்கு எதிராக தனியாக சட்டம் எதுவுமில்லை. நீதிமன்ற காவல் வன்முறைக்கு எதிராகவும் போதுமான பாதுகாப்பு வழிமுறைகள் இல்லை. தங்களுக்குக் கிடைக்கும் தகவல்களின் அடிப்படையில் கைது செய்து, வழக்குப்போடும் சிவா போலீசின் தொழில் உரிமை பற்றி நாம் குற்றம் காண முடியாது. ஆனால் அந்த வழக்குகள் நீதிமன்ற பரிசீலனைக்கு உட்பட்டவை. அந்த உரிமை திரும்பத் திரும்ப தவறாகப் பயன்படுத்தப்படும்போது, போலீஸின் சட்டத்தை மதிக்காத தன்மையை எடுக்கும் வகையில் ஏதாவது ஒருவித கட்டுப்பாடு இருக்க வேண்டும்.

ஆனால் அப்படி எதுவும் இல்லை. மாவோயிஸ்ட் என்று கூறி போலீஸ் யாரை வேண்டுமானாலும் கைது செய்து, சித்திரவதை செய்து, அவர் மீது பல வழக்குகளைப் போட முடியும். இதன் பொருள் நீதிமன்றம் கடைசியில் எந்தவிதமாக முடிவு எடுத்தாலும் சரி, குறைந்தபட்சம் நான்கைந்து ஆண்டுகளுக்கு ஜாமீன் கிடையாது என்பதுதான். மாவோயிஸ்ட் தொடர்பான அத்தனை வழக்குகளிலும் இதைக் காண முடியும். கடைசியில் போலீஸ்தான் குற்றவாளியாக இருக்கும்.

இப்படியான சூழலில் அமைப்பிற்கும், தத்துவத்திற்குமான வேறுபாடு வேண்டுமென்றே தெளிவற்றதாக ஆக்கப்படுகிறது. மார்க்ஸ், லெனின், மாவோ, ஏன் அம்பேத்கர் ஆகியோரின் புத்தகத்தை வைத்திருந்தது என்ற பரிகசிக்கத்தகுந்த காரணங்களுக்காக மக்கள் மீது மாவோயிஸ்ட் என்ற குற்றம் சுமத்தப்படுகிறது. 2004 அக்டோபர் 15ம் தேதி சந்திரப்பூர் போலீஸ் தானிஷ் புக்ஸின் சுனிதா நாராயணை கைது செய்தது. இவர் தீக்ஷா தினத்தன்று அம்பேத்கர் மதம் மாறியயதைக் கொண்டாடும் நிகழ்ச்சி ஒன்றில் புத்தகங்கள் விற்க கடை போட்டிருந்தார். அதில் அம்பேத்கர், பகத்சிங் போன்றோரின் புத்தகங்களும் இடதுசாரி தத்துவப் புத்தகங்களும் விற்கப்பட்டன. எல்லா புத்தகங்களிலும் எழுதியவர், பதிப்பு பற்றிய விபரங்கள் இருந்தன. போலீஸ் *UAPA* சட்டத்தின் 18வது பிரிவின் கீழ் (பயங்கரவாத செயல்களுக்கு தெரிந்தே வசதிகள் செய்து தருதல் மற்றும் சதி) ஒரு எஃப், ஐ, ஆர் போடப்பட்டது. புத்தகங்களை வெளிப்படையாக தெருவில் போட்டு விற்கும் செயலை இந்தியாவில் பாதுகாப்பிற்கு ஆபத்து, மக்கள் மனதில் அச்சத்தை விளைவிப்பது என்று கூறுவது மிகப்பெரிய அபத்தம். ஆனால் போலீசுக்கு எதுவும் நடக்கவில்லை. மாறாக நாராயண் அரசு இயந்திரத்தின் தாக்குதலிலிருந்து தன்னைக் காப்பற்றிக் கொள்ள ஏராளமான துன்பங்களைச் சந்திக்க நேர்ந்தது.

அடிமட்ட அளவில் மக்களுடனான தனது ஊடாட்டத்தில், மேலே கூறிய விதங்களைப் போன்று மிகவும் மனிதாபிமானமற்று, சட்டவிரோதமாக அரசு நடத்துகொண்டால், அரசியலமைப்பு என்ற மேற்கட்டுமானம் நொறுங்கி, அரசு மீது மக்களுக்கு இருக்கும் கொஞ்ச நஞ்ச நம்பிக்கையும் நசுங்கிப்போகும். இதுதான் 'சாதாரண' மக்களை மாவோயிஸ்ட்டாக மாற்றுகிறது. ஆரம்பத்தில் அவர்கள் மாவோயிஸ்ட்டாக இல்லாவிட்டாலும், சிறையிலிருந்து வெளியே வரும்போது மாவோயிஸ்ட் தத்துவத்தை ஏற்கும் மனநிலை வந்துவிடும். இவ்வாறாக போலீஸ் அடக்குமுறைதான் மாவோயிஸ்ட்கள் உருவாக பெரும் தூண்டுதலாக உள்ளது. அரசு ஒடுக்குமுறையின் ஒவ்வொரு சட்ட விரோதச்செயலும் மாவோயிஸ்ட்களுக்கு பெரிய பயனைத் தருகிறது.

கைது செய்யப்பட்டவர்கள் உண்மையிலேயே மாவோயிஸ்ட்கள் என்றாலும் கூட, அது அவர்களை குற்றவாளிகளாக ஆக்கிவிடாது. மாவோயிஸ்ட்கள் செய்வது சரியா தவறா என்பதோ, அவர்களது செயல்களை நியாயப்படுத்துவதோ, கண்டிப்பதோ குறித்த பிரச்சனை அல்ல அது. எவ்வாறாயினும், அவர்கள் அரசின் ஏமாற்றுகளுக்கு, வன்முறைகளுக்கு தாம் ஏற்றுக்கொண்ட வழியில் எதிர்வினையாற்றும் மக்கள் ஒருவர் அவர்களது கொள்கைகள் அல்லது வழிமுறைகளை ஒப்புக் கொள்ளாமல் இருக்கலாம். ஆனால் இந்த புரட்சிகரப் பாதையை ஏற்க அவர்களை நிர்பந்தப்படுத்திய கொடூரமான நிலமைகளை ஒப்புக்கொள்ளத்தான் வேண்டும். மிக உயர்ந்த லட்சியங்கள் பற்றி வாக்குறுதி தந்து, மக்களின் பெயரால் நடப்பதாக அறிவிக்கப்பட்ட 60 ஆண்டுகால அரசியலமைப்பு ஆட்சி சமூகத்தின் உள்ளார்ந்த அநீதி, அசமத்துவம், வன்முறை, ஊழல், இரட்டைப் பேச்சைத்தான் அதிகரித்துள்ளது. பணக்காரர்கள் தங்களது பகட்டான வாழ்க்கை முறையோடு ஆரவளிக்க, மிகப் பெரும்பாலான மக்கள் பட்டினி கிடக்கிறார்கள். உலகிலேயே ஊட்டச்சத்து குறைந்த ரத்தசோகை உள்ள பட்டினி கிடக்கும் மக்களும், போதிய உணவு கிடைக்காத, எடை குறைவான, வளர்ச்சி குன்றிய குழந்தைகளும் அதிக எண்ணிக்கையில் உள்ள நாடு இந்தியாதான். உண்மையில் நாம் நினைப்பதைவிட சீரழிவு அதிகம். இந்த அமைப்பை சரி செய்ய நடக்கும் நடுத்தர வர்க்க முயற்சிகள் மிகவும் சிறியவை. சரியான புரிதலின்றி நடப்பவை. மாறாக, மாவோயிஸ்ட்கள் என்று சொல்லப்படுபவர்கள் தமது புரட்சி என்ற செயல் திட்டத்தால் தனித்து நிற்கிறார்கள். இவர்கள் மட்டும்தான் பிரச்சினையின் பரிமாணத்தை சரியாகப் புரிந்துகொண்டவர்கள் போல் தெரிகிறார்கள். சிறை, சித்ரவதை, என்கவுண்ட்டர், போலீஸ்காவலில் வன்புணர்ச்சி, கொலை ஆகியவை அவர்களை தடுத்துவிடும் என்று அரசு நினைப்பது மிகவும் அபத்தம். எந்தவொரு புரட்சியாளரும் இந்த முறைகளுக்கு அடிபணிந்து, புரட்சியை கைவிடுவதில்லை.

எந்தவொரு அர்த்தமுள்ள மதிப்பீட்டின்படியும் மாவோயிஸ்ட்கள் இந்திய அரசை கவிழ்ப்பதை நெருங்கிவிடவில்லை. அந்த திசையிலும் பயணப்படவில்லை. உண்மையில் அவர்கள் சதீஸ்கர், ஜார்க்கண்ட், ஒரிஸா, மஹாராஷ்டிர மாநிலங்களின் காடுகளில் பதுங்கி இருக்கிறார்கள். அவர்களது தலைவர்கள் பெரும்பாலும் ஏற்கனவே சிறையில் உள்ளார்கள். எனினும், சித்தாந்த ரீதியாக அவர்களது தாக்கம் இந்தப் பகுதிகளுக்கு அப்பாலும் பரவியுள்ளது என்றாலும், நிச்சயமாக அரசு மிகைப்படுத்திக் காட்டும் அளவிற்கு அல்ல. அரசின் உதவி மட்டும் இல்லாது இருந்திருந்தால், மாவோயிஸ்ட்களால் இப்போது உள்ள உறுப்பினர்களைக் கூட ஈர்த்திருக்க

முடியாது. ஆனாலும் மாவோயிஸ்ட்களை அழிப்பது என்ற பெயரில் அரசு மேற்கொள்ளும் நடவடிக்கை ஏராளமான மக்களை அரசிடமிருந்து விலக்கி வைத்து விட்டது. அதன் ஜனநாயகத் தகுதிகளின் வெறுமையைக் காட்டுகிறது. மாவோயிசத்தை ஒடுக்க 'தீவிரவாதத்தின் மீது போர்' உள்நாட்டுப் பாதுகாப்பைப் பாதுகாத்தல் என்ற பெயரில் அது நேர்மையற்ற வகையில் தனது சொந்த பயங்கரவாதத்தை நிகழ்த்துகிறது. இது அது உருவாக்கிக் கொண்டுள்ள தத்துவார்த்த அடித்தளம், சோஷலிச ஆட்சிகளின் பின்னடைவு, ஆபாசமான தனிநபர் வாதத்தையும், சமூகப் பிரிவினைவாதம் ஆகியவற்றையும் தந்திரமாகப் பயன்படுத்திக் கொள்கிறது. எனினும் அதிகரித்து வரும் அசமத்துவம், கீழ்மட்ட மக்கள் விளிம்பு நிலைக்குத் தள்ளப்படுதல், வெளிப்படையான மேட்டுக்குடி ஆதரவு ஜனநாயகம் அமைப்புரீதியாக அரிக்கப்படுதல் ஆகியவை எதிர்ப்புகளை உருவாக்குகின்றன.

ஏழை தலித்துகள் மற்றும் பழங்குடியினர் மீதான இன்று காணப்படும் அடக்குமுறைப்போக்கு. நாகரீகமானதாகப் பாசாங்கு செய்யும். நாகரீகமற்ற சாதி சமூகத்தின், ஆதியிலிருந்து தென்படும் குணாம்சமாகும். அது மிகத் தீவிரமாக தலித்-தலித் அல்லாதோர் இடையிலான பிளவை தன்னுள் அப்படியே நிலைநிறுத்தி வருகிறது. நாம் உருவாக்கிய நவீன அரசியலமைப்பு அரசு, இந்த அநாகரீகத்தை உதறித்தள்ளாது. அதை முழுமையாக ஏற்று, அந்த பிரிவினையை அதிகரித்தும், வளர்த்தும் வருவது துரதிருஷ்டவசமானது. அரசு யந்திரம் தலித் மற்றும் பழங்குடியினருக்கு எதிரானவர்களை ஆதரிக்கிறது. அவர்களுக்காக குரல் கொடுப்பவர்களை எதிர்க்கிறது. நீங்கள் தலித் மற்றும் பழங்குடியினரை ஆதரித்தால், சாதி நீக்கம் செய்யப்படுவீர்கள். மாறாக, அவர்களை வெறுத்தால், கூட்டத்தில் சேர்த்துக் கொள்ளப்படுவீர்கள். மாவோயிசம், தேசியம் ஆகியவை முறையே சாதி நீக்கம், சாதி ஆகியவற்றின் வெறும் நவீன இடக்க நரக்கல்தான்.

6

குஜராத்தில் தலித் போராட்டங்கள்

மாறும் கருத்தியல்

தனது தலித் சமூகத்தை வெளிப்படையான நிலப்பிரபுத்துவ முறையில் ஒடுக்குவதில் குஜராத்திற்கு ஒரு நீண்ட வரலாறு உண்டு. தேசிய அளவில் மக்கள் தொகையில் 16.6 சதம் இருக்கும் தலித்துகள், குஜராத் மக்கள் தொகையில் 7.1 சதத்திற்கு அருகில்தான் இருக்கிறார்கள். ரிசர்வ் தொகுதி வாக்காளர்களில் கூட அவர்களது விகிதம் 15 சதத்திற்குக் கீழேதான். இவ்வளவு குறைவாக இருப்பதால் அந்த சமூகம் பெரும்பாலும் அரசியல்ரீதியாக மந்தமாக, காங்கிரஸ் கட்சிக்குப் பின்னால் பதுங்கிக் கொண்டிருக்கும். 1970களின் ஆரம்பத்தில் தலித் பேந்தர் இயக்கம் சிறிது காலம் சக்தியாக இருந்தது. 1980ல் KHAM பார்முலா என்று சொல்லப்படும். மூத்த காங்கிரஸ் தலைவர் ஜினாபாய் டார்ஜி முன்வைத்த சத்ரிய, ஹரிஜன், ஆதிவாசி, முஸ்லீம்களுடன் கூட்டு வைக்கும் ஃபார்முலா மூலம் 182ல் 141 இடங்களைப் பெற்று காங்கிரஸ் ஆட்சியைப் பிடித்தது. அன்றைய முதலமைச்சர் மாதவ் சிங் சோலன்கி 1976ல் பக்ஷி ஆணையம் தந்த பரிந்துரையின் அடிப்படையில் சமூக, பொருளாதார ரீதியாக பின்தங்கிய வகுப்பினருக்கு இடஒதுக்கீட்டை அறிமுகம் செய்தார். இந்த இட ஒதுக்கீட்டுத் திட்டம் குறிப்பாக மருத்துவ, பொறியியல் கல்லூரிகளில் இடஒதுக்கீடு ஆதிக்க சாதிகளை கோபப்படுத்தியது. காங்கிரஸ் ஏற்படுத்திய கூட்டணியை எதிர்க்க, பாஜக கோபம் கொண்டிருந்த பிராமணர், பனியா, படிதார்களை இணைத்து ஒரு கூட்டணியை ஏற்படுத்தியது. படிதார்கள் பொருளாதார ரீதியாக சக்திவாய்ந்தவர்கள். எல்லா இடங்களிலும் பரவியிருந்தார்கள். மாநில மக்கள் தொகையில் நான்கில் ஒரு பங்கு என்ற அளவிற்கு அதிக எண்ணிக்கை கொண்டவர்கள் என்பதால் அவர்களை இணைத்தது லாபகரமாக இருந்தது. இவர்கள் 1931 மக்கள்தொகை கணக்கெடுப்பின்போது புதிதாக முறையாக உருவாகிய சாதியினர். மஹாராஷ்டிராவின் குன்பிக்கள், வடமாநிலங்களின் ஜாட்கள் போல சிறு நிலங்கள் கொண்ட விவசாய சமூகத்தினர். இதுவரை கடமையாக காங்கிரஸிற்கு வாக்களித்து வந்த அவர்கள். மாநிலம் உருவாக்கப்பட்டதிலிருந்து முதன்முறையாக, மாதவ்சிங் கோலங்கியின் அமைச்சரவையில் தங்களது சாதிக்கு பிரதிநிதித்துவம் இல்லாமல் அதிருப்தி கொண்டார்கள்.

1981ல் தனது இந்தக் கூட்டாளிகளை திரட்டி, அந்த இடஒதுக்கீட்டுத் திட்டத்திற்கு எதிராக ஒரு நூறு நாள் போராட்டத்தை பாஜக நடத்தியது.

குஜராத்தின் 19 மாவட்டங்களில் 18ல் கலவரங்கள் நடந்தன. இட ஒதுக்கீடுகள் SEBCகளுக்கு (இது கிட்டத்தட்ட OBC போன்றது) சாதகமாக இருந்தாலும், தலித்துகள்தான் வன்முறையாளர்களால் குறி வைக்கப்பட்டார்கள். அச்யுத் யாக்னிக் என்ற அறிவரின் கூற்றின்படி, இக்கலவரங்களின் போது முஸ்லீம்கள்பல இடங்களில் தலித்துகளுக்கு அடைக்கலம் தந்திருக்கிறார்கள். இந்த சம்பவங்களில் எதிர்வினையாக, மாநிலம் முழுவதும் அம்பேத்கர் ஜெயந்தி கொண்டாடப்பட்டது. இந்த விழிப்புணர்வு சிறிது காலத்திற்குத் தான் இருந்தது என்பதுதான் சோகம்.

1985ல் மற்றொரு இட ஒதுக்கீட்டுச் சலுகைக்கு எதிராக போராட்டங்கள் நடந்தபோது - இம்முறை ஒபிசிக்களுக்கு 28 சத ஒதுக்கீடு தந்தது - மீண்டும் வன்முறைக்கு முக்கியமாக தலித்துகள்தான் இரையாகினர். எனினும், இப்போது பாஜக தலித்துகளின் தேர்தல் முக்கியத்துவத்தை உணர்ந்திருந்தது. எனவே, அவர்களை (வாக்காளர்களின் சுமார் 75 சதம் இருக்கும்), தலித், ஒபிசி, பட்டியலின பழங்குடியினர் இணைந்த ஒரு புதிய சமூகக் கூட்டணிக்கு ஈர்க்க ஆரம்பித்தது. இதற்கு கட்சி தனது வெளிப்படையான சாதி இந்துக்களின் நலன் குறித்த கவனத்தை மாற்றி, இந்துக்களை ஒன்று திரட்டுவது என்ற அடிப்படையை மேற்கொள்ள வேண்டியதாக இருந்தது. அச்யுத் யாக்னிக் தனது, ‘குஜராத்தில் தலித் சுய அடையாளத்தைத் தேடி,’ என்ற கட்டுரையில் குறிப்பிடுவது போல, 1981 போராட்டத்திற்குப் பிறகு பாஜகவின் தேசியத் தலைமை, தலித்துகளிடையே அதிகரித்து வரும் பாஜக எதிர்ப்பு உணர்வை உணர ஆரம்பித்தது. 1980களின் மத்தியில் அவர்கள் முறையாக ஆதிவாசிகள், தலித் சமூகங்களை இணைத்துக் கொள்ள ஆரம்பித்தார்கள். 1986-87 வாக்கில் விஸ்வ ஹிந்து பரிஷத்தின் இந்துத்துவா திட்டங்களைப் பயன்படுத்தி நகர்ப்புற தலித்துகள் விஷயத்தில் சிறிது வெற்றி பெற்றார்கள். கட்சியின் இட ஒதுக்கீட்டு எதிர்ப்பு நிலையுயாகும் சரி செய்யப்பட்டது.1985ற்குப் பிறகு ஏபிவிபி தலித் மற்றும் ஆதிவாசிகளுக்கு இட ஒதுக்கீட்டு முறைக்கு ஆதரவாகப் பேச ஆரம்பித்தது. மறு வருடம், தனது இந்து யுவ சம்மேளனம் ஒன்றில் விஹெச்.பி தீண்டாமை ஒழிப்பில் இளைஞர்கள் தம்மை அர்ப்பணித்துக் கொள்ள வேண்டும் என்று வேண்டியது. அவர்கள் ‘பொருளாதார, சமூக ரீதியாக பின்தங்கிய இந்து சகோதரர்களின் ‘ஒட்டுமொத்த முன்னேற்றத்திற்காகப் பாடுபட வேண்டும் என்று கேட்டுக் கொண்டது. இவை அனைத்தும் நல்ல பலன்களைத் தந்தன. (2002, 32)

தலித்துகள் இந்தப் புதிய அன்புத் தாக்குதலுக்கு இரையானார்கள். ஒட்டு மொத்த வெறுப்பிற்கான இலக்காக தலித்துகளுக்குப் பதிலாக முஸ்லிம்கள் என்று மாறியபோது, பாஜகவின் திட்டத்தில் இரண்டாவது பாகம் அரங்கேறியது. 1985 இட ஒதுக்கீட்டிற்கு எதிரான போராட்டம்,

அகமதாபாத்தில் இந்துக்கள் மத்தியிலுள்ள சாதிகளுக்கு இடையிலான மோதலாக ஆரம்பித்தது. தலித்துகளும் தாக்குதலில் சேர்ந்து கொண்ட முஸ்லீம் எதிர்ப்புக் களமாக தடங்கலின்றி மாறியபோது இது தெளிவாகத் தெரிந்தது. அடுத்த ஆண்டில், அகமதாபாத்தில் ஜகன்னாத் ரத யாத்திரையில் தலித்துகளும் பங்கேற்றனர். இவர்கள் இந்துத்துவாவின் அடியாட்களாக, குறிப்பாக 2002 கோத்ராவிற்குப் பிறகான முஸ்லீம்கள் மீதான தாக்குதலின்போது, பெரிய அளவில் பயன்பட்டார்கள். ஊடகங்களில், போலீஸ் ஆவணங்களில் பெரும்பாலும் குறிப்பிடப்படாமல் போகும் பாரபட்சம், சுரண்டல், கொடுமைகள் சமூகத்தில் தலித் விரோத சக்திகளுடன் அரசின் கூட்டணியால் தடையின்றித் தொடர்ந்தன. ஆவணங்களில் இடம்பெற்றவைகளே மிக பயங்கரமான ஒரு சித்திரத்தைத் தந்தன. பட்டியலின மக்களுக்காக தேசிய ஆணையத்தால் திரட்டப்பட்டு 2017 மார்ச் 9 அன்று நாடாளுமன்றத்தில் வைக்கப்பட்ட 2015ற்க்கான இடைக்கால புள்ளி விவரங்களின்படி, 2015ல் பட்டியலின சாதியினர் மீதான குற்றங்களின் சதவிகிதம் குஜராத், சதீஸ்கர் மற்றும் ராஜஸ்தான் ஆகிய பாஜக ஆளும் மாநிலங்களில் அதிகமாக இருந்தது. இந்த விகிதமானது மாநிலத்தின் மொத்த எஸ்சி மக்கள் தொகை, அதில் எஸ்சி மீதான குற்றங்களின் மொத்த எண்ணிக்கை இரண்டையும் வைத்து கணக்கிடப்பட்டு 100000 குடிமக்களுக்கு ஒன்று என்ற விகிதமாகக் கணக்கிடப்பட்டது. மொத்த வன்கொடுமைகளான 6655ல், குஜராத்தின் குற்ற விகிதம் மிக அதிகமான 163.3 என்றும், சதீஸ்கரின் 3008 வழக்குகளுக்கு குற்ற விகிதம் 91.9 என்றும் ராஜஸ்தானின் மொத்த 7144 வழக்குகளுக்கு குற்றவிகிதம் 58.5 என்றும் இது கூறியது. குற்றங்களின் எண்ணிக்கையை வைத்துப் பார்த்தால், 8946 வழக்குகளுடன் உத்தரப்பிரதேசம் முதலிடத்தில் இருந்தது. ஆனால் அதன் குற்றவிகிதம் 21.6 ஆக இருந்தது. குற்ற விகிதங்களின் அடிப்படையில், ஆணையம் ராஜஸ்தான், உ.பி., பீஹார், குஜராத், சதீஸ்கர் ஆகியவற்றை சிறப்பு கவனம் தேவைப்படும் மாநிலங்களாக அறிவித்தது.

தலித் கொடுமைகள் என்ற அம்சத்தில் குஜராத் எப்போதுமே இந்தியாவின் மிக மோசமான மாநிலங்களில் ஒன்றாக இருக்கிறது. பக்கத்து மாநிலமான மஹாராஷ்டிராவில் தலித்துகளின் விழிப்புணர்வு பற்றி அறிந்திருந்தாலும், ஆதிக்க சாதிகளின் வன்முறை, காந்திய ஹரிஜனவாதத்தின் உணர்வு மங்கச் செய்யும் தாக்கம் ஆகியவை காரணமாக குஜராத்தின் தலித்துகளால் தம் குரலை உயர்த்த முடியவில்லை. குடியரசுக்கட்சி, பௌத்தம், பின்னாளைய எழுச்சிகளான தலித் இயக்கியம், தலித் பேந்தர் என்ற வகைகளில் ஏற்பட்ட அம்பேத்கர் தாக்கமும், நகர்ப்புற குஜராத்தின் சில பகுதிகளில் மட்டுமே காண முடிந்தது. மற்ற இடங்களைப் போலவே, குஜராத்தின் தலித்துகளின்

நிலையும் பாஜக ஆட்சியில் தெளிவாகவே மோசமாகிக் கொண்டிருக்கிறது. முஸ்லிம் இன ஒழிப்புப் பரிசோதனைக்கான இந்துத்துவாவின் சோதனைச்சாலை என்ற பெயர் பெற்ற அந்த மாநிலம், தலித்துகளுக்கும் தன் கோரப்பற்களைக் காட்டுகிறது. சராசரியாக, ஒவ்வொரு ஆண்டும், அங்கு 1,100 தலித்துகள் வன்கொடுமைக்கு ஆளாகிறார்கள். குஜராத்தின் சுரேந்திரநகர் மாவட்டத்தின் சிறிய நகரமான தங்கத்தில், 2012ல் மூன்று தலித்துகள் அடுத்தடுத்த நாட்களில் (செப்டம்பர் 22, 23) போலீசால் சுட்டக் கொலை செய்யப்பட்டார்கள். அப்போது முதலமைச்சராக இருந்த நரேந்திர மோடி சம்பவ இடத்திலிருந்து 17 கி.மீ தூரத்தில் விவேகானந்தர் இளைஞர் விகாஸ் யாத்திரையில் இருந்தபோதும் இதுபற்றி ஒரு வார்த்தை பேசவில்லை. முதல் நாள் போலீஸ் பழைய ஒரு மோதலில் தம் இன இளைஞன் ஒருவனைத் தாக்கியதற்காக பர்வத் சாதியினருக்கு (இவர்கள் பூர்வீகமாக மேய்ச்சல் தொழிலில் ஈடுபட்டிருந்த ஒரு சாதியினர்) எதிராக போராட்டத்தில் ஈடுபட்ட தலித்துகள் மீது சுட்டது. இதில் பங்கஜ் சும்ரா என்ற 17வது இளைஞன் பலத்த காயமடைந்தான். பிறகு ராஜ்கோட்டில் ஒரு மருத்துவமனையில் இறந்தான். அவனது இறப்புச் செய்தி தலித்துகளுக்கு ஆத்திரம் ஏற்படுத்த, அவர்கள் அதற்கு பொறுப்பான போலீஸ் அதிகாரிகள் மீது வழக்குப் பதிவு செய்யப்பட வேண்டும் என்று வீதிகளில் இறங்கிப் போராடினார்கள். மறுநாள் இந்தப் போராட்டக்காரர்கள் மீது போலீஸ் சுட்டதில் மூன்று தலித் இளைஞர்கள் காயமுற்றார்கள். இதில் மெஹுல் ரதோட் (17), பிரகாஷ் பார்மர் (26) என்ற இருவர் ராஜ்கோட் சிவில் மருத்துவமனையில் இறந்தார்கள். 2012 மாநில சட்டசபைத் தேர்தலுக்கு முன்பாக நடந்த இந்த மாணவர்களின் இறப்பு மாநிலம் முழுவதும் அதிர்ச்சியை ஏற்படுத்தின. நான்கு போலீஸ் அதிகாரிகள் மீது புகார்கள் அளிக்கப்பட்டன. புலன் விசாரணை சிஐடி பிரிவிற்கு மாற்றப்பட்டது. எனினும், போலீஸ்காரர்கள் மீது மூன்று எஃப்ஐஆர்கள் போடப்பட்டிருந்தாலும், ஒரே ஒரு குற்றப்பத்திரிகைதான் தாக்கல் செய்யப்பட்டது. குற்றவாளிகளில் ஒருவரான பி.சி. சோலங்கி கைது செய்யப்படவே இல்லை. குஜராத் மாநிலத்தின் சமூகநீதி மற்றும் அதிகாரமளித்தல் துறையின் முதன்மைச் செயலாளர் தலைமையில் அமைக்கப்பட்ட விசாரணை ஆணையத்தின் அறிக்கை வெளியிடப்படவே இல்லை. 2015 மார்ச்சில் குஜராத் உயர்நீதிமன்றத்தில் அளித்த அறிக்கையில் சிஐடி பிரிவு இந்த விஷயத்தில் யாருமே குற்றமிழைக்கவில்லை என்றது. குஜராத்தில் தலித்துகள், முஸ்லீம்கள் என்று வரும்போது, நியாயம் வழங்க வேண்டும் என்ற அரசியல் உறுதிப்பாடு முற்றிலும் இல்லாமல் இருப்பது, இப்போது நிறுவனமயமாகிவிட்டது.

உனா: வன்கொடுமையும், அதற்குப் பிறகும்

2016 உனாவில் நான்கு தலித் இளைஞர்கள் பொது இடத்தில் வைத்து அடிக்கப்பட்டதற்கு எதிரான போராட்டம் குஜராத்தின் இருண்ட பக்கத்தை வெளியுலகிற்குக் காட்டியது. ஆனால் உனாவிற்கு முன்பு இதைப்போலவே நடந்த பல சம்பவங்கள் செய்திகளில் வரவேயில்லை. உதாரணத்திற்கு 2016 மே 22ம் தேதி பசுப் பாதுகாவலர்களின் கும்பல் ஒன்று, அடிப்படையில் சங் பரிவாரத்தின் ஏதோ ஒரு அமைப்பில் உறுப்பினர்களாக இருக்கும் ரத்த வெறிபிடித்த குண்டர்கள், 2014ற்குப் பிறகு தைரியம் பெற்றார்கள். சௌராஷ்ட்ராவின் ராஜீலா என்ற ஊரில் தலித்துகளைத் தாக்கினார்கள். உனா சம்பவத்திற்கு மூன்று நாட்களுக்குப் பிறகு, ஜூலை 10ம் தேதி, தலித் விசாரணைக் கைதியான சாகர் பாபுபாய் ரதோட் லாக்கப் சித்திரவதையில் மரணமடைந்தார். இந்த சம்பவங்கள் ஒருபோதும் விசாரிக்கப்படவில்லை. நவ்ரசர்ஜன் டிரஸ்டின் சமீபத்திய ஆய்வு ஒன்று, குஜராத்தின் நான்கு மாவட்டங்களில் வன்கொடுமை வழக்குகளில் 36.6 சதவிகிதம் வன்கொடுமை சட்டத்தின் கீழ் பதிவு செய்யப்படவில்லை என்றும், இச்சட்டத்தின் கீழ் பதிவு செய்யப்பட்டவற்றில் 84.4 சதவிகிதம் தவறான பிரிவுகளின் கீழ் பதிவு செய்யப்பட்டு, அதன் மூலம் வன்முறையின் தீவிரத்தைக் குறைத்து விடுகின்றன என்று கூறுகிறது. இந்த நவ்சர்ஜன் டிரஸ்ட் தலித்துகளுக்கெதிரான வன்முறை காரணமாக 1988ல் மார்டின் மக்வான் என்பவரால் தோற்றுவிக்கப்பட்டது என்பது ஒரு சுவையான தகவல். 1986ல் ஆனந்த் மாவட்டத்தின் கோலானா கிராமத்தில் நிலப்பிரபுக்களின் தர்பார் சாதியினர் தலித்துகளைக் கொடூரமாகத் தாக்கி மார்டினின் சக ஊழியர்கள் நான்கு பேரை சுட்டுக் கொன்றனர். 18 பேர் படுகாயமடைந்தனர். பல வீடுகள் தீக்கிரையாக்கப்பட்டன. 13 வருட சட்டப் போராட்டத்திற்குப் பிறகு, கொலைகாரர்களில் 10 பேருக்கு ஆயுள் தண்டனை விதிக்கப்பட்டது.

இதற்கு முன், அஹமதாபாத்தைச் சேர்ந்த சமூக நீதிக்கான கவுன்சில் (CSJ Council for Social Justice) மாநிலத்தின் 16 மாவட்டங்களின் சிறப்பு வன்கொடுமை நீதிமன்றங்கள் 1.4.95 முதல் பத்தாண்டுகளுக்கு வழங்கியிருந்த 400 தீர்ப்புகளை ஆய்வு செய்தது. இவற்றில் அரசுத் தரப்பை பலவீனப்படுத்த, வேண்டுமென்றே போலீஸ் விதி மீறல்கள் செய்திருந்ததைக் கண்டுபிடித்தது. இச்சட்டம் வலுவிழப்பதற்கு, நீதித்துறையும் தன் பங்கிற்கு பாரபட்சம் காட்டியிருந்தது. இந்தப் பத்தாண்டுகாலத்தில், வன்கொடுமை வழக்குகளில் தண்டனை விகிதம் இந்திய சராசரியை விட குஜராத்தில் 6 மடங்கு குறைவாக இருந்ததில் வியப்பேதுமில்லை. 2014ல் (இதுதான் கிடைத்துள்ள சமீபத்திய தரவு) வன்கொடுமை வழக்குகளில் தண்டனை விகிதம் தேசிய சராசரி 26.8 என்றால், குஜராத்தில் இது 3.4 சதம். அதாவது, இது தேசிய சராசரியைவிட

88 சதம் குறைவு. நவ்சர்ஜன் டிரஸ்ட், நீதி மற்றும் மனித உரிமைகளுக்கான ராபர்ட்.இ.கென்னடி மையம் ஆகியவை, 2007-10 காலகட்டத்தில் ஆய்வு நடத்தி வெளியிட்ட அறிக்கையான, 'தீண்டாமையைப் புரிந்து கொள்ளுதல்' 1589 கிராமங்களின் வழக்கங்கள், நிலைமைகள் குறித்த விரிவான ஆய்வு, கிராமப்புற குஜராத்தில் தீண்டாமை மிகவும் பரவலாக இருப்பதாகக் காட்டியதிலும் வியப்பேதுமில்லை.

நரேந்திர மோடியே வளர்ச்சியின் முன்மாதிரி என்று பெருமையாகக் கூறிக் கொள்ளும் குஜராத், தலித்துகளுக்கு எதிரான கொடுமைகளில் இந்திய மாநிலங்களில் நான்காவது இடத்தில் உள்ளது. (2002 கலவரங்களில் அவரது உடந்தை தெளிவாகத் தெரிவது போதாது என்பதைப் போல்) சிறுபான்மையினரின் உரிமைகள் கடுமையாக மீறப்பட்டபோதும்கூட, 'விகாஸ் புருஷ்' (வளர்ச்சியின் நாயகன்) என்ற மோடியின் பிம்பம் அவரை நாட்டின் மிக உயர்ந்த பதவியில் உட்கார வைத்தது. பிம்பங்கள், குறியீடுகளை மிகவும் சாமர்த்தியமாகக் கையாண்டதன் மூலம், முஸ்லீம்களும், தலித்துகளும் தினந்தோறும் தாக்கப்படுவதும், அம்பேத்கர் மீதான அன்பு போலியாகக் காட்டப்படுவதும் இணைந்து நடக்கும் அந்த குஜராத் முன்மாதிரியை அவர் தொடர்ந்து பின்பற்றினார். தம்மைச் சுற்றிலும் செழுமை சூழ்ந்திருந்தபோதிலும், தமது எதிர்காலம் இருண்டிருப்பதை உணர்ந்த புதிய தலைமுறை தலித்துகளால் இதை இதற்கு மேலும் தாங்க முடியவில்லை. ஆளும் பாஜகவின் சர்க்கரை தடவிய தலித் விரோத அரசியலால் வேகம் பெற்றுவந்த, வளர்ந்து வந்த கோபமும், வெறுப்பும், உனாவின் கொடூர சம்பவத்தையொட்டி வெடித்தன.

நான்கு தலித் இளைஞர்கள் ஒருபொது இடத்தில் உயர்சாதிக்காரர்களால் அடித்து நொறுக்கப்படுவதைக் காட்டும் ஒரு காணொளி சமூக வலைதளங்களில் தீயாகப் பரவியபோது, குஜராத்தின் கிர்சோம்நாத் மாவட்டத்தின், சிறிய நகரான உனா பெரிய அவப்பெயர் பெற்றது. 2016 ஜூலை 11ம் தேதி, உனாவிற்கு சுமார் 25 கி.மீ தள்ளியிருக்கும் போடா சமாதியாலா என்ற கிராமத்தில் பாலுபாய் சர்வய்யா என்ற தலித் ஒருவர் வீட்டிற்குள் கோரக்ஷா சமிதி என்ற அமைப்பின் உறுப்பினர்கள் நுழைந்தார்கள். அங்கு, சர்வைய்யா, அவரது மனைவி குவர்பென், மகன்கள் வஸ்ராம், ரமேஷ், உறவினர்கள் அசோக், பேசர், இவர்களுக்கு உதவ வந்த தேவர்ஷி பானு என்ற பக்கத்து வீட்டுக்காரர் என்று ஏழு பேரைத் தாக்கினார்கள். பின்னர் இக்கும்பல் ரமேஷ், வஸ்ராம், அசோக், பேசர் ஆகிய நால்வரையும் நிர்வாணப்படுத்தி, ஒரு காரின் பின்புறம் கட்டி, உனா வரை இழுத்துச் சென்றது. அங்கு ஒரு போலீஸ் நிலையத்தின் வாசலில் வைத்து திரும்பவும் அவர்களைத் தாக்கியது. இக்கும்பல் மிகவும் தைரியமாக இருந்ததால்,

சம்பவம் முழுவதையும் வீடியோ எடுத்து, தம் போன்ற மற்றவர்களுக்கு உத்வேகம் அளிக்கட்டும் என்று சமூக ஊடகத்தில் பகிர்ந்தது. அந்த வீடியோ தீயாகப் பரவியது. ஆனால் அவர்கள் எதிர்பார்த்த விதமாக அல்ல. அது இந்துத்துவா கும்பல்களால் பார்க்கப்பட்டு, அவர்கள் அதை பின் தொடர்வதற்கு முன், அது தலித்துகளுக்கு மத்தியில் பரவி, கோபத்தை ஏற்படுத்தி உடனடியாக எதிர்ப்பு இயக்கம் உருவாக வழிவகுத்தது.

ஜூலை 12 அன்று சௌராஷ்ட்ரா மற்றும் வட குஜராத் பகுதிகளில் பஸ் எரிப்புகள், மோதல்கள், நெடுஞ்சாலை மறியல்கள் என தலித்துகளின் கடுமையான எதிர்ப்பு வெடித்தது. மெஸானா மாவட்டத்தின் காடி நகரில் மூன்று அரசுப் பேருந்துகள் தீக்கிரையானதும், அதிகாரிகள் பேருந்து நிலையத்தை மூடினார்கள். அகமதாபாத் நகரில் இரண்டு கோஷ்டி மோதல்கள் நடந்தன. நெடுஞ்சாலையை மறித்த கூட்டத்தைக் கலைக்க போலீஸ் கண்ணீர் புகை குண்டுகளைப் பயன்படுத்த நேர்ந்தது. சர்வைய்யா குடும்பத்தைத் தாக்கிய கும்பல் கைது செய்யப்பட்டது. கொந்தளிப்பான சூழலைப் பார்த்த, அன்றைய குஜராத் முதலமைச்சர் ஆனந்திபென் படேல் ராஜ்கோட் மருத்துவமனையில் அனுமதிக்கப்பட்டிருந்த பாதிக்கப்பட்டவர்களுக்கு, வழக்கை அறுபது நாட்களில் முடிக்கும் வகையில் ஒரு சிறப்பு நீதிமன்றம் அமைக்கப்படும் என்று உறுதிமொழி தந்தார். அது 2017 டிசம்பர் மாநிலத் தேர்தல் வரை நடக்கவில்லை. மாறாக 46 குற்றவாளிகளில் 12 பேர் ஜாமீனில் வந்து விட்டார்கள். மற்றவர்கள் ஜாமீனுக்கு மனு செய்திருந்தார்கள். பாதிக்கப்பட்ட தலித்துகளில் நால்வர் தமது காயங்களால், உடல்ரீதியான செயல்களை இழந்துவிட்டார்கள். ஏற்கனவே நிச்சயமற்ற எதிர்காலத்தைக் கொண்டிருந்த அவர்களது குடும்பம் இப்போது மேலும் கடுமையாக பாதிக்கப்பட்டுவிட்டது. குஜராத் அரசாங்கம், மாயாவதி, காங்கிரஸ் ஆகியோரால் தரப்பட்ட இழப்பீடுகளை வைத்து சிரமத்துடன் காலம் தள்ளுகிறார்கள்.

இந்தக் கட்டம் வரை உனா மற்ற எந்த சாதி வன்முறை போலத்தான் இருந்தது. எனினும் அது எதிர்ப்புப் போராட்டங்களின் திசை வழியை மாற்றப்போவதாக இருந்தது. வந்த போராட்டம் புலம்பல், எதிர்ப்பு, அரசிடம் நீதி கேட்டு மன்றாடுவது என்ற வழக்கமான பாணியில் இல்லை. எதுவும் நடக்காது என்று தெரிந்திருந்தும், போராட்டங்கள் இப்படித்தான் நடந்து வந்தன. போராட்டங்கள் ஒரு வரையறைக்கு உட்பட்டே நடக்கும். அதை மீறி நடந்துவிட்டால், கையர்லாஞ்சி போன்ற இடங்களில் நடந்தது போல அரசின் எதிர்வினை கடுமையாக இருக்கும். தலித்துகளின் பலவீனத்தின் அடிப்படையிலேயே தலித்துகளின் நிதானமும், மேல் சாதி அடக்குமுறையும் இருந்தன. வரலாற்று ரீதியாக, தலித்துகள் தாம்

பலவீனமானவர்கள் என்ற அக உணர்வு பெற்றிருந்தார்கள். தமக்கும் பலம் உண்டு என்று அவர்கள் கற்பனைகூட செய்ததில்லை. இறந்த ஆடுமாடுகளை அப்புறப்படுத்தும் அசிங்கமான வேலை தமது பலவீனம் என்று அவர்கள் கருதிய ஒன்றை தங்களது பலமாக உணர்ந்து, அதனடிப்படையில் ஒரு போர்ராட்ட வடிவை முடிவு செய்ததில் உனா போராட்டம் மற்ற போராட்டங்களிலிருந்து பெரிய அளவுக்கு மாறுபட்டது. உனா தலித் வன்கொடுமை போராட்டக் கமிட்டியின் (*Una Dalit Atyachar Ladhat Samiti* - உனா தலித் அத்யச்சார் லதாத் சமிதி) திரண்ட உனா போராட்டக்காரர்கள் இந்த புதிய பலத்தைப் பயன்படுத்த முடிவு செய்து, அதை நிலம் மற்றும் வாழ்வு கோரும் கோரிக்கையோடு இணைத்தார்கள். இது அக்கமிட்டியின் கீழ் திரண்ட இளைஞர்களுக்கு உற்சாகம் அளித்தது. ஜிக்னேஷ் மேவானி என்ற இளம் செயற்பாட்டாளரின் தலைமையில் ஏராளமான மக்கள் திரண்டார்கள். அவர்கள் இறந்த ஆடுமாடுகளின் தோலை உரிப்பது, சாக்கடை சுத்தம் செய்வது போன்ற வேலைகளைச் செய்ய மறுத்தார்கள். இப்போராட்டத்தில் 'மாட்டின் வாலை நீங்கள் வைத்துக் கொள்ளுங்கள். எங்கள் நிலத்தைத் திருப்பிக் கொடுங்கள். என்ற சக்தி மிக்க கோஷம் முன் வைக்கப்பட்டது. உனா சம்பவத்திற்கு எதிர்ப்புத் தெரிவித்து தலித்துகள் இறந்த கால்கடைகளை அப்புறப்படுத்தவும், சாக்கடைகளை சுத்தம் செய்யவும் மறுத்தார்கள். அம்பேத்கர் எப்போதுமே தலித் சமூகம் இதுபோன்ற இழிதொழில்களை கைவிட வேண்டும் என்று வற்புறுத்தி வந்ததையும், பிழைக்க வேறு வழியின்றி, இன்று வரை அதை அவர்கள் செய்து வருவதும் இங்கு நினைவுகூரத் தக்கது. உனா சமிதி அரசிடம் வாழ்விற்கான வழியையும், அதோடு ஒவ்வொரு தலித் குடும்பத்திற்கும் ஐந்து ஏக்கர் நிலம் தரப்பட வேண்டும் என்றும் கோரியது. அரசு வசம் இருந்த புறம்போக்கு நிலத்தை இப்படி வழங்கக் கோரியது. (தலித்துகள் ஏன் நல்ல வளமான நிலம் கேட்காமல் புறம்போக்கு நிலத்தைக் கேட்க வேண்டும்? என்ற கேள்வி எப்போதும் என் மனதில் உண்டு.) 1953ல் அம்பேத்கர் கிராமப்புற தலித்துகளுக்குத் தன்னால் எதுவும் செய்யமுடியவில்லை என்று உணர்ந்தபோது, உடனடியாக, பலன்தரக்கூடியது என்ற வகையில் அரசு புறம்போக்கு நிலங்களைக் கோரி சத்யாகிரகம் செய்யுமாறு தன் தொண்டர்களைக் கேட்டுக் கொண்டார். தலித்துகள் நிலப்பிரச்சினை குறித்து போராடும் போதெல்லாம் இதுவே நிரந்தர கோரிக்கை ஆகிவிட்டது. தமக்கான நியாயமான பங்கைப் பெற தலித்துகள் ஏன் புரட்சிகரமான நிலச் சீர்த்திருத்தங்களைக் கோரக் கூடாது? முப்பதாண்டுகளுக்கு முன்பு தலித்துகளுக்கு ஒதுக்கப்பட்ட 1,63,707 ஏக்கர் நிலத்தை உண்மையாக கைப்பற்றுவதற்காகப் போராடியவர்களான வால்ஜிபாய் படேல் மற்றும் ராஜேஷ் சோலன்கியுடன் இணைந்து, மேவானி, நிலங்களை அளந்து,

பிரித்துத் தரும் வேலையை உள்ளூர் நிர்வாகம் ஆரம்பிக்க, தனது போராட்டத்தின் மூலம் நெருக்கடி அளித்தார். ஒரு புதிய போராட்ட உத்தியாக, இறந்த கால்நடைகளின் உடல்களை ஓரிரு மாவட்ட ஆட்சியர் அலுவலக வளாகங்களுக்கு உள்ளே தூக்கிப் போட்டார்கள். அந்த துர்நாற்றம் நிர்வாகத்தை வேலை செய்யுமாறு அசைய வைத்தது. அது நில அளவீடு பணிகளை உடனடியாக ஆரம்பித்து, 300 ஏக்கர் நிலத்தை ஏற்கனவே, ஒதுக்கீடு செய்யப்பட்டிருந்த தலித் பயனீட்டாளர்களுக்குப் பிரித்துத் தந்தது. இவ்வாறாக, உனா நில உரிமைப் பிரச்சினையை, தலித்துகள் சந்தித்த வன்கொடுமைகளோடு திறமையாக இணைந்தது.

நிலமும், தலித் விடுதலையும்

தலித்துகள் பெரும்பாலும் கிராம வாசிகள் என்பதால் அவர்களது நகர்மயமாக்கம் தலித் அல்லாதோரின் நகர்மயமாக்கத்தில் பாதிதான் தலித் விடுதலைத் திட்டத்தில் நிலம் ஒரு முக்கியமான பாத்திரத்தை வகிக்கிறது. தலித்துகளின் சமூக சீரழிவு ஆதிக்க சாதி விவசாயிகளை பொருளாதார ரீதியாக நம்பி இருப்பதோடு, பிரிக்க முடியாதபடி பின்னிப் பிணைந்திருக்கிறது. இப்படி சார்ந்திருத்தல் சுயசார்பான கிராம சமுதாயத்தின் படிநிலை அமைப்பின் ஒரு அங்கமாகும். தலித்துகள் தான்கிராமத்தின் வேலைக்காரர்கள். இதற்கு பதிலாக கிராமம் அவர்கள் உயிர்வாழ குறைந்தபட்சமாக ஏதாவது தரும். தலித்துகளுக்கு சொந்தமாகப் பிழைப்பதற்கு வழி கிடைத்து விட்டால், அவர்கள் தமது அடிமை நிலையை, அதோடு சேர்ந்த சமூக அடிமைத்தனத்தை மறுப்பார்கள் என்று ஆதிக்க சாதிகள் அறிந்து வைத்திருந்தன. நிலம் இப்படியான விடுதலைக்கான ஒரு வழியாக இருந்தது. நாட்டின் சில பகுதிகளில் தலித்துகள் நிலம் வைத்திருப்பதும், ஓரளவு செல்வத்தோடு இருப்பதும், ஆனாலும், தீண்டத்தகாதவர்களாகவே தொடர்வதும் உண்மைதான். ஆனாலும் இது நிலத்தை உடமையாய் கொண்டிருப்பதன் முக்கியத்துவத்தை மறுக்கவில்லை. பொருளாதார சக்தி சாதியை இல்லாமல் ஆக்கிவிடாது. ஆனால் அது இல்லாவிட்டால், சாதிக் கொடுமை இன்னும் அதிகமாகவே இருக்கும். பொருளாதார சுதந்திரம் என்பது விடுதலையின் ஒரு அம்சம். அதன் இயல்பான விளைவாக, அது இல்லாவிட்டால், அடிமை நிலைதான். பொருளாதார அம்சங்களை பெருங்காலமாக தலித் இயக்கம் புறக்கணித்ததுதான், தலித்துகளின் இன்றைய மோசமான நிலைமைக்கான காரணங்களில் ஒன்று. அதுவும் பொருளாதார அம்சங்கள்தான் ஆரம்பத்தில் இந்த இயக்கம் உருவாகவே காரணமாக இருந்தன. என்பதைப் பார்த்தால், இப்புறக்கணிப்பு வியப்பைத் தருகிறது. பொருளாதார முன்னேற்றம் சமத்துவத்திற்கு உத்திரவாதம் தராது என்றாலும், எந்த ஒரு போராட்டத்திற்கும்

அதுதான் தவிர்க்க முடியாத ஒரு தூண்டுதல். தலித்துகளில் ஒரு பகுதியினர் நகரங்களுக்கு இடம் பெயர்ந்து, பொருளாதாரத்தின் நவீன துறைகளில் அல்லது பிரிட்டிஷ் ராணுவத்தில் வேலைகள் பெற்று, அதன் மூலம் ஓரளவிற்கு பொருளாதார சுதந்திரம் பெற்றிருக்காவிட்டால், நம்மால் தலித் இயக்கத்தின் துவக்கத்தை நினைத்துப் பார்க்கவே முடியாது.

அம்பேத்கருக்கு முந்தைய தலித் இயக்கங்களும் பொருளாதார முன்னேற்றத்தைத்தான் அடிப்படையாகக் கொண்டிருந்தன. அப்போதுதான் மக்கள் தமது சாதி எல்லைகளைத் தாண்டி யோசிக்க ஆரம்பித்து, நிலவும் அமைப்பின் அநியாயங்களை உணர்ந்து, அதற்கெதிராக போராடினார்கள். உதாரணத்திற்கு, அய்யங்காளி *(1863-1941)* படிக்காதவர்கள்தான் என்றாலும், அந்த வகையில் பின்னாளைய தலித் தலைவர்களிடமிருந்து மாறுபட்டவர் என்றாலும் கேரளாவின் சாதி புரையோடிய சமூகத்தில் அம்பேத்கருக்கு முந்தைய காலத்தின் தலித் தலைமைக்கு, தலித் சுயஉணர்விற்கு ஒரு முன்மாதிரியாகத் திகழ்கிறார். அவரது குடும்பத்திடம் இருந்த ஓரளவு நிலத்தால், அவர் ஓரளவு சுதந்திரமாக இருந்தார். இதனால் அவர் உடை, பொது சாலைகள், அரசு பள்ளிகளில் புலையர் குழந்தைகள் சேர்வது போன்றவற்றில் அக்காலத்தில் இருந்த சமூகத் தடைகளை எதிர்க்க முடிந்தது. பொருளாதார சுதந்திரமும், அதே அளவிற்கு ஓய்வு நேரமும், மக்களிடையே அரசியல்விழிப்புணர்வு தோன்றுவதை வேகப்படுத்துகின்றன. தமது அடிப்படை தேவைகளை நிறைவு செய்து கொள்ளவே நாள் முழுக்க உழைக்க வேண்டிய கட்டாயத்தில் இருப்பவர்களுக்கு தமது நிலை பற்றி யோசிக்கவோ அல்லது ஒரு மாற்று எதிர்காலத்தை திட்டமிடவோ நேரம் இருக்காது. பொருளாதார பலம் தீங்குகளை எதிர்கொள்ள மக்களுக்கு தன்னம்பிக்கை அளிக்கிறது. அது தம்மை பாதுகாத்துக் கொள்ள ஒரு ஆதாரத்தை அளிக்கிறது. நீண்ட கால பலன்களுக்காக ஆபத்துகளை எதிர்கொள்ளவும் அவர்களுக்கு உத்வேகமளிக்கிறது.

தலித்துகளின் பிற்காலத் தலைவர்கள் பொதுவாக படித்த வர்க்கத்திலிருந்து வந்தார்கள். அய்யங்காளியின் உள்ளூர் அளவிலான தலையீடுகளுக்கு ஒப்பிடும்போது இவர்கள் தீண்டாமை பிரச்சனை குறித்து ஒரு நவீன பார்வை கொண்டிருந்தார்கள். ஆனால் சமூக சீர்திருத்தத்திற்கான அவர்களது பணிக்கு உதவிய பொருளாதார சுதந்திரத்தின் பங்கை மறுக்க முடியாது. அவர்களது சொந்தப் பின்னணியின் இந்த முக்கியமான அம்சம், தீண்டாமையை பெரும்பாலும் ஒரு மத கலாச்சாரப் பிரச்சினையாக அடையாளம் காண வைத்தது. மத கலாச்சார வட்டம் தான் அவர்களது கவனத்தைக் கவர்ந்தது. பொருளாதார முன்னேற்றம் இரண்டாம் பட்சமாக பிரிட்டிஷ் ராணுவத்திற்கு தலித்துகளை சேர்த்துக் கொள்ள வேண்டும் என்ற கோரிக்கையை ஒரு

பொருளாதார திட்டமாக ஏற்றாலாக இருந்தது. அவர்களது புரிதலின்படி, தீண்டாமை என்பது பிராமணர்களின் சூழ்ச்சியாலும், தலித்துகளே சில சம்பிரதாயங்களை அகவயப்படுத்திக் கொண்டதாலும் ஏற்பட்டதுதான். இதன் விளைவாக அவர்கள் தத்துவார்த்த தளத்தில் பிராமணர்களுக்கு எதிராகவும், அதே சமயம் சாதி தொடர்பான சடங்குகளைக் கைவிட தலித்துகளுக்கிடையே பிரச்சாரம் செய்யவும் போராடினார்கள். தீண்டாமைக்கு மதத்தின் அனுமதி கிடையாது என்பதைக் காட்டுவது, பிறர் தலித்துகளை இழிவானவர்கள் என்று கருதாதவண்ணம், பிழைப்பிற்கான மேலான வழிமுறைகளைத் தேடுமாறு தலித்துகளுக்கு அறிவுறுத்துவது என்ற இரு தளங்களில் இத்தலைவர்கள் போராடினார்கள்.

ஹரிசஞ்த் தாக்கூர் *(1812-78)* என்பவர்தான் தீண்டாமைக்கு எதிரான ஆவணப்பூர்வமான முதல் இயக்கத்தை வங்காளத்தில் பத்தொன்பதாம் நூற்றாண்டின் மத்தியில் ஆரம்பித்தவர். (இவர் இப்போது பங்காளதேஷில் உள்ள கோபால் கஞ்ச் பகுதியைச் சேர்ந்தவர்) இவர் தலித்துகளின் முன்னேற்றத்தில் கல்விக்கு உள்ள முக்கியத்துவத்தைப் பிரச்சாரம் செய்ய மத கலாச்சார வழிமுறைகளைப் பின்பற்றினர். இவர் கடவுளாகப் போற்றப்படுகிறார். இவரதுபோதனைகள் மதுவா இயக்கம் என்ற அரைமத இயக்கமாக மாறிவிட்டன. மஹாராஷ்ட்ராவின் தலித் இயக்க முன்னோடியாக அம்பேத்கரால் போற்றப்படும் கோபால்பாலா வாலங்கர் *(1840-1900)* ஓய்வு பெற்ற ராணுவ வீரர். மஹாத்மா பூலேயால் உத்வேகம் பெற்ற அவர் தலித்துகளின் கல்வி பொது நிகழ்ச்சிகளில் பங்கேற்க அனுமதி போன்ற தலித்துகளின் கலாச்சார முன்னேற்றத்திற்காக தான் ஆரம்பித்த அனார்ய தோஷ் பரிஹார் மண்டலி (ஆரியரல்லாதோர் கோரிக்கை நிறைவேற்றல் சங்கம்) என்ற அமைப்பின் மூலமும், விட்டல் - வித்வான்சக் (தீண்டாமையை ஒழிப்பவன்) என்ற பத்திரிகை மூலமும் பாடுபட்டார். நாக்பூர் பகுதியின் தலித் தலைவரான விடோபா ராவ்ஜி முன் பாண்டே *(1864-1924)* மிஷன் பள்ளியில் படித்து, பருத்தி வியாபாரியாக இருந்தார். இவர் அந்த்யஞ் சமாஜ் என்ற அமைப்பின் மூலம் பணியாற்றினார். பின்னர் *1912*ல் இது லாயல் மஹர் சபா என்று பெயர் மாற்றம் பெற்றது. *1903*ல் ராம்டெக்கில் உள்ள அம்பாலா காட்டில் குளிக்க மஹர்களுக்கு அனுமதி மறுக்கப்பட்ட போது, மூன்-பாண்டே மஹர்கள் இனிமேல் மாட்டுக்கறி உண்ணமாட்டார்கள். மற்ற 'சுகாதார மற்ற' வழக்கங்களைக் கைவிடுவார்கள் என்று உத்திரவாதம் அளித்து ஸ்ரீக்ஷேத்ரா ராம்டெக்கில் உள்ள கோவில் கமிட்டியிடமிருந்து அனுமதி பெற்றுத்தந்தார். நான்காண்டுகளுக்குப் பிறகு, *1907*ல் அவர் மஹர்களுக்காக ஒரு சிவன் கோவில் கட்டினார். நாக்பூர் பகுதியில் முக்கியமான தலித்தலைவராக உருவாகிய கிஸன் ஃபாகோஜி பான்சோடே

எம்ப்ரஸ் மில்லில் தொழிற்சங்கத் தலைவராக இருந்தார். இவரும் அடிப்படையில் தலித்துகளின் கலாச்சார முன்னேற்றத்திற்குத்தான் பாடுபட்டார். மராத்தி பேசும் மேற்கிற்கு வெளியே, ஐக்கிய மாகாணங்களில் அச்சுதானந்த் *(1879 - 1933)*, பஞ்சாப்பில் மங்கூ ராம் *(1886-1980)* போன்றோரும் முக்கியமாக தலித்துகளின் கலாச்சார முன்னேற்றத்திற்காகவும், காலனிய அரசிடமிருந்து உரிமைகள் பெறவுமே பாடுபட்டனர். ஒரு சிலரின் பொருளாதார முன்னேற்றம் சமூகத்தின் சமூக அந்தஸ்தை மாற்றிவிடாது என்பதால், இத்தலைவர்கள் பொருளாதாரத்தை முன்னேற்றத்தை நிர்ணயிக்கும் அம்சமாகப் பார்க்கவில்லை. மேலும், ஆதிக்க சாதிகளின் ஏராளமான ஏழைகளும் தங்கள் சாதி அடையாளத்தின் மூலம் எல்லா வசதிகளையும் அனுபவித்ததை இவர்கள் பார்த்ததால், அது பொருளாதாரம் ஒரு உப அம்சம்தான் என்ற இவர்களது கருத்தை வலுப்படுத்தியது.

கிராமங்களில் உள்ள தலித்துகளின் துயரத்தை அம்பேத்கர் அறியாதவர் அல்ல. நாட்டின் பொருளாதாரத்தில் விவசாயத்தின் முக்கியத்துவத்தை அவர் அறிவார். அவரது இருபத்தியேழாவது வயதில் அவர் சிறு நிலங்கள் பற்றி எழுதிய கட்டுரை *1918*, இந்தியப் பொருளாதார சஞ்சிகை, பாகம், *1*ல் வெளியானது இது விவசாயப் பொருளாதாரத்தில் அவரது ஆரம்ப கால ஆர்வத்தையும், அவரது ஆழ்ந்த பார்வையையும் தெளிவாகக் காட்டுகிறது. மஹத்தின் புகழ்பெற்ற சம்பவத்திற்குப் பிறகு *(1927)* அவர் கவனம் செலுத்திய அடுத்த பிரச்சினை மிக மோசமான சுரண்டலும், ஒடுக்குமுறையும் நிறைந்த கோட்டி முறைக்கு - இது கொங்கன் பகுதியில் நிலவிய ஒருவகை நிலப்பிரபுத்துவத்திற்கு எதிரான குத்தகைதாரர்களின் போராட்டம், கோட்கள் என்றழைக்கப்பட்ட நிலப்பிரபுக்கள் பெரும்பாலும் சித்பவன் பிராமணர்கள் என்றாலும் அவர்களில் மராத்தாக்களும், முஸ்லிம்களும் உண்டு. குத்தகை வீரர்கள் குன்பிகள், மஹர்கள், பண்டாரிகள் மற்றும் அக்ரிஸ் போன்ற சூத்திர சாதியினர், எனவே, போராட்டம் வர்க்க மற்றும் சாதி சுரண்டலின் ஒரு சிக்கலான கலவைக்கு எதிராக இருந்தது. இது *1920*களின் ஆரம்பத்திலேயே துவங்கிவிட்டது. இதற்கு பண்டாரி சாதியைச் சேர்ந்த தலைவரான ராவ் பகதூர் எஸ்.கே.போல் ஆதரவளித்தார். இவர் சமபந்தி போஜனத்திற்கு ஆரிய சமாஜத்தினருக்கு ஆதரவு தந்ததற்காக சாதியைவிட்டு ஒதுக்கி வைக்கப்பட்டவர். இவர் *1923*ல் பம்பாய் சட்டமன்றத்தில் பொது இடங்கள், நீர்நிலைகளை தீண்டத்தகாதோருக்குத் திறந்துவிடும் ஒரு தீர்மானத்தை (போல் தீர்மானம்) நிறைவேற்றச் செய்தவர், இந்தத் தீர்மானம்தான் *1927*ல் அம்பேத்கார் சாவ்தார் குளம் சத்யாகிரகத்திற்கு உந்துதலாக இருந்தது. *1922* அக்டோபர் *6* அன்று போல், ரத்தினகிரி மற்றும் கொலாபா மாவட்டங்களில் கோட்டி முறையில் இருக்கும்

குத்தகைக்காரர்களின் நிலை பற்றி விசாரிக்க ஒரு கமிட்டி அமைக்கத் தூண்டும். கோட்டி முறை எதிரப்புச் சட்டத்துறையும் சட்டமன்றத்தில் அறிமுகப்படுத்த முயன்றார்.

1929 ஏப்ரலில் சிப்லனில் ஒரு விவசாயிகள் மாநாட்டில் உரையாற்றி அம்பேத்கர் கோட்டி எதிர்ப்பு இயக்கத்தை துவக்கினார். அதற்கு முதல் நாள் அவர் ரத்தினகிரி மாவட்ட மாநாட்டில் தனது தலைமையுரையில் கோட்டி முறையை எதிர்த்துப் பேசியிருந்தார். இம்மாநாட்டைத் தொடர்ந்து, ஏ.வி. சிட்ரே மக்களைத் திரட்டினார். பின்னர் மங்கான் தாலுகாவில் (இன்றைய ராய்காட் மாவட்டம்) கோரேகானில் இதேபிரச்சினைக்காக ஒரு விவசாயிகள் கூட்டம் நடத்தப்பட்டது. 1936ல் அம்பேத்கர் ஆரம்பித்த முதல் கட்சியான ILPயின் தேர்தல் அறிக்கையில் கோட்டி முறை ஒழிப்பு இடம் பெற்றது. 1937 செப்டம்பர் 17ம் தேதி டாக்டர்.அம்பேத்கர் பம்பாய் சட்டமன்றத்தில் வரலாற்றுச் சிறப்பு மிக்க கோட்டி முறை ஒழிப்பு மசோதாவைக் கொண்டுவந்தார். ஆனால் அதை விவாதத்திற்கு எடுத்துக் கொள்ளவே காங்கிரஸ் அனுமதிக்கவில்லை. எனவே, கொங்கன் பகுதியிலிருந்து ஒருமாபெரும் விவசாயிகள் பேரணியை நடத்த அம்பேத்கர் திட்டமிட்டார். 1938 ஜனவரி 12ம் தேதி மஹர்கள், குன்பிகர் மற்றும் இதர சாதிகளைச் சேர்ந்த 20000 விவசாயிகள் பம்பாய் சட்டமன்றம் நோக்கி நடக்க ஆரம்பித்தார்கள். சுதந்திரத்திற்கு முன்பு இவ்வளவு விவசாயிகள் திரட்டப்பட்டது. இதுதான் முதல் முறை. அதேபோல சாதி வர்க்க இணைப்பை ஏற்ப்படுத்துவதற்கான முதல் முயற்சியும் இதுதான். விவசாய குத்தகைதாரர்களின் அடிமைத்தனத்தை ஒழிக்க இந்தியாவில் ஒரு மசோதாவை அறிமுகப்படுத்திய முதல் சட்டமன்ற உறுப்பினர் அம்பேத்கர்தான். கோட்களுக்கு தம் உரிமையை இழப்பதற்காக நியாயமான இழப்பீடு தந்து, குத்தகைக்காரர்களுக்கு உரிமை பெற்றுத் தருவதே இந்த மசோதாவின் நோக்கம். இம்மசோதா கோட்டி முறைக்கு பதிலாக ரயத்துவாரிமுறையை கொண்டு வரவும், 1879 நில வருவாய் சட்டத்தின் கீழ் நிலத்தை வைத்திருக்கும் ஏழை விவசாயிகளுக்கு அதன் உரிமையாளர் அந்தஸ்து தரவும் முன்மொழிந்தது.

எனினும், இந்தப் போராட்டத்தால் உருப்படியாக எதுவும் வரவில்லை. மாகாண சட்டமன்றத்தில் பெரும்பான்மையாக இருந்த காங்கிரஸ் அவரை கடுமையாக எதிர்த்தது. இறுதியில், சுதந்திரத்திற்குப் பிறகு 1949ல்தான் கோட்டிமுறை ரத்து செய்யப்பட்டது. அம்பேத்கர் தனது அரசுகளும், சிறுபான்மையினரும் (1946) என்ற குறிப்பிலும் நிலப் பிரச்சனையை எடுத்து, நிலம் தேசியமயமாக்கப்படவேண்டும் என்றும் கூட்டுப் பண்ணை விவசாயம் செய்யப்படவேண்டும் என்றும் கூறினார். சுதந்திர இந்தியாவின் அரசியலமைப்பில் மாற்ற முடியாத ஒரு அம்சமாக சோஷலிச சமூக

அமைப்பைக் கொண்டு வர வேண்டும் என்பது அவரது திட்டம். அவர் மிகவும் புரட்சிகர எண்ணங்கள் கொண்டிருந்த அந்த காலக்கட்டத்திலும் - 1937ல் கோட்டி முறை ரத்து பற்றி முன் மொழிந்ததிலிருந்து, கிட்டத்தட்ட பத்தாண்டுகளுக்குப் பிறகு அரசுகளும், சிறுபான்மையினருமில் அரசு சோஷலிசத்தை முன்மொழிந்தது வரை

சோஷலிசத்தை தனது தாராளவாதம் புறக்கணிக்க அனுமதித்ததுதான் விநோதமானது. கோட்டி முறையை ரத்து செய்யக் கோரும் அந்த மசோதாவில் (எண் XX, 1927) கோட்களுக்கு எவ்வாறு இழப்பீடு தரவேண்டும் என்று சுட்டிக் காட்டிய அவர், அரசுகளும், சிறுபான்மையினருமில், நிலப்பிரபுக்களின் நிலங்கள் தேசியமயமாக்கப்படும் போது அவர்களுக்கு இழப்பீடு தரப்பட வேண்டும் என்று வாதிட்டார். 1953ல் அவர் மீண்டும் நிலம் குறித்த பிரச்சினையை எழுப்பினார். இம்முறை அதை கிராமப்புற தலித்துகளின் விடுதலைக்கான வழியாகப் பார்த்தார். ஆனால், தலித்துகள் நிலத்திற்காகப் போராட வேண்டும் என்று கூறியபோது, அரசின் தரிசு நிலங்களை மனதில் கொண்டே பேசினார். இதன் விளைவாக, அவரது அறைகூவலுக்கிணங்க நடந்த போராட்டங்கள் நிலப்பிரபுக்களின் நிலங்களைக் கேட்கவில்லை. நிலச்சீர்த்திருத்தங்கள் குறித்து எழுப்பப்பட்ட குரல்கள் இருந்தபோதிலும், நில விநியோகத்தைப் பொருத்தவரை இந்தியா மிக அசமத்துவமான ஒருநாடாகத்தான் இருக்கிறது. வெறும் 9.5 சத கிராமப்புற குடும்பங்கள் வசம் சாகுபடி செய்யத்தக்க நிலத்தின் 55.6 சதம் உள்ளது. அவர்களது வீடுகள் உள்ள நிலத்தைக் கழித்துவிட்டால், 41 சத குடும்பங்களுக்கு நிலம் எதுவுமில்லை.

தலித் விடுதலையில் நிலத்தின் முக்கியத்துவத்தை அம்பேத்கர் முழுமையாக உணர்ந்திருந்தாலும், அதைப் பெறுவது எளிதாக இருக்காது என்பதையும் அறிந்திருந்தார். அரசு சோஷலிசம் பற்றிய அவரது கருத்து வெறும் பொதுப்படையானதாக இருந்தது. அதை அடைவதை மேலும் கடினமாக்கியது. அவர் அரசின் வழிகாட்டும் கொள்கைகளில் செய்ததாகச் சொல்லிக் கொள்வதுபோல அரசியலமைப்பிற்கு ஒரு சோஷலிசப் பார்வையைத் தருவது என்பது ஒன்று. ஆனால், மேட்டுக்குடியினரையும், சொத்துடைய வர்கத்தினரையும் பிரதிநிதிதுவப்படுத்தும் ஒரு அரசியலமைப்பு சபையின் மூலம் இத்தகைய புரட்சிகர சீர்த்திருத்தங்களைச் செய்வது என்பதை நினைத்துக்கூடப் பார்க்க முடியாது. எந்த மாதிரியாக அமைக்கப்பட்ட எந்த அரசியலமைப்பு சபையிலும் அது இம்மாதிரிதான் இருக்கும். இது ஒரு புரட்சியினால் மட்டுமே சாதிக்க முடியும். ஆனால் அம்பேத்கர் அது இந்தியாவில் சாத்தியமில்லை என்று கருதினார். அவர் முன்னேற்றத்திற்கு பிரதிநிதித்துவம் தான் வழி என்று கருதினார். இதற்குக்

காரணம் அவரது கொலம்பியாப் பல்கலைக்கழகப் பேராசிரியர் ஜான் ட்யூவேவின் தாக்கம் மற்றும் லண்டன் பொருளாதாரம் பள்ளியில் தங்கியிருந்த காலத்தில் ஏற்பட்ட ஃபேபியனிசத் தாக்கம். படித்த தலித்துகள் அரசின் அமைப்புகளில் முக்கிய பதவிகளில் இருந்தால், அவர்கள் அரசின் கொள்கைகளில் தாக்கம் ஏற்படுத்தி, படிப்படியாக புரட்சிகரமான மாற்றங்களைக் கொண்டு வருவார்கள் என்பதே இத்திட்டம். இதற்காகத்தான் அவர் தலித்துகள் உயர்கல்வி கற்கவேண்டும் என்று வலியுறுத்தினார். அதிகார அமைப்பில் அவர்களது பிரதிநிதித்துவத்திற்காகப் போராடினார். அவரது வாழ்நாளிலேயே இந்த வழிமுறை தோல்வியடைந்ததையும் அவர் பார்த்தார்.

அவரது கடைசி காலத்தில் ஒரு வருத்தமான தருணத்தில், இவ்விஷயமாக தனது வருத்தத்தை, டில்லியில் தன் வீட்டில் தன்னை சந்திக்க வந்த பட்டியலின சாதியினர் கூட்டமைப்பின் மராத்வாடா கிளையினரிடம் பகிர்ந்துகொண்டார். தாம் செய்ததெல்லாம் நகர்புறங்களில் உள்ள படித்த தலித்துகளுக்கு மட்டுமே பலனளித்தன என்றும் ஏராளமான எண்ணிக்கையில் இருக்கும் தனது கிராமப்புற சகோதரர்களுக்கு தன்னால் எதுவும் செய்யமுடியவில்லை என்றும் கூறினார். அவர்களால் நிலத்திற்காக ஒரு போராட்டத்தை நடத்த இயலுமா என்று கேட்டார். திரும்பி வந்ததும், அக்கிளையின் தலைவரான பி.எஸ்.வாக்மாரே, 1953ல் மராத்வாடாவின் நிலமற்ற தலித்துகளுக்கு அரசின் தரிசு நிலங்களை வழங்கக்கோரி ஒரு சத்தியா கிரகத்தை ஆரம்பித்தார். இதுதான் இவ்வகையில் முதல் போராட்டமாகும். 1700 பேர் கைது செய்யப்பட்ட இப்போராட்டத்திற்கு தாதாசாகோப் கெய்க்வாட்டின் உதவி கிடைத்தது. அம்பேத்கரின் விருப்பத்திற்கு ஏற்ப, அவரது மரணத்தைத் தொடர்ந்து மேலும் இரு நிலப் போராட்டங்கள் நடந்தன. முதலாவது 1959ல் மஹாராஷ்ட்ராவின் மராத்வாடா காந்தேவர் பகுதியிலும், இரண்டாவது, 1964-65ல் இந்தியா முழுவதிலும் நடந்தன. இரண்டுமே கெய்க் வாட்டின் தலைமையில் நடந்தன. இரண்டாவது போராட்டம் அம்பேத்கரின் நினைவு நாளான டிசம்பர் 6ம் தேதி துவங்கியது. பஞ்சாப், மெட்ராஸ், மைசூர், டில்லி, குஜராத், உத்தரப் பிரதேசம், மஹாராஷ்ட்ரா ஆகிய பகுதிகளில் ஒரு மாதத்திற்கும் மேலாக தினமும் நூற்றுக்கணக்கான மக்கள் கைதானார்கள். 1965 ஜனவரி 30 வாக்கில் 360000ற்கும் மேற்பட்டோர் சிறையில் இருந்தார்கள்.

தலித் இயக்கத்தின் இந்த புதிய திருப்பத்தை மத்திய அரசு மிகத் தீவிரமாக கவனித்தது. இதுவரை தலித் போராட்டங்கள் பாரபட்சம் என்ற ஸ்தூலமான விசயத்தையோ அல்லது அரசியல் பிரதிநிதித்துவத்தையோ சுற்றித்தான் இருந்தன. இது போன்றவற்றை எந்த ஆளும் கட்சியும் சில அடையாள

நடவடிக்கைகள் மூலம் சமாளித்து விட முடியும். ஆனால், தலித்துகள் ஆதா வளங்களில் தமது பங்கை கேட்டு பொருளாதாரக் கோரிக்கைகளை எழுப்ப ஆரம்பித்துவிட்டார்கள். ஒரு அமைப்பு ரீதியான பெரிய மாற்றம் இல்லாமல் அதை கட்டுப்படுத்துவது கடினம். ஆளும் வர்க்கங்களைப் பிரதிநிதித்துவப்படுத்தும் காங்கிரஸ், தலித் தலைவர்களை அரவணைத்துக் கொள்ள ஆரம்பித்தது. இது தலித் இயக்கத்தின் முடிவின் துவக்கமாக இருந்தது.

அதன் பிறகு, 1983ல் ஒரே ஒரு முறையைத் தவிர வேறு எப்போதும் தலித் தலைமை நிலப் பிரச்சினையை எழுப்பவில்லை. 1983ல் மார்ச்சில் பிரகாஷ் அம்பேத்கர் நிலமற்றோருக்கு நிலம் என்ற கோரிக்கையையும் மற்ற கோரிக்கைகளோடு முன் வைத்து நாசிக்கிலிருந்து பம்பாய் வரை ஒரு நீண்ட பயணத்திற்கு தலைமையேற்றார். தலித் பேந்தர் அமெரிக்காவின் மாவோயிஸ்ட் பிளாக் பேந்தர் கட்சியால் உத்வேகம் பெற்று ஆரம்பிக்கப்பட்டதாகும். அது வர்க்கப் பிரச்சினைகளைப் பேச ஆரம்பிப்பதற்கு முன்னரே, அம்பேத்கரிஸம் என்றால் என்ன என்ற பிரச்சினையில் பிளவுபட்டுவிட்டது. இதே பிரச்சினைதான் முன்பு இந்திய குடியரசுக் கட்சியையும் பிளந்தது. இந்தியக் குடியரசுக் கட்சியின் பிளவின்போது, அம்பேத்கரிஸம் அரசியலமைப்பு வாதத்தோடு அடையாளம் காணப்பட்டது. தலித் பேந்தர் பிளவின்போது பௌத்தத்துடன் அடையாளம் காணப்பட்டது. இந்த இரு பிளவுகளிலும் ஒரு ஒரே பொதுவான அம்சம் கம்யூனிச எதிர்ப்புதான். இரண்டு இயக்கங்களிலிருந்தும் வெளியேற்றப்பட்டவர்கள் கம்யூனிஸம் சார்பானவர்கள் என்று குற்றம் சாட்டப்பட்டார்கள். 1970கள் வாக்கில், தலித்துகள் மத்தியில் ஒரு புதிய நடுத்தரவர்க்கம் உருவானது. இது தான் பல்வேறு விதமான பாரபட்சங்களுக்கு ஆளாவதாக உணர்ந்தது. இந்த வர்க்கம் மற்ற தலித் மக்களுக்கு ஒரு பாதுகாப்புக் கவசத்தை அளிக்கும் என்ற அம்பேத்கரின் எதிர்பார்ப்பிற்கு மாறாக, இது தனது நலன்களைப் பாதுகாக்க தனது சொந்த எஸ்சி/எஸ்டி ஊழியர் சங்கங்களை அமைக்க ஆரம்பித்தது. அரசியல் சார்பின்றி, கிராமப்புற தலித் மக்களிடமிருந்துவிலகி இருந்ததால், இது கலாச்சாரத் தளத்தில் மட்டுமே பணியாற்ற முடிந்தது. இது புத்த விகாரங்களைக் கட்டுதல், விபாசனா மையங்கள் அமைத்தல், கூட்டங்கள் நடத்துவது போன்ற நடவடிக்கைகளின் மூலம் தலித் மக்களின் பொருளாதாரப் பிரச்சினைகளிலிருந்து மேலும் விலகிப் போனது.

குஜராத்தில் உனாவிற்கு முன்பு நடந்த நிலப் போராட்டங்கள்

அன்றைய சௌராஷ்டிர மாநிலத்தின் முதலமைச்சரான யு.என்.தெ.பார் சௌராஷ்ட்ர நிலச் சீர்த்திருத்த சட்டம் 1952 என்ற சட்டத்தைக் கொண்டு

வந்தார். இது 1726 கிராமங்களில் கிராஸ்தார்கள் (முக்கியமாக, தர்பார்கள் என்றழைக்கப்பட்ட உயர் சாதி சத்திரிய வகுப்பினர்) வசமிருந்த 29 லட்சம் ஏக்கர் நிலங்களில், சுமார் 12 லட்ச ஏக்கர் நிலங்களில் குத்தகை தாரர்களாக இருந்த 55000 பேருக்கு உரிமையுடைமையை வழங்கியது. (**) எஞ்சிய 17 லட்சம் ஏக்கர் நிலங்கள் கிராஸ்தார்களின் சொந்த நிலங்களாக இருந்தன. குத்தகைதாரர்கள் பெரும்பாலும் படேல் சாதியினர். காலப் போக்கில் அவர்கள் இந்த நிலங்களின் உரிமையாளர்களாக மாறினார்கள். படேல்கள் பருத்தி, நிலக்கடலை, சீரகம் போன்ற பணப்பயிர்களை அதிக அளவு பயிரிட்டு வசதி பெற்றார்கள். பின்னர் பருத்தி விதை நீக்கும் தொழிற்சாலைகள், எண்ணெய் தொழிற்சாலைகள், மற்ற தொழிற்சாலைகளை ஆரம்பித்து படிப்படியாக வளர்ந்தார்கள். இதன் மூலம் தெலியா ராஜாக்கள் (எண்ணெய் ராஜாக்கள்) என்றழைக்கப்படும் ஒரு செளராஷ்ட்ரா படேல் லாபி உருவானது. இவர்கள் குஜராத் அரசியலில் ஒரு முக்கியமான இடத்தைப் பெற்றார்கள். தமது சமூக அந்தஸ்து, அரசு ஆதரவு ஆகியவற்றின் மூலம் இவர்கள் மாநிலம் முழுவதிலும், குறிப்பாக தெற்கு குஜராத்தின் பழங்குடியினர் பகுதிகளில் ஏராளமான விவசாய நிலங்களை வாங்கிக் குவிக்க ஆரம்பித்தார்கள். இவ்வாறு வாங்கிக் குவிக்க வசதியாக சட்டங்கள் பொருத்தமாகத் திருத்தப்பட்டன. இவற்றில் இரண்டு திருத்தங்கள் முக்கியமானவை. ஒன்று, ஒரு விவசாயி தன் இருப்பிடத்திலிருந்து எட்டுகிமீ தூரத்திற்குள்தான் நிலம் வைத்திருக்க முடியும் என்ற சட்டத்தை நீக்கியது. இது நிலத்திற்கு வராத நிலப்பிரபுத்துவத்தை (absentee landlordism) அனுமதித்தது. மற்றது, அரசின் உபரி நிலத்தில் பயிர் செய்வதற்கு வழங்கப்படும் முன்னுரிமையை மாற்றி, பழங்குடியினர், பட்டியலின சாதியினர், ஒபிசிக்களுக்கு பதிலாக நிலக்கிழார்களுக்கு முன்னுரிமை வழங்கியது.

செளராஷ்ட்ரா எஸ்டேட் கைப்பற்றுதல் சட்டம் 1952 என்ற மற்றொரு சட்டத்தின் மூலம் அரசு ‘சாகுபடி செய்ய முடியாத’ மற்றும் சாகுபடி செய்ய முடிந்த தரிசுநிலங்கள், கோசார் நிலங்கள் (கால்நடைகளுக்கான கிராம மேய்ச்சல் நிலங்கள்) ஆகியவற்றை கிராஸ்தார்களுக்கு இழப்பீடு தந்து கைப்பற்றியது. அரசின் கையில் இருந்த இந்த ஏராளமான நிலத்தை தங்களுக்கு அளிக்கக்கோரி 1960களில் நிலமற்ற தலித் விவசாயிகளும், விவசாயத் தொழிலாளர்களும் அகமதாபாத் பஞ்சாலை தலித் தொழிலாளர்களின் தலைமையில் போராடினார்கள். இந்த இயக்கத்தின் முக்கியமான தலைவரான சோம்சந்த்பாய் மக்வானாவின் கூற்றின்படி, சுமார் இரண்டு லட்சம் ஏக்கர் நிலங்கள் தலித் மற்றும் ஒபிசியினரால் கைப்பற்றப்பட்டன. அரசாங்கத்தால் முறைப்படுத்தப்படாவிட்டாலும் கூட, அவை இன்றும் இவர்கள் வசம்தான் உள்ளன.

பல இடங்களிலும், பல்லாண்டு காலமாக ஆண்டுதோறும் புதுப்பிக்கப்படும் குத்தகை முறையின் அடிப்படையில் (ஏக் சாலி) நிலங்களை உழுது வந்த தலித், ஓபிசி விவசாயிகள், மற்றும் / அல்லது அவர்களது கூட்டுறவுகள் வெளியேற்றப்பட்டு, நில உரிமை 'பழைய' ஆதிக்க சாதி நிலக்கிழார்கள் வசம் தரப்பட்டன. இந்த தந்திரங்களை எதிர்த்து 2009-12 காலகட்டத்தில் ஏராளமான தலித் குடும்பங்கள் குஜராத் தலைநகர் காந்திநகரில் சட்டமன்றத்திற்கு வெளியே போராட்டத்தில் ஈடுபட்டார்கள். இதுபோன்ற சட்ட திருத்தங்களால் ஆதிக்க சாதியினரும், அரசும், தலித்துகள் நெடுங்காலமாக உழுது வந்த நிலங்களிலிருந்து அவர்களை வலுக்கட்டாயமாக வெளியேற்றினார்கள். சௌராஷ்ட்ராவில் பங்கன் கிராமத்தில் 1995 நவம்பர் 27 அன்று நடந்த ஒரு கொடுமையான சம்பவத்தில் சுமார் 800 பேர் கொண்ட உயர் சாதிக் கும்பல் ஒன்று தலித்துகளை வாட்கள், ஈட்டிகள், பைப்புகள், துப்பாக்கிகள் போன்றவற்றால் தாக்கி, அவர்களை அவர்களது 125 ஏக்கர் நிலங்களிலிருந்து வெளியேற்றியது. இச்சம்பவத்தில் ஆண்களும், பெண்களுமாக 60 பேர் படுகாயமடைந்தார்கள்.

அதற்கு முன் 1997ல் தலித்துகள் நடத்திய ஒரு பெரும் போராட்டம், தலித்துகள் யாருமற்ற கார்ப்பரேட் ஊடகத்தால் கவனிக்கப்படாமல் போனது. குஜராத்தின் சுரேந்திரநகர்மாவட்டத்தின் திரன்கத்ரா தாலுகாவின் பரத் கிராமத்தின் நாற்பது தலித்துகளுக்கு 150 ஏக்கர் நிலங்களுக்கான உரிமை உத்தரவுகள் வழங்கப்பட்டன. இந்த நாற்பது பேரில் தேவ்ஜிபாய், கானாபாய் (இவர் பார்வையற்ற விவசாயத் தொழிலாளி) என்ற இருவர் தமக்கு வழங்கப்பட்ட நிலத்தை ஆக்கிரமிப்பு செய்திருந்த 'உயர்' சாதி படேல்களை காலி செய்யுமாறு கேட்டனர். ஆதிக்க சாதி நிலப்பிரபுக்கள் இதற்கு வன்முறை மூலம் பதில் தர, அவர்களுக்கு கடுமையான எதிர்ப்பு கிளம்பியது. வன்முறை கோஷ்டி மோதல்கள் வெடித்தன. அதில் ஒரு மோதலில், ஆறு பேர் படுகாயமடைந்தனர். தலித்துகள் கடுமையான சமூகப் புறக்கணிப்பிற்கு ஆளாகினர். தான் சட்டபூர்வமான உரிமையாளராக இருக்கும் நிலத்தில் நுழைந்ததற்காக தேவ்ஜிபாய் கைது செய்யப்பட்டார். சமூக விரோத நடவடிக்கைகள் தடைச் சட்ம் 1985ன் கீழ் சிறை வைக்கப்பட்டார். இந்த சமயத்தில், தலித் பேந்தரின் பழைய தலைவரான வால்ஜிபாய் படேல் தலைமையிலான சமூக நீதிக்கான கவுன்சில் **(Council for Social Justice)** களத்தில் இறங்கி, சட்ட வழிமுறைகளையும், போராட்ட வழிமறைகளையும் இணைத்து தேவ்ஜிபாயை விடுதலை செய்ய முயன்றது. அம்பேத்கர் ரத யாத்திரை நடத்தியது. இதன் உச்சகட்டமாக அம்பேத்கர் நினைவுநாளான 1999 டிசம்பர் 6ம் தேதி 10000ற்கும் மேற்பட்ட நிலமற்ற தலித்துகளின் பேரரணி நடந்தது. இப்போராட்டம் விவசாய நில உச்சவரம்புச் சட்டத்தின்

கீழ் உபரியாக அறிவிக்கப்பட்ட, 2398 தலித் குடும்பங்களுக்கும், 50 பழங்குடி குடும்பங்களுக்கும் ஒதுக்கீடு உத்தரவு தரப்பட்டு, ஆனால் நிலம் அவர்கள் கைக்கு வராத 12438 ஏக்கர் நிலத்தையும் உள்ளடக்கி நடந்தது. இந்த நிலம் செழிப்பானது மட்டுமல்ல. சுரேந்திரநகர் மாவட்டம் நர்மதா பாசனத் திட்டத்தில் மிக அதிக பயன்பெறும் பகுதி என்பதால் விலை மதிப்பற்றதுமாகும்.

இதே சமயத்தில் கௌந்த் என்ற மற்றொரு கிராமத்திலும் போராட்டம் நடந்து வந்தது. இங்கு அகமதாபாத்தின் இளம் பஞ்சாலைத் தொழிலாளியான துங்கர்ஷிபாய் என்பவர் தன் கிராம மக்களுக்காக, தன் வேலையைத் துறந்துவிட்டு போராட்டத்தில் இறங்கினார். தனக்கு ஒதுக்கீடு செய்யப்பட்ட, ஆனால் மாவட்டத்தின் மிகப் பெரிய கொடூரமான, சுமார் 3000 ஏக்கர் நிலத்தின் உரிமையாளரான ஒரு தர்பாரின் ஆக்கிரமிப்பில் இருந்த நிலத்தில் அவர் டிராக்டரை ஓட்டி உழுதார். தலித்துகள் அனைவரும் துங்கர்ஷிபாய்க்கு ஆதரவாக நின்றதால், தர்பார் அவரை பயிரிட அனுமதித்துவிட்டார். ஆனால், விளைந்ததும்,தான் அறுவடை செய்தார். CST கிரிமினல் வழக்கு போட, மூன்று தர்பார்களுக்குச் சிறை தண்டனை கிடைத்தது. இன்று துங்கர்ஷிபாய் சுரேந்திரநகர் மாவட்டத்தின் தன்னிகரற்ற தலித் தலைவராக மதிக்கப்படுகிறார்.

தனித்தனியானவை போலத் தெரிந்தாலும், நிலத்தை சட்டவிரோதமாக ஆக்கிரமித்துக் கொண்டிருந்தவர்களிடமிருந்து மீட்க, சட்டபூர்வமான உரிமையாளர்கள் இப்போராட்டங்களை நடத்த வேண்டியதாக இருந்தது. எஸ்சி/எஸ்டி பயனாளர்களுக்கு நிலவிநியோகம் என அரசு பிரமாதமாக விளம்பரம் செய்தாலும், அது வேண்டுமென்றே அல்லது அப்படி இல்லாமல், நிஜமான உரிமை மாற்றம் பற்றி கண்டுகொள்ளவில்லை. நிலத்தை உரிமையாளர் வசம் ஒப்படைக்க, கிராம தலையாரி உரிமைகள் குறித்த ஆவணங்கள், நிலத்தின் தோராயமான வரைபடம். விவசாயி பதிவேடு ஆகியவற்றைத் தயாரிக்க வேண்டும். ஆட்சியர் அலுவலகத்திலிருந்து இந்த ஆவணங்களைப் பெற்ற பிறகு, நில ஆவணங்களின் மாவட்ட ஆய்வாளர், இறுதி வரைபடம் தயாரிக்க, நில அளவையாளர்களை (சர்வேயர்) அனுப்பி, நிலத்தை சரியாக எல்லைகளைக் குறித்து, ஆட்சியரின் பிரதிநிதியின் முன்னணியில் பயனாளரிடம் நிலத்தை ஒப்படைக்க வேண்டும். பெரும்பாலான நிலங்களின் விஷயத்தில் இந்த நடைமுறையின் ஒரு பகதியும் நிறைவேற்றப்படவில்லை. இந்த விதிகளின்படி பயனாளர்கள் ஒரு ஏக்கருக்கு ரூ.5000 கட்ட வேண்டும். அத்தொகை மட்டும் சரியாக வசூலிக்கப்பட்டது. இதை நிறைவேற்றாத அதிகாரிகள் 1989 அரசாணைப்படி தண்டிக்கப்பட்டிருக்க வேண்டும். ஆனால், அவர்கள் மீது நடவடிக்கை

எதுவும் எடுக்கப்படவில்லை.

அதேபோல, 2011ல் மிகவும் பரபரப்பாகப் பேசப்பட்ட ஜனவரி 24ல் நடந்த உலக முதலீட்டாளர்களின் வருடாந்திர மாநாடு வைப்ரண்ட் குஜராத் நடந்தபோது நிகழ்ந்த ஒரு சிறு சலசலப்பை யாரும் கவனிக்கவில்லை. இராஜஸ்தான் பாகிஸ்தான் எல்லையில், வடகுஜராத்தின் பனஸ்கந்தா மாவட்டதின் வாங் தாலுகாவின் யாரும் அறியாத குக்கிராமமான ஜோராடியரியில் 'அம்பேத்கர் வாழ்க' என்ற கோஷத்தோடு, முரசுகள் முழங்க சுமார் 200 தலித்துகள், ஒரு பணக்கார நிலப்பிரபுவின் சட்டவிரோத ஆக்கிரமிப்பில் இருந்த பண்ணைக்கு ஊர்வலமாச் சென்று, அதை அதன் உரிமையாளரான தலித்திற்கு மீட்டுத்தர முயன்றார்கள். CSJ யின் வால்ஜிபாய் அவர்தான் இப்போராட்டத்தை முன்னின்று நடத்தியவர் சட்டப்பூர்வ உரிமையாளர் வசம் நிலத்தை ஒப்படைப்பதை வேகப்படுத்த என்னையும் அழைத்திருந்தார். அப்பகுதியின் ஆதிக்க சாதியினர் வன்முறையான பதிலடி தருவதில் பெயர் பெற்றவர்கள். பிரச்சினை அதிகமாகும் என்று எதிர்பார்த்த வால்ஜிபாய், வெளிநபர் யாராவது போராட்டத்திற்குத் தலைமை ஏற்றால் நல்லது என்று எதிர்பார்த்த வால்ஜிபாய், அந்த நிலப்பிரபு மிகவும் கொடூரமானவர் என்பதால், உண்மையான உரிமையாளர் நிலத்தைப் பெற்றுக் கொள்ளக்கூட முன்வரமாட்டார் என்று அஞ்சினார். உண்மையில், நிலத்தின் பெயரளவிலான உரிமையாளர், அதே நிலத்தில், அந்த உயர் சாதி நிலப்பிரபு ஆக்கிரமிப்பாளரிடம் முப்பதாண்டுகளாக அடிமை போல் உழைத்து வருகிறார். வெற்றிப் பேரணிக்கு முன்பாக, அப்பகுதியின் தலித்துகளை கணிசமான அளவிற்குத் திரட்டுவது என்பது எங்கள் திட்டம். நிலத்தை நோக்கிய பேரணிக்காக சுமார் 300லிருந்து 500 தலித்துகள் ஊருக்கு வெளியே திரண்டார்கள். ஆதிக்க சாதியினரும் அங்கு கூடியிருந்தார்கள். ஆனால், எந்த எதிர்ப்பும் காட்டவில்லை. நிலத்தில் அவர்கள் கட்டியிருந்த ஒரு ஷெட் போன்ற ஒன்றை தகர்த்துவிட்டு, நிலத்தை எடுத்துக் கொள்வதைக் குறிக்க நாங்கள் சின்னதாக ஒரு பூஜை செய்தோம். வாங்க தாலுகாவில் மட்டும், 150 ஏக்கருக்கும் மேலான நிலங்களின் உரிமை மீட்கப்பட்டு 35 தலித் குடும்பங்கள் பயன்பெற்றன. CSJயின் இந்தப் போராட்டம் அரசை நடவடிக்கை எடுக்க வைத்து, தாலுகாவின் மற்ற தலித்துகளும் சட்டபூர்வமாக தமக்கு உரிமையுள்ள நிலங்களை எடுத்துக்கொள்ள உதவியது. ஆனால், இந்த அற்புதமான போராட்டம் இடஒதுக்கீட்டை மட்டுமே மனதில் கொண்டுள்ள நடுத்தர வர்க்க தலித்துகளிடம் உற்சாகத்தை ஏற்படுத்தாதது தான் சோகம். கிராமப்புற இந்தியாவில் தலித்துகள் சுயஅதிகாரம் பெறுவதற்கான அடித்தள மக்கள் இயக்கங்கள் பற்றி தலித்துகளில் 'முன்னேறி வரும்' வர்க்கங்களுக்கு அக்கறை இல்லாததைத்தான் இது காட்டுகிறது. தலித்துகள் பலரும் அறியாத

இந்த இயக்கம் மிக முக்கியமானதாகும். குடிநீரைப் பயன்படுத்தும் தமது உரிமையை நிலைநாட்ட சாவ்தார் குளத்திற்கு அம்பேத்கர் தலைமையில் ஊர்வலமாகச் சென்ற நிகழ்விற்கு ஒப்பானதாக இதைக் கருதலாம்.

தமது சாதி சார்ந்த தொழில்களுக்கு மாற்றாக, உனா தலித்துகள் நிலம் வேண்டும் என்ற கோரிக்கையை எழுப்பியபோது, நடுத்தரவர்க்க தலித்துகள் அந்த இயக்கத்தின பலாபலன்கள் பற்றி ஐயம் எழுப்பினார்கள். கிராமப்புற தலித்துகள் தம் முன்னோர்கள் செய்த அதே இழிவான வேலைகளைத் தான் செய்ய வேண்டும் என்பது தமது விருப்பமா என்ற கேள்வியைத் தான் அவர்கள் எழுப்பியிருக்க வேண்டும். நிலத்திற்கான கோரிக்கை நியாயமானது. ஏனெனில், குஜராத் அரசு 1990, 90களிலேயே 163808 ஏக்கர் நிலங்களை தலித்துகளுங்கு ஆவணப் பூர்வமாக பிரித்துத் தந்துவிட்டது. ஆனால் நடைமுறையில் அவர்கள் கையில் நிலங்களை ஒப்படைக்கவில்லை. ஒப்படைப்பது என்ன, நிலங்கள் அளந்து, பிரிக்கப்படக்கூட இல்லை. இதனால் குஜராத்தின் பெரும்பாலான பகுதிகளில் உண்மையான நில உரிமையாளர்கள், ஆதிக்க சாதியின் நடைமுறை உரிமையாளரிடம் கொத்தடிமை போல உழைத்து வந்தார்கள். வால்ஜிபாய் படேல், ராஜேஷ் சோலன்சி, ஜிக்னேஷ் மேவானி போன்ற செயற்பாட்டாளர்கள் இந்த நிலங்களை உண்மையான உரிமையாளர்களுக்குப் பெற்றுத்தர பலவிதமான வழிகளில் போராடி வந்தார்கள். அந்தப் போராட்டங்களுடன், சாதி வழக்கப்படியான தொழில்களை செய்ய மட்டோம் என்ற உனாவிற்குப் பிறகான இயக்கம் இணைந்து கொண்டது. இக்கோரிக்கை வெல்லுமா என்று சந்தேகப்படுவோர், நிலமில்லாத நிலையில் வேறு வழியின்றி இறந்த கால்நடைகளை அப்புறப்படுத்துவது, கைகளால் மலம் அள்ளுவது போன்ற வேலைகளைச் செய்துவந்தோரின் நிலையிலிருந்து இக்கோரிக்கையைப் பார்க்க வேண்டும். உனாவிற்குப் பிறகான போராட்டம் தலித் அரசியலில் நிலப்பிரச்சினையை மிகத் திறமையாக முன்நிறுத்தியது.

நிலப்பிரச்சினை பற்றி அம்பேத்கரிய தலித்துகளிடம் தத்துவார்த்த ரீதியாக ஒரு வெறுப்பு நிலவுவதற்குக் காரணம் அவர்கள் நில மறுவிநியோகத்தை ஒரு கம்யூனிஸ்ட் செயல்திட்டத்தோடு இணைத்துப் பார்ப்பதுதான். பல காலமாகவே அதை அவர்கள் அவ்வாறு முத்திரை குத்தி வைத்துவிட்டார்கள். தலித் பிரச்சினைகளுக்கு நிலம் என்பது இனியும் ஒரு சாத்தியமான தீர்வு அல்ல என்று அவர்கள் உறுதியாக இருக்கிறார்கள். மாறாக, தலித்துகள் படித்து, நகரங்களுக்குச் சென்று, இரண்டாம், மூன்றாம் துறைகளின் பணிகளில் அமர்வதுதான் தீர்வு என்று கருதுகிறார்கள். தலித் விவசாயிகளுக்குப் பிரித்துத் தருமளவு சாகுபடி செய்யத்தக்க நிலம் போதுமான அளவு இல்லை என்று சிலர் வாதிடுகிறார்கள். இந்த வாதங்கள்

அறியாமை காரணமாக வைக்கப்படுபவை. நாம் இவற்றில் மயங்கக் கூடாது. தலித்துகள் என்றுமே விவசாயத்தில் வெற்றிபெற்றதில்லை என்ற அனுமானம் ஒன்றும் பின்னணியில் இருக்கிறது. அவர்கள் பொதுவாக நிலமற்றவர்கள் என்பதால், இந்த அனுமானம் சரி என்று படலாம். பல தலைமுறைகளாக ஒரு தொழிலைச் செய்து வருபவர்கள், அதில் திறம் பெற்றவர்களாகத் தெரிவது இயல்பானதே. இது ஒரு தவறான வாதம். தலித்துகளுக்கு தம் சொந்த நிலங்களை நிர்வகிக்கும் அனுபவம் மட்டும்தான் கிடையாது என்ற உண்மையை இது கவனிக்கவில்லை. அவர்களுக்கு விவசாயம் பற்றிய அறிவும், வயலில் உழைக்கும் அனுபவமும் நிறைய உண்டு என்பதை வரலாறு காட்டுகிறது. அதேபோல, பிராமண, சூத்திர நில உரிமையாளர்களும் விவாசயத் துறையில் பெரும் சாதனை படைத்துவிட்டார்கள் என்றும் சொல்லமுடியாது.

நில உரிமை தலித்தை சுதந்திரமாக்குகிறது, கிராமப்புறத்தில் சாதி அமைப்பின் அஸ்திவாரமான உற்பத்தி உறவுகளை மாற்றுகிறது என்ற வெளிப்படையான காரணத்திற்காகவே நில உரிமை என்பது முக்கியமானது. அதிக இடம் சாத்தியக்கூறு. மிகச் சிறிய உபரி, முறையான வழிகளில் கடன் பெற வசதிகள் இல்லாதது, உள்ளூர் சந்தைகளை நம்பி இருப்பது போன்ற விவசாயத்தில் உள்ள இடர்கள், குறிப்பாக சிறு, குறு விவசாயிகளுக்கு உள்ள இடர்கள் இதற்கு எதிர்வாதங்களாக வைக்கப்படுகின்றன. மேலும், விவசாயம் பொய்த்துப் போதல் கடன்களை திருப்பிச் செலுத்த முடியாமை போன்ற பிரச்சினைகள் வரும்போது, நிலத்தை தொடர்ந்து கையில் வைத்துக் கொள்வதே சிரமமாகும். இந்த வாதம் பெருமளவு உண்மைதான். ஆனால், பிரச்சினை தலித் விவசாயிகள் சுதந்திரமாகப் பிழைப்பது பற்றியது தானேயன்றி, வியாபாரத்தைப் பற்றியதல்ல. மேலும், எந்த ஒரு தொழிலையும், லாபத்திற்கான சந்தேகத்திற்கிடமற்ற திட்டத்தோடு மேற்கொள்ள முடியாது. அது முறைப்படுத்துதல், தொழில்நுட்பம் சார்ந்த விஷயம். நிலம் மக்கள் கைக்கு வந்த பிறகு அவற்றை சரி செய்ய வேண்டும்.

1930களில் அம்பேத்கரின் கருத்துகளின்படி கௌரவமும், பாதுகாப்பான வாழ்வும், பிராமணியம், முதலாளித்துவம் ஆகியவற்றின் எதிர்ப்பதங்கள், அவர் பின்னவை இரண்டையும் தலித்துகளின் இரட்டை எதிரிகள் என்று குறிப்பிட்டார். எனினும், கொள்கைப் பிடிவாத கம்யூனிஸ்ட்களுடனான அவரது வாதங்களுக்கு மத்தியில், உழைக்கும் வர்க்கத்தின் கூட்டுப் போராட்டம் என்பதற்கு முக்கியத்துவம் குறைந்து போனது. 1920களின் ILP காலகட்டத்தில், 1937 தேர்தலுக்கு உழைக்கும் வர்க்க ஒற்றுமை உகந்ததாக இருந்த காலகட்டத்தைத் தவிர தலித்துகளைத்தாண்டி, ஒட்டுமொத்தமாக அனைவரையும் திரட்டுவது தலித் இயக்கத்திற்கு உகந்ததாக இருக்கவில்லை.

சூழ்நிலைகளின் கட்டாயத்தால் அம்பேத்கர் *ILP*ஐக் கலைத்து *SCP*ஐ உருவாக்கினார். என்றாலும், அவர் எப்போதுமே பரந்துபட்ட ஒரு மக்கள் ஒற்றுமையை விரும்பினார். அதற்காகவே இந்தியக் குடியரசுக் கட்சியைத் தோற்றுவித்தார். சாதியின் தனித்தன்மை, அமீபா போல் பிளவுபடும் தன்மை, மிகவும் வேரோடிப் போனபடிநிலை குறித்த எண்ணம் ஆகிய காரணங்களால், சாதி என்றுமே அடித்தட்டு மக்களின் எந்த ஒரு புரட்சிகர போராட்டத்திற்கும் அடித்தளமாக இருக்க முடியாது. ஒரு ஆந்திர ஆதி சூத்திரப் பிரிவை உருவாக்க முயன்ற பூலேயின் முன்முயற்சி, எல்லா தீண்டத்தகாததை சாதிகளையும் இணைத்து ஒரு தலித் வகுப்பை உருவாக்க வாழ்நாள் முழுக்க அம்பேத்கர் செய்த முயற்சி, இதன் காரணமாகவே உண்மையில் வெற்றி பெறவில்லை. தலித் இயக்கத்தின் படுவீழ்ச்சியும், தலித்துகள் மத்தியில் சாதி அடையாளங்களை விடாமல் பற்றிக் கொண்டிருப்பது ஆளும் வர்க்க நலன்களுக்குத்தான் உதவும். எனவே, அவை சாதி முறையை முன்னிறுத்துவோருக்குத்தான் சாதகமாக இருக்குமே அன்றி, அதனால் பாதிக்கப்பட்ட பெருந்திரள் மக்களுக்கு அல்ல. இதன் மூலம் பெறும் முடிவு தவிர்க்க முடியாதது. தலித்துகள் சாதி அடையாளங்களை மீறி, மற்ற விளிம்புநிலை மக்களோடு ஒரு வர்க்க ஒற்றுமையைக் கட்டாவிட்டால், அவர்களது போராட்டம் வெற்றி பெறாது என்பதே நமக்குக் கிடைக்கும் முடிவு. வர்க்க ஒற்றுமை என்பது, நடுத்தர வர்க்க தலித்துகளுக்கு வெறுப்பானதாக இருக்கும் கம்யூனிஸ்ட் பாணி ஒற்றுமையாகத் தான் இருக்க வேண்டும் என்ற அவசியமில்லை. ஆரம்பகால கம்யூனிஸ்ட்களின் வரலாற்றுத் தவறுகள் ஒருபக்கம் இருந்தாலும், எப்போதெல்லாம் தலித்துகளும், கம்யூனிஸ்ட்களும் கரம் சேர்த்தார்களோ, அப்போதெல்லாம் அவர்களது போராட்டங்கள் ஆளும் வர்க்கங்களை நடுங்கச் செய்தன என்பதை வரலாறு காட்டுகிறது. மற்ற இயக்கங்களோடு ஒற்றுமையைக் கட்ட முயலும் இந்த மறைமுகத் திட்டம் உயிர்பெற்றிருப்பதை உனாவிற்குப் பிறகான போராட்டம் காட்டுகிறது.

கௌரவத்திற்கு ஒரு பொருளாதாரப் பாதையை மேற்கொள்வதற்கான சூழலை ஏற்படுத்திய பிறகு, உனா சமிதி சமூக பாரபட்சம், ஒடுக்குமுறை, அரசியல் அக்கறையின்மை ஆகியவற்றிற்கு எதிராக அஹமதாபாத்தில் ஒரு தலித் மகா சம்மேளனத்தை நடத்தியது. உனா, தங்கத் மற்றும் இதர இடங்களில் பாதிக்கப்பட்டோர், மாநிலத்தில் மிக ஆழமாகப் பரவியுள்ள தீண்டாமை, பாரபட்சம் குறித்துப் பேசி, குஜராத்தின் அசிங்கமான முகத்தை அம்பலப்படுத்தினார்கள். கிட்டத்தட்ட 20000 தலித்துகள் தாம் தமது சாதி ரீதியான தொழில்களை இனி செய்யப்போவதில்லை என்று அம்பேத்கர் பெயரால் உறுதிமொழி ஏற்றுக்கொண்டு, அவற்றிற்கு பதிலாக,

மறுவாழ்விற்காக வேலைகளும், நிலமும் கோரினார்கள். அவர்களது கோபம் வெளிப்படையாகத் தெரிந்தது. ஆனால் இம்முறை அந்தக் கோபம்

மனுவாத, சாதியவாத சக்திகளுக்கு எதிராக இல்லாமல், அரசியல்வாதிகள், ஆர்எஸ்எஸ், பாஜக மற்றும் அரசுக்கு எதிராக இருந்தது. இதைத் தொடர்ந்து 2016 ஆகஸ்ட் 5 முதல் 15ம் தேதி வரை பத்து நாட்களுக்கு அகமதாபாத்திலிருந்து உனா வரை நீண்ட நடைபயணம் நடைபெற்றது. (இந்த நடைபயணம், 1999ல் சுதேந்திரநகர் மாவட்டத்தில் நிலத்தின் உண்மையான உரிமை மாற்றத்திற்காக நடந்த அம்பேத்கர் ரத யாத்திரையை நினைவுபடுத்தியது நாடெங்கிலுமிருந்து தலித்துகளும், முற்போக்காளர்களும் இந்த நடைபயணத்திலும், உனாவில் நடந்த இறுதியான பேரணியிலும் கலந்து கொண்டார்கள். பல்வேறு தொடர் நடவடிக்கைகள் திட்டமிடப்பட்டன. சில செயல்படுத்தப்பட்டன. சில அரசால் முறியடிக்கப்பட்டன. உனாவிற்குப் பிறகு போராட்டத்தின் தொனி மாறியது. முதலமைச்சரை ராஜினாமா செய்ய வைத்தது. பிரதமரை, பசுப்பாதுகாப்பாலர்களை மென்மையாகவாவது கடிந்து கொள்ள வைத்தது. முதலைக் கண்ணீர் வடித்த மோடி, கடுமையான பல சுற்று பாதுகாப்பு அரணுக்குள் நின்று கொண்டு, 'உங்களுக்கு யாரையாவது அடிக்க வேண்டுமென்றால், என்னை அடியுங்கள். ஆனால், எனது தலித் சகோதரர்களை அடிக்காதீர்கள்' என்று முழங்கினார். உனா போராட்டத்தின் முதலாவது ஆண்டு விழாவைக் கொண்டாட நடந்த சுதந்திரப் பேரணி (ஆசாதி கூச்) சாதிபத்திலிருந்து விடுதலை, கும்பல் தாக்குதல், விலைவாசி உயர்வு, விவசாயிகள் தற்கொலை, தொழிலாளர்களின் சுரண்டல், வேலையின்மை என அனைத்து ஒடுக்கப்பட்ட மக்களின் பிரச்சினைகள் பற்றியும் பேசியது. நாட்டின் பல புகழ்பெற்ற முற்போக்காளர்களோடு, முஸ்லிம்கள், பிற்பட்ட வகுப்பினர், ஏன் படேல்கள் கூட இந்தப் பேரணியில் இணைந்தார்கள். பேரணியின் முடிவில் தலித்துகளுக்கு முன்பு ஒதுக்கப்பட்டு, ஆதிக்க சாதிகளின் வசம் உள்ள 16360 ஏக்கர் நிலத்தில் குறியீடாக சிறிது நிலத்தை கையகப்படுத்தினார்கள். கவனமாகத் தயாரிக்கப்பட்ட திட்டத்தோடு நடத்தப்படுவதாக தலித் போராட்டத்திற்கான உனா ஒரு புதிய இலக்கணத்தை வகுத்தது. அது கௌரவம் என்ற ஸ்தூலமான கலாச்சார வாதத்தை கைவிட்டுவிட்டு, குறிப்பாக அரசால், படிப்படியாக கைவிடப்பட்டுவரும் பெரும் எண்ணிக்கையிலான தலித்துகளின் வாழ்வாதாரப் பிரச்சினைகளின் முன்னேற்றத்தை இணைத்தது. உள்ளுக்குள்ளும், வெளியிலும் அது பல சவால்களைச் சந்திக்கிறது. இருப்பினும் அது தனது பாதையிலிருந்து மாறாது என்று நம்புவோம்.

குஜராத்திற்கு வெளியிலான அதிர்வலைகள்

உனா எழுச்சி குஜராத் அரசியல் நிறுவனத்தை அசைத்துவிட்டதோடு, இந்தியாவின் மற்ற பாகங்களுக்குப் பரவியது. சற்று எதிர்பார்த்ததைப் போல, முதல் உனா உத்வேக தலித் போராட்டம் கர்நாடகாவில் வெடித்தது. சமூக ஊடகங்களில் உனா பற்றிய விவாதங்கள், பெங்களூருவில் ஒரு திடீர் கூட்டத்தை நடத்தத் தூண்டின. இதில் முன்னூற்றுக்கும் மேற்பட்ட இளைஞர்கள் கலந்து கொண்டார்கள். அவர்கள் இந்துத்துவ சக்திகள் கோட்டையான உடுப்பிக்கு உனா பாணியில் பெங்களூருவிலிருந்து பயணம் மேற்கொள்ள முடிவு செய்தார்கள். உடுப்பியில் 2016 ஆகஸ்டில் பிற்பட்ட வகுப்பைச் சேர்ந்த பிரவீண் பூஜாரி என்பவர் இரண்டு பசுக்களை வேனில் ஏற்றிக் கொண்டு சென்றபோது, விஹெச்பி மற்றும் பஜ்ரங்தள்ளைச் சேர்ந்த 18 பேர் இந்து ஜாக்ரனா வேதிகே என்ற அமைப்பின் பெயரை வைத்துக் கொண்டு, அவரை அடித்துக் கொன்றார்கள். 29 வயதான பூஜாரியே ஒரு பாஜக உறுப்பினர்தான். அவர் தமது நண்பர் ஒருவருக்காக கன்றுகளை எடுத்துச் செல்வதாக மன்றாடி இருக்கிறார். அவரது விளக்கங்கள் அவர்களது காதில் விழவில்லை. சங்பரிவரின் பசுகுண்டர்களுக்கு அவர் இரையானார்.

2016 அக்டோபர் 4ம் தேதி, தலித்துகள், இதர சிறுபான்மையினர், இடது சாரி செயல்பாட்டாளர்கள் அனைவருமே பெங்களூருவின் ஃப்ரீடம் பார்க்கிலிருந்து கிளம்பி, அடுத்த ஐந்து நாட்களுக்கு வழியில் நீலமங்களா, குனிகல், சன்னராயப் பட்டணா, ஹசன், பேலூர், சிக்மகளூர், ஆகிய இடங்களில் இந்துத்துவா சக்திகளின் பாசிச தாக்குதல்களை எதிர்த்து கூட்டங்கள், நிகழ்ச்சிகள் நடத்தியபடி உடுப்பி சென்றார்கள். அக்டோபர் 9 அன்று அவர்கள் உடுப்பியை அடைந்தபோது கடும் மழை. சலோ உடுப்பி என்ற பேனருடன் சிறிய மேடை யாருமின்றி தனியே மழையில் நனைந்து கொண்டிருந்தது. கூட்டம் துவங்கியதும், காவி மயமான உடுப்பி கலங்கும்படி நீலக் கொடிகளோடு ஆயிரக்கணக்கானோர் அந்த அஜர்கட் மைதானத்தில் கூடி விட்டனர். பேரணி குஜராத்தின் தலித்துகளுக்கும், ராஜஸ்தானில் செப்டம்பர் 18-21ல் நடந்த தலித் பெண்களின் சுயமரியாதைப் பேரணிக்கும் தனது ஆதரவைத் தெரிவித்தது.

உடுப்பி கூட்டத்தில் ஜிக்னேஷ் மேவானி கலந்து கொண்டார். மிகவும் போற்றப்படும் குஜராத் முன்மாதிரியின் வெற்றுவேட்டை அம்பலப்படுத்திய அவர், முஸ்லிம்களுக்குப் பிறகு தலித்துகள் தான் மிகப் பெரிய அளவில் பாதிக்கப்பட்டவர்கள் என்பதையும் 2002 கலவரங்களின்போது அதிக அளவில் கைது செய்யப்பட்டவர்கள் என்பதையும் விளக்கினார். உரைவீச்சுகள் ‘என் உணவு என் உரிமை’, ‘நிலம் எனது உரிமை’ ஆகிய கோஷங்களுக்குப் புத்துயிர் தந்தது. அனைத்து பசுப்பாதுகாப்பு

அமைப்புகளுக்கும் தடை, பிராமணர்களுக்கு தனி உணவு இடம் வைத்திருக்கும் உடுப்பி மடங்களில் நுழைதல், 1969 நில வழங்கல் சட்டத்தின் கீழ் கர்நாடக அரசு தலித்துகள் மற்றும் பழங்குடியினருக்கு எவ்வளவு நிலங்கள் வழங்கியுள்ளது என்று கேட்பது என்ற மூன்றம்ச செயல் திட்டத்தோடு தாம் மீண்டும் உடுப்பி வரப்போவதாக மேவானி உறுதி கூறினார்.

குஜராத்தில், அரசின் மூலமாக தலித்துகளுக்கு ஏற்படும் துயரங்கள், இந்துத்துவா நவீனதாராளமயத்தோடு கைகோர்த்ததில் அதிகரித்துவிட்டன. தமது கோபத்தை வெளிப்படுத்தவும், சீரழிந்த தலைமையை தனிமைப்படுத்தவும், சமீப ஆண்டுகளாக நாட்டின் பல்வேறு பகுதிகளிலும் உள்ள தலித்துகள் தலைவர்கள் இல்லாமல் தாமே தன்னெழுச்சியாக வீதிகளில் இறங்கிவிட்டார்கள். 1997ல் மும்பையின் ரமாபாய் நகரில் பத்து பேரை போலீஸ் சுட்டுக் கொன்றபோது எழுந்த எதிர்ப்பில்தான், இப்போக்கு முதன்முறையாக வெளிப்பட்டது. பின்னர் கையர்லாஞ்சியில் (2006) குறிப்பிடத்தக்க அளவில் வெளிப்பட்டது. ஆனால், இந்தப் போராட்டக்காரர்களால் தங்களாகவே தமக்கு ஒரு நீண்டகால திசைவழியை உருவாக்கிக் கொள்ள முடியவில்லை. முதல்முறையாக உனா போராட்டத்தைத் தூண்டிய கொடுமையைத் தாண்டிச் சென்று இதை சாதித்தது. இழிவை ஏற்படுத்திய பலவீனத்தை பலமாக மாற்ற அதனால் முடிந்தது. அது ஏற்கனவே மோடியின் கோட்டையை அசைத்துவிட்டது. அளவைப் பணிகளைத் துவக்கி, நிலங்களை உண்மையாகவே பயனீட்டாளர்களுக்கு வழங்க அரசு நிர்வாகத்திற்கு நிர்பந்தம் ஏற்படுத்தியது. 2017ல் மேவானியின் ஆஸாதி கூச்சை ரத்து செய்ய நேர்ந்ததைப் போல, வன்முறையின் ஆபத்து இருந்தாலும், அவர்களால் 50 ஆண்டுகளுக்கு முன்பே பனஸ்கந்தா மாவட்டத்தின் லவாரா கிராமத்தில் நான்கு தலித் குடும்பங்களுக்கு வழங்கப்பட்டிருந்த 12 ஏக்கர் நிலத்தை மீண்டும் கைப்பற்ற முடிந்தது. இது ஏற்கனவே, ஒரு புரட்சிகரமான விளைவுதான்.

கடந்த குஜராத் தேர்தலில் விதிகளில் பெற்ற பலன்களை வலுப்படுத்த தேர்தலில் போட்டியிடுவது என்று அவர்களது திட்டம் விரிவாக்கப்பட்டது. இது ஒரு கடினமான முடிவுதான். தேர்தல் அரசியல் என்ற புதைகுழி எத்தனையோ நல்ல மனிதர்களை உள்ளே இழுத்திருக்கிறது. அவர்களை, அவர்கள் மாற்ற நினைத்த அதே அமைப்பின் பாதுகாவலர்களாக மாற்றியிருக்கிறது. இந்த உண்மையை முற்றிலும் உணர்ந்திருந்தாலும், மக்கள் போராட்டத்தைத் தீவிரப்படுத்தும் முயற்சியாக, மேவானி 2017 டிசம்பர் தேர்தலில், காங்கிரஸ் ஆதரவோடு சுயேச்சையாக நின்றார். உனா செயல்திட்டத்தின் வலிமையைக் காட்டும்விதமாக, நம்பிக்கையளிக்கும் வகையில் அதை ஒரு அரசியல் யதார்த்தமாக மாற்றி வெற்றியும் பெற்றார்.

7
சேரி உழல்வோரும், லட்சாதிபதிகளும்
(Slumdogs and Millionaires)
சாதியற்ற நவீன தாராளமயம் என்னும் மாயை

2011ன் உலகளவிய ஆக்கிரமிப்பு இயக்கம் (Occupy Movement) ஏன் இந்தியாவில் வேர் கொள்ளவில்லை? நம் நாட்டில் பரந்த அளவில் வருமான ஏற்றத்தாழ்வுகள் இருந்தபோதும், இந்த ஆக்கிரமிப்பு இயக்கம் மூலம் இந்தியர்கள் எழுச்சி பெற்று, நாங்கள் 99 சதவிகிதத்தினர் என ஏன் கூற வைக்க முடியவில்லை? இது தொடர்பாக நடந்ததெல்லாம் 2011 அக்டோபர் 19ம் தேதி கல்கத்தாவில் ஒரு சிறு பேரணியும், நவம்பர் 4 அன்று மும்பையில் ‘தலால் தெருவை ஆக்கிரமிப்போம்’ இயக்கம் நடத்த ஒரு முயற்சியும்தான். இவற்றிற்கு ஆதரவு இல்லாததால் பெரிய அளவில் நடக்கவில்லை. மும்பைபோலீஸ் போராட்டக்காரர்களை உடனடியாகக் கைது செய்துவிட்டது. அதேஆண்டு ஏப்ரலில் ஜன் லோக்பால் மசோதா கோரிய அன்னா ஹசாரேவுக்குப் பின்னால், திரண்ட நடுத்தர வர்க்க (சாதி) இளைஞர்கள் வால் தெருவை ஆக்கிரமிப்போம் இயக்கம் அரசை பெருநிறுவனங்கள், நிதி நிறுவனங்கள், ஊடகங்களுடன் இணைத்து, முன் வைத்த ஊழல் பற்றிய பரந்த சித்திரத்தைக் கண்டுகொள்ளவில்லை. அன்னா ஹசாரேயின் இயக்கம் ஊழல் என்ற யதார்த்தமான பிரச்சினைக்கு ஒரு யதார்த்தத்திற்குப் புறம்பான தீர்வை, அதுவும் நிலவும் அமைப்பின் வரையறைகளுக்குள்ளாகக் கோரியது என்பதையும், அதே சமயம் ஆக்கிரமிப்பு இயக்கம் குறியீடாக முதலாளித்துவத்திற்கே சவால் விட்டது என்பதையும் கருத்தில் கொள்ளாமல் சில விமர்சகர்கள் அன்னா ஹசாரேயின் இயக்கம் ஆக்கிரமிப்பு இயக்கத்திடமிருந்து உத்வேகம் பெற்றது என்று தவறாகக் குறிப்பிட்டதும் ஒரு முரணாகும்.

ஓ.டயிள்யு.எஸ் இயக்கத்திற்கான உந்துதல் துனிஷியாவின் அரபு வசந்தப் போராட்டங்களிலிருந்து கிடைத்தது. அரபு உலகின் நிலப்பிரபுத்துவ ஆட்சிகளுக்கு எதிரான பொதுமக்களின் வெறுப்பு ஒவ்வொரு நாடாக காட்டுத்தீயாகப் பரவியது. இந்தக் கூட்டு ஆவேசத்திலிருந்து உத்வேகம் பெற்ற, வான்கூவரின் அட்பஸ்டர் இதழின் ஓவியர் ஒருவர், வால் தெருவின் காளைக்குக் அருகில் ஒரு நடனமங்கை அற்புதமான அபிநயம் பிடிப்பது போலவும், அவள் தலைக்கு மேலே, சிவப்பு எழுத்துக்களில் ‘எங்களுக்கு

என்ன வேண்டும்?' என்றும், காளைக்குக் கீழே 'வால் தெருவை ஆக்கிரமிப்போம்' என்று வெள்ளை எழுத்துக்களில் எழுதியும் ஒரு போஸ்டரைவடிவமைத்தார். 2011 ஜூலையில் இந்த போஸ்டர் வெளியானது. 'கூடாரத்தை கொண்டு வாருங்கள்' என்ற சுருக்கமான வரி, மக்களை உசுப்பேற்றியது. உலக செயல் தினமான 2011 அக்டோபர் 15 அன்று 82 நாடுகளில் 1500க்கும் மேற்பட்ட போராட்ட நடவடிக்கைகள் நிகழ்ந்தன. நியூயார்க் நகரின் ஜிகோட்டி பார்க்கில் ஒடபிள்யூஎஸ் முகாமில் 2011 நவம்பர் 15 செவ்வாய் அன்று இப்படியொரு எதிர்ப்பு இயக்கம் நடந்தபோது, அன்று அதிகாலையில் கலவரங்களை அடக்குவதற்கான ஏற்பாடுகளுடன் நூற்றுக்கணக்கான போலீசார் குவிந்தார்கள். கார்ப்பரேட் செப்டம்பர் நடுவிலிருந்து அங்கு முகாமிட்டிருந்த அந்த கூடார நகரத்தை கூடாரங்கள், படுக்கை (**) பொருட்கள் எடுத்துச் செல்லப்பட்டன. அதிகாலை 4.30க்கு பார்க் காலியாகிவிட்டது.

ஒடபிள்யு இயக்கம் ஆரம்பித்த போராட்டம் விரைவில் அமெரிக்காவில் நூற்றுக்கும் மேற்பட்ட நகரங்களுக்குப் பரவியது. தலைவரற்ற இந்த இயக்கம் ஆஸ்திரேலியா, ஆசியா, ஐரோப்பா ஏன் அமெரிக்காவிலும் தான் என உலகம் முழுவதும் பரவியது. பல இடங்களில் இந்தப் போராட்டம் நசுக்கப்பட்டாலும், அதன் உணர்வு எதிர்காலப் போராட்டங்களுக்கு உத்வேகம் தரும் வகையில் வாழும். இப்படிப்பட்ட திடீர் மக்கள் எழுச்சி வடிவங்களுக்கு உண்மையில் ஒரு ஆரம்பமோ ஒரு முடிவோ இருக்காது. அவை தாம் எதற்கு எதிராக அணிதிரண்டனவோ, அதன் முடிவின் ஆரம்பத்தைக் குறிப்பனவாகும்.

ஒவ்வொரு வரலாற்றுக்கட்டத்திலும் ஒவ்வொரு உற்பத்தி முறையும் தனது சொந்தமான ஒரு போராட்டவடிவத்தைத் தூண்டுகிறது. முன்பு முதலாளித்துவ எதிரப்பு இயக்கங்களில் வலிமையான தொழிலாளர் போராட்டங்கள் நடந்தன. ஆனால் முதலாளித்துவத்தின் வடிவத்தில் ஏற்பட்ட மாற்றங்களால், விஷயங்கள் வேகமாக மாறின. அது, ஒருபுறம் உழைப்பாளிகளை ஓரங்கட்டுவதில் கிட்டத்தட்ட வெற்றி பெற்று விட்டது. மறுபுறம் அதிகரித்துவரும் சுரண்டலின் சூறையாடும் வடிவங்களை மேற்கொண்டது. தொழில்நுட்ப முன்னேற்றங்கள் மனித உழைப்பை தேவையற்றதாக ஆக்கியது மட்டுமல்லாமல், உழைப்பாளர்களை உற்பத்திக் களத்திலிருந்தே ஒதுக்கியதால், நவீன தாராளமய உலகமயத்தின் சுரண்டல் கரங்கள் தெளிவாகத் தெரியாதபடி செய்துவிட்டன. அதே சமயத்தில் எதிர்ப்பும் புதிய வடிவங்களில் வெளிப்பட ஆரம்பித்தது. இவ்வகையில் முதல் முக்கியமான போராட்டங்கள் 1999ல் வாஷிங்டனின் சியாடிலில் உலக வர்த்தக மையத்தின் அமைச்சர்கள் மாநாட்டின் போது நடந்தன. சமூக

ஊடகங்கள் இல்லாத அந்தக் காலத்திலேயே பலவிதமான தொடர்புகள் மூலம் உணவகங்கள், மாநாட்டு அரங்கங்கள் முன்பாக நாற்பதாயிரத்திற்கும் மேற்பட்ட மக்களைத் திரட்டினார்கள். அவர்கள் கூட்டம் நடக்கவிடாமல் திறமையாகத் தடுத்து, உலக மூலதனத்தின் கோட்டையையே அசைத்தார்கள்.

மற்றொரு உலகம் சாத்தியமே என்று சொன்ன உலக சமூக அமைப்பிற்கு (**) உலக வர்த்தக மையம் 2001ல் பதில் தர வேண்டிய கட்டாயம் ஏற்பட்டது. அந்தப் பத்தாண்டின் இறுதிக்குள் உலக சமூக அமைப்பு 9 வருடாந்திர மாநாடுகளையும் ஏராளமான பகுதிவாரியான இயக்கங்களையும் நடத்தியபிறகு, உலக மூலதனத்தின் முரட்டுத்தனமான பாய்ச்சல் 'மற்றொரு உலகத்தை' புழுதியில் கிடக்கச் செய்ததோடு, உலகை சிதைவின் விளிம்பிலும் நிறுத்திவிட்டது. மூலதனக் குவியலுக்கான நடவடிக்கைகளும், இதுவரை இல்லாத அளவில் பல்வேறு சிக்கல்களை உருவாக்கின. 1997ன் ஆசிய நிதிச் சிக்கல், 2008ன் அமெரிக்க சப்பிரைம் கடன் சிக்கல், அடுத்த ஆண்டு நிகழ்ந்த ஐரோப்பிய கடன் சிக்கல் ஆகியவை உலக மூலதனக் குவியலால் ஏற்பட்ட சிக்கல்களின் எடுத்துக்காட்டுகளாகும். அடுத்தடுத்து வந்த ஒவ்வொரு சிக்கலுக்குப் பிறகும் நொறுங்கி வந்த வங்கி அமைப்புகளைக் காக்க பெருமளவு பொதுநிதி மாற்றப்பட்டது. அமெரிக்க சப் பிரைம் சிக்கலின் போது, கார்ப்பரேட் நிறுவனங்களைக் காக்க 16 முதல் 23 டிரில்லியன் டாலர் வரை பொது நிதியிலிருந்து அவற்றிற்கு தரப்பட்டது. அரசு என்பது பொதுமக்களது செலவில் தனது நலன்களை முன்னேற்றிக் கொள்ளும் பூர்ஷ்வாக்களின் கமிட்டி என்பதைத் தவிர வேறொன்றும் அல்ல என்ற மார்க்சிய விதிக்கு இது நல்ல உதாரணம். இப்படி பொது நிதி தனியார்களுக்குத் தரப்பட்டது பொதுமக்களின் கோபத்தைத் தூண்டியது. வால் தெரு இயக்கத்தின் கோஷமான 'நாங்கள் 99 சதத்தினர் என்பது, உச்சியில் உள்ள ஒரு சத செல்வந்தர்களின் கையில் ஏராளமான செல்வம் குவிந்திருப்பதை சுட்டிக் காட்டியது. இந்த மிகச் சிறிய சிறுபான்மையினரின் ஊக வர்த்தகங்களுக்காக மிகப் பெரும்பான்மையான மக்கள் விலை தர நேர்ந்ததையும் சுட்டிக் காட்டியது.

நோபல் பரிசு பெற்ற பொருளாதார அறிஞரான பால் க்ருக்மேன் 99 சத கோஷமே ஒரு குறைவான மதிப்பீடுதான் என்றார். 2011 நவம்பர் 1 நியூயார்க் டைம்ஸில் எழுதிய கட்டுரையில் அவர் உச்சத்தில் இருக்கும் 1 சதத்தினரின் லாபத்தில் பெரும்பகுதி உண்மையில் இன்னும் ஒரு சிறிய குழுவிற்கு உச்சியில் உள்ள

0.1 சதத்தினருக்கு, அதாவது பெரும்பணக்காரர்களின் எண்ணிக்கையிலேயே ஆயிரத்தில் ஒருவருக்குத்தான் சென்றன என்றார். அக்கால கட்டத்தில் நியூயார்க் டைம்ஸில் எழுதிய பல கட்டுரைகளில் அவர்

உச்சியில் உள்ள 0.1 சதத்திற்குத்தான் வருமானப் பங்கில் மிக அதிகமான உயர்வு இருந்தது என்று குறிப்பிட்டார். 1970ல் தேசிய வருமானத்தில் 1 சதத்தை எடுத்துச் சென்ற அது, 1975ல் 2.5 சதத்தையும், 2008ல் 10.4 சதத்திற்கு மேலும் எடுத்துச் சென்றது என்றார். நவீன தாராளமய உலகமயத்தின் இருபதாண்டு காலத்தில், உலகம் முழுவதும் அசமத்துவம் அதிகரித்து விட்டது. க்ருக்மேன் 1979 முதல் 2005 வரையிலான காலத்தில் நடுத்தர வருமானம் உள்ள அமெரிக்கர்களின் வரிக்குப் பிறகான வருமானம் (பணவீக்கத்தையும் கணக்கில் கொண்டு) 21 சதம் அதிகரித்ததாகவும், மிகப் பெரிய பணக்காரர்களான 0.1 சதவிகிதத்தினருக்கு இதே வருமானம் 400 சதம் அதிகரித்ததாகவும் கூறும் அமெரிக்க காங்கிரஸின் அறிக்கை ஒன்றை அவர் மேற்கோள் காட்டினார். வளர்ந்து வரும் பொருளாதாரங்கள் எனக் கூறப்படும் பிரேசில், சீனா, இந்தியா போன்ற நாடுகளில் அசமத்துவத்தின் அளவு இதைவிட மோசம்.

2017 டிசம்பரில் பொருளாதார அறிஞர்களை தாமஸ் பிக்கெட்டி, ஃபாகுண்டோ அல்வரிடோ, லூகாஸ் சான்ஸெல், இம்மானுவல் சாய்ஸ், கேப்ரியல் ஜுக்மென் ஆகியோர் தயாரித்த ‘உலக அசமத்துவம் குறித்த அறிக்கை 2018’ வெளியானது. அது அளித்த தகவல்களில் இந்தியாவின் வருமானம் பகிர்மானம் குறித்த மதிப்பீடும் இருந்தது. 2014 வாக்கில் (அறிக்கையில் இந்த ஆண்டு வரைக்குமான தரவுகள்தான் தரப்பட்டிருக்கின்றன) இந்தியாவில் வருமானம் ஈட்டுவோரில் உச்சியில் உள்ள 0.1 சதத்தினர் கீழே உள்ள 50 சதத்தினரின் ஒட்டுமொத்த வளர்ச்சியைவிட அதிகமான வளர்ச்சியைப் பெற்றிருந்தனர். மக்கள் தொகையில் மிகச் செல்வந்தர்களான 10 சதத்தினர் தேசிய வருமானத்தில் கிட்டத்தட்ட 56 சதத்தைப் பகிர்ந்து கொள்ள, கீழ்மட்ட 50 சதத்தினரின் பங்கு வெறும் 16 சதத்திற்கு சற்று கூடுதலாக இருந்தது. இது சுதந்திரத்திற்குப் பிறகான முதல் முப்பதாண்டுகளின் நிலைக்கு நேர்மாறானது. உண்மையில் அப்போது வருமான அசமத்துவம் குறைக்கப்பட்டது. கீழ்மட்ட 50 சதத்தினரின் பங்கு வெறும் 16 சதத்திற்கு சற்று கூடுதலாக இருந்தது. உண்மையில் அப்போது வருமான அசமத்துவம் குறைக்கப்பட்டது. கீழ்மட்ட 50 சதத்தினரின் வருமானம் தேசிய சராசரியைவிட வேகமான விகிதத்தில் வளர்ந்தது. அரசு தாராளமயக் கொள்கைகளை மேற்கொள்ள ஆரம்பித்தபோதுதான் ஏழைகளின் அதிருஷ்டம் தலைகீழாக மாறியது. நவின தாராளமய அமைப்பால் சூழப்பட்ட போது அசமத்துவம் வேகம் பெற்றது.

இந்தியா திமிர்தனமாக அசமத்துவத்தைத் தழுவுதல்

கார்ப்பரேட் பேராசையும், அசமத்துவமும் தான் ஆக்கிரமிப்பு இயக்கத்தின் இலக்குகள் என்றால், அத்தகைய போராட்டங்களுக்கு ஏற்ற

நல்ல களமாக இந்தியா இருந்திருக்க வேண்டும். 1990களிலிருந்தே, நகர்புறம், கிராமப்புறம் ஆகிய இரு பகுதிகளிலும் வருமான அசமத்துவம் வளர்ந்து கொண்டு செல்கிறது. அசமத்துவத்தின் குறியீடான கினி குணகத்தைப் (**) பார்ப்போம். அதன் மதிப்பு பூஜ்யத்தில் ஆரம்பித்து ஒன்று வரை செல்லும். பூஜ்யம் துல்லியமான சமத்துவத்தைக் குறிக்கும். ஒன்று என்பது உயர்ந்தபட்ச அசமத்துவத்தைக் குறிக்கும். ஒரு சமூகத்தில் அனைவரது வருமானமும் சமமாக இருந்தால் கினி குணகம் பூஜ்யமாக இருக்கும். அங்கு வருமான வேறுபாடு இல்லை. அதுபோலவே, கிரி குணகம் ஒன்று என்றால் எல்லா வருமானங்களும் ஒரே மனிதரின் ஏகபோகமாக இருப்பதாகப் பொருள். இதுபோல் பூஜ்யம் முதல் நூறு வரை செல்லும் கினி குணகமும் உண்டு. இந்திய தேசிய சாம்பிள் சர்வே கணக்கிட்டதன்படி, இந்தியாவின் நகர்ப்புற நுகர்வுச் செலவின கினி குணகம் 1993-94ல் 0.32 ஆக இரந்த நுகர்வு அசமத்துவம் 2011-12ல் 0.38 என உயர்ந்ததாகக் குறிப்பிடப்படுகிறது. கிராமப்புறங்களுக்கு இக்குணகம் 1993-94ல் 0.26 எனவும், 2011-12ல் 0.29 எனவும் இருந்தது. இதில் கவனிக்க வேண்டிய சுவையான விஷயம் என்னவென்றால், 1983 முதல் 1993-94 வரையிலான காலகட்டத்தில் சிகினி குறியீட்டின்படி கணக்கிடப்பட்ட நுகர்வு செலவினம் ஏறவும் இல்லை. இறங்கவும் இல்லை. கிட்டத்தட்ட ஒரே நிலையில் இருந்தது. (கிராமப்புறங்களில் 27.1லிருந்து 25.மீ, நகர்ப்புறங்களில் 31.4 லிருந்து 31.9). ஆனால் அதற்குப் பிறகு கிராமப்புறங்களுக்கு 28.7, நகர்ப்புறங்களுக்கு 37.7 என தடாலென்று உயர்ந்துவிட்டது.

மற்ற நாடுகளின் தரவுகளோடு ஒத்துப்போகாது என்றாலும்கூட,(மற்ற நாடுகளின் தரவுகள் வருமானத்தை அளவிடுகின்றன) நுகர்வுக் செலவினத் தரவுகள் இந்தியாவின் அசமத்துவத்தை ஆராய அடிப்படை ஆதாரங்களாக உள்ளன. இந்த அணுகுறை ஒளியில் 34.7 கினி குறியீடு கொண்ட இந்தியா, பிரேசில் (56.9), சீனா (42.5), மெக்சிகோ (46.05), மலேசியா (37.9), ரஷ்யா (40.8), பிரிட்டன் (37.6), அமெரிக்கா (40.6) வியட்நாம் (36.8) இவை 2004-2005 தரவுகள்), தென் ஆப்பிரிக்கா (67.4-2006ல்) போன்ற நாடுகளைவிட நன்றாகத்தான் இருக்கிறது. இந்திய சமூகத்தின் அசமத்துவங்கள் வெளிப்படையாகத் தெரிந்தாலும்கூட, இந்திய மனித வள கணக்கீடுகள் (முதலாவது 2004-05 காலத்திற்கு, இரண்டாவது 2011-12 காலத்திற்கு) வெளிவரும் வரை இந்த நிலை தொடர்ந்தது. மனிதவள கணக்கீடுகள் வருமானம் அடிப்படையிலான கினி குணகத்தைக் கணக்கிட்டபோது, தென் ஆப்பிரிக்காவிற்கு அடுத்தபடியாக இந்தியா உலகிலேயே இரண்டாவது மிக அதிகமான அசமத்துவ நாடு என்பது வெளிப்பட்டது. 2004-05ல் நுகர்வு செலவின சினி குணகம் 0.53 ஆக இருந்தது. 2011-12ல் இரண்டும் முறையே

0.35, 0.55 என்று இருந்தன. சொத்து அடிப்படையிலான கினியும் இந்த அசமத்துவத்தை உறுதி செய்கிறது. 2002ல் தனிநபருக்கான நிலத்தின் குணகம் 0.73, தனிநபருக்கான சொத்து குணகம் 0.65 என்றும் தனி நபருக்கான நிதிச் சொத்து குணகம் 0.99 என்றும் இருந்தது. (**)

நவீன தாராளமயத்தின் சமூக டார்வினியத் தன்மையை நாம் புரிந்து கொண்டால், உலகில் பொதுவாக அசமத்துவம் அதிகரித்துவரும் போக்கு எதிர்பார்க்கக் கூடியதுதான். அது வலிமையானவர்களுக்கு சாதகமாக இருக்கிறது. ஏழைகளை போட்டியிட முடியாதவர்கள் என்று ஒதுக்குகிறது. உலகெங்கும், முதலாளிகளுக்கு எதிராக உழைக்கும் வர்க்கம் பலவீனப்பட்டு வரும் போக்கு வெளிப்படையாகத் தெரிகிறது. இந்தியாவில் அரசு தனியார் துறைக்கு அதிக முக்கியத்துவம் தந்து, கார்ப்பரேட் பேராசைக்கு முறையாக தூபம் போட்டு வருகிறது. 2005-2006 முதல் 2011 வரையிலான ஆறே ஆண்டுகளில், அடுத்தடுத்த பட்ஜெட்களில் அது ரூ.374934 அளவிலான கார்ப்பரேட் வருமானவரியைத் தள்ளுபடி செய்து விட்டது. இந்த நேரடியான நிதி மாற்றம் போக, பொதுத்துறை விற்பனை, இயற்கை வளங்களைத் தருதல், பொது சேவைகளான மருத்துவ வசதி, கல்வி ஆகியவற்றை தனியாருக்குத் திறந்துவிடுதல் என்று தனியார் கார்ப்பரேட் துறைக்கு ஏராளமான மறைமுக உதவிகளும் உள்ளன. கார்ப்பரேட் கொள்ளை நாட்டின் பல பகுதிகளிலும் மக்கள் எதிர்ப்பு இயக்கங்களைத் தூண்டியுள்ளது. பில்லியன் டாலர் மாளிகைகள், சொந்த விமானங்கள் என்று கார்ப்பரேட் முதலாளிகளின் ஆடம்பரங்களுக்கு எல்லையே இல்லை. 2017 மத்திய பட்ஜெட்டின்படி, 2015-16ல் அரசு கார்ப்பரேட் துறைக்கு ரூ.76857 கோடி வரிவிலக்கு தந்துள்ளது. 2016-17ல் விவசாயம் மற்றும் விவசாயிகளுக்காக ஒதுக்கப்பட்ட ரூ.35984 கோடி, மஹாத்மாகாந்தி தேசிய ஊரக வேலைவாய்ப்பு உத்திரவாதத் திட்டத்திற்கு ஒதுக்கப்பட்ட ரூ.38500 கோடி, ஆகியவற்றோடு இதை ஒப்பிட்டுப் பாருங்கள். பிரதமரின் பொருளாதார ஆலோசனைக் கவுன்சிலின் தலைவரான பிபேக் தேவ்ராயே 2017 டிசம்பர் 8ம் தேதியன்று, மொத்த உள்நாட்டு உற்பத்தியில் 5 சதம் கார்ப்பரேட் வரிச் சலுகைகளில் போய் விடுகிறது என்பதை ஒப்புக்கொண்டார். 2004-05 முதல் 2015-16 வரையிலான 12 வருட காலத்தில் கார்ப்பரேட் துறைக்குத் தரப்பட்ட வரிச் சலுகை ரூ.50 லட்சம் கோடி இருக்கும் என்று கணக்கிடப்படுகிறது. நம்மைப் போன்ற வளர்ந்து வரும் பொருளாதாரங்களின் ஆட்சியாளர்கள் தமது சுதந்திரச் சந்தைக் கொள்கைகள் பொருளாதார வளர்ச்சியை ஏற்படுத்தும், அது சிறிதுசிறிதாக அடிமட்டத்தில் உள்ளவர்களை எட்டும், ஒரு நீண்ட காலப்போக்கில் அனைவருமே சுபிட்சமாக இருப்பார்கள் என்று மக்களை ஏமாற்றுகிறார்கள். மாறாக, இவை மேலே உள்ள சிலரது கைகளில் இதுவரை

இல்லாத அளவு செல்வம் குவியவும், அதே சமயம் ஒரு பெரிய பெரும்பான்மையினருக்கு இருப்பதும் பறிபோகவும்தான் இவை உதவியுள்ளன. மக்கள் தங்களது வாழ்க்கைத் தரத்தில் ஓரளவிற்கு முன்னேற்றத்தை கண்டு வரும் வரையில் இந்த அசமத்துவம் ஒரு பிரச்சினையாக இருக்காது. எனினும் மக்களின் பெரும்பாலானோருக்கு வாழ்க்கைத்தரம் அப்படி சிறப்பாக இல்லை. தொழிற்சாலைகள் மூடல், வேலைவாய்ப்பற்ற வளர்ச்சி, சுற்றுச்சூழல் நாசம், பொதுசேவைகள் வணிகமயமாக்கப்படல் என இக்கொள்கைகளின் விளைவுகளால், வாழ்க்கைத்தரம் அரிக்கப்பட்டுவிட்டது. இக்கொள்கைகள் உருவாக்கும் அரசியல் உழைக்கும் வர்க்கங்களின் ஜனநாயக வெளிப்பாடுகளை நெறிக்கின்றன. நடுத்தர வர்க்கத்தின் வாழ்க்கைப் பாதுகாப்பை பலவீனப்படுத்துகின்றன.

எனினும், இந்த நடுத்தரவர்க்கத்தினர் இக்கொள்கைகள் பற்றி உற்சாகமாக இருந்தவர்கள். என்ன இருந்தாலும் இவர்கள் பொருளாதாரத்தை அதன் ஐம்தாண்டுகால நோய் அறிகுறியான இந்து வளர்ச்சி விகிதத்திலிருந்து விடுவித்தவர்கள். தமது எல் டோரடோவான அமெரிக்காவில் பணக்கார குடியேற்ற சமூகத்திற்கு அங்கீகாரம் பெற்றுத் தந்தவர்கள். பலரையும் கார்ப்பரேட் ஏணியின் உச்சியில் ஏற்றிவிட்டார்கள். நாட்டில் தன்னைத்தானே உயர்வாக நினைத்துக் கொள்ளும் பெருமையை உயர்த்திப் பிடித்தவர்கள்.

இவ்விஷயத்தில் ஒரு முக்கியமான அம்சம் இப்போதும் விடுபடுகிறது. இந்திய நடுத்தர வர்க்கம் சாதி அமைப்பின் கருத்தாக்கத்தால் நிறைந்தது. 1991ற்குப் பிறகான பொருளாதார வளர்ச்சி, இந்தியாவை மேற்குலம், குறிப்பாக அமெரிக்கா அங்கீகரித்தது ஆகியவை பெரும்பாலும் உயர் சாதியினராக இருக்கும் நடுத்தர வர்க்கத்தின் உள்ளார்ந்த சாதி உணர்வை, தாம் தமது பழைய பெருமையை திரும்பவும் மீட்டெடுக்கிறோம் என்றுணர்வைத் தட்டியெழுப்பியது. பல ஆண்டுகளாக அவர்கள் தமது பழக்கவழக்கங்கள் குறித்து அவமானப்படும்படியும், தமது நம்பிக்கைகள் பற்றி மன்னிப்புக் கோரும் தொனியில் பேசும்படியுமான ஒரு நிர்பந்தம் இருந்தது. ஆனால் நவீனதாராளமய மூன்னுதாரணம் அவர்களது தங்கள் மீதான நம்பிக்கைக்கு உயிர் தந்தது. இந்தியாவின் பழங்காலத்து பகுத்தறிவிற் கொவ்வாத தன்மைகளை புகழ்ந்து பேசுவதில், பய பாரம்பரிய பழக்கவழக்கங்களை சாதி உட்பட நியாயப்படுத்துவதில் நெற்றியில் மதச் சின்னங்களை அணிந்த தமது இந்துத் தன்மையை பறை சாற்றுவதில், கைகளில் பலவண்ணக் கயிறுகள் கட்டிக் கொள்வதில் இது வெளிப்படுகிறது. வாழ்க்கைத்தரம் மோசமாகி வருவதை உணர்ந்தாலும், தங்களது மேன்மையை மீட்டெடுத்த உணர்வு, அதை வெளிப்படுத்த விடாமல் தடுக்கிறது. இந்த

சாதி உணர்வை மீண்டும் பெற்றதும், தான் மேலானவைன் என்ற உணர்வும், அவர்களை ஒருபோதும் சமூகத்தின் கீழ்தட்டு மக்களோடு அடையாளம் காண அனுமதிக்காது. நாங்கள் அந்த 99 சதத்தினர் என்று கூறவும் விடாது.

சாதிப் பிரமிடின் அடியில் நசுக்கப்படும் தலித்துகளின் விஷயம் என்ன? கீழ்த்தட்டு மக்களுக்கு முற்றிலும் எதிரான நவீன தாராளமய உலகமயத்திற்கு எதிராக அவர்கள் ஏன் பேசுவதில்லை? இந்தக் கேள்விகளுக்கு இரண்டு பகுதிகளாக விடை தர முயற்சி செய்யலாம். ஒன்று, பொருளாதார விஷயங்களில் தலித்துகளுக்கு இருக்கும் அக்கறையின்மை, அவர்களது இயக்கங்களில் துவக்க காலங்களில் அவர்கள் கம்யூனிஸ்ட்களுக்கு எதிராக நின்றதன் மிச்சசொச்சம். இரண்டாவது, ஒரு நீண்ட காலப்போக்கில் இயக்கத்தின் பிளவுகளால் ஏற்பட்ட ஒத்திசைவின்மை. அரசியல் -

தலித்துகள் ஏராளமான துண்டுகளாக பிளவுபட்டு இருக்கிறார்கள். சமூகரீதியாக, அவர்கள் தங்களது உட்சாதி அடையாளங்களுக்கு மீண்டும் திரும்பிவிட்டார்கள். தத்துவார்த்த ரீதியாக அவர்கள் இணக்கத்தை இழந்துவிட்டார்கள். பொருளாதார ரீதியாக ஏராளமானோர் மிகக் கடுமையான வறுமையில், நகர்ப்புறங்களில் கண்ணுக்குத் தெரியும்படி வசதியான நடுத்தர வர்க்கம் என ஒரு கலவையாக இருக்கிறார்கள். இந்த நடுத்தர வர்க்கத்தில் சில சுயநலமிகள் நவீனதாராளமயத்தின் புகழ்பாடவும், ‘தலித் பூர்ஷ்வாவின்’ எழுச்சியைக் கொண்டாடவும் முன் வந்திருக்கிறார்கள்.

தலித் மக்கள் தொகையை ஆராய்ந்தால், அவர்கள் பெரும்பாலும் கிராமப்புறத்தினராக (81 சதம்) நிலமற்ற தொழிலாளியாக, சிறு விவசாயியாக நிலத்தோடு தொடர்புடையவர்களாக இருப்பது தெரியும். எஞ்சியுள்ள நகப்புறத்தினரில் பெரும்பகுதியினர் சேரிகளில் வாழ்ந்து கொண்டு, முறைசாராதத் துறைகளில் பணிசெய்கிறார்கள். புதிய அமைப்பின் கீழ் இவர்கள் போட்டியிட முடியாதவர்களாகக் கருதப்பட்டு, விளிம்பிற்குத் தள்ளப்படுகிறார்கள். இவர்கள் நவீன தாராளமயத்தின் புதிய மேட்டுக்குடி சார்பான சமூக டார்பிவிய கொள்கைகளால் பாதிக்கப்பட்டவர்கள் என்பதில் ஐயமில்லை. வளர்ச்சி தனிநபர்களுக்கு இடையிலான சுதந்திரமான போட்டி, ஒரு நுண்ணிய அடிப்படையில் உலகளாவிய சுதந்திரச் சந்தையின் போட்டி ஆகியவற்றால் ஏற்படும் என்று நவீன தாராளமயம் கூறுகிறது. ஒரு தனிநபர் வலுவானவர் என்றால் அவரது லாபம் அதிகமாக இருக்கும். இந்த தனிநபர் லாபங்களின் கூட்டுத்தொகை பொருளாதார வளர்ச்சியாகக் கருதப்படும் என்பதே இதன் பொருள். இந்த பொருளாதார வளர்ச்சி பெரும்பாலும் மேல்தட்டினருக்கே லாபமானதாக இருக்கும் என்று தனியே கூறத் தேவையில்லை. (நவீன தாராளமயம் இதை இயல்பானதாக ஏற்கிறது) அது இந்த வளர்ச்சி சொட்டு சொட்டாக வடிந்து தம்மை வந்து சேரும்வரை

ஏழைகள் காத்திருக்க வேண்டும் என்று கூறுகிறது. தத்துவார்த்த ரீதியாக அடிப்படை அற்புதம், அனுபவப்பூர்வமாக பொய்யானதுமான இந்த 'கீழே சொட்டிவரும்' கொள்கைதான் உலகமயத்தின் ஆரம்ப ஆண்டுகளில் ஆட்சியாளர்களின் தாரக மந்திரமாக இருந்தது. யதார்த்தத்தில் அது மறைந்து போனது. கடந்த முப்பதாண்டுகளில் உலகமயம் அச்சுறுத்தும் வகையில் அசமத்துவத்தை, உலகின் ஏழைகளின் வாழ்வில் பெரும் பிரச்சினையை, காலம் காலமாக இருந்த அடையாளங்கள் மேலெழுந்து வருவதை, ஜனநாயகம் அரிக்கப்படுவதை உருவாக்கியுள்ளது. ஏராளமானோர் விளிம்புநிலைக்குத் தள்ளப்பட்டதை ஒருவர் வேண்டுமென்றே கவனிக்காது புறக்கணித்தால் மட்டுமே, ஒரு சிலரின் கைகளில் ஏராளமான செல்வங்கள் குவிவதைக் கொண்டாட முடியும்.

முதலாளித்துவ நவீனமயச் செயல்பாடுகளை செயல்படுத்தும் கட்டமைப்புகள் இயல்பாகவே சமூக அடையாளங்களை சாதி, மதம், இனம், பொருளாதார விளைவுகளை பாதிப்பதில் அவற்றின் பங்கு ஆகியவற்றைக் குறைக்கும் என்பது புதிய விஷயமல்ல. சமூக அடையாளங்கள் சந்தைப் போட்டியை கட்டுப்படுத்தும், நிறுவனமய மாற்றத்தைத் தடைசெய்யும். பரிவர்த்தனை செலவினங்களை அதிகரிக்கும். சந்தைகளை போட்டியிடாதவைகளாக ஆக்கும். சந்தையால் செலுத்தப்படும் பொருளாதாரங்கள் சமூக அடையாளங்களைக் குறைக்கும் என்பவற்றை ஒருவர் தன்னையறியாமல் ஏற்கலாம். நியூயார்க் டெய்லி டிரிபியூனில் (1853 ஆகஸ்ட்) எழுதிய மார்க்ஸ் நவீன தொழில்மயம் இந்திய சாதியை அழிக்கும் என்று பின்வருமாறு கணித்தார்.

எனவே, இந்தியாவில், ரயில்வே உண்மையாகவே நவீன தொழில்களில் முன்னோடியாக இருக்கும். (...) ரயில்வே முறையில் உருவாகும் நவீனத்தொழில் இந்திய வளர்ச்சிக்கும் இந்திய அதிகாரத்திற்கும் முக்கியமான தடைகளாக இருக்கும். இந்திய சாதிகளின் அடிப்படையிலான பரம்பரை உழைப்புப் பிரிவினைகளை கரைந்து போகச் செய்யும்.

அமெரிக்க, ரஷ்யா, சீனாவிற்குப் பிறகு இந்தியாவில் உலகின் நான்காவது பெரிய ரயில்வே வலைப் பின்னல் உள்ளது. பல பன்னாட்டுக் கம்பெனிகள் உள்ள பெரிய தொழில் அடித்தளம் உள்ளது. ஆனால் சாதி அமைப்பு, சிதைந்து போவதற்கு மாறாக,

அச்சுறுத்தும் விதமாக உயிரோட்டத்தோடு ஆட்டம் போட்டுக் கொண்டிருக்கிறது. மார்க்ஸ் கூறியது தவறானது என்பது பற்றி பலரும் சந்தோஷப்பட்டாலும், உயர் சாதியினரிடம் சாதியின் சங்குரீதியான அம்சங்களை பெருமளவு கரைந்து போகச் செய்வதில் முதலாளித்துவம் வெற்றி பெற்றுள்ள வகையில் அது சாதி அமைப்பை பாதிக்கவே

செய்துள்ளது.

தலித்துகளை கிராமங்களிலிருந்து வெளியே கொண்டுவந்து, அவர்களது பொருளாதார உயர்வுக்கு வாய்ப்புத் தந்த வகையில் அவர்களுக்கு பெருமளவு உதவியிருக்கிறது. உண்மையில் தலித் இயக்கம் காலனிய காலத்தின் இந்த மாற்றங்களினால் உருவானது என்று கூடச் சொல்லலாம். ஆனால், உழைக்கும் வர்க்கத்தை பிரிக்க சாதியை ஒரு சக்திவாய்ந்த கருவியாகப் பயன்படுத்த முடியும் என்பதையும் முதலாளித்துவம் உணர்ந்தது. எனவே, அதை தனது காலனியத்திற்குப் பிறகான அரசிலும் உட்பொதிந்து வைத்தது. அது பாரம்பரியமாக ஆதிக்கம் செலுத்தி வந்த சாதிகளான மேலும் வலுப்படுத்தி, அதிகார அசமத்துவத்தை அதிகரித்தது. அதோடு, தலித் மற்றும் தலித் அல்லாதோர் இடையில் புதிய முரண்பட்டு அம்சங்களை உருவாக்கி முன்வைப்பவர்கள் முன்பைவிட அதிகமாக பாதிப்புக்கு ஆளாகும்படி செய்தது. துரதிருஷ்டவசமாக, தலித் இயக்கம் சமூக, அரசியல், மத அம்சங்களை முன்னிருத்தி பொருளாதார அம்சங்களுக்கு முக்கியத்துவம் தராது இருந்து விட்டது. இது, அடிப்படையில் ஒரு பொருளாதார அறிஞராக இருந்த அம்பேத்கரின் தலைமையில் நடந்ததுதான் பெரிய முரண்.

இந்த அக்கறையின்மையின் வேர் அம்பேக்கருக்கும், அடித்தளம், மேல் கட்டுமானம் என்ற கொள்கைப் பிடிவாதம் கொண்ட கம்யூனிஸ்ட்களுக்கும் இடையில் இருந்த மோதலில் உள்ளது. அம்பேத்கர் பொருளாதார அம்சங்களையோ அல்லது மார்க்சியத்தையோ புறக்கணிக்கவில்லை என்றாலும், அவர் கம்யூனிஸ்ட்களை உழைப்பாளிகள் மீது பிரிவினைத் தாக்கம் செலுத்தியவர்களாகக் கருதினார். அவர்களது அரசியல் எதிரியாக இருந்தார். தலித் இயக்கத்தில் இருந்த ஒரு தன்னலம் சார்ந்த குழு, அவர் எப்போதேனும் கம்யூனிஸ்ட்களைத் தாக்கிப் பேசுவதை திறமையாகப் பயன்படுத்தி, தலித் இயக்கத்தை பொருளாதாரக் கோரிக்கைகளிலிருந்து திசை திருப்பியது. அவர்கள் அம்பேத்கர் கம்யூனிஸ்ட்களுக்கு எதிரானவர், கம்யூனிஸ்ட்கள் பொருளாதார பிரச்சினைகளுக்கு முக்கியத்துவம் தருபவர்கள், எனவே பொருளாதார அம்சங்களை ஆதரிக்கும் அம்பேத்கரியர்கள் தத்துவார்த்த ரீதியாக சந்தேகத்திற்குரியவர்கள் என்று முரட்டு முக்கூற்று முடிவை (**) உருவாக்கினார்கள். 1957ல் அம்பேத்கரின் விருப்பங்களுக்கு மாறாக இந்தியக் குடியரசுக் கட்சியில் ஏற்பட்ட முதல் பிளவு இந்தப் பிரச்சினையால்தான் ஏற்பட்டது. அம்பேத்கரின் நெருக்கமான தளபதியான தாதாசாகேப் கெய்க்வாட்டின் மீது, அவர் தலித் மக்களின் வாழ்வாதார பிரச்சினைகளுக்காக, கம்யூனிஸ்ட் பக்கம் போகிறார் என்று பி.சி.காம்ப்ளே குற்றம் சுமத்தினார். இதே பிரச்சினையில் தான் தலித் பேந்தர் பிளவுபட்டது. ராஜா தாலே நாம்தேவ் தாஸல் கம்யூனிஸ்ட் தாக்கத்தில்

இருப்பதாக குற்றம் சாட்டினார். தலித் நடுத்தர வர்க்கம் வளர்ச்சி பெற்றபோது இந்த கம்யூனிச எதிர்ப்பு வெறிக்கருத்து அதிகரிக்கவே செய்தது.

முதலாளித்துவத்தின் தலித் ஆதரவாளர்கள்

சிறுவர்த்தகத்தில் அந்நிய நேரடி முதலீட்டை 51 சதமாக அதிகரிப்பதற்கான மசோதாவில் 2012 டிசம்பர் 5ம் தேதி நடந்த வாக்கெடுப்பில் மாயாவதியின் பி.எஸ்.பி. நாடாளுமன்ற உறுப்பினர்கள் முதலில் கலந்து கொள்ளாமல் இருந்துவிட்டு, இரண்டு நாட்களுக்குப் பிறகு ராஜ்யசபாவில் ஆதரவாக வாக்களித்தது, பொருளாதாரப் பிரச்சினைகளில் தலித்துகளின் அக்கறையின்மைக்கு ஒரு எடுத்துக்காட்டாகும். எனினும், இப்பிரச்சினையின் பொருளாதார அம்சங்கள் எதுவும் கருதப்படவில்லை. ஐக்கிய முற்போக்குக் கூட்டணிக்கு ஆதரவு தருவது என்றே ஒரே நோக்கம் மட்டும்தான். மேம்போக்காக, இது 'மதவாத சக்திகளை தடுத்து நிறுத்துவதற்காக' செய்யப்பட்டதாகக் கூறப்பட்டது. இது எந்த அரசியல் ஏறுமாறு நடவடிக்கைகளுக்கும் பயன்படும் ஒரு பாதுகாப்பான சொல்லாடல். இது தொடர்பாக, தலித் முதலாளித்துவத்தின் பிரசாரகர்களான சந்திரபான் பிரஸாத், மிலிந்த் காம்ப்ளே ஆகியோர் டைம்ஸ் ஆஃப் இந்தியாவில் (2012 டிசம்பர் 5) எழுதிய 'தலித்துகளுக்கு அதிகாரம் தர, இந்தியாவின் பழைய சிறுவர்த்தக முறையை தூக்கி எறியுங்கள்' என்ற கட்டுரை ஒரு வினோதமான பொருளாதார வாதத்தை வைக்கிறது. எதிர்பார்த்தபடியே, இருவரும் வால்மார்ட், டெக்ஸகோ போன்ற உலக தொடர் சிறுவர்த்தக நிறுவனங்கள் இந்தியாவில் நுழைய வழிவகுக்கும் 51 சத அளவிற்கு அந்நிய நேரடி முதலீட்டை உயர்த்தும் அரசின் முடிவைப் புகழ்ந்தார்கள். சிறுவர்த்தகத்தில் அந்நிய நேரடி முதலீடு இந்தியாவின் தலித் தொழில் முனைவோரிடம் ஒரு சாதகமான விளைவை ஏற்படுத்தும் என்று அவர்கள் வாதிட்டார்கள். சாதி சாராத அந்நிய நேரடி முதலீடு, நிலவி வரும் சாதி சார்ந்த சிறுவர்த்தகத் துறையைவிட தலித் தொழில் முனைவிற்கு சாதகமாக இருக்கும் என்பதுதான் அவர்களது வாதத்தின் மையக் கருத்து. தமது வாதத்திற்கு ஆதரவாக, அவர்கள் இரு ஆய்வுகளை மேற்கோள் காட்டினார்கள்.

முதலாவது, பென்சில்வேனியா பல்கலைக்கழகத்தின் இந்தியா குறித்த மேம்பட்ட ஆய்வுக்கான மையம் நடத்திய தலித் தொழில்முனைவு பற்றிய ஆய்வு. இந்த ஆய்வு பாதகநிலைகளை மீறல்: தலித் தொழில் முனைவோரின் எழுச்சி (*Defying the Odds: The Rise of Dalit Entrepreneurs -2014*) என்ற நூலாக வெளிவந்தது. இது நவீன தாராளமயம் எவ்வாறு தலித்துகளுக்கு, குறிப்பாக தலித் தொழில் முனைவோருக்கு பெருமளவு உதவிகரமாக உள்ளது என்பதை நிரூபிக்க முயன்றது. இரண்டாவது, முதலாவதற்கு வலுசேர்க்கும்

விதமாக, தலித் இந்தியன் சேம்பர் ஆஃப் காமர்ஸ் அண்ட் இண்டஸ்ட்ரீஸின் *(Dalit Indian Chamber of Commerce and Industries - DICCI)* உறுப்பினர்களால் நடத்தப்பட்ட ஆய்வு. இந்த ஆய்வு டில்லியின் ஆஸாத்பூர் காய், கனி மார்க்கெட்டில் தலித் சமூகத்தைச் சேர்ந்த தரகர்கள் இருக்கிறார்களா என்று தேடும் நோக்கில் நடத்தப்பட்டது. எதிர்பார்த்தபடியே அப்படி யாரும் இல்லை. இந்த முடிவு பற்றி வியப்பேதுமில்லை. ஏனெனில், முதலீடு திரட்டுவதற்கு, தகவல்கள் திரட்டுவதற்கு, அவற்றை பாதுகாப்பதற்கு, அரசியல் ஆதரவு பெறுவதற்கு, இந்தியாவில் தொழில் நடத்த சாதிப் பிணைப்புகள்தான் மையமாக உள்ளன என்பது ஊரறிந்த உண்மை. அதனால்தான் ஆரம்ப கால நவீன மற்றும் காலனிய கால மூலதனம் சாதியால்தான் பெரும்பாலும் அடையாளம் காணப்படுவதாக இருந்தது. சுதந்திரத்திற்குப் பிறகான காலகட்டத்தில் மார்வாரிகள், குஜராத்திகள், கட்சிகள் போன்ற இந்தக் குழுக்களோடு, நாடார்கள், படேல்கள், கவுண்டர்கள், சிந்திகள் போன்ற குழுக்களும் உருவாகின. இன்று இவர்களது வர்த்தகங்களுக்கு இவர்களது சாதிகளின் உலகளாவிய வலைப்பின்னல்களின் ஆதரவு உள்ளது. இந்த இரு ஆய்வுகளிலும் வெளிப்படையாகவே ஆய்வுநெறிமுறைக் குறைபாடுகளும், நடைமுறைக்கு ஒத்துவராத அனுமானங்களும் தெரிவதால், இவை குறைபாடுள்ளவை என்று எளிதாகக் கூறிவிடலாம் என்றாலும், அது நாம் இங்கு கருதும் விஷயத்திற்கு தொடர்புடையதல்ல. கட்டுரையின் அடிப்படை அனுமானமான இந்திய சில்லறை வர்த்தகத்துறை சாதி சார்பானது, அந்நிய முதலீடு சாதியற்ற சிறுவர்த்தக தொடர் நிறுவனங்களைக் கொண்டுவரும் என்பது, யதார்த்தத்தைப் புந்து கொள்ளாததைக் காட்டுகிறது. உண்மை என்னவென்றால், வீடுவீடாக சென்று விற்போர், தெரு வியாபாரிகள், பெட்டிக்கடை வியாபாரிகள், முதல் புதிதாய் சேர்ந்துள்ள பெரிய கார்ப்பரேட் சிறுவர்த்தக தொடர் நிறுவனங்கள் வரை இந்திய சிறுவர்த்தகத்துறை சாதி சார்ந்ததல்ல என்று கூறமுடியாது. அந்நிய முதலீட்டின் நுழைவு கார்ப்பரேட் சிறுவர்த்தக நிறுவனங்களை மேலும் விரிவுபடுத்தி, இப்போதுள்ள சிறுவர்த்தகர்களை விரட்டிவிடும். இவர்களில் பெரும்பாலானோர் தலித்துகளாகவோ அல்லது பிற்பட்ட சாதியினராகவோ இருக்கக்கூடும். இது கார்ப்பரேட் சிறுவர்த்தகத்தின் தன்மைக்கு ஒரு சாதியற்ற மேற்பூச்சைத் தர வாய்ப்பில்லை. இப்படிப்பட்ட அபத்தமான கருத்துகள் கார்ப்பரேட் ஊடகங்களில் இடம்பெறுவது மட்டுமல்ல, இவற்றிற்கு நவீன தாராளமயபத்தின் உலகளாவிய வட்டாரங்களில் மரியாதை கிடைப்பதும், இவை உலக மூலதனத்திற்கு எவ்வளவு பயனுள்ளவைகளாக இருக்கின்றன என்பதைக் காட்டுகிறது.

தலித் மூலதன ஆதரவாளர்களும், பென்சில்வேனிய பல்கலைக்கழகத்தில் உள்ள இவர்களது ஆதரவாளர்களும் தலித் தொழில் முனைவு ஒரு 1991க்குப் பிறகான நிகழ்வு என்ற பொய்யைத் திட்டமிட்டுப் பரப்புகின்றனர். தலித் என்ற பிரிவுக்குள் உள்ள பலசாதிகளில், மஹாராஷ்டிராவின் மஹர்கள், உ. பி. யின் சாமர்கள், ஆந்திரப் பிரதேசத்தின் மாலாக்கள், கர்நாடகாவின் ஹோலியாக்கம், தமிழ்நாட்டின் பறையர்கள் போல் எண்ணிக்கையில் அதிகமான சாதிகளில் ஆங்காங்கே ஓரிருவர் தொழில் முனைவோராக இருப்பது எப்போதுமான எதார்த்தம்தான். பெரும்பாலோர் பாரம்பரியமாக அவர்களது சாதித் தொழிலைத் தான் செய்தாக வேண்டும். ஆனால் பெரிய மக்கள்தொகை உள்ள ஒரு சாதிக்கு எந்த ஒரு ஒற்றைத் தொழிலை மட்டும் தர முடியாது. எப்படி, எவ்வாறு இந்த சாதிகளுக்கு இவ்வளவு பெரிய மக்கள் தொகை ஏற்பட்டது என்பது பற்றி பல ஊகங்கள் உள்ளன. பல சாதிகளும் சிதைந்து ஒரே சாதியாக இணைந்திருக்கலாம். அல்லது வரலாற்றுப் போக்கில் பல பாரம்பரியத் தொழில்கள் மறைந்து போயிருக்கலாம். ஆனால் இப்பிரச்சினைக்கு விடை காண்பது இங்கு நமது நோக்கமல்ல. இந்த சாதிகளின் வயிற்றுப் பிழைப்பிற்காக அவர்கள் கிடைத்த வேலைகளைப் பார்த்தார்கள் என்பதைப் புரிந்து கொள்வதுதான் இங்கு முக்கியமானது. இந்த மாதிரியான மக்கள்தான் முகலாயர் மற்றும் காலனிய ஆட்சிகளின்போது வாய்ப்புகள் உருவான சமயத்தில் கிரமங்களை விட்டு நகரங்களில் குடியேறினார்கள். நெசவு, தெருத்தெருவாக பொருட்களை விற்பது, பெட்டிக்கடை வைப்பது, சைக்கிள்கடை வைப்பது போன்ற தொழில்களைச் செய்து, படிப்படியாக ஒப்பந்தப் பணி போன்ற வேறு பல பணிகளுக்கும் மாறினார்கள். கிராமங்களில் கூட பெரும்பாலும் இவர்கள் விவசாயக் கூலிகளாக இருந்தாலும்கூட, இவர்களில் நெசவாளர்கள், ஆசாரிகள், கருமானர்கள், தையல்காரர்கள், சிறுவியாபாரிகள், பெட்டிக்கடைக்காரர்கள், வட்டிக்கடைக்காரர்கள், ஒப்பந்தக்காரர்கள் போன்றோரும் இருந்தார்கள். DICCI தனது தொழில்முனைவோர் பற்றி ஆதீதமாகப் பெருமை கொள்கிறது. எனினும், 1991ற்கு வெகுகாலத்திற்கு முன்பே அதன் உறுப்பினர் எண்ணிக்கையை விட அதிக அளவில் இப்படிப்பட்ட தொழில்முனைவோர் இருந்தனர் என்பதை அதற்குத் தெளிவுபடுத்த வேண்டும்.

1990க்கு பல ஆண்டுகளுக்கு முன்பே நாட்டின் ஒவ்வொரு பகுதியிலும் பெரும்பணக்காரர்களான தலித் தனிநபர்கள் இருந்ததை நம்மால் எளிதில் காணமுடியும். காலனிய காலத்திலேயே பெரும் பணக்காரர்களான தலித் தனிநபர்கள் இருந்தபோதிலும், இன்று சில DICCI உறுப்பினர்கள் தங்கள் மெர்ஸ்டிஸ் பென்ஸ், பிஎம்டபுல்யு போன்ற ஆடம்பரக் கார்களைக் காட்டி பந்தா செய்வது போல் அவர்கள் தம் செல்வத்தைக் காட்டிக் கொள்ளவில்லை.

2011 ஜனவரி 4ம் தேதி வால் ஸ்ட்ரீட் ஜர்னல் சந்திரா பான் பிரஸாத், 'அடுத்த வருடம் யார் ஹெலிகாப்டர் வாங்கப் போகிறீர்கள்? என்று கேட்டதாக செய்தி வெளியிட்டது. அதே ஆண்டு ஏப்ரல் 14 அன்று, அம்பேத்கரின் பிறந்தநாள் அன்று, இதற்கு பதில் தருவதுபோல, வாஷிங்டன் போஸ்ட், மும்பையில் 32 பில்லியன் டாலர் கட்டுமானத் தொழிலின் அதிபரும், பிஎம்டபிள்யூ கார் வைத்திருப்பவருமான அசோக் காடே இப்போது ஒரு ஹெலிகாப்டர் வாங்க விரும்புவதாக செய்தி வெளியிட்டது. அப்போது போலவே இப்போதும் அவர்களது செல்வம் தலித்தாக அவர்களது சமூக அந்தஸ்தில் எந்த மாற்றத்தையும் ஏற்படுத்தவில்லை. அதேபோல அவர்களது சமூகத்தின் முன்னேற்றத்திற்கும் உதவவில்லை. காலனிய காலத்தில் (அதற்கு முன்னரும்) தலித்துகள் புதிய தொழில்களை மேற்கொள்ளுதல், சிறு வர்த்தக நிறுவனங்களை நடத்துதல், தங்கள் சாதி சார்ந்த தொழில்களை நவீனப்படுத்துதல் போன்று ஏராளமான தொழில் முனைவுத் திறனைக் காட்டி, பெரும் முன்னேற்றம் அடைந்திருக்கிறார்கள். தலித் இயக்கம் இந்த செயல்முறையின் ஒரு துணை விளைவுதான். ஏனெனில் ஏதோ ஒரு வகை தொழில்முனைவுப் பின்னணி கொண்டவர்களோ அல்லது முறை சார்ந்த துறையின் ஊழியராக இருந்தவர்களோ தான் ஒப்பீட்டளவில் சற்று வசதி பெற்று இருந்து, அம்பேத்கர் தலைமையிலான தலித் இயக்கத்தின் அடித்தளமாக விளங்கியவர்கள். (பார்க்க. குஜராத்தில் தலித் போராட்டங்கள்) எனவே தலித் நிறுவனங்களின் தோற்றத்திற்கோ அவற்றின் வெற்றிக்கோ உலகமயம் காரணம் என்று சொல்வது தவறாகும். தலித் இளைஞர்கள் சொந்தத் தொழில் செய்வதன் பால் ஈர்க்கப்படுகிறார்கள் என்றால், பொதுத்துறை வேலை வாய்ப்புகள் சுருங்கியதுதான் காரணம். 1997ல் 19.7 மில்லியனாக உச்சத்தில் இருந்த பொதுத்துறை வேலைவாய்ப்பு எண்ணிக்கை, அதன் பிறகு படிப்படியாகக் குறைந்துபோய் 2007ல் 18 மில்லியனாகி, வேலைக்கான வாய்ப்பாக இருந்த இடஒதுக்கீட்டிற்கு சாவுமணி அடித்தது. உயர் சாதியினரிடம் தொழில்முனைவை பொருத்தவரை அதற்கு எதிரான மனப்பான்மையாக பிழைப்பிற்கான கட்டாயமாக இருக்கிறது. சாதி இந்துக்கள் தம் விருப்பத்தின் பேரில் சுயதொழில்களில் ஈடுபட, தலித்துகள் கட்டாயத்தின் பேரில்தான் அதில் ஈடுபடுகிறார்கள். வேலைவாய்ப்புகள் இல்லாத நிலையில், அவர்களுக்கு அதுமட்டும்தான் ஒரே வழியாக இருக்கிறது. 1990, 1998 மற்றும் 2005ன் பொருளாதார மக்கள்தொகை கணக்கெடுப்புகள், உள்நோக்கம் கொண்ட தற்காலிக ஆய்வுகளைவிட அதிக உண்மையான சித்திரத்தைக் காட்டுகின்றன. 1990, 1998, 2005 ஆகிய ஆண்டுகளுக்கான சாதிவாரியான தொழில் நிறுவன உரிமையாளர்கள் பற்றிய தரவுகள் உள்ளன. இவையனைத்தையும் ஹார்வர்ட் பிசினஸ் பள்ளியின் ஒரு ஆய்வு ஒன்றுதிரட்டியுள்ளது.

இந்த ஆய்வின்படி, 2005ல் ஒரு தொழில் நிறுவனத்தில் சராசரி ஊழியர் எண்ணிக்கை 2.3 ஆகும். இது மிகப் பெரும்பாலான தொழில்நிறுவனங்கள் ஒருநபர் நிறுவனமாக இருப்பதைக் காட்டுகிறது. இப்படிப்பட்ட நிறுவனங்கள் எஸ்.சி. எஸ்டி பிரிவினரிடம் தான் அதிகமாக உள்ளன. தலித்துகளைப் பொருத்தவரை நிறுவன உரிமையாளர்கள் தெருவோர செருப்புத் தைப்பவரிமிருந்து, DICCI யின் கோடீஸ்வர உறுப்பினர் வரை இருக்கிறார்கள். இத்தரவுகள் தெளிவாகக் காட்டுவது போல், தாராளமயம் துவங்கிய காலத்திலிருந்து, நிறுவனங்களில் தலித்துகளின் பங்கு கிட்டத்தட்ட ஒரு மாதிரிதான் உள்ளது. இது உலகமயம் தலித் தொழில்முனைவை ஊக்கப்படுத்தியுள்ளது என்ற கூற்றை மறுக்கிறது. இந்த ஆய்வு, DICCI கூறும் தலித் கோடீஸ்வரர்கள் பரந்து பட்ட எஸ்சி எஸ்டி தொழில்முனைவை பிரதிநிதித்துவப்படுத்தவில்லை என்று குறிப்பிடுகிறது.

துணை நிறுவனங்களின் வளர்ச்சி அல்லது வேலைகளை வெளிநபர்களிடம் ஒப்படைப்பது ஆகியவை நிச்சயமாக உலகமயத்தால் வேகம் பெற்றிருந்தாலும், இந்தப் பணிகளில் ஒரு பங்கைக் கைப்பற்றுமளவு தம் விலைகளைக் குறைத்து தலித் தொழில்முனைவோர் பிறரை வீழ்த்தி வெற்றி பெறுவார்கள் என்று கருதுவது அபத்தமாகும். அவர்களுக்கு உள்ள சமூக தடைகளை வைத்துப் பார்க்கும்போது, அவர்கள் தமது ஊழியர்ளை மேலும் அதிகமாக சுரண்டினால்தான் தமது வலைகளைக் குறைக்க முடியும். தலித் முதலாளிகளுக்கு சுதந்திரச் சந்தை என்ற கோஷத்தின் மீதும், ஒரு மதிப்பீடாக விடுதலையின் மீதோ நம்பிக்கை கிடையாது. அவர்கள் தமது சாதி அடையளத்தை வைத்துக் கொண்டிருப்பதோடு, அதை ஒரு பேரம் பேசுவதற்கான கருவியாக, ஒருவியாபார வாய்ப்பாக, அதை இறுதிவரை சுரண்டுவதைக் கவனித்தால் இது புலப்படும். அவர்களது மொத்த முயற்சியும் அரசுக் கொள்முதலில் இடஒதுக்கீடு பெறுவதுதான்.

புதிதாகத் துவக்கப்பட்ட பத்திரிகையான தலித் எண்டர்பிரைஸ் (1017) இந்த நோக்கத்தைக் குறிக்க ‘சப்ளையர் டைவர்சிடி’ என்ற வியாபாரக் குழுமொழியைப் பயன்படுத்துகிறது. (சிறுபான்மையினர், பெண்கள், காயமுற்ற முன்னாள் ராணுவ வீரர்கள் போன்ற சிறிய, விளிம்பு நிலை குழுக்களின் நிறுவனங்களிடமிருந்து கொள்முதல் செய்து அவர்களை ஆதரிப்பது ‘சப்ளையர் டைவர் சிடி’ எனப்படும் மொழிபெயர்ப்பாளர்) அரசை நடத்தும் அரசியல் கட்சிகளுக்கு, பணக்கார தலித்துகளுக்கு உதவக் கிடைத்த இந்த வாய்ப்பு ஒரு வரப்பிரசாதமாக இருக்கிறது. இதுபோன்ற நடவடிக்கைகள் மூலம் அவர்கள் சமூக மேம்பாட்டிற்கான திட்டங்களுக்கான உதவிகளை திரும்பப் பெற்றாலும்கூட, பெரும் தலித் மக்கள் தொகைக்கு உதவுவது போன்ற ஒரு பிம்பத்தைக் காப்பாற்றிக் கொள்ள முடியும். உதவித்

தொகை கேட்டும் தலித் இளைஞர்களை அடித்து விரட்டத் தயங்காத அரசு, *DICCI*யின் கோரிக்கைகளை ஏற்று, தலித் மற்றும் பழங்குடியினருக்கு உரிமையானசிறு மற்றும் நடுத்தர நிறுவனங்களிடமிருந்து 4 சத பொருட்களை கொள்முதல் செய்ய முடிவெடுத்தது தற்செயல்லானதல்ல. (இது மொத்த மக்கள் தொகையில் சுமார் 25 சதம் இருக்கும். காலப்போக்கில் ரூ.25000 முதல் ரூ.94000 கோடி மதிப்புள்ள வர்த்தகம் தலித்துகள் நடத்தும் தொழிற்சாலைகளுக்கு வரும் என்பதே இதன் பொருள். *(Economic Times, 12 September 2011)* இது அதோடு நிற்கவில்லை. உண்மையான தலித் செயற்பாட்டாளர்களை மாவோயிஸ்ட் என்று கூறி கைது செய்த, உண்மையான தலித் செயற்பாட்டாளர்களை மவோயிஸ்ட் என்று கூறி கைது செய்து, சிறையில் அடைக்கும் அரசாங்கம்,, கவனமாகத் தேர்ந்தெடுக்கப்பட்ட சில தலித் முதலாளிகளுக்கு பல்வேறு கௌரவங்களை அளிக்கிறது. *DICCI*யின் காப்ளே போன்ற சிலருக்கு பத்மஸ்ரீ தரப்பட்டுள்ளது. இவர்கள் பின்னர் ஆர்.எஸ்.எஸ். தலைவர் மோகன் பகவத்தை சந்திக்க வேண்டியிருக்கும்.

எனினும் எதார்த்தத்திற்கும், ஆரவாரமான பேச்சிற்கும் பெரிய வித்தியாசம் உள்ளது. 2017 மார்க்சின் இறுதியில், எஸ்சி, எஸ்டி வசமுள்ள சிறு, குறு தொழில்களில் அரசின் கொள்முதல் இத்துறையின் உற்பத்தியில் வெறும் 0.37 சதம்தான். இது பெரும் ஆரவாரமாக 2016 அக்டோபரில் அறிவிக்கப்பட்ட 4 சத கொள்முதல் என்பதற்கு, மிகவும் குறைவாகும். 'தலித், பழங்குடி தொழில் நிறுவனங்களில் கொள்முதல் செய்வதில் மோடி அரசின் தாக்கம் கிட்டத்தட்ட பூஜ்யம் என்ற தலைப்பில் வயர் இதழில் (2018 பிப்ரவரி 9) ஒரு கட்டுரை, பொருளாதார ஒத்துழைப்பு மற்றும் வளர்ச்சிக்கான அமைப்பின் அறிக்கையின்படி, உள்நாட்டு மொத்த உற்பத்தியில் *(GDP)* அரசின் கொள்முதல் சுமார் 30 சதம் என்பதைச் சுட்டிக் காட்டுகிறது.

பிரஸாத் மற்றும் காம்ப்ளேயின் வாதங்களில் பெரும் கருத்தியல் குழப்பம் உள்ளது. உதாரணத்திற்கு அவர்கள், பாலம் கட்டுதல், குகைகள் அமைத்தல், இயந்திரங்கள் தயாரித்தல் போன்ற நவீனத் துறைகளில் தலித் தொழில் முனைவோர் வெற்றிபெற முயற்சி செய்து வருவதாகக் கூறுகிறார்கள். உண்மையில் இவையெல்லாம் தலித்துகள் காலம்காலமாக இயங்கி வந்த பாரம்பரியத் துறையின் (கட்டுமானம்) விரிவாக்கம் தான். இன்றைய தகவல் தொழில்நுட்ப காலத்தின் நவீனத்துறை அறிவு அடிப்படையிலான தொழில்கள். இவற்றில் தலித் தொழில்முனைவோர் யாரும் இல்லை. கட்டுமானத் தொழிலில் தலித்துகளின் உத்தேசமான வெற்றிக்குக் காரணம், தலித் அல்லாதோர் இந்த கீழ்முனையை தலித்துகளுக்கு விட்டுவிட்டு மேலே சென்றுவிட்டதால் கூட இருக்கலாம்.

இது மனுதர்மத்தின் மறுபிரதிதான். அதன் மறுப்பு அல்ல. அடுத்தது, நவீன மையம் சாதி முறையை வலுவிழக்கச் செய்வதாகத் தவறாகப் புரிந்து கொள்ளப்படுகிறது. உண்மையில் அது பாரம்பரியத்துடன் இணைந்து நிலவக்கூடிய ஒரு கலாச்சாரக் கலப்பைத்தான் பிரதிநிதித்துவப்படுத்துகிறது. ஏனெனில், வாழ்க்கைமுறை மாற்றம் ஒரு திருந்திய சமூகப் பார்வையைக் குறிக்க வண்டும் என்று எந்த காட்டாயமும் இல்லை. இந்த மேம்போக்கான கலவைக்கான எளிய உதாரணம் பெரு நிறுவனங்களில் வேலை பார்க்கும் உயர்கல்வி கற்ற இந்திய, அமெரிக்கர்கள் தமது சொந்த சாதியிலேயே மணப்பெண், மணமகன் கேட்டு பத்திரிகைகளில் தரும் திருமண விளம்பரங்கள், ஒரு தலித் தனிநபர் பெரிய அதிகாரியாகவோ, பெரிய பூர்ஷ்வாகவோ, அல்லது சமூகத்தில் பெரிய நிலையிலோ இருந்தாலும், சாதி உணர்வுள்ள இந்த சமூகம் அவரது பெயரோடு ஒட்டியுள்ள களங்கத்தை தளர்த்திவிடாது. தனிநபர்களாக அவர்களால் தலித் சமூகத்தின் விடுதலைக்கு பெரிதாக எதுவும் செய்ய முடியாது. அதற்கு ஒட்டுமொத்த சமூக மாற்றம் மட்டுமே வேண்டும். உலகமயத்தின் ‘முதல் சுற்றில் வென்றவர் முழுப் போட்டியிலும் வென்றவர் ‘என்ற கோஷத்தைப் பரப்ப ஒரு சில தலித் பெருமுதலாளிகள் போதும் என்றாலும், அவர்களது செல்வம் காரணமாக உலகமயம் பொருளாதார நீதிக்கான தூதுவர் என்றோ அது தலித்துகளுக்கான ஒரு புரட்சியை ஏற்படுத்துகிறது என்றோ சொல்வது அர்த்தமற்றது.

தலித் தொழில் முனைவிற்கு உலகமயம் இந்த அளவிற்கு உதவுகிறது என்றால், பிறகு ஏன் *DICCI* தனக்கு ‘இட ஒதுக்கீடு’ கேட்கிறது? சந்தைக்கு சம்பந்தமற்ற பொருளாதார இனாம் கேட்கின்றது? ஆதரவாளர்கள் ‘வேலை தருபவர்கள், வேலை தேடுபவர்கள் அல்ல’ என்ற வார்த்தை ஜாலத்தில் மயங்கி கிடக்கிறார்கள். தாம் அடிப்படையில், பாஜக, காங்கிரஸ் போன்ற கட்சிகளில் இருக்கும் எஸ்சி, எஸ்டி பிரிவைப் போல *FICCI*யின் எஸ்சி, எஸ்டி பிரிவுதான் என்பதைப் பார்க்க அவர்கள் தவறிவிட்டார்கள். *DICCI*யின் இருப்பும், அவர்கள் மூலதனத்தில் ஒரு தலித் பங்கைக் கேட்பதும், ஒருவகை இடஒதுக்கீட்டு இரத்தல் இது அதிகாரம் பற்றிய அவர்களது பெருமையை, விடுதலை பற்றிய அவர்களது வாய் ஜாலத்தை பொய்யாக்குகிறது. தலித் முதுலாளித்துவம் என்ற கருத்து கறுப்பு முதலாளித்துவம் போன்றதுதான். தலித் எண்டர்பிரைஸ் பத்திரிகை பிளாக் எண்டர்பிரைஸ் பத்திரிகையிலிருந்து உத்வேகம் பெற்றதாக பெருஜமயாகக் கூறுகிறது. கறுப்பு முதலாளித்துவம் அமெரிக் கறுப்பர்கள் சிலரை முன்னேற்றியது. ஆனால் கறுப்பின மக்களுக்கு அதிகாரம் தருவதில் வெற்றி பெறவில்லை. குறியீட்டளவிலான பிரதிநிதித்துவத்திற்கான வாதம், பின்தங்கிய சமூகங்களின் சில குறிப்பிட்ட தனிநபர்களின் முன்னேற்றம், இறுதியில் ‘அவர்களது’ வெகுமக்களுக்கு பயனுள்ளதாக அமையும் என்ற கருத்தை அடிப்படையாகக் கொண்டது. இது

சரியான நிலைபாடல்ல. ஒரு கறுப்பரோ அல்லது தலித்தோ, வர்க்கத்தைத் தாண்டி முன்னேறும்போது பின்தங்கியுள்ள தமது மக்களோடு தம்மை அடையாளப்படுத்திக் கொள்வதில்லை.

'ஏழை கறுப்பின மக்களை எல்லோரும் இழிவாகத்தான் பார்க்கிறார்கள் என்பது உங்களுக்குத் தெரியும். அவர்கள், கறுப்பினத்தவரின் வறுமை, துன்பம், ஏன் அவர்களது மரணத்திற்குக் கூட, கறுப்பினத்தவர் மேல்தான் குற்றம் கூறுவார்கள். அற்பத்தனமான வசதியான வெள்ளையர்களும், நகர்ப்புற மேல்தட்டு கறுப்பர்களும் ஒரே மாதிரியாக, 'இவர்கள் பொய் சொல்வார்கள், ஏமாற்றுவார்கள், திருடுவார்கள்' என்றுதான் ஏழைகள் பற்றிச் சொல்வார்கள். 'இந்த மனிதர்களை' விட தாம் மேலானவர்கள் என்றுதான் அவர்கள் நினைத்துக் கொள்கிறார்கள். கறுப்பின இளைஞர்கள் சிறைக்குப் போவது, அவர்கள் வீடில்லாமல், தெருவிலேயே வசிப்பது, அல்லது ஒரு இனவெறி போலீஸ்காரனால் சொல்லப்படுவது பற்றியெல்லாம் இவர்களுக்குக் கவலையில்லை. கறுப்பு பூர்ஷ்வா, இவர்களுக்கு இப்படித்தான் நடக்க வேண்டும்' என்றுதான் கூறுவர். *((Lorrenzo Kom'boa Ervin, 2001))*

'பணத்தின் நிறம் : கருப்பு வங்கிகளும் இனரீதியான செல்வவள ஏற்றத்தாழ்வும் '-'*The Colour of Money Black Banks and the Racial Wealth Gap' (2017)* என்ற நூலில் ஜார்ஜியா பல்கலைக்கழகத்தின் சட்டத்துறை பேராசிரியரான மெஹர்சா பரதரன், கம்யூனிஸ்ட்கள் மேல் கறுப்பர்களுக்கு ஒரு ஈர்ப்பு இருந்ததால், அதைத் தடுக்க நிக்ஸன் எவ்வாறு ஒரு சமாதான வழிமுறையாக கறுப்பு முதலாளித்துவத்தை உருவாக்கினார் என்பதை விவரிக்கிறார். ஏனெனில் நிக்ஸன் கறுப்பு அதிகார இயக்கத்தை 'உள்நாட்டுப் பாதுகாப்பிற்கான அச்சுறுத்தலாகக்' கருதினார். கம்யூனிஸத்தை எதிர்த்துப் போரிடவும், தேசிய பாதுகாப்பிற்கு உதவவும் நிக்ஸன் பாரபட்சமற்ற வேலைவாய்ப்பை (குறிப்பாக கறுப்பர்களுக்கு) முன்வைத்தார். இதற்கு கார்ப்பரேட் அமெரிக்காவின் ஆதரவு கிடைத்தது. கறுப்பு முதலாளித்துவம் என்பது இனவாத பொருளாதார அசமத்துவத்தை தீர்ப்பதற்காக உருவாக்கப்பட்டதல்ல, அது கறுப்பின செயற்பாட்டாளர்களை சமாதானப்படுத்தவும், வெள்ளை வாக்காளர்களுக்கு இனவாத பதற்றமும், எழுச்சியும் விரைவில் முடிந்துவிடும் என்று உறுதி தரவும் தான் ஏற்படுத்தப்பட்டது என்று பரதரன் கூறுகிறார். கறுப்பு முதலாளித்துவத்தை பிளாக் பேந்தர்களோடு சேர்ந்து விமர்சித்தவரான ஆப்பிரிக்க அமெரிக்க சமூகவியலாளர் ராபர்ட் எல்.ஆலன் தனது 'முதலாளித்துவ அமெரிக்காவில் கருப்பு விழிப்புணர்வு' - *'Black Awakening in Capitalist America' (1969)* நூலில், *1967*ன் நகர்ப்புற எழுச்சிகள் 'இனப்பிரச்சினை' கட்டுக்கடங்காமல்

போய்கொண்டிருக்கிறது; அது இப்போதைய சமூகத்தின் தொடர்ந்த இரப்பிற்கு ஆபத்தானது என்பதை அமெரிக்க கார்ப்பரேட் தலைவர்களுக்கு உணர்த்தின. என்கிறார். டான்ஃபோர்த் ஃபவுண்டேஷன் (இப்போது இயங்கவில்லை), பின்னர், ஃபோர்ட் ஃபவுண்டேஷன் போன்ற நிறுவனங்கள் தங்களது வர்த்தக நலன்கள் பாதிக்கப்படாமல் இருக்க, நகர் மையங்கள் கலவரங்கள் இல்லாத பகுதிகளாக இருக்குமாறு பார்த்துக் கொள்ளும் வகையில் பணியாற்றின என்கிறார் ஆலன். எனவே, கறுப்பு முதலாளித்துவ முன் முயற்சிகளுக்கான அரசு ஆதரவின் நோக்கம், 'சட்டம்-ஒழுங்கு', குறிப்பாக, கலவரத்தை அடக்குவது என்பதாகவே இருந்தது.

அமெரிக்காவின் கறுப்பர்களால் புறக்கணிப்புகளுக்கு அறைகூவல் விடுத்து, அதை வெற்றிகரமாக நடத்தமுடியும் என்பதை நாம் நினைவில் கொள்ளவேண்டும். (1955-56ல் பேருந்தில் வெள்ளையருக்காக எழுந்து இடம் தர ரோஸா பார்க்ஸ் மறுத்ததைத் தொடர்ந்து ஓராண்டு காலம் நடந்த பிரம்மாண்டமான மாண்ட்கோமரி பேருந்து புறக்கணிப்பைப் போல), மாறாக, இந்திய தலித்துகளுக்கு எந்தவித பொருளாதார அதிகாரமும் இல்லாததால், அவர்களே பல்வேறு விதமான புறக்கணிப்புகளுக்கு ஆளாவதால், அவர்களால் சட்டம் ஒழுங்கிற்கு சவால் விட முடியாது. எனினும் பொதுவாக உலகமயத்தின் மீதும், குறிப்பாக இடஒதுக்கீட்டின் மீதான அதன் மோசமான தாக்கம் பற்றியும் பெரிய அதிருப்தி நிலவுவதை அரசு உணர ஆரம்பித்தது. முன்னெச்சரிக்கை நடவடிக்கையாக, மத்திய பிரதேச காங்கிரஸ் அரசு, தலித் அறிவுஜீவிகள், செயற்பாட்டாளர்களை இணைத்துக் கொண்டு போபால் மாநாட்டை (2002, ஜனவரி 12-13) நடத்தி ஒரு போபால் பிரகடனத்தை வெளியிட்டது. இப்பிரகடனம் தலித் தொழில்முனைவுகளை ஊக்குவிப்பது, தனியார் துறையில் இடஒதுக்கீடு போன்ற முன்மொழிவுகளை அளித்தது. இது நியாயமான இலக்கான உலகமயத்திலிருந்து மக்களின் கவனத்தை திசை திருப்பி, தனியார் துறையில் இடஒதுக்கீடு, தலித் தொழில்முனைவு வளர்ச்சி என்ற மனக்கோட்டைகளின் பால் மக்கள் கவனத்தை ஈர்த்ததில், தனது நோக்கத்தை நிறைவேற்றியது. இந்த ஆவணத்தில் சப்ளையர் டைவர்சிட்டி (விளிம்பு நிலை மக்களிடமிருந்து கொள்முதல் செய்தல்) போன்ற அமெரிக்க சொல்லாடல்கள் கடன் வாங்கப்பட்டு, தாராளமாகப் பயன்படுத்தப்பட்டன.

இந்தச் செயல் உள்ளூர இருந்த அதிருப்தியை, ஒப்புதலாக மாற்றியது. நவீன தாராளமயக் கொள்கைகள் தலித் முன்னேற்றத்திற்கு, தொழில் வளர்ச்சிக்கு உதவுகின்றன என்ற சில தலித் அறிவுஜீவிகளின் கூற்றுகள் மூலம் பிரச்சாரம் செய்தன. தலித் முதலாளித்துவம் போலவே, கறுப்பு முதலாளித்துவம் என்ற சொல்லாடலும், வெகுகாலமாக இருந்துவந்த

கறுப்பர் தொழில்முனைவை கணக்கில் கொள்ளவில்லை. கடந்த நூற்றாண்டின் துவக்கத்தில் கூட குறிப்பிடத்தகுந்த பெரிய கறுப்பர் நிறுவனங்கள் இருந்தன. உதாரணத்திற்கு, 1905 எண்ணெய் வள திடீர் வளர்ச்சிக்குப் பிறகு ஒக்லஹோமாவின் துல்சாவின் கறுப்பர் கிரீன்வுட் பகுதியில் ஒன்பது உணவகங்கள், 31 பல சரக்கு மற்றும் இறைச்சிக் கடைகள், 2 திரையரங்கங்கள் உட்பட ஏராளமான கறுப்பர் நிறுவனங்கள் இருந்தன. 1923ல் வெள்ளைப் பெண்மணியை ஒரு கறுப்பர் வன்புணர்ச்சி செய்தார் என்ற பொய்யான செய்தி பரவி, அதன் விளைவாக ஏற்பட்ட வெள்ளையர் வன்முறையில் 50 பேர் இறந்துபோக, ஆயிரக்கணக்கான வீடுகள் தீக்கிரையாக, அந்த வர்த்தக மாவட்டம் சீரழிந்து போய், அச்சமூகத்தின் வளர்ச்சி அழிந்தது. அமெரிக்காவில் சுற்றியுள்ள சக்திகளின் தயவில் இதுபோன்ற பல இடங்கள் ஒரு தீவு போல் இருந்துள்ளன. ‘கறுப்பு முதலாளித்துவம்’என்பது அரசு ஆதரவு அல்லது அரசியல் ஆதரவு சேர்ந்ததைச் சேர்த்துக் குறிப்பிடுவதால் மட்டுமே வேறுபட்டுத் தெரிகிறது.

DICCI மற்றும் தலித் முதலாளித்துவ தொண்டர்கள் கறுப்பு முதலாளித்துவத்தின் கற்பனையான வெற்றி பற்றி தொடர்ந்து பேசி வருவதால், அது உண்மைதானா என்று சரிபார்ப்பது நல்லது. 1969ல் வர்த்தகத் துறையில் சிறுபான்மை வர்த்தகத்திற்காக நிக்ஸன் நிர்வாகம் ஒரு அலுவலகம் (Office of Minority Business Enterprises) உருவாக்கியதால் எதுவும் நடக்கவில்லை. பரதரனின் நூலுக்கு விமர்சனம் எழுதிய கிலியன்.பி வொயிட் (2017 செப்.21, Atlandic) தனது விமர்சனத்தில் கூறுவதுபோல, அதற்காக எந்த நிதியும் ஒதுக்கப்படவில்லை. இத்திட்டங்களும், அவற்றைத் தொடர்ந்து வந்தவைகளும், தோல்வியடைவதற்காகவே உருவாக்கப்பட்டன.

‘OMBEயை மேற்பார்வை பார்த்த அலுவலகத்தில் பெரும்பாலும் வெள்ளையர்கள்தான்.. அவர்களுக்கு அதன் செயல்பாடு பற்றி அக்கறையில்லை. கறுப்பு முதலாளித்துவத் திட்டத்தின் தலைவரான பாரிஸ் ஸ்டான்ஸ், 400000 சிறுபான்மைத் தொழில்களை உருவாக்க 8.6 மில்லியன் டாலர் முதலீடு செய்யலாம் என்ற OMBEயின் மூத்த கறுப்பின உறுப்பினரான அபே வெனபிளின் திட்டத்தை நிராகரித்தார். பிறகு OMBEயும் மூடிவிட்டார். 1979ல்ஜிம்மி கார்ட்டர் நிர்வாகம் OMBE மைனாரிடி பிசினஸ் டெவலப்மெண்ட் ஏஜென்சி என்று புதிய பெயர் வைத்தது. அது சிறுபான்மையினருக்கு சொந்தமான வர்த்தக நிறுவனங்களின் வளர்ச்சிக்குப் பாடுபடுவதற்காக இப்போதும் இருக்கிறது. 1971ல் சிறுவர்த்தக நிர்வாகத் திட்டம் ஒன்று சிறுபான்மையோர் நிறுவனங்களுக்காக 66 மில்லியன் டாலர் பிச்சையிட்டது. ஆனால் அது அந்த ஆண்டின் அரசு ஒப்பந்தங்களின் தொகையில் ஒரு சதத்தில் பத்தில் ஒரு பங்குதான்.

உண்மையில் தனியாக ஒரு கறுப்பினப் பொருளாதாரத்தை வளர்ப்பதற்குப் பின்னால் உள்ள கருத்து, பொருளாதார அதிகாரம் அரசியல் அதிகாரத்திற்கு இட்டுச் செல்லும் என்பதுதான். ஆனால் பரதரன் கூறுவதுபோல அதற்கு எதிரானதாகத்தான் நடந்தது. இப்படிப்பட்ட கருத்துகளில் மயங்கும் தலித்துகள் இதைப் புரிந்துகொள்ள வேண்டும். இருபதாம் நூற்றாண்டின் துவக்கத்தில் புக்கர் டி.வாஷிங்டனும், டபிள்யு.ஈ.பி.டூப்வாவும் ஆப்ரிக்க அமெரிக்கர்களின் விடுதலைத் திட்டம் பற்றி ஒருவருக்கொருவர் மாறுபட்ட பார்வைகளை முன்வைத்தார்கள். டூப்வா கறுப்பர்களை தேசத்தின் அரசியல், அறைகூவல் விடுத்தார். அதே சமயம் வாஷிங்டன் அடிப்படை திறன்களை வளர்த்துக் கொள்ளால், கறுப்பினத்தவருக்கு ஒரு வலுவான பொருளாதார அடித்தளத்தை உருவாகுதல் மூலம் கறுப்பரின் வளர்ச்சியை நோக்கிச் செல்லும் அடையாள அரசியலுக்கு அறைகூவல் விடுத்தார். பின்னவரது முயற்சி தான் கறுப்பு முதலாளித்துவம் போன்ற கருத்துக்களாக வடிவெடுத்தது. பெரும்பாலான உழைக்கும் வர்க்கத்துக் கறுப்பினமக்கள் முன்னேறாமல் வறுமை, வேலையின்மை, மருத்துவ வசதியின்மை, அதிகம் பேர் சிறையில் வாடுதல் என பாரபட்சத்தின் சகல அம்சங்களாலும் துயருறும் போது, காலின் பாவல் காண்டலிசா ரைஸ், பாரக் ஒபாமா போன்ற ஒரு சில வசதிபடைத்த கறுப்பர்கள் மிக உச்சிக்கு உயர்ந்த பெயரளவுச் செயல்பாடு நடக்க காரணமாக இருந்தது.

முதலாளிகளும், நவீனதாராளமயத்தின் கூடாரம் முழுவதும் தலித் கோடீஸ்வரர்கள் என்ற நிகழ்வைக் கொண்டாட ஓடோடி வந்தனர். *DICCI* ஏற்பாடு செய்த மாநாடுகளில், கண்காட்சிகளில் கார்ப்பரேட் உலகின் அத்தனை பெரிய தலைகளும் கலந்து கொண்டன. *DICCI* செய்தித்தொடர்பாளர்கள் தலித்துகளுக்கு இனியும் இடஒதுக்கீடு (இது ஒரு கெட்ட வார்த்தையாகக் கருதப்பட்டது). தேவையில்லை, தமது திறமையைக் காட்ட வாய்ப்பு மட்டும்தான் வேண்டும் என்று அறிவித்தபோது, புகழ்பெற்ற பொருளாதார பத்திரிகையாளரான சுவாமிநாதன் அங்கலேசாரிய அய்யர் போன்றோர் தமது கட்டுரைகளில் இந்தக் கருத்தைப் புகழ்ந்து எழுதினார்கள். தலித்துகள் சாதியைக் குறிவைப்பதற்குப் பதிலாக, அதை எப்படி சமூக மூலதனத்தை உருவாக்கப்பயன்படுத்தலாம் என்று சிலர் ஆலோனை வழங்கினார்க்ள். இக்கதையாடல்களில் மார்வாரிகள், கட்சிகள், கோஜாக்கள், படேல்கள் போன்ற சாதிகளின் வெற்றிக் கதைகளும், சமீப காலத்தில் தமிழ்நாட்டின் நாடார்கள், கவுண்டர்கள் ஆகியோரின் வெற்றிகளும் குறிப்பிடப்பட்டன. கவுண்டர்கள் திருப்பூரில் ஒரு உலகளவில் பின்னலாடைத் தொழில்களை ஏற்படுத்திப் புகழ்பெற்றிருந்தார்கள். நாடார்கள் சிவகாசி மாவட்டத்தைச் சுற்றி தீப்பெட்டி, அச்சுத் தொழில்களில்

புகழ்பெற்றிருந்தார்கள். இந்தக் கருத்து அடையாள வெறிக்கருத்துள்ள தலித்துகளுக்கு இசைவானதாக இருந்தது. எனினும் ஒரு எளிய உண்மையை அவர்கள் கவனிக்கவில்லை. வசதிவாய்ந்த சாதியினருக்குச் சாத்தியமான ஒன்று தலித் போன்ற மூலதனமற்ற சாதியினருக்கு சாத்தியப்படாது என்பதே அது. ஒரு உழைப்பாளி தனது விடுதலைக்காக ஒரு பூர்ஷ்வாவாக மாற முடியாது. காரணம் முதலில் அவருக்கு அப்படி மாறுவதற்கான வசதியே இருக்காது. அதைவிட முக்கியமாக, அவர் அப்படி மாறினாலும், அதை அவர் விடுதலை பெற்றதாகக் கருத முடியாது. இது சுரண்டப்படுவோரிடம் சுரண்டல் பற்றிய கனவை விற்பதற்கு ஒப்பாகும். இந்த தர்க்கத்தை அரசியலுக்கும் விரிவுபடுத்த முடியும். அதாவது, தலித்துகள் ஆர்எஸ்எஸ் போன்ற ஒரு அமைப்பை ஏற்படுத்த முடியாது. அப்படி ஏற்படுத்தினாலும் தமக்கென ஒரு இசைவான அடையாளத்தையோ அல்லது ஒரு முற்போக்கான அரசியல் திட்டத்தையோ கோரவும் முடியாது.

புகழ்பெற்ற இணைய இதழான 'மேடம் நாய்ர்' *(Madame Noire)* பிப்ரவரியில் எழுதியதைப் போல, உலகின் அத்தனை செல்வங்களும் *2013*ல் ஒரு புகழ்பெற்ற, மேல்தட்டு மகளிருக்கான அழகுசாதன நிறுவனம் ஒப்ரா வின்ஃப்ரேயை இனரீதியாகக் குறிப்பிட்டதை தடுக்க முடியவில்லை என்பதுதான் யதார்த்தம். அதேபோல உலகின் அத்தனை பெருந்தன்மைகளாலும் அதிபர் ஒபாமாவையும், அவரது குடும்பத்தையும் இனவாத கேலி, கிண்டல்களிலிருந்து காப்பாற்ற முடியவில்லை. அதேபோலவே, கறுப்புக் கோடீஸ்வரர்களின் ஒட்டுமொத்த செல்வத்தாலும், மிச்சிகனின் ஃபிளின்ட் பகுதியில் உள்ள, உரிமைகள் அனைத்தும் பறிக்கப்பட்ட எங்களுக்கு சுத்தமான குடிநீர் வழங்கப்படுவதை உறுதிப்படுத்துவதற்குத் தேவையான அரசியல் சக்தியை உருவாக்க முடியவில்லை.

செல்லக் குழந்தைகளும், பழி சுமப்போரும்

நவீன இந்தியாவில் சாதி என்பது ஒரு பெரிய விஷயமல்ல என்று வளர்ந்துவரும் நவீனதாராளமய நடுத்தர வர்க்கம் மேம்போக்காகப் புறம் தள்ளினாலும் கூட, சாதி என்பது எப்போதும் போல் எங்கும் பரவியிருப்பதாகத்தான் உள்ளது. அதன் இருப்பை உணர சாதாரண அறிவே போதும். சாதி என்பது திறமையற்றவர்களின் சாக்குப்போக்கு, அரசியல்வாதிகளின் தீனி என்று நடுத்தர வர்க்கத்தின் ஒரு பகுதி கூறிவருகிறது. இருக்கலாம். ஆனால், தலித்துகளுக்கு அவர்களில் எல்லோரும் வாழ்க்கையில் நல்ல விஷயங்களைப் பெற்றுவிடவில்லை. சாதி இப்போதும் பெரிய சாபம்தான். தலித்துகள், தலித் அல்லாதோரிடம் சாதிப் பிரச்சினை குறித்த பார்வையில் மாறுபாடு இருப்பதே, பிரச்சினை இருப்பதை நிரூபிக்கிறது.

கிராமப்புறங்களிலும், நகரத்துச் சேரிகளிலும் பிழைப்பிற்காகத் திண்டாடிவரும் மிகப் பெரும்பான்மையான தலித்துகள் யாருடனும் போட்டியிடும் நிலையிலேயே இல்லை. அவர்களது துறையில் அவர்களுக்குத் திறமை இல்லாமல் இல்லை. ஆனாலும் இந்த தலித் மக்கள் அவமதிப்பிற்கு ஆளாகிறார்கள். சாதியின் பெயரால் கொடுமைகளுக்கு தலித் மக்கள் அவமதிப்பிற்கு ஆளாகிறார்கள். நடுத்தர வர்க்கம் நினைப்பது போல் சந்தை என்பது, சாதி பாரபட்சம் பார்க்காத நடுநிலையானதாக இல்லை. நவீன தாராளமய பொருளாதாரத்தில் வேலைவாய்ப்பு விண்ணப்பங்களில் சாதி பாரபட்சம் எவ்வாறு பரவலாக, முடிவற்றதாக உள்ளது என்பதற்கு தோரட்டும் மற்றவர்களும் (2012) அனுபவரீதியான எடுத்துக்காட்டுகளைத் தந்துள்ளார்கள்.

நவீன தாராளமய பொருளாதாரத்தில் பிரச்சாரப்பொருளாக தலித்துகள் சர்வசாதாரணமாகப் பயன்படுத்தப்படுவதே அவர்கள் ஒதுக்கிவைக்கப்படுவதை, அல்லது ஒரு பண்டமாக மாற்றப்படுவதைக் காட்டுகிறது. இந்தப் புதிய பொருளாதார ஏற்பாட்டில் பெரும்பான்மையோர் துன்புறும் வேளையில், பொது சேவைகளிலிருந்து அரசு விலகி வரும் வேளையில் இது அதிகமாக வெளிப்படுகிறது. இப்போது இப்பிரச்சாரத்தில் அவர்கள் தொழில்முனைவின் புலிகளாகச் சித்தரிக்கப்படுகிறார்கள். DICCI ஸ்தாபகரான மிலிந்த் காம்ப்ளே

பிரதமர் மோடியின் இணையதளத்தில் பளிச்சிடுவதைப் பார்த்தால், முன்பு தலித்துகளை எவ்வாறு பயன்படுத்தினார்களோ, அதையே இப்போது இந்தப் புதிய விதமாகப் பயன்படுத்துவது தெரியும். களங்கத்தின் உருவகமாக.

அடுத்தடுத்தது வெளிவரும் ஊழல்களின் எண்ணிக்கையும், அளவும் இந்த தாராளமயத்திற்குப் பின்னான காலகட்டத்தின் துணை விளைவுகள். இவை மக்களிடையே எதிர்ப்புகளை உருவாக்கியுள்ளன. முன்பே குறிப்பிட்டதுபோல், ஜன் லோக்பால் மூலம் தீர்வு காண முயலும் அன்னா ஹசாரேயின் 'ஊழலுக்கு எதிரான இந்தியா'வாக இருந்தாலும் சரி, அல்லது சுவிஸ் வங்கிகளில் உள்ள பணத்தை எடுத்து இந்தியாவின் ஒவ்வொரு குடும்பத்திற்கும் எவ்வளவு தரலாம் என்று கணக்கு சொல்லி ஹசாரேயின் இயக்கத்தைக் கைப்பற்ற தனது சொந்த இயக்கத்தை ஆரம்பித்த யோகா முதலாளி ராம்தேவாக இருந்தாலும் சரி, இந்தியப் போராட்டக்காரர்கள் மாயாஜால தீர்வுகளைத்தான் எதிர்பார்க்கிறார்கள். (ராம்தேவின் பதஞ்சலி ஆயுர்வேதம், சட்டமீறல்கள், சலுகைகள் என்ற பல குற்றச்சாட்டுகள் மீறி 2017ல் ரூ.10561கோடி லாபமீட்டியுள்ளது). எனினும், இந்த ஊழல்கள் பொதுவிவாதங்களில் சாதியம் பற்றிக் காட்டும் வெளிச்சத்திற்காகவும், இந்த

உலகளாவிய பொருளாதாரத்தில் நிறுவனமய ஏற்பாடுகள் பற்றிக் காட்டும் வெளிச்சத்திற்காகவும் மிக முக்கியமானவை.

ஊழல் எந்தவொரு சாதிக்கோ, இனத்திற்கோ, தேசிய இனத்திற்கோ ஏகபோகமாக இருக்க முடியாது. பரந்துபட்ட அளவில் ஊழல் என்பது விருப்புரிமை அதிகாரம் உள்ளவர்களுக்கும், முடிவுகளைத் தமக்கு சாதகமாகத் திருப்புவதற்கான வசதி உள்ளவர்களுக்கும் இடையில் நடக்கும் சந்தைப்பரிவர்த்தனையின்விளைவு. இந்தியாவில்இந்த இருஅதிகாரங்களும் உயர் சாதியினரிடம் இருப்பதால், அவர்கள்தான் ஊழலின் விளக்கமாக இருக்கிறார்கள். அதிகார வட்டாரங்களில் தலித்துகளின் நுழைவு ஒப்பீட்டளவில் சமீபத்திய நிகழ்வுதான் எனவே, ஊழல் விளையாட்டில் சாதியின் பங்கு என்ன? என்று கேட்பது அவசியமாகிறது. ஊழலுக்குக் காரணம் தலித் என்றால் அது பெரிதுபடுத்தப்படுகிறது. காரணம் தலித் அல்லாதவர் என்றால் அடக்கி வாசிக்கப்படுகிறது. அல்லது பெரிய முக்கியத்துவம் அற்றதாக எளிதாக ஒதுக்கப்பட்டு விடுகிறது. இடஒதுக்கீடுதான் (சாதி அல்ல) சமூகத்தின் அத்தனை கேடுகளுக்கும் மூலவேர் என்று பார்க்கப்படும் ஒரு சமூகத்தில், ஜெய்ப்பூரில் நடந்த ஒரு இலக்கிய விழாவில் (2013 ஜனவரி) அரசியல் உளவியலாளர் ஆசீஷ் நந்தி, பெரும்பாலான ஊழல்கள் ஒபிசிக்கள், எஸ்சிக்களிடமிருந்துதான் வருகின்றன என்பது ஒரு உண்மை; இப்போது அது எஸ்டிக்களிடமும் அதிகரித்து விட்டது என்றார். இதுபெரும் சர்ச்சையை ஏற்படுத்தியது. மிகவும் அவமானப்பட்ட ஒருவர் வன்கொடுமை சட்டத்தின் கீழ் அவர் மீது புகார் கொடுத்தார். ஆடிப்போன நந்தி, பின்னர் தான் சொன்னது தவறாகப் புரிந்து கொள்ளப்பட்டுவிட்டதாக, தனது அறிக்கையை வாபஸ் பெற முயன்றார்.

இது காட்டுவதுபோல சாதி இத்தனை வெளிப்படையாகச் செயல்படவில்லை தான். அதிகாரப் பின்னலின் அங்கமாக மாறும் தலித் தனி நபர்கள் இவர்களது எண்ணிக்கை அதிகரித்துக் கொண்டே செல்கிறது. அந்த பின்னலுக்கு மட்டுமின்றி, முழு நிறுவன அமைப்பிற்கும் பணி செய்வதால், பணிக்கேற்ற வெகுமதி பெறுவதில்லை. அவர்களது பணிவுடைமை காரணமாக அவர்கள் மற்றவர்களை விட நம்பகமானவர்களாக இருக்கிறார்கள். அதைவிட முக்கியமாக, பாரபட்சம் இல்லை என்ற கூற்றிற்கு அவர்கள் நம்பகத்தன்மை அளிக்கிறார்கள். சமூகப் பாரபட்சமான பின்னணியில் தலித்துகள் தமது பொறுப்பில் பளிச்சென்று தெரிந்தாலும் கூட உயர் சாதி மேலாதிக்கத்தை சமாளிக்கும் செல்வாக்கு அவர்களுக்குஇப்போதும்இல்லை. அவர்கள்மிக உயர்ந்த பொறுப்புகளுக்குச் செல்வதும் இல்லை. அவர்களது புத்திசாலித்தனமான, அளவான ஆசைகள், ஊழலுக்கு அதிக இடம் இல்லாதது ஆகிய காரணங்களால் அவர்களுக்கு சிறு

சிறு லஞ்சம், கொள்ளை போன்ற வாய்ப்புகள் தான் பொதுவாகக் கிடைக்கின்றன. ஆனால், அவர்கள் மாட்டிக் கொண்டுவிட்டால், பெரிய ரகளை ஏற்பட்டுவிடுகிறது.

2012ல் அரவிந்த் கேஜ்ரிவாலும் மற்ற ஊழலுக்கு எதிரான செல்பட்டாளர்களும்

ராபர்ட் வதேரா, சல்மான் குர்ஷித், நிதின்கட்கரி ஆகியோர் தொடர்புடைய ஊழல்களை வரிசையாக அம்பலப்படுத்தியது நமது அரசியல் வர்க்கம் எத்தனை கேவலமாக இருக்கிறது என்பதைக் காட்டியது. சாதாரண வர்த்தகராக இருந்த வதேரா 1997ல் நேரு-காந்தி குடும்பத்தில் மணம் முடித்ததன் மூலம் பெரிய வர்த்தகராக மாறினார். பல நிழலான நில அபகரிப்புகளில் சம்பந்தப்பட்டிருந்தார். 2013ல் ஹரியானா அரசு அவர் குற்றமற்றவர் என அறிவித்தபோது, யாருக்கும் அது வியப்பாக இல்லை. மாற்றுத் திறனாளிகளுக்கான அறக்கட்டளையான டாக்டர் ஜாகிர் உசேன் அறக்கட்டளையின் நிதி ஊழல்கள் குறித்த குற்றச்சாட்டுகள் எழுந்தபோது மூத்த காங்கிரஸ் தலைவர் சல்மான் குர்ஷித் ஒரு மாஃபியா டான் போல் நடந்து கொண்டார். இந்த அறக்கட்டளைக்கு அவரது தாயார் தலைவராக இருந்தார். அவரது மனைவி நடத்தி வந்தார். குற்றச்சாட்டுகளை எழுப்பிய கேஜ்ரிவாலுக்கு அவர் கொலை மிரட்டல் விடுத்ததை தொலைக்காட்சி சானல்கள் ஒளிபரப்பின. ஆனாலும் விரைவிலேயே, 2012 அக்டோபரில் ஐமுகூ II அரசின் மந்திரிசபை மாற்றத்தின்போது அவருக்கு பதவி உயர்வு தரப்பட்டது. சட்ட அமைச்சகத்திலிருந்து வெளியுறவுத் துறைக்கு மாற்றப்பட்டார். இப்போதைய யாரும் வியப்படையவில்லை.

மறுபுறம், விதர்ப்பாவில் ஒரு அணை கட்ட குறிப்பிட்ட சில ஒப்பந்தக்காரர்களுக்கு நிதின்கட்கரி சலுகை சாட்டினார் என்ற குற்றச்சாட்டு எழுந்தபோது இது கேஜ்ரிவாலும் பிறரும், காங்கிரஸ், பாஜக என யாராக இருந்தாலும், தவறு செய்தால் சுட்டிக்காட்டுவார்கள் என்று காட்டுவதற்காக சொல்லப்பட்டது. பெரிய சலசலப்பு இல்லை. எனினும், ஊடகங்கள் இதை மேற்கொண்டு புலனாய்வு செய்தபோது, இது பெரிய குற்றமாக வெளிப்பட்டது. வியப்படைந்த மக்கள் இவரும் பங்காரு லட்சுமண்போல் குறைந்தபட்சம் பாஜக தலைவர் பதவியையாவது ராஜினாமா செய்வார் என்று எதிர்பார்த்தார்கள். ஆந்திராவின் மாடிகா தலித்தான பங்காரு லட்சுமணன் பாஜக தலைவராக இருந்தபோது 2001ல் டெகல்கா.காம் நடத்திய ஒரு ஸ்டிங் நடவடிக்கையில் மாட்டிக்கொண்டபோது, ராஜினாமா செய்ய நிர்பந்திக்கப்பட்டதால், ராஜினாமா செய்தார். ஆனால் நிதின்கட்கரி அதுபோல் செய்யவில்லை. இவ்வாறாக ஊழலில் சாதி பார்க்கப்படுவது வெளியே தெரிந்தது.

பங்காரு லட்சுமணன் 1953ல் தனது 12வது வயதில் பிராமணிய அமைப்பான ஆர்எஸ்எஸ்ஸில் சேர்ந்தார். 1969ல் பாஜகவின் முன்னோடியான ஜனசங்கில் உறுப்பினரானார். காவிப்படை தனது பிராமணியத் தன்மையை மறைத்துக் கொள்வதற்கு, வெளியில் காட்டிக் கொள்ளும் முகமாக அவர் பயன்படுத்தப்பட்டார். காங்கிரஸ் போலவே தனது தலித் ஆதரவைக் காட்டிக் கொள்வதற்காக பாஜக 2000ல் அவைர தனது ஐந்தாவது தலைவராக ஆக்கியது. ஆனால் அவர் சற்று கவனக் குறைவாக, ஒரு ராணுவ ஒப்பந்தத்திற்கு உதவுவதற்காக, ஊடகம் நடத்திய ஒரு ஸ்டிங் நடவடிக்கையில் ஒரு லட்சம் ரூபாய் லஞ்சம் வாங்கி மாட்டிக் கொண்டார். இது பலவிதங்களில் பைத்தியக்காரத்தனமான நடவடிக்கை. பிரதான எதிர்க்கட்சியின் தலைவர் ஒருவர் இவ்வளவு அற்பமான தொகைக்காக தனது கௌரவத்தைத் தாழ்த்திக் கொள்வாரா? சல்மான் குர்ஷித் 71 லட்சத்தை சுருட்டியதாக குற்றச்சாட்டு எழுந்தபோது, அவரது சக அமைச்சரான பேணி பிரஸாத் வர்மா என்ற மற்றொரு தலித்தலைவர், இது ஒரு கேபினட் அமைச்சர் சம்பந்தப்படும் அளவிற்கு பெரிய தொகையல்ல என்று கூறியதை நாம் நினைவில் கொள்ள வேண்டும். லட்சுமணனுக்கு இப்படி உதவிக்கு வர யாருமில்லை. ராஜினாமா செய்யும்படி பாஜகவால் நிர்பந்திக்கப்பட்டார். 2012 ஏப்ரல் 27 அன்று, தனது 72வது வயதில் சிபிஐ சிறப்பு நீதிமன்றத்தால் ஊழல் தடுப்புச் சட்டத்தின் கீழ் நான்காண்டு சிறை தண்டனை விதிக்கப் பெற்றார். லட்சுமணனுக்கு உதவிக்கு வந்து, அவருக்கு ஆதரவாக சாட்சி சொன்ன ஒரே நபர் ராம்நாத் கோவிந்த். பாஜகவின் புதிய தலித் முகமான அவர் இப்போது இந்தியாவின் குடியரசுத் தலைவர். முதிர்ந்த வயது, உடல் நலம் குன்றியது ஆகிய காரணங்களால் ஜாமீனில் வெளியே வந்த லட்சுமணன் 2014 மார்ச் 1ம் தேதி காலமானார்.

ஒரு தலித்தை விடுங்கள். எந்த ஒரு குடிமகனும் இனி லட்சுமணை பின்பற்ற முடியாது. இந்த வழக்கு காட்டுவதுபோல முன்னேற விரும்பும் எந்த தலித்தும் தனது சாதியிலிருந்து தப்பிக்க முடியாது. லட்சுமண் பலிகடா அல்ல. அவர் அமைப்பால் பாதிக்கப்பட்டவரும் அல்ல. அதே காலத்தில், அமைப்பு எல்லா குற்றவாளிகளையும் ஒரே மாதிரியாக நடத்துவது இல்லை என்பதையும் நாம் கவனிக்க வேண்டும். 2015ற்கான தேசிய குற்ற ஆவணங்கள் கழகத்தின் சிறை புள்ளி விவரங்கள் இதை தெளிவாகக் காட்டுகிறது. இந்தியாவின் மக்கள் தொகையில் 39 சதமாக இருப்பவர்களும், மிகவும் பின்தங்கியவர்களுமான, தலித்துகள், முஸ்லீம்கள், பழங்குடியினர் ஆகியோர் விசாரணைக் கைதிகளில் 55 சதமாகவும், தண்டிக்கப்பட்ட சிறைவாசிகளில் 50.4 சதமாகவும் இருக்கின்றனர். இவர்களது குற்றம் என்ன? வெறும் திருட்டு, கொலை, வன்புணர்ச்சி, ஊழல், கலவரம் மட்டுமல்ல.

பெரும்பாலானோர் பயங்கரவாதியாக, மாவோயிஸ்ட்டாக முத்திரை குத்தப்பட்டுள்ளார்கள். வேறு கூடுதல் விளக்கங்கள் எதுவுமின்றி, இவர்கள் பற்றிய அரசின் பிரச்சாரமே இதற்குப் போதுமானதாக இருக்கிறது. இப்படி முத்திரை குத்தப்பட்டவர்கள் அரக்கர்களாகச் சித்தரிக்கப்பட்டு, அவர்களுக்கு எந்த சட்டரீதியான உதவியும் மறுக்கப்படுகிறது. முடிந்தால் 'என் கௌண்டர்' மூலம் கொல்லப்படுகிறார்கள். இல்லாவிடில், சிறையிலேயே அவர்களது வாழ்க்கை முடிந்துவிடுகிறது. அரசின் வசதிக்காக அவர்கள் நரகத்தைவிட மோசமான சிறைகளில் அடைக்கப்படுகிறார்கள். பல வழக்குகளின் தரவுகள் காட்டுவது போல, இவர்களில் பெரும்பாலானவர்கள் எந்த ஒரு ஆதாரமும் இன்றி அனுமானமான குற்றச்சாட்டுகளின் பேரிலேயே சிறையில் இருக்கிறார்கள் என்பதை நாம் மறந்துவிடக் கூடாது.

தப்பித்தவர்கள் பற்றி

இப்போது, இவற்றை மரியாதைக்குரியவர்களாகக் கருதப்படும் நபர்கள் இழைத்துள்ள சில வெளிப்படையான குற்றங்களோடு ஒப்பிட்டுப் பார்ப்போம். 'வாழும் கலை' குரு ஸ்ரீ ஸ்ரீ ரவி சங்கர் தேசியவாத நடுத்தர வர்க்கத்தால் போற்றப்படுபவர். வெளிப்படையாகவே பல்வேறு சட்ட மீறல்களைச் செய்தபோதும், ஜனநாயகத்தின் முதுகெலும்பாகக் கூறப்படும் சட்டம் காணாமல் போனது. மாறாக, காட்சிரோலியின் ரமேஷ் பந்தாரிராம் நேதம் பழங்குடியினர் என்ற ஒரே காரணத்திற்காக, ஒரு குற்றமும் செய்யாதபோதும், நாக்பூர் சிறையில் எட்டாண்டு காலம் வாட நேர்ந்தது. (இதுபோன்ற மாவோயிஸ்ட் பழிவாங்கல் குறித்து 'மாவோயிஸ்ட்களை உருவாக்குதல்' அத்தியாயத்தில் விரிவாகப் பேசப்பட்டுள்ளது.)

ரவி சங்கரின் வாழும் கலை அமைப்பு டில்லியின் யமுனைக் கரையில் மூன்று நாட்களுக்கு (2016 மார்ச் 11-13) நடத்திய சர்வதேச விழாவில் யமுனைக்கரைக்கு ஏற்படுத்திய சீர்கேடுகள் பற்றி தேசிய பசுமைத் தீர்ப்பாயம் நியமித்த நிபுணர் குழு 2017 ஏப்ரலில் ஒரு அறிக்கை சமர்ப்பித்தது. இவ்விழாவில் பிரதமர் மோடியும், கிட்டத்தட்ட பாஜகவின் அனைத்து நாடாளுமன்ற உறுப்பினர்களும் பங்கேற்றிருந்தனர். அச்சீர்கேடுகளை சரிசெய்ய 42 கோடி ரூபாய் தேவை என்றும், சுற்றுச்சூழல் சீர்கேடு சரியாக பத்தாண்டுகள் ஆகும் என்றும் அந்த அறிக்கை குறிப்பிட்டது.

தேசிய பசுமைத் தீர்ப்பாயம் என்னும் அரசியமைப்புச் சட்டத்தின் மூலம் அமைக்கப்பட்ட ஒரு அமைப்பு உருவாக்கியுள்ள சட்டங்களை அப்பட்டமாக மீறி இத் திருவிழா நடந்தது. இது குறித்த சர்ச்சை வெளியே வந்தபோது, விழா ஏற்பாட்டாளர்களின் விருப்பத்திற்க்ணங்க, அதிகாரிகள் எந்த அளவிற்கு சட்டங்களை மீறியிருக்கிறார்கள் என்பது தெரிந்தது. உரிய தகவல்களை

மறைத்து அளிக்கப்பட்ட விண்ணப்பத்தின் அடிப்படையில் மத்திய நகர்ப்புற வளர்ச்சி அமைச்சகத்தின் கட்டுப்பாட்டில் உள்ள டில்லி வளர்ச்சி ஆணையம் விழாக்குழுவினருக்கு அனுமதி வழங்கியிருந்தது. சசி சேகர் தலைமையிலான குழுவும் டில்லி இந்திய தொழில்நுட்பக் கழகத்தின் ஏ. கே.கோசைன் உள்ளிட்டோரும் 2016 பிப்ரவரியில் தந்திருந்த அறிக்கையின் அடிப்படையில், தேசிய பசுமைத் தீர்ப்பாயம். சுற்றுச்சூழலால் அதிகம் பாதிக்கப்பட்டதாக உள்ள யமுனைக் கரையில் எந்த விழாவும், நடத்த அனுமதிக்கக்கூடாது என்ற கருத்தில் இருந்தது. எனவே, ஏற்படும் சீர்கேடுகளை சரி செய்வதற்காக வாழும் கலை நிறுவனம் 120 கோடி ரூபாய் கட்ட வேண்டும் என்று கூறியது. விழாக் குழுவினர் இக்கோரிக்கையைக் கண்டுகொள்ளவில்லை. தேசிய பசுமை தீர்ப்பாயம் சற்று இறங்கி வந்து இழப்பீட்டை 5 கோடியாகக் குறைத்தது. ஆனால், ரவிசங்கர் வாழும்கலை காற்றையோ, நீரையோ, பூமியையோ மாசுபடுத்தவில்லை. யமுனைக் கரையை சேதப்படுத்தவில்லை என்று மறுத்தார். அந்த கலாச்சார திருவிழா நடந்த இடத்தை நான் மேம்படுத்தியதாகவும், தான் ஒரு 'சதிவலையில்' சிக்கிவிட்டதாகவும் கூறினார். உச்சநீதிமன்றம் மூலம் திரும்பப் பெற்றுக் கொள்ளலாம் என்ற தைரியத்தில் அவர் பின்னர் 5 கோடியை கட்டிவிட்டாலும், அது ஸ்ரீ ஸ்ரீக்கு தர்மசங்கடமாக இல்லாமல், பசுமைத் தீர்ப்பாயத்தின் மரியாதையைக் காப்பதற்காகவே கட்டப்பட்டது. பங்காரு லட்சுமணன் விஷயத்தில் நடந்தது போல ஸ்ரீஸ்ரீக்கு எந்த ஸ்டிங் நடவடிக்கையும் தேவைப்படவில்லை. அவரால் சட்டத்தை வெளிப்படையாகவே, அதுவும் சட்டத்தை துச்சமாக மதித்தபடியே இழிவு செய்ய முடியும்.

தொடர்ந்து கடன்கள் வாங்கி கட்டாமல் இருப்பவரும், பொதுமக்கள் பணத்தில் இன்பம் துய்ப்பவருமான விஜய் மல்லையாவைப் பற்றிப் பார்ப்போம். மல்லையாவின் கடன்கள் 2011ல் வராக்கடன்களாக மாறின. 2014ல் யூனியன் வங்கி அவர் வேண்டுமென்றே கடனை திருப்பிச் செலுத்தாதவர் என்று அறிவித்தது. எனினும், இக்கண்டனம் சிறிது காலமே உயிரோடிருந்தது. ஏனெனில் கொல்கத்தா உயர்நீதிமன்றம் அதை ரத்து செய்துவிட்டது. வங்கியின் நேர்மையான நிர்வாக இயக்குநரும், மல்லையா மீது நடவடிக்கையை ஆரம்பித்தவருமான தீபக் நரங், பல்வேறு குற்றச்சாட்டுகளின் பேரில் பல்வேறு அதிகார அமைப்புகளால் வேட்டையாடப்பட்டார். 2015 மார்ச்சில் அவர் பணி ஓய்வு பெற்றபோது, அவரது ஓய்வூதியம் நிறுத்தப்பட்டது. பின்னர் பாரத ஸ்டேட் வங்கியும், பஞ்சாப் நேஷனல் வங்கியும் மல்லையாவை கடனைச் செலுத்தாதவராக அறிவித்தன. வங்கிக்கடன், ஊழியர்களின் ஊதியம் ஆகியவற்றை செலுத்தாதது மட்டுமின்றி, வருமானவரி, சேவை வரி, சேமநல வைப்பு நிதி

போன்ற சட்டபூர்வ தொகைகளையும் செலுத்தாதவரான மல்லையாவை எளிதில் கைது செய்திருக்கலாம். மாறாக, தானாக 2016 மே 2 அன்று ராஜினாமா செய்யும் வரை அவரால் ராஜ்யசபா உறுப்பினராகத் தொடர முடிந்தது. ஏராளமான ஊழியர்களுக்கும், பதினேழு வங்கிகளுக்கும் பாக்கி வைத்துவிட்டு, நாட்டை விட்டு ஓடிப்போய், மூன்று மாதங்களுக்குப் பிறகுதான் அவர் ராஜினாமா செய்தார்.

அவர் நாட்டை விட்டுப் போனதற்கு பெரும் கொந்தளிப்பு ஏற்பட்டது. இதில் பெரும் பகுதி தொடர்பற்ற விஷயங்கள் குறித்துதானேயன்றி, பல குற்றங்கள் செய்த பிறகும் அவரை நாட்டை விட்டுச் செல்ல அனுமதித்த அரசின் கூட்டு பற்றி பெரிதாக எதுவும் இல்லை. எனினும், இப்படிப்பட்ட குற்றவாளி மல்லையா மட்டும்தான் என்பதோ, அவர்தான் இதுபோன்ற குற்றவாளிகளில் மிகப்பெரிய குற்றவாளி என்பதோ அல்ல. மோடி போகும் இடங்களுக்கெல்லாம் கூடவே செல்லும் அவரது நண்பர் கௌதம் அதானி வங்கிகளுக்கு ரூ.72000 கோடிக்கு மேல் கட்ட வேண்டும். இது மல்லையாவின் தொகையைவிட 18 மடங்கு அதிகம். மல்லையா பிரச்சனை உச்சத்தில் இருந்த சமயத்தில், மோடியின் தூண்டுதலின் பேரில், ஸ்டேட் வங்கி, ஆஸ்திரேலியாவின் குவின்ஸ்லாண்டின் கலிலீ பேசினில் அதானியின் கார்மைக்கேல் நிலக்கரிச் சுரங்கத் திட்டத்திற்கு 1 பில்லியன் டாலர் கடன் தரும் புரிந்துணர்வு ஒப்பந்தத்தில் கையெழுத்திட வைக்கப்பட்டதாகச் சொல்லப்படுகிறது. 2017ல் ஆஸ்திரேலியாவின் பல்வேறு பத்திரிகைச் செய்திகள் இத்திட்டம் தொடர்பான லஞ்சங்கள், ஊழல்கள், கிரேட் பேரியர் கடல் நீரடிப் பாறைகளுக்கு ஏற்படும் சுற்றுச்சூழல் அபாயங்கள் பற்றி அம்பலப்படுத்தின. இதன் காரணமாக சிட்னி, பிரிஸ்பேன், மெல்போர்ன், கோல்ட்கோஸ்ட், வட குவின்ஸ்லாந்தின் டக்ஸன் துறைமுகம் போன்ற ஆஸ்திரேலியாவின் அனைத்து முக்கிய நகரங்களிலும் அதானிக்கு எதிராக நாடுதழுவிய போராட்டங்கள் நடந்தன.

மொத்தத்தில், கார்ப்பரேட் இந்தியா, பொதுத்துறை வங்கிகளிடம் ரூ.5 லட்சம் கோடிக்கு மேல் கடன்பட்டுள்ளது. மல்லையா விவகாரம், வங்கிகளை 14500 கோடி வரை ஏமாற்றிவிட்டு, பிப் 2018 வரை அரசின் கண்காணிப்பிலிருந்து தப்பி ஜாலியாக இருந்த வைர வியாபாரி நீரவ் மோடி விவகாரம் போன்றவை எல்லாம் சலுகை முதலாளித்துவத்தின் தீங்குகளின் உதாரணங்கள்தான். இப்போதுதான் இவை வெளியே வருகின்றன. இந்தியாவில், முதலாளிகள் உற்பத்தி மூலதனத்தில் முதலீடு செய்வதில்லை. பொதுநிதியை கொள்ளையிட அனுமதிக்கும் சதி உடந்தை வலைப்பின்னல்களில் முதலீடு செய்கிறார்கள். 2015 மார்ச் 16ல் ஐசிஐசிஐ செக்யூரிட்டீஸ் வெளியிட்ட அறிக்கையின்படி வங்கிகளின் பிரச்சினைக்குரிய

சொத்துக்களின் மொத்தத்தொகை 10.31 லட்சம் கோடிகள் அளவிற்குப் பெரும் தொகையாகும். இதில் பெரும்பகுதி பொதுத்துறை வங்கிகளின் சொத்துக்கள்தான். அவற்றில் மிக வலிமையான வங்கியான ஸ்டேட் வங்கியின் சொத்துகளில் 60 சதம் வராக்கடனாக, தள்ளுபடி செய்யப்பட்ட கடனாக, பழைய கடனை அடைக்கத் தரப்பட்ட புதுக்கடனாக உள்ளது. இந்தியன் ஓவர்சீஸ் வங்கிக்கு இது 21 சதம். இப்படிப்பட்ட கார்ப்பரேட் ஊதாரித்தனம், பொதுச்சொத்து கொள்ளைக்கு எதிராகத்தான் அட்பஸ்டர்கள், ஆக்கிரமிப்பு இயக்கத்தை ஆரம்பித்தார்கள். இதில் எழுப்பப்பட்ட பிரச்சினைகள் அனைத்தும் இந்தியாவில் உள்ளன. ஆனால் அவை பொதுமக்களிடம் பெரிய எதிர் வினையை ஏற்படுத்தவில்லை.

தனிப்பட்ட சம்பவங்களுக்கு எதிராக ஏற்படும் நடுத்தர வர்க்கத்தின் கோபத்தில் ஒரு குறைபாடு உள்ளது; அது அதை அமைப்பின் தோல்வியாகவும், அமைப்பால் உதவி செய்யப்படும் இக்கொள்கையின் உண்மையாக பாதிக்கப்படுபவர்கள் இந்தியாவின் ஏழைகள் என்பதாகவும் பார்ப்பதில்லை. இதுதான் இந்தியாவில் ஆக்கிரமிப்பு பாணி போராட்டங்கள் நடக்காததற்கு இனியும் நடக்க வாய்ப்பில்லாததற்குக் காரணம். 2010 காமன்வெல்த் ஊழல்கள் பற்றிய மக்களின் கோபத்திற்கும், அதே காலகட்டத்தில் புத்தாயிரமாண்டு வளர்ச்சி இலக்குகள் (MDG) குறித்த கடப்பாடுகளை இந்தியா நிறைவேற்றத் தவறியது குறித்த மௌனத்திற்கும் உள்ள முரண்பாடு இதற்கு நல்ல உதாரணம். காமன்வெல்த் விளையாட்டில் போட்டிகளுக்கு ஒரு வாரம் முன்பாக, செப்டம்பர் 22ம் தேதி MDG மாநாடு நியூயார்க்கில் ஐநா பொதுச் சபையின் கூட்டுத் தீர்மானத்தை ஏற்றது. அதற்கு முதல் நாள் தான். காமன் வெல்த் விளையாட்டுகள் நடக்க இருந்த பிரதான மைதானத்தில் கட்டப்பட்டு வந்த நடைமேடை பாலம் இடிந்து விழுந்ததால், இந்த மாநாடு இந்தியாவில் கவனம் பெறவில்லை. இந்தியாவிற்கு ஏற்பட்ட அவமானம் பற்றியும், மிகப் பெரிய விளையாட்டுப் போட்டிகளின் ஏற்பாடுகளில் அதிகாரிகளின் ஊழல் பற்றியும் ஊடகங்களும், மக்களும் கொந்தளித்தார்கள். நியூயார்க்கின் MDG மாநாட்டில் புத்தாயிரமாண்டு வளர்ச்சி இலக்குகளை எட்டுவதில் இந்தியாவின் மோசமான செயல்பாடு பற்றி அச்சு ஊடகங்களில் வந்த செய்திகளை யாரும் கவனிக்கவில்லை.

முன்பு செப்டம்பர் 2000ல் நடந்த ஆயிரமாண்டு மாநாட்டில், 192 ஐநா உறுப்பு நாடுகளும், சுமார் 23 சர்வதேச அமைப்புகளும் ஆயிரமாண்டு பிரகடனத்தை அமுல்படுத்துவதற்கான திட்டம் என்ற அறிக்கையை வைத்து, ஐநா பொது சபையின் 56 வது அமர்வில் விவாதிக்கப்பட்டது. இந்த அறிக்கை 18 இலக்குகளும் 48 வளர்ச்சிக் குறிக்கோள்களும் கொண்ட எட்டு வளர்ச்சி லட்சியங்களை முன்வைத்தது. இது பொதுவாக MDG என்று

குறிப்பிடப்பட்டது. வறுமை மற்றும் பசி ஒழிப்பு, ஆரம்பக் கல்வியை பரவலாக்குதல், பாலின சமத்துவத்தை ஊக்குவித்தல், குழந்தை இறப்பு விகிதத்தைக் குறைத்தல், கருவுற்றோர் ஆரோக்கியத்தை மேம்படுத்துதல், மலேரியா, எய்ட்ஸ் போன்ற நோய்களை கட்டுப்படுத்துதல், பாதுகாப்பான குடிநீர் கிடைக்காத மக்களின் விகிதத்தைக் குறைத்தல், நிலைப்புரு சுற்றுச்சூழல் பாதுகாப்பை உறுதி செய்வது ஆகியவற்றை முதல் ஏழு இலக்குகள் தம்மில் கொண்டிருந்தன. எட்டாவது இலக்கு உலகளாவிய ஒத்துழைப்பைக் கட்டுவதற்கான நடவடிக்கைகளைக் கோடிட்டுக் காட்டியது.

பெரும்பாலான நாடுகள் இந்த குறிக்கோள்களில் கவனம் செலுத்தும்படி ஊக்குவிப்பதில் ஐநா வெற்றிபெற்றது. 2005ல் அது MDG பற்றி தனது முதல் பரிசீலனையைச் செய்தது. இப்பரிசீலனை இந்த லட்சியங்களை அடைவதற்கான அடுத்தக்கட்ட முயற்சிகள் பற்றி ஆலோசித்தது. வறுமையை ஒழிக்க, கல்வியைப் பரப்ப, மலேரியா எதிர்ப்பு போன்ற ஆரோக்கிய முயற்சிகளுக்காக, 2010ற்குள் ஆண்டுக்கு 50 பில்லியன் டாலருக்கு மேல் தர உறுதியளித்தது. உண்மையில் ஐநாவின் இந்த முன்முயற்சி பல நாடுகளில் மனிதவள முன்னேற்றத்தை மேம்படுத்தியது. 2010ல் உலக வளர்ச்சிக்கான மையத்திற்காக, பெஞ்சமின் லியோ மற்றும் ஜீலியா பார்மியர் தயாரித்த MDGயின் முன்னோடிகள் யார்? ஒரு புதிய MDG வளர்ச்சிக் குறியீடு' என்ற ஆய்வுக் கட்டுரை ஹோண்டூராஸ், லாவோஸ், எத்தியோப்பியா, உகாண்டா, பர்கினா ஃபாஸோ, நேபாள், கம்போடியா, கானா போன்ற பல ஏழை நாடுகள் பெரிய சாதனைகளை எட்டியிருப்பதைக் குறிப்பிடுகிறது. குறிப்பாக, சகாராவிற்குத் தெற்கே உள்ள ஆப்பிரிக்காவில் பல நாடுகள் நன்கு முன்னேறியுள்ளன. ஆப்கானிஸ்தான், புரூண்டி, காங்கோ, கினி பிஸாவ் போன்று போர்களால் சீரழிக்கப்பட்ட நாடுகள்தான் சற்று மெதுவாக செயல்பட்டுள்ளன. இதற்கு மாறாக, இந்திய நாட்டு அறிக்கை 2009 என்ற அறிக்கையின்படி இந்தியா வறுமை, பசி, ஆரோக்கியம், பாலின சமத்துவம், சூழல் பாதுகாப்பு போன்றவை குறித்த இலக்குகளை நோக்கி நகரவே இல்லை.

தேசிய வளர்ச்சி இலக்குகள் என்ற பெயரில் MDG இலக்குகளை இந்தியா பத்தாவது ஐந்தாண்டுத் திட்டத்தில் (2002-2007) இணைந்திருந்தாலும், தாராளமயத்தின் 20 ஆண்டு கால பொருளாதார வளர்ச்சி பற்றி நிறைய பேசப்பட்டாலும், மனித வளர்ச்சி குறியீடுகள் முன்னேறவேயில்லை. 2015ல் சிசு மரணத்தில் இந்தியா முதலிடத்தில் இருந்தது. ஐந்து வயதுக்குட்பட்ட குழந்தைகளின் மொத்த மரண எண்ணிக்கையான 5.9 மில்லியனில் 20 சதம் இந்தியாவில்தான் நிகழ்ந்துள்ளன. இந்தியாவில் ஆண்டுதோறும் பிறக்கும்

25 மில்லியன் குழந்தைகளில் கிட்டத்தட்ட 2 மில்லியன் குழந்தைகள் ஐந்து வயதிற்குள் இறக்கின்றன. இவற்றில் பாதி குழந்தைள் தவிர்க்கக் கூடிய நோய்களான ஊட்டச்சத்துக் குறைவு, வயிற்றுப்போக்கு, நிமோனியா போன்றவற்றால் பிறந்த ஒரு மாதத்திற்குள் இறந்து போகின்றன. வறுமை ஒழிப்பில், இந்தியாவின் நிலை மிக மோசமாக உள்ளது. 2015ல் கடும்பசியில் வாடும் மக்களின் எண்ணிக்கையில் உலகிலேயே முதலிடத்தில் இந்தியா இருந்தது. ஐநாவின் உணவு மற்றும் விவசாய நிறுவனம் இந்த எண்ணிக்கை 194.6 மில்லியன் என்று கூறுகிறது. அதாவது நாட்டின் மக்கள் தொகையில் 15 சதத்திற்கும் அதிகம். சராசரி உலக மக்கள் தொகையில் 10.9 சதமாகும். சர்வதேச உணவுக் கொள்கை ஆராய்ச்சி நிறுவனம் தயாரித்த உலக பசிக் குறியீட்டின்படி, 1992ல் புள்ளிவிவரங்கள் கிடைக்கப்பெற்ற 96 நாடுகளில் இந்தியா 76வது இடத்தில் இருந்தது. 2017ல், 119 நாடுகளில் இந்தியா 100 இடத்தில், வடகெரியா (93), பங்களாதேஷ் (88), நேபாள் (72) ஆகிய நாடுகளுக்கும் பின்னால், இந்த அறிக்கை இந்தியாவின் பசிக் குறியீடு நாட்டின் ஊட்டச்சத்துக் குறைபாட்டுக் குழந்தைகளின் சதவிகிதம் மிக அதிகம் என்ற மோசமான யதார்த்தத்தைக் காட்டுவதாகக் குறிப்பிட்டது. மிகக் கடுமையான நிலை என்ற பிரிவில் இந்தியா இருப்தாகவும், தெற்கு ஆசியாவை மிக மோசமான பகுதியாக ஆக்கியதற்கு முக்கிய காரணம் இந்தியாதான் என்றும் கூறியது. சுகாதாரத்தைப் பொருத்தவரை நிலைமை இன்னும் மோசம். கிராமப்புறங்களில் வெறும் 15 சதத்தினருக்கும், நகர்ப்புறங்களில் 61 சதத்தினருக்கும் தான் கழிப்பறை வசதி கிடைக்கிறது. சுகாதார வசதியற்ற மக்களின் சதவிகிதத்தை பாதியாகக் குறைக்குமளவு MDG இலக்கை எட்டுவதற்கே, ஆண்டுதோறும் சுமார் 21 மில்லியன் மக்களுக்கு அடிப்படை சுகாதார வசதிகள் வழங்கப்பட வேண்டும் என்று கூறுகிறது. 2015ல் MDG இலக்குகளை முழுமையாக எட்ட உறுதி கொண்டுள்ள நாட்டிற்கு சுவச் பாரத்தின் 2020 கெடுவை நிறைவேற்றுவதே தொலைதூரக் கனவாகத்தான் இருக்கும் எனத் தெரிகிறது. (இது பற்றி 'சுவச் பாரத்' அத்தியாயத்தில் பார்க்கலாம்).

முன்பெப்போதையும் போலவே ஏழைகளும், அவர்களது தேவைகளும் வெளியே தெரிவதில்லை. அதிலும் ஏழைகளில் பெரும்பாலானோர் தலித், பழங்குடியினர், முஸ்லிம்களாக இருப்பது தெரிவதே இல்லை. அதே சமயம், நடுத்தர வர்க்கத்தின் கற்பனைகளுக்குத் தீனி போட புல்லட் ரயில்கள், பிரம்மாண்டமான உருவச் சிலைகள் போன்ற பெரிய ஆடம்பரமான புதிய திட்டங்கள் அறிவிக்கப்படுகின்றன. இப்படிப்பட்ட மிகப் பெரிய அசமத்துவங்கள் அற்ற சாதி வேறுபாடற்ற புதிய பொருளாதாரம் என்பது எப்போதும் போல ஒரு கட்டுக்கதையாகத்தான் உள்ளது. மொத்த உள்நாட்டு

உற்பத்தியின் வளர்ச்சியின் மீதான ஆட்சியாளர்களின் நவீன தாராளமய வெறியார்வம் ஒரு சிலரை செழிப்பாக்கி, ஏராளமான மக்களை பிச்சைக்காரர்களாக்கி விட்டது. அதிகரித்து வரும் வேலையின்மை, பாதுகாப்பின்மை, பணவீக்கம், அரசியலின் நவீன பாசிசத் திருப்பம், எங்கும் பரவிய ஊழல் ஆகியவற்றால் இவர்களது வாழ்வின் சிக்கல்கள் மேலும் அதிகரித்துள்ளன. ஊழல் குற்றச்சாட்டுகள் அம்பலப்படுததப்படும் போதெல்லாம், அமைப்பு அழுகிப் போய்க் கொண்டிருப்பதன் துர்நாற்றம் வெளியே வீசுகிறது. ஆனால் இவை அடிக்கடி நிகழ்வதால், இப்போது அந்த துர்நாற்றம் நமக்குப் பழகிப் போய் விட்டது. இறுதியாக மரணத்தின் அமைதியைத் தழுவும் விதமாக லட்சக்கணக்கான மக்கள் தொடர்ந்து விளிம்புகளுக்குத் தள்ளப்பட்டு வரும் அதே வேளையில், அநியாயமாகச் சேர்த்த செல்வமும், அதிகாரமும் படைத்த மக்களுக்கு இந்த நாட்டில் எந்தத் துன்பமும் நேர்வதில்லை.

8

அம்பேத்கரை காவியமமாக்குதல்

இந்தியா என்ற கருத்தாக்கத்தை ஆர்எஸ்எஸ் மாற்றுவது

‘கடவுள் வருவதற்காக ஒரு கோவிலைக் கட்டினோம். ஆனால் கடவுளை பிரதிட்டை செய்வதற்கு முன், கோவிலை சாத்தான் கைப்பற்றிக் கொண்டுவிட்டது. தன்னை அரசியலமைப்பின் சிற்பி என்று அழைத்தோரைக் கடிந்து *1953* செப்டம்பர் *2*ம் தேதி தாம் கோபமாகப் பேசியதை விளக்குவதற்காக *1955* மார்ச் *19* அன்று ராஜ்யசபாவில் பாபாசாகேப் அம்பேத்கர் கூறிய வார்த்தைகள் இவை. இச்சமயத்தில், முன்பு தமது ஆதரவாளர்களை போராட்ட வழிமுறைகளைக் கைவிட்டுவிட்டு, தமது நீதி கிடைக்க அரசியலமைப்பு வழிமுறைகளை பின்பற்ற அறிவுறுத்திய அம்பேத்கர், ‘அற்புதமான ஆவணம்’ என்று முன்பு தாம் குறிப்பிட்டதை நிராகரித்ததோடு, அது பயனற்றது என்று கண்டனமும் தெரிவித்தார். காங்கிரஸ் தன்னை ஒரு எழுத்தராகப் பயன்படுத்தி விட்டதாகவும் குற்றம் சாட்டினார். மூன்றே ஆண்டுகளில் அவர் நம்பிக்கையிழந்துவிட்டது, சுதந்திரம் பெற்ற சிறிது காலத்திலேயே விஷயங்கள் மிகவும் மோசமாகி விட்டன என்பதைக் காட்டுகிறது. இந்தியாவின் புதிய ஆட்சியாளர்கள் காலனிய அரசாட்சிமுறை என்ற வன்பொருளை *(Hardware)* ஏற்று, அதை ஆடம்பரமான அரசியலமைப்புச் சொல்லாடல்களால் அழகுபடுத்தினார்கள். ஆனால் மேற்கத்திய தாராளவாதம் என்ற மென்பொருளுக்கு *(Software)* பதிலாக பிராமணிய தந்திரத்தை ஏற்றுக் கொண்டார்கள். இவ்வாறு செய்ததன் மூலம், ஜனநாயகம், சுதந்திரம், சோஷலிசம், மதச் சார்பின்மை மற்றும் ஜனநாயக அமைப்புகள் தமது செயல்பாட்டிற்கு அவசியம் என்று கருதும் மற்ற ‘இசங்கள்’ ஆகியவற்றின் பொருளை திறமையாக மாற்றிவிட்டார்கள்.

சுதந்திரத்திற்குப் பிறகான முதல் நாற்பதாண்டுகளுக்கு பிராமண ஆதிக்கம் சற்று அடங்கித் தான் இருநதது. ஆர்எஸ்எஸ்ஸின் அரசியல் குழந்தையான பாஜகவின் எழுச்சி, *2014*ல் நல்ல பெரும்பான்மையுடன் அது மத்தியில் ஆட்சிக்கு வந்தது ஆகியவற்றிற்குப் பிறகு, அதன் வேஷம் கலைந்தது. பிராமணியம் முன்னெப்போதையும்விட இப்போது திமிர் தனத்தோடு உள்ளது.

நவீன இந்திய அரசியலை பிராமணியம் கைப்பற்றுவதற்கான திட்டம் காலனிய ஆட்சி நிறுவப்பட்டபோதே ஆரம்பித்துவிட்டது. பல நூற்றாண்டு கால முகலாய ஆட்சியில் தாம் ஒடுக்கப்பட்டதாகக் கருதிய பிராமணர்கள்

பல்வேறு பகுதிகளில் இந்துக்களை அணிதிரட்டி, பிரும்ம சமாஜ், ஆர்ய சமாஜ், பிரார்த்தனை சமாஜ் போன்ற சீர்த்திருத்த இயக்கங்களைத் துவக்கி தமது மேலாதிக்கத்தை மீண்டும் பெற முயன்றார்கள். இவற்றில் குஜராத்தின் சத்யவாட் பகுதியைச் சேர்ந்த பிராமணரான தயானந்த சரஸ்வதி (1824-1883) லாகூரில் 1875ல் ஆரம்பித்த ஆர்ய சமாஜ் பெரும் செல்வாக்குப் பெற்றிருந்தது. 1883ல் தயானந்த மறைந்தபிறகு, பஞ்சாபி இந்துக்கள் இந்து சபாக்களை ஆரம்பித்தார்கள். இவை சில ஆண்டுகளில் அப்பகுதி முழுவதும் பரவியது. இந்திய வரலாறு மற்றும் சமூக ஆய்வை முறைப்படுத்தியதன் மூலம் பிரிட்டிஷ் நிர்வாகத்தினரும், அறிவு ஜீவிகளும் மதவாதத்தின் தத்துவார்த்த அடித்தளத்தை உருவாக்கினார்கள். 1906ல் டாக்காவில் முஸ்லீம் லீக் துவக்கப்பட்டது. தொடர்ந்து 1915ல் இந்து மஹாசபா (சர்வதேஷக் இந்து சபா என்ற பெயரில்) துவக்கப்பட்டது. இதனிடையே 1909ல் வந்த மின்டோ-மார்லி சீர்திருத்தத்துடன் (அல்லது இந்திய கவுன்சில்கள் சட்டம்) இந்திய அரசியலில் மதவாதத்தை விதைக்கும் காலனியத் திட்டம் நிறைவேறியது. காங்கிரஸார் பிரதிநிதித்துவப்படுத்தப்படும் இந்துக்கள், முஸ்லிம் லீகால் பிரதிநிதித்துவப்படுத்தப்படும் முஸ்லீம்கள் என அரசியல் பிரதிநித்துவம் பிரிக்கப்பட்டது. இச்சட்டம் வருவதற்கு முன்பு நடந்த பேச்சுவார்த்தையில் தலித்துகள், ஆதிவாசிகள் இந்துமதத்தின் பகுதியினர் அல்ல என்று முஸ்லீம் லீக் காங்கிரஸிற்கு சவால் விட்டது. தலித்துகளை மனிதர்களாக நடத்த வேண்டும் என்ற அடிப்படை உரிமையில் கவனம் செலுத்தி வந்த, அப்போதுதான் உருவாகியதான தலித் இயக்கம் தனியாக அரசியல் செய்யுமளவு வளர்ந்திருக்கவில்லை. இந்த மாற்றத்தைப் பயன்படுத்திக் கொள்ளுமளவு அது தயார் நிலையில் இல்லை. விரைவில் மேலும் அதிகாரப்பகிர்வு நடக்க வேண்டும் என்பதில் ஆர்வமாக இருந்த காங்கிரஸும், முஸ்லீம் லீகும் பிரிட்டிஷ் அரசு இந்தியாவிடம் மேலும் தாராளமாக நடந்து கொள்ள வேண்டும். தமது நாட்டை நடத்த இந்தியர்களுக்கு அதிக அதிகாரம் தர வேண்டும் என்று நிர்பந்தம் தர சேர்ந்து பணிபுரிய முடிவு செய்தன. இருகட்சிகளும் 1916 டிசம்பரில் லக்னோவில் ஒரு கூட்டு மாநாட்டை நடத்தி, லக்னோ ஒப்பந்தம் என்றழைக்கப்படும் ஒப்பந்தத்தில் கையெழுத்திட்டன. 'அனைத்து வகுப்பினரும் ஒரு கூட்டுத் தொகுதி கேட்கும்வரை தனித்தனி தொகுதிகள் தரப்பட வேண்டும் என்பது ஒப்பந்தத்தின் ஒரு அம்சம். அதற்குள் தலித்துகளுக்கு மத்தியில் அரசியல் விழிப்புணர்ச்சி ஏற்பட ஆரம்பித்தது. தலித்துகளின் நம்பிக்கையைப் பெறாவிட்டால், தலித்துகளை இழக்க நேரிடும் என்று காங்கிரஸ் அஞ்சியது. மாண்டேகு-செமஸ் ஃபோர்ட் சீர்த்திருத்தங்களில் மதவாத பிறழ்வுகள் வருவதைத் தடுக்க, லக்னோ ஒப்பந்தத்திற்கு தலித்துகளின் ஒப்புதலைப் பெற தனது அணிகளைத் திரட்ட அது முடிவு செய்தது. மாகாண ஆட்சி

அமைப்புகளில் ஒடுக்கப்பட்ட வகுப்பினருக்கு ஒரு அடையாள (தேர்ந்தெடுத்தல் இன்றி) நியமன பிரதிநிதித்துவத்தை முதன்முறையாக மாண்டேகு-செமஸ் ஃபோர்ட் சீர்த்திருத்தம் பெற்றுத் தந்தது. வரலாற்றில் முதன்முறையாக, இந்துக்கள் தலித்துகளை அரசியல் ரீதியாகப் பார்த்தார்கள். அதேசமயம், பிரிட்டிஷ் ஆட்சிக் கெதிரான போராளி என்ற புதிய ஒளிவட்டத்தோடு 1915ல் தென்னாப்பிரிக்காவிலிருந்து இந்தியா திரும்பி வந்த காந்தி தான் அகமதாபாத்தில் 1916 ஜூனில் தீண்டாமைக் கொடுமைக்கு எதிராக முதன்முறையாகப் பேசியவர். அதே ஆண்டு தலித்துகளின் ஆதரவைப் பெறுவதற்காக காங்கிரஸ் பம்பாய் மாகாணத்தில் குறைந்தது நான்கு மாநாடுகளை நடத்தியது.

அம்பேத்கர் காலத்திற்கு முந்தைய இந்த மாநாடுகளிலேயே கூட, தலித்துகள் காங்கிரஸ்-முஸ்லிம் லீக் ஒப்பந்தத்திற்கு தம் எதிர்ப்பைத் தெரிவித்தார்கள். ஒடுக்கப்பட்ட வகுப்பினரின் குறைகளைக் களையவும், தமது எண்ணிக்கைக்கு ஏற்றவகையில் சட்ட மன்றங்களுக்கு தம் பிரதிநிதிகளை தேர்ந்தெடுக்கும் உரிமை கோரியும் காங்கிரஸ் ஒரு தீர்மானத்தை நிறைவேற்ற வேண்டும் என்று கோரினார்கள். இத்தீர்மானம் 1917 டிசம்பரில் வரி மாறாமல் காங்கிரஸால் நிறைவேற்றப்பட்டது. 1917 நவம்பரில் பாபுஜி நாம்தேவ் பகாடே தலைமையில் நடந்த மற்றொரு மாநாட்டில் அனைத்து வகுப்பினரும், குறிப்பாக ஒடுக்கப்பட்ட வகுப்பினர் நிர்வாகத்தில் திறமையாகப் பங்கேற்கும் அளவு வளரும் வரை பிரிட்டிஷ் நிர்வாகம் மாகாண சுயாட்சி விஷயத்தில் மேற்கொண்டு நடவடிக்கை எடுக்கக்கூடாது என்று வற்புறுத்தினார்கள். மேலும், அரசு இந்தியர்களுக்கு அரசியல் சலுகைகள் தர முடிவெடுத்தால், தமது குடிமை மற்றும் அரசியல் உரிமைகளை பாதுகாத்துக் கொள்ளும் வகையில் தீண்டத்தகாதோருக்கு தமது சொந்த பிரதிநிதிகளை அனுப்புவதற்கு உரிமை தர வேண்டும் என்றார்கள். நிகழ்ச்சியில், தலித்துகளுக்கு தனி தொகுதி தந்து, அவர்களது நலன்களை அரசு பாதுகாக்க வேண்டும் என்று கோரினார்கள்.

1920களில் அம்பேத்கர் தலைமையேற்றபோது, இந்த மக்கள் கோரிக்கைகளை அறிவுப்பூர்வமாக, புலமையோடு முன்வைத்தார். இக்காலகட்டத்தில், தலித்துகள் தம் உரிமைகளுக்காகப் போராடும்போது, இந்துக்களில் முன்னேறிய பகுதியினர் இந்து சமூகத்தில் சீர்த்திருத்தங்களை மேற்கொள்ள முன்வருவார்கள் என்று அவர் நம்பினார். ஆனால் 1927 மஹத் போராட்டம் இந்த நம்பிக்கையைப் பொய்யாக்கியபோது, தலித்துகளுக்கு தனியாக அரசியல் அடையாளத்தை உருவாக்குவதற்கு அவர் மாறினார். இந்துக்கள், அவர்களது மதம் மீதான அவரது தாக்குதலிகளிலிருந்து (அவர் இந்துக்களை இந்தியாவின் நோயுற்ற மனிதர்கள்... (இவர்களது) நோய் மற்ற

இந்தியர்களின் ஆரோக்கியத்திற்கும், மகிழ்ச்சிக்கும் தீங்கு விளைவிக்கிறது என்றார்). தனது மரணத்திற்கு இரண்டு மாதங்களுக்கு முன் இந்து மதத்தைத் துறந்து, பௌத்தத்தைத் தழுவியது வரை அனைத்தும் தலித்துகள் மீது ஒரு தனியான மத கலாச்சார முத்திரையைக் குத்தியது. இதற்கு முன்பு, அவர் 1932ல் அவர்களுக்கு தனி ரிசர்வ் தொகுதிகளை பெற்றுத் தந்தார். ஆனால் காந்தியின் அச்சுறுத்தலால் அவர் கையெழுத்திட்ட புனே ஒப்பந்தத்தால் இச்சலுகை பறிபோனது. அம்பேத்கரது விமர்சனம்தான் இந்துமதத்தின் மீதான கடுமையான விமர்சனமாக இருக்கிறது. அந்த விமர்சனம் அவரது எழுத்துக்களின் நூற்றுக்கணக்கான பக்கங்களுக்குப் பரவி இருக்கிறது. அது வெறும் விமர்சனம் மட்டுமல்ல. அவரது செயல்கள் இந்துமதத்தின் மீதான உச்சப்பட்ச வெறுப்பைக் காட்டின. இந்த வரலாறு இந்தியாவை ஒரு இந்து ராஷ்ட்ரமாக மாற்றும் தன் லட்சியத்தை அடைவதில் சங் பரிவாருக்கு இடையூறாக உள்ளது. இந்து ராஷ்ட்டிரம் என்பது ஒற்றைத் தலைவரின் தலைமையின் கீழ் உள்ள உயர் பிறப்பு மேட்டுக்குடியினரின், பிராமணிய மேலாதிக்கத்தின் சர்வாதிகார ஆட்சி என்பதற்கான இடக்கரடக்கல். இதை ஒரே மக்கள், ஒரே தேசம், ஒரே தலைவர் என்ற நாஜி லட்சியத்துடன் ஒப்பிடலாம்.

சங் பரிவாரின் திட்டத்தில் தலித்துகளுக்கு ஒரு முக்கியமான இடம் இருக்கிறது. இந்திய மக்களை இந்துக்கள் x முஸ்லீம்கள், கிறிஸ்துவர்கள், கம்யூனிஸ்ட்கள் (அதாவது தன்னோடு ஒத்துப் போகாதவர்கள்) என்று பிரிக்க நினைக்கும் அதன் தந்திரம் தலித்துகளால் முறியடிக்கப்பட்டுவிடக் கூடும். இனிமேலும் தலித்துகள் தம்மை இந்துக்களோடு அடையாளம் காணுவார்கள் என்று அப்படியே ஏற்றுக் கொண்டு இருந்துவிட முடியாது. தமது வரலாற்று, சமூக, தத்துவார்த்த, கலாச்சாரப் பின்னணியோடு அவர்களுக்கு பாஜகவின் திட்டத்தை தகர்த்துவிடும் சக்தி இருக்கிறது. சங் பரிவாரின் திட்டத்தில் அம்பேத்கருக்கு ஒரு முக்கியத்துவம் இருப்பதற்கு இதுதான் காரணம். அம்பேத்கரை போதுமான அளவு காவியமப்படுத்தாவிட்டால், அவரது தலைமையில் தலித் மக்கள் இந்து மதத்தை நிராகரிப்பது, சங் பரிவாரின் முயற்சிகளுக்கு பெரிய இடையூறாக இருக்கும். இந்த அரசியல் தேவையின் காரணமாகத்தான் அவர்களுக்கு அம்பேத்கர் மீது திடீர் காதல் தோன்றியுள்ளது. தலித் இயக்கத்தின் தத்துவார்த்த பலவீனம், அதன் தலைமையின் நேர்மையின்மை, சுயநலமான தலித் நடுத்தர வர்க்கம், அம்பேத்கர் சொன்னதால் நிராகரிக்கப்பட்ட இந்து கடவுளர்களுக்கு பதிலாக அவரையே தெய்வமாக்கியது ஆகியவை பரிவாரின் திட்டத்திற்கு உதவுகின்றன. இவை காரணமாக, வெற்றிபெற சாத்தியமற்றதான செயலாகிய அம்பேத்கரை காவிமயப்படுத்துதல், சாத்தியப்படும் போல் தெரிய ஆரம்பித்துள்ளது.

சூறையாடப்பட்ட மரபும், கொள்ளையடிக்கப்பட்ட புனித உருவமும்

1973 முதல் *1994* வரை ஆர்எஸ்எஸ்ஸின் தலைவராக இருந்த, வெளியில் அதிகம் அறியப்படாதவரான மதுகர் தத்தாத்ரேயா என்ற பாலாசாகேப் தேவ்ரஸின் பதவிக் காலத்தில்தான் தலித்துகள் மத்தியில் தீவிர பணி செய்வது ஆரம்பமானது. இந்த நோக்கத்திற்காக உருவாக்கப்பட்ட சங்கின் அமைப்பான சேவா பாரதி மூலம் இது நடந்தது. அம்பேத்கரை சங்கின் ப்ரதஹ்ஸமாரனியர்களில் ஒருவராக ஆக்குவது (அதாவது, காலை பிரார்த்தனையில் வணங்கப்படுபவர்), *1983*ல் அம்பேத்கர் பிறந்தநாளன்று ரத யாத்திரை, (நடுத்தர வர்க்க தலித்துகளை ஈர்க்க நடந்த சம்ரஸதாமஞ்ச்) போன்ற நிலைபாடு மாற்றங்கள் நிகழ்ந்தன. அதுவரையில், அவர்கள் புனிதமாகக் கருதிய ஒவ்வொன்றையும் அம்பேத்கர் கடுமையாகத் தாக்கியதால் சங் பரிவார் அவரை வெறுத்து வந்தது. இந்தமாற்றம் நிகழ்ந்ததும், பரிவார் அம்பேத்கரை அதன் நிறுவனர் கே.பி.ஹெட்கேவரின் நண்பராக சித்தரிக்க ஆரம்பித்தது. இந்த நடப்பில் இல்லாத ஜோடியை 'இரு டாக்டர்கள்' என்று தான் அது குறிப்பிட்டது. ஏதோ அவர்கள் இருவரும் சேர்ந்து அறிவார்ந்த விவாதங்களில் ஈடுபட்டதுபோல் காட்டியது. ஹெட்கேவர் டிப்ளமோ வாங்கிய, மருத்துவப் பட்டப்படிப்பு கூட படிக்காத ஒரு டாக்டர் என்பதையும், அம்பேத்கர் உலகப் புகழ் பெற்ற பல்கலைக்கழகங்களில் இரண்டு டாக்டர் பட்டங்கள் பெற்றவர் என்பதையும் இங்கு நினைவில் கொள்வது முக்கியமானது. ஆனால், உண்மைக்கும், புனைவிற்குமான இடைவெளியை பரிவார் ஒருபோதும் பார்க்கக்கூடாது. இதைப் போலவே, அம்பேத்கர் இந்துக்களுக்கு பெரும் நன்மை செய்தவராக, ஆர்எஸ்எஸ்ஸின் ஆதரவாளராக, முஸ்லீம்களை, கம்யூனிஸ்ட்களை எதிர்த்தவராக, தாய்மதம் திரும்புவதை (கர் வாப்ஸி) ஆதரித்தவராக, காவிக்கொடி தேசியக்கொடியாக இருக்க வேண்டும் என்பதை ஆதரித்தவராக, அதீத-தேசியவாதியாக, என்று பலவாறாக காட்டப்பட்டார். இவையனைத்தும் மிக சாமர்த்தியமான தவறான தகவல்கள், இவற்றில் சிலவற்றில் உண்மையோடு மிக மெல்லிய தொடர்பு இருக்கும். பலவற்றில் தொடர்பே கிடையாது. ஆனாலும் சளைக்காத உறுதியோடு இவையனைத்தும் உண்மைகள் போல் சொல்லப்பட்டன.

இந்த ஜாலங்களை எல்லாம் ஒருவர் மிக எளிதாகப் புரிந்து கொள்ள முடியும் என்றாலும், இவற்றை புறக்கணிக்கவோ, புறந்தள்ளவோ முடியாது. இவை காவி கூடாரத்திற்குள் தலித் தலைவர்களை இணைத்துக் கொள்ள போலியான காரணங்களைத் தந்தன. காலப்போக்கில், பாஜக ரிசர்வ் தொகுதிகளில் படிப்படியாக பலம் பெற்றது. *2014* பொதுத் தேர்தலில், மற்ற எந்த கட்சியையும் விட அதிகமான ரிசர்வ் தொகுதிகளில் வென்றது.

எனினும், வெறுமனே ரிசர்வ் தொகுதிகளில் ஜெயிப்பது மட்டும் போதாது. பாஜகவின் திட்டம் தலித்துகளின் புரட்சிகர போக்கை மாற்றி அவர்களை வென்றெடுப்பதை நம்பியுள்ளது. பாஜகவின் திட்டம் மதச் சிறுபான்மையினரை தெரிந்தே ஒதுக்குவது என்பதால் தலித்துகளோடு சேர்ந்து இவர்கள் வாக்காளர்களில் 30 சதம் தலித்துகள் அவர்கள் பக்கம் இல்லாவிட்டால், இந்து ராஷ்ட்டிரம் குறித்த அவர்களது திட்டம் கடுமையாக பாதிக்கப்படும்.

மேலே கூறப்பட்ட அனைத்து அம்சங்கள் காரணமாக, இந்துத்துவவாதிகள் எப்படியேனும் அம்பேத்கரை ஒரு காவிச் சின்னமாக இணைத்துக் கொண்டுவிடத் துடிக்கிறார்கள். ஆனாலும், தனது இறுதி நாட்கள் வரை தனது கருத்துக்களை செம்மைப்படுத்திக் கொள்வதில் உறுதியாக இருந்தவரான அம்பேத்கர், பாகிஸ்தான் அல்லது இந்தியப் பிரிவினை ***(Pakistan or Partition of India - 1945)*** நூலில் கீழ்கண்டவாறு எழுதியிருந்தார்.

‘இந்து ராஜ்யம் என்பது உண்மையானால், அது இந்த நாட்டிற்கு மிகப் பெரிய பேரழிவு என்பதில் ஐயமில்லை. இந்துக்கள் என்ன கூறினாலும் சரி, இந்து மதம் சுதந்திரம், சமத்துவம், சகோதரத்துவத்திற்கு தீங்கானது தான். இதன் காரணமாக, அது ஜனநாயகத்திற்கு ஒவ்வாதது. எவ்வாறாயினும் இந்து ராஜ்ஜியத்தைத் தடுக்க வேண்டும். *(BAWS 8, 358)*

அம்பேத்கரின் மற்றொரு கட்டுரையான 'இந்துமதத்தின் தத்துவம்' *(Philosophy of Hinduism)* அவரது மரணத்திற்குப் பிறகு வெளியானது). இந்து மதம் ‘ஒரு வாழ்க்கை முறை’ என்பது சரியானது தானா என்பதை ஆராய்ந்து, அது ‘சுதந்திரம், சமத்துவம், சகோதரத்துவத்திற்கு’ நேர் எதிரானது. நீதி, பயன்பாடு, அறம் மற்றும் நடைமுறை என அனைத்து அம்சங்களிலும் தோற்றுப் போவது என்று சாடுகிறது. ஆனால், அம்பேத்கர் ஒரு மகத்தான இந்து என்ற பொய்யை காவி ஆதாரவாளர்கள் விடாமல் கூறிவருவதை இது தடுக்கவில்லை என்பது வேறு விஷயம். உண்மைகளை செவிமடுக்க மறுப்பது என்பது அவர்களுக்கு கை வந்த கலை. அவர்களது பிழைப்பிற்கு மிகவும் அவசியமானதும்கூட.

மேலே கூறியவற்றிலிருந்து தெரிவது போல், அம்பேத்கர் நாடெங்கிலும் ஏராளமான தலித் மற்றும் பிற மாணவர்களால் விரிவாக வாசிக்கப்படுவது ஆர்எஸ்எஸ்ஸிற்கு பிரச்சனையாக உள்ளது. அம்பேத்கரது வாழ்க்கை, படைப்பு பற்றி இந்த வலதுசாரி கோஷ்டிகள் தம் இஷ்டத்திற்கு எழுதவேண்டுமென்றால், அவர் படைப்புகள் பற்றிய அறிவுபூர்வமான ஆய்வுகளிருந்து அவரைப் பிரித்தெடுப்பது அவசியம். 2015 மே மாதம் மெட்ராஸ் இந்திய தொழில்நுட்பக் கழகம் (IIT) அம்பேத்கர் பெரியார் வாசகர்

வட்டத்தின் 'அங்கீகாரத்தை' ரத்து செய்ததைத் தொடர்ந்து ஏற்பட்ட சர்ச்சையின் போது (இது நாடெங்கிலும், நாட்டிற்கு வெளியிலும் கொந்தளிப்பை ஏற்படுத்தியது), ஆர்எஸ்எஸ்ஸின் ஊதுகுழலான ஆர்கனைஸர், போலி அம்பேத்கரியர்களை அம்பலப்படுத்துதல், *(2015 ஜூன்)* என்ற எரிச்சலூட்டும், குழப்பமான தலையங்கம் ஒன்றை போராட்டக்காரர்களுக்கு எதிராக எழுதியது. சாதி அடிப்படையிலான அடையாள அரசியல் நடத்துபவர்கள், அம்பேத்கர் இந்து ஆதரவாளர், கம்யூனிஸ்ட்களுக்கு எதிரானவர் என்பதை அறியாதவர்கள் என்று குற்றம் சாட்டிய அது, அங்கீகாரத்தை ரத்து செய்ததை நியாயப்படுத்தி எழுதியது. அறிவுபூர்வமாக தனது கருத்தை முன்வைப்பதாகக் காட்டிக் கொள்ள, தலையங்கத்தை அம்பேத்கரின் 'சாதி ஒழிப்பில்' இருந்து ஒரு மேற்கோளைக் காட்டி ஆரம்பித்தது. இந்த மேற்கோளை மூலநூலிலிருந்து எடுக்க சோம்பல்பட்டு, ***Ambedkar.org*** என்ற இணையதளத்திலிருந்து எடுத்தது. 'பிராமணியம்தான் இந்து மதத்தை சீரழித்த விஷம். பிராமணீயத்தை அழித்தால்தான் நீங்கள் இந்து மதத்தை காப்பதில் வெற்றி பெற முடியும். என்ற அந்த மேற்கோள் 'போல்ட்' அச்சுருவில் காட்டப்பட்டது. அடுத்த இரு பத்திகளில் அம்பேத்கர் இந்துக்கள் எவ்வாறு சுதந்திரம், சமத்துவம், சகோதரத்துவத்திற்கு (சுருக்கமாக, ஜனநாயகத்திற்கு, இணக்கமானதான ஒரு தத்துவார்த்த அடித்தளத்தை தமது மதத்திற்குத் தர வேண்டும் என்று வாதிடுவதையும், 'வாழ்வின் மதிப்பீடுகளில் இந்த முழுமையான மாற்றத்தை ஏற்படுத்த, நீங்கள் பகுத்தறிவிற்கு எந்த வேலையையும் தராத வேதங்களையும், சாஸ்திரங்களையும் தகர்க்க வேண்டும்' என்று கூறியதையும் வசதியாக மறைத்து விட்டது.

இந்த தலையங்கத்தின் அபத்தமான குறைகாணும் சூழ்ச்சி என்னவென்றால், வாசகர் வட்டத்தின் தடையை எதிர்த்துப் போராடுபவர்கள் 'சிவப்பு' என்றதுதான். மெட்ராஸ் ஐஐடியின் இயக்குநருக்கு அவரது ஜனநாயக விரோத செயலை எதிர்த்து கடிதம் எழுதிய நாட்டின் புகழ்பெற்ற விஞ்ஞானிகள் 'சிவப்பா?' அமெரிக்காவில் 'லிபரல் *(Liberal)* ' என்பது கம்யூனிஸ்ட் என்பதாகப் பொருள் கொள்ளப்படுவதைப் போல, ஆர்எஸ்எஸ் 'ஜனநாயகமாக, பகுத்தறிவாக இருப்பவர்களை 'சிவப்பு' என்கிறது. இந்தியக் கம்யூனிஸ்ட்களோடு அம்பேத்கருக்கு நல்ல உறவு இல்லை என்றாலும், அவர் மார்க்சியத்தின் லட்சியங்களை ஏற்க மறுத்ததில்லை. *(குறிப்பாக புரட்சியின் லட்சியத்தை)* அதிலும் அவர் இந்து மதத்தை கண்டனம் செய்வதில் மிகத் தெளிவாக இருந்தார். அம்பேத்கர் சிவப்பிற்கு எதிரானவர், காவி ஆதரவாளர், அல்லது கம்யூனிஸ்ட்களை அவர் விமர்சித்ததால், அந்த அளவிற்கு அவர் இந்து ஆதரவாளர் என்ற ஆர்எஸ்எஸ்ஸின் கூற்றுகள் அப்பட்டமான பொய்கள். இங்கு எழும் கேள்வி இதுதான். ஆர்கனைஸரின்

தலையங்கவரி தனது மழுப்பலான விதத்தில் காட்ட முயல்வது போல் பிராமணியத்தை இந்து மதத்திலிருந்து பிரிக்க முடியுமா? 1936ல் சீர்த்திருத்த இந்துக்கள் மத்தியில் உரையாற்றும்போது அம்பேத்கர் இந்து மதத்தின் நோய் என்ன என்று விளக்க முயன்றபோது, பிராமணியம் தான் அந்த நோய் என்று குறிப்பிட்டார். இந்த இரு சொற்களும் ஒரே பொருள் கொண்டவை என்றார். வரலாற்று ரீதியாகச் சொன்னால் இந்துமதம் என்ற ஒன்று கிடையாது. அது ஒரு மத்திய காலச் சொல். பல்வேறு சூழ்நிலையில், இந்து நதிக்கு அப்பால் அதிக அளவில் பரவியிருந்த மதமான பிராமணமதத்தைக் குறிக்கப் பயன்பட்டது. இந்துமதத்திற்கு புகழ்ச்சியோ, அனுதாபமோ காட்டாத ஒரு மேற்கோளை ஆர்எஸ்எஸ்ஸின் ஊதுகுழல் ஏன் பயன்படுத்தியது என்பது வியப்பளிக்கிறது.

சங் பரிவாரும், பாஜக அரசும் அம்பேத்கரை புகழும் அதேநேரத்தில், தந்திரமாக, படிப்படியாக அவரது மதச்சார்பற்ற பாரம்பரியத்தை அழிப்பதில் ஈடுபட்டுள்ளார்கள் என்பதை கவனிப்பது முக்கியமாகும். இந்துமதம், இந்துத்துவா பற்றிய அம்பேத்கரின் கடுமையான விமர்சனம் அவரை பரிவாரின் பெரிய எதிரியாக மாற்றியிருக்க வேண்டும். தலித்துகளின் தத்துவார்த்த இலக்கின்மையும், பரிவாரின் சில சுறுசுறுப்பான வேலைகளும் சேர்ந்து இந்த ஆபத்து ஒரு அருமையான வாய்ப்பாக மாறிப்போனதுதான் சோகம். அம்பேத்கரை தனது கோவிலுக்குள் சேர்த்துக் கொண்டதன் மூலம் அவரை இணைத்துக் கொண்ட அதே சமயத்தில் அவரை இழிவும் படுத்தியது. அம்பேத்கர் பிறந்த இடமான மாவ், லண்டனில்படிக்கும் போது தங்கியிருந்த வீடு, மதம் மாறிய தீக்ஷாபூமி, டில்லியில் அவர் இறந்த வீடான 'மஹாபரிநிர்வாண் ஸ்தல், அவர் பம்பாயில் தகனம் செய்யப்பட்ட சைத்யபூமி என்ற அவரது வாழ்வில் தொடர்புடைய ஐந்து முக்கிய இடங்களை இணைத்து பஞ்சதீர்த்த திட்டம் என்று புனிதப் பயணத்திற்கு தேசிய ஜனநாயகக் கூட்டணி அரசு ஏற்பாடு செய்துள்ளது மக்கள் அவரோடு தொடர்பு கொள்ளும் விதத்தை மாற்றி, சமரசமற்ற சிந்தனையாளரான அவரை சடங்குகள் தொடர்பான, காவி அம்பேத்கராக தெய்வீகப் படுத்தி, தாய்மதம் திரும்ப ட்ரோஜன் குதிரையாக அவரைப் பயன்படுத்தும் ஒரு முயற்சிதான்.

வலது சாரி அரசின் அம்பேத்கர் மீதான புதிய காதலோடு சாதியம் எவ்வாறு ஒருங்கிணைகிறது? இதைப் புரிந்து கொள்வது கடினமல்ல. பாஜக தலித்துகளை ஈர்க்கத் துடிக்கிறது. தனது இந்துத்துவா திட்டம் நிறைவேற அதற்கு அவர் தேவைப்படுகிறார்கள். அதற்காக வெட்கமில்லாமல், அம்பேத்கர் தாய்மதம் திரும்புவதை ஆதரித்ததாகக் காட்டுகிறார்கள். அவர் இந்துக்களின் பெரிய ஆதரவாளர் என்று பிரகடனம் செய்கிறார்கள். ஏன்?

ஏனெனில் யூத மதம் போன்ற செமிட்டிக் மதத்தை தேர்ந்தெடுக்காமல், இந்து மதத்தின் ஒரு பிரிவு என்று அவர்கள் கூறிவரும் பௌத்தத்தை அவர் தேர்ந்தெடுத்தார் என்கிறார்கள். ஒரு மலைக்க வைக்கும் பொய். அவர் முஸ்லீம்களுக்கு எதிரானவர் என்கிறார்கள். ஹெட்கேவருக்கும், இந்த விஷத் தத்துவத்தின் மற்றொரு குருவான கோல்வால்க்கருக்கும் அவர் நண்பர் என்கிறார்கள். அவர் சங்கை எப்போதுமே புகழ்ந்தார் என்கிறார்கள். இப்படி நிறைய உள்ளன. ஆம், ஹெட்கேவர், கோல்வால்கர், சவார்க்கர், மற்ற ஆர்எஸ்எஸ் காரர்கள் அம்பேத்கரைச் சென்று பார்த்தது - இவர் அவர்களைப் பார்க்கப் போகவில்லை உண்மைதான். ஆனால் அதற்காக இவர்கள் எல்லோரும் அவரது நண்பர்கள்- என்று ஆகிவிடாது. இந்தக் கும்பலை அவர் ஒருபோதும் புகழ்ந்ததில்லை. அம்பேத்கர் கொடி கமிட்டியின் உறுப்பினராக இருந்தபோது பிஎஸ் மூஞ்சே தனது நண்பர்களுடன் அவரை பம்பாய் விமான நிலையத்தில் சந்தித்து, காவிக் கொடியை அவரிடம் அளித்து, அதை தேசியக் கொடியாக ஆக்க வேண்டும் என்று வேண்டுகோள் விடுத்தது உண்மைதான். இதை அம்பேத்கர் அவர்களது கோரிக்கையை ஆதரித்ததாக அர்த்தம் செய்து கொள்ளக்கூடாது. அவர் சமஸ்கிருதத்தை தேசியமொழியாக்க வேண்டும் என்றும் முன்மொழியவில்லை. அம்பேத்கர் ஒருசார்பாக நடந்து கொண்டார் என்று குற்றம் சாட்ட விரும்பினால், *1947* முதல் *1950* வரை புதிய குடியரசில் பல பௌத்த அடையாளங்களை உள்ளே நுழைத்ததைக் கூறலாம். அம்பேத்கரும் தீண்டாமையும் : சாதி குறித்த ஆய்வும் எதிர்ப்பும் *(Ambedkar and Untouchability : Analysing and Fighting Caste 2005,132)* நூலில் கிறிஸ்டோஃப் ஜாஃப்ரிலாட் குறிப்பிடுவது போல, ‘இந்தியக் கொடியில் அசோக சக்கரம், தேசிய சின்னத்தில் அசோகன் சிங்கங்கள், ராஷ்ட்ரபதி பவனின் முகப்பில் பௌத்த பொன்மொழி பொறிக்கப்பட்டது. ஆகியவை இதில் அடங்கும். உண்மையின் சிறு துகள்களைச் சுற்றி பொய்களின் பிரம்மாண்ட வலையைப் பின்னி பரிவார் அம்பேத்கரை இருட்டடிப்பு செய்கிறது. தலித் சமூகம் முழுவதையும் தமது பிடியில் கொண்டு வரும் ஆசையில் அவரது ஆளுமையை ஒரு அற்பமான மதவாதியாகக் குறுக்குகிறது.

இப்படி அவரைப் பொருத்துவது அம்பேத்கருக்கு நேரடியான அவமதிப்பாகும். ஆனால் பல்வேறு வகையான அம்பேத்கரியர்களும் இதை கவனிக்க முடியாத அளவிற்கு நினைவுச் சின்னங்களிலும், அடையாளக் கவலைகளிலும் மயங்கிக் கிடக்கிறார்கள்.

இந்து, இந்துமதம், இந்துத்துவா, இந்துஸ்தான்

சிவாஜியின் ராஜ்ஜியத்தில் பிராமண நிர்வாகிகளாக இருந்த பேஷ்வாக்கள் *1712* முதல் நடைமுறையில் ஆட்சியாளராக இருந்தார்கள். *1818*ல் பேஷ்வாக்களின் வீழ்ச்சி, புனேயின் சித்பவன் பிராமணர்களுக்கு பேரிடியாக

இருந்தது. இது இவர்கள் பலரை பிரிட்டிஷாருக்கு எதிராக ஆயுத மேந்த வைத்தது. இந்நிகழ்வு ஏகாதிபத்திய எதிர்ப்பு மற்றும் புட்சிகர கதையாடல்களுக்கு சரியாகப் பொருந்தினாலும், உண்மையில் இது ஏகாதிபத்திய, பிற்போக்குத் தன்மை கொண்டதுதான். உண்மையில் பேஷ்வாக்கள் இழந்த தம் நாட்டை மீட்கத் தான் முயற்சி செய்தார்கள். அவர்கள் உண்மையான ஏகாதிபத்திய எதிர்ப்பு வாதியாக இருந்திருந்தால், தமது சொந்த மக்களில் மூன்றில் இரண்டு பங்கினர் எல்லா இடங்களிலும் சாதி ஒடுக்குமுறைக்கு ஆளாவதை கவனித்திருப்பார்கள். இந்துத்துவாவின் ஸ்தாபகரான வினாயக் தாமோதர் சவார்க்கர் இந்த 'வீர புட்சியாளர்கள்' பாரம்பரியத்தில் வந்தவர்தான். அவர் தமது மக்களின் இழந்ததை மீட்கும் கனவிற்கான பணியை முறைப்படுத்த ஒரு தத்துவார்த்த அடித்தளத்தைத் தந்தார். பெரும்பாலும் கீழ் சாதிகளைச் சேர்ந்தவர்களான முஸ்லீம்களும், கிறிஸ்துவர்களும் 'மற்றவர்களாக' ஆக்கப்பட்டார்கள். 1920களின் ஆரம்பத்தில் மஹாராஷ்ட்ராவில் அரும்ப ஆரம்பித்த தலித்துகளின் சமூக இயக்கங்களால் வரப்போகும் ஆபத்தும், இந்த இந்துக்களை வெறித்தனமான தேசியவாத அமைப்பான ஆர்எஸ்எஸ் பக்கம் செல்லத் தூண்டியது. ஐரோப்பாவின் பாசிசமும், நாஜிசமும்தான் ஆர்எஸ்எஸ்க்கு உத்வேகமாக இருந்தன. கோல்வால்க்கரின் சிந்தனைத் தொகுப்பை மேலோட்டமாகப் பார்த்தாலே, அவை எவ்வளவு நயவஞ்சகமானவை, எந்த அளவிற்கு பாசிசத் தாக்கம் உள்ளவை என்பது தெரியும். வெகுமக்களை பிராமணியமயமாக்காமல், சமுதாயத்தை தம் பிடியில் கொண்டுவரும் திட்டத்தில் முன்னேற முடியாது என்று உணர்ந்துள்ள அவர்கள், அனைத்து சமூகச் குழுக்களோடும் நெருங்கி, தமது திட்டத்தை முன்னெடுத்துச் செய்வதற்காக பல்வேறு அமைப்புகளை உருவாக்குகிறார்கள். கடந்த பல ஆண்டுகளில், பழங்குடியினர்தலித்துகள், பிற்பட்ட வகுப்பினர்ஆகியோரின் ஒரு கணிசமான பகுதியினரிடம் தமது தத்துவங்களை இறக்கி, தமக்குக் கீழ் கொண்டு வந்து விட்டார்கள். மற்ற சிறுபான்மை தலித்துகளை எளிதாகப் பிடித்துவிட்டார்கள். அம்பேத்கர் ஆதரவாளர்களை - இவர்கள் தான் பிராமணியத்தை கடுமையாகத் தாக்குபவர்கள்- சமாஜிக் சம்ரஸதா மஞ்ச் மூலம் வசப்படுத்த முயல்கிறார்கள். சங் பரிவார் தன் தந்திரத்தில் பெரும் வெற்றி பெற்றிருக்கிறது. ஆனால் கூடவே அதன் உள் முரண்பாடுகளும் வளர்ந்துள்ளன. இது அதன் வளர்ச்சியை, நீடித்த தன்மையை சற்று கட்டுப்படுத்தக்கூடும். இந்த முரண்பாடுகள் அதன் குழப்பமான தத்துவார்த்த உள்ளடக்கத்திலிருந்து எழுகின்றன. அவர்கள் ஆசையாக உருவாக்கிய இந்து, இந்து மதம், இந்துத்துவா, இந்துஸ்தான் என்ற நான்மணி உண்மையானது போலத் தோற்றமளிக்கலாம். ஆனால் அது ஒரு கருத்துத் திருட்டு அல்லது ஒரு போலி உள்நாட்டு அடையாள உருவாக்கம். சங்பரிவார் தான்

பிரதிநிதித்துவப்படுத்துவதாக, மீட்டெடுக்கப்போவதாக உரக்கச் சொல்லும் இந்த நாட்டின் பண்டைய பாரம்பரியத்தில் இந்த இ-சொற்கள் கிடையாது. அதேபோல, பாரத மாதாவின் தெய்வீக உருவமும், பிரிட்டானியா மற்றும் ஜெர்மனியாவிடமிருந்து சொல்லாமல் கடன் வாங்கியதுதான். மிகவும் போற்றப்படும் 'அகண்ட பாரத' வரைபடமும் மேற்கத்திய நிலப்படவியல் உருவாக்கியதே. சங் மிக வெறியோடு போற்றும் தேசியக்கொடி, தேசிய கீதம் ஆகிய தேசியவாதமும் முழுக்க முழுக்க நவீன ஐரோப்பிய பாரம்பரியங்களிலிருந்து தூக்கி வந்ததுதான். ஆர்எஸ்எஸ் சீருடை, சல்யூட், அணிவகுப்பில் பெருவிருப்பம் எல்லாம் இதே போல்தான். அதன் சுத்தமான அபத்தத்திலிருந்து மக்கள் கவனத்தைத் திசைதிருப்ப, மிகவும் கவனமாக ஆர்எஸ்எஸ்ஸின் கடுமையான வார்த்தைஜாலங்கள் திட்டமிட்டுத் திட்டமிடப்படுகின்றன. உண்மையான கோபல்ஸ் பாணியில் 'இந்திய மனங்களில் காலனிய நீக்கம் செய்வதுதான்' தனது பணி என்று அது கூறுகிறது. 2016 நவம்பரில் போபாலில் லோக்மந்தன் என்ற மூன்று நாள் ஆய்வரங்கு நடத்துவதற்கு முன்பாக, ஆர்எஸ்எஸ் சித்தாத்த வாதியும், இந்தியா பாலிசி ஃபவுண்டேஷன் என்ற சிந்தனைக் களத்தின் தலைவருமான ராகேஷ் சின்ஹா, மார்க்சிய ஆதிக்கம் இந்தியாவை வரையறுத்தது. அதை மேற்குலக முப்பட்டகம் வழியாகப் பார்த்தது. இந்திய அறிவு ஜீவிகள் முரண் மற்றும் சாதி குறித்த மேற்குலகக் கருத்தாக்கங்களை ஒருபோதும் கேள்விக்கு உள்ளாக்கவில்லை. இப்படிப்பட்ட ஆய்வரங்குகள் மூலம் அதைத் தான் நாங்கள் செய்யப் போகிறோம். என்றார் (2016 நவம்பர் 11 அன்று நியூஸ் 18ல் வந்தது) பங்கேற்றவர்களில் சி.கே.ஜானுவும் ஒருவர். ஒருகாலத்தில் ஆதிவாசி கோத்ர மஹா சபாவின் தலைவராக இருந்தவர். 2001, 2006ல் கம்யூனிஸ்ட் அரசுக்கு எதிராக, நிலத்திற்காக, நியாயமான, போற்றத்தகுந்த போராட்டத்தை நடத்திய பிறகு, 2016ல் பாஜக ஆதரவோடு கேரள சட்டமன்றத் தேர்தலில் போட்டியிட்டவர் இவர்.

இப்போதைய ஆர்எஸ்எஸ் தலைவரான மோகன் பகவத், இந்தியா என்பதுஇந்துஸ்தான் இந்தியர்களின் நிலம், நீண்ட காலமாக இந்த நாட்டில் இருக்கும் மக்கள் இந்துக்கள். எனவே, அதன் காரணமாக, ஏற்கனவே இந்தியா ஒரு இந்துராஷ்டிரம்தான் இரு கருதுகோள்களால் கிடைக்கும் ஒரு முடிவிற்கு வாதம் என்பதை அவர் உணரவில்லை போலும். ஏனெனில், இது அமைப்பையே கலைத்து விடலாம் என்பதைக் குறிக்கிறது. பண்டைய பெர்ஷிய க்யூனிஃபோர்ம் கல்வெட்டுகளும், ஜெண்ட் அவெஸ்டாவும் இந்து என்பதை ஒரு மதப்பெயராக இல்லாமல் ஒரு புவியியல் அமைப்புப் பெயராகத்தான் பயன்படுத்துகின்றன. பாரசீக அரசன் முதலாம் டாரியஸ் தனது பேரரசை கி.மு 517 இந்தியத் துணைக் கண்டத்தின் (முடிவற்ற)

எல்லைகளுக்கு விரிவாக்கியபோது, பண்டைய பெர்ஷியர்கள் அர்மேனியர்களும் அதே உச்சரிப்பைப் பயன்படுத்த, அந்தப் பெயர் மெல்ல மெல்ல நிரந்தரமாகிவிட்டது. இந்து என்ற சொல்லும், அதே வகையான இந்தியா என்பதும் சமஸ்கிருத மொழியிலோ, அல்லது இந்தியாவின் எந்த மொழி.உள்ளூர் பேச்சு வழக்குகளிலோ இல்லை. இது முழுக்க முழுக்க சங் ஏற்படுத்தியதுதான். இந்து மதத்தின் பொருள் என்று வந்தபோது, பாலகங்காதர திலகர் *(1856-1920)*, இந்தியாவின் முதல் துணை குடியரசுத் தலைவர் எஸ்.ராதாகிருஷ்ணன் *(1888-1975)* போன்றோர் எது அதன் பொருள் இல்லை என்பதைதான் *(Non Definition)* விளக்கினார்கள். அந்த விளக்கத்தில் அனைத்தும் இருந்தன. கடைசியில் இது உச்ச நீதிமன்றம் தீர்மானிக்க வேண்டிய ஒன்றாக ஆகிவிட்டது. அது *1966*லும் பிறகு *1995*லும் அதைத் தீர்மானித்தது. தலித்துகளுக்கு கோவில் நுழைவு உரிமை வழங்கப்பட்டதை எதிர்த்து, சுவாமி நாராயணனை *(1780-1830)* பின்பற்றுவோர் தாங்கள் இந்துக்களல்ல என்று கூறி தொடர்ந்த வழக்கில், *1996*ல் உச்சநீதிமன்றம் ராதாகிருஷ்ணன் மற்றும் சில ஐரோப்பியர்களை மேற்கோள்காட்டி இந்துமதத்தை அதன் சகிப்புத்தன்மை மற்றும் உள்ளடக்கியதன்மை *(Inclusivity)* ஆகியவற்றை வைத்து வரையறுத்தது. நீதிமன்றத்தின் இந்த வரையறை குறிப்பிட்ட சில இந்துக்கள் மற்ற இந்துக்களை (தலித்) இந்தியாவில் இருக்கும் அனைவரும் இந்துக்கள் என்ற அதன் கூற்று ஒருபோதும் உண்மையாக இல்லை. அதுவும் இக்கூற்றிற்கு ஆதாரமான பண்டைய காலத்தில் நிச்சயமாக அவ்வாறு இல்லை.

சங்கின் இருப்பிற்குக் காரணமான, சங்கின் முயற்சிகளின் உண்மை நோக்கம் (எவ்வளவு முட்டாள்தனமாக இருந்தாலும்கூட) இல்லாத ஒரு இந்திய அடையாளத்தை கருத்தியல் ரீதியாக உருவாக்குவதல்ல, மாறாக, ஒரு ஒன்றுதிரட்டப்பட்ட வாக்குவங்கியை உருவாக்குதல் என்ற நடைமுறை வேலைதான். இம்முயற்சியின் ஒரு பகுதி அம்பேத்கரைப் புகழ்ந்து பாடி, அவரது உண்மையான குரலை அமுக்குவது என்றால், மறுபாதி முஸ்லீம் மற்றும் தலித் சமூகங்களுக்கிடையே ஒரு நிரந்தரமான பிளவை ஏற்படுத்துவதாகும். இவர்கள் இந்துத்துவாவிற்கு எதிரான கூட்டாளிகளாக மாறிவிடுவார்கள் என்று சங் அஞ்சுகிறது. ஒருவகையில் இந்துத்துவாதிகளின் பெரும்பான்மை அரசியலுக்கு முஸ்லிம்கள் வசதியாக இருக்கிறார்கள். இந்துக்களின் வெறுப்பை மொத்தமாகத் திருப்புவதற்கு பெரிய இலக்காக இருக்கிறார்கள். ஆனால் அவர்கள் இடைஞ்சலாகவும் இருக்கிறார்கள். அச்சமூகத்தின் மிகப்பெரிய அளவே, பிராமணிய சமூக அமைப்பின் பிளவுண்டாக்கும் தன்மைக்கு உதாரணமாக இருக்கிறது. மேலும், எண்ணிக்கை காரணமாக, சங்கின் மிகச் சிறந்த தேர்தல் திட்டங்களையும் கெடுத்து வருகிறார்கள்.

சங்பரிவாரின் முஸ்லீம் வெறுப்பை அவர்களது இந்து அல்லாத நிலைமையை வைத்து விளக்கலாம். சாவர்க்கரின் இன தேசியவாத வரையறையின்படி உண்மையான இந்தியர்கள் கட்டாயமாக இந்துக்களாக இருக்க வேண்டும் என்பதன்படி, முஸ்லிம்களின் பிறப்பிடமும் (பித்ரபூமி) புனிதத்தலமும் (புண்ணியபூமி) இந்தியாவிற்கு வெளியே இருப்பதால், அவர்கள் ஒரு இணை சமூதாயத்தில் வாழ்வதாகக் கருதப்படும் நிரந்தர வெளியாட்கள். துருத்திக் கொண்டு வெளியே தெரியும் அவர்களது மக்கள் தொகை (மற்ற இந்து அல்லாத சமூகங்களின் சிறிய மக்கள் தொகைக்கு மாறாக, 14.2 சதம்) காலனிய வரலாறு எழுதியல் காட்டியது போல் இந்துக்களை, (சியாமா பிரஸாத் முகர்ஜி போன்ற பல ஆர்எஸ்எஸ் தலைவர்கள் தீவிரமாக பிரிவினையைக் கோரினாலும் கூட) அவர்கள் சிதைத்ததாகச் சொல்லப்படுவது எல்லாம் பீதியைக் கிளப்புவதற்கும், களங்கப்படுத்துவதற்கும் வசதியாக உள்ளன. பெரும்பாலான முஸ்லீம்கள் (கிறிஸ்துவர்களும்) தலித் மற்றும் 'கீழ்' சாதிகளிலிருந்து மதம் மாறியவர்கள், அதுதான் 'மேல்' சாதி மனங்களில் அவர்கள் மீது உள்ள வன்மத்திற்கு உண்மையான காரணம் என்பதை இந்த விடாமுயற்சிகள் மறைக்கின்றன. இந்து, முஸ்லிம் என்ற இருத்தரப்பினரிடமும் இந்த வன்மம் வெளிப்படுகிறது. 1905ல் கர்ஸன் வங்கத்தைப் பிரித்தபோது, சியாமா பிரஸாத் முகர்ஜி- 1951ல் சனசங்கைத் தோற்றுவித்தவர் - கிழக்கு வங்கத்தின் உயர்கல்வி கற்று, உயர்சாதி மக்கள் (பத்ரலோக் என்று குறிப்பிடப்படுபவர்கள்) இனி சண்டாளர்களின் கீழ் (தம்மை நாம சூத்திரர்கள், என அழைக்கும் சமூகத்தினர் குறித்த இழிசொல்) வாழ நேரிடும் என்று வருத்தத்தோடு தெரிவித்தார். 1857 கலவரத்தின் போது அஸ்ரஃப், ரெய்ஸ் (உயர்குடி முஸ்லீம்கள்) பிட்டிரிஷ் விசுவாசிகள் என்று காட்டுவதற்காக, சர் சையது அகமதுகான், கலவரத்தில் பங்கெடுத்த முஸ்லீம்கள் அறியாத கீழ்மக்கள்தான் (ஜஹூல்) என்றார். 1858ல் அவர் அவசரமாகப் பிரசுரித்த 'கலவரத்திற்கான காரணங்கள்' துண்டறிக்கையில் அவர், குடி, கொள்ளை, தீயொழுக்கம் போன்ற கலவரங்களின் குணங்கள் தவறான வளர்ப்பை, தமக்கு உப்பிட்டவருக்கு துரோகம் செய்ததைக் காட்டின என்றும், அவர்கள் உண்மையான முஸ்லீம்களே அல்ல என்றும் கூறினார். அவர் காட்டும் ஒழுக்கமற்ற கீழ்மக்கள் என்ற வகை மாதிரி, சந்தேகத்திற்கு இடமில்லாமல் ஒரு உள்ளர்த்தத்தைக் காட்டுகிறது. கானின் கூற்றின்படி எவ்வகை மனிதர்கள் உண்மையான முஸ்லீம்கள் என்பதை சரியாகக் காட்டுகிறது. இந்த வேறுபாடுதான் அவரை நிர்பந்தித்தது. 1887ல் லக்னோவில் ஜமீன்தார்களின் ஒரு கூட்டத்தில் பேசும்போதும் அவர் இதே அம்சத்தை சொல்லிக் கொண்டிருந்தார். கனவான்களிடமிருந்தும் உருவாகாமல், இந்த அறிவற்றவர்களால் பல ஆண்டுகளுக்கு முன்பே இந்த அரசாங்கம் எவ்வளவு பிரச்சினைகளுக்கு ஆளானது தெரியுமா?

இந்துத்துவவாதிகள் மிகவும் போற்றும் சுவாமி விவேகானந்தரே கூட *(1863-1902) 1894*ல் பின்வருமாறு கூற நேர்ந்தது. இந்தியாவில் ஏழைகளுக்கு மத்தியில் அதிகமான முஸ்லீம்கள் இருப்பதற்கு என்ன காரணம்? இவர்கள் வாள்முனையில் மதம் மாற்றப்பட்டார்கள் என்று சொல்வது முட்டாள்தனம். அது ஜமீன்தார்களிடமும், பூசாரிகளிடமும் இருந்து விடுதலை பெறுவதற்காகத்தான்.. *(The Complete Works of Swami Vivekananda, 2127)*

ஒடுக்கப்பட்ட சாதிகளிலிருந்துதான் பெரிய எண்ணிக்கையில் முஸ்லீமாக மாறினார்கள். பகவத்தின் பிராமனிய முஸ்லீம் வெறுப்பிற்கு உண்மையான காரணம் இதுதான். சூஃபிக்கள், இஸ்லாமின் ஞானிகள் ஆகியோர் உபதேசித்த அன்பும், இரக்கமும் ஒடுக்கப்பட்ட மக்களை ஈர்த்தது. ஒப்பீட்டளவில் இஸ்லாமில் இருந்த சமத்துவம் காரணமாகத்தான் அவர்கள் விரும்பி இஸ்லாமைத் தழுவினார்கள். அவர்கள் இந்துக் கோவில்களில் நுழைய முடியாது. ஆனால் சூஃபி தர்க்காக்களில் நுழைந்தால், ஆரத்தழுவி வரவேற்கப்பட்டார்கள். இச்சாதியினர் கிறிஸ்துவத்திற்கும் மாறினார்கள். கிறிஸ்துவ ஆட்சியாளர்கள், மிஷனரிகளின் கட்டாயத்தால் அன்றி, தமது சொந்த விருப்பத்தின் பேரில் மாறினார்கள். கட்டாய மதமாற்றம் என்ற வாதத்தை அனுபவப்பூர்வமாக நிலைநாட்ட முடியாததால், சங் பரிவார் பழங்குடி, தலித் மக்களுக்கு மிஷனரிகள் லஞ்சம் தந்து மாற்றினார்கள் என்கிறது. என்ன லஞ்சம்? மனித கௌரவம், சமூக அந்தஸ்து, கல்வி, சட்டப்படி எங்கு சென்றும் தொழில் செய்யும் உரிமை, சமத்துவம் ஆகியவற்றிற்கான வாக்குறுதி. உலகம் முழுவதும் வளர்ச்சியின் குறியீடுகளாக இருக்கும் இவை, தலித்துகள் விஷயத்தில் மட்டும் இந்துத்துவவாதிகளுக்கு தீய குணம் கொண்டவைகளாக மாறிவிடுகின்றன. ஏனெனில் இவர்கள் முஸ்லீமாகவோ, கிறிஸ்துவராகவோ மாறுவதற்கு முக்கிய காரணம் இந்துமதத்தின் ஒரு பகுதியினரைத் தவிர்க்கும், ஒடுக்கும் சாதி முறைதான்.

முஸ்லீம் ஆட்சியாளர்களும், கிறிஸ்துவ மிஷனரிகளும் நிர்பந்தம் மூலமும், லஞ்சம் மூலமும் இந்துக்களை மதம் மாற்றினார்கள் என்ற இந்தப் பொய்தான் *1920*களில் தீவிரமாக இயங்கிய ஆரிய சமாஜின் சுத்தி இயக்கத்தின் அடிப்படையாக இருந்தது. மோடி ஆட்சிக்கு வந்தபோது சங்பரிவார் இதே இயக்கத்தை கர்வாப்ஸி என்று மீண்டும் ஆரம்பித்தது. ஆந்திரா, கேரளா, கோவா ஆகிய இடங்களில் மக்களை மீண்டும் வெற்றிகரமாக இந்துமதத்திற்குத் திரும்ப அழைத்து வந்துவிட்டோம் என்று பரிவார் அமைப்புகள் கூறிக் கொள்கின்றன. இவை நிர்பந்தத்தாலும், லஞ்சத்தாலும் தான் நடந்துள்ளன என்பது ஆய்வுகள் காட்டும் உண்மை. *2015* பிப்ரவரி *26*ம் தேதி உச்சநீதிமன்றமே, ஒருவர் இந்து மதத்திற்கு திரும்ப

மாறும்போது, அவர் தமது முன்னோர்களின் அதே சாதியை ஏற்றால், 'திரும்ப வரும்' மதம் மாறிகள் தாய் மதம் திரும்புதலினால் லாபம் பெற்றோர் / பாதிக்கப்பட்டோர் 'மறுமதமாற்றத்தை' சட்டபூர்வமாக ஆக்கியதுடன், எஸ்சி கோட்டாவைக் காட்டி தாய்மதம் திரும்புவதையும் ஊக்கப்படுத்தியது. நீதிமன்றத்தின் பதிலில் முக்கியமான அம்சம். பிரபுத்த பாரதா இதழுக்கு 1989 ஏப்ரலில் அளித்த நேர்காணலில் விவேகானந்தர் கூறிய விஷயத்திற்கு அது மிக நெருங்கி இருந்ததுதான். 'திரும்பி வரும் மதமாறிகளுக்கு அவர்களது பழைய சாதிதான். புதியவர்கள் தமக்கென ஒரு புதிய சாதியை உண்டாக்கிக் கொள்வார்கள்' என்றார் அவர். பாஜகவில் நிலவும் அளவையும் தாண்டி கடுமையான இந்துத்துவவாதியாக இருப்பவரான உத்திரப் பிரதேச முதலமைச்சர் யோகி ஆதித்யநாத்தும் இதையேதான் கூறினார். 'தாய் மதம் திரும்புபவர்களுக்கு, அவர்கள் எந்த சாதி, கோத்திரத்திலிருந்து மாறினார்களோ, அதுவேதான் திரும்பவும், என்றார் அவர். ஒடுக்கப்பட்ட சாதிகளிலிருந்து, சாதித் தளையிலிருந்து விடுபட இஸ்லாமிற்கும், கிறிஸ்துவத்திற்கும் மாறியவர்கள், தம் முன்னோர்கள் எந்த நரகத்திலிருந்து தப்ப முயன்றர்களோ, அதே நரகத்தில்தான் கர்வாப்ஸியின்போது அடைக்கப்படுவார்கள் என்பதே இதன் பொருள். இந்தியாவின் முஸ்லீம்களுக்கும், கிறிஸ்துவர்களுக்கும் இது சிறந்த வாய்ப்புதான்.

இந்தியாவின் கருத்தாக்கங்கள்?

அம்பேத்கரின் லட்சியங்களான சுதந்திரம், சமத்துவம், சகோதரத்துவம் ஆகியவை எங்கோ தொலைதூரத்தில் உள்ளன. ஒவ்வொரு நாளும் இந்த தூரம் அதிகரித்துக் கொண்டே செல்கிறது. அன்றாட பிழைப்புக் கவலைகளாலும், தம் குரலை ஒடுக்கும் போலீஸ் ராஜ்ஜியத்தின் தலைகளாலும் பெரும்பாலான மக்களுக்கு சுதந்திரம் என்பது ஒரு மாய உருவமாகத்தான் இருக்கிறது. சமத்துவம் என்பதுமக்களின் பொது விவாதத்தில் கூட இல்லை. அதன் இடத்தை உள்ளடக்குதல் பற்றிய உலகவங்கியின் திட்டங்களும், இந்துத்துவா படைகளின் சம்ரஸதா கருத்தும் பறித்துக் கொண்டுவிட்டன. இதன் விளைவாக இந்தியா உலகின் மிக அசமத்துவமான நாடுகளில் முன்னணியில் உள்ளது. சாதி சமுதாயத்தில் சகோதரத்துவம் என்பதை எப்போதுமே நினைத்துப் பார்க்க முடியாது. அம்பேத்கரின் அரசியல் பார்வையில் முக்கியமான அம்சங்களான இவற்றில் ஒருதுளி முன்னேற்றம் கூட இல்லை. மாறாக 2014க்குப் பிறகான பாசிசம் நோக்கி நகரும், நவீன தாராளமய இந்தியாவில் நிலைமைகள் வேகமாக மோசமாகித்தான் வருகின்றன.

2014 தேர்தல் முடிவுகள் நாட்டை திகைக்க வைத்தன. 543 இடங்களில் பாஜக 282 இடங்களில் வென்றது. எண்ணிக்கையடிப்படையில் 53 சதம்.

வாக்கு விகிதத்தில் வெறும் 31 சதம். பலரும் இனி எப்போதுமே கூட்டணியாட்சிதான் என்று சொல்லி வந்த நிலையைத் தகர்த்தது. கூட்டணிக் கட்சிகளின் இடங்களையும் சேர்த்தால், மொத்தம் 334. பாஜகவின் வெற்றியின் அளவு தொடர்ந்து வந்த மாநில தேர்தல்களிலும் காவி வர்ணம் பூசியது. அரசுதான் நினைத்ததை செய்யலாம் என்ற நிலையில் அதை வைத்தது.

தேவாலயங்கள் மீது தாக்குதல், தாய்மதம் திரும்ப நிர்பந்தம், இந்து மதத்தை 'காக்க' இந்து பெண்கள் குறைந்தபட்சம் நான்கு குழந்தைகள் பெறவேண்டும் என்று வலியுறுத்துவது, பெண்களுக்கு எதிராக ஒழுக்கக் கண்காணிப்பு, உபியில் 'லவ்ஜிகாத்திற்கு' எதிராக என்ற பெயரில் காதலர்களுக்கெதிரான ஆன்டிரோமியோ படைகள், பசு கண்காணிப்பு, வளாக ஜனநாயகத்தின் மீது தொடர் தாக்குதல் என பாஜக பதவிக்கு வந்த பிறகு நடக்கும் அட்டூழியங்களில் நீண்ட பட்டியலில் முஸ்லீம்கள், தலித்துகளை அவமதிப்பதுதான் அடிநாதமாக உள்ளது. மாட்டிறைச்சி வைத்திருந்ததாக சந்தேகத்தின் பேரில் 2015 செப்டம்பரில் தாத்ரியில் முகமது அக்லக் கொடூரமாகக் கொலை செய்யப்பட்டது, டில்லியிலிருந்து மதுரா செல்லும் ரயிலில் சிறிய இடத் தகராறிற்காக 2016 ஜூனில் 15 வயதே ஆன முஸ்லீம் சிறுவன் ஜினையாத் கொலை செய்யப்பட்டது, அவனுடன் வந்தவர்கள் கத்தியால் குத்தப்பட்டது, ஆகியவை முஸ்லீம்கள் மீதான ஒடுக்குமுறையின் உதாரணங்கள். 2016ல் ஹைதராபாத் மத்தியப் பல்கலைக் கழகத்தில் நடந்த ரோஹித் வெமுலாவின் கல்விக் கழகக் கொலை, 2016 ஜூலையில் குஜராத்தின் உனாவில் சர்வையா குடும்பம் தாக்கப்பட்டது ஆகியவை மோடி அரசில் நடந்த தலித் ஒடுக்குமுறைக்கு சாட்சியங்கள்.

பசு வதைத் தடை ஏராளமான மக்களின் பிழைப்பை, வாழ்க்கையை பாதித்துள்ளது. இவர்கள் பெரும்பாலானோர் கீழ்சாதியினர் என்று சொல்லப்படுபவர்கள், முஸ்லீம்கள். இவர்கள் மாட்சிறைச்சி உற்பத்தி, விநியோகம், நுகர்வு ஆகியவற்றிலும், தோல் தொழிலிலும் ஈடுபட்டிருப்பவர்கள். பசுப் பாதுகாப்பு என்ற பெயரில் முஸ்லிம்களையும், தலித்துகளையும் குறி வைத்து இந்தியாவைப் பிளவுபடுத்த பயன்படுத்தப்படும் மிக மோசமான அரசியல் ஆயுதம்தான் பசுவதைத் தடை என்பது. பாதிக்கப்பட்டவர்களை அடையாளம் கண்டால் தலித்துகள், ஆதிவாசிகள், விவசாயம் சாராத ஒபிசி வகுப்பினர், முஸ்லிம்கள், கிறிஸ்துவர்கள், வட கிழக்குப்பகுதி முழுவதும், கேரளாவின் பெரும் பகுதி மொத்தத்தில், இந்தியாவின் மக்கள்தொகையில் பாதி மாட்டிறைச்சி உண்பவர்கள் என்பது தெரியும். இந்தியா ஒரு சைவ உணவு நாடு என்று காட்டப்படுவதற்கு மாறாக, பதினைந்து வயதிற்கு மேற்பட்ட இந்தியர்களில்

71 சதத்திற்கு மேல் அசைவ உணவுக்காரர்கள்தான். அரசின் முடிவுகளுக்குப் பின்னால் இருப்பது ஜனநாயகமல்ல, சாதிதான் என்பதை இது காட்டுகிறது. மாட்டிறைச்சி உண்பவர்கள் எண்ணிக்கை குறைவாக இருந்தாலும் கூட, மாட்டிறைச்சியைத் தடை செய்வது வாழ்க்கை சுதந்திரம், பிழைப்புக்கான அடிப்படை உரிமைகளின் அப்பட்டமான மீறலாகும். இந்துத்துவப் படை அரசியலமைப்பின் *48*வது பிரிவு, அரசின் கொள்கைகளுக்கான வழிகாட்டும் கொள்கைகளில் தஞ்சம் புகுகிறது. அது கூறுவதாவது:

'அரசு விவசாயம், கால்நடை வளர்ப்பு ஆகியவற்றை நவீன, விஞ்ஞான வழிமுறைகளில் முறைப்படுத்த முயற்சி செய்ய வேண்டும். குறிப்பாக, கால்நடை குணங்களை பாதுகாக்கவும், மேம்படுத்தவும், பசுக்கள், மற்ற பால்தரும், பொதி சுமக்கும் கால்நடைகள் கொல்லப்படுவதை தடுக்கவும் நடவடிக்கை எடுக்க வேண்டும்.

ஆளும் வர்க்கம் படிப்படியாக அனைத்து வழிகாட்டும் கொள்கைகளையும் புறக்கணித்து அரசு இயந்திரம் முழுவதையும் பசு பாதுகாப்புப்பக்கம் திருப்பி எவ்வாறு மக்கள் விரோதமாக செயல்படுகிறது என்பதற்கு இது ஒரு உதாரணம். நாட்டின் எதிர்காலத்தை விட பசு மிகவும் முக்கியமானதாக ஆகிவிட்டது. ஒரு விதத்தில் பசுவே நாட்டின் எதிர்காலமாக ஆகிவிட்டதைப் போல் உள்ளது. இது எல்லா பிராமணிய இலக்கியங்களும் காட்டும் ஆனால் மற்ற எதனாலும் ஒப்புதல் அளிக்கப்படாத நிலைப்பாடாகும். உண்மையில் மேற்கோள் காட்டப்படும் அரசியலமைப்புப் பிரிவு அர்த்தமற்ற பசுவதைத் தடையைச் சுட்டவில்லை. ஆனால் அவ்விதமான பொருள் வரும்படி திரிக்கப்பட்டுள்ளது. நீதிமன்றங்களும் இதை கேள்வியின்றி ஏற்றுக் கொண்டுள்ளன. அது பசுவதை தடை பற்றிப் பேசுகிறதே அன்றி, மாட்டிறைச்சி உண்பதைப் பற்றியல்ல. குறைந்தபட்சம் பால்தராத கால்நடைகளின் இறைச்சி பற்றியல்ல. ஆனால் இப்போது இது எல்லாவற்றையும் சுட்டுவதாக ஆனதுதான் சோகம்.

2015 செப்டம்பர் *28* அன்று தாத்ரியில் முகமது அக்லக் கொடூரமாக கொலை செய்யப்பட்டு, அவரது *22* வயது மகள் படுகாயம் அடைந்த பிறகும், போலீஸ் பாதிக்கப்பட்டவர்கள் மீது மாட்டிறைச்சி சாப்பிட்டதாக வழக்கு போட்டது. குளிர்சாதனப் பெட்டியில் இருந்த மாட்டிறைச்சி தடயவியல் சோதனைகளுக்கு அனுப்பப்பட்டது. (மாநிலத்தில் மாட்டிறைச்சி உண்பது தடை செய்யப்படவில்லை என்றாலும்கூட) பாதிக்கப்பட்ட குடும்பத்தற்கு இழப்பீடு அறிவித்ததற்காக, அன்றைய உபி முதலமைச்சரான அகிலேஷ் யாதவ், பாஜக எம்.பி ஆன சாக்ஷி மஹராஜால் கடுமையாக விமர்சிக்கப்பட்டார். 'முஸ்லீம் இறந்தால் *20* லட்சம் தருவார்கள். இந்து இறந்தால் *20000* கூட கிடைக்காது' என்றார். ஆர்எஸ்எஸ் தனது பாஞ்சஜன்யா

பத்திரிகையில் முகமது அக்லக்கின் கொலையை நியாயப்படுத்தி எழுதியது. அட்டைப்படக் கட்டுரையாக வந்த கட்டுரை, ‘பசுவைக் கொல்லும் பாவியைச் சொல்லுமாறு வேதங்கள் உத்தரவிடுகின்றன’ என்றது. இக்கொலையைக் கண்டித்து தமது சாகித்ய அகடமி விருதைத் திருப்பித் தந்த எழுத்தாளர்களைத் தாக்கி எழுதியது. அவர்கள் இந்து உணர்வுகளை மதிக்கவில்லை என்றது. பாஞ்சஜன்யாவின் ஆங்கில இணையான ஆர்கனைஸரின் தலையங்கம் (2015 அக்டோபர் 20) ‘செலக்டிவ் அம்னீஷியா’ என்ற தலைப்பில், ‘இதுபோன்ற தாக்குதல்கள் முன்பும் நடந்துள்ளன’ என்று நியாயப்படுத்தியது. விருதாளர்கள் அரசியல் விளையாட்டுகள் மூலம் புகழ்பெற முயல்கிறார்கள் என்ற அது, ‘பண்டைய பாரதீய கலாச்சாரம் பண்பாட்டின் அடிப்படையிலான இந்நாட்டின் ஞானம் மீண்டெழுவதை ஜீரணிக்க முடியாத’ அவர்கள், மக்கள் மனதில் அச்ச உணர்வைத் தூண்டுவதாக குற்றம் சாட்டியது. ஆனால் பாஜக காப்பாற்ற நினைக்கும் நாட்டின் கலாச்சாரம், பண்பாடுதான் உண்மையில் மக்களுக்கு அச்சம் ஏற்படுத்துவதாகும். ஏனெனில், வெளிப்படையாகச் சொன்னால், அதுதான் மக்களை கொன்று குவிப்பது. ஜஜ்ஜாரின் ஐந்து தலித்துகளோ, அல்லது தாத்ரியின் ஒரு முஸ்லிமோ அல்லது உதம்பூரின் ஒரு காஷ்மீரி லாரி ஓட்டுனரோ மட்டுமின்றி, கால்நடைகளை விற்பதற்காக வளர்க்கும் லட்சக்கணக்கான விவசாயிகளும் ஏற்கனவே விவசாயம் பொய்த்ததாலும், அரசின் கொள்கைகளாலும் பாதிக்கப்பட்டு, கூடுதலாக இப்பிரச்சினையாலும் அழிவைச் சந்தித்துக் கொண்டிருக்கிறார்கள்.

2016 ஜனவரி 17 அன்று ஹைதராபாத் பல்கலைக்கழகத்தின் ரோஹித் வெமுலாவின் தற்கொலை காவி நிறுவனங்களின் சாதிய மனப்பான்மையிலிருந்து உருவாகும் குற்றத் தன்மையை வெளிக் கொணர்ந்தது. தனது லட்சிய புருஷரான கார்ல் சேகன் போல் ஒரு அறிவியல் எழுத்தாளராகும் வெமுலாவின் கனவு, சாதியின் பலபீடத்தில் திடீரென முடிவிற்கு வந்தது. ஆனால் அவரது மரணம் ஏற்படுத்திய மக்களது எதிர்வினை இது போன்ற சம்பவங்கள் மீண்டும் நிகழாமல் தடுக்கும் ஒரு மக்கள் இயக்கம் பற்றிய நம்பிக்கையை ஏற்படுத்தியது. ரோஹித் வெமுலாவின் மரணம் சாதிவெறியால் எங்கோ ஓரிடத்தில் நடந்த ஒரு ஒற்றைச்சம்பவமல்ல, இந்துத்துவா சக்திகளின் எழுச்சியோடு தலித்துகளுக்கு எதிரான கொடுமைகள் தீவிரமடைந்துள்ளன. சமீப காலமாக தலித் அறிஞர்கள் துன்புறுத்தப்படுவது ஒப்பீட்டளவில் கவனம் பெறாமல் போய்க் கொண்டிருந்த வேளையில், ரோஹித்தின் மரணம் தொடர்பான எழுச்சி மதவாத சக்திகளுக்கு எதிரான ஒரு புதிய இயக்கமாக மாறியது. குறிப்பாக, இட ஒதுக்கீட்டில் படிக்கும் மாணவர்கள் மீதான வெறுப்பு குறித்த அவரது தற்கொலைக் குறிப்பு புதிய எழுச்சியை ஏற்படுத்தியது.

‘ஒரு மனிதனின் மதிப்பு அவனது உடனடி அடையாளமாக, நெருக்கமான வாய்ப்பாகக் குறைக்கப்படுகிறது. ஒரு வாக்காக, ஒரு எண்ணிக்கையாக, ஒரு பொருளாக, ஒரு மனிதன் மனம் உள்ளவனாக ஒரு போதும் நடத்தப்படுவதில்லை. வெகுதூரத்தில் உள்ள விண்மீன் கூட்டத்தால் ஆக்கப்பட்ட மகத்தான பொருளான, இது ஒவ்வொரு துறையிலும், ஒவ்வொரு படிப்பிலும், தெருக்களில், அரசியலில், உயிரோடிருப்பவர், இறந்தவர் அனைவருக்கும் நடக்கிறது.

நாடெங்கிலும் உள்ள அனைத்து கல்வி வளாகங்களிலும் உள்ள மாணவர் சமூகம் முழுவதும், இந்த தற்கொலைக்கு இட்டுச் சென்ற பாஜகவின் மாணவர் அணியான ஏபிவிபியின் இந்துத்துவ ரௌடித்தனத்தைக் கண்டித்தது. ரோஹித்தின் சக மாணவர்களின் போராட்டமும், ஆசிரியர்களின் உறுதியான ஆதரவும் (சிலர் பணியிடை நீக்கம் செய்யப்பட்டார்கள்) தேசிய, சர்வதேச அளவில் ஏற்பட்ட கொந்தளிப்பும், நிர்வாகத்தின் ஆணவப் பேச்சை அம்பலப்படுத்தின. 2014ல் பாஜகவின் வெற்றிக்கு பெரிய அளவில் உதவியிருந்த மாணவர்கள், அதன் சாதிய, மதவாதத் திட்டத்தை உறுதியாக மறுப்பதற்காக ஒன்று திரண்டார்கள்.

லக்னோ பல்கலைக்கழகத்தில் பேசிய பிரதமர் ரோஹித்தின் மரணம் தனக்கு தாய் தன் குழந்தையை இழந்த வேதனையைத் தருவதாகக் கூறி முதலைக்கண்ணீர் வடித்தார். இதே குழந்தையைத்தான் அவரது அமைச்சர் பண்டாரு தத்தாத்ரேயா தேசவிரோதி என்று முன்னர் குறிப்பிட்டிருந்தார். ஆனால் பிரதமர் ரோஹித்தின் தற்கொலைக்கு இட்டுச் சென்ற தன் அமைச்சர்களின் தவறுகள் பற்றி வாய் திறக்கவில்லை. பாராளுமன்றத்தில் மனிதவள மேம்பாட்டுத் துறை அமைச்சர் ஸ்மிருதி இரானியின் போலி நடிப்பு மேலும் பல சர்ச்சைகளை ஏற்படுத்தியது. அவர் தனது பதவியைக் காத்துக் கொள்வதற்காக நிகழ்வுகளின் வரிசை பற்றி பொய் கூறுகிறார் என்று குற்றம் சாட்டப்பட்டார். இதைத் தொடர்ந்து வந்த சர்ச்சைகள் அவரது சாதி அடையாளம் குறித்தே நடந்தது. ‘மனிதன் ஒருபோதும் ஒரு மனிதனாகப் பார்க்கப்படுவதில்லை’ என்ற அவரது குற்றச்சாட்டு சரிதான் என்பதை நிரூபித்தது. அவரது தலித்தன்மைக்கு ஆதாரம் தேடப்பட்டது. மாவட்ட நிர்வாகம் ரோஹித்தின் குடும்பம் உண்மையாகவே பட்டியலின சாதியைச் சேர்ந்தது தானா என்று ஆவணங்களைத் தேடியது. அவர் இட ஒதுக்கீட்டை பயன்படுத்தாமல், ‘மெரிட்டில்’ அறிவியல், தொழில்நுட்பம், சமூகவியல் படிப்புகளில் முனைவர் பட்டத்திற்குச் சேர்ந்திருந்தது சிலருக்கு உறுத்தியது. ரோஹித்தின் சுருக்குக் கயிறு தனது கழுத்தை இறுக்குவதை பாஜக பார்க்கத் தவறியது. பாஜகவின் பிராமணிய பெருமை அதன் பார்வையை மறைப்பது தொடர்வதைக் காட்டியது.

முகமது அக்லக் மற்றும் ரோஹித் வெமுலா ஆகியோரின் மரணங்கள் பாஜக மற்றும் அதன் அமைப்புகள் மீண்டும் நிறுவத் துடிக்கும் அந்த பிராமணிய முறையிலிருந்தே நிகழ்ந்துள்ளது. அவர்களது தத்துவம் அடிமட்டத்து மக்களை முறையாக ஒடுக்குமுறை செய்யும் மேட்டுக்குடித்தனத்தை அடிப்படையாகக் கொண்டது. இந்தத் தொடர்பின் காரணமாகவே அம்பேத்கர் இந்துத்துவத்தை வெறுத்தார். பாஜகவின் நடவடிக்கைகள் அதன் ஜாதீயத் தன்மைக்கும், முஸ்லீம் எதிர்ப்பு சித்தாந்தத்திற்குமான இணைப்பை வலுப்படுத்துகின்றன. நரேந்தர மோடியின் ஆட்சியில் இருந்த குஜராத்தை நாம் எடுத்துக் கொள்வோம். கிறிஸ்டோஃப் ஜார்லோட் கூறுவதுபோல (2015 நவம்பர் 12ல் பிரின்ஸ்டன் பல்கலைக்கழகத்தில் ஆற்றிய உரை) மிகவும் புகழப்படும் மோடியின் வளர்ச்சி குறித்த முன்மாதிரியில் சமூகத் துறைகளில் மிகக் குறைவாக செலவு செய்யப்பட்டது. இதன் விளைவுகள் கல்வி, சுகாதாரம் மற்றும் இதர சமூக குறியீடுகளில் வெளிப்படுகிறது. 2011ல், மோடியின் பத்தாண்டு ஆட்சிக்குப் பிறகு, குஜராத்தில் (தமது வயதுக்கு ஏற்ற) இயல்பான எடை கொண்ட குழந்தைகளின் சதவிகிதம் 43.13 ஆகும். இதுதான் நாட்டிலேயே மிகவும் குறைவானது. தேசிய அளவில் தனிநபர் வருமானத்தில் வழக்கமாக இரண்டாவது, மூன்றாவது அல்லது நான்காவது இடம் பிடிக்கும் இந்த மாநிலத்தில், ஊட்டச்சத்து குறைபாடுள்ள இக்குழந்தைகள் யார்? இவர்கள் ஏழைகள், தலித்துகள், ஆதிவாசிகள், முஸ்லீம்களின் குழந்தைகள், 'குஜராத் மாடல்' என்பது ஏற்கனவே மதரீதியாக ஒதுக்குவதற்கான ஒரு சொல்லாக மாறிவிட்டது. இது இப்போது சமூக பொருளாதார ரீதியாக ஒதுக்குவதையும் குறிப்பதாக ஜார்லோட் காட்டுகிறார். 1994ல் வறுமைக் கோட்டுக்குக் கீழ் இருந்த குஜராத்தின் பட்டியலின மக்களின் சதவிகிதம் 31 ஆகும். 2005ல் இந்த சதவிகிதம் 34 ஆக உயர்ந்தது. வறுமை நிலையில் இப்படி திடீர் உயர்வு ஏற்படுதல் மிக அபூர்வ நிகழ்வாகும். ஏனெனில், எந்த ஒரு சமூகமும் எவ்வளவு விளிம்பு நிலையில் இருந்தாலும் தனது வறுமைக் கோட்டிற்குக் கீழ் உள்ளவர் எண்ணிக்கையை குறைக்க முயல்வதுதான் பொதுவான போக்கு. 2001 முதல் 2010 வரை குஜராத் கல்விக்குச் செலவிட்டது தேசிய சராசரியை விட 3 சதவிகிதம் குறைவுதான். நாட்டில் இதை விட குறைவாக செலவு செய்த ஒரே மாநிலம் மத்தியப் பிரதேசம். இதுவும் பாஜக வேண்டுமென்றே செய்த, கட்டிடக்கலை நிபுணரின் வரைபடம் போல திட்டமிட்டுச் செய்த புறக்கணிப்பு, சர்ச்சார் கமிட்டி (2006) பரிந்துரையின்படி, ஒவ்வொரு மாநிலத்திலும் 50000 தகுதி வாய்ந்த முஸ்லிம் மாணவர்களுக்கு உதவித் தொகை தரும் மத்திய அரசின் திட்டத்திற்கு நேர்ந்த கதியைப் பார்த்தால் இது நமக்குத் தெளிவாகும். இத்திட்டத்திற்கு ஒதுக்கப்பட்ட குறைவான நிதியின்படி மத்திய அரசு ஆண்டுதோறும் 3.75 கோடியும்,

ஒவ்வொரு மாநில அரசும் ரூ.1.25 கோடியும் தர வேண்டும். இத்திட்டத்தை நிறைவேற்ற மறுத்த ஒரே மாநிலம் குஜராத்தான். அதற்கும் ஒருபடி மேலே சென்று, இத்திட்டம் பாரபட்சமானது என்று மத்திய அரசை உச்சநீதிமன்றத்திற்கு இழுத்தது. ஒரு மாநில அரசு எதற்காக இப்படி ஏழைகளுக்கு எதிராக அப்பட்டமாக பாரபட்சமாக நடந்து கொள்கிறது? இதனால் யாருக்கு பலன்? குஜராத்தில் பலனடைந்த நடுத்தர வர்க்கம்.

ஆர்.எஸ்.எஸ் இந்தியாவை குஜராத்தாக மாற்ற திட்டமிடுவதன், 'குஜராத் மாடலை' அம்பலப்படுத்துவது முக்கியமாகும். ஜாஃப்ரிலாட் குறிப்பிடுவதுபோல, மோடியின் ஆட்சிக்காலத்தில், குஜராத்தின் வரி வருவாயில் 70 சதம் மதிப்புக்கூட்டு வரி போன்ற மறைமுக வரிகள் மூலம்தான் வந்தது. 2017ல் ஜிஎஸ்டி வருவதற்கு முன்பு பெரும்பாலான மாநிலங்களுக்கு சொத்துவரி, நிலவரி, வாகனவரி, பத்திரப்பதிவு வரி என நடுத்தரவர்க்கத்திடமிருந்து வந்தது போல் வரி வருவாய் குஜராத்திற்கு வரவில்லை. சமூகத் துறைகளுக்கு முதலீடுகளை நிறுத்தி வைக்கும் கை அம்பானி, எஸ்ஸார், டாட்டா, அதானி போன்ற பெரிய கார்ப்பரேட்களுக்கு பணத்தை வாரியிறைக்கிறது. அவர்கள் நிலங்களை அற்ப விலைக்கு வாங்குகிறார்கள். பல்லாண்டு காலங்களுக்கு வரிச்சலுகைகள் அனுபவிக்கிறார்கள். இந்தியன் எக்ஸ்பிரஸில் (2017 நவம்பர் 20) எழுதிய கட்டுரையில் ஜாஃப்ரிலாட் 1990-2001 காலக்கட்டத்தில் குஜராத் தொழில் கழகம் 4620 ஹெக்டேர் நிலங்களை கையகப்படுத்தியது என்றும் 2001-11 காலகட்டத்தில் இது 21,308 ஹெக்டேராக உயர்ந்தது என்றும் கூறுகிறார். இதில்சிறப்புப்பொருளாதாரமண்டலங்கள்உருவாக்கதொழிற்சாலைகளுக்கு 99 ஆண்டு குத்தகைக்கு விடப்படுவதற்காக கையகப்படுத்தப்பட்டு, சந்தை விலையை விட குறைந்த விலைக்கு தொழிலதிபர்களுக்கு விற்கப்பட்ட நிலங்களும் அடங்கும். இக்கட்டத்தில் இப்படிப்பட்ட ஒரு அரசு எப்படி தேர்தல்களில் ஜெயிக்க முடிகிறது என்ற கேள்விக்கு விடை தானாகக் கிடைக்கிறது. தனது போட்டியாளர்களைவிட மிகப் பிரம்மாண்டமான வகையில் செலவு செய்வதன் முலம்தான் ஜெயிக்க முடிகின்றது..

பொய் யதார்த்தத்தின் மாயத் தோற்ற உருவாக்கம்

தலித்துகளும் முஸ்லிம்களும் இணைந்து விடாமல் தடுப்பது சங்பரிவாரின் முன்னுரிமைப் பணியாக உள்ளது. அம்பேத்கரின் பாகிஸ்தான் குறித்த சிந்தனைகள் நூலிலிருந்து ஆங்காங்கே ஒரு சில வரிகளை மேற்கோள்காட்டி, அதன் அறிவுஜீவிகள் அம்பேத்கர் முஸ்லீம்களுக்கு எதிரானவர் என்கிறார்கள். 1941ல் இந்நூல் ஒரு சர்ச்சைக்குரிய விதத்தில் எழுதப்பட்டது. (1945ல் திருத்தி எழுதப்பட்டது) அம்பேத்கர் இந்துக்கள், முஸ்லீம்கள் என்ற இரு தரப்பிற்கும் ஆதரவாக எழுதியுள்ளார். மிக

கவனமாகப் படிக்காவிட்டால், நூலின் பல வாதங்கள் புரியாது. இருந்தாலும், அம்பேத்கரின் பரந்த பார்வை, மதமாற்றத்திற்கு இஸ்லாம் ஏற்றது என்று கருதத்தக்க அளவில் (முக்தி கோன் பதே?1936) முஸ்லீம் சமுதாயத்தை பல இடங்களில் அவர் புகழ்வது ஆகியவற்றை வைத்துப் பார்க்கும்போது, அவரை குறுகிய மனம் கொண்டவராக முஸ்லீம் எதிர்ப்பாளராக சித்தரிக்க முடியாது. இந்து கலாச்சார தேசவாதத்தின் ஆதரவாளர், முஸ்லீம்களை அவர் நாசகாரர்களாக, சீர்த்திருத்தங்களுக்கு எதிரானவராக கருதினார் என்பது போன்ற அம்பேத்கர் பற்றிய பரிவாரின் பொய்களுக்குப் பின்னால் உள்ள ஆய்வுகளின் தரம் என்ன என்பதை உங்களுக்குக் காட்ட நான் ஒரே ஒரு விஷயத்தைச் சொன்னால் போதுமானது. அம்பேத்கரின் எழுத்துக்களிலிருந்து அவர்களது பொய்களை மறுப்பதற்கான ஆதாரங்களை நான் வெறும் நான்கே நாட்களில் திரட்டிவிட்டேன். அவை *'முஸ்லீம்கள் குறித்து அம்பேத்கர்- மாயைகளும் உண்மையும்' (Ambedkar on Muslims : Myths and Facts -2003)* என்ற நூலாக வந்தன.

சங் பரிவாரின் ஆதரவாளர்கள் தமது தவறான நம்பிக்கைகளிலிருந்து வெளியே வந்த, வரலாற்றின் சில கடுமையான உண்மைகளை கவனிக்க வேண்டியது அவசியம். அவர்கள் பெருமை கொள்ளும், பக்தியாக இருப்பதுபோல் நாடகமாடும் இந்த நாடு காலனியவாதிகள் அளித்ததுதான். முன்பு அது இந்த அளவில், இந்த வடிவத்தில் இருக்கவில்லை. இவர்கள் வெறுக்கும் முஸ்லீம்கள், எட்டாம் நூற்றாண்டில், பதினேழுவயது இளைஞனான முகமது பின் காசிம் சிந்துவைக் கைப்பற்றி இஸ்லாமியப் பரவலாக்கத்திற்கு அவர்கள் நம்புவது போல் வாள் முனையால் அன்றி, பிராமணியத்தால் ஒடுக்கப்பட்டோருக்கு இஸ்லாமிய சமத்துவம் ஈர்ப்புடையதாக இருந்ததால் மாறியவர்கள் அவர்கள் - வழிவகுத்த காலம் முதலாய் இந்த மண்ணின் பகுதியாய் இருப்பவர்கள். செழிப்பு மிக்க இந்த துணை கண்டத்திற்கு அதன் பிரத்யேகமான பிராமணிய பாரம்பரியத்தால் ஒரு அடிமைத்தன வரலாறு உண்டு. இவையும், இந்துத்துவாவின் மேலாதிக்க வெறியார்வமும் சேர்ந்துதான் காலப்போக்கில் தேசப் பரிவினைக்கு இட்டுச் சென்றன. ஆனாலும் உலகில் அதிகமான முஸ்லீம்கள் வசிக்கும் நாடுகளில் இந்தியாவும் ஒன்று. இங்கு சுமார் 177 மில்லியன் முஸ்லிம் மக்கள் வாழ்கிறார்கள். இது உலகின் முஸ்லிம் மக்கள் தொகையில் 10 சதமாகும். இந்தோனேஷியா, பாகிஸ்தானுக்கு அடுத்தபடியாக முஸ்லிம்கள் இந்தியாவில்தான் அதிகமாக வசிக்கின்றனர். மாறி மாறி எழுதப்பட்டு வரும் இந்தியக் கலாச்சாரத்திற்கு இஸ்லாமும் முஸ்லீம்களும் அளித்துள்ள பங்களிப்பு அவர்களது எண்ணிக்கை உணர்த்துவதைவிட மிகப் பரந்ததாகும். ஐரோப்பிய காலனியாளர்களுக்கு ஒரு உள்நோக்கம் இருந்தபோதிலும் கூட,

இந்தியாவிற்கு நவீனத்துவத்தையும், உள்கட்டுமானத்தையும் அளித்தவர்கள் அவர்கள்தான். அதே சமயம் அவர்களைத் தொடர்ந்து வந்தவர்கள்தான் அதை அழிவுப் பாதையில் கொண்டு செல்கிறார்கள்.

பாஜக தனது மேலாதிக்கத் திட்டத்தை எந்த அளவிற்கு முன்னெடுத்துச் செல்கிறதோ, அந்த அளவுக்கு அது மக்களிடமிருந்து விலகுகிறது. மோடியும், ஷாவும் (பகவத்தும்) தமது ப்ரதஸ்ரண்யராகக் கருதும் அம்பேத்கரின் வார்த்தைகளைக் கேட்டால் நல்லது. அவர் கூறியதாவது:

'இந்து சமூகம் என்பதாக ஒன்று இல்லை. அது சாதிகளின் ஒரு தொகுப்பு மட்டுமே. சமூகவியலாளர்கள் குறிப்பிடும் 'நாமனைவரும் ஒன்று' என்ற உணர்வு *(Consciousness of Kind)* என்பது இந்துக்களிடம் அறவே கிடையாது. இந்துக்கள் அனைவரும் என்ற உணர்வு கிடையாது. ஒவ்வொரு இந்துவிடமும் உள்ள உணர்வு தனது சாதி பற்றிய உணர்வுதான். இதன் காரணமாக, இந்துக்களை ஒரு சமூகமாகவோ, அல்லது ஒரு தேசமாகவோ குறிப்பிட முடியாது. *(**)*

இந்தியா என்ற கருத்தாக்கம் அதன் மக்களது பன்முகத்தன்மையை அடிப்படையாகக் கொண்டது. அடிப்படையில்,சாதி சார்ந்த, மத, பகுதி இன மொழி சிறுபான்மையினர்களால் ஆன இந்த தேசம் - அம்பேத்கர் 'சமூகங்களின் ஒரு ஒழுங்கற்ற கலவை' என்று குறிப்பிட்ட தேசம் இந்தப் பன்முகத்தன்மையால் மட்டுமே பிழைத்திருக்க முடியும்.

இப்போதைக்கு பாஜக மேலும் மேலும் வளர்ந்து வருவது போல் தெரிகிறது. இது அப்படியே நிலைக்குமா என்பதற்கு காலம்தான் விடைதர முடியும். எனினும், சங் பரிவாரின் எந்த ஒரு பிரிவும் இங்கு எழுப்பப்படும் கேள்விகள் பற்றி கவலைப்பட வாய்ப்பில்லை. இந்த நாட்டின் நலன் குறித்த அவர்களது கண்ணோட்டம். உண்மைகள் குறித்த அவர்களது கண்ணோட்டத்தைப் போலவே அசட்டையானதுதான். உண்மையில் அவர்களது கவர்ச்சிகரமான கோஷங்களுக்குப் பின்னால் உள்ள திட்டங்களை வாக்காளர்கள்தான் உணர்ந்து கொள்ள வேண்டும். 'சப்கா சாத், சப்கா விகாஸ்' (எல்லோரோடும், எல்லோருக்கும் வளர்ச்சி) என்ற கோஷம் எந்த ஆதாரமுமற்ற கவர்ச்சி கோஷமாகத்தான் உள்ளது. குறைந்தபட்சம் குஜராத்தின் மோடி ஆட்சிகூட இதை நிரூபிக்கவில்லை. ஜனநாயகத்தின் சாரமான விவாதங்களைத் தவிர்த்து, தான் மட்டுமே பேசும் மோடியின் பாணி மூலதனத்தின் உத்தரவுகளை நிறைவேற்ற மீண்டும் மீண்டும் உதவுகிறது. மோடியின் நீண்ட கால நண்பரான அமித்ஷா பாஜக தலைவரானதிலிருந்து, குஜராத்தில் இந்த இரட்டையரின் ஆதிக்கம், இவர்களது பார்வை மற்றும் வழிமுறைகள் பற்றி தெளிவான சித்திரத்தை நமக்குத் தருகிறது. தனது இந்து

ராஷ்ட்டிரம் என்ற வடிவில் பாசிசம் எவ்வாறு இருக்கும் என்பதற்கான முன்மாதிரியை அவர்கள் அளித்துள்ளார்கள். 2014லிருந்து அவர்கள் ஒவ்வொரு மாநிலமாக குறிப்பாக உத்திரப்பிரதேசத்தில், வென்று வருகிறார்கள். இது ராஜ்யசபாவில் அவர்களது பலத்தை அதிகரிக்கும். மோடியின் சட்டத்தின் ஆட்சிக்கான உறுதிமொழி, ஏழைகள் மீதான அக்கறை, பணமதிப்பிழப்பின் மூலம் வரப்போகும் நன்மை, ஆண்டுக்கு ஒரு கோடி என்ற அளவில் மோடி உருவாக்கப்போகும் வேலைவாய்ப்புகள் எல்லாம் எவ்வாறு மாயத்தோற்றமாக உள்ளனவோ, அது போன்றே ‘அச்சா தின்’ என்ற கோஷமும் மாயத்தோற்றம்தான். மோடி ஏன் அம்பேத்கரின் ஒரு காவி மாயத்தோற்றத்தை உருவாக்க நினைக்கிறார் என்பது தெளிவாகத் தெரிகிறது. உண்மையான அம்பேத்கரை உணர்வது பரிவாரின் மாயத் தந்திரங்களை நிறுத்திவிடும்.

9

கல்வி மந்திரமும், தவிர்ப்பு சூத்திரமும்

1950 ஜனவரி *26* அன்று இந்திய அரசியலமைப்புச் சட்டம் முறையாக அமுல்படுத்தப்படும் வரை இத்துணைக்கண்டத்தின் வரலாற்றில் நெடுங்காலத்திற்கு இந்து சட்டம் மற்றும் சமூக அமைப்பிற்கான சட்டகம் மனுஸ்மிருதி மற்றும் தத்துவார்த்த ரீதியாக அதைப் போன்றே இருந்த சாஸ்திர நூல்களால்தான் வழங்கப்பட்டது. இது இரு பிறப்பு சாதிகளைச் சேர்ந்தவர்களைத் தவிர, மக்களில் சுமார் *85* சதத்தினருக்கு கல்வியை, ஏன் எழுத்தறிவையே மறுத்தது. அரசியலமைப்பிற்கு முன்பு, ஐரோப்பிய வர்த்தகர்கள், காலனியாளர்களுடன் இங்கு வந்த கிறிஸ்துவ மிஷனரிகளுடன் துணை கண்டத்திற்கு தொடர்பு இருந்தது. ஏசுவின் தூதர்களில் ஒருவரான தாமஸ் கிபி52ல் கேரளாவில் ஒரு தேவாலயம் நிறுவியதாக நம்பப்படுகிறது. *1498* மே *20* அன்று போர்த்துக்கீசிய மாலுமி வாஸ்கோடா காமாவுடன் மலபார்கரைக்கு வந்த அருட்தந்தை. பெட்ரோடி கோவில் ஹாம் காலத்திலிருந்துதான் தொடர்ச்சியான, பரந்துபட்ட மிஷனரி பணி ஆரம்பித்தது. காலனிய வாதிகள் மிக கவனமாக ஆவணங்களைப் பராமரிப்பவர்கள், தரவுகளை சேகரிப்பவர்கள் என்பதால், *1524*ம் ஆண்டில் *1503* டொமினிகர்கள், *1542* ஜெசூயிட்கள், *1572* அகஸ்டினின்கள் இந்தியாவில் பணிபுரிந்தது நமக்குத் தெரிய வருகிறது. *(Hillerbrand 2004)* காலனிய ஆட்சியும், அதன் 'நாகரீகப்படுத்தும் 'பணியும், திமிர்த்தனமும், அதிகாரமும் நிறைந்தது என்றாலும் கூட, ஒடுக்கப்பட்ட சாதிகளுக்கு ஏராளமான வாய்ப்புகளைத் தந்தது. காலனிய ஆட்சியாளர்கள் ஆரம்பத்தில் சரியாக ஆதரவு தராத போதும்கூட, கிறிஸ்துவ மிஷனரிகள்தான் அவர்களுக்கு நவீனக் கல்வியின் கதவுகளைத் திறந்து விட்டார்கள். கிறிஸ்துவர்கள் 'கடவுளின் வாசகத்தை' படிக்க வேண்டும் என்று கருதப்படுவதால், கிறிஸ்துவத்தில் கல்விக்கு முக்கியமான இடம் உண்டு. *Neil 1986, 195)* போர்த்துக்கீசியர்கள், பிரெஞ்சுக்காரர்கள், டச்சுக்காரர்கள், முக்கியமாக பிரிட்டிஷார் என பல்வேறு காலனியவாதிகளும் நாட்டில் நவீன ஆங்கிலக் கல்விக்கு அடித்தளமிட்டார்கள். கொள்கையளவில் இந்தக் கல்விக்கான வழி அனைவருக்கும் திறந்திருந்தது. ஆனாலும், நம் காலம் வரையிலும் பிராமணிய அமைப்பு உருவாக்கி இருந்த விதிமுறைகளின் தாக்கம் நீடித்திருப்பதால், கல்வி என்பது ஒரு சிக்கலான பேரமாகத்தான் இருக்கிறது.

இந்தியாவிற்கு அனுப்பப்பட்ட கிறிஸ்துவ மிஷனரிகளில் பெரும்பாலானவர்கள் படித்தவர்களாக, ஆர்வமிக்க கல்வியாளர்களாக

இருந்தார்கள். நேரடியான போதனைகளைத் தாண்டி, கல்வியும், மருத்துவமும், மதப் பிரச்சாரக் கருவிகளாக அவர்களால் பயன்படுத்தப்பட்டன. *(Mayhew 1998,161) 1575*ல் ஜெசூயிட் மிஷனரிகள் மேற்கத்திய பாணியிலான முதல் கல்லூரியை கோவாவில் நிறுவினர். இவர்கள்தான் நவீன முறையிலான உயர்கல்வியின் முன்னோடிகள். *18, 19*ம் நூற்றாண்டுகளில் பிரிட்டிஷ் ஆட்சி நன்கு வேரூன்றிய போது, கல்வியைப் பரப்புவதில் களத்தில் யார் ஆதரவைப் பெறுவது என்ற கேள்வி ஆரம்ப கால, பிரச்சினைகளில் ஒன்றாக இருந்தது. இந்து சமூகம் மிகவும் பிளவுண்டு இருந்ததால், ஒடுக்கப்பட்ட வகுப்பினர் மிஷனரி பள்ளிகளுக்கு வந்தால், ஆதிக்க சாதியினர் வரமாட்டார்கள். ஆதிக்க சாதிகளிலிருந்து மதம் மாறி வருபவர்கள் புதிய மதத்திற்கு ஒரு சமூக அந்தஸ்தை ஏற்படுத்துவார்கள். மறுபுறம் மிஷனரிகள் தமது நம்பிக்கையின்படி எளியவர்கள், அதிகார மற்றவர்களுக்குத்தான் சேவை புரிய வேண்டும். ஆரம்ப கால மிஷனரிகளின் பெரும்பாலான எழுத்துப் பணிகளுக்கு மொழிபெயர்ப்பு, அகராதி உருவாக்குதல், இந்திய மொழிகளுக்கு நவீன எழுத்துக்களை உருவாக்குதல், புத்தகங்கள், பிரசுரங்கள் வெளியிடுதல் உள்ளூர் மேட்டுக்குடிகளுடன் கூட்டுச்சேர வேண்டியிருந்தது. சேவை மற்றும் மதமாற்றத்தை அதிகரித்தல் என்ற லட்சியங்கள் அவர்களை ஏழைகள்பால் செலுத்தின.

இந்த முரண்பட்ட நெருக்கடிகளால் தலித்துகள் மத்தியில் கல்வி பரவவும், அது சாதி அமைப்பு குறித்த சங்கடத்தை உருவாக்கும் நவீன கலாச்சார மூலதனமாக மாறவும் நீண்டகாலம் பிடித்தது. மேற்கு இந்தியாவில் சாதி எதிர்ப்பு கிளர்ச்சியின் முன்னோடியாகத் திகழ்ந்த மஹாத்மா ஜோதிராவ் பூலே *(1827-90)* மிஷனரி கல்வியால் உருவானவர்தான். இவர் தனது 'பிராமணரல்லாதோர்' இயக்கத்தை ஆரம்பித்து, *1848* முதல் *1852* வரை தீண்டத்தகாதோருக்கு பள்ளிகளை நிறுவியபோது, ஸ்காட்லாந்தின் ஃபரீ சர்ச்சும், அமெரிக்கன் மராத்தி மிஷனும் (அகமதுநகரில் இருந்தது) அவரது முயற்சிகளுக்கு நிதியுதவி செய்தன. இதனால் உள்ளூர் சமூகப் பழக்கங்களில் தலையிடக் கூடாது என்ற கொள்கை கொண்டிருந்த காலனிய அரசின் கோபத்திற்கு இவை ஆளாகின. பூலே மிஷனரிகளின் பணியை மிகவும் போற்றினார். அவர்கள்தான் கீழ் சாதிகளின் விடுதலைக்கு உதவுபவர்கள் என்று கருதினார். பிராமணிய தந்திரத்திற்கும், கடவுளரின் நம்பிக்கை துரோகத்திற்கும் ஆளான மஹாபலியை உவமையாகக் கூறி, 'மேற்கின் பாலிச் சக்ரவர்த்தியான ஏசுநாதரின் தொண்டர்களாக மிஷனரிகள் இந்த நாட்டிற்கு வந்தார்கள்.. சூத்திரர்களிடையே ஏசுவின் உண்மையான போதனைகளை உபதேசித்தார்கள். (சாதியின்) அடிமைத்தனத்திலிருந்து, தந்திரத்திலிருந்து அவர்களை விடுவித்தார்கள் என்று எழுதினார். *(Deshpande 2002,75)*

1928 மே *29* அன்று பஹிஷ்கிரித் ஹித்கரின் சபா சார்பாக சைமன் கமிஷன் முன்பாக சாட்சியம் அளித்தபோது, அம்பேத்கரும், மிஷனரிகள் எவ்வாறு தலித்துகளின் கல்விக்கான ஒரே வழியாக இருந்தார்கள் என்பதை பின்வருமாறு கூறினார்.

'ஒடுக்கப்பட்ட வகுப்பினரின் கல்விக்கான பொறுப்பை ஏற்றுக்கொண்ட ஒரே அமைப்பு கிறிஸ்துவ மிஷனரிகள்தான். மவுண்ட்ஸ்டுவார்ட் எலிஃபின்ஸ்டோனின் வார்த்தைகளில் சொன்னால், மிக அடிமட்டத்தில் இருந்தவர்கள் தான் சிறந்த மனிதர்கள்' என்று அவர்கள் உணர்ந்தார்கள். ஆனால் அரசு மதரீதியாக நடுநிலை வகிப்பதில் உறுதியாக இருந்தது. அதனால் மிஷனரி பள்ளிகளுக்கு ஆதரவு தரவில்லை. எனவே, *1854* கல்வி சுற்றறிக்கை மிஷனரி பள்ளிகளுக்கு மானியம் தருவதை தடுக்காவிட்டாலும்கூட, இக்காலகட்டத்தின் துவக்க காலத்தில், இம்மாகாணத்தில் (பம்பாய்) எந்த மிஷனரி பள்ளிக்கும் நிதியுதவி தரப்படவில்லை. *((BAWS 2, 419))*

காலனிய அதிகாரமும், பிராமணிய தூண்டுதலும்

இந்தியர்களின் கல்வியில் காலனிய அரசின் பங்கைப் பொருத்தவரை, கிழக்கிந்தியக் கம்பெனியின் அதிகாரிகள் உள்ளூர் மேட்டுக்குடியினரிடம் ஒரு சமரசமான கொள்கையை மேற்கொண்டார்கள். கம்பெனி, *1780*ல் கல்கத்தாவில் மதரஸா அலியா, (அரபி, பெர்ஷிய மொழி மற்றும் இஸ்லாமிய சட்டங்கள் பயில), *1791*ல் பனாரஸ் சமஸ்கிருதக் கல்லூரி வாரணாசியில், *1800*ல் கல்கத்தாவில், ஃபோர்ட் வில்லியம் கல்லூரி, *1821*ல் புனேயில் புனே சமஸ்கிருதக் கல்லூரி, *1824*ல் கல்கத்தா சமஸ்கிருதக் கல்லூரி போன்றவற்றை ஆரம்பித்து உள்ளூர் மொழிக் கல்வியை ஆதரித்தது. இவை பாரம்பரியத்தின் மீது உள்ளார்ந்த சார்பு கொண்ட பூசாரிகள், மத அறிஞர்களால் நடத்தப்பட்டன. 'செவ்வியல்' மொழிகளுக்கும், படைப்புகளுக்கும் இங்கு முக்கியத்துவம் தரப்பட்டன. *1813*க்குப் பிறகு கம்பெனியின் எல்லைகள் கிறிஸ்துவ மிஷனரிகளுக்கு திறந்துவிடப்பட்டபோது இக்கொள்கைக்கும், மிஷனரிகளின் கொள்கைகளுக்கும் முரண்பாடுகள் ஏற்பட்டன. மேற்கத்திய அறிவைப் பரப்புவதில் அக்கறை கொண்டிருந்த இந்த மிஷனரிகளுக்கு கிழக்கிந்தியக் கம்பெனியின் தலைவரான சார்லஸ் கிராண்ட்டின் ஆதரவு இருந்தது. இதன் மூலம் *1830*ல் கல்கத்தாவில் ஸ்காட்டிஷ் சர்ச் காலேஜ், *1832*ல் பம்பாயில் வில்சன் காலேஜ், *1837*ல் மெட்ராஸ் கிறிஸ்டியன் காலேஜ், *1856*ல் பம்பாயில் எல்ஃபின்ஸ்டோன் காலேஜ் போன்ற புகழ்பெற்ற பல கல்லூரிகள் மிஷனரிகளால் ஆரம்பிக்கப்பட்டன. *1830*களின் துவக்கத்தில் எவ்வகையான கல்வியை ஆதரிப்பது என்று அரசிற்குள் நடந்துவந்த விவாதத்திற்கு ஒரு தீர்வு கிடைத்துவிட்டது. பயிற்று மொழியாக இந்தியாவின் உள்ளூர்

மொழிகள் இருக்க வேண்டும் என்று கூறிவந்த கிழக்கத்திய நாடுகள் கோஷ்டியை, கல்விக் கொள்கையை உருவாக்குவதில் செல்வாக்கு பெற்று விட்ட ஆங்கில மொழி கோஷ்டி அடக்கிவிட்டது. இது தாமஸ் பாபிங்டன் மெக்காலேயின், 'இந்தியக் கல்வி பற்றிய குறிப்பு' என்பது ஆங்கில கல்விச் சட்டம் 1835 ஆக நிறைவேற வழிவகுத்தது. இது மேற்கத்திய அறிவைப் பரப்புவதிலும், இந்தியக் கல்வித் திட்டத்தின் மையமாக ஆங்கில மொழியை வைப்பதிலும் அரசின் ஆதரவை உறுதியாக அறிவித்தது. கவர்னர் ஜெனரலின் செயற்குழுவின் முதன்மை சட்ட உறுப்பினரான மெக்காலே பிரபு தனது குறிப்புகளை வில்லியம் பென்டிங்கிடம் சமர்ப்பித்தார். 'நமக்கும், நாம் ஆளும் லட்சக்கணக்கான மக்களுக்கும் இடையே இணைப்பாக இருக்கக்கூடிய ஒரு வர்க்கத்தை - ரத்தத்திலும், நிறத்திலும் இந்தியராகவும், ரசனைகளில், கருத்துகளில், ஒழுக்கத்தில், அறிவில் ஆங்கிலேயராகவும் இருகக்கக்கூடிய ஒரு வர்க்கத்தை இந்த நாட்டில் உருவாக்கும் வண்ணம், அவர் கூறியிருந்த ஆலோசனைகள் பிரிட்டிஷ் கல்விக் கொள்கையை உருவாக்கின.

அடிப்படையில், இக்கொள்கை, காலனியாளர்களின் நடைமுறை நிர்வாகத் தேவைகளை மனதில் கொண்டுதான் உருவாக்கப்பட்டது. இந்தியாவில் கிழக்கிந்தியக் கம்பெனிகள் வர்த்தக ஏகபோகத்தை முடிவிற்குக் கொண்டு வந்த 1833 சார்ட்டர் சட்டம் நிறைவேற்றப்பட்ட காலத்தில் கம்பெனி கடுமையான நிதிச்சிக்கலில் இருந்தது. இந்தியாவில் நிர்வாகச் செலவுகளைக் குறைக்கும் கட்டாயத்தில் இருந்தது. செலவைக் குறைக்கும் வழிகளில் ஒன்றாக, அதிக சம்பளம் பெறும் ஐரோப்பிய ஊழியர்களுக்குப் பதிலாக, குறைந்த சம்பளத்தில் இந்தியர்களை பணிக்கு அமர்த்தலாம் என்ற ஆலோசனை வந்தது. ஐரோப்பிய குமாஸ்தாக்களுக்கு பதிலாக இந்தியர்கள் என்றால், இந்தியர்களுக்கு ஆங்கிலக் கல்வி தருவது அவசியமாக இருந்தது. இரண்டாவதாக, இந்தியர்களுக்கு ஆங்கில மதிப்பீடுகள், பழக்கவழக்கங்கள், ரசனைகளை ஏற்படுத்தி பிரிட்டிஷ் பொருட்களுக்கு இந்தியாவில் கிராக்கி ஏற்படுத்தவும் ஆங்கிலக் கல்வி தருவது முக்கியமாக இருந்தது. மெக்காலே கூறியதுபோல்.. நமது உடைகளை உடுத்தி, நமது பண்டபாத்திரங்களைப் பயன்படுத்திக் கொண்டு இருப்பவர்கள், ஆங்கில உற்பத்திப் பொருட்களை மதிக்கத் தெரியாத அளவிற்கு அறியாதவர்களாகவோ, அவற்றை வாங்க முடியாத அளவு ஏழைகளாகவோ இருக்கக்கூடாது.' மெக்காலேயின் குறிப்பு, பென்டிங்கின் சட்டம், ஆங்கிலக்கல்வி உருவாக்கம், அதன் வளர்ச்சி எல்லாமே காலனிய ஆதிகாரத்தின் நேரடித் தேவைகளைக் காட்டின. நவீன கல்விக்கான கம்பெனியின் ஆதரவு இந்தியர்களையும், ஆங்கிலேயர்களையும் சமமாக்குவதையோ அல்லது இந்திய சமூகத்திற்குள் ஒரு சமத்துவத்தை

உருவாக்குவதையே நோக்கமாகக் கொண்டதல்ல. அது வெறும் வியாபார ஏற்பாடு மட்டும்தான். ஆனால் அது மேலே குறிப்பிட்ட இரண்டையும் ஏற்படுத்தியது ஒரு முரண் விளைவாகும்.

1837ல் பாரசீக மொழிக்குப் பதிலாக ஆங்கிலம் அதிகாரப்பூர்வ, நீதிமன்ற மொழியாக மாற்றப்பட்டது. 1844ல் கவர்னர் ஜெனரல் ஹார்டிஞ்ச் குடிமைப் பணிகளில் ஆங்கிலம் கற்ற இந்தியர்களுக்கு முன்னுரிமை தரப்படும் என்று அறிவித்தார். இந்த இரண்டும் ஆங்கிலம் தவிர்த்த எந்த கல்விக்குமான வாய்ப்புகளை மொத்தமாக மூடிவிட்டது. 1852-56ல் பம்பாயின் சில குடிமக்கள் இந்தியாவில் பல்கலைக்கழக கல்வியை உருவாக்கி, அதற்கு நிதி ஒதுக்க வேண்டும் என்று பிரிட்டிஷ் பாராளுமன்றத்திடம் மனு அளித்தார்கள். இதன் விளைவாகவும், ஆங்கிலக் கல்விக்கான பொதுவான கோரிக்கையின் விளைவாகவும் 1854ல் 'உட்ஸ் டெஸ் பாட்ச்' என்றழைக்கப்படும் குறிப்பு உருவானது. கிழக்கிந்தியக் கம்பெனியின் கட்டுப்பாட்டுக்குழுத் தலைவராக இருந்த ஸர் சார்லஸ் உட் என்பவரின் இக்குறிப்பு, இந்தியாவில் மேற்கத்தியக் கல்வியின் வளர்ச்சி என்ற புதிய யுகத்தின் துவக்கத்தைக் குறித்தது. இக்குறிப்பு ஒவ்வொரு மாகாணத்திலும் கல்வி நிறுவனங்களை மேற்பார்வையிடும் ஒரு அதிகாரியின் கீழ் பொதுக்கல்வித் துறை ஒன்றை அமைக்கப் பரிந்துரைத்தது. துவக்கக் கல்வியிலிருந்து பல்கலைக்கழக கல்வி வரையிலான முறையான, தெளிவான ஒரு கல்வித்திட்டத்தை உருவாக்கும் பணியை அரசுக்கு அளித்தது. இப்பரிந்துரைகள் 1857ல் பம்பாய், கல்கத்தா, மெட்ராஸ் ஆகிய இடங்களில் பல்கலைக்கழகங்கள் உருவாக வழி செய்தன. இப்பரிந்துரைகள் உயர் குடியினரில் ஒரு பகுதியினரை உயர்கல்வியில் பயிற்றுவித்து, நாட்டில் கல்விக்கான ஒரு நிர்வாக அமைப்பை ஏற்படுத்துவதற்கான ஆளும் காலனிய அதிகாரத்தின் தேவைகளை பிரதிபலித்தன. அவை அவற்றின் மேட்டுக்குடி சார்போடு பரவலாக இன்றளவும் தொடர்கின்றன.

உட்ஸ் குறிப்பிற்குப் பிறகும், தலித்துகளை சேர்த்துக் கொள்வது குறித்த கம்பெனியின் அணுகுமுறை சாதகமாக இல்லை என்பது முக்கியமானது. உள்ளூர் மேட்டுக்குடியினருடன் சமரசமாகப் போவதுதான் பொதுவான அணுகுமுறையாக இருந்தது. பள்ளிகளில் தலித்துகளுக்குத் தடை என்பதே இதன் பொருள். 1856 ஜூனில் தார்வாடின் (இன்றைய கர்நாடகா) ஒரு மஹர் சிறுவன் தன் சாதி காரணமாக அரசுப் பள்ளியில் தனக்கு அனுமதி மறுக்கப்பட்டதை எதிர்த்து அரசிடம் மனு அளித்தபோது, இப்பிரச்சினை வெளிப்பட்டது. இது பிரிட்டிஷ் அரசிடம் மனு அளித்தபோது, இப்பிரச்சினை வெளிப்பட்டது. இது பிரிட்டிஷ் அரசில் கடுமையாக விவாதிக்கப்பட்டது. இச்சமயத்தில் இந்தியாவின் நிர்வாகத்தை கம்பெனியிடமிருந்து பிரிட்டிஷ் அரசு ஏற்றிருந்தது. 1858ல் பிரிட்டிஷ் அரசு, அரசு மானியம் பெறும் அனைத்து

பள்ளிகளும், சாதி வேறுபாடின்றி அனைத்து மாணவர்களையும் சேர்த்துக் கொள்ள வேண்டும் என்று அறிவிக்க நேர்ந்தது. *(பார்க்க மிஸ்ரா 2001)* எனினும், இந்த உறுதிமொழியால் ஏராளமான தலித் சமூகத்தினர் பள்ளிகளில் சேர்ந்துவிட முடியவில்லை. டாக்டர், அம்பேத்கர், அரசு தனது உறுதி மொழிக்கு மாறாக, தலித் மாணவர்களை எவ்வாறு கல்வியிலிருந்து ஒதுக்கியது என்பதை பின்வருமாறு குறிப்பிட்டார்.

'இச்சூழ்நிலையில் *1854* குறிப்பு கூறியது போல் பொதுக்கல்வி ஒடுக்கப்பட்ட மக்களைத் தவிர மற்ற அனைவருக்கும் கிடைத்தது. *1854*ல் ஒடுக்கப்பட்டோர் கல்விக்கு இருந்த தடை நீக்கப்பட்டது. பெயரளவிலான செயல்தான். ஏனெனில், ஒதுக்கப்படுதல் கூடாது என்று அரசு உறுதியளித்தாலும், அதை நடைமுறைப்படுத்துவதை கவனமாகத் தவிர்த்தது. எனவே, நடைமுறையில் அந்தத் தடை முன்புபோலவே தொடர்ந்தது என்று நாம் சொல்லலாம். *(BAWS 2,419)*

இவ்வாறாக, காலனிய காலத்திலும் கூட, இந்து சமூகத்தில் பிராமணிய மேலாதிக்கம் தொடர்ந்தது. மனுவின் சட்டம் பழங்காலத்து விஷயமல்ல. அது இப்போதும் சமூகத்தில் தொடர்ந்து ஆதிக்கம் செலுத்துகிறது என்று அம்பேத்கர் *1948*ல் எழுதிய தீண்டத்தகாதவர்கள்: அவர்களில் யார்? அவர்கள் எப்படி தீண்டாத்தகாதவர் ஆனார்கள்? *(The untouchables, who are they and why the became untouchables? BAWS9)* நூலில் ஆதாரங்களோடு வாதிட்டார்.

காலனிய காலத்தில் தலித்துகளுக்கு கல்விக்கான மற்றொரு முக்கியமான வழிமுறை ராணுவப் பள்ளிகள். கிழக்கிந்தியக் கம்பெனியின் பம்பாய் ராணுவம் பெரிய எண்ணிக்கையில் மஹர் வீரர்களை பணிக்கு அமர்த்தியது. பிரிட்டிஷார் தமது வீரர்களுக்கு கல்வி புகட்ட வேண்டும் என்ற கொள்கை கொண்டிருந்ததால், அதற்காக ராணுவப் பள்ளிகளை நடத்தினார்கள். *(White 1994)* கொங்கன் மற்றும் மேற்கு மலைப்பகுதிகளிலிருந்து ஏராளமான எண்ணிக்கையில் ராணுவத்தில் சேர்ந்து, ராணுவப் பள்ளிகளில் கல்வி பயின்ற மஹர்கள் பின்னர், தலித் இயக்கத்தைக் கட்டுவதில் ஒரு முக்கியப் பங்காற்றினார்கள். அம்பேத்கரின் அனுபவங்கள் 'பாரம்பரிய கிராமச் சூழலிலிருந்து விடுபட்டிருந்ததாகவும், அவரது இளமைக் காலம் படித்த முன்னாள் ராணுவ வீரர்கள் மத்தியில் கழிந்ததன், போர் வீரர்களின் பெருமிதத்தால் ஊக்குவிக்கப்பட்டதாகவும், கிராமத்தில் தெரியவருவதைவிட அதிக மேம்பட்ட இந்துமதம் பற்றி அவர் தெரிந்துகொண்டதாகவும், ஜெலியாட் குறிப்பிடுகிறார். *(2013, 16)* மஹாராஷ்ட்ர தலித் இயக்கத்திற்கு முக்கிய காரணம் பிரிட்டிஷ் ராணுவத்தில் மஹர்கள் சேர்த்துக் கொள்ளப்பட்டதுதான் என்றார் அம்பேத்கர். அவர் கூறியதாவது:

பிரிட்டிஷார் இங்கு வருவதற்கு முன்பு வரை, தீண்டத்தகாதோர் தீண்டத்தகாதோராக இருப்பதில் திருப்தியடைந்து இருந்தார்கள்... கிழக்கிந்தியக் கம்பெனியின் ராணுவத்தில், இந்திய வீரர்கள், அவர்களது ஆண், பெண் குழந்தைகளுக்கு கட்டாயமாக கல்வி தரும் ஒரு முறை நிலவியது. இராணுவத்தில் தீண்டத்தகாதோர் பெற்ற கல்வி அவர்களுக்கு ஒரு புதிய பார்வையை, ஒரு புதிய மதிப்பைத் தந்தது. தாம் வைக்கப்பட்டிருக்கும் இழிந்த நிலை தப்பிக்கமுடியாத ஒரு விதியல்ல. அது பூசாரியின் வஞ்சகத் தந்திரத்தால் தம் மீது சுமத்தப்பட்ட களங்கம் என்பதை அவர்கள் உணர்ந்தார்கள். இதுவரையில்லாத வகையில் அவர்கள் அது குறித்து அவமானப்பட்டார்கள். அதை விரட்டிவிடுவது என்று உறுதிபூண்டார்கள். (BAWS2, 189)

இதேபோன்று, மதராஸ் மாகாணப் பகுதிகளிலும் பறையர் இனத்தைச் சேர்ந்தவர்கள் ராணுவம் மூலம் பலனடைந்தது பற்றிய பதிவுகள் நிறைய உள்ளன.

1760, 1770களிலிருந்து (கிழக்கிந்தியக்) கம்பெனி ராணுவத்தின் காலாட்படையில் பெரும்பாலானவர்கள் பறையர்கள்தான். 19ம் நூற்றாண்டின் நடுப்பகுதி வரை 'குவீன்ஸ் ஒன் சாப்பர்ஸ் அண்ட் மைனர்கள்' என்று குறிப்பிடப்பட்டு ஒரு படைப்பிரிவிற்கு பறையர்களை மட்டுமே தேர்ந்தெடுத்து வந்தார்கள். 1857 புரட்சிக்குப் பிறகு, பிரிட்டிஷ் அரசின் படைக்கு ஆள் சேர்க்கும் கொள்கையில் ஒரு மாறுதல் ஏற்பட்டது. அச்சமயத்தில் பிரிட்டிஷ் ராணுவ உயரதிகாரிகள், 'போர் சாதிகள்' என்ற அடிப்படையில் படைக்கு ஆள் சேர்ப்பது அவசியம் என்று கருத ஆரம்பித்தார்கள். (Dutta 2013, 48)

காலனிய காலகட்டத்தின் கல்விக்கான வாய்ப்பு என்பதை தலித் வரலாற்றில் ஒரு குறிப்பிடத்தகுந்த புரட்சிகரமான முன்னேற்றம் என்று கருதலாம். கல்வி அவர்களுக்கு ஒரு புதிய உலகைத் திறந்துவிட்டது. அடுத்தவர் நிலைக்கு எதிராக தமது நிலை பற்றி கேள்வி எழுப்ப வைத்தது. தமக்கு தவறிழைக்கப்பட்டுள்ளது என்பதை உணர வைத்தது. அதை எதிர்க்க, மனரீதியான வலிமையைத் தந்தது. அம்பேத்கர் காலத்திற்கு முன் தலித்துகள் முன்னெடுத்த பல்வேறு இயக்கங்களுக்கும் இதுவே அடிப்படையாக இருந்தது என்பதை நாம் காண முடிகிறது.

காலனிய காலத்திற்குப் பிறகு கல்வி நிர்வாகம்

காங்கிரஸ் ஒரு மக்கள் இயக்கமாக வடிவம் பெறுவதற்கு முன்பான நாட்களிலேயே, அதன் தலைவர்கள் இலவசக் கல்விக்கான கோரிக்கையை எழுப்பியுள்ளனர். உண்மையில், காங்கிரஸ் உருவாவதற்கு முன்பே, அதன்

எதிர்காலத் தலைவர்கள் ஏற்கனவே, அதைக் கோரி வந்தார்கள். காங்கிரஸ் உருவாவதற்கு மூன்றாண்டுகளுக்கு முன்பாக, 1882ல், 1854 உட்ஸ் குறிப்புகள் அமல்படுத்தப்படாதது குறித்த குற்றச்சாட்டுகளை விசாரிக்க, வைசிராய் ரிப்பன் பிரபு ஹண்டர் கல்வி ஆணையத்தை அமைத்த நேரத்தில், அனைத்து குழந்தைகளுக்கும் இலவசக் கல்வி தருவது அரசின் கடமை என்ற ஜோதிபா பூலேயின் அதே கருத்தை தாதாபாய் நௌரோஜி போன்ற ஒரு மூத்த தலைவரும் சொல்லியிருக்கிறார். ஹண்டர் ஆணையம் நாட்டில் துவக்க, உயர்நிலை கல்வியில் கவனம் செலுத்தப்படவில்லை என்பதை உணர்ந்தது. அதற்காக, துவக்கக் கல்வி ஊக்குவிக்கப்பட வேண்டும். அதற்கு உள்ளூர், முனிசிபல் போர்டுகள் தான் பொறுப்பு என்று பரிந்துரைத்தது. அதோடு உயர்நிலைக் கல்வியை அரசு உதவியோடு முக்கியத்துவம் தந்தது.

கல்வியைப் பொருத்தவரை, சுதந்திரப் போரின் வேகத்தில் பின்னர் பல்வேறு வாக்குறுதியில் தரப்பட்டன. அவை அரசியலமைப்பில் சேர்க்கப்பட்டிருக்க வேண்டும். ஆனால் அவற்றை நிறைவேற்றுவது ஆட்சியாளர்களுக்கு வசதியானவைகளாக இல்லை. 1947ல் கட்டுப்படியாகும் செலவில், பத்தாண்டுகளுக்குள் அனைவருக்கும் துவக்கக் கல்வி தருவதற்கான வழிமுறைகளை ஆராய பம்பாய் மாகாணத்தின் பிரதமர் பி.ஜி. கெர் ஒரு கமிட்டியை அமைத்தார். அதே ஆண்டு அரசியலமைப்பு சபையில் ஒரு துணைக் குழு இலவச, கட்டாயக் கல்வியை அடிப்படை உரிமைகள் பட்டியலில் வைத்தது. அதன் 23வது பிரிவு பின்வருமாறு கூறியது. ஒவ்வொரு குடிமகனுக்கும் உள்ளபடியே இலவச துவக்கக் கல்விக்கு உரிமை உண்டு. அரசியலமைப்பு ஏற்கப்பட்ட பத்தாண்டு காலத்திற்குள் அனைத்துக் குழந்தைகளுக்கும் அவர்களது பதினான்காவது வயது வரை இலவச, கட்டாய துவக்கக் கல்வி அளிப்பது அரசின் கடமையாகும். எனினும், செலவினங்களை காரணம் காட்டி, அரசியலமைப்பு சபையின் ஆலோசனைக் குழு இந்த கட்டுப்பாட்டை 1947 ஏப்ரலில் நிராகரித்தது. கல்வியை 'நீதிமன்றத்தால் முடிவு செய்யப்பட முடியாத அடிப்படை உரிமைகள் (Non Justiciable fundamental Rights) பட்டியலில் வைத்தது. இது பின்னர் அரசிற்கான வழிகாட்டும் கொள்கைகளாக ஆனது. 1949 விவாதங்களின்போது, அரசியலமைப்பு சபை ஒவ்வொரு குடிமகனுக்கும் இலவச துவக்கக் கல்விக்கு உரிமையுண்டு. அது அரசின் கடமையாகும் என்ற 36வது பிரிவின் முதல் வரியை நீக்கி, அதற்கு பதிலாக வரிகாட்டும் கொள்கைகளின் 45 பிரிவான நீர்த்துப்போன வாக்குறுதியை வைத்தது. அதுவும் எவ்வாறாயினும் நீதிமன்றத்தால் முடிவு செய்யப்பட முடியாததுதான். இந்த அரசியமைப்பு ஏற்கப்பட்ட பத்தாண்டு காலத்திற்குள் அனைத்துக் குழந்தைகளுக்கும் அவர்களது பதினான்காவது வயது வரை இலவச, கட்டாயக் கல்வி அளிக்க

அரசு முயற்சி செய்யும். இந்த கடப்பாடற்ற வாக்குறுதி இதில் கவனம் செலுத்த வேண்டிய கட்டாயத்திலிருந்து அடுத்தடுத்து வந்த அரசாங்கங்களை விடுவித்தது.

காலனியத்திற்குப் பின்பான இந்தியாவின் கல்வி முறையை மறுசீரமைப்பு செய்ய வேண்டிய அவசியத்தை உணர்ந்த மத்திய கல்வி ஆலோசனைக்குழு, பல்கலைக்கழகக் கல்வி குறித்தும், உயர்நிலைக் கல்வி குறித்தும் ஆராய இரண்டு ஆணையங்களை அமைக்க முடிவு செய்தது. முதல் ஆணையம் 1948ல் அன்றைய துணை குடியரசுத் தலைவர் டாக்டர் எஸ்.ராதாகிருஷ்ணன் தலைமையில் அமைக்கப்பட்ட பல்கலைக்கழக கல்வி ஆணையம். இது நாட்டின் அப்போதைய மற்றும் எதிர்கால தேவைகளுக்குப் பொருத்தமான ஆலோசனைகளை வழங்க அமைக்கப்பட்டது. சுயபூர்த்தி வல்லுனர்களை உருவாக்க தொழில்கல்வி நிறுவனங்களை அமைப்பது இதன் பரிந்துரைகளில் ஒன்று, 1952 செப்டம்பரில் டாக்டர் ஏ.எல்.முதலியார் தலைமையிலான குழுவின் பரிந்துரைகளை வலியுறுத்தியது. 1953ல் சுதந்திர நாட்டின் முதல் தேர்ந்தெடுக்கப்பட்ட நாடாளுமன்றத்தில் சமர்ப்பிக்கப்பட்ட இந்த ஆணையத்தின் அறிக்கை தொழில்நுட்ப பள்ளிகள், பாலிடெக்னிக்குகள் போன்ற உள் கட்டுமானங்களை உருவாக்குதல், பல்நோக்குக் கல்வியை பலப்படுத்துதல், மத்திய தொழில்நுட்ப நிறுவனங்கள் அமைத்தல் ஆகியவற்றைப் பரிந்துரை செய்தது. மேட்டுக்குடியினரை மேம்படுத்த விரிவான திட்டங்கள் போடப்பட்டதோடு சேர்ந்து, அனைவருக்கும் கல்வி தரும் பொறுப்பிலிருந்து விலகிக் கொள்வதும் இணையாக நடந்தது.

அதன் பிறகு, கல்விக்கு தழுவிய ஒரு வகை மாதிரி குறித்தும், அனைத்து சட்டங்களிலும், அனைத்து அம்சங்களிலும் கல்வியை முன்னேற்றுவதற்கான கொள்கைகள் குறித்தும், அரசுக்கு ஆலோசனை வழங்க, 1964ல் டி.எஸ். கோத்தாரி தலைமையில் இந்திய கல்வி ஆணையம் அமைக்கப்பட்டது. நாட்டின் லட்சியங்களை எட்ட மக்களின் அறிவு, திறமைகள், ஆர்வங்கள், மதிப்பீடுகளில் ஒட்டுமொத்தமான மாற்றங்களை ஏற்படுத்த வேண்டும் என்று கோத்தாரி ஆணையம் கூறியது. இத்தகைய ஒருபிரம்மாண்டமான மாற்றம் வன்முறையற்ற வழிமுறையில் ஏற்பட வேண்டும் என்றால், (அப்படியே அது இப்போதும் தேவையாகத்தான் இருக்கிறது.) அதற்கு ஒரே ஒரு ஆயுதம் தான் உள்ளது. அப்படிப் பயன்படுத்தக் கூடிய ஒரே ஆயுதம் கல்வியே' என்று அது மிக ஆழமான கருத்தை முன் வைத்தது. இந்த ஆணையத்தின் அறிக்கையின் அடிப்படையில், கல்வி குறித்த தேசியக் கொள்கை 1968இல் உருவாக்கப்பட்டது. அரசியலமைப்பு லட்சியங்களை ஈடேற்றவும், பல்வேறு துறைகளில் நாடு சந்திக்கும் பல்வேறு பிரச்சினைகளை எதிர்கொள்ளவும், இந்தியக் கல்வி புரட்சிகரமாக

சீரமைக்கப்பட வேண்டும் என்று இந்த ஆணையம் முடிவாகக் கூறியது. கல்விக் கொள்கைத் தீர்மானம் 1968 ஆணையத்தின் பின்வரும் ஆறு பரிந்துரைகளை ஏற்றுக் கொண்டது. 1. தொடக்கநிலையில் வட்டாரமொழியைக் கல்விமொழியாகப் பயன்படுத்துவது, 2, முறை சாரா கல்வியின் வாய்ப்புகளை இணைத்துக் கொள்ளுதல். 3, மக்களுக்கான கல்வி, அதாவது துவக்கக்கல்வி, முதியோர் கல்வி, 4, பொது அரசுப் பள்ளி முறையை உருவாக்குதல், 5, 10, +2, +3 என்ற வகையில் கல்வி முறையை தரப்படுத்தல், 6, ஆசிரியர்களின் ஊதியங்களை தரப்படுத்துதல்.

கோத்தாரி ஆணைய அறிக்கையில் நிர்வாகம் குறித்த விபரங்கள் இல்லை என்று காரணம் காட்டி, அரசு அடுத்தப்படியாக 1969ல் பனாரஸ் இந்து பல்கலைக்கழக ஆணையத்தை அமைத்தது. இந்த ஆணையத்தின் பரிந்துரைகளான துணைவேந்தர் நியமனம், பல்கலைக்கழக மானியத்தின் அமைப்பு, அதன் உறுப்பினர்களின் எண்ணிக்கை போன்றவை உயர்கல்வி நிர்வாகத்தில் அரசுக்கு அதிக அதிகாரம் தந்தது. அது ஆளும் வர்க்க நலன்களுக்கு உகந்ததாக இருந்தது. எனவே, இவை விரைவாக அமுல்படுத்தப்பட்டன. நாட்டில் சர்வாதிகாரத்தை நோக்கி அதிகமாக நகரும் போக்கு கல்வித்துறையிலும் ஊடுருவியது. இதற்குப் பிறகு கல்வி மற்றும் கல்வி நிறுவனங்களை நன்கு கட்டுப்படுத்த வேண்டியதன் அவசியத்தை உணர்ந்த அரசு, நெருக்கடி நிலை காலத்தில் அரசியமைப்புச் சட்டத்தில் திருத்தம் கொணர்ந்து, கல்வியை மாநிலப் பட்டியலிருந்து நீக்கி மாநிலங்களும், மத்திய அரசும் கட்டுப்படுத்தும் வகையில் பொதுப் பட்டியலில் வைத்தது. 1977 தேர்தலில் ஜனதா கட்சி அரசு ஆட்சிக்கு வந்ததும், 1979 வரைவு கல்விக் கொள்கை மூலம் கல்வி முறையை மாற்ற மற்றொரு முயற்சி நடந்தது. இதுமற்ற விஷயங்களோடு, காந்திய வழிமுறையின் தத்துவார்த்த துணையோடு முறைசாரா கல்விக்கு முக்கியத்துவம் தந்தது. ஜனதா அரசு விரைவில் கவிழ்ந்ததால், இக்கல்வி முறை நடைமுறைக்கு வரவில்லை.

காலனிய அரசின் கொள்கைகள் பிரிட்டிஷ் முதலாளித்துவப் பொருளாதாரத்தின் தேவைகளின் அடிப்படையில் உருவானதைப் போல, காலனியத்திற்குப் பிறகான அரசுகளின் கொள்கைகள் இந்திய முதலாளித்துவ வர்க்கத்தின் நலன்களின் அடிப்படையில் அமைந்தன. 1969-45ல் இந்திய தொழிலதிபர்கள், தொழில்நுட்ப வல்லுனர்களின் ஒரு குழுவால் உருவாக்கப்பட்ட பம்பாய் திட்டம் அவர்களது நோக்கத்தைக் காட்டுவதாக இருந்தது. முதலாளித்துவ வர்க்கம் தேவைப்பட்ட முதலீடுகளை சொந்தமாகச் செய்யும் நிலைக்கு இன்னும் வளராததால், இத்திட்டம் தனக்கு ஒரு வாய்ப்பை உறுதி செய்துகொள்ள, பதினைந்தாண்டு காலத்திற்கு அரசின்

ஆதார வளங்கள் முதலீடு செய்யப்பட வேண்டும் என்றது. பம்பாய் திட்டம் அதிகாரபூர்வமாக ஏற்கப்படா விட்டாலும், சுதந்திரத்திற்குப் பிறகு அரசு முன்வைத்த ஐந்தாண்டுத் திட்டங்கள் பம்பாய் திட்டத்தில் கையெழுத்திட்டவர்களை ஜம்ஷெட்ஜி ரத்தன்ஜி தாதாபாய் டாடா, கன்ஷியாம் தாஸ் பிர்லா, அர்திஷீர்- தலஸ் தலால்,, ஸ்ரீராம், கஸ்தூர்பாய் லால்பாய், அர்திஷீர் தாராப்ஷா ஷராஃப், சர் புருஷோத்தம்தாஸ் தாகூர்தாஸ், ஜான் மத்தாய் ஆகியோர் திட்டங்களோடு சந்தேகப்படுமளவு ஒத்திருந்தது. முதல் மூன்று ஐந்தாண்டுத் திட்டங்களில் பம்பாய் திட்டத்தில் இருந்த அந்த துறைவாரியான ஒதுக்கீடுகள்தான் கிட்டத்தட்ட இருந்தன. 15 ஆண்டு கால பம்பாய் திட்டத்தை மூன்று ஐந்தாண்டுத் திட்டங்களாகப் பிரித்தது போல்தான் தெரிந்தது. அரசு அவற்றை மக்களின் பெயரால், சோஷலிசம் என்ற போர்வையில் அமுல்படுத்தியதுதான் ஒரே வேறுபாடு. உண்மையில் காலனியத்திற்குப் பிறகான அரசு அடிப்படையில் காலனிய ஆட்சியின் தொடர்ச்சியாக இருந்தது. அதனினும் மோசமாக உள்ளூர் ஆளும் வர்க்கங்கள் உள்ளூர் பிராமனியத்தை மேற்கத்திய ஏகாதிபத்தியத்துடன் திறமையாக இணைத்துவிட்டார்கள். காலனிய ஆட்சியில் தலித்துகளுக்குக் கிடைத்த பலன்கள் பெரும்பாலும் தற்செயலானவைகளாக, நோக்கமின்றி நடந்ததாக இருந்தது போலவே, காலனியத்திற்குப் பிறகும் இந்த முன்னேற்றங்கள் மக்களுக்கு தற்செயலான லாபங்களாகக் கிடைத்தன.

ஆட்சி மாற்றத்தின்போது, மக்கள் தொகையில் எழுத்தறிவு பெற்றவர்கள் 12 சதம் தான். உயர் கல்வி குறிப்பாக தொழில்நுட்ப, அறிவியல் கல்வி - தொழிலதிபர்களுக்கு மிகவும் தேவைப்பட்ட கல்வி நிலைமை இன்னும் மோசமாக இருந்தது. ஆரம்ப காலங்களில் இந்தியா அடைந்த குறிப்பிடத்தகுந்த வளர்ச்சியை இந்த அடிப்படையை வைத்துத்தான் அணுக வேண்டும். 1947ல் 2.4 மில்லியனாக இருந்த உயர்நிலை கல்விக்குச் செல்லும் குழந்தைகளின் எண்ணிக்கை 1983ல் 34 மில்லியனாக உயர்ந்தது. 1947ல் 13000 ஆக இருந்த பள்ளிகளின் எண்ணிக்கை 1985ல் 175000 ஆக அதிகரித்தது. மேல்நிலைக்கல்வியை முடித்த ஆண், பெண் மாணவர்களின் எண்ணிக்கை 1960-61ல் 237000 ஆக இருந்தது. 1981-82ல் 340000 ஆக உயர்ந்தது. சுதந்திரம் அடைந்த நேரத்தில் வெறும் 700 கல்லூரிகளும், 20 பல்கலைக்கழகங்களும் தான் இருந்தன. இவற்றில் 400000 பேர் படித்தனர். 1985ல் 5246 கல்லூரிகளாகவும், 140 பல்கலைக்கழகங்களாகவும் இது உயர்ந்தது. இவற்றில் 3.36 மில்லியன் மாணவர்கள் படித்தனர். இதில் பெண்கள் எண்ணிக்கை 976000. 1947ல் இந்தியாவின் உயர்கல்வியின் நிலை மிகவும் மோசமாக இருந்தது. 1950களுக்குப் பிறகு இதில் அதிவேக வளர்ச்சி ஏற்பட்டது. 1950-51க்கும், 1990-91க்கும் இடைப்பட்ட காலத்தில், பொதுக்

கல்விக்கான கல்லூரிகள், தொழிற் கல்விக்கான கல்லூரிகள், பல்கலைக்கழகங்கள் / நிகர்நிலைப் பல்கலைக்கழகங்கள் ஆகியவற்றின் எண்ணிக்கை முறையே 370லிருந்து 4862, 308லிருந்து 88,6 27லிருந்து 184 என்று உயர்ந்தது. இவ்வாறாக இக்காலகட்டத்தில் உயர்கல்விக்கான நிறுவனங்களின் எண்ணிக்கை 605லிருந்து 5932 ஆக அதிகரித்தது. (Ministry of Human Resources Development 2011,21)

கல்வித்துறையின் இந்த வளர்ச்சி சமூகத்தின் அனைத்துத் தரப்பினருக்கும் உதவியது. ஆனால் சம அளவில் அல்ல. உண்மையில் அது அவர்களிடையே இருந்த அசமத்துவத்தை அதிகரிக்கவே செய்தது. அரசு கோத்தாரி ஆணையத்தின் பரிந்துரைகளை நடைமுறைப்படுத்தியிருந்தால், பொது பள்ளி முறையின் மூலம் அனைவருக்கும் இலவசக் கல்வியை உறுதி செய்து வலுவான அடித்தளத்தை அமைத்திருக்க முடியும் என்பது தெளிவு. மாறாக அது பல அடுக்கு கல்விமுறையை அனுமதித்தது. ஊக்குவிக்கவும் செய்தது. காலனிய காலத்திலிருந்து இருந்து வந்த பலவித கல்வி தரும் நிறுவனங்கள் 1991ற்கும் பிறகு மிக கோரமான வடிவில் வளரவும் அனுமதித்தது.

தனியார் மய யுகம்

1986ல் அறிவிக்கப்பட்ட கல்விக்கான புதிய தேசியக்கொள்கை, கல்வி குறித்த முந்தைய அணுகுமுறையிலிருந்து தத்துவார்த்த ரீதியாக மாறுபட்டது. அரசுக் கட்டுப்பாட்டில் உள்ள பொதுக்கல்வி முறையை வலுப்படுத்துவதற்கு மாறாக அது மேட்டுக்குடி நவோதயா பள்ளிகளை அறிமுகம் செய்து, பொதுக்கல்வி முறையை நிதியின்றி வாடச் செய்து, தேர்ந்தெடுக்கப்பட்ட சில பள்ளிகளுக்கு ஏராளமாக செலவு செய்தது. இவ்வாறாக அது நேரடியாக பள்ளிக் கல்வியில் தனியார்மயத்தை, மேட்டுக்குடித்தனத்தை உறுதிப்படுத்தியது. உயர்கல்வி நிறுவனங்களை சந்தை சக்திகளுக்குத் திறந்துவிட்டது. ஆரம்பக்கல்விக்கான நிதி ஒதுக்கீட்டை படிப்படியாக அதிகரிக்கும் அதே வேளையில், மத்திய அரசு கல்விக்கான ஒட்டுமொத்த செலவில் தன் பங்கை குறைத்துக் கொள்ள ஆரம்பித்தது. 1983ல் 80 சதமாக இருந்த அரசுப் பங்கு 1999ல் 67 சதமாகக் குறைந்தது. இதன் விளைவாக 1982-92 காலகட்டத்தில், கல்விக்கான மொத்த செலவில் உயர் கல்விக்கான பங்கு மாநிலங்களுக்கு 12.2 சதத்திலிருந்து 11.4 சதமாகவும், மத்திய அரசுக்கு 36.2 சதத்திலிருந்து 23.3 சதமாகவும் குறைந்தது. மொத்தத்தில் அரசு உயர் கல்வியில் தனியார் முதலீட்டிற்கான கனத்தை உருவாக்கியது. இதனால் தனியார் கல்வி நிறுவனங்கள் புதிய காளான்களாக உருவாகின. இவை பெரும் சாம்ராஜ்யங்களாக வளர்ந்தன. கல்வி நிறுவனம் என்ற போர்வையில் அதிக கிராக்கி இருந்த தொழில் கல்விகளை விற்றன. 1970ல் இந்தியாவில் மொத்தமே 139 பொறியியல் கல்வி நிறுவனங்கள்தான் இருந்தன. இவற்றில்

நான்கு மட்டுமே தனியார், 2005ன் இறுதியில் பொறியியல் கல்வி நிறுனங்களின் எண்ணிக்கை கிட்டத்தட்ட 1400 ஆக உயர்ந்தது. இவற்றில் 200 சொச்சசம் தான் அரசு நிறுவனங்கள். 2011-12ல் இவற்றின் எண்ணிக்கை 3293 ஆக ஆனது. இவற்றின் மாணவர் எண்ணிக்கை 1425894. தரங்குறைந்த கற்பித்தல், 20 சதத்திற்கும் குறைவான மாணவர் சேர்க்கை ஆகிய காரணங்களால் நாடெங்கிலும் சுமார் 600 தனியார் பொறியியல் கல்லூரிகளை மூடச் சொல்லி உத்தரவிடுகிறது. (அதாவது புதிய சேர்க்கைக்கு அனுமதியில்லை). இப்போக்கை உறுதி செய்யும் விதமாக 2017 டிசம்பரில் இந்தியன் எக்ஸ்பிரஸ் இந்தியாவின் கோமாநிலை பொறியியல் கல்லூரிகள் பற்றி தொடர் கட்டுரைகள் வெளியிட்டது. 'நாடெங்கிலும் உள்ள 3291 பொறியியல் கல்லூரிகளில் உள்ள 15.5 லட்சம் பி.ஈ./பி.டெக் இடங்களில், 2016/17ல் பாதிக்கு மேலாக, சுமார் 51 சத இடங்கள் காலியாக இருந்தன என்று அது குறிப்பிட்டது. (2017 டிசம்பர் 17) கடந்த ஐந்தாண்டுகளாக 153 பொறியியல் கல்லூரிகளில் 70 சதத்திற்கும் அதிகமான இடங்கள் காலியாக இருப்பதாக அது கூறியது. இந்தியாவின் மிக ஏழ்மையான மாணவர்களுக்கு மானியத்துடன் கூடிய உயர்கல்வி வசதி கிடைக்காத நிலையில், லாப வெறியால் ஏற்படும் இந்த வீணடிப்பு மிகவும் பயங்கரமானதாகும்.

கல்வியின் மீதான அதன் தாக்கத்தை வைத்துப் பார்க்கும்போது, உலகமயம் சமூகரீதியாக தொடர்ந்து சமூக ஒதுக்குமுறையை செய்து வருவது தெரிகிறது. 1991ல் நவீன தாராளமய பொருளாதார சீர்த்திருத்தங்களை இந்தியா அதிகாரபூர்வமாக ஏற்ற பிறகு, கல்வி, குறிப்பாக உயர் கல்வியின் ஒட்டுமொத்த சட்டகமும், சந்தை ஆதிக்கங்களின் நுழைவு வாயிலாக மாறிவிட்டது. கார்ப்பரேட் துறையில் வேலைபார்க்கத் தகுந்தவர்களாக மாற, மாணவர்கள் நுகர்வோராக வாங்க வேண்டிய ஒரு பண்டமாக உயர் கல்வி மாறிவிட்டது. ஒரு பல்கலைக்கழகம் என்பதுஇப்போது அறிவுப்பூர்வமான அனுபவம் தரும் இடமல்ல. ஷாப்பிங் மால் போன்ற ஒரு சேவை தரும் இடம்தான். உயர்கல்வியை மானியம் அற்றதாக, அதனால் லாபம் தருவதாக, தனியார் முதலீட்டிற்கான அதன் ஈர்ப்பை அதிகரிப்பதற்காக, அதை சுயநிதிக் கல்வியாக மாற்ற தொடர்ந்து முயற்சிகள் நடக்கின்றன. உதாரணத்திற்கு அரசு இரண்டு முக்கியமான ஆணையங்களை அமைத்தது. ஒன்று புன்னையா ஆணையம் (1992-93) இது மத்திய பல்கலைக்கழகங்களின் நிதி குறிப்பாக உயர்கல்விக்கான நிதி எவ்வாறு ஏற்பாடு செய்யப்படவேண்டும் என்று ஆராய அமைக்கப்பட்டது. இரண்டாவது சுவாமிநாதன் ஆணையம் (1994) இது தொழில்கல்விக்கான நிதி திரட்டல், அதை மாணவர்களிடமிருந்து திரட்டுவதற்கான வாய்ப்புகள் பற்றி ஆராய அமைக்கப்பட்டது. இதே வழியில் கல்வி சீர்த்திருத்தங்களுக்கான கொள்கைச் சட்டகம் பற்றிய (2000

ஏப்ரல்) அம்பானி – பிர்லா அறிக்கை வந்தது. இது ஆரம்பக் கல்வி தரும் பொறுப்பை அரசுக்கு அளித்த அதே வேளையில், உயர்கல்வியில் முழுமையான தனியார்மயத்தை, சந்தைப்படுத்துதலை ஆதரித்தது. உள்நாட்டு தனியார் முதலீடுகளுக்கு துணை புரிய அந்நிய நேரடி முதலீட்டை அனுமதிக்க வேண்டும் என்றும் பரிந்துரை செய்தது. ஏழைகளுக்கு நிதியுதவி செய்யும் சாக்கில் அது மாணவர் கடனுதவி என்ற பெயரில் தனியார் கடன்கள் தர முன்மொழிந்தது. இந்த அறிக்கை உலக வங்கியின், 'உயர் கல்வி, அனுபவங்களின் பாடம்' என்ற ஆவணத்தின் கருத்துக்களோடு *(1996)* முழுமையாக ஒத்துப்போவது கவனிக்கத்தக்கது. இந்த ஆவணம், பல வளரும் நாடுகளிலும் கல்விக்கு மிகக் குறைவாகவே கிடைக்கும்பொது நிதியில் உயர் கல்விக்கு அதிகமாக முன்னுரிமை தரக்கூடாது. ஏனெனில் துவக்க மற்றும் உயர்நிலைக் கல்வியினால் கிடைக்கும் சமூகலாபம் உயர் கல்வியால் கிடைக்கும் சமூக லாபத்தைவிட மிக அதிகமானது என்று வாதிடுகிறது. *(World Bank, 1994,3)* கல்விக் கட்டணத்தை கணிசமாக உயர்த்தி சுயநிதிக் கல்வியை அரசு அதிகரித்து வந்தாலும்கூட, உயர்கல்விக்கான அரசு நிதியை முற்றிலுமாக நிறுத்திவிடுவது அரசியல் ரீதியாக சாத்தியமில்லை. எனினும் இம்முயற்சிகள் *2005*ல் காட் ஒப்பந்தத்தின் கீழ் உலக வர்த்தக அமைப்பிற்கு உயர் கல்வியைத் திறந்து விடுவதற்கான அடித்தளத்தை உருவாக்கின. இப்போதைய டோதோஹா சுற்று முடிவடையும்போது, இது இயல்பாக, வெளியே வர முடியாத கடப்பாடாக மாறிவிடும்.

தயாரிப்புப் பணியாக, தனது இரண்டாவது பதவிக் காலத்தில் *(2009-14)* ஐ.மு கூட்டணி அரசு பல்வேறு மசோதாக்களை – *I*, வெளிநாட்டு கல்வி நிறுவனங்கள் (நுழைவு மற்றும் செயல்பாடுகளை முறைப்படுத்துதல்) மசோதா *2010*), *ii*, கல்வி தீர்ப்பாயங்கள் மசோதா *2010*, *iii*) தொழிற்கல்வி நிறுவனங்கள், மருத்துவக் கல்வி நிறுவனங்கள், பல்கலைக்கழகங்களில் நேர்மையற்ற நடவடிக்கைகள் தடுப்பு மசோதா, *2010*, *iv*) உயர்கல்வி நிறுவனங்களுக்கான தேசிய அங்கீகாரம் முறைப்படுத்தும் ஆணைய மசோதா *2010*, *v*) உயர்கல்வி மற்றும் ஆராய்ச்சி மசோதா *2011*ஐஅறிமுகப்படுத்தியது. இந்த அனைத்து மசோதாக்களின் நோக்கமும், முதலாளித்துவ சந்தை ஒழுங்குமுறை அமைப்பான செபி, மற்ற ஒழுங்குமுறை ஆணையங்களைப் போன்று ஒரு ஒழுங்குமுறை ஆணையத்திற்குக் கீழ் உயர்கல்வியை சுதந்திரச் சந்தையாக மாற்றக்கூடியதுதான். எனினும், அரசால் இந்த மசோதாக்களை ராஜ்யசபாவில் நிறைவேற்ற முடியவில்லை. எனவே நாடாளுமன்றத்தை தவிர்க்கும் தனது வழக்கமான தந்திரத்தைச் செய்தது. பல்கலைக்கழக மானியக் குழுவின் அதிகாரத்தைக் குறைக்கும் விதமாக *2013* செப்டம்பரில் ராஷ்ட்ரிய உச்சாதர்

சிக்ஷாஅபியான் என்ற அமைப்பின் மூலம் அரசு – தனியார் கூட்டை முன் வைத்தது. அந்நிய நிறுவனங்களின் நுழைவை எளிதாக்க, அவர்கள் விருப்பப்படியான கடன் முறை, பொதுவான பாடத்திட்டம் போன்ற சில முன் முயற்சிகள் இருந்தன. இது உயர்கல்வியில் கார்ப்பரேட் முதலீட்டின் மூலம் புதிய உள்கட்டமைப்பை உருவாக்க விரும்பியது. நவீன தாராயமய சீர்த்திருத்தங்களை ஏற்றுக்கொண்ட காலத்திலிருந்து, உயர்கல்வியில் தனியார் மயத்தைக் கொண்டு வரும் அரசின் விருப்பம் தெளிவாகத் தெரிகிறது.

போதுமான நிதி ஆதாரம் இல்லை என்பதுதான் உயர்கல்வியில் தனியார் மூலதனத்திற்கு ஆதரவாக வைக்கப்படும் நிரந்தர வாதம். இது காலனிய காலத்திலிருந்தே சொல்லப்பட்டதாகும். 2004-05 முதல் 2015-16 வரையிலான 12 ஆண்டு காலத்தில் வரிச்சலுகைகளாக கார்ப்பரேட்டுகளுக்கு 50 லட்சம் கோடிகள் (பரிவர்த்தனை மதிப்பின்படி 100 பில்லியன் டாலருக்கு அதிகமாக) வாரிவழங்கிய அரசின், பிரதமரின் பொருளாதார ஆலோசனைக் குழுவின் தலைவரான விவேக் தேவ்ராயின் கூற்றின்படி கல்விக்கு செலவிட பணமில்லை! காலனிய காலத்திலிருந்தே, அரசுக்குத் தேவைப்படுவது அரசியல் உறுதிதானே தவிர, நிதியாதாரம் அல்ல. இந்த வீண் சாக்குப்போக்கோடு கூடவே, அரசு நிதியால் அளிக்கப்படும் உயர்கல்வி தரமற்றதாக உள்ளது என்ற பொய்யான வாதமும் கூறப்படுகிறது. உண்மையில் இந்தியாவில் ஆங்காங்கே காணப்படும் சிறந்த கல்வி நிறுவனங்கள் (ஐஐடி, ஐஐஎம், என்ஐடி, ஏஐஐஎம்எஸ், ஜவஹர்லால் நேரு பல்கலைக்கழகம் போன்றவை) அரசு நிறுவனங்கள் தான், தனியார் அல்ல என்பது அனுபவப்பூர்வமாக நிரூபனமாகியுள்ளது. இந்தப் பொய்கள் மிகக் கவனமாகப் பரப்பப்பட்டு, உண்மை என்று கருதப்படுகின்றன. அரசும், அதன் முதலாளித்துவ இளவரசர்களும் இணைந்து இந்தக் கருத்தைப் பரப்புகிறார்கள். கல்விச் சீர்த்திருத்தங்களுக்கான சட்டகத்தை தனியார் மூலதனத்தின் இரு சக்ரவர்த்திகளான அம்பானியும், பிர்லாவும் உருவாக்கினார்கள் என்பதே இதற்கு சாட்சி. 2009ல் திட்டக்கமிஷனின் உறுப்பினரான அன்வருள் ஹோடா தலைமையிலான சேவைத் துறைகளுக்கான உயர்மட்டக்குழு, அரசியலமைப்பு நிலைப்பாட்டின் தெளிவான சேவைத் துறைகளுக்கான உயர்மட்டக்குழு, அரசியலமைப்பு நிலைப்பாட்டின் தெளிவான மீறலாக, லாபத்திற்கான கல்வி நிறுவனங்களின் வளர்ச்சி மூலம் விரிவாக்கம் என்ற கருத்தை பரிந்துரை செய்தது. இந்த வரிசையில், உள்நாட்டு உயர்கல்வித் துறையில் கார்ப்பரேட் மூலதனத்தைக் கொணர்வதற்கான சட்டகத்தை உருவாக்குவதற்காக திட்டக்குழு நியமித்து நாராயண மூர்த்தி ஆணையமும் (இன்ஃபோசிஸ் நிறுவனர்) வருகிறது.

எதிர்பார்த்தபடியே, உயர்கல்வியின் மோசமான தரம் பற்றி கவலை தெரிவித்த இந்த ஆணையம் உயர்கல்வி நிறுவனங்களை முதலீட்டு ஈர்ப்புக்காந்தமாக அல்லது சிறப்புப் பொருளாதார மண்டலமாக கருத முயன்றது. 9999 ஆண்டுகளுக்கு இலவச நிலம், உயர்கல்வி முன்னேற்றத்திற்கு நிதி வழங்கும் நிறுவனங்களுக்கு வரி வருவாயில் 300 சதக்கழிவு, வெளிநாட்டு ஆய்வு அறிஞர்களுக்கு 10 ஆண்டுகளுக்கு பல முறை வந்து செல்ல விசா ஆகியவை அதன் பரிந்துரைகளுக்கு சில உதாரணங்கள், மினாய் குமார் பதக் எர்ணமிக் அண்ட் பொலிடிகல் வீக்லியில் எழுதியது போல, 'உயர் கல்வியில் கார்ப்பரேட் பங்கேற்பு பற்றி நாராயண மூர்த்தி ஆணையம் தந்த அறிக்கை (2012) பூத்துக் குலுங்கும் ஒரு மரம். இந்த மரத்தின் கன்றை நட்டது அம்பானி-பிர்லா அறிக்கை. தேசிய அறிவுக்குழு (GOI 2007)வும், HLGSSம் இதற்கு நீர் ஊற்றி வளர்த்தன. (2014 January 18,72) இத்தகைய முதலாளித்துவ ஆதரவுச் சூழலில் உயர்கல்வி மாணவர்களில் 59 சதத்தினரை தனியார் நிறுவனங்கள் வைத்திருப்பதும், 2020-21ல் அதன் 30% இலக்கை எட்டிவிடும் என்று எதிர்பார்க்கப்படுவதிலும் எந்த வியப்புமில்லை.

இந்தியா உலக கல்வித் தொழிலில் ஒரு முக்கியமான இடத்தைப் பெற்றுள்ளது. 1950-51 வெறும் 30 பல்கலைக்கழகங்களும், 695 கல்லூரிகளும் வைத்திருந்த அது 2014ல் 789 பல்கலைக்கழகங்கள், 27204க்கு மேற்பட்ட கல்லூரிகளை, 11443 சுதந்திரக் கல்வி நிறுவனங்களை கொண்டதாக வளர்ந்துள்ளது. (இது உயர்கல்வி குறித்த அகில இந்திய கணக்கெடுப்பின்படி, முதன்முறையாக 2010ல் மனித வள மேம்பாட்டு அமைச்சகம் இந்தக் கணக்கெடுப்பை நடத்தியது) 36.60 மில்லியன் மாணவர்களோடு, அமெரிக்கா, சீனாவிற்கு அடுத்தபடியாக உலகின் மூன்றாவது பெரிய உயர்கல்வி அமைப்பைக் கொண்டதாக இந்தியா இருக்கிறது. இயல்பாகவே, இந்திய உயர்கல்வித் துறை உலக மூலதனத்தின் ஒரு முக்கியமான ஈர்ப்பாக இருக்கிறது. நவீன தாராளமயக் கொள்கைகளை ஏற்றுக்கொண்ட பிறகு, அடுத்தடுத்து வந்த அரசுகள் கல்வியை சந்தைக்குத் திறந்துவிடுவதை பல்வேறு அறிக்கைகள், ஆணையங்கள் மூலம் நியாயப்படுத்துகின்றன. இங்கு 15-24 வயதுப் பிரிவில் 234 மில்லியனுக்கு மேல் இளையோர் உள்ளனர். இது கிட்டத்தட்ட அமெரிக்க மக்கள்தொகைக்கு சமமானது. ஆண்டுக்கு 65 மில்லியன் டாலருக்கு மேல் ஈட்டும் இத்துறை ஆண்டுக்கு 18 சதத்தற்கு மேல் வளர்ச்சி கொண்டது. எந்த விலையானாலும் வாங்கப்படும் பொருளான கல்வி என்ற சந்தையில் உயர்கல்வித் துறையின் பங்கு 59.7 சதமாகும். எனவே, இது மிகச் சரியாகவே மிக விரைவில் பெரு வளர்ச்சி பெறும் துறையாக (FICCI 2011) கருதப்படுகிறது. இச்சொல்லாடல் ஏழைகளுக்கு அத்தனை விதமான அச்சுறுத்தும் பாதிப்புகளையும் உள்ளடக்கியதும்தான்.

பொதுமைப் பொருளாக அறிவு

உயர்கல்வியின் தனியார் மயத்திற்கான நவீனதாராளமய வாதங்கள் அனைத்தும் உயர்கல்வி என்பது ஒருபொதுமைப் பொருள் *(Public Good)* அல்ல என்ற அனுமானத்தின் மீது கட்டப்பட்டவை. பொதுமைப் பொருள் என்பது பொருளாதாரத்தில் ஒருவர் அதைப் பயன்படுத்துவது மற்றவரின் பயன்பாட்டை குறைத்து விடாது. *(non-rivalrous)* அது யாருக்கும் பிரத்யேகமானதல்ல *(non-exclusionary)* என்பதாக வரையறுக்கப்படுகிறது. பொதுமைப் பொருளுக்கு சிறந்த உதாரணங்களாக கலங்கரை விளக்கத்தை, தேசப் பாதுகாப்பைச் சொல்லலாம். இவை போன்ற முற்றிலும் பொதுமையான பொருட்கள் அரிதானவை. பொதுவாக இப்பொருட்கள் இரண்டு அம்சங்களில் ஒரு அம்சத்திற்குப் பொருந்தும் அல்லது பயன்பாட்டு முறையின் அடிப்படையில் சிலசமயங்களில் முதல் அம்சத்திற்கும், சில சமயங்களில் இரண்டாவதுஅம்சத்திற்கும் பொருந்தும். உதாரணமாக, ஓவியக் கூடத்தில் உள்ள ஒரு ஓவியம், அக்கூடத்திற்குள் நுழைவதற்கு கட்டுப்பாடுகள் விதிக்கப்படாத வரை பொதுமைப் பொருளாக இருக்கும். இதன் பொருள் இலவச மருத்துவ வசதி என்பது பொதுமைப் பொருள், மிக அதிக கட்டணம் வாங்கும் தனியார் மருத்துவமனை பொதுமைப் பொருளல்ல என்பதாகும்.

உயர்கல்வி ஒரு பொதுமைப் பொருள் இல்லையா? உயர்கல்வி கீழ்கண்ட நான்கு முக்கிய செயல்பாடுகளை நிறைவேற்றுகிறது என்று பரவலாக ஏற்கப்பட்டுள்ளது. 1. புதிய அறிவை வளர்த்தல் (ஆய்வுச் செயல்பாடு), 2, பயிற்சி அல்லது கற்பித்தல் செயல்பாடு, 3, சமூகத்திற்கு சேவைகளை வழங்கும் செயல்பாடு, 4. தார்மீகச் செயல்பாடு இது சமூக விமர்சனத்தைக் குறிக்கிறது. புதிய அறிவை வளர்த்தல் பிறரின் அறிவை குறைக்காது *(nonrivalrous)* பகிர்வதால் அறிவு குறைவதில்லை. பிதகோரஸ்தேற்றம் 2000 ஆண்டுகளுக்கு மேலாக பயன்படுத்தப்பட்டு வந்தாலும், திரிகோண கணக்குகளில் சரியான விடையைத் தரும் அதன் திறன் சிறிதும் குறைந்து போகவில்லை. அது பிரத்யேகமானதா? சமீபத்திய வழக்கங்களால்தான் இவ்விஷயத்தில் குழப்பம் ஏற்பட்டுள்ளதாகத் தெரிகிறது. தனியார் ஆய்வு நிறுவனங்கள் தமது ஆய்வுகளை பகிர்ந்து கொள்வதில்லை என்பது நன்கு தெரிந்த விஷயம். தம் ஆய்வாளர்கள் ரகசிய காப்பு பிரமாணத்தில் கையெழுத்திட வேண்டும் என்று அவை நிபந்தனை விதிக்கின்றன. அதேபோல, ராணுவ அமைப்புகளால் நடத்தப்படும் ஆய்வுகளும் சம்பந்தப்பட்ட நாடுகளால் ரகசியமாகக் காப்பாற்றப்படுகின்றன. இதுபோன்ற வழக்கங்கள் அறிவு பிரத்யேகமானது என்பதாக நினைக்க வைக்கின்றன. உலக வர்த்தக அமைப்பின் சொத்துரிமை ஒப்பந்தம்

தொடர்பான வர்த்தகம் குறித்து பாகம் 2.7 தகவல்களை ரகசியமாக வைத்திருத்தல் தொடர்பாக பேசுகிறது. எனவே, அறிவை பிரத்யேகமாக வைத்திருத்தல் தொடர்பாக உள்நாட்டு, சர்வதேச சட்டங்கள் உள்ளன. புதிய ஆய்வுகளை வெளியிடாமல் வைத்திருந்தும் அவற்றை பிறருக்குக் கிடைக்காமல் செய்ய முடியும். எனினும், இதே சமயத்தில் கட்டற்ற மென்பொருள் இயக்கம் போன்ற போக்குகளும் உள்ளன. இவை, அறிவை சுதந்திரமாக வெளியே விட்டால் அது வேகமாக வளர்கிறது என்பதைக் காட்டுகின்றன. உண்மை என்னவென்றால் செயற்கையாகக் கட்டுப்படுத்தப்படும் அறிவும்கூட, பொதுவில் வைக்கப்பட்ட அறிவிலிருந்து வளர்ந்து வந்ததுதான். உயர் கல்விப் பாடங்களில் கற்றுத் தரப்படும் அனைத்தும், முந்தைய ஆய்வுகளின் பலன்கள்தான். பிரத்யேகத்தன்மை காரணமாக ஆய்வு என்பது ஒரு தனியார் பொருள் என்றால், எதிர்காலத்தின் புதிய அறிவின் தலைமுறைக்கு என்ன நேரும்? பிரத்யேகத்தன்மையால் அறிவுத் தளம் மிக மோசமாக பாதிக்கப்படும் என்பது ஒரு தொலைநோக்குப் பார்வையில் உயர்கல்வியை ஒரு பொதுமைப் பொருளாகத்தான் கருத வேண்டும் என்பதைக் காட்டுகிறது.

உயர்கல்வியின் கற்பித்தல் செயல்பாட்டைப் பொருத்தவரை, இப்போது உள்ள பல்வேறு விதமான கற்பிக்கும் முறைகள், தொலைதூரக் கல்வி போன்ற புதுமைகள் ஆகியவற்றால் உயர்கல்வியின் கற்பிக்கும் செயல்பாடு முழுக்க, முழுக்க, கற்பிப்பவரின் அறிவைக் குறைத்துவிடும் அல்லது அது பித்யேமானது என்றோ சொல்வது கடினம். மாணவருடனான தொடர்பு ஆசிரியரின் கற்பிக்கும் திறனைக் குறைத்துவிடாது. உண்மையில் ஆசிரியரின் இருப்பிற்கு மாணவர் தொடர்பு அவசியம். எனவே, பொதுமைப் பொருளின் கூட்டுறவுத் தன்மை கற்பித்தலுக்குப் பொருந்துகிறது. எனினும், பிரத்யேகம் என்பது எல்லா சமூகங்களிலும் ஆளும் வர்க்கங்களால் கடைப்பிடிக்கப்படுவதுதான். இந்நிலையில், காலனிய காலம் வரையில், சூத்திரர்களுக்கும், தலித்துகளுக்கும் கல்வி மறுக்கப்பட்டது. கீழ் சாதியினரோடு தொடர்பு ஏற்பட்டால், கற்றுத்தருபவருக்கு மட்டுமின்றி, அந்த அறிவிற்கே தீட்டு ஏற்பட்டுவிடும் என்று கருதப்பட்டது. இதேபோல கிரேக்கர்கள் அடிமைகள் மற்றும் பைத்தியக்காரர்களின் குழந்தைகளுக்கு கல்வியை மறுத்தார்கள். மேலும் இந்த இரு சமூகங்களும் பெண்களை ஒதுக்கி வைத்தன. எனினும், சமீப காலங்களில் கல்வி என்பது ஒரு உரிமை என்ற கருத்து பரவலாக ஏற்கப்பட்டது. மனித உரிமைகள் குறித்த சர்வதேச அறிக்கையிலும் இடம் பெற்றுள்ளது. உயர்கல்வியை ஒரு பொதுமைப்பொருளாகக் கருதுவதற்கும், மனித உரிமையாக அதன் அந்தஸ்திற்கும் ஒரு வலுவான பிணைப்பு இருக்கிறது. காட் ஒப்பந்தத்

தாக்கம், செலவு கட்டுப்பாட்டு முயற்சிகள் ஆகியவற்றின் தாக்கத்தால், சந்தை அடிப்படையிலான அல்லது மற்ற பாரபட்சமான செயல்பாடுகள் தடையின்றி செயல்பட அனுமதிக்கப்பட்டாமல், அந்த பிணைப்பு சிதறிவிடும்.

சமூகத்திற்கு சேவைகள் வழங்கும் உயர்கல்விச் செயல்பாடு, பொருளாதார நடவடிக்கைகளின் அதிகரித்த வேகம், மேம்பட்ட தகவல் தொடர்புத்திறன், சகிப்புத்தன்மை அதிகரிப்பு, எழுத்தறிவு அதிகரிப்பு, பொது சுகாதாரம் அதிகரிப்பு, ஜனநாயக செயல்பாடுகளில் பரந்த பங்கேற்பு, குற்றம் மற்றும்வறுமை விகிதம் குறைவது, சூழலியல் நீட்டிப்புத்தன்மை, சமூக சமத்துவம் ஆகியவை மூலம் உணரப்படுகிறது. ஒரு சமீபத்திய அறிக்கையில் யுனெஸ்கோ, ஒரு பொருளாதார செயல்பாட்டை விட அதிகமாக கல்வி எவ்வாறு மனிதர்களை குறிப்பாக, பெண்களை அர்த்தமுள்ள, படைப்பூக்கமுள்ள, மீண்டெழும் திறனுள்ள வாழ்க்கையை விரும்பவும், வாழவும் தயார்ப்படுத்துகிறது என்பதை காட்டியது. அது சமூக, தேசிய, சர்வதேச விவகாரங்களில் அவர்களது குரலை பலப்படுத்துகிறது. அது புதிய வேலை வாய்ப்புகளுக்கும், சமூக ரீதியாக மேலே செல்வதற்கான வாய்ப்புகளுக்கும் வழியைத் திறந்துவிடுகிறது. ஜனநாயக் செயல்பாடுகளில் அதிகரித்துவரும் பங்கேற்பின் பலன்களிலிருந்து ஒரு தனிநபரை ஒதுக்குவது சாத்தியமில்லை என்பதால், தர்க்கரீதியாக இவை பிரதயேகமானவையல்ல. பகிர்தலால் அறிவு குறையாததும் இந்த 'மென்' பயன்களில் ஒரு பண்புதான். உண்மையில், சமூகச் சூழலில் மக்கள் ஊடாடும் போது இவை ஒருவருக்கொருவர் மாற்றிக் கொள்ளப்படுவதால், இவை தம்மைத்தாமே பெருக்கிக் கொள்கின்றன. உயர்கல்வியின் இந்தத் தன்மைதான் பொதுமைப் பொருள் வழங்கப்படுவதற்கான செயல்முறை.

உயர்கல்வி சமூக விமர்சனம் என்ற மிக முக்கியமான ஒரு செயலையும் செய்கிறது. சமூக விமர்சனமும் பொதுமைப் பொருளுக்கான இரு வரையறைகளுக்கும் பொருந்தும். உயர் கல்வியின் விளைவுகளில் ஒருபகுதியாக சமூக விமர்சனம் உருவாகிறது. படிப்பு மற்றும் கற்பித்தல் முறைகளில் பயன்படுத்தப்படும் சுயவிமர்சன ஆய்வு முறையிலிருந்து கிடைக்கப் பெறும் ஒரு ஜனநாயகமாக இது உள்ளது. உயர்கல்வி ஒரு சிலருக்கு மட்டுமே உரியது என்று ஆகும்போது, அதனால் விளையும் சமூக விமர்சனம் உயர்கல்விக்கான வசதி உள்ளவர்களின் நலன்களுக்கு மட்டுமே பயன்படும். அதன் கொள்கை அசமத்துவத்தை பாதுகாப்பது, வளர்ப்பதுஎன்று நிலவும் நிலையை தக்க வைப்பதாகவே இருக்கும். கல்வி பிராமண சாதிகளுக்கு மட்டுமே என்று இருந்தபோது, இந்தியாவில் இதுதான் நடந்தது. அது துணை சாதிகளுக்கு திறந்து விடப்பட்டவுடனேயே, சாதி எதிர்ப்பு

இயக்கங்கள் ஆரம்பமாகி விட்டன. ஜனநாயகத்தில் வெளிப்படுகிற சமூக விமர்சனம் என்பது பிரத்யேகத் தன்மை உள்ளதல்ல. அது விவாதத்திற்கு ஒரு குரலை சேர்க்கிறது. அல்லது வெகுமக்களுக்கு ஒரு வாக்கைத் தருகிறது. அதன் பலன்கள் குறைவாக இருக்கக்கூடும். ஆனால் அதன் தாக்கம் பரவலாகப் பரவும். இதைத்தான் அரசு புரிந்து கொள்ள வேண்டும். ஜனநாயகத்தில் ஒவ்வொரு உறுப்பினருக்கும் சமமான வாக்கு இருந்தால், சமூக விமர்சனம் பகைமை ஏற்படுத்துவதாக இருக்க முடியாது. பரந்த மனப்போக்கு உள்ள ஜனநாயகங்களில் சமூக விமர்சனம் பொதுவாக நன்மை பகிர்வுக்கு இசைவானதாகவே கருதப்படுகிறது. அது அவ்வாறுதான் கருதப்பட வேண்டும்.

உயர்கல்வி பெறுவதிலிருந்து விளக்கப்படுதல் அல்லது எளிதாகக் கல்வி கிடைப்பதற்குத் தடைகளை ஏற்படுத்தும் செயல்முறைகள் சேர்க்கைக்கான நிபந்தனை, கல்விக்கட்டணம், அறிவுகள் சொத்துப் பாதுகாப்பு போன்றவை ஆகியவை, பொதுமைப் பொருட்கள் சந்தை வழிமுறைகள் மூலம் அளிக்கப்படும்போது ஏற்படும் தோல்விகளுக்கான உதாரணங்கள். எனவே, இன்றைய உயர்கல்வி வர்த்தகமயம் ஏற்க முடியாதது. அது லாப நோக்கோடு நடத்தப்படும், கண்ணுக்குப் புலனாகாத அலைவரிசையில் ஒளிவீசும் கலங்கரை விளக்கம்போன்றது. அந்த ஒளியை காணும் திறன் கொண்ட விலையுயர்ந்த கண்டுபிடிப்புக் கருவிகளை பொருத்த முடிந்த ஒரு சில கப்பல்களுக்கு மட்டும், குறிப்பிட்ட கட்டணம் வாங்கிக் கொண்டு, தன் ஒளியைக் காட்டும் கலங்கரை விளக்கம் போன்றது அது. உலக வங்கி, உலக வர்த்தக அமைப்பு, காட், ட்ரிப்ஸ் என்று பல சர்வதேச அமைப்புகளின் சமீபத்திய கொள்கைகளும், அவற்றின் கட்டுப்பாட்டில் உள்ள அரசுகளும் உயர்கல்வியை விலை தந்து வாங்கும் பொருளாக மாற்றி, அசமத்துவத்தை அதிகரித்து, தனியான அதிகார மையங்களை உருவாக்குகின்றன. உயர் கல்வியை ஒரு பொதுமைப் பொருளாகப் புரிந்து கொள்வது வாயச்சவடால் விஷயமல்ல. அது ஆழமான ஒரு சமூக இயக்கத்தின் ஒரு பகுதி. இந்த இயக்கம் வெறும் சமத்துவம், சமமாக நடத்தப்படுதல் என்பதைத் தாண்டி, வாய்ப்புகளில் சமத்துவத்தை உருவாக்குதல், சமூக மேல்நிலையாக்கம் ஆகியவற்றிலும் அக்கறை கொண்டுள்ளது.

வியாபாரமாகக் கல்வி

2004ல், போர்த்துக்கீசிய சமூகவியலாளரான போவேன்சூரா டிசெளசா சாந்தோஸ் உலகளாவிய அளவில் கல்விக்காக சுமார் 2000 பில்லியன் டாலர் செலவழிக்கப்படுவதாக கணக்கிட்டார். இது உலகளாவிய வாகன விற்பனைத் தொகையை விட அதிகம். இதில் லாபம் அதிகம் என்பதால் கல்வியில் மூலதன முதலீடு அதிவேகமாக வளர்ந்து வருவதாகவும் அவர்

குறிப்பிட்டார். அவர் இதற்கான புள்ளி விபரங்களையும் அளித்தார். 1996ல் முதலீடு செய்யப்பட்ட 1000 பவுண்ட் ஸ்டெக்லிங் நான்காண்டுகளுக்குப் பிறகு 3405 லாபம் தந்தது. லாப சதவிகிதம் 240.5 அதே காலகட்டத்தில் லண்டன் பங்குச் சந்தையின் சராசரி லாப விகிதம் வெறும் 65 சதம்தான்.

உலக கல்விச் சந்தையில், இந்தியாவில்தான் மிகப் பெரிய வாய்ப்பு உள்ளது. 2020ல் இந்தியாவின் ஒட்டுமொத்த மக்கள் தொகையின் சராசரி வயது 29 என்று இருக்கும் என்று எதிர்பார்க்கப்படும் நிலையில் சீனாவில் இது 37 ஆக இருக்கும் என்று கணக்கிடப்படுகிறது இன்று இந்தியாவில் 25 வயதிற்குக் கீழ் 550 மில்லியனுக்கும் அதிகமான மக்கள் இருக்கிறார்கள். மேலும், இந்திய மக்கள் தொகையில் 32 சதத்திற்கும் அதிகமானோர் 0-14 என்ற வயதுப் பிரிவில் உள்ளனர். இந்தியாவில் துவக்க மற்றும் உயர்நிலைக் கல்வி தேவைப்படும் மக்களின் எண்ணிக்கை மட்டுமே அமெரிக்காவின் மொத்த மக்கள் தொகையை விட அதிகம் என்பதே இதன் பொருள். அடுத்த பத்தாண்டுகளில் இந்த மாணவர்கள் உயர்கல்விக்கு வருவார்கள் என்பது இந்தியக் கல்விச் சந்தை எவ்வளவு பெரியது என்பதைக் காட்டுகிறது. இப்போது,

சுமார் 11 மில்லியன் மாணவர்கள் உயர்கல்வி பயில்கிறார்கள். இது 17-23 வயதினர் மக்கள்தொகையில் வெறும் 11 சதம்தான். அரசு விழைவது போல, இது 2020 வாக்கில் 30 சதமாக உயர வேண்டும் என்றால், உயர் கல்வித் துறைக்கு மிகப் பெரிய முதலீடு தேவைப்படும். 2014-15ற்கான பல்கலைக்கழக மானியக் குழுவின் ஆண்டறிக்கையின்படி, 2016ல் 97.8 மில்லியன் டாலர் அளவு மதிப்புடையதாக இருந்த இந்தியக் கல்விச் சந்தை 2020ல் 144 பில்லியன் டாலரை எட்டும். ஏற்கனவே இந்தியா அமெரிக்காவிற்கு அடுத்தபடியாக, மின் கற்றல் முறையில்இரண்டாவது பெரிய சந்தையாக உள்ளது. (2016ல் 2 பில்லியன் டாலர். 2020ல் 5.7 பில்லியன் டாலரை எட்டும் என்று எதிர்பார்க்கப்படுகிறது) இந்தியாவின் தொலைதூரக் கல்விச் சந்தை 2016-20ல் 11 சத கூட்டு வருடாந்திர வளர்ச்சி விகிதத்தில் (CAGR Cumulative Annual Growth Rate) வளரும் என்று எதிர்பார்க்கப்படுகிறது. தொழில்கொள்கை மற்றும் ஊக்குவிப்புத்துறை வெளியிட்ட தகவல்களின்படி, 2000 ஏப்ரல் முதல் 2017 மார்ச் வரை கல்வித்துறையில் 1.42 பில்லியன் டாலர் அந்நிய நேரடி முதலீடு வந்துள்ளது. இந்தியப் பல்கலைக்கழகங்களின் சங்கம் நடத்திய ஒரு ஆய்வு இந்தியாவில் அந்நிய கல்வி நிறுவனங்களின் எண்ணிக்கை 2010ல் 631 ஆக உயர்ந்தது. இவற்றில் 440 இங்கேயே வளாகங்களை வைத்துள்ளன. 186 நிறுவனங்கள் இந்திய பல்கலைக்கழகங்களுடன் கூட்டாக இயங்குகின்றன. இக்கூட்டு twinning என்றழைக்கப்படுகிறது. இந்த ட்வின்னிங் ஏற்பாடுகள் பலவும்

பல்கலைக்கழக மானியக் குழுவின் விதிகளின்படி தேவைப்படும் ஒப்புதல் பெறாதவை.

2008ல் அமைக்கப்பட்ட பெரிதும் பேசப்படும் யஷ் பால் ஆணையம்உயர்கல்விக்குப் புத்துயிர் தரவும், தகவலமைப்புத் தரவும் ஆலோசனைகள் தர அமைக்கப்பட்டதாகும். இது நவீன தாராள மய மூலதனத்தின் திட்டத்திற்கு தேவைப்பட்ட சட்டபூர்வத்தன்மையை வழங்கியது. இந்த அறிக்கை உயர் கல்வியில் தனியார் மூலதனத்தை ஊக்குவிக்க, மிக முற்போக்காகத் தோன்றும் சுயாட்சி பற்றியெல்லாம் கூறுவதால், பல துறையினரும் இதைப் பாராட்டுகிறார்கள். உதாரணத்திற்கு இடது சார்புள்ள சோஷியல் சயன்டிஸ்ட் தனது தலையங்கத்தின் *(Social Scientist - Vol 38, No.9/12)* கல்வியில் பொதுவான நவீன தாராளமயப் போக்கை கண்டிக்கும்போது, 'ஒரே விதிவிலக்கு யஷ்பால் ஆணையம்' என்றது. பல்கலைக்கழக மானியக்குழுவின் முன்னாள் தலைவரான யஷ்பாலின் அறிக்கை பல்கலைக்கழகங்களின் தன்மைகள் பற்றி, அறிவு உற்பத்தி மையங்களாக அவற்றின் பங்கு பற்றி பேசுகிறது. கல்விப் புலங்களின் பிரிவுகளுக்கு முடிவு கட்ட வேண்டும் என்றும் பலபுலங்கள் கலந்த கல்வி வேண்டும்*(Interdisciplinary)* என்றும் கூறுகிறது. அறிவை சிமிழுக்குள் அடைத்து வைப்பது பற்றி *(Cubicalism)* கவலை தெரிவிக்கும் அது, கல்வி மூலம் லாபம் பார்க்கும் நோக்கம் பிரச்சினையானது என்கிறது. ஆனால், அதே சமயம், தனியார் துறையின் பங்கேற்பை ஊக்குவிப்பதும் அவசியம். என்கிறது. வெளிநாட்டு பல்கலைக்கழகங்கள் இங்கு கடை திறக்க அனுமதிக்கப்பட வேண்டும் என்று வாதிடுகிறது. 1. தொடர்ந்து அறிவை மேம்படுத்துதல், 2, ஆசிரியர்களுக்கு சற்று சுதந்திரம்தருதல், 3, படிப்புகளை வேலைவாய்ப்புகளுக்கு பொருத்தமானவைகளாக, சந்தைகளின் தேவைகளுக்கு பொருத்தமானவைகளாக ஆக்குதல், 4, எதை கற்றுத் தருவது, எதை கற்றுத் தர வேண்டாம் என்பதை முடிவு செய்வதாக சந்தையைக் கருதுதல், 5, பல்கலைக்கழக அமைப்புகளின் செயல்பாட்டை மத்தியத்துவப்படுத்துதல் ஆகியவற்றின் அவசியம் குறித்துப் பேசுகிறது. அறிவை உருவாக்குவதற்கான ஆசிரியர்கள், ஆராய்ச்சியாளர்களின் சுதந்திரம் பற்றிப் பேசும் அது, அதே மூச்சில் சந்தையின் பங்கை அதிகரிப்பது பற்றியும் ஏதோ இரண்டும் நோக்கத்தில் மாறுபட்டவை அல்ல என்பதுபோல் பேசுகிறது. உயர்கல்வி தனியார்மயம், அதை ஒழுங்குபடுத்த மத்தியத்துவப்படுத்தப்பட்ட ஒரு அமைப்பு ஆகிய விஷயங்களில் அறிக்கையை ஏற்பதாகச் சொல்லும் அரசு, சுயாட்சி என்று வரும்போது, நிறுவனங்கள் தமது சொந்த நிதிகளை தாமே ஏற்பாடு செய்துகொள்ள வேண்டும். அரசை அதிகமாக எதிர்பார்க்கக்கூடாது என்பதாகக் கூறும்.

தாக்குதலுக்குப் பிறகு அக்கறை காட்டுதல்

நவீன தாராளமய அமைப்பு மக்களுக்கு ஆரம்பக் கல்வி தருவது அரசின் பொறுப்பு என்று கூறிவிட்டதுதான் விநோதமானது. எல்லோரும் சந்தையில் பங்கேற்கும் வகையில் எல்லோருக்கும் ஒரு குறிப்பிட்ட குறைந்தபட்சகல்வி இருக்க வேண்டும் என்பதே இதற்குப் பின்னால் உள்ள காரணம். கல்வி உரிமையை தங்களது அரசியலமைப்பில் சேர்த்து, 135 நாடுகள் இந்த குறைந்தப்பட்ச கல்வியை தம் மக்களுக்கு அளிக்க ஏற்பாடு செய்துள்ளன. இந்திய அரசியலமைப்பும் கூட இப்படித்தான் நினைத்தது. ஆனால் முன்பே கூறியதுபோல், அதை நீதிமன்றம் தலையிட முடியாத பிரிவில் வைத்துவிட்டது. 1968 தேசிய கல்விக் கொள்கை 'தேச வளர்ச்சியில் கல்வியின் தனித்துவமான முக்கியத்துவத்தை' வலியுறுத்தியது. ஆனால், கல்வியை அடிப்படை உரிமைகளில் சேர்ப்பதற்கான முதல் அதிகார பூர்வமான பரிந்துரை 1990ல் ஆச்சார்ய ராமமூர்த்தி கமிட்டியால் தான் தரப்பட்டது. அதன் பிறகு, பல்வேறு அரசியல், கொள்கை மாற்றங்கள் இலவச, கட்டாயக் கல்வியின் போக்கை பாதித்தன. 1990ல் இந்தியா அனைவருக்கும்கல்வி குறித்த சர்வதேசகருத்தரங்கில் கலந்து கொண்டதற்குப் பிறகு, அதன் முயற்சிகளின் மீது சர்வதேச கவனம் அதிகரித்தது. 1992ல் இந்தியா ஐ.நாவின் குழந்தைகள் உரிமை மாநாட்டின் முடிவுகளை ஏற்றது. உச்சநீதிமன்றம் மோஹினி ஜெயின் எதிர் கர்நாடக மாநிலம் (1992) வழக்கில் கல்வி உரிமையை அடிப்படை உரிமையாக ஏற்றது. அதன் தீர்ப்பில் அது கூறியதாவது;

'வாழ்வதற்கான உரிமை' என்பது நீதிமன்றங்கள் அமுல்படுத்த வேண்டிய அனைத்து உரிமைகளையும் ஒட்டுமொத்தமாகக் குறிப்பதாகும். ஏனெனில் அவை கௌரவமான வாழ்விற்கு அடிப்படையானவை. அது ஒரு தனிநபர் சுதந்திரமாக மேற்கொள்ள நினைக்கும் அத்தனை நடவடிக்கைகளுக்கும் பரவியதாகும். கல்விக்கான உரிமை வாழ்வதற்கான உரிமையிலிருந்து நேரடியாக வருகிறது. 21வது பிரிவின் கீழான வாழ்வதற்கான உரிமையும், தனிநபர் கௌரவமும், கல்விக்கான உரிமையோடு சேர்ந்து வந்தால்தான் உறுதிப்படுத்தப்படும்.

ஓராண்டிற்குப் பிறகு, ஜே.பி.உன்னி கிருஷ்ணன் எதிர் ஆந்திரப் பிரதேச மாநிலம் என்ற மற்றொரு வழக்கில், உச்சநீதிமன்றம் மோஹினி ஜெயின் வழக்கில் குறிப்பிட்ட கல்விக்கான அடிப்படை உரிமையின் வரம்பை சுருக்கியது. நீதிமன்றம் அரசியலமைப்பின் நான்காம் பாகத்தின் 45வது பிரிவு, 21வது பிரிவுடன் இணைத்து படிக்கப்பட்டால்தான் முழுமையான விளக்கம் கிடைக்கும் என்று குறிப்பிட்டது. ஒவ்வொரு குடிமகனுக்கும் 14வயது

வரை இலவசக் கல்வி தருவது அரசின் கடமைதான் என்றும், அதன் பிறகு மட்டுமே அதன் நிதிநிலைமை மேற்படிப்பு தருவதை கட்டுப்படுத்தலாம் என்றும் கூறியது.

இந்த நீதிமன்ற விளக்கம் அரசை திகைக்க வைத்தது. உடன்பாடு காண்பதற்கான வழிமுறை பற்றி ஆலோசனை வழங்க 1997ல் சைக்கியா கமிட்டியை அமைத்தது. இக்கமிட்டி, 14வயது வரை இலவச துவக்க கல்விக்கான உரிமையை அடிப்படை உரிமை ஆக்கும் வகையில் இந்திய அரசியலமைப்புச் சட்டம் திருத்தப்பட வேண்டும் என்று பரிந்துரைத்தது. இறுதியாக, 2002 டிசம்பரில் பாஜக தலைமையிலான தேசிய ஜனநாயகக் கூட்டணி அரசு அரசியலமைப்பில் 86வது திருத்தத்தை ஏற்படுத்தி, கல்வியை அடிப்படை உரிமையாக்கும் புதிய பிரிவான 21ஏயை சேர்த்தது. அரசியலமைப்புச் சட்டம் இயற்றப்பட்ட பிறகு முதன்முறையாக இப்போதுதான் ஒரு புதிய அடிப்படை உரிமை அதில் சேர்க்கப்பட்டது. எனினும், மற்ற அடிப்படை உரிமைகள் போலன்றி, கல்வி உரிமை செயல்பட, அதை செயல்பட வைக்கும் சட்டம் இயற்றப்பட வேண்டியதாக இருந்தது. கல்வி உரிமையை 6-14 வயது குழந்தைகளுக்கு என்று கூறியதன் மூலம், ஆறு வயதுக்குக் குறைந்த 170 மில்லியன் குழந்தைகளுக்கு கல்வி உரிமை மறுக்கப்பட்டது. அவர்களெல்லாம் 45வது பிரிவின் தெளிவற்ற வாக்குறுதியின் கருணைக்கு விடப்பட்டார்கள். அதன் வாசகம் பின்வருமாறு: ‘குழந்தைகளுக்கு ஆறு வயது நிறைவடையும் வரை இளம் குழந்தைப்பருவ கவனிப்பு மற்றும் கல்வியை வழங்க அரசு முயற்சி செய்ய வேண்டும். இந்த உரிமைக்கான அதிகபட்ச வயதான 14 வயதையும் கூட நாம் கேள்விக்கு உள்ளாக்க முடியும். ஐ.நாவின் குழந்தை உரிமைகள் மாநாட்டில் கையெழுத்திட்ட ஒரு நாடாக, இந்தியா 18 வயதிற்குக் குறைவான எந்த நபரும் குழந்தைதான் என்ற குழந்தைக்கான சர்வதேச வரையறையை ஏற்றுக்கொண்டிருக்கிறது. 6 முதல் 14 வயதுள்ள குழந்தைகளுக்கு மட்டுமே உரிமையளிப்பதன் மூலம் இந்தியா 0-6 மற்றும் 14-18 வயது வரம்பில் உள்ள குழந்தைகளின் உரிமைகளை தெளிவாக மீறுகிறது. இந்த அடிப்படை உரிமையை வழங்கும் பிரிவு 21ஏன் வாசகம் மிகவும் தந்திரமாக அமைக்கப்பட்டுள்ளதால், அரசு எந்த கடப்பாட்டிலிருந்தும் நம்பித்துவிட அது போதுமான இடம் தருவதாக உள்ளது. 16வது திருத்தம் செய்யப்பட்டு ஏழாண்டுகள் கழித்து, உன்னி கிருஷ்ணன் வழக்கு தீர்ப்பு வந்து 16 ஆண்டுகள் சென்ற பிறகுதான். காங்கிரஸ் தலைமையிலான ஐ.மு.கூட்டணி அரசு கல்வி உரிமைச் சட்டத்தை 2009ல் நிறைவேற்றியது.

நவீன தாராளமயம் துவக்கக் கல்வித் துறையை சந்தையின் பிடியிலிருந்து விடுவித்ததுபோல் தெரிந்தாலும், தீர்க்கப்படாத நிதி நெருக்கடிகள்

தொடர்ந்து மாநிலப் பள்ளிகளை தனியார் மூலதனத்திற்கு வழிவிட நிர்பந்திக்கின்றன. 1990களிலிருந்தே, உலக வங்கி ஆதரவு பெற்ற மாவட்ட துவக்கக் கல்வித் திட்டம் செலவினங்களைக் குறைக்கும் விதமாக, கல்வி உத்திரவாத மையங்கள், பயிற்சியற்ற துணை ஆசிரியர்கள் (Para-Teachers) மூலமாக கல்வி வழங்க ஆரம்பித்ததிலிருந்து அரசுப் பள்ளிகளின் தரம் சீர்குலைய ஆரம்பித்துவிட்டது. நாட்டின் பல மாநிலங்களில் சர்வ சிக்ஷா அபியான் மூலம் தரம் மேலும் நீர்த்துப் போனது. இத்திட்டம் அரசு பள்ளி முறையை கிராமப்புற, சேரிப்பகுதி பள்ளிகள், கேந்திரிய பள்ளிகள், சர்வோதயா அல்லது நவோதயா பள்ளிகள் என்று பல அடுக்குகள் உள்ளதாகப் பிரித்தது. இதன் மூலம் கல்வியின் அஸ்திவாரமான கட்டத்தில் உள்ள சமூக அசமத்துவத்தை மேலும் அதிகரித்தது. வெவ்வேறு விதமான வசதிகள் உள்ள இப்பள்ளிகளில் சேர்வதை குழந்தைகளின் சமூக, வர்க்கப் பின்னணிதான் தீர்மானித்தது என்பதால், அது அவர்களை மேலும் பிரித்தது என்பது வெளிப்படை.

இதுபோன்ற சமமற்ற அடுக்குகள் கொண்ட அரசுப் பள்ளிகளை நிறுவியதன் கூடவே, தனியார் பள்ளிகளைத் தொடாமல் விட்டுவிட்டார்கள். அனைத்து தனியார், மானியமற்ற துவக்கப் பள்ளிகளும், குறைந்தபட்ச 25 சத இலவச இடங்கள் பொருளாதார ரீதியாக பின்தங்கிய பகுதியினரின் குழந்தைகளுக்கு ஒதுக்கப்பட வேண்டும் என்று கல்வி உரிமைச் சட்டம் கூறுகிறது. இந்தியாவில் இட ஒதுக்கீடு என்ற சொல் அது உதவ வேண்டியவர்களை ஏமாற்றுவதற்கும், அது கிடைக்காதவர்களுக்கு கோபமூட்டவும் ஒரு மந்திர சக்தி பெற்றுள்ளது. இந்த ஷரத்து வெறும் கண்துடைப்புத்தான் மாவட்டத் தகவல் அமைப்பின் 2010-11 கல்வி புள்ளிவிவரங்களின்படி, மொத்தப் பள்ளிகளில் 75.51 சதம் அரசுப் பள்ளிகள், இவற்றின் மாணவர் எண்ணிக்கை சதவிகிதம் 61.32 எனவே அரசுதான் கல்வி வழங்கும் பெரிய நிறுவனம். தனியார் பள்ளிகளில் 78.76 சதம் அரசு உதவி பெறாதவை. இவற்றின் மாணவர் எண்ணிக்கை 27.22 சதம். அரசு உதவி பெறாத பள்ளிகளில் பெரும்பாலானவை சிறுபான்மை நிறுவனங்கள் என்பதால் அரசியலமைப்பின் 29,30 பிரிவுகளின்படி கல்வி உரிமைச்சட்டம் இவற்றிற்குப் பொருந்தாது. இவற்றில் எஞ்சியவை மட்டுமே இந்த இடஒதுக்கீட்டை தர வேண்டும். 6-14 வயது வரம்பில் பள்ளி செல்பவர்கள் எண்ணிக்கை சுமார் 200 மில்லியன். சிறுபான்மை நிறுவனங்களை கழிக்காமல் விட்டாலும்கூட அரசு உதவி பெறாத பள்ளிகளின் மாணவர் எண்ணிக்கை 54 மில்லியனாகும். இந்த உரசு உதவி பெறாத பள்ளிகளுக்கு இடஒதுக்கீட்டில் கூடுதலாக 25 சத மாணவர்களை சேர்த்துக் கொள்ளும் வசதி இருந்தாலும் (இது ஒரு நப்பாசைதான்) அது சுமார் 14 மில்லியன்தான். இது

மொத்த மாணவர் எண்ணிக்கையில் வெறும் 7 சதம்தான். எஞ்சிய 93 சதம் அல்லது 186 மில்லியன் மாணவர்கள் என்ன செய்வார்கள்? அவர்கள் சமமற்ற வசதிகள்கொண்ட ஒவ்வொரு சமூகப் பிரிவும் ஒரு அடுக்கில் இருப்பதான பல அடுக்குக் கல்விமுறையில்தான் படிப்பைத் தொடரவேண்டும். அனில் சடகோபால் (2008) இந்த 25 சத ஒதுக்கீட்டின் பின்னால் உள்ள மறைமுகமான அரசியல் திட்டத்தைக் காட்டுகிறது. அரசு எப்போதெல்லாம், உயர்ந்த, மேட்டுக்குடியினருக்கான பள்ளிகளை ஆரம்பிக்கிறதோ கேந்திரிய அல்லது நவோதயா பள்ளி அல்லது மாநில அரசுகள் ஆரம்பிக்கும் பிரதீபா வித்தியாலயா (டில்லி), உத்கிரிஷ்ட வித்தியாலயா (மத்திய பிரதேசம்), தங்குமிடப் பள்ளிகள் (ஆந்திரா), பதினோராவது திட்டத்தின் 6000 மாடல் பள்ளிகள் போன்றவை. சாதாரண பள்ளிகளுக்கு நிதி ஒதுக்கீடு, நல்ல ஆசிரியர்கள் ஆகியவை குறையும் என்கிறார். அவர் சொல்வது போல, இது மனக்குறையைத் தணிக்கத் தரப்படும் மருந்து, பொதுக் கல்வி முறை மூலம் தரமான கல்வி கோரும் போராட்டத்திலிருந்து மக்கள் கவனத்தைத் திருப்புவதற்கான முயற்சி.

வேறு பல விஷயங்களிலும் இச்சட்டம் குறைபாடுடையது. அது நாட்டில் உருவாகி உள்ள படிநிலையாக, பாரபட்சமான கல்வி முறையைத் தொடவில்லை. அது கல்வியின் மோசமான தரம் பற்றி கவனம் செலுத்தவில்லை. அது நிரந்தரமான பயிற்சி பெற்ற ஆசிரியர்களுக்கு பதிலாக, ஒப்பந்த அடிப்படையில் பயிற்சி பெற்ற ஆசிரியர்கள் பணிசெய்வதை பொறுத்துக் கொள்கிறது. அரசுப் பள்ளி ஆசிரியர்களுக்கு தேர்தல்/மக்கள் தொகை கணக்கெடுப்பு போன்ற பணிச்சுமை அதிகரிப்பை நியாயப்படுத்துகிறது. தனியார் பள்ளிகள் தாம் விரும்பும் கட்டணத்தை வசூலிக்க உள்ள சுதந்திரத்தை சட்டப்பூர்வமாக்குகிறது. (இந்த மசோதா நன்கொடை வசூலுக்கு பெயரில் அன்றி வேறு பெயரில் எளிதாக வசூலிக்க முடியும்) பள்ளிகள் பெற்றோர்களை நேர்காணல் செய்வதை இச்சட்டம் தடுப்பது பெயரளவில்தான். உண்மையில் நேர்காணல் என்பது கல்விக்கட்டணம் செலுத்த அவர்களுக்கு வசதி உள்ளதா என்பதைப் பார்ப்பதற்காகத்தான். துவக்கக் கல்விக்கு முந்தைய பாலர் கல்வி தான் குழந்தையின் வளர்ச்சிக்கு மிக முக்கியமானதாகக் கருதப்படுகிறது. ஆனால்இது அரசின் கட்டுப்பாட்டிலிருந்து அமைப்பு ரீதியாகவே நீக்கப்பட்டுவிட்டது. மிகவும் லாபகரமான இத்துறை, இவ்வாறாக, தனியாருக்கு தாரை வளர்க்கப்பட்டுவிட்டது. இச்சட்டம் எட்டாம் வகுப்பு வரை யாரையும் பெயிலாக்கக்கூடாது என்கிறது. கல்வியின் தரம் உறுதிப்படுத்தப்படாததால், அது செய்வதெல்லாம் படிப்பை மொத்தமாக நிறுத்துவதை எட்டாம் வகுப்பு வரை ஒத்தி வைப்பதைத்தான். ஆசிரியரின்

முயற்சி, அவரது பொறுப்புக் கடப்பாடு, மாணவர்களின் கற்கும் திறன் வெளிப்பாடு போன்ற முக்கியமான விஷயங்கள் குறித்து இச்சட்டம் மௌனமாக இருக்கிறது. கல்வி உரிமைச்சட்டம் செய்ததெல்லாம், உச்சநீதிமன்றத்தின் தீர்ப்பு ஏற்படுத்திய சிக்கலை, தனது நவீன தாராளமய செயல்திட்டத்தை முன்னெடுத்துச் செல்ல ஒரு வாய்ப்பாக திறமையாக மாற்றிக் கொண்டதுதான்.

காலப்போக்கில், அரசுப் பள்ளிகளின் தரம் குறைந்தது. நகர்ப்புறங்களில் மட்டுமின்றி, கிராமப்புறங்களிலும் குறைந்த கட்டணம் உள்ள தனியார் பள்ளிகள் ஏராளமாக உருவாக வழிவகுத்தது. வருடாந்திர கல்வி அறிக்கைகளின்படி, 2006ல் கிராமப்புறங்களில் தனியார் பள்ளிகளில் 19 சதமாக இருந்த சேர்க்கை எண்ணிக்கை 2014ல் சுமார் 31 சதமாக உயர்ந்துள்ளது. தேசிய அளவில், 2007 முதல் 2012 வரையிலான ஐந்தாண்டு காலத்தில், தனியார் துவக்கப்பள்ளிகளில் சேர்க்கை எண்ணிக்கை சுமார் 28 சதத்திலிருந்து கிட்டத்தட்ட 35 சதமாக உயர்ந்துள்ளது. எனவே, கல்வி உரிமைச்சட்டம் நாட்டின் சுமார் 50 சத குழந்தைகளுக்கு கல்வி வழங்க அரசு தனியார் பள்ளிகளை நம்பியிருப்பதன் வெளிப்பாடாக உள்ளது (கிராமப்புறக் குழந்தைகளில் 31 சதம், நகர்ப்புறங்களில் சுமார் 80 சதம்). தனியார் பள்ளிகள் இல்லாமல்போனால், துவக்கக் கல்வி தருவதற்கான முழு நிதிச்சுமையும் அரசின் மீதுதான் விழும். அரசுப் பள்ளிகளில் ஒரு மாணவருக்கான செலவு என்பது, குறைந்த கட்டண தனியார் பள்ளிகளுக்கு போதிய நிதிவசதி இல்லாவிட்டாலும்கூட, மேம்பட்ட கற்றல் விளைவுகளைத் தருகின்றன. இதுபோன்ற செலவு செய்ய முடிகின்ற தனியார் பள்ளிகள் அதிகரித்து வரும் நிலையில், எளிதில் ஏமாறக்கூடிய குறைந்த வருமானம் கல்வி பெற்றோர் தம் குழந்தைகளை இப்பள்ளிகளுக்கு அனுப்புவதால், பல அரசுப் பள்ளிகளில் சேர்க்கை எண்ணிக்கை குறைகிறது. இப்படி எண்ணிக்கை குறைவது, அரசு இத்துறையிலிருந்து விலகிக் கொள்வதற்கு வசதியாக இருக்கிறது. 2015-10 வாக்கில் குறைந்தபட்சமாக, 18,7006 துவக்கப்பள்ளிகளும் (1 முதல் 5ம் வகுப்பு வரை) 62,988 நடுநிலைப் பள்ளிகளும் (6 முதல் 8ம் வகுப்பு வரை) முப்பது மாணவர்களுக்கும் குறைவான எண்ணிக்கையோடு கலந்து கொண்டிருந்தன. இதுபோக 7166 பள்ளிகளில் ஒரு மாணவர்கூட சேரவில்லை. சுமார் 89,000 பள்ளிகளில் ஒரே ஒரு ஆசிரியர் மட்டும்தான். மொத்தத்தில் இந்த எண்கள் இந்நிலையில் சிறு பள்ளிகளில் மோசமான நிலையைக் காட்டுகின்றன. சொல்லப்படும் ‘சீர்த்திருத்தங்கள்’ இந்த அனைத்துப் பள்ளிகளையும் குறி வைக்கின்றன.

இந்தியா முழுவதுமுள்ள அரசுப் பள்ளிகளுக்கு 1.2 மில்லியன் தகுதிவாய்ந்த, பயிற்சிபெற்ற முழு நேர ஆசிரியர்கள் தேவைப்படுகிறார்கள்.

கல்வி உரிமைச் சட்டத்திற்குப் பிறகு, இந்தப் பள்ளிகளின் தரத்தை மேம்படுத்துவதற்கு பதிலாக அரசு அவற்றை மூட ஆரம்பித்துள்ளது. அனைவருக்கும் கல்வி என்பது ஒருஉரிமையாக ஆக்கப்பட்டதற்குப் பிறகு, பள்ளி வசதிகள் குறைக்கப்படும் ஒரு அபத்தமான சூழலை நாம் பார்க்கிறோம். கல்வி உரிமைச் சட்டம் நடைமுறைப்படுத்தப்பட்ட பின் முதல் ஐந்தாண்டுகளில் நாடெங்கிலும் *10,0000*ற்கும் அதிகமான பள்ளிகள் மூடப்பட்டுள்ளன. ஒட்டுமொத்த பள்ளி அமைப்பும் அரசு தனியார் கூட்டு முறை நோக்கித் தள்ளப்படுகிறது. இந்த முறை மக்களின் எதிர்ப்பின்றி தனியார்மயமாக்கும் நோக்கத்தை நிறைவேற்று உதவுகிறது. அடிமட்டத்தில் உள்ளவர்களின் மேம்பாடு பற்றி போலியாக கவலை தெரிவித்தபடியே நிதியாதாரம் இல்லை என்று அரசு வாதிட இது உதவுகிறது. நிதியாதாரம் போதாமை என்பதைத் தாண்டி, தனியார் துறை உள்ளபடியே செயல்திறன் வாய்ந்தது என்ற கூற்றும் ஒரு முக்கியமான வாதமாக உள்ளது. அரசு தனியார் கூட்டு என்பது உலகம் முழுவதுமுள்ள ஆட்சியாளர்களுக்கு மிகவும் பிடித்ததாகும். இதன் மூலம் ஏராளமான பொது நிதியை தனியார் கைகளுக்கு தாரை வார்த்துவிட்டு, பிரதிபலனை அதிகாரவர்க்கம் ஒப்பந்தங்கள் போன்றவற்றால் ஏராளமான தொகையை தமக்குப் பெற்றுக் கொள்ள முடியும். அதனால் இயல்பாகவே, சமீப காலங்களாக பெரும்பாலான உள்கட்டுமானத் திட்டங்களில் அரசு தனியார் கூட்டு என்பதுதான் முக்கியமான வழிமுறையாக உள்ளது. இந்தியாவில், அரசு தனியார் கூட்டு முதன்முதலாக *1999*ல் பாஜக *1* தேசிய ஜனநாயகக் கூட்டணி தேர்தலறிக்கையில்இடம் பெற்றது. அடுத்த ஆண்டு, தேசிய ஜனநாயகக் கூட்டணி அரசு, அரசு தனியார் கூட்டை பல்வேறு துறைகளில் கொணர பிரதமர் வாஜ்பாய் அலுவலகத்தில் ஒரு கமிட்டியை உருவாக்கியது (பின்னர் இது திட்டக்குழுவிற்கு மாற்றப்பட்டது) *2004*ல் காங்கிரஸ் தலைமையிலான ஐ.மு.கூட்டணி பதவிக்கு வந்தபோதும் இதே கமிட்டி தொடர்ந்து இயங்கியது. தனது அறிக்கையை பிரதமர் மன்மோகன் சிங்கிடம் அளித்தது. *2007*ல் திட்டக்குழுவின் ஒரு கூட்டத்திற்குத் தலைமை தாங்கிய மன்மோகன்சிங், கல்வியில் அனைத்து மட்டங்களிலும் செய்யப்படும் முன்முயற்சிகள் அரசு தனியார் கூட்டின் மூலம் செய்யப்படும் என்று அறிவித்தார். அதிலிருந்து, பதினோராம், பன்னிரெண்டாம் ஐந்தாண்டுத் திட்ட காலங்களில் *(2007-17)* கல்வித் துறையில் உள்ள பொது நிதியை எடுத்துக் கொள்ள கார்ப்பரேட் நிறுவங்கள், சுய உதவிக் குழுக்கள், மத அமைப்புகள் இடையே கடுமையான போட்டி நிலவியது.

2013 துவக்கத்தில், மிகவும் புகழ்ந்து பேசப்பட்ட அரசு தனியார் கூட்டுத் திட்டமான 'பள்ளியை தத்தெடுத்தல்' திட்டத்தின்படி, பிரிவின் மும்பை

முனிசிபல் மாநகராட்சி தனது பள்ளிகளை தனியார்கள் வசம் தர முடிவு செய்தது. ஜனவரி 22 அன்று, பள்ளிகள் பெயர் பெற்ற கார்ப்பரேட் நிறுவனங்களுக்கு ஏலம் விடப்படும் என்றும், அவை 'கல்வித் துறையில்' தம் பணிக்காக அங்கீகாரம் பெற்றுள்ள நிறுவனங்களுடன் புரிந்துணர்வு ஒப்பந்தம் கையெழுத்திடும் என்றும் அறிவித்தது. இச்செயல்பாடு ஐநா குழந்தைகள் நிதி மற்றும் மும்பை மாநகராட்சிக்கு இடையே 'கல்வி மேம்பாட்டுத் திட்டத்தை' நடத்துவதற்காக உள்ள புரிந்துணர்வு ஒப்பந்தத்தால் நிர்வகிக்கப்படும். (இத்திட்டம் யுனிசெஃப் மற்றும் மெக்கின் சி & கம்பெனியால் 2009ல் ஆரம்பிக்கப்பட்டது. நிர்வாகக் குழுவில் அகங்க்ஷா, அசீமா, நந்தி போன்ற சுயஉதவிக் குழுக்கள் இருந்தன). தரமான கல்வி தருவதில் தான் தோற்றுவிட்டதற்கு எந்த காரணங்களையும் மும்பை மாநகராட்சி கூறவில்லை. தனது 125 ஆண்டுகளுக்கும் மேலான அனுபவத்தால் சாதிக்க முடியாததை ஒரு தனியார் கூட்டாளி சாதித்துவிடுவார் என்று தான் நம்புவதற்கு எந்த விளக்கங்களையும் அது அளிக்கவில்லை. தனது ஒரு பள்ளியை ஒரு சுயஉதவிக் குழு நடத்துவதிலிருந்து பெற்ற அனுபவத்தைக் கூட அது கணக்கில் கொள்ளவில்லை. மும்பையின் காட்டன்கிரீன் பகுதியில் ஒரு பள்ளியை அகங்க்ஷா என்ற என்ஜிஓ கல்வி மேம்பாட்டுத் திட்ட நிர்வாகக் குழுவில் இடம்பெறுமளவு முக்கியமானதாக நடத்தி வந்தது. இப்பள்ளியில் ஒன்று முதல் எட்டு வகுப்புகளுக்குச் சேர்த்து ஒரே ஒரு தகுதிபெற்ற ஆசிரியர்தான் இருந்தார். அந்த விஷயத்தில் நடவடிக்கை எடுப்பது அரசியல் ரீதியாக இடைஞ்சலாக இருந்ததுபோலும். அது அப்படியே விடப்பட்டது.

இந்தியாவின் செல்வச் செழிப்பான மாநகராட்சியான மும்பை மாநகராட்சி 11500 ஆசிரியர்களும், கிட்டத்தட்ட 400,000ற்கும் மேலான குழந்தைகள் படிக்கும் 1174 பள்ளிகளை நடத்துகிறது. மராத்தி, இந்தி, ஆங்கிலம், உருது, குஜராத்தி, கன்னடம், தெலுங்கு, தமிழ் ஆகிய எட்டுமொழிகளில் இலவசக் கல்வி தருகிறது. தனது வருவாயில் சுமார் 8 முதல் 9 சதத்தை கல்விக்குச் செலவிடுகிறது. இத்தொகை பல ஆண்டுகளாக படிப்படியாக அதிகரித்து வருகிறது. 2011-12 அதன் வருடாந்திர தனிநபர் செலவினமான ரூ.36,750தான் நாட்டிலேயே மிக அதிகம். எனினும் இந்த மாநகராட்சிப் பள்ளிகளில் படிக்கும் மாணவர் எண்ணிக்கை குறைந்து வருகிறது. 2011-12ல் 4,39,153 ஆக இருந்தது 2015-16ல் 3,83,485 ஆக குறைந்தது. சுமார் 13 சத கடும் சரிவு. இதுதான் நாடு முழுவதும் அரசு / நகராட்சி பள்ளிகளின் நிலை. நவீன தாராளமயம் சுதந்திரமான போட்டியை உருவாக்கும். அரசுப் பள்ளி மாணவர்களைவிட தனியார் பள்ளி மாணவர்கள் போட்டித் தேர்வுகளில் சிறந்து விளங்குவார்கள் என்ற தவறான எண்ணம்

தான் ஆங்கில வழிப் பள்ளிகளுக்கு சாதகமாக உள்ளது. போட்டித் தேர்வுகளால் செலுத்தப்படும் உயர்கல்விச் சந்தையில் ஏழை மாணவர்கள் சிறந்து விளங்க இந்தத் தனியார் பள்ளிகள் விசேஷமான கற்பித்தல் முறைகளை கொண்டுள்ளன என்பதல்ல. எவ்வாறாயினும் இத்தேர்வுகளின் கவனம் எல்லாம் மனப்பாடம் செய்யும் முறையின் மீதுதான். ஏழைகள் இப்பள்ளிகளின் செயல்திறன் பற்றி எதுவும் அறியாவிட்டாலும், தம்மை விட தம் குழந்தைகள் நன்றாக வாழ வேண்டும் என்ற ஆசையில், மேற்கத்திய பாணியின் நவீனத்துவத்தின் ஒரு பகுதியாக தம் குழந்தைகளும் இருக்க வேண்டும் என்ற ஆசையில் தம் சக்திக்கு மீறி செலவழித்து இப்பள்ளிகளில் குழந்தைகளைச் சேர்க்கிறார்கள். கல்வி உரிமை அமைப்பின் தேசிய ஒருங்கிணைப்பாளரான அம்பரீஷ் ராய் 2014 அக்டோபரில் அரசு தனது சொத்துகளை தனியார் வசம் ஒப்படைக்கிறது என்று குறிப்பிட்டார். குறைந்த கட்டண தனியார் பள்ளிகளின் கட்டுப்பாடற்ற அதிகரிப்பும், அரசு தனியார் கூட்டு பள்ளிகளும், அரசு உத்தரவின் சாரத்தை நீர்த்துப் போகச் செய்யும் வழிமுறைகள் என்றார். பதினோராவது திட்டத்தில் அரசு தனியார் கூட்டில் 2500 மாதிரி பள்ளிகளை அமைக்கும் திட்டத்தை ஆராய்ந்து, புது டில்லியின் ஜே.பி.ஜி.திலக், அரசு தனியார் கூட்டு என்பது தனியார் மயமல்ல, லாப நோக்கை குறி வைத்தல்ல என்று சொல்லப்பட்டாலும், அது நிச்சயமாக அதைத்தான் செய்கிறது. அது தனியார் மயம்தான். மிக உயர்ந்த அளவிலான வணிகமயம்தான். ஆனாலும் ஒரு வேறுபாடு உள்ளது. அது பொது நிதியைப் பயன்படுத்தி செய்யப்படுகிறது என்றார். *(The Hindu, 24 May 2010))*

பிறகு மெக்காலே காலத்திலிருந்தே தொடர்ந்து பரவலாகச் சொல்லப்பட்டு வரும் ஒரு காரணமும் இருக்கிறது. கல்விக்கு ஒதுக்க போதுமான நிதியாதாரம் இல்லை என்ற காரணம். காலனியத்திற்குப் பிறகு வந்த அரசு கல்வியை அடிப்படை உரிமையாக ஆக்க மறுக்க இந்த காரணத்தைப் பயன்படுத்தியது. இன்று இந்தியா பொருளாதார ரீதியாக தனது முஷ்டியை மடக்குகிறது. இராணுவத்திற்கு அதனால் பில்லியன் கணக்கில் வாரியிறைக்க முடிகிறது. ஆனால் கல்விக்கான அரசு ஒதுக்கீடு என்று வரும்போது, உலக நாடுகளின் பட்டியலில் மிகவும் கீழே இருக்கிறது. உலக வங்கியின் கூற்றின்படி, 2012ல் உலகம் தனது மொத்த உள்நாட்டு உற்பத்தியில் சராசரியாக 4.9 சதம் செலவழித்தது. ஆனால் இந்தியாவின் பங்கு வெறும் 3.3 சதம்தான். பிரிக்ஸ் நாடுகளில் கல்விக்கு மிகக் குறைவாக செலவழிப்பது இந்தியாதான். (பிரேசில் 5.8 சதம், ரஷ்யா 4.1 சதம், சீனா 4 சதம், தென்னாப்பிரிக்கா 6 சதம்) ஒருபுறம் நிதியாதாரம் இல்லை என்று சொல்லிக் கொண்டே, கல்வித்துறையை உலக மூலதனத்திற்குத் திறந்துவிட அதை ஒரு காரணமாகப் பயன்படுத்திக் கொள்கிறது. தேசிய அறிவு ஆணையம் (இறுதி

அறிக்கை 2006-09) 2020 வாக்கில் உயர்கல்வியில் 30 சத மாணவர் சேர்க்கை என்ற இலக்கை எட்ட இந்தியாவிற்கு சுமார் 190 மில்லியன் டாலர் தேவைப்படும் என்று கணக்கிட்டது. எதிர்பார்த்தபடியே, அரசிடம் நிதியாதாரம் இல்லை என்பதால் இதை அந்நிய நேரடி முதலீட்டின் மூலம் திரட்டவேண்டும் என்று ஆலோசனை வழங்கியது.

எந்த ஜனநாயக நாட்டிலும் கல்வி, மருத்துவவசதி ஆகியவற்றிற்குத்தான் முதல் முன்னுரிமை தரவேண்டும். மக்களின் முன்னேற்றத்திற்கு அவைதான் அடிப்படையான அம்சங்கள். எனவே, அவை ஜனநாயகத்திற்கே முக்கியமான தீர்மானிக்கும் காரணிகளாக இருக்கின்றன. எல்லாக் காலங்களிலும் மக்களின் அறியாமைதான் ஆட்சியாளர்களுக்கு பெரிய பாதுகாப்பாக உள்ளது. இந்திய ஆளும் வர்க்கங்கள் தம் மக்கள் தொகையின் பெரும்பான்மையானோருக்கு கல்வியின் வாசலை மூடிவிட சாதி முறை என்ற சிக்கலான சூழ்ச்சியை ஏற்படுத்திவிட்டார்கள். கடந்த இரண்டு நூற்றாண்டுகளாகத்தான் இந்தக் கதவுகள் திறக்கப்பட்டுள்ளன. எனினும் குறைந்த நிதியாதாரம் என்ற சாக்குப்போக்கால், பெரும்பான்மையான மக்களுக்கு இந்தக் கதவு திறக்கப்படவில்லை. தனது அடித்தட்டு மக்களுக்காக ஏராளமான சமூக நீதித் திட்டங்களை உருவாக்கியுள்ளதாக இந்தியா பெருமை கூறுகிறது. இது அடிப்படை வசதிகளான மருத்துவவசதியும், கல்வியும் தரப்படாததை மறைக்கிறது. கடந்த தலைமுறைகளுக்கு இழைக்கப்பட்ட அநீதிகளுக்கு இழப்பீடு வழங்குவதோ, அவற்றை சரி செய்வதோ முடியாது என்றாலும், இந்தியா தனது ஒட்டுமொத்த மக்கள் தொகைக்கும் சமமான, தரமான கல்வியை உறுதிப்படுத்தினால், அநீதியின் அந்தத் தொடர் சங்கிலியை தகர்க்க முடியும். அதன்பிறகு, இன்றைய தலைமுறையின் அவமதிப்பை வெறுமனே தொடரச் செய்து கொண்டிருக்கும் சமூக நீதி என்று சொல்லப்படும் அந்த விரிவான அமைப்பிற்கு அவசியமில்லாமல் போகலாம்.

ஆயிரக் கணக்கான ஆண்டுகளாக கல்வியில் ஏற்பட்டுள்ள சிக்கலிலிருந்து மீள ஒரே வழி கல்வி அமைப்பு முழுவதையும் எளிமையாக தேசியமயமாக்கி, அதை அருகமை பள்ளி என்ற அடிப்படையில் பொதுக் கல்வி முறையாக மாற்றுவதுதான். கல்வியை, ஒரு மாணவன் பொறுப்புள்ள குடிமகனாக மாறுவதற்கான திறம் பெறும் வரையில், அவனது 18வது வயது வரை முற்றிலும் இலவசமானதாக, கட்டாயமானதாக ஆக்க வேண்டும். இது ஒன்றும் செய்ய முடியாத விஷயமல்ல. உண்மையில் இவை சில வழிகளில் இந்தியாவின் அரசியமைப்புப் பார்வையில் உட்பொதிந்துள்ளன. அல்லது இந்தியா சர்வதேச உடன்படிக்கைகள் மூலம் இவற்றை ஏற்றுள்ளது. மேலும், இவ்வுலகில் பிறக்கும் ஒவ்வொரு குழந்தையும் ஆரோக்கியமாக இருப்பதை

உறுதிப்படுத்த வேண்டும். இதன் பொருள், கர்ப்பிணிப் பெண்கள் அனைவருக்கும் பிரசவத்திற்கு முந்தைய மருத்துவ வசதிகள் தரப்பட வேண்டும் என்பதே. ஆரம்பத்திலிருந்தே, எல்லா குழந்தைகளுக்கும், அவர்களது பெற்றோரின் பின்னணியைக் கருதாது. ஒரே மாதிரியான கல்வி வழங்கப்பட்டால், அப்போதே இந்தியாவைப் பாதிக்கும் பல கடுமையான பிரச்சினைகள் (சாதி போன்றவை) பாதி தீர்ந்து விடும். இது பலருக்கும், குறிப்பாக, பிரச்சனைகளை பெரிதுபடுத்துவதன் மூலம் லாபமடைவோருக்கு மிக எளிதான தீர்வு போல் தோன்றலாம். ஆனால் பல சிக்கலான பிரச்சினைகளுக்கான சரியான தீர்வுகள் அனைத்தும் எளிமையானவைகளாகத்தான் இருக்கும். ஒரு அரசியலமைப்புக் கடப்பாடாக சமத்துவம் என்பதை அர்த்தத்தோடு தேடினால், இன்று உலகின் குறைவான அசமத்துவம் நிலவும் டென்மார்க், நார்வே போன்ற நாடுகளில் கல்வியும், மருத்துவமும் கிட்டத்தட்ட முழுமையாகவே அரசின் பொறுப்பாக இருக்கும் உண்மையை நாம் உணரலாம். இப்படி ஒரு அடித்தளம் இருந்தால், உயர் கல்வியையும் அதோடு இணைந்துள்ள மேட்டுக்குடித்தனத்தை நீக்கி மறுச்சீரமைக்க முடியும். இதைச்செய்வதற்கான அனைத்து வளங்களும் இந்தியாவிடம் உள்ளன. இதுவரை அதனிடம் இல்லாதது அரசியல் உறுதி மட்டும்தான்.

10

சாதி ஒழிப்பின்றி சுவச் பாரத் இல்லை

2016 ஏப்ரல் *13* அன்று, டாக்டர் அம்பேத்கரின் *125*வது பிறந்தநாளுக்கு முதல் நாள், *125* நாட்கள் நடந்த அகில இந்திய பீம் யாத்ரா முடிவடைந்தது. இந்த யாத்திரை தலித்துகளிலேயே மிக மோசமாக நசுக்கப்படுபவர்களை கையால் மலம் அள்ளுவோரின் பரிதாபமான நிலையை வெளிக்காட்டியது. விளக்குமாறு, சிறு தகரம், ஒரு கூடை ஆகியவற்றை வைத்துக் கொண்டு இவர்கள் கழிப்பறைகளிலிருந்து மலத்தை எடுத்து, தம் தலையில் சுமந்து சென்று, கிடங்குகளில், திறந்தவெளிகளில் கொட்டுகிறார்கள். இவர்களுக்கு எல்லா விதமான வைரஸ், பாக்டீரியா தொற்றுகளும் தாக்குகின்றன. தோல், கண்கள், கைகால்கள், சுவாச, ஜீரண உறுப்புகள் பாதிக்கப்படுகின்றன. கையால் மலம் அள்ளும் தலித் தொழிலாளர்கள் சஃபாய் கரம்சாரி அந்தோலன் என்ற அமைப்பின் கீழ் *29* மாநிலங்களின் *500* மாவட்டங்கள் வழியே சுமார் *3500* கி.மீ. பயணம் மேற்கொண்டார்கள். சர்வதேச மனித உரிமைகள் தினமான *2015* டிசம்பர் *10*ம் தேதி அஸ்ஸாமின் திப்ருகரிலிருந்து துவங்கிய இப்பயணம் ஜம்மு, காஷ்மீர் வழியே கன்யாகுமரி வரை வந்து பின்னர் புதுடெல்லியின் ஐந்தர்மந்தரில் முடிந்தது. அவர்களது கோஷமான 'எங்களைக் கொல்வதை நிறுத்துங்கள்' என்பது மிக மோசமான பணிச்சூழலில் ஆண்டுதோறும் *22000*ற்கும் மேற்பட்ட துப்புறவுத் தொழிலாளர்கள் உயிரிழப்பதைக் குறித்தது. கார்ப்பரேட் ஊடகங்களால் மிகக் கவனமாகத் தவிர்க்கப்பட்ட இந்த யாத்திரை பலமற்ற முனுமுனுப்புகளுடன் ஆரம்பித்து மற்றொரு முனுமுனுப்புடன் முடிந்தது. கன்னங்களில் கண்ணீர் வடிய, துக்கம் தொண்டையை அடைக்க, பல குழந்தைகள் தமது பணியின்போது விஷவாயுக்களால் உயிரிழந்த தமது பெற்றோரின், உறவினர்களின் கதையைக் கூறினார்கள். இவர்களது கதைகள் ஒரு பயங்கரமான முரண்பாட்டைக் காட்டியது. ஒரு புறம் அம்பேத்கர் ஒரு மாபெரும் சின்னமாக அரசால் காட்டப்படும் அதே வேளையில், அவர் யாருக்காக வாழ்ந்தாரோ, பாடுபட்டாரோ அந்த மக்கள் தமது வாழ்க்கையின், கௌரவத்தின் அங்கீகாரத்திற்காக அரசை கெஞ்சிக் கொண்டு, போராடிக் கொண்டிருந்தார்கள்.

உலகின் தனித்துவமான அசுத்தமான நாடாக இந்தியா திகழ்கிறது என்பதில் சிறிதும் ஐயமில்லை. உலக சுகாதார நிறுவனமும், யுனிசெஃப் நிறுவனமும் *2014*ல் கூட்டாகத் தயாரித்த அறிக்கை இந்தியாவில் *597* மில்லியன் மக்கள் திறந்தவெளியில் மலம் கழிக்கிறார்கள் என்றது. *(The Hin-*

du, 9 May 2014) மற்ற நாடுகளோடு ஒப்பிடுவதற்கு இது தொடர்பான அதிகாரபூர்வமான குறியீடு எதுவும் இல்லை. சுத்தம் பற்றிய தரவரிசை உள்ளது. ஆனால் அவை சுற்றுச்சூழல் சுத்தத்தின் அடிப்படையிலானவைகளாகத் தெரிகின்றன. அவை இந்தியாவை பாதிக்கும் அசுத்த கலாச்சாரத்தை பிரதிபலிக்காது இருக்கக்கூடும். ஆனாலும், இந்தியாவிற்கே தனித்துவமான எங்கும் நிறைந்த அசுத்தம் பற்றி யாருமே மாறுபட்ட கருத்து கொண்டிருக்க முடியாது. வறுமைக்கும், அசுத்தத்திற்குமான தொடர்பு தானே வெளிப்படுவதுபோல, இந்நிலைக்குக் காரணம் வறுமை என்று சரியான ஆய்வின்றி கூறப்படுகிறது. இந்தத் தொடர்பு ஏற்கமுடியாதது. தனிப்பட்ட அல்லது ஒட்டுமொத்த வறுமையால் அடிப்படை சுகாதாரக் கட்டமைப்புகள், சுத்தம் பேணுவதற்கான சாதனங்கள் கிடைக்காமல் போகும் என்றாலும், இந்தியாவை விட ஏழ்மையான நாடுகள் அசுத்தமாக இல்லை. இந்தியாவை விட குறைவான தனிநபர் மொத்த உள்நாட்டு உற்பத்தி உள்ள 53 நாடுகளில், 46 நாடுகளில் திறந்தவெளி மலம் கழிக்கும் நிலை இந்தியாவை விட குறைவு. தெற்காசிய நாடுகளில் கூட, திறந்தவெளியில் மலம் கழிப்பவர்கள் எண்ணிக்கை அடிப்படையில் இந்தியாதான் மிக மோசமான நிலையில் உள்ளது. (வேறு ஆதாரங்கள் காட்டப்படாவிட்டால், இந்த அத்தியாயத்தில் பயன்படுத்தப்படுகிற கழிப்பறை பயன்பாடுகள் பற்றிய புள்ளிவிவரங்கள் டயான் கோஃபி மற்றும் டீன் ஸ்பியர்ஸ் எழுதிய 'இந்தியா எங்கு செல்கிறது : கைவிடப்பட்ட கழிப்பறைகள், தடுக்கப்பட்ட மேம்பாடு மற்றும் சாதியின் விலை (2017) நூலிலிருந்து எடுக்கப்பட்டவை). 2006 வாக்கில் 96 சதமான பங்களாதேஷிகள் கழிப்பறைகளை பயன்படுத்திக் கொண்டிருந்தார்கள். அவர்களது பொருளாதார நிலையை இந்தியர்களோடு ஒப்பிட்டுப் பார்த்தால், அதே ஆண்டு 52 சதம் மிக ஏழ்மையான பங்களாதேசி வீடுகளில் மண்தரைதான். மின்சாரம் கிடையாது. அதே சமயம் இந்தியாவில் இது 21 சதம். எனினும், இன்று வரை உலகின் திறந்தவெளி மலம் கழிப்பில் பாதி கிராமப்புற இந்தியாவில்தான் நடக்கிறது. 2011 மக்கள் தொகை கணக்கெடுப்பின்படி, நாட்டின் 70 சத கிராமப்புற வீடுகளில் கழிப்பறை கிடையாது.

ஏழைகள் அசுத்தமான சூழலில்தான் வேலை பார்க்க வேண்டியதாக உள்ளது என்பதை மறுக்க முடியாது. நிலமற்ற கூலிகளாக அவர்கள் சேறும் சகதியுமான வயல்களில் வேலை பார்க்கிறார்கள். விவசாய மற்ற தொழிலாளர்கள் கட்டுமானம் போன்ற தொழில்களில் உள்ளார்கள். இவர்கள் இன்னும் அசுத்தமான சூழலில் வாழ்ந்து, வேலை பார்க்கிறார்கள். ஆனாலும், தொழில் ரீதியாக சுத்தத்தைக் கடைப்பிடிக்க அவர்கள் முயற்சி செய்வார்கள். பணக்காரர்களின் சுத்தம் ஏழைகளுக்கு இருக்க முடியாது என்பது

வெளிப்படை. ஆனால் அவர்களிடம் சுத்தம், சுகாதாரம் ஆகியவற்றின் முக்கியத்துவம் பற்றிய விழிப்புணர்வு இருக்கிறது. இதை கிராமங்களில், பழங்குடியினரின் வாழிடங்களில் ஏழைகளிலும் ஏழைகளாக இருக்கும் மக்களின் வீடுகளில் நாம் எளிதாகக் காணலாம். நகர்ப்புற சேரிகளிலும் கூட இப்படித்தான். இதற்குக் காரணம் அவர்களது உள்ளார்ந்த பொருளாதார உணர்வுதான். சுத்தம், சுகாதாரக் குறைவால் நோய் வாய்ப்பட்டு அவர்களால் படுத்துக் கிடக்க முடியாது. பிழைப்பு போய்விடும். குடிமை உலகில் குப்பை என்பது குடிமை உணர்வுக் குறைவால், ஒரு கலாச்சார செயலாக உருவாகிறது. பணக்கார நாடுகள் எவ்வாறு பசுமைக்குழல் வாயு உருவாக அதிக அளவில் காரணமாக உள்ளனவோ அது போலவே, பணக்காரர்கள்தான் அதிக அளவு குப்பையை உருவாக்குகிறார்கள்.

இது சாதி கலாச்சாரமின்றி வேறில்லை. இக்கலாச்சாரம் வீட்டிற்குள் கழிப்பறை கட்டுவதைத் தடுக்கிறது. இதுதான் இந்தியாவின் தனித்துவமான அசுத்தப் பழக்கங்களுக்குக் காரணமாக உள்ளது. சடங்கு ரீதியான புனிதம் என்ற கருத்தின் மீது வலுவாக அமர்ந்துள்ள ஒரு கலாச்சாரம், கழிப்பறை வசதியையும், ஆய்வுகள் காட்டும் நோய்களின் காரணத்தையும் எதிர்க்கிறது. இதன் பொருள் இதற்கான தீர்வு எளிமையாக கழிப்பறைகள் கட்டுவதில் இல்லை என்பதுதான். தேசிய மாதிரி கணக்கெடுப்பின் 72வது சுற்றுடன் இணைந்து 2015 மே, ஜூனில் நாடு முழுவதும் நடத்தப்பட்ட விரைவான ஆய்வு கிராமப்புறங்களில் 52.1 சதமக்களும், நகர்ப்புறங்களில் 7.5 சத மக்களும் திறந்த வெளியில் மலம் கழிப்பதை விரும்புவதாகக் கணக்கிட்டது. *(Hindu, 21 April 2016)* 2012ன் இந்திய மனித வள மேம்பாட்டுக் கணக்கெடுப்பு, குறைந்தபட்சம் ஒருவராவது பட்டதாரியாக உள்ள கிராமக் குடும்பங்களில் 32 சதத்தினர் திறந்தவெளியில் மலம் கழிப்பதை தொடர்வதாகக் கண்டுபிடித்தது. பங்களாதேஷில், இதே அளவு கல்வித் தகுதி உள்ள குடும்பங்களில் இது 1 சதவிகிதம்தான். ஏன் இத்தனை பெரிய இடைவெளி? இதற்கான விடை சடங்குரீதியான சுத்தம் என்ற கருத்தாக்கத்தில்தான் உள்ளது. கிருமி பாதிப்பு என்று இல்லாவிட்டாலும், வீட்டின் சமையலறையும், பூஜையறையும் மிக புனிதமானவைகளாகக் கருதப்படுகின்றன. அவற்றின் அருகிலேயே, அதே கூரையின் கீழ் 'அசுத்தமான' கழிப்பறை இருப்பதை கலாச்சாரம் வேரூன்றிய மதிப்பீடுகள் அனுமதிக்க மறுக்கின்றன. இந்தியாவிற்குள் ஒப்பீட்டளவில் குறைந்த வருவாய் நிலையில் உள்ள வடகிழக்குப் பகுதியிலும், பரவலான வறுமை உள்ள முஸ்லீம் சமூகமும், இந்தி பகுதிகளில் காணப்படுவதைவிட குறைந்த அளவு திறந்தவெளி மலம் கழிக்கும் பழக்கத்தை கொண்டுள்ளன. மேலும், 2014 சுகாதாரத் தரம், பயன்பாடு, வசதி மற்றும் போக்கு குறித்த ஸ்குவாட் கணக்கெடுப்பு *(SQUAT:*

Sanitation Quality, Use, Acess and Trends) பீஹார், உத்திரப்பிரதேசம், ராஜஸ்தான், ஹரியானா, மத்தியப் பிரதேசம் ஆகிய உலகின் திறந்தவெளி மலம் கழிப்பின் 30 சதத்தினைக் கொண்டுள்ள மாநிலங்களில் 13 மாவட்டங்களில் எடுக்கப்பட்ட புள்ளி விபரங்களை ஆய்வு செய்தது. இது செயல்படும் கழிவறைகளைக் கொண்டிருந்த 40 சதத்திற்கும் அதிகமான வீடுகளின் உறுப்பினர்கள் திறந்தவெளியில் மலம் கழிப்பதை தொடர்ந்தார்கள் என்று காட்டியது.

இந்தியக் கலாச்சாரம் சுத்தத்தைப் பராமரிக்கும் பொறுப்பை ஒரு குறிப்பிட்ட சாதிக்குத் தந்துள்ளது. அது துப்புரவுத் தொழிலை சுத்தமற்றது என்றும், துப்புரவுத் தொழிலாளர்கள் தீண்டத்தகாதவர்கள் என்றும் முத்திரை குத்துகிறது. தீண்டாமைக்கும் மேலாக, இந்தியர்களின் நடத்தையில் ஒரு சாதிப் பண்பாடு மிகக் பரவலாக நிலவுகிறது. கல்விப் பரவலாக்கம், நகரமயம், உலகமயம் அனைத்தையும் மீறி, பல்வேறு பணிகளை திறம்பட சாதியப்படுத்தும் இந்தப் பண்பாடு தொடர்கிறது.

சுத்தத்தைப் பொருத்தவரை, சாதி கலாச்சாரம் தன்னை பல்வேறு விதங்களில் வெளிப்படுத்திக் கொள்கிறது. இக்கலாச்சாரத்தில் சுத்தம் என்பது தனிப்பட்ட விஷயம். சடங்கு ரீதியான தன்மை கொண்டது. அதற்கு ஒரு குடிமைக் கூறு *(Civic Component)* கிடையாது. எனவே, தனிப்பட்ட சுத்தத்தில் மிக கவனமாக இருப்பவர்கள் கூட, தமது சுற்றுப்புறத்தை அசுத்தப்படுத்துவது பற்றி கண்டுகொள்வதில்லை. அலுவலகங்களில் தமது மேஜையை ஒரு பியூன் வந்து சுத்தம் செய்யவேண்டும் என்று பணிபுரிவோர் காத்திருக்கும் ஒரு அன்றாட நடத்தை இந்த மனநிலையைக் காட்டுகிறது. தமது அந்தஸ்து குறைந்துவிடும் என்று அவர்கள் தமது மேஜையை சுத்தம் செய்ய மாட்டார்கள். உலகம் முழுவதும் மக்களுக்கு ஒரு 'குடிமை உணர்வு' உண்டு. சுத்தத்தை பராமரிப்பதில் முதன்மைப் பொறுப்பை தாம் ஏற்பார்கள். துப்புரவுப் பணியாளர்களை நம்புவது இரண்டாம் பட்சம்தான். இந்தியாவில் உயர் சாதியினரிடம் தாம் மேலானவர்கள் என்ற எண்ணம் உண்டு. சுத்தம் செய்ய எப்போதும் ஒரு கீழ் சாதிக்காரர், தீண்டத்தகாதவர் இருப்பார் என்ற எண்ணத்தில் உரிமையாக குப்பை போடுவார்கள். எனவே, குப்பைகளை சுத்தம் செய்வது என்பது அதை செய்பவர் யாராயினும் அவருக்கு ஒரு களங்கத்தை இணைத்து விடுகிறது. குப்பையைவிட மோசமாக நடத்தப்படும், மிகக் கடுமையாக சுரண்டப்படும் இந்த துப்புரவுப் பணியாளர் சமூகத்திற்கு மட்டுமே 1250 மில்லியன் மக்கள் போடும் குப்பைகளை சுத்தம் செய்யும் பொறுப்பு தரப்படும் வரை, இந்த நாடு அசுத்தமாகவேதான் இருக்கும்.

இதே அளவிற்கு நன்றியற்ற வகையில் நடத்தப்படும், இந்த நாட்டின் சுத்தத்திற்கு பங்களிக்கும் மற்றொரு சமூகம் குப்பை பொறுக்குவோர்.

இவர்களது எண்ணிக்கை 1.5 மில்லியனிலிருந்து 4 மில்லியன் வரை இருக்கலாம் என்று கணக்கிடப்படுகிறது. குப்பைகளைப் பொறுக்கி, அவற்றைப் பிரிந்து, அவற்றை தினமும் சிறிய தொகைக்கு விற்று இவர்கள் பிழைக்கிறார்கள். இவ்வாறு செய்வதன் மூலம் அவர்கள் இந்தியாவில் தினசரி உருவாகும் 62 மில்லியன் டன் குப்பையில் ஒரு கணிசமான பகுதியை சுத்தப்படுத்த உதவுவதாக மத்திய சுற்றுச்சூழல் அமைச்சகத்தின் ஒரு மதிப்பீடு கூறுகிறது. இதில் பிளாஸ்டிக் குப்பைகள் 5.6 மில்லியன் டன் என்று கணக்கிடப்படுகிறது. இந்திய நகரங்களில் ஒரு தனி நபருக்கான கழிவு உற்பத்தி நாளொன்றுக்கு 200 கிராமிலிருந்து 600 கிராம் வரை இருக்கிறது. இக்கழிவு உருவாக்கம் 62 மில்லியன் டன்னிலிருந்து 2030 வாக்கில் சுமார் 165 மில்லியன் டன்னாக அதிகரிக்கும் என்று அமைச்சகம் மதிப்பிடுகிறது. மலம் அள்ளுபவர்களைப் போலன்றி இந்தியாவில் இவர்கள் மட்டும்தான் துப்புரவுத் தொழிலாளர்கள் என்று அழைக்கப்படுகிறார்கள். குப்பை பொறுக்குவோர் எந்த ஒரு குறிப்பிட்ட சாதியைச் சேர்ந்தவர்களாக இருக்கிறார்கள். பல நாடுகள் இந்தத் தொழிலால் ஏற்படும் சமூக நன்மைகளை உணர்ந்து, குப்பை பொறுக்குவோருக்கு உரிமைகளை வழங்கியுள்ளன. உதாரணத்திற்கு, கொலம்பியாவின் பொகோடோவில், ஒவ்வொரு குப்பை பொறுக்குபவருக்கும் அரசு தினசரி 2 டாலர் வழங்குகிறது. பிரேசில் அரசு குப்பை பொறுக்குவோர் மட்டுமே கழிவுகளை (அவை உருவாகும் இடத்திலிருந்து) சேகரிக்க முடியும் என்று சட்டம் இயற்றியுள்ளது. இந்தியாவில் இவர்களது சேவை மற்ற எந்த நாட்டில் உள்ளதையும் விட ஒப்பீட்டளவில் அதிகம் என்றாலும், அவர்களுக்கு எந்த உரிமைகளோ, பாதுகாப்புகளோ கிடையாது. 2015ல், இந்திய அரசு மூன்று குப்பை பொறுக்குவோருக்கும், சிறந்த நடைமுறைகளைக் கொண்டுள்ள மூன்று அமைப்புகளுக்கும், இந்தியாவை சுத்தப்படுத்தும் அவர்களது முயற்சிகளுக்காக, ரூ.150000 மதிப்புள்ள தேசிய விருது வழங்கப்படும் என்று அறிவித்தது. இந்த வினோதமான அறிவிப்பும் இதுவரை நடைமுறைப் படுத்தப்படவில்லை. இதனிடையே, சாக்கடைத் தொழிலாளர்களைப் போலவே, இவர்களும் பொது சுகாதாரத்திற்கு மதிப்பிட முடியாத பங்களிப்பை அளிக்கிறார்கள். சட்டரீதியாக அல்லது உடல்ரீதியாக எந்த பாதுகாப்புமின்றி தமது அபாயகரமான தொழிலை செய்து வருகிறார்கள்.

தேசிய குப்பை பொறுக்குவோர் விருதுகளும், அவர்களது தலைவிதியும் அரசின் அக்கறையின்மையைத்தான் காட்டுகின்றன. திடக்கழிவு மேலாண்மை என்பது ‘உயர்’ சாதியின் தனியுரிமை, என்றும், நேரடியான துப்புரவுப்பணியை கேவலமான பணி என்று ஒதுக்குவதும் இவ்விஷயத்தில் அரசின் ஒட்டுமொத்த அறியாமையைத்தான் காட்டுகிறது. 2016 திடக்கழிவு

மேலாண்மை விதிகளின்படி மாநில அளவிலான ஆலோசனைக்குழுக்களின் அமைப்பு பற்றி 2018 பிப்ரவரி 6ம் தேதி உச்சநீதிமன்றம் கேட்டபோது, மத்திய அரசால் அந்த விவரங்களை தர இயலவில்லை. இது குறித்து மத்திய அரசு சமர்ப்பித்த 845 பக்க பிரமாண பத்திரம் அரைகுறையாக இருந்தது. அதில் பல மாநிலங்கள் குறித்த புள்ளி விவரங்கள் இல்லை. அரசு வழக்கறிஞரால், நீதிமன்றத்தின் கேள்விகளுக்கு பதிலளிக்க முடியாததால், அந்தப் பிரமாணபத்திரம் நிராகரிக்கப்பட்டது. அப்போது நீதியரசர்கள் மதன் பி. லோகூர் மற்றும் தீபக்குப்தா அடங்கிய பெஞ்ச் அரசுக்கு கடுமையான கண்டனத்தைத் தெரிவித்தது. உங்களிடம் உள்ள குப்பைகள் அனைத்தையும், எங்களிடம் வந்து கொட்டுகிறீர்கள். நாங்கள் குப்பை பொறுக்குபவர்கள் அல்லர். அது பற்றி மிகவும் தெளிவாக இருங்கள். (Times of India, 7 February 2018) கழிவு மேலாண்மை பற்றிய அரசின் அக்கறையின்மை, அதற்கான உச்சநீதிமன்றத்தின் கண்டனம் இரண்டுமே அத்தொழிலை செய்பவர்களை இழிவாகப் பார்க்கும்போது, இரு நிறுவனங்களின் எண்ணவோட்டத்திலும் எந்த வித்தியாசமும் இல்லை என்று தான் சொல்ல வேண்டும்.

எங்கும் பரவும் போலித்தனம்

அரசியலமைப்பு தீண்டாமையை ஒழித்துவிட்டது. ஆனால் அதை உருவாக்கும் நிலைமைகளை மாற்ற ஒன்றும் செய்யவில்லை. தலித் மக்கள் தொகையில் சுமார் 10 சதவிகிதம் இருக்கும் துப்புரவுப் பணியாளர்கள் மிக மோசமான தீண்டாமையால் பாதிக்கப்படுகிறார்கள் இந்த மிகச் சிறிய சமூகம் மிக மோசமாக பிரிக்கப்பட்டுள்ளது. ஒவ்வொரு இடத்திலும் ஒதுக்கி வைக்கப்பட்டிருக்கிறது. ஒட்டுமொத்த சமூகத்திடம் மட்டுமின்றி, தலித் சமூகத்திடமிருந்தும் கூட விலக்கி வைக்கப்பட்டுள்ளது. அவர்கள் சாதி இந்துக்களுக்கும், தலித்துகளுக்கும் சேர்த்து தீண்டத்தகாதவர்களாக இருக்கிறார்கள். சாதி நிறுவனம் பற்றிய அவரது பிற்போக்கான கருத்துகள் ஒருபுறமிருப்பினும் கூட, காந்தி பாங்கி சாதியை (கையால் மலம் அள்ளும் சாதி) தலித்துகளின் பிரதிநிதியாக அடையாளம் கண்டார். தமது கருத்தை வலியுறுத்த, தம்மை ஒரு பாங்கியாகக் காட்டிக் கொண்டார். 1932ல் ஹரி ஜன சேவா சங்கத்தை ஆரம்பித்தார். (இது தீண்டத்தகாதோரை தவிர்த்தது) தனது ஆதரவைத் தெரிவிக்க ஹரிஜன் என்ற பத்திரிகையை நடத்தினார். ஒரு தாய் தன் குழந்தைக்குச் செய்வதை ஒரு பாங்கி இந்த சமூகத்திற்குச் செய்கிறார். தாய் தன் குழந்தையின் மலத்தை சுத்தம் செய்து, அதன் ஆரோக்கியத்தை காக்கிறாள். அதுபோலவே ஒரு பாங்கி சுத்தம் செய்து, சுகாதாரத்தை நிர்வகிப்பதன் மூலம் இந்த ஒட்டுமொத்த சமூகத்தின் ஆரோக்கியத்தையும் காக்கிறார் என்றார் அவர். காந்தியின் செயல்களின் இந்த வெற்றுக் குறியீட்டுத்தன்மையை அம்பேத்கர் விமர்சித்தார். இது இந்த மனிதரை

இழிவுபடுத்தும் செயல் தொடர்ந்து நீடிப்பதையே ஊக்குவிக்கும் என்று அவர் வாதிட்டார். காந்தியின் செயல்கள் 'தீண்டத்தகாதோரை கருணையோடு கொல்வதாக' அவர் கருதினார். ஒரு மதச் சார்பற்ற அரசு இந்த இழிவான செயலை சட்டவிரோதமாக அறிவித்து, அதில் ஈடுபட்டுள்ளவர்களுக்கு மறுவாழ்வு அளிக்க வேண்டும். ஆனால் காந்தியின் ஆரவாரமான செயல்கள் அரசு தனக்கு விருப்பமான வேலையாகிய ஆணையம் அமைத்தல் போன்றவற்றின் மூலம் பிரச்சினையை இழுத்தடிக்க உதவியது. கையால் மலம் அள்ளுவது குறித்து கவலை தெரிவிக்கும் அதே வேளையில், அதை கடுமையான சட்டம் மூலம் தடை செய்வதை சுதந்திரம் பெற்று நாற்பத்தியாறு ஆண்டுகள் வரை தள்ளி வைத்து வந்தது.

இப்பிரச்சினையில் அரசியல் விளையாட்டுகள் 1949லேயே ஆரம்பித்து, இன்று வரை தொடர்கின்றன. 1949ல் அன்றைய பம்பாய் அரசு வி.என். பார்வே தலைமையில் துப்புரவுப் பணியாளர்களின் வாழ்க்கைநிலை பற்றி ஆராய்ந்து, அதை மேம்படுத்த ஆலோசனைகள் கூற ஒரு ஆணையத்தை அமைத்தது. அந்த ஆணையம் 1952ல் தனது அறிக்கையை சமர்பித்தது. 1955ல் உள்துறை அமைச்சகம் இந்த ஆணையத்தின் முக்கிய பரிந்துரைகளை அனைத்து மாநிலங்களுக்கும் அனுப்பி, அவற்றை ஏற்றுக்கொள்ளுமாறு கேட்டுக் கொண்டது. எனினும் உருப்படியாக எதுவும் நடக்கவில்லை. காரணம், ஆணையம் எடுப்பு கழிப்பறைகளை ஒழிக்குமாறு கேட்டுக் கொள்ளவில்லை என்பதுதான்.

1957ல் மலம் அள்ளும் முறைக்கு முடிவுகட்ட ஒரு திட்டம் தயாரிப்பதற்காக, உள்துறை அமைச்சகம் என்.ஆர்.மல்கானி தலைமையில் ஒரு குழுவை அமைத்தது. இக்குழு 1960ல் தனது அறிக்கையை சமர்ப்பித்தது. மூன்றாவது ஐந்தாண்டுத் திட்ட காலத்திற்குள் கையால் மலம் அள்ளுவதற்கு முடிவுகட்டும் வகையில் தனது பரிந்துரைகளை அமுல்படுத்த படிப்படியான ஒரு திட்டத்தை மத்திய, மாநில அரசுகள் இணைந்து உருவாக்க வேண்டும் என்று இக்குழு கேட்டுக் கொண்டது. இந்தப் பரிந்துரைகளாலும் எதுவும் நடக்கவில்லை.

1965ல் அரசு இப்பிரச்சினையை ஆராய மல்கானி தலைமையில் வேறொரு குழுவை அமைத்தது. முனிசிபல் அல்லாத பகுதிகளில் தனியார் கழிப்பறைகளை தலைமுறை தலைமுறையாக துப்புரவுப் பணியாளர்கள் சுத்தம் செய்யும் பரம்பரை முறைக்கு முடிவுகட்ட வேண்டும் என்று இக்குழு பரிந்துரை செய்தது. இந்த அறிக்கையும் கிடப்பில் போடப்பட்டது. 1968-69ல் தேசிய தொழிலாளர் ஆணையம் துப்புரவுத் தொழிலாளர்களின் பணி, வாழ்க்கை நிலைகளை முறைப்படுத்த ஒரு முழுமையான சட்டம் இயற்றப்படவேண்டும் என்று பரிந்துரை செய்தது. எதிர்பார்த்ததுபோலவே,

இந்தக் குழுக்களின் உறுமல்கள் எந்த குறிப்பிடத்தகுந்த மாற்றத்தையும் ஏற்படுத்த முடியவில்லை. ஏனெனில் இவை பெரும்பாலும் அடுத்து வரும் குழுக்கள் மதிப்பீடு செய்வதற்காக சமாதானப்படுத்தும் நடவடிக்கைகளைத்தான் பரிந்துரைத்தனவேயன்றி, கையால் மலம் அள்ளுவதை தடை செய்யச் சொல்லவில்லை.

காந்தியின் நூற்றாண்டின்போது (1969) எடுப்பு கழிப்பறைகளை நீர் கழிப்பறைகளாக (**) மாற்ற ஒரு சிறப்பு திட்டம் கொண்டு வரப்பட்டது. ஆனால் அது ஆரம்ப கட்டத்திலேயே தோல்வியடைந்தது. 1980ல் உள்துறை அமைச்சகம் எடுப்பு கழிப்பறைகளை சுகாதார கழிப்பறைகளாக மாற்றி, அவ்வேலையிலிருந்து விடுபட்ட துப்புரவுத் தொழிலாளர்கள் மற்றும் குடும்பத்தினருக்கு தேர்ந்தெடுக்கப்பட்ட நகரங்களில் கௌரவமான வேலை தரும் திட்டம் ஒன்றை அமுல்படுத்தியது. 1985 இத்திட்டம் உள்துறையிலிருந்து நலவாழ்வு அமைச்சகத்திற்கு மாற்றப்பட்டது. 1991ல் திட்டக்குழு இத்திட்டத்தை இரண்டாகப் பிரித்தது. இதன்படி எடுப்பு கழிப்பறைகளை மாற்றுவது நகர்ப்புற வளர்ச்சி மற்றும் கிராமப்புற வளர்ச்சி அமைச்சகத்தின் பொறுப்பாகவும், துப்புரவுத் தொழிலாளர்களுக்கு மறுவாழ்வு தருவது நலவாழ்வுத் துறை அமைச்சகத்தின் (மே 1999ல் இதன் பெயர் சமூகநீதி மற்றும் அதிகாரமளித்தல் அமைச்சகம் என்று மாற்றப்பட்டது) பொறுப்பாகவும் மாற்றப்பட்டது. 1992ல் நலவாழ்வு அமைச்சகம் துப்புரவுத் தொழிலாளர்கள் அவர்களது குடும்பத்தினரின் விடுதலைக்காகவும், மறுவாழ்விற்காகவும் ஒரு தேசிய திட்டத்தை அறிமுகம் செய்தது. இப்பிரச்சினை குறித்து பிரண்ட் லைன் (22 செப்டம்பர் 2006) இதழில் ஆனி ஜைடி, 1992 முதல் 2002 வரை இத்திட்டத்தை தணிக்கை செய்த தலைமை கணக்கு மற்றும் தணிக்கை அதிகாரி இத்திட்டத்திற்காக மத்திய அரசு மாநில அரசுகளுக்கு ஒதுக்கிய ரூ.600 கோடி 'நிஜமாகவே கழிப்பறை வழியாக காணாமல் போனது' என்று குறிப்பிட்டதாகக் எழுதியுள்ளார்.

அரசியலமைப்பின் பிரிவு 14 (சமத்துவ உரிமை), 17 (தீண்டாமை ஒழிப்பு), 21 (வாழ்க்கை மற்றும் தனிநபர் சுதந்திரம் பாதுகாப்பு), 23 (கட்டாய உழைப்பு தடுப்பு) 47 (ஊட்டச்சத்து, வாழ்க்கைத்தரம், பொது ஆரோக்கியத்தை மேம்படுத்தும் அரசின் கடமை) ஆகியவற்றை கையால் மலம் அள்ளுவதை ஒழிப்பதற்கான ஊக்கம் தரும் சக்திகளாகக் கருதலாம். ஊதாரணத்திற்கு குடிமை உரிமைகள் சட்டம் 1955ன் முன்பு தீண்டாமை (குற்றங்கள்) சட்டம் 1955 என அழைக்கப்பட்டது. பிரிவுகள் 7A மற்றும் 15A கையால் மலம் அள்ளும் தொழிலாளர்களின் விடுதலை பற்றியும், அவர்களை அப்பணிக்கு அமர்த்துபவர்களுக்கு தண்டனைதருவது பற்றியும் பேசுபவை. அந்நிலையில், எடுப்பு கழிப்பறை (தடுப்பு) சட்டம் 1993 என்பதே தேவை இல்லை என்று

கூட ஒருவர் வாதிடலாம். மற்றொரு வகையிலும் இச்சட்டம் செல்லாது என்று கூற முடியும். இச்சட்டத்திற்கு குடியரசுத் தலைவர் 1993 ஜுன் 5 அன்று ஒப்புதல் அளித்துவிட்டாலும், 1997 வரை இது அரசிதழில் வெளியிடப்படாமல் இருந்தது. மேலும், எந்த மாநிலமும் 2000 வரை இதை பிரகடனம் செய்யவில்லை. அரசின் தொடர்ந்த மெத்தனத்தால் கோபமுற்ற பெஸ்வாடா வில்சன், எஸ்.ஆர்.சங்கரன் மற்றும் பால் திவாகர் ஆகியோரால் 1994 இல் சஃபாய் கர்மசாரி அந்தோலன் (எஸ்.கே.ஏ) ஆரம்பிக்கப்பட்டது. வேறு 18 குடிமை சமூக அமைப்புகளுடனும், துப்புரவுப் பணி செய்யும் சாதிகளைச் சேர்ந்த பலருடனும் இணைந்து 2003 டிசம்பரில் ஒரு பொதுநல வழக்கை தாக்கல் செய்தது. இதற்கான காரணம் பற்றி வில்சன் ஃபிரண்ட் லைன் இதழில் (22 செப்டம்பர் 2006) கூறியது கீழ்வருமாறு:

'இச்சட்டம் ஒரு திட்டம் போன்றுதான் உள்ளது. அதற்கு பல் இல்லை. அதிகாரங்கள் சுகாதார ஆய்வாளர் அல்லது மாவட்ட ஆட்சியரிடம் தான் உள்ளன. தொழிலாளியே ஒரு வழக்கை பதிவு செய்ய முடியாது. திறந்த சாக்கடைகள், மேன்ஹோல்கள், செப்டிக் டாங்குகளை சுத்தம் செய்வோர் இச்சட்டத்தால் பாதுகாக்கப்படவில்லை. மேலும், மாநிலங்கள் இச்சட்டத்தை ஏற்றுக் கொண்ட போதிலும், அவற்றில் பெரும்பாலானவை அதோடு சேர்ந்த விதிகளை, நிபந்தனைகளை ஏற்றுக் கொள்ள வில்லை.

இச்சட்ட மீறலுக்காக மத்திய, மாநில அரசுகள் மீது நீதிமன்ற அவமதிப்பு நடவடிக்கை எடுக்க வேண்டும் என்று அந்த பொதுநல வழக்கு கோரியது. கையால் மலம் அள்ளுபவர்களை பணியமர்த்துபவர்களுக்கு ஓராண்டு சிறை தண்டனை அல்லது ரூ.2000 அபராதம் அல்லது இரண்டும் என்று இச்சட்டம் போடப்பட்டு பல ஆண்டுகள் ஆகிவிட்டாலும் இதுவரை ஒருவர் கூட இச்சட்டத்தின் கீழ் விசாரிக்கப்படவில்லை. பல்வேறு மாநில அரசுகளின் மறுப்புகளுக்கும் எஸ்கேஏ ஏராளமான தரவுகளுடன் பதிலடி தர வேண்டியதாக இருந்தது. பன்னிரண்டாண்டு சட்டப் போராட்டத்திற்கு பிறகு ஒரு 'அனுதாபமான தீர்ப்பு' என்று சொல்லத்தக்க தீர்ப்பு 2014 மார்ச் 27ல் வந்தது. மற்ற பல விஷயங்களுக்கு நடுவில் நீதிமன்றம் 1993 முதல் பணியின்போது உயிரிழந்த ஒவ்வொரு துப்புரவுத் தொழிலாளியின் குடும்பத்திற்கும் ரூ.10 லட்சம் இழப்பீடு வழங்க வேண்டும் என்றும் உத்தரவிட்டது. 2015-16ன் பீம் யாத்திரை இப்படிப்பட்ட 1268 இறப்புகள் பற்றிய ஆவணங்களைத் தந்தபோதும், இறந்தவர்களில் 18 பேரின் குடும்பங்களுக்கு மட்டுமே இழப்பீடு கிடைத்தது.

இதனிடையே, குழுக்கள், நீதிமன்ற நடவடிக்கைகளின் சாவகாசமான நடைமுறைகளுக்கு அப்பால், 2010 ஜூலை 20 அன்று நடந்த ஒரு சம்பவம்

துப்புரவுத் தொழிலாளர்களின் கடும் துன்பத்தையும், நவீன தாராளமய வளர்ச்சி அவற்றை எவ்வாறு மேலும் மோசமாக்கியுள்ளது என்பதையும் காட்டியது. வட கர்நாடகாவின் ஹவேரி மாவட்டத்தின் ஒரு சிறிய நகரமான சாவனூரில் போராட்டக்காரர்கள் தங்களது மோசமான வாழ்க்கை நிலைக்கு எதிராக ஒரு புதுமையான போராட்டம் நடத்த அந்த நிலையை அப்படியே காட்டினார்கள். முனிசிபல் அலுவலகம் முன்பாக அவர்கள் வெட்டவெளியில் உடல் முழுக்க நரகலை பூசிக் கொண்டு நின்றார்கள். இது கவனத்தை ஈர்ப்பதற்காக செய்யப்படும் ஒரு ஸ்டண்ட் என்பதாக நினைத்து முனிசிபல் அதிகாரிகள் அதைக் கண்டு கொள்ளவில்லை. எனினும் அந்த தலித் போராட்டக்காரர்களுக்கு அது வாழ்வா, சாவா பிரச்சினை, அவர்கள் பல தலைமுறைகளாக வாழ்ந்து வந்த துண்டு நிலத்தில் வணிக வளாகம் கட்டப்போவதாகச் சொல்லி, அவர்களை காலி செய்யுமாறு முனிசிபாலிடி நோட்டீஸ் தந்திருந்தது. அந்த உத்தரவு சட்ட விரோதமானது. ஆனால் அரசு அதிகாரிகளுக்கு அவர்களில் யாரால் சட்டத்தை எடுத்துக் கூற முடியும்? அதுவும் தலித்துகளின் கோரிக்கை என்றால் அது கவனிக்கப்படாது. இரக்கம் காட்டுவதற்கு மாறாக, முனிசிபல் அதிகாரிகள் அவர்களின் குடிநீர் இணைப்பைத் துண்டித்து, நெருக்கடி தந்தார்கள். பங்கி சாதியினரான அந்த ஏழை தலித்துகளுக்கு இது நேரடியாக விரட்டி விடுவதற்கு ஒப்பாக இருந்தது. தீண்டாமை காரணமாக அவர்களால் வேறு இடங்களிலும் தண்ணீர் பிடிக்க முடியாது. எடுப்புக் கழிப்பறைகளைச் சுத்தம் செய்வதில் கிடைக்கும் சொற்ப வருமானத்தில் உயிர் பிழைப்பதே கடினம் என்ற நிலையில், தண்ணீரை விலை கொடுத்து எப்படி வாங்க முடியும்? இந்தப் பிரச்சினைதான் அவர்களை மலத்தைப் பூசிக் கொண்டு நிற்கும் பரிதாபமான செயலுக்குத் தள்ளியது.

அவர்கள் செயல் போராட்டம் என்ற வகையில், மக்கள் கவனத்தை ஈர்க்க ஒட்டுத்தமாக வேண்டுமென்ற செய்தது என்ற வகையில் புதுமை. மற்றபடி அந்த துப்புரவுத் தொழிலாளர்கள் உடலில் மலம் வழிய நிற்பது ஒன்றும் புதிய விஷயமல்ல. அவர்கள் எல்லோருக்கும் பழகிப் போயிருந்த தமது இழிவுநிலையைத்தான் காட்டினார்கள். தலித்துகள் விஷயத்தில் இந்திய அரசும், சிவில் சமூகமும் எதையும் உடனடியாக மறுக்கவே செய்யும். சர்வதேச அரங்கில் இந்தியா உலகிற்கே தான்தான் தார்மீகத் தலைவன் என்பது போல் காட்டிக் கொள்வதில் அதன் போலித்தனம் வெளிப்படும். உலகின் மற்ற பகுதிகளின் இனவாதம், காலனியம், நிறவெறி ஆகியவற்றை அளவுக்கு மீறிய தன்னம்பிக்கையோடு இந்தியா எதிர்ப்பதை, வெளிநாடுகளில் அது சாதி பற்றி குறிப்பிடப்படுவதை சந்திக்கக்கூட மறுப்பதன் பின்னணியில் பார்க்க வேண்டும். டர்பனில் (2001)

இனவாதத்திற்கு எதிரான ஐ.நாவின் சர்வதேச மாநாடு தனது நிகழ்ச்சிநிரலில் சாதியை சேர்க்க முயன்றபோது, இந்திய அரசு கோபத்தோடும், மறுப்புகளோடும் எதிர்வினையாற்றியது. அதன் வாதங்களில் அகந்தையும், தேசிய பெருமிதமும், அப்பட்டமான பொய்களும் இருந்தன. நுட்பமாகப் பார்த்தால் சாதி என்பது இனம் போன்றதல்ல என்றது. சாதி என்பது ஒரு உள்நாட்டு விவகாரம் என்றது. கடைசியில் இந்தியாவில் சாதி பாரபட்சமே இல்லை என்றும் சொல்லிவிட்டது. டர்பன் மாநாட்டில் கலந்து கொண்ட பிரதிநிதிகள், வம்சாவளியாக பாரபட்சம் தொடரும் நிலையில் சாதிக்கும், இனத்திற்கும் இடையே செயல்பாட்டு ரீதியாக ஒரு வேறுபாடும் இல்லை, இந்தியா கூறும் நுட்பமான வேறுபாடுகள் ஏற்கத்தக்கதல்ல என்று கருதினார்கள். வெளிநாடுகளில் மிக தார்மீகமாக நடந்து கொள்வதுபோல் காட்டிக்கொண்டே, உள்நாட்டில் இரக்கமற்ற சாதிக் சுரண்டலைத் தொடர இந்தியா மேட்டுக்குடியினருக்கு நம்பச் செய்யும் விதமான ஒரு வாதம் தேவைப்பட்டது. இதன் ஒரு பகுதிதான் சாதி என்பதெல்லாம் அந்தக்கால விஷயம் என்று சொல்வது.

நாம் ஏற்கனவே பார்த்ததுபோல், இந்தப் போலித்தனம் தான் கையால் மலம் அள்ளும் விஷயத்தில் பெரிதாக அம்பலப்படுகிறது.

இந்தப் போராட்டம் நடந்த சில நாட்களில், மதத் தலைவர்களிலிருந்து வலதுகளின் தலைவர்கள் வரை எல்லாவிதமான தலைவர்களும் அதிர்ச்சி, வேதனை, துக்கம், ஆறுதல், இரக்கம், இழப்பீடு போன்ற வார்த்தைகளோடு சாவனூரில் வந்து இறங்கினார்கள். நாடெங்கிலும் கையால் மலம் அள்ளும் கொடுமையின் அன்றாட யதார்த்தம் சாதிய சமூகம், இந்திய அரசுக்கு வரவில்லை. மாறாக, அந்த மாவட்ட நிர்வாகம், வரவழைத்தது. மாநில மனித உரிமைகள் ஆணையத்தின் தலைவர் எஸ்.ஆர். நாயக் *2010* ஜூலை *28* அன்று வந்து, இச்சம்பவம் பற்றி டெபுடி கமிஷனரிடம் தான் விரிவான அறிக்கை கேட்டிருப்பதாக செய்தியாளர்களிடம் கூறினார். பாங்கி சமூகத்தினர் ஆணையத்திற்கு மனு அனுப்பியபோது ஆணையம் ஏன் நடவடிக்கை எடுக்கவில்லை என்று கேட்டபோது அவர் மிக வெகுளியாக, அவர்களது மனுவை தான் கவனிக்கவில்லை என்றார். 'நான் அதை பார்த்திருந்தால்' நிச்சயமாக அவர்களுக்கு உதவி செய்திருப்பேன்' என்றார் *(Hindu, 29 July 2010)*

சாவனூர் பாங்கிகளின் போராட்டத்தின் மற்றொரு கவலைதரும் விஷயம் என்னவென்றால், அது தலித் அரசியல் பாரம்பரியத்தின் இயல்புக்கு எதிரானதாக இருந்தது. வரலாற்றுரீதியாக தலித் போராட்டங்களின் தன்மை தமது இழிவுபடுத்தும் சமூக அந்தஸ்தை நிராகரிப்பதாகத்தான் இருந்து வந்த, அம்பேத்கர் தமது ஆதரவாளர்கள் இறந்த விலங்குகளை அப்புறப்படுத்துதல், அவற்றின் இறைச்சியை உண்ணுதல், சாதி சுட்டும் ஆபரணங்களை அணிதல்,

வழக்கங்களை மேற்கொள்ளுதல் ஆகியவற்றை கைவிட வேண்டும் என்று கேட்டுக் கொண்டார். கிராமத்தின் மஹர் தொழிலாளிக்கு சிறு நிலம் தரும் வழக்கமான மஹர் வாதனை எதிர்த்துக் கூட போராட்டம் நடத்தி இருக்கிறார். இது மஹர்களின் விசேஷ உரிமையாக, பிறர் மஹர்களுக்குத் தரும் சலுகையாகக் கருதப்பட்டது. சாவனூரின் தலித் போராட்டம் அவர்களது இழிவுத்தன்மையை முன்னிறுத்தியது. அது அவர்களது துன்பங்களை அழுத்தமாகக் காட்டினாலும்கூட, பொதுப்போக்கு தலித் இயக்கத்தின் பாரம்பரியத்திலிருந்து விலகி நின்றது. பாங்கிகள் தலித்துகளிலேயே மிகக் குறைந்த எண்ணிக்கையில் இருக்கும் சிறுபான்மையினர், பிற தலித்துகள் கூட அவர்களை தீண்டத்தகாதவர்களாகக் கருதினார்கள். இதன் விளைவாக, அவர்கள் எப்போதுமே தனியாகவே வாழ்ந்தார்கள். இப்போராட்டம் மேட்டுக்குடியினர் தனித்து ஒரு கூட்டிற்குள் இருப்பதை மட்டுமல்லாமல், மற்ற தலித் சமூகங்களும் அவ்வாறு இருப்பதைக் காட்டியது. இதுபோன்றவொரு போராட்டம் தொடர்ந்து நிலவும் கையால் மலம் அள்ளும் கொடுமையை கண்டுகொள்ளாமல் விடும் சாதிய சமூகத்தின் பாவனையை சாத்தியமற்றதாகச் செய்கிறது. அதே சமயம் துப்புரவுப் பணியாளர்களின் சிரமங்களைப் பாராது அந்தத் தொழிலை விட்டுவிட்டு வெளியே வருவது அவரால் நினைத்துக் கூட பார்க்க முடியாத ஒரு ஆடம்பரம் அவர்களது விடுதலை குறைபாட்டையும் காட்டுகிறது. சாதி ஒழிப்பு என்ற லட்சியத்தை முன்வைத்து, இயக்கம் தலித் சமூகங்களுக்கு இடையில் ஒற்றுமையைக் கட்டாவிட்டால், அது சாதி வேறுபாடுகளை உறுதிப்படுத்துவதில்தான் முடியும்.

போராட்டத்திற்கான உடனடிக் காரணம் சாவனூர் முனிசிபாலிடி அவர்களது இடத்தில் வணிக வளாகம் கட்ட முடிவு செய்ததுதான். அந்த வகையில், போராட்டக்காரர்களின் குரல், பல காலமாக அவர்கள் மீது திணிக்கப்பட்ட கொடுமைக்கு எதிராகக்கூட இல்லை. மாறாக, உள்ளூர் நிர்வாகம் ஏற்படுத்திய புதிய நெருக்கடியை எதிர்த்துத்தான். காவனூரில் நிகழ்ந்த 'வளர்ச்சித் திட்டங்கள்' தலித்துகள் மீது நவீனதாராளமய பொருளாதாரம் நெருக்கடியை ஏற்படுத்தி, அவர்களின் துன்பத்தை அதிகரிப்பதற்கு ஒரு உதாரணம். பெரும்பாலான நாகராட்சிகளும், மாநாகராட்சிகளும் துப்புரவுப் பணிகளை ஒப்பந்த அடிப்படையில் விட்டு, பெரும்பாலான துப்புரவுப் பணியாளர்களை ஒப்பந்தத் தொழிலாளர்களாக ஆக்கிவிட்டன. எந்த ஒரு பாதுகாப்பு உபகரணங்களோ, பணிப் பாதுகாப்போ இன்றி, சொற்ப ஊதியத்திற்கு அவர்கள் வேலை பார்க்கிறார்கள். பழைய கழிப்பறைகளுக்கு பதில் நவீன தொழில்நுட்பம் வரும்போது, தொழிலாளர்கள் உடைந்த பாத்ரூம் குழாய்கள் போல் தூக்கியெறியப்படுகிறார்கள். இதுதான் சாவனூரில் நடந்தது. விமான

நிலையங்கள், மால்கள், பொது நிறுவனங்கள் போன்ற மெட்ரோபாலிடன் நிறுவனங்களில், மேற்குலகில் நடப்பதுபோல, ஜானிடர் எனப்படும் தொழிலாளர்கள் பணிக்கு அமர்த்தப்படுகிறார்கள். இவர்களுக்கு நவீன கருவிகள், பாதுகாப்பு கருவிகள், சீருடைகள் தரப்படுகின்றன. இதில் கழிவுகளோடு நேரடித் தொடர்பு இல்லாததாலும், மேட்டுக்குடி வர்க்கத்தோடு ஓரளவிற்கு பழக நேரிடுவதால், தலித் துப்புரவுத் தொழிலாளர்களுக்கு ஓரளவு நல்ல ஊதியம் தரும் இந்தப் பணி இயல்பாகவே தரப்படுவதில்லை.

பிடிவாதமாய்த் தொடரும் பிரச்சினை

2015 சமூக பொருளாதார சாதி கணக்கெடுப்பு இந்தியா முழுவதிலும் 180000 குடும்பங்கள் கையால் மலம் அள்ளும் தொழிலில் ஈடுபட்டுள்ளதாகவும், சுமார் 2.6 மில்லியன் சுகாதாரமற்ற கழிப்பறைகள் இருப்பதாகவும் குறிப்பிட்டது. நாடாளுமன்றம் கையால் மலம் அள்ளும் தொழிலாளர்களை பணிக்கமர்த்துவதை தடை செய்து, அவர்களுக்கு மறுவாழ்வுதரும் சட்டத்தை 2013ல் இயற்றியது. அன்றைய உச்சநீதிமன்றத்தின் தலைமை நீதிபதி பி.சதாசிவம் தலைமையிலான மூவர் பெஞ்ச் மாநில அரசுகள், ரயில்வே மற்றும் பல்வேறு நிறுவனங்களுக்கு இச்சட்டத்தை அமுல்படுத்துமாறு உத்தரவிட்டது. ஆனால் யதார்த்தத்தில் எதுவும் நடக்கவில்லை. இச்சட்டத்தை பெரிய அளவில் மீறுபவர்கள் அரசின் சொந்தத் துறைகள்தான். உதாரணத்திற்கு ரயில்வேயை எடுத்துக் கொள்வோம். அதன் 14300 ரயில்கள் தினமும் 25 மில்லியன் பயணிகளை 65000 கி.மீ தூரத்திற்கு சுமந்து செல்கின்றன. இப்பயணிகளின் கழிவுகள் 172000 திறந்த ரயில் கழிப்பறைகள் மூலம் இருப்புப்பாதைகளில் விழுகின்றன. ரயில் நிலையத்தில் நின்றவுடன் இயற்கை உபாதை கழிக்கும் பழக்கம் பயணிகளுக்கு உள்ளதை வைத்துப் பார்த்தால் (அதை யார் சுத்தம் செய்வார்கள் என்ற உணர்வின்றி) கூட்டமான எந்த ரயில் நிலையத்திற்கும் காலையில் சென்றால் எப்படி இருக்கும் என்பது நமக்கே தெரியும். தனது சுவச் பாரத் திட்டத்தின் கீழ் 2019 வாக்கில் இந்தியா சுத்தமாகிவிடும் என்று சொல்லும் பிரதமரால், புல்லட் ரயில் விட ஆவலாக இருக்கும் பிரதமரால் ரயில்வேயில் இப்போதுள்ள கழிப்பறைகளுக்கு மாற்றாக பயோ கழிப்பறைகளைப் பொருத்துவதற்கு ஒரு காலக்கெடுவைக்கூட சொல்ல முடியவில்லை.

2013 சட்டப் பிரிவுகளின் ஒரு பகுதியாக கையால் மலம் அள்ளுபவர்கள் குறித்த கணக்கெடுப்பு நடத்தப்பட்டபோது, வெறும் 13 மாநிலங்களில் வெறும் 12737 துப்புரவுத் தொழிலாளர்களே இதில் ஈடுபட்டுள்ளதாக அடையாளம் காணப்பட்டது. அதில் 86 சதம் உத்திரப்பிரதேசத்தில் மட்டுமே

என்று நம்மை நம்பச் சொல்கிறார்கள். உண்மைக்கும் இதற்கும் வெகுதூரம். 2016 ஜூலையில் பட்டியலின சாதிகளின் தேசிய ஆணையத்தின் கூட்டத்தில் கலந்து கொண்ட சமூக நீதி மற்றும் அதிகாரமளித்தல் துறையின் அமைச்சர் தவார் சந்த் கேலாட் இந்த எண்ணிக்கையின் அபத்தத்தை ஒப்புக்கொண்டார். 'நாட்டில் உள்ள சுகாதாரமற்ற கழிப்பறைகள், தாமாகவோ சுத்தம் செய்து கொள்கின்றனவா?' என்றார். எடுப்புக் கழிப்பறைகளின் எண்ணிக்கைக்கும், கையால் மலம் அள்ளும் தொழிலாளர்களின் எண்ணிக்கைக்கும் பொருத்தமில்லாமல் இருப்பது புள்ளி விவரங்களை சேகரிப்பதில், இப்பிரச்சினையை தீர்ப்பதில் மாநில அரசுகளும் அக்கறை இல்லாததைக் காட்டுகிறது.

பீம் யாத்திரைக்கு எதிர்வினைபோல் பாஜக அரசு எல்லா மாநிலங்களிடமிருந்தும் தனக்கு புள்ளி விவரங்கள் வந்து சேரவில்லை என்று 2016 ஏப்ரல் 19 அன்று விட்ட அறிக்கை அரசியல் உறுதிப்பாடு சுத்தமாக இல்லை என்பதைக் காட்டுகிறது. 2018ல் உச்சநீதிமன்றத்தில் பதிலளிக்க வேண்டிய போதும் விபரங்கள் அதனிடம் இல்லை. அரசு இதுபற்றி கணக்கெடுப்பு நடத்தும் என்று உறுதியளித்தது. அதற்கு இன்னும் பல ஆண்டுகள் ஆகும் என்பதை உணர தனியான புத்திசாலித்தனம் எதுவும் தேவையில்லை.

இந்தியா எங்கே செல்கிறது? என்ற தங்களது சமீபத்திய நூலில் டையன் கோஃபியும், டீன் ஸ்பியர்சும் திறந்தவெளி மலம் கழிப்பு பற்றிய விபரங்களைச் சேகரிக்கும் அரசின் முறையே எவ்வாறு நம்பகத்தன்மை இல்லாமல், கறார் தன்மை இல்லாமல் இருக்கிறது என்பதைக் காட்டியுள்ளார்கள். 2016ன் பிற்பகுதியில் குடிநீர் மற்றும் சுகாதார அமைச்சகம் வெளியிட்ட சுவச் சர்வேக்ஷான் அறிக்கையை அவர்கள் மேற்கோள் காட்டி, புள்ளி விபரங்கள் சேகரிக்கும் முறை எவ்வாறு கழிப்பறை பயன்பாடு அதிகமாக உள்ளது என்பதைக் காட்ட உதவும் என்பதை விளக்குகிறார்கள். புள்ளிவிபரக் கேள்வித்தாளில் உள்ள குறைபாடுகள் போக தனி நபர்களை கேட்காது குடும்பத்தை கேட்பது, எத்தனை முறை கழிப்பறை பயன்படுத்துகிறார்கள், எத்தனை முறை திறந்த வெளியில் என்பதை உறுதிப்படுத்தும் கேள்விகளை கேட்காமல் இருந்தது. இந்த அறிக்கை தனது புள்ளி விவரங்களை ஆந்திரப் பிரதேசம், ஜார்கண்ட் ஆகிய மாநிலங்களின் ஒரு கிராமத்தில் கூட இந்தக் கணக்கெடுப்பு நடக்கவில்லை. இந்த விடுபடலின் முக்கியத்துவத்தை உணர்த்த இங்கு ஒரு புள்ளி விபரத்தைத் தருகிறேன். உலகின் திறந்த வெளியில் மலம் கழிக்கும் ஒவ்வொரு எட்டு பேரிலும், ஒருவர் உத்திரப்பிரதேசத்தில் வாழ்கிறார்.

இப்பிரச்சினை குறித்த ஆளும் வர்த்தகத்தின் போக்கை புரிந்து கொள்வது எளிதாக இருக்கும் வேளையில், இந்த தொழிலாளர்கள் குறித்து தலித் இயக்கத்தின் அக்கறையின்மை புதிராக உள்ளது. பொதுப்போக்கு தலித் இயக்கம் கையால் மலம் அள்ளும் பிரச்சினையை உரிய அக்கறையோடு ஒருபோதும் எடுத்ததில்லை. தலித் இயக்கத்தின் மையம் பிரதிநித்துவம்தான். அம்பேத்கர் அரசியலில் இடஒதுக்கீட்டை உத்தரவாதப்படுத்த போராடினார். பின்னர் அதை அரசுப் பணிகளிலும் ஏற்படுத்தினார். தலித் அரசியல்வாதிகள் தலித் சமூகத்தின் அரசியல் நலன்களைப் பாதுகாப்பார்கள் என்று எதிர்பார்த்தார். அதிகார வர்க்கத்தில் நுழைந்த படித்த தலித்துகள் உழைக்கும் வர்க்கத்திற்கு ஒரு பாதுகாப்புக் கவசத்தை தருவார்கள் என்று எதிர்பார்த்தார். அதன் பின்னர் இடஒதுக்கீடும், பல துறைகளில் (தேர்தலைத் தவிர்த்து) வாக்கியம் கேட்பாரில்லை என்பது போன்ற திமிரோடு அது நடைமுறைப்படுத்தப்படாதது ஆகியவை மட்டுமே அன்றாட பிரச்சினைகளிலிருந்து இயக்கம் ஒதுங்க ஆரம்பித்தது. 70 ஆண்டுகாலமாக தலித் சமூகங்களில் பேணிப்பாதுகாத்து வரப்படும் சிறிய ஆனால் வசதியான நடுத்தர வர்க்கம் மக்கள் தொகை கணக்கெடுப்பு 200 மில்லியன் தலித்துகளில் வெறும் 4.1 சதம் தான் பட்டதாரிகள், மொத்த மக்கள் தொகைக்கு 8.2 சதம் நாட்டின் பல பகுதிகளிலும் குறைந்த பட்சக் கூலி கூட வாங்காத உழைக்கும் தலித்துகளிடமிருந்து சுத்தமாக விலகிவிட்டது. 125 நாட்கள் நடந்த பீம் யாத்திரையில் அம்பேத்கர் உத்வேகம் தரும் பெரும் ஆளுமையாக இருந்தாலும், 'அம்பேத்கரியர்களை' எங்குமே பார்க்க முடியவில்லை. அது முழுக்க முழுக்க துப்புரவுத் தொழிலாளர் பிரச்சினையாக ஆகிவிட்டது. எனினும், தலித் அல்லாதோரில் சில குறிப்பிடத்தகுந்த முற்போக்காளர்கள் போராட்டக்காரர்களுக்கு தமது ஆதரவைத் தெரிவித்தார்கள்.

வார்த்தை ஜாலப் பேச்சு அதிகம், செயல்பாடு குறைவு

'மிக புனிதமான பணி செய்பவர்கள்' என்று காந்தி புகழ்ந்த ஒரு சமூகத்தின் பாலான 70 ஆண்டுகால அக்கறையின்மையின் கதை இவ்வாறிருக்க, பாபாசாகேப்பின் பக்தர் என்று தன்னைத் தானே சொல்லிக் கொள்ளும் நரேந்திர மோடி, 2014 காந்தி ஜெயந்தியன்று தனது விருப்பமான சுவச் பாரத் திட்டத்தை துவக்கி வைக்க, மக்களை விளக்குமாற்றை தூக்க வைத்தார் 2019ல் துப்புரவுப் பணியாளர்கள் இல்லாத நாடாக இந்தியா இருக்கும் என்று அறிவித்தார். அவரது நாடகங்களும் பேச்சும் லேசான சர்ச்சைகளை உருவாக்கியுள்ள நிலையில், மிகவும் சர்ச்சைக்குரியதும், பிரச்சினைக்குரியதுமான இத்திட்டம் பெரும்பாலான மக்களால் நல்லவிதமாக ஏற்கப்பட்டது போல் தெரிந்தது. ஒரு காரணம் இதில் மோடி காந்தி போல் செயல்பட்டது. மற்றது 'பெரும் தேசம்' என்ற இந்தியாவின்

பிம்பம் கேள்விக்குள்ளாகுவது, இவையனைத்தையும் தாண்டி, இந்த மௌனத்திற்கான முக்கிய காரணம் இந்தியாவின் அசுத்தத்திற்கான பிரதான காரணம் பற்றிய அதன் சாதி கலாச்சாரம் பற்றிய அறியாமையும் சாதி ஒழிக்கப்பட்டாலொழிய, கையால் மலம் அள்ளுவது ஒழிக்கப்பட முடியாது என்பதை ஏற்க மறுப்பதும்தான்.

வியப்பூட்டும் விதமாக, மோடியின் திட்டத்தில் சாதி பற்றிய வார்த்தை இல்லை. பொதுவாக மேட்டுக்குடியினர் சாதியெல்லாம் இப்போது இல்லை. அது ஒரு பிரச்சினையல்ல என்று சொல்பவர்கள். மோடியின் கட்சியைப் பொருத்தவரை இந்து அணி திட்டம் மட்டும்தான் அதன் கவலை. தனது சுத்தப்படுத்தும் திட்டத்தை புதுடெல்லியின் வால்மீகி காலனியில் ஆரம்பிக்கும்போது, துப்புரவுப்பணிக்கும், வால்மீகி சமூகத்திற்கும் உள்ள தொடர்பை தாம் உண்மையில் உறுதிப்படுத்துவது மோடிக்குத் தோன்றியிருக்காது. காந்தியும் இதையேதான் செய்தார். சாதிகளுக்கு எதிராகப் பேசாமல், 1946ல் டில்லியில் பாங்கிகளுக்கு நடுவில் வாழ்ந்து தனது மஹாத்மாத்தனத்தை வெளிப்படுத்தினார். வால்மீகிகள் பற்றிப் பேசும்போது மோடி காந்தியிடமிருந்து சிறிது கடன் வாங்கிக் கொண்டு பேசினார். அது ஏராளமாகப் பேசப்பட்டாலும் இரக்கத்தோடு பேசுவதாகத் தெரிந்தது.

'அவர்கள் (பால்மீகிகள்) இந்தத் தொழிலை வெறும் வயிற்றுப் பிழைப்பிற்காகச் செய்கிறார்கள் என்று நான் நம்பவில்லை. ஒரு காலகட்டத்தில் யாரோ ஒருவருக்கு ஒட்டுமொத்த சமூகத்தின் மகிழ்ச்சிக்காகவும், கடவுளுக்காகவும் பணி செய்வது தமது கடமை என்ற ஞானோதயம் ஏற்பட்டிருக்க வேண்டும். சுத்தம் செய்யும் இந்தத் தொழில் ஒரு உள்ளார்ந்த ஆன்மீக நடவடிக்கையாக பல நூற்றாண்டுகளுக்குத் தொடர வேண்டும் என்று தோன்றியிருக்க வேண்டும். (2007ல் வெளியான கர்மயோகி என்ற தொகுப்பில் வந்த மோடியின் பேச்சு இரண்டாண்டுகளுக்குப் பிறகு திரும்பப் பெறப்பட்டது.)

மோடி கூறுவது அடிப்படையில் சாதிகளுக்கான ஆர்எஸ்எஸ்ஸின் தீர்வான சம்ரசதா தான். சமூக நல்லிணக்கம் என்று பொருள்படும் சம்ரசதா பல்வேறு சாதிகளும் சண்டையின்றி சமாதானமாக உடனிருப்பதன் மூலம் இந்து அடையாளத்தை வலுப்படுத்தும் நோக்கம் கொண்டது. இது சாதிகளுக்கிடையே நல்லிணக்கத்தை கோருகிறதேயன்றி, சாதி ஒழிப்பைக் கோரவில்லை. ஆர்எஸ்எஸ்ஸின் பல்வேறு அமைப்புகளில் ஒன்று 1980களில் துவக்கப்பட்ட சமாஜிக் சம்ரசதா மஞ்ச். 2012ல் குஜராத்தின் முதலமைச்சராக இருந்த மோடி, குஜராத்தியிலும், இந்தியிலும் சமாஜிக் சம்ரசதா என்று புத்தகம் கூட வெளியிட்டுள்ளார். இந்த அமைப்பு இந்துக்களின், அவர்களது மதம் மற்றும் கலாச்சாரத்தின் மேன்மையில் நம்பிக்கை வைத்துள்ளது.

இயல்பாகவே இது இந்துமதத்தை வரையறுக்கும் கூறுகளான வர்ணம் அல்லது சாதி முறையில் எந்தத் தவறும் இருப்பதாகப் பார்க்கவில்லை. அதை நியாயப்படுத்த, இந்துத்துவாவைப் பரப்புவோர் பொதுமக்களைக் குழப்ப வார்த்தை ஜாலங்கள் செய்கிறார்கள். சாதி பற்றி கோல்வால்கரின் 'அனைத்து சாதிகளும் உயர்ந்தவை. அனைத்து சாதிகளும் சமமானவை (சப் சாதி மஹான், சப் சாதி சமான்) என்ற கோஷத்தைப் பயன்படுத்துகிறார்கள். எல்லா சாதிகளும் ஒரே விராட் புருஷனிடமிருந்து தோன்றியவை, எனவே, ஒரு ஆன்மீகத் தன்மையில் அனைத்தும் சமம்தான் என்ற ரிக்வேதத்தின் புருவிசூக்தத்தின் சனாதன பிராமணிய கருத்தாக்கத்திலிருந்து உருவான கோஷம் இது. இதன் உண்மையான பொருள் அனைத்து சாதிகளும் தர்மத்தின்படி தமக்கு ஒதுக்கப்பட்ட பணிகளை எந்த புகாரும் இன்றி செய்ய வேண்டும் என்பதுதான். இதனால்தான் கையால் மலம் அள்ளும் பழக்கம் இப்போதும் தொடர்வது இந்தக் கண்ணோட்டம் உள்ளவர்களிடம் எந்த தார்மீகக் கோபத்தையும் ஏற்படுத்துவதில்லை. அதனால் அவர்களது தார்மீக உணர்வை பாதிக்க முடியவில்லை.

சமாஜிக் சமரசதா மஞ்ச் அம்பேத்கரை காவிமயமாக்கும் திட்டத்தையும் கையிலெடுத்துக் கொண்டது. கிஷோர் மக்வானா (குஜராத்தி மொழியில் வரும் ஆர்எஸ்எஸ் பத்திரிகையான சாதனாவின் ஆசிரியர். மேலே குறிப்பிட்ட மோடி பெயர் தாங்கி வந்த நூலைத் தொகுத்தவர்). ரமேஷ் பதங்கே, மதன் திலவார் போன்ற சில சந்தர்ப்பவாத தலித் அறிவுஜீவிகளையும் தன் கைக்குள் போட்டு வைத்துக் கொண்டது. ஆனால் இந்த முயற்சிகள் மக்களிடையே பெரிய அளவில் எடுபடவில்லை.

துப்புரவுப் பணி ஒரு 'ஆன்மீக அனுபவம்' என்ற மோடியின் கூற்று எதிர்பார்த்த படியே தலித்துகளின் கடும் கண்டனத்துக்கு உள்ளானது. தமிழ்நாட்டில் அவரது உருவபொம்மைகள் எரிக்கப்பட்டன. இரண்டாண்டுகளுக்குப் பிறகு, சுமார் 9000 துப்புரவுத் தொழிலாளர்கள் கூடியிருந்த ஒரு மாநாட்டில் அவர் அதையே திரும்பவும் கூறினார். 'ஒரு பூசாரி தினமும் பூஜைக்கு முன்னால் கோவிலை சுத்தம் செய்கிறார். நீங்களும் நகரத்தை கோவிலைப்போல சுத்தம் செய்கிறீர்கள். நீங்களும், பூசாரிகளும் ஒரே பணியைத் தான் செய்கிறீர்கள் என்றார். காந்தியை காப்பியடிப்பதில், மோடி தனது மிகப்பெரிய அறியாமையை வெளிப்படுத்திவிட்டார். சாதியின் அசிங்கமான யதார்த்தத்தை மத ஆன்மீக அபத்தத்துடன் இணைத்த காந்தியை அம்பேத்கர் தாக்கியது மோடியிடம் எந்த தாக்கத்தையும் ஏற்படுத்தவில்லை. சில வகைகளில், மோடியின் இதுபோன்ற பேச்சுகள் பெரும்பாலான ஆதிக்க சாதி மக்களின் சிந்தனையை பிரதிபலிக்கின்றன. பெருந்தன்மை போன்று தோற்றமளிக்கும் இதுபோன்ற வெளிப்பாடுகள் பிராமணிய தத்துவத்தில்

ஊறிய சாதியத்தின் மோசமான வெளிப்பாடு என்பதை பலரும் உணர்வதில்லை. ஏனெனில், மனுவின் தத்துவத்தை உள்வாங்காது, பிறரோடு சுரண்டல் கொண்டுள்ள சாதிகள் எவ்வாறு அவர்களோடு இணக்கமாக வாழ முடியும்?

சுவச் பாரத் பிரச்சாரத்தின் பின்னால் உள்ள முக்கியமான உந்து சக்தி பாஜகவின் தாமே மேலானவர்கள் என்ற எண்ணம்தான். இதே எண்ணம்தான் 2004ல் 60 சதமான இந்தியாவின் மக்கள்தொகை திறந்தவெளியில் மலம் கழித்துக் கொண்டிருந்தபோது, இந்தியா ஒளிர்வதாகக் கூற வைத்தது. இந்த நிரந்தர அவமானத்தை உணர்ந்து தனது ஆட்சிக்காலத்தில் ரூ.1.96 லட்சம் கோடி செலவில் பன்னிரண்டு கோடி கழிப்பறைகளை கட்ட முடிவு செய்தது மோடியின் பெருமை கொள்ளத்தக்க பணி என்று சொல்லலாம். ஆனால், இதில்தான் அவரது சாதுர்யம் வெளிப்படுகிறது. இத்திட்டத்திற்கான பெருமை அனைத்தும் அரசுக்குத்தான் என்றாலும், அரசு உண்மையில் இதற்கான நிதிக்கு கார்ப்பரேட் சமூகப் பொறுப்பைத்தான் முக்கியமாக நம்பியுள்ளது. இத்திட்டத்திற்கு அளிக்கப்படும் நிதி முழுமைக்கும் வரிச் சலுகை தரப்பட்டுள்ளது. கார்ப்பரேட் நன்கொடையின் முன்னோடியான பில் கேட்ஸ் சுவச் பாரத் திட்டத்தை வரவேற்றதில் வியப்பொன்றும் இல்லை. 2017 ஏப்ரல் 25 அன்று பில்கேட்ஸ் தனது வலைப்பூவில், இதுவரை இதில் ஏற்பட்டுள்ள முன்னேற்றம் சிறப்பாக உள்ளது. 2014ல் இத்திட்டம் துவங்கப்பட்டபோது, 42 சதமான இந்தியர்களுக்குத்தான் முறையான சுகாதார வசதி இருந்தது. இன்று 62 சதமக்களுக்கு உள்ளது. மேலும் அரசு இப்பணியை மஹாத்மா காந்தியின் 150வது பிறந்தநாளான 2019 அக்டோபர் 2ல் முடித்துவிட, விரிவான திட்டம் வைத்திருக்கிறது. என்று எழுதினார்.

2015 நவம்பரிலிருந்து, 2017 ஜூலையில் மோடியின் 'அருமையான, எளிமையான வரி' வருவது வரைக்கும், சேவை வரிக்கு உட்பட்ட அனைத்து சேவைகளுக்கும் 0.5 சதவிகித சுவச் பாரத் மேல்வரி (Swachh Bharat Cess) விதிக்கப்பட்டது. நாடு முழுவதும் கழிப்பறைகள் கட்டுவதற்காக இது விதிக்கப்படுவதாகக் கூறப்பட்டது. இரண்டாண்டுகளில் 16 மில்லியன் கழிப்பறைகள்கட்டப்பட்டுவிட்டதாக அரசுகூறியது. இந்த கழிப்பறைகளை, அவற்றின் சாக்கடை குழிகளை யார் சுத்தம் செய்வார்கள் என்ற கேள்வி அப்படியே விடையின்றி இருந்தது. இத்திட்டத்தின் பின்னால் உள்ள அம்சங்கள் பற்றி பொதுவெளியில் அக்கறையில்லை. துப்புரவுத் பணியோடு பாரம்பரியமாக தொடர்புள்ள சாதியினரால் எவ்வாறு அத்தொழிலை கைவிட முடியும் என்ற பிரச்சினை கொள்கைச் சிந்தனையின் ஒரு பகுதியாக இல்லை. பில்கேட்ஸுக்கோ, மோடிக்கோ, இந்தியாவின் உயர்வர்க்கங்களுக்கோ இது பற்றி கவலை இல்லை. ஆனால், ஐநாவின்

சிறப்புப் பதிவாளர் ஒருங்கிணைப்பாளர் (Rapporteur) லியோ ஹெல்லருக்கு இந்தக் கவலை ஏற்பட்டது. அவர் இந்தியாவிற்கு வந்து திரும்பி, தனது ஆரம்பகட்ட கண்டுபிடிப்புகளை 2017 நவம்பர் 10ம் தேதி வெளியிட்டார். ஐநாவின் மனித உரிமைகளுக்கான ஹைகமிஷனரது வலைத்தளத்தில் வெளியிடப்பட்டுள்ள அவரது அறிக்கை, சாக்கடை வசதி, சுகாதாரம், மனித உரிமைகள் போன்ற இணைந்த பிரச்சினைகள் குறித்து போதுமான திட்டமிடல் இல்லாமல் ஏராளமான கழிப்பறைகளை வேகமாகக் கட்டி வருவதன் பின்விளைவுகள் பற்றி எச்சரித்தார். இந்தியா போன்ற போதிய நீர் வசதி இல்லாத நாட்டில், குறைந்த, நடுத்தர வருவாய் உள்ள நாடுகளின் வயிற்றுப்போக்கு தொடர்பான மரணங்களில் 40 சதம் வரை நிகழும் நாட்டில், அதற்கும் மேலாக, சுகாதாரம் என்ற துறையில் மனித உரிமைகள் அதிகமாக மீறப்படும் நாட்டில் இப்பிரச்சினையை உள்கட்டுமானத்தை மேம்படுத்தும் பிரச்சினையாக மட்டுமே பார்ப்பது நல்லதல்ல என்றார். தேவைப்படும் மனமாற்றத்திற்கும், நீடித்த தீர்விற்கும் சூழலியல் மற்றும் மனித உரிமைகள் அடிப்படையிலான அணுகுமுறைதான் சரியாக இருக்கும் என்றார்.

ஹெல்லரின் நிதானமான அறிவுரைகள் ஒரு வெள்ளிக்கிழமை வெளிவந்தன. இந்திய அரசு அடுத்த திங்கட்கிழமையே அவற்றை நிராகரித்துவிட்டது. அந்த மூன்று நாட்களுக்குள் ஹெல்லரின் மேம்போக்கான முடிவுகள்.. தரவுகள் அடிப்படையில் தவறானவை, அரைகுறை தகவல்களின் அடிப்படையில் சொல்லப்பட்டவை. சூழ்நிலையை தவறாக சித்தரிப்பவை என்று அரசு கண்டுபிடித்து விட்டதாக ராய்ட்டர் செய்தி நிறுவனம் கூறியது. ஐநா சபையின் நீர் மற்றும் சுகாதார நிபுணரை விட கார்ப்பரேட் முதலாளிகள்தான் அரசுக்கு முக்கியம் என்பது தெளிவு. எதிர்காலம் எவ்வளவு இருண்டு இருக்கப்போகிறது என்பது இப்போதே தெரிகிறது. அது நாடெங்கிலும் உள்ள சுலப் என்ற சேவை நிறுவனத்தால் நடத்தப்படும் கழிப்பறைகள் மூலம் வெளிப்படுகிறது. இவற்றில் முழுக்க துப்புரவுத் தொழிலாளர்களின் ஊதியத்தைவிட மிகவும் குறைவு. ஒரு சீர்த்திருத்த முயற்சி போல் தோன்றும் இந்த நடவடிக்கையால்கூட தொழிலை, தொழிலாளரை சாதி ரீதியாக பாகுபடுத்துவதை உடைக்க முடியவில்லை. அது தொடரவே இம்முயற்சி உதவியது.

சுகாதார உள்கட்டுமானத்தில் அரசின் பொறுப்பை திறமையாக தவிர்த்த மோடி, காந்தியின் ஆன்மீகத்தைப் பயன்படுத்தி மக்கள் வாரத்தில் குறைந்தபட்சம் இரண்டு மணி நேரம் தன்னார்வ உழைப்பைத் தர வேண்டும் என்று கோரி, வேலைவாய்ப்புகள் உருவாக்கத்தையும் தவிர்த்தார். இதுதான் சுவச் பாரத்திற்குத் தேவைப்படும் உழைப்பு என்றால், அந்த தன்னார்வ

உழைப்பு சுமார் 40 மில்லியன் வேலைவாய்ப்புகளுக்கு சமமாக இருக்கும் என்று கணக்கிடப்படுகிறது. இன்று ஒட்டுமொத்த பொதுத்துறையிலும் உள்ள பணியிடங்களின் மொத்த எண்ணிக்கையே 18 மில்லியனுக்கும் குறைவுதான். இதன் செயல்படும் சாத்தியக்கூறைப் பார்த்தால் அரசின் வழக்கமான பேச்சுதான் இது என்று தெரியும். அதிக ஆரவாரப்பேச்சும், குறைவான விளைவும், கையால் மலம் அள்ளும் தொழிலாளர்களின் மறுவாழ்விற்கான சுயவேலைத் திட்டத்திற்கான நிதி ஒதுக்கீடு 2012-14 ஐமு கூட்டணி பட்ஜெட்டில் 559 கோடியாக இருந்தது. தே.ஜ.கூட்டணி அரசின் அடுத்தடுத்த பட்ஜெட்களில் 439.04, 470.19 என குறைந்ததிலிருந்தே இப்பகுதியினர் மீதான அரசின் அக்கறை புரியும். உண்மையில் இந்த ஒதுக்கீட்டில் எதுவுமே செலவிடப்படவில்லை. 2016-17ல் இந்த ஒதுக்கீடு ஒரு குறியீட்டு அளவாக ரூ.10 கோடியாக குறைக்கப்பட்டதில் வியப்பேதுமில்லை. 'அசுத்தத்' தொழில்களில் ஈடுபட்டுள்ளவர்களின் குழந்தைகளுக்கான உயர்நிலைக் கல்வி வரையிலான உதவித் தொகைத் திட்டத்திற்கான நிதி ஒதக்கீடு இன்னும் ஒரு மோசமான சித்திரத்தைக் காட்டுகிறது. முதலில் இருந்த 9.5 கோடியிலிருந்து இந்த ஒதுக்கீடு 2014-15ல் சற்று உயர்த்தப்பட்டு 10 கோடியானது. பின்னர் 2016-17 ல் இது 2 கோடியாக வெட்டப்பட்டது.

மற்ற துறைகளில் தனது ஆளுமை பிம்பத்தை திறமையாகக் கையாளுவது போலவே, மோடி கழிப்பறைகள், சுத்தம் பற்றிய பிரச்சினையை கையில் எடுத்ததால் மீண்டும் புகழோடு வலம் வருகிறார். காரணம் கடந்த 67 ஆண்டுகளாக இந்தியாவை ஆட்சி செய்தவர்கள் திறந்த வெளியில் மலம் கழிக்கும் பழக்கத்திற்கு முடிவு கட்ட எந்த கொள்கையையும் வகுக்கவில்லை. மோடி நம்மில் பலரும் நினைத்தே பார்க்காத ஒரு விஷயத்தின் மீது வெளிச்சம் பாய்ச்சுகிறார்கள் என்று பில்கேட்ஸ் சரியாகவே ட்விட்டரில் பதிவு செய்தாலும் கூட, இத்திட்டத்தை செய்து முடிப்பதில் அவர் பெரிய நம்பிக்கை எதையும் உருவாக்கவில்லை. இத்திட்டம் முன் வைக்கப்பட்ட வகையில், அது கார்ப்பரேட் முதலீட்டிற்கு மற்றுமொரு மெகா வாய்ப்பாகத்தான் இருக்கப்போகிறது. சுவச் பாரத் பற்றிய தனது மதிப்பீட்டு அறிக்கையில் (2015 நவம்பர்) உலக வங்கி இத்திட்டம் 'தொழில்நுட்ப ரீதியில் சிறப்பானது' என்று கூறியதோடு, பல்வேறு மாநிலங்களிலும் கிராமப்புற சுகாதார இலக்குகளை எட்டுவதற்கான நிறுவனமே சட்டகங்களும், திட்டங்களும் இல்லை என்று கவலை தெரிவித்தது.

கோஃபியும், ஸ்பியர்களும் சுட்டிக்காட்டியதைப்போல சுவச் பாரத் திட்டத்திற்கான இலக்குகள் மிகவும் யதார்த்தத்திற்கு புறம்பானவை. 2019ல் இலக்கை எட்ட, இத்திட்டம் தினமும் 67000 கழிப்பறைகளை, அதாவது

கிட்டத்தட்ட ஒரு விநாடிக்கு ஒன்று என்ற கணக்கில் கட்டவேண்டும். சரியாகச் சொன்னால், இன்று 50 சதமாக உள்ள திறந்தவெளி மலம் கழிப்புப் பழக்கத்தை ஐந்தாண்டுகளில் பூஜ்யமாக ஆக்க வேண்டும். வரலாற்றில் இப்படிப்பட்ட வேகமான முன்னேற்றம் எத்தியோப்பியாவில் நடந்துள்ளது. அங்கு ஐந்தாண்டுகளில் திறந்தவெளி மலம் கழித்தல் 16 சதமளவு குறைந்தது. இந்திய அரசின் எந்த ஆவணமும் இந்தியா எத்தியோப்பியாவை விஞ்சி விடும் என்பதைக் காட்டவில்லை. எத்தியோப்பியாவின் மக்கள் தொகை இந்திய மக்கள் தொகையின் 5 சதம்தான். மேலும் அங்கு இந்தியாவைவிட மூன்று மடங்கு வேகத்தில் பணி நடந்தது. இத்திட்டத்திற்கு ஒதுக்கப்பட்ட நிதி போதுமானதாக இருந்து, ஏதோ ஒரு மாயாஜாலத்தால் நிதி காணாமல் போகாமல், கொடுத்த பணத்திற்கு உண்மையிலேயே தரமான கழிப்பறைகள் கட்டப்பட்டுவிட்டாலும் கூட, இந்த குறிப்பிட்ட காலத்திற்குள் பயனாளி மக்கள் விருப்பத்தோடு தமது மலம் கழிக்கும் பழக்கத்தை மாற்றிக் கொண்டு விடுவார்கள் என்பதற்கு எந்த உத்திரவாதமும் இல்லை.

எதிர்பார்த்ததைப் போலவே, மோடியின் விருப்பமான திட்டமான சுவச் பாரத் திட்டமும், அவரது மற்ற திட்டங்களைப் போலவே ஒரு வெற்றுத் திட்டம்தான் என்று நிரூபணமாகி வருகிறது. குஜராத்தின் முதலமைச்சராக மோடி, 2007ல் 'நிர்மல் குஜராத்' என்று இதே போன்ற ஒரு திட்டத்தைக் கொண்டு வந்து அது குறித்துப் பிரமாதமாகப் பேசினார். எனினும் குஜராத்தில் கழிவு மேலாண்மையிலும், மாசுப்பிரச்சினையிலும் அவரது செயல்பாடு மிகவும் மோசம். குஜராத்தின் சமூக பொருளாதார நிலை பற்றிய தலைமை கணக்கு மற்றும் தணிக்கை அதிகாரியின் அறிக்கை, கழிவு நிர்வாகத்தில் குறிப்பிடத்தகுந்த முன்னேற்றத்தை எட்டியுள்ளதாக குஜராத் அரசு கூறியபோதும், குஜராத் முனிசிபாலிடிகளில் வெறும் 3 சத இடங்களில்தான் கழிவுகளைப் பிரிக்கும் வசதிகள் இருக்கின்றன என்று கண்டுபிடித்தது. மேலும் எந்த முனிசிபாலிடியிலும் கழிவு நீர்களை சுத்தப்படுத்தும் வசதிகள் இல்லை. ஒன்றே ஒன்றில் மட்டும்தான் மூடிய சாக்கடை போன்ற வசதி இருந்தது என்றது.

சுவச் பாரத் திட்டத்தின் இரண்டாண்டு செயல்பாடு குறித்த நாடு தழுவிய கணக்கெடுப்பு எந்த வியப்பூட்டும் முடிவுகளையும் காட்டவில்லை. லோகல் சர்க்கின்ஸ் என்ற அமைப்பால் நடத்தப்பட்ட அந்த ஆய்வு நாடு முழுவதும் அந்த திட்டத்தின் விளம்பரங்களை அலங்கரிக்கும் 56 இஞ்ச் மார்ப்பின் இதயத்தை ஊடுருவிப் பார்த்தது. கணக்கெடுப்பில் கலந்து கொண்டோரில் வெறும் ஐந்தில் ஒரு பங்கினர்தான் தமது உள்ளூர் முனசிபாலிடிகள் குப்பை அகற்றுவதை அல்லது சுத்தத்தை முன்னேற்றியிருப்பதாகக் கூறினார்கள். நான்கு மாநிலங்களில் மட்டுமே அவற்றில் மூன்று பாஜக ஆட்சி செய்யும்

மாநிலங்கள் கண்ணுக்குப் புலனாகும் வகையில் சுகாதார வசதிகள் மேம்பட்டுள்ளன. எஞ்சிய இந்தியாவின் மற்ற பகுதிகளில் லேசான மாற்றம் அல்லது மாற்றமே இல்லை என்று அந்த ஆய்வு கூறுகிறது. 2014ல் சுவச் பாரத் துவக்கப்பட்டதற்குப் பிறகு பொதுக் கழிப்பறைகள் கிடைப்பது மேம்பட்டுள்ளது என்று ஐந்தில் ஒரு பங்கினர் மட்டுமே கருதுகிறார்கள். 2019ல் இந்தியாவில் யாரும் திறந்தவெளியில் மலம் கழிக்கமாட்டார்கள் என்று மோடி அறிவித்துவிட்டார். குறிப்பிட்ட எண்ணிக்கையில் கழிப்பறைகள் கட்டுவதைத்தான் அவர் இவ்வாறு குறிப்பிட்டுள்ளார். புள்ளிவிவரங்களில் கோல்மால் செய்யும் அவரது நிர்வாகத்தின் பழைய செயல்களின்படி பார்த்தால், திறந்தவெளி மலம் கழிப்புப் பழக்கத்தை பாதிக்காமல், அவர் அதை சாதித்துவிடவும் கூடும்.

ஆனாலும், கேட்ஸ், 'நீங்க பெரிய இலக்குகளை முடிவு செய்து கொண்டு, உங்கள் முன்னேற்றத்தை வகுக்காவிட்டால், நீங்கள் வழக்கமாக வேலை செய்து கொண்டிருப்பதில்தான் அது முடியும்' என்று சொல்லியிருக்கிறார். அவருக்கு நமது பிரதமரைப் பற்றித் தெரியவில்லை. சுவச் பாரத் வழக்கமான வேலையாகத்தான் இருக்கிறது. சாதி என்ற கலாச்சாரம் நீக்கப்படாமல், சுத்தம் பற்றிய பொறுப்பை மக்கள் உள்வாங்காமல், எவ்வளவு பிரச்சாரமும், விளம்பரமும் வெற்றியடையாது. சாதி முறை முற்றிலுமாக நீக்கப்படாமல் இந்தியா சுத்தமாக இருக்க முடியாது என்பதை நாம் புரிந்து கொள்வது அவசியம்.

11

பிஎஸ்பி புதிர்

உறுதிப்படுத்துதல், ஒழித்தல் அல்ல

*1995*ல் உடல்நலம் குன்றி நீண்ட நாட்கள் நோய்வாய்ப்பட்டு *2006* அக்டோபர் *9* அன்று இறந்த கன்ஷிராம் சமகால இந்திய அரசியலில் ஒருபுதிராக இருந்தார். எந்த பின்னணியும், வசதி வாய்ப்பும் இன்றி, எங்கிருந்தோ வந்தபோதும் வரலாற்று ரீதியாக தனது முன்னோர்களை வெறுத்து வந்த இந்நாட்டின் மிக சக்திவாய்ந்த மனிதர்களுக்கு சவால் விட்ட மனிதரை, எல்லா கொள்கைகளையும், எல்லா விதிமுறைகளையும் கைவிட்ட ஒரு அரசியல்வாதியை, பொதுவாக சாபமாகக் கருதப்படும் ஒன்றை வரமாக மாற்றியவரை, ஆனாலும் அரசியல் பெருந்தலைகளால் வேண்டப்பட்டவரை, விடுதலைக்கான தனது பார்வையை ஒருபோதும் வெளிப்படுத்தாத தலைவரை, ஆனாலும்கூட மக்களால் ஒரு தீர்க்கதரிசியாகப் போற்றப்பட்டு, பின்பற்றப்பட்டவரை நம்மால் வேறு எப்படிச் சொல்ல முடியும்? சிலர் அவரை அம்பேத்கருக்கு இணையாகக் கருதி ஒப்பீடுகள் செய்கிறார்கள். அது தவறான வழிக்கு இட்டுச் செல்லும். ஆனால் அம்பேத்கருக்குப் பிறகு தலித் இயக்கத்தில் செயலூக்கம் கொண்ட வலுவான தலைவராக கன்ஷிராம் உருவானார் என்பதை உறுதியாகச் சொல்லலாம்.

பஞ்சாப்பின் ரோபர் மாவட்டத்தின் கவாஸ்பூர் கிராமத்தில் எளிய ரைதாசி சீக்கிய குடும்பத்தில் *1934* மார்ச் *15* பிறந்த கன்ஷிராம் பிஎஸ்சி பட்டம் பெற்று புனேயின் ஆயுதத் தொழிற்சாலையான வெடிபொருள் ஆய்வு மற்றும் மேம்பாட்டு ஆய்வகத்தில் *1957*ல் ஆய்வு உதவியாளராகப் பணியில் சேர்ந்தார். இங்குதான் சக ஊழியரான காலஞ் சென்ற டி.கே. கபார்டே போன்றோரால் அம்பேத்கரியத்தின் அறிமுகம் கிடைத்தது. *1978*ல் கபார்டேயுடன்தான் அவர் பாம்செஃப் *(Bamcef)* அமைப்பை துவக்கினார். *1960*களில் தலித் இயக்கங்கள் பலவீனப்பட்ட நேரத்தில், மஹாராஷ்டிராவில் பௌத்தத்திற்கு மாறி தம் அடையாளத்தை நிலை நிறுத்தும் முயற்சிகள் பிற சாதியினரால் கடுமையாக எதிர்க்கப்பட்டதால், தலித்துகளுக்கு எதிரான கொடுமைகள் அதிகரித்தன. அதிர்ச்சி தரும் இந்தமாற்றங்கள் கன்ஷிராமை பெரிதாக பாதிக்கவில்லை. அவரது வாழ்க்கை வரலாற்றை எழுதிய பத்ரி நாராயண் *(Kanshi Ram : Leader of Dalits, 2014))* குறிப்பிடுவது போல, வேலைக்கு சேர்ந்த ஐந்தாண்டுகளுக்குப் பிறகு, பணியிடத்தில் நடந்த ஒரு

சிறிய, குறியீடான சம்பத்தால் கன்ஷிராம் விழிப்புணர்வு பெற்றார். அவரது அலுவலகத்தின் நான்காம் பிரிவு ஊழியரான திகைபானா, புத்த ஜெயந்தி மற்றும் அம்பேத்கர் ஜெயந்திக்கான விடுமுறைகள் ரத்து செய்யப்பட்டதை எதிர்த்ததற்காக பணிநீக்கம் செய்யப்பட்டதுதான் அச்சம்பவம். அலுவலகத்தின் உயர் சாதி அதிகாரிகள் புத்தர் மற்றும் அம்பேத்கர் ஜெயந்தி விடுமுறைகளை ரத்து செய்து அவற்றிற்கு பதிலாக திலகர் மற்றும் கோகலே ஜெயந்திகளுக்கு விடுமுறை வழங்க விரும்பினார்கள். பல தலித் அதிகாரிகளும் இது குறித்து கோபப்பட்டாலும், எதிர்ப்பை வெளிப்படையாகக் காட்ட அஞ்சினார்கள். தினாபானா ஒருவர் மட்டும்தான் அம்பேத்கர் ஜெயந்தியன்று பணிக்கு வர மறுத்தார். தனது எதிர்ப்பை முறையாக ஒரு கடிதம் வாயிலாகவும் தெரிவித்தார்.

தினாபானா இவர் ராஜஸ்தானின் ஜெய்சால்மர் பகுதியைச் சேர்ந்த பாங்கி சாதிக்காரர் பணிநீக்கம் செய்யப்பட்டவுடன், அவர் நீதிமன்றம் வாயிலாகப் போராட முடிவு செய்தார். கன்ஷிராம் அவருக்கு உதவ நிதி திரட்டினார். விரைவில் பிரச்சினை சூடு பிடித்தது. இவ்விஷயமாக கன்ஷிராம் அன்றைய பாதுகாப்பு அமைச்சர் யஷ்வந்த்ராவ் சவானைக்கூட சந்திக்க நேர்ந்தது. இறுதியில் இரு ஜெயந்திகளுக்கும் விடுமுறை மீண்டும் தரப்பட்டது. தினாபானாவிற்கும் மீண்டும் வேலை தரப்பட்டது. இந்த சம்பவம் கன்ஷிராமை சமூக செயல்பாடுகளில் இறங்க வைத்தது. அதிலிருந்து பிறகு அவர் ஒருபோதும் பின்வாங்கவில்லை. 1971 வாக்கில் கபாக்டே உள்ளிட்ட அறுபது அரசு ஊழியர்கள் கலந்து கொண்ட ஒரு கூட்டத்தில், கன்ஷிராம் பட்டியல் சாதியினர், பட்டியல் பழங்குடியினர், இதர பிற்படுத்தப்பட்டோர், சிறுபான்மை சமூக ஊழியர்களின் சங்கத்தை ஆரம்பித்தார் இதுதான் பாம்செஃப் (*Bamcef*) - இன் முன்னோடி. அப்போது மஹாராஷ்டிராவில் பொதுப்போக்கு தலித் அரசியலை கோஷ்டிப்பூசல் நிறைந்த குடியரசுக் கட்சி பிரதிநிதித்துவப்படுத்தி வந்தது. இது 1957ல் காங்கிரஸ் அல்லாத கம்யூனிஸ்ட் அல்லாத எதிர்கட்சியாக துவக்கப்பட்டாலும், அம்பேத்கர் துவக்கிய பட்டியலின சாதிகள் கூட்டமைப்பின் ஒரு புதிய பெயராகத்தான் இருந்தது. கன்ஷிராம் குடியரசுக் கட்சியில் பணியாற்ற நினைத்தார். விரைவிலேயே அதன் கோஷ்டி பூசல்களால் மனம் வெறுத்தார். அதே சமயம் 1970களில் ஒரு மாற்று வடிவமான தலித் பேந்தர் உருவானது. இது அம்பேத்கருக்கு ஒரு புரட்சிகர மார்க்சிய விளக்கத்தை அளித்தது. இதுவும் அவரை ஈர்க்கவில்லை. பேந்தர் இயக்கத்தின் மையத்திற்கு மிக அருகிலேயே இருந்த அவர் குடியரசுக்கட்சியைப் பற்றிப் பேசினாலும், தலித் பேந்தர் பற்றி ஒருபோதும் பேசவில்லை என்பது கவனிக்கத்தக்கது. அவரது ஆரம்ப கால தோழர்கள் அவர் அந்த இயக்கத்திற்கு எதிராக இருந்தார் என்றுகூடச்

சொல்கிறார்கள். மாறாக அவர் இட ஒதுக்கீடுகள் மூலம் வேலைக்கு வந்த தலித், பிற்பட்ட சமூகங்கள், மத சிறுபான்மை சமூகங்களின் அரசு ஊழியர்களிடம் ஒரு சக்தி இருப்பதாக உணர்ந்தார். இந்த அரசு ஊழியர்கள் உயர் பதவியிலிருந்த உயர் சாதி அதிகாரிகளால் பாரபட்சங்களை எதிர்கொண்டிருந்தார்கள். இவர்களுக்கு அமைப்பு ரீதியான பாதுகாப்பு தேவைப்பட்டது. அகில இந்திய பிற்படுத்தப்பட்ட மதச்சிறுபான்மை சமூக ஊழியர்கள் கூட்டமைப்பு, பாம்செஃப்- அம்பேத்கர் நினைவுநாளான 1978 டிசம்பர் 6ம் தேதி துவக்கப்பட்டது.

கன்ஷிராமின் விடாமுயற்சியும், கடின உழைப்பும் வேறு பல தலித்அமைப்புகளிலிருந்து பாம்செஃப்-ஐ தனித்துவமானதாக ஆக்கியது. அவருக்கு உள்ளூர் அம்பேத்கரிய தலித்துகள், பெரும்பாலும் நாக்பூர் பகுதியைச் சேர்ந்தவர்கள் தீவிரமாக உதவியது. உண்மைதான். 'சமூகத்திற்கு திரும்பி நல்லது செய்ய வேண்டும்' என்று நினைத்த இந்த அரசு ஊழியர்களுக்கு பாம்செஃப்ன் அரசியல் கலப்பற்ற வடிவம் பொருத்தமாக இருந்ததால், பலரும் அதில் இணைந்து உணர்வுபூர்வமாக தமது நேரத்தையும், பணத்தையும் அதற்கு அளித்தார்கள். பாதுகாப்பான அரசுப் பணிகளில் இருந்த இந்த உறுப்பினர்கள் இச்சமூகங்களின் அறிவுவங்கியாக மட்டுமின்றி பணவங்கியாகவும் இருந்தார்கள். விரைவிலேயே பாம்செஃப் நாடு முழுவதும் பரவியது. ஆனாலும் அது ஊடகங்களின் பாராமுகமான சார்புநிலையை எதிர்கொள்ள அப்ரஸ்டு இந்தியன் - *Oppressed Indian* என்ற பத்திரிகையையும் பிறகு பெரும்பாலான இந்திய மொழிகளில் தினசரி, வாராந்திர செய்தித்தாள்களையும் நடத்தியது.

பாம்செஃப் அரசியல் நடவடிக்கைகளில் ஈடுபடுவதைத் தடுக்கும் பணிவிதிமுறைகளால் கட்டுப்படுத்தப்பட்ட அரசு ஊழியர்களின் அமைப்பாக இருந்தாலும்கூட, நாடு தழுவிய வலுவான அமைப்பாக அது உருவானது. அரசியலுக்கு நிறைய இளைஞர்கள் வருவதை ஊக்குவிப்பதில் முக்கிய பங்காற்றியது. மிக முக்கியமாக, அது கன்ஷிராமின் அரசியல் நடவடிக்கைகளுக்கு நிதி வழங்கியது. பத்தாண்டு காலம் அதைப் பேணி வளர்த்த கன்ஷிராம், 1981 டிசம்பர் 6ம் தேதி DS4 என்றழைக்கப்படும் தலித் சோஷிட் சமாஜ் சங்கர்ஷ் சமிதி (*Dalit Shoshit Samaj Sangharsh Samiti*) என்ற அமைப்பைத்துவங்கி அரசியல்அரங்கில் நுழைந்ததன் மூலம் பண்புரீதியான பாய்ச்சலுக்கு ஒரு அடியெடுத்து வைத்தார். தாம் ஒரு சமூக கிளப்போல தொடர்ந்து பணியாற்றி வரலாம் என்று அப்பாவித்தனமாக நினைத்து வந்த பாம்செஃப் உறுப்பினர்கள் சிலரிடையே இது அச்சத்தை ஏற்படுத்தியது. எனினும் கன்ஷிராம் ஓராண்டிற்குப் பிறகு DS4 சார்பாக ஹரியானா சட்டமன்றத் தேர்தலில் போட்டியிட்டார். இந்த 'இடைக்கால' அமைப்பை

அவர் முறைப்படுத்திய விதம் (அது 10 பிரிவுகளாக பிரிக்கப்பட்டு ஒவ்வொன்றிற்கும் ஒரு வேறுபட்ட பணியும், பொறுப்பும் இருந்தது). பிரச்சாரத்திற்கு சைக்கிள் பேரணி நடத்தியது. மேல் சாதிகளுக்கு ஆத்திரமூட்டும் வகையில் கவர்ச்சிகரமான கோஷங்களை முன் வைத்தது. இளம் செயல்பாட்டாளர்களுக்கு முன் மாதிரியாக தன்னை காட்டிக் கொண்டது. அனைத்தும் அவரது பிம்பத்தை உயர்த்த உதவின. அதன் அடிப்படை கோஷமான ‘பிராமின், பனியா, தர்கூர் சோர், பாக்கி சப் ஹம் DS4’

(பிராமணர்கள், பனியாக்கள், தாக்கூர்கள் எல்லோரும் நிச்சயமாகத் திருடர்கள் பாக்கியுள்ள நாம் DS4) மிகக் கடுமையாக சிறுபான்மையான ‘உயர்’ சாதிகளை ஒதுக்கி, மற்ற அனைவரையும், பெரும்பான்மையான ‘பகுஜன்’களை ஒன்று திரட்ட முயன்றது. மூன்றாண்டுகளுக்குள் கன்ஷிராம் DS4ஐ ஒரு முழுமையான அரசியல் கட்சியாக, ‘பகுஜன் சமாஜ் கட்சி (பிஎஸ்பி) யாக மாற்றினார். அது 1984 அம்பேத்கர், பிறந்தநாளில் அது ‘வோட் ஹமாரா, ராஜ் துமாரா நஹி சலேகா, நஹி சலேகா’ (எங்கள் வாக்கு, உங்கள் ஆட்சி, இனிமேல் இல்லை. இனிமேல் இல்லை) என்ற கோஷத்தோடு ஆரம்பிக்கப்பட்டது. அரசியல் அதிகாரம்தான் எல்லா பிரச்சினைகளுக்குமான ஒட்டுமொத்த தீர்வு என்ற அம்பேத்கரின் வாசகத்தை கன்ஷிராம் கட்சியின் லட்சியமாக அறிவித்தார்.

முஷ்டியை மடக்கி, வாக்குவங்கியைக் கட்டுதல்

அம்பேத்கரின் தலைமையிலான தலித் இயக்கத்தின் பாதை அவர் காலத்து அரசியல் தேவைகளால் நிர்பந்திக்கப்பட்டது. மிகப்பொதுவான நல்மதிப்பீடுகளில் ஆழமாக வேரூன்றி இருந்தாலும், அது நடைமுறையானதாக, பல நேரங்களில் முரண்பாடு கொண்டதாகவே காணப்பட்டது. அம்பேத்கருக்குப் பிறகு வந்தவர்கள் அதன் சிக்கல்களை புரிந்து கொள்ளத் தவறி, தமது வசதிக்கேற்ப அம்பேத்கரியத்தைக் கட்டி, இயக்கத்தை பல்வேறு பிரிவுகளாக துண்டாடினார்கள். குடியரசு கட்சி கூட பிளவு இல்லாமல் தாக்குப் பிடிக்க முடியவில்லை. அதன் உறுப்பினர்கள் அம்பேத்கர் தன் வாழ்நாள் முழுவதும் எதிர்த்த, எரியும் வீடு என்று அழைத்த காங்கிரஸ் கட்சியில் போய் சேர்ந்தார்கள். எனினும், இப்படிப் பிரிந்து சென்றவர்கள் தம்மை அம்பேத்கரியர்கள் என்று சொல்லிக் கொண்டார்கள். பின்னர் காங்கிரஸ் மிக கவனமாக யஷ்வந்த்ராவ் சவாண் மூலம் இணைத்துக் கொள்ளும் தந்திரத்தைக் கடைப்பிடித்து, தலித் அரசியலை தலித் நலன்களை பேரம் பேசும் கலையாகக் குறைத்துவிட்டது.

கன்ஷிராம் தனது யுக்திப்பூர்வமான நடவடிக்கைகள் மூலமாக தலித் அரசியலை புரட்சிகரமாக்கினார். தனது அமைப்புகளுக்கு பாம்செஃப், DS4

என்று புதுமையாக பெயிரிடுவது, மக்களைத் திரட்ட கவர்ச்சிகரமான கோஷங்களை உருவாக்குவது ஆகியவற்றில் அவரது படைப்பூக்கமான மேதைமையை தெரிகிறது. 'ஜிஸ்கி ஜித்னி சங்க்யா பாரி, உஸ்கி உத்னி பாகிதாரி (பங்கேற்பிற்கு சமமாக வாக்கு விகிதம் இருக்க வேண்டும்) என்று கூறியதன் மூலம் அவர் அரசியல் அதிகாரத்தில் பங்குபெறும் வெறும் வாக்கு வங்கிகளாக மாற்றப்பட்டுவிட்ட மக்களிடம் வலுவான அம்பேத்கரிய கண்ணியம், சுயமரியாதை உணர்வை ஏற்படுத்தினார். பொது வாழ்வில் தன்னலமற்ற தன்மை, தியாகம், எளிமை, விசுவாசம் ஆகியவற்றிற்கு உதாரணமாக இருந்தார். திருமணம் செய்து கொள்ளாமல், தமது குடும்பத்துடனான உறவையும் துண்டித்துக் கொண்டார். சொந்த பத்திரிகை ஆரம்பித்தல், தொலைக்காட்சி சேனல் ஆரம்பிக்க விரும்புதல் போன்ற சாத்தியமற்ற விஷயங்களைச் செய்து மக்களிடையே நம்பிக்கையை ஏற்படுத்தினார். எப்போதுமே பெரிய அளவில் திட்டமிடுவார். நிதி ஆதாரம் பற்றி புலம்பமாட்டார். இவை மக்களை மேலும் அவர் பக்கம் ஈர்த்தன.

கன்ஷிராமின் மிக முக்கியமான பங்களிப்பு பகுஜன் என்பது செயல்படுத்த முடிந்த அரசியல் தொகுதி, அதிகார சமநிலையை கட்டுப்படுத்துவதற்கான அணுகுமுறை என்ற அவரது கருத்தாக்கம் தான். அந்த வாய்ப்புள்ள தொகுதியை மக்கள் தொகையின் 85 சதத்தை உள்ளடக்கும் வகையில் விரிவுப்படுத்துவது தான் பகுஜன்வாதத்தின் நோக்கம். கன்ஷிராமின் 'பகுஜன்' உயர் சாதிகளைத் தவிர மற்ற எல்லா சாதிகளையும் அவர்களின் மாறுபட்ட வரலாறுகள், கலாச்சாரங்கள், மிக முக்கியமாக அவர்களது பொருளாதார முரண்பாடுகளை மீறி உள்ளடக்கிக் கொண்டது. இவர்கள் 15 சத வலுவான உயர் சாதியினரிடமிருந்து அரசியல் அதிகாரத்தை பறித்துக் கொள்ள வேண்டும் என்று கருதப்பட்டது. பகுஜன் என்ற கருத்தாக்கத்தின் வேரை புத்தரின் 'பகுஜன் ஹிதாயா பகுஜன் சுகாயா என்ற கருத்தாக்கத்தில் காண முடியும். புத்தரின் கருத்து பெரும்பான்மையோரின் நலனை அல்லது அனைவரின் நலனை வலியுறுத்தியது. ஆனால் மஹாத்மா பூலேதான் அதற்கு இன்று இருக்கக்கூடிய இணைப்புத்திறனோடு பயன்படுத்தியவர். அம்பேத்கர் ஆளும் வர்க்கங்களுக்கிடையில் உள்ள பிளவுகளை தந்திரமாகப் பயன்படுத்திக் கொள்ள அதை எடுத்துக் கொண்டார். அச்சொல்லாடலை அரசியல் தொகுதியுடனும், அதன் செயல்பாட்டுத்தன்மையுடனும் திறமையாக இணைத்த பெருமை கன்ஷிராமிற்கே உரியது.

கன்ஷிராம், தனது அரசியல் பரிசோதனையின் களமாக உத்திரப்பிரதேசத்தை அதன் வரலாறு மற்றும் மக்கள் தொகை புள்ளிவிவரங்களை மனதில் கொண்டே தேர்ந்தெடுத்தார். அப்பகுதியில் தலித் இயக்கத்திற்கு ஒரு முக்கியமான வரலாறு உண்டு. 1920, 30களில் ஆதி

இந்து இயக்கத்தை முன்னெடுத்த சுவாமி அச்சுதானந்த் (1879-1933) போன்ற தலைவர்கள் அங்குதான் இருந்தார்கள். அம்பேத்கர் தனது களத்தை 1942ல் டில்லிக்கு மாற்றியபோது அருகிலிருந்த உ.பி. அவரது தாக்கத்தைப் பெற்றது. அவரது மறைவிற்குப் பிறகு, உ.பி.யில் அம்பேத்கரிய இயக்கம் புத்த பிரியா மௌரியா, சங்க பிரியா கௌரம் போன்ற தலைவர்களால் வளர்க்கப்பட்டது. தேர்தல் ஆதாயங்களைப் பொருத்த வரை அம்மாநிலம் மஹாராஷ்டிராவைவிட சிறப்பாக செயல்பட்டது. இந்தத் தலைவர்கள் குடியரசுக் கட்சியிலிருந்து விலகியதற்குப் பிறகு ஒரு பத்தாண்டு காலத்திற்கு இயக்கம் பின்டைவைச் சந்தித்தது. பிஎஸ்பியின் வெற்றிக்குப் பின்னால் இருக்கும் மற்றொரு, ஒரு வகையில் மிக முக்கியமான அம்சம், அதன் புது முயற்சிக்கு தேர்ந்தெடுத்த காலம். அது தேர்ந்தெடுத்த காலம் பெரிய தேசியக் கட்சிகள் முன்பைவிட பல வீனமாக இருந்த காலம். 1970களில் நாட்டின் பல பகுதிகளின் பூர்ஷ்வாக்களின் எழுச்சியால் ஏற்பட்ட அரசியல் பிளவுகளின் போக்கு, நெருக்கடி நிலை காலத்தில் வேகமானது. அதன் விளைவாக, மத்தியில் ஒரு பரந்த கூட்டணி ஆட்சிக்கு வந்தது. இது பகுஜன் வாக்காளர்களைத் திரட்டி, அதிகார சமநிலையை குலைக்கும் பிஎஸ்பியின் திட்டத்திற்கு இசைவான அரசியல் சூழலைத் தந்தது.

உத்திரப்பிரதேசம் ஒரு தனித்துவமான மக்கள்தொகை கொண்ட மாநிலம். அங்கு மொத்த மக்கள் தொகையில் 21.11 சதம் எஸ்சி சமூகங்கள். அது எஸ்சி சதவிகிதம் அதிகமுள்ள மூன்றாவது மாநிலம். எண்ணிக்கை அடிப்படையில் தேசிய எஸ்சி மக்கள்தொகையில் 20.5 சதம் அங்கு உள்ளது. அதைத் தொடர்ந்து மேற்கு வங்கம் (10.7 சதம்), பீஹார் (8.2 சதம்), தமிழ்நாடு (7.2 சதம்) ஆகியவை உள்ளன. மேலும் இங்கு ஜாதவ் என்ற ஒரு சாதி மட்டும் மொத்த எஸ்சி மக்கள்தொகையில் 57 சதம் உள்ளது. இப்படி எந்த மாநிலத்திலும் கிடையாது. அடுத்த சாதியான பாசி என்பது எஸ்சி மக்கள்தொகையில் 16 சதம் உள்ளது. இதற்கு ஜாதவ் சாதியோடு பாரம்பரிய பகைமை எதுவும் கிடையாது. பொதுவாக மற்ற எல்லா மாநிலங்களிலும் எஸ்சி மக்கள்தொகையில் அதிக எணக்கையில் இருக்கும் இரு சாதிகளுக்கிடையே ஒரு நம்பிக்கையின்மை, பகையுணர்வு இருக்கும். இவ்விஷயத்தில் உ.பி. தனித்துத் திகழ்கிறது. தோபி, கோரி, பால்மீகி சாதிகளையும் இவர்களோடு சேர்த்தால் இத்தொகுதி எஸ்சி மக்கள் தொகையில் 87.5 சதம் கொண்டதாக அல்லது மாநிலத்தின் மொத்த மக்கள் தொகையில் 18.9 சதம் கொண்டதாக இருக்கும்.

சட்டமன்றத் தேர்தலில், பெரிய கட்சிகள்கூட அனைத்துத் தொகுதிகளிலும் போட்டியிடத் துணியாத போது, கன்ஷிராம் அனைத்து தொகுதிகளிலும் போட்டியிட முடிவு செய்தார். வெற்றி பெறுவதற்காக அல்ல. பெரிய

கட்சிகளை தோல்வியுறச் செய்து, பலவீனப்படுத்துவதற்காக, இது 1990களின் மண்டலுக்குப் பிறகான காலகட்டத்தில் உத்திரப்பிரதேசத்தில் காங்கிரசை பல தேர்தல்களிலும் தோற்றுப்போக வைத்தது. மஜ்பூத் சர்க்கார் (வலுவான அரசு) தருவதாக அனைவரும் சொல்லும் கூற்றுக்கு மாறாக மஜ்பூர்சர்க்கார் (பிறரை நம்பியுள்ள அரசு) என்ற கருத்தைக் கொண்டு வந்தது.

முக்கிய கட்சிகளை பிஎஸ்பியின் ஆதரவிற்காக கெஞ்சும் நிலையில் வைத்த மேதைமையாக இருந்தது. உ.பி.யில் தொடர்ந்து அரசு அமைக்கவும், அரசைக் கழிக்கவும் தேவைப்பட்ட பேரம் பேசும் சக்தியை இது பிஎஸ்பிக்கு அளித்தது.

கன்ஷிராம் ஒவ்வொரு தேர்தலையும் ஜாதவ், சாபர்கள் கொண்ட தனது அரசியல் தொகுதி பலத்தை வலுப்படுத்தப் பயன்படுத்திக் கொண்டார். இவர்களது ஆதரவைப் பெற்றிருந்தது. அரசியல் சார்பற்ற தலித்துகள், முஸ்லீம்கள், பாஜக,காங்கிரஸ் அல்லது சமாஜ்வாதி கட்சியின் மீது குறிப்பான ஆர்வமற்ற மற்றவர்களையும் ஈர்க்கப் போதுமானதாக இருந்தது. இத்திட்டம் பிஎஸ்பியின் வாக்குப் பங்காக தொடர்ந்து அதிகரிக்க வைத்து, பலனளிக்க ஆரம்பித்தபோது, ஒரு வலுவான நிலையிலிருந்து பல்வேறு கட்சிகளோடு பேச்சுவார்த்தை நடத்த கன்ஷிராமால் முடிந்தது. 1992ல் பாபர் மசூதி பிரச்சினையால், சட்டமன்றத்தின்

ஆயுள் முடிவதற்கு முன்பே வந்தவிட்ட தேர்தலில், 'திலக், தாராஜு அவுர் தல்வார், மாரோ இன்கோ ஜீட்டே சார் (அர்ச்சகர், வியாபாரி, வீரன் - எல்லோரையும் மொத்தமாக விரட்டுவோம்) என்ற கோஷத்தோடு பிரச்சாரம் செய்வார். இது மதச்சார்பற்ற சக்திகளின் இந்துத்தவ எதிர்ப்பு உணர்வுகளை பிரதிபலித்தது. தேர்தலுக்குப் பிறகு பிஎஸ்பி சமாஜ்வாதி கட்சியுடன் கூட்டணி அரசில் பங்குபெற்றது. சமாஜ்வாதி தலைவர் முலாயம் சிங் யாதவ் முதலமைச்சராக இருந்தார். பத்தாண்டுகளுக்குள் கன்ஷிராம் சாதித்தது மகத்தானதாகும். தேர்தல் கூட்டணியில் எஸ்பியும், பிஎஸ்பியும் 425 தொகுதிகளுக்கான தேர்தலில் 256 மற்றும் 164 இடங்களில் போட்டியிட்டு, முறையே 109 மற்றும் 67 இடங்களில் வென்றன. தொங்கு சட்டமன்றத்தில் பாஜக தனியாக அதிக இடங்களில் வென்ற (177 இடங்கள்) கட்சியாக இருந்தது. ஆனால் பாஜகவைத் தடுக்க, காங்கிரஸ் மற்றும் ஜனதா தளம் எஸ்பி பிஎஸ்பி கூட்டணியை ஆதரித்தன. முலாயமும், மாயாவதியும் தலா இரண்டரை ஆண்டுகள் பொறுப்பில் இருப்பதாக ஏற்பாடு செய்யப்பட்டது. ஆனால் கூட்டணியில் பிளவுகள் ஏற்பட்டன. கட்சித் தாவல் முயற்சிகள் நடந்தன. மாநில விருந்தினர் விடுதியில் மாயாவதி எஸ்பி எம்எல்ஏக்களால் தாக்கப்பட்டார். ஒன்றரை ஆண்டுகளுக்குப் பிறகு கன்ஷிராம் தனது ஆதரவை திரும்பப் பெற்றார். பின்னர், பாஜக ஆதரவோடு பிஎஸ்பி ஆட்சி அமைத்தது.

கன்ஷிராமின் சிஷ்யை மனுவாதிகளின் கட்சியின் ஆதரவோடு இந்தியாவின் முதல் தலித் பெண் முதலமைச்சரானார். மாயாவதி தலைமையிலான அரசு ஐந்து மாதங்கள் கூட நீடிக்காவிட்டாலும்கூட, அது தலித்துகளின் கனவு நிறைவேறிய ஒரு விஷயமாக இருந்தது.

கன்ஷிராமிற்கும், மாயாவதிக்கும் பாஜகவுடனான உறவு நீண்டநாள் நீடிக்காது என்று தெரியும். ஆனாலும் அதை முடிந்தவரை பயன்படுத்திக் கொள்ளத் திட்டமிட்டனர். தலித் ஆளுமைகளுக்கு நினைவுச் சின்னங்கள் கட்டுவது, பல்வேறு நிறுவனங்களுக்கு தலித் பாரம்பரியத்தில் வந்த பெரியவர்களின் பெயர்களை வைப்பது என்று அரசு வெறித்தனமாக செலவு செய்தது- மாநிலம் முழுவதும் 15000 அம்பேத்கர் சிலைகள் நிறுவப்பட்டன. பல உயர் பதவிகளுக்கு தலித் அதிகாரிகள் நியமிக்கப்பட்டார்கள். தலித் மற்றும் பிற்படுத்தப்பட்ட சமூகத் தலைவர்களை கௌரவிக்கும் விழாக்கள் நடத்தப்பட்டன. சமூக வரலாற்றாளர் கிரிஸ்டோஃப் ஜார்லாட் ‘பொதுவெளியின் குறியீட்டளவிலான கைப்பற்றுதல் (2003, 4.5) என்று குறிப்பிடும் நிகழ்ச்சி பெரியாரின் பிறந்தநாளிற்காக (18-19 செப்டம்பர் 1995) பிஎஸ்பி அரசு நடத்திய பெரியார் மேளா ஆகும். பெரியாரின் ராமாயனம் உண்மை வரலாறு- *Ramayana a True Reading* என்ற நூல் பக்தர்களைப் புண்படுத்துவது என்று 1969லிருந்து உ.பி.யில் தடை செய்யப்பட்டிருந்தது. பாப்ரி சம்பவத்திற்குப் பிறகான உ.பி.யில் பிஎஸ்பி, வெறித்தனமாக பெரியாரின் கருத்துக்களைப் பரப்பி, அனைத்து வகையிலும் தனது இந்துத்துவக் கூட்டாளிக்கு எரிச்சலூட்டியது. தனது குறுகிய ஆட்சியில் மாயாவதி மாநிலத்தின் பாதி மாவட்டங்களில் தலித் மாஜிஸ்திரேட்டுகளை நியமித்தார். காவல் ஆய்வாளர் பதவியில் எஸ்சிகளுக்கு 20 சத ஒதுக்கீடும், முஸ்லிம்களுக்கு 8 சதவிகிதமும் அளித்தார் (27 சத ஒபிசிஒதுக்கீட்டை முறியடிக்கும் அவரது முயற்சியின் ஒரு பகுதியாக) அம்பேத்கர் கிராமங்கள் திட்டத்தின் ஒரு பகுதியாக மின்சாரம், சாலை, குடிநீர் (Bijili-Sadak-Paani) என்ற இதன் சுருக்கம் BSP கட்சியைக் குறித்தது) மற்றும் இதர வசதிகள் கிராமங்களில் தலித்துகளின் ஒதுக்குப்புறமான இடங்களுக்கு கிடைக்கச் செய்தார்.

எதிர்பார்த்தது போலவே, 136 நாட்களுக்குப் பிறகு பாஜக தனது ஆதரவை விலக்கிக் கொள்ள, குடியரசுத்தலைவர் ஆட்சி வந்தது. 1996 தேர்தலில் காங்கிரஸ் ஆதரவு இருந்தபோதும், பிஎஸ்பி பெரும்பான்மை பெற முடியவில்லை. 1993ல் பெற்றதுபோல் 67 இடங்களைப் பெற்றது. ஆனால் வாக்கு சதவிகிதம் 11.2லிருந்து 19.64 ஆக அதிகரித்தது. கன்ஷிராமின் தந்திரத்தால், பாஜகவுடன் மீண்டும் கூட்டுவைக்க முடிந்தது. மாயாவதி இம்முறை 184 நாட்களுக்கு முதலமைச்சராக இருந்தார். பாஜகவின் கல்யாண்

சிங்கிற்கு இடம் விட்டு விலகும் வரை அவர் இம்முறையும் மிக வேகமாக நிறுவனங்களின் பெயரை மாற்றுதல், நினைவுச் சின்னங்கள் அமைத்தல், தனது தலித் ஆதரவாளர்களுக்கு தாராளமாக நிதி தருதல் ஆகியவற்றைத் தொடர்ந்தார். அப்போது மத்தியில் ஆட்சியில் இருந்த வாஜ்பாய் தலைமையிலான தே.ஜ.கூட்டணி அரசை 1999 மார்ச்சில் நடந்த ஒரு நம்பிக்கையில் லாத்தீர்மானத்தை தோற்கடிக்க பிஎஸ்பி முக்கிய பங்காற்றியது. அதில் அந்த 13 மாத கால அரசு ஒரே ஒரு வாக்கில் தோற்றது. ஆனால் இதுவும் உபியில் 2002ல் மூன்றாவது முறையாக பாஜக ஆதரவோடு பிஎஸ்பி ஆட்சி அமைப்பதைத் தடுக்கவில்லை. அதிகாரத்தைப் பிடித்தவுடன் அதே ஆண்டு பிப்ரவரியில் குஜராத் முஸ்லீம்கள் இனப்படுகொலைக்காக உலகம் முழுவதும் பழி கூறிய நரேந்திர மோடிக்காக ஜூலை மாத தேர்தலில் பிரச்சாரம் செய்தார் மாயாவதி. பிரச்சாரத்திற்கு முன்பு, ஒரு செய்தியாளர் சந்திப்பில், இருபுறமும் அன்றைய பிரதமர் வாஜ்பாயும், மோடியும் நிற்க, மாயாவதி, மோடிக்கு எதிரான குற்றச்சாட்டுகள் ஆதாரமற்றவை. தனது சொந்த அரசுக்கு கெட்ட பெயர் ஏற்படுத்தும் எந்த விஷயத்தையும் ஒரு முதல்வர் செய்யமாட்டார் எனக் கூறினார். எக்ஸ்பிரஸில் (8 டிசம்பர் 2002) வந்த ஒரு பிடிஐ செய்திக் குறிப்பு. உபியில் பாஜக, பிஎஸ்பியை ஆதரித்தால், குஜராத்தில் பாஜகவை ஆதரிப்பது தனது கட்சியின் தார்மீகக் கடமை என்று அவர் கூறியதாகச் சொன்னது. பின்னர் பிஎஸ்பி பாஜகவை 151 தொகுதிகளில் ஆதரித்தது. குஜராத்தில் 31 இடங்களில் தானே நின்றது. அங்கு தலித் வாக்குகளை பாஜகவிற்கு ஆதரவாகத் திருப்பியது.

2002 உபி தேர்தலோடு பிஎஸ்பி தனது துவக்க கால கொள்கைகளிலிருந்து முற்றிலும் மாறிவிட்டது. முன்பு கூட்டத்திலிருக்கும் உயர் சாதியினரை எழுந்து போகச் சொல்லும் வேண்டுகோளோடு ஆரம்பிக்கும் பிஎஸ்பியின் தேர்தல் கூட்டங்கள், இப்போது பிராமணர்களை அழைக்க ஆரம்பித்தது. அதன் பகுஜனவாதம் சர்வஜனவாதமாக மாறிவிட்டது. ஒடுக்கப்பட்ட பெரும்பான்மையினரது குரலாக இருந்த அது இப்போது அனைத்து சமூகங்களின் குரலாக மாறிவிட்டது. ஏனெனில், மனுவாதிகள் என்று முன்பு பிஎஸ்பியால் ஒதுக்கப்பட்டவர்கள் இப்போது சர்வஜனவாதத்தின் இதமான அரவணைப்பிற்குள் வந்துவிட்டார்கள். பிஎஸ்பியின் தேர்தல் சின்னமான நீலநிற யானை பற்றி, ஒரு புதிய கோஷம் 'ஹாத்தி நஹி, கணேஷ் ஹை, பிரம்மா, விஷ்ணு, மகேஷ் ஹை' (அது வெறும் யானையல்ல, கணேசர், இந்து, மும்மூர்த்திகளோடு இணைவோம்) என்றது. மேலும், ஒரு காலத்தில் பாஜக வன்கொடுமை சட்ட விஷயத்தில் மென்மையாக நடந்து கொள்கிறது என்று கூறி அதற்காக ஆதரவை விலக்கிக் கொண்ட பிஎஸ்பி, இப்போது, அச்சட்டம் தவறாகப் பயன்படுத்தப்படுவதாகக் கூறி அச்சட்டத்தை

பலவீனப்படுத்த முயன்றது. இந்த பல்டிக்கு கன்ஷிராமின் ஆசியும் இருந்தது. 2002 ஜூலையில் பிஎஸ்பி அரசு தலைமைச் செயலாளர் டி.எஸ்.பாகா மற்றும் சிறப்புச் செயலாளர் அனில்குமார் ஆகியோர் கையெழுத்திட்ட ஒரு உத்தரவை வெளியிட்டது. இந்த உத்தரவு நிர்வாக இயந்திரம் வன்கொடுமை சட்டம் தவறாகப் பயன்படுத்தப்படுவதைத் தடுக்க வேண்டும் என்றும், மாநில குற்றம் மற்றும் நிர்வாக அமைப்புகள் இச்சட்டத்தின் கீழ் வழக்கு பதிவு செய்யும்போது 'கூடுதல் கவனத்துடன்' இருக்க வேண்டும் என்றும் அறிவுறுத்தியது. இப்படிப்பட்ட மோசமான அரசியல் நடத்தை மாயாவதியை 2014 நாடாளுமன்றத் தேர்தலுக்கு முன் மற்றொரு பல்டி அடிக்க வைத்ததில் வியப்பில்லை. இந்து பத்திகை (21 பிப்ரவரி 2014) அவர், 'நரேந்திர மோடி பிரதமராகவதைத் தடுக்க நாம் நமது முழு பலத்தையும் பயன்படுத்த வேண்டும். நாட்டின் நலன் கருதி பாஜக அதிகாரத்திற்கு வருவது தடுக்கப்பட வேண்டும். மோடி ஜெயித்தால் அது நாட்டில் மதவாத சக்திகளுக்கு பெரும் உற்சாகத்தை அளிக்கும்' என்று கூறியதாக செய்தி வெளியிட்டது.

முறையற்ற கட்டமைப்பின் சிறப்புகள்

இதுபோன்ற நடவடிக்கைகளுக்கு எழும் விமர்சனங்களுக்கு கன்ஷிராம் வினோதமான வகையில் எதிர்வினையாற்றுவார். சந்தர்ப்பவாதி என்று பிறர் குற்றம் கூறுவதற்கு முன்பாகவே, தனதுதிட்டமே அதுதான் என்பதாக நியாயப்படுத்தி விடுவார். நியாயமாகச் சொன்னால், எல்லா அரசியல் கட்சிகளும் இதைச் செய்தன என்றாலும் நாகரீகமும், கௌரவமும் உள்ளதுபோல பாசாங்கு செய்தன. (இந்திய கம்யூனிஸ்ட் கட்சி, மார்க்சிஸ்ட் கம்யூனிஸ்ட் கட்சி உட்பட இரண்டும் தமிழ்நாட்டில் திமுக, அதிமுக, பாமக போன்றவற்றோடும், வடக்கில் ஜனதா கட்சியின் பல வடிவங்களோடும் கூட்டு வைத்தன. இவை பல சமயங்களில் பாஜகவுடன் ஆட்சியில் பங்கு பெற்றவை என்றாலும் 'மதச்சார்பற்ற கூட்டில்' இணைத்துக் கொண்டன) மற்றவர்கள் மறைமுகமாகச் செய்ததை, கன்ஷிராம் அரசியலில் இரட்டை வேடங்கள் நிலவுவதை அம்பலப்படுததுவது போல, வெளிப்படையாகச் செய்தார். கொள்கையற்ற அரசியல், சந்தர்ப்பவாதம், நம்பகத்தன்மையின்மை என்று அவரைக் குற்றம் சுமத்தியவர்களும், திரும்பத் திரும்ப அவரோடு கூட்டணி வைத்தார்கள் என்பது கவனிக்கத்தக்கது. கன்ஷிராம் காங்கிரஸும், பாஜகவும் ஒரே நாணயத்தின் இரண்டு பக்கங்கள், ஒன்று பாம்பு மற்றது நாகப்பாம்பு (சப்நாத், நாக்நாத்) என்று அடிக்கடி கூறுவார். அப்படிக் கூறியதற்குப் பிறகும், பாஜக அல்லது கங்கிரஸ் அவரோடு கூட்டணி அமைக்க விரும்புவதைத் தொடர்வதில், அவற்றின் சந்தர்ப்பவாதம்தான் அம்பலப்படுகிறது. உபியில் எடாவா தொகுதியிலும், பஞ்சாபின் ஹோஷியார்பூரிலும் நாடாளுமன்ற உறுப்பினராக இருந்ததைத் தவிர,

கன்ஷிராம் அரசியல் அதிகாரத்தில் எந்த முறையான பதவியிலும் இருந்ததில்லை. அம்பேத்கருக்குப் பிறகு மாபெரும் தலித் தலைவர் என்று கருதப்பட்ட அவர் சிறந்த நாடாளுமன்றவாதியாகவும் முத்திரை பதித்ததில்லை. எனினும் கன்ஷிராமைப் போன்று அஞ்சப்பட்ட அரசியல்வாதி வேறு எவருமே இல்லை. இந்த கூர்மதி கொண்ட தலைவர் தனது ராஜதந்திரத்தால் எந்த நேரத்திலும் பிரதமர் பதவியில் அமர்ந்துவிடலாம் என்று மக்கள் நம்பினார்கள்.

உண்மையில் கன்ஷிராம் அரசியல் விவகாரங்களில் மட்டுமின்றி, அமைப்பு ரீதியாகவும் தலைசிறந்த ராஜதந்திரியாக இருந்தார். அமைப்பின் மீது முழுமையான, தன்னிடம் மட்டுமே அதிகாரம் வைத்துக்கொண்டிருக்கும் தனது பாணி, பிறரிடமிருந்து வந்த வழக்கமான கருத்துகளால், விமர்சனங்களால் பாதிக்கப்பட்டுவிடாமல் பார்த்துக் கொண்டார். பாம்செஃப், *DS4*, அல்லது பிஎஸ்பி எதுவாகினும், அவற்றில் சொல்லிக் கொள்ளும்படியான எந்தவொரு நிர்வாக அமைப்பு முறையும் கிடையாது. இந்த அமைப்புகள் எதிலுமே எந்த குறிப்பிட்ட அதிகாரச் சங்கிலித் தொடரும் கிடையாது. வேறு வார்த்தைகளில் சொல்வதனால், ஒவ்வொருவரின் அதிகாரமும் பெருந்தலைவரின் விருப்பத்தின்படிதான் இருந்தது. இது பிஎஸ்பியை உட்பிளவுகளிலிருந்தும், மற்ற எல்லா கட்சிகளுக்கும் நேரும் குதிரை பேரங்களிலிருந்தும் காப்பாற்றியது. தலைவரின் உத்தரவை எதிர்க்கும் எவருக்கும் அவரது தனிப்பட்ட அரசியல் வாழ்வு அழிந்துபோகும். அது கட்சியை எந்த வகையிலும் பாதிக்காது. மக்களை பயன்படுத்தி விட்டு, இரக்கமின்றி தூக்கி எறிந்து விடுவார் என்று கன்ஷிராம் மீது குற்றச்சாட்டு உண்டு. புனேயில், டில்லியில் பாம்செஃப் நாட்களில் அவருடனிருந்தவர்களில் மாயாவதியைத் தவிர வேறு யாருமே பிஎஸ்பியில் இல்லை என்பதிலிருந்தே இது புலப்படும். கன்ஷிராமின் அமைப்புக் கொள்கை தான் அவர்களை அரசியல் மறதிக்குள் அனுப்பிவைத்தது. வெளிநபர்கள் இந்த அமைப்பு அணுகுமுறையை நிலப்பிரபுத்துவம், சர்வாதிகாரம் என்று சொல்லக்கூடும். ஆனால் இன்றைய அரசியல் கட்டத்தில், அது கட்சியின் ஒற்றுமையைக் கட்டிக் காக்க சிறந்த வழி என்று நிரூபணமாகியுள்ளது. கட்சி அமைப்பில் மட்டுமின்றி, அனைத்து அம்சங்களிலும் ஒற்றை அதிகாரம் உறுதிப்படுத்தப்பட்டது. கன்ஷிராம் ஒருபோதும் எந்த வாக்குறுதியும் தந்ததில்லை. திட்டவட்டமான திட்டங்கள் பற்றிப் பேசியதில்லை. தேர்தல் அறிக்கையும் ஒருபோதும் வெளியிட்டதில்லை. இதுபோல் எது செய்தாலும் அது தனது தந்திரங்களுக்கான இடத்தை குறைத்துவிடும் என்பதை அவர் நன்கு அறிந்திருந்தார். பதில் தரும்படி நெருக்கினால் கன்ஷிராம் சாமர்த்தியமாக

அரசியலமைப்பு சட்டம்தான் தனது தேர்தல் அறிக்கை என்பார். அவரது வழியைப் பின்பற்றி, மாயாவதியும், ஒவ்வொரு தேர்தலுக்கு முன்பும் தேர்தல் அறிக்கைக்குப் பதில் ஒரு 'வேண்டுகோளை' வெளியிடுவார். 2009 தேர்தலுக்கு முன்பாக வெளிவந்த இதுபோன்ற ஒரு வேண்டுகோள் இக்கொள்கையை விளக்குகிறது.

'அனைவரும் அறிவித்ததைப்போல பகுஜன் சமாஜ் கட்சி மட்டும்தான் நாட்டில் 'சொற்களில் அல்லாமல் செயலில்' நம்பிக்கை வைத்துள்ள ஒரே கட்சி. அதனால்தான், நமது கட்சி மற்ற கட்சிகளைப்போல் தேர்தல் அறிக்கை வெளியிடுவதில்லை. மாறாக பகுஜன் சமாஜில் காலந்தோறும் தோன்றிய மகான்கள், குருக்கள், மகத்தான மனிதர்கள், குறிப்பாக மஹாத்மா ஜோதிபா பூலே, சத்ரபதி சாகுஜி மஹராஜ், நாராயணகுரு, பரமபூஜ்ய பாபா சாகேப் டாக்டர் பீமராவ் அம்பேத்கர், மான்யவார் ஸ்ரீ கன்ஷிராம் போன்றோர் முடிக்காது விட்டுச் சென்ற பணிகளை முடிக்க மக்கள் தனக்கு வாக்களிக்க வேண்டும் என்று 'வேண்டுகோள்' விடுக்கிறது. அவர்கள் காட்டிய பாதையில் பயணித்து, தேர்தலில் நல்ல வாக்குகள் பெற்று ஆட்சியதிகாரத்தைக் கைப்பற்றி, பின்னர் அந்த அரசியல் அதிகாரம் மூலம் ஒடுக்கப்பட்டவர்களின் வாழ்வை அனைத்து விதங்களிலும் வளமானதாக ஆக்குவதற்காக, இந்த வேண்டுகோளை விடுக்கிறது. *(Patil, 2011)*

தேர்தல் அரசியல் என்ற வகையில் கன்ஷிராமின் திட்டம் அல்லது அப்படி ஒன்று இல்லாதது, நாட்டின் சில குறிப்பிட்ட பாகங்களில் என்றாலும்கூட சிறப்பாக செயல்பட்டது. நசிந்திருந்த தலித் அரசியலுக்கு, அதை ஒடுக்கப்பட்ட மக்கள் இருக்கும் ஒரு பரந்த வெளியில் வைத்ததன் மூலம் அவர் புது உத்வேகம் அளித்தார். அவர் இம்மக்களை வர்க்க அடிப்படையில் அன்றி அவர்களது சாதி அடிப்படையில் அடையாளம் கண்டார். பகுஜன் அடையாளம் எப்படி செயல்படுத்தப்படும் என்று அறியாவிட்டாலும்கூட, மக்கள் பலரும் அந்த அடையாளத்தை நம்ப ஆரம்பித்தார்கள். குறைந்தபட்சம் குறியீட்டு அளவிலாவது அவர்களை வென்றெடுப்பதில் கன்ஷிராம் வெற்றிபெற்றுவிட்டார். எனினும் கவனமான பரிசீலனை, சில வரலாற்றுப் போக்குகளிலும், சூழ்நிலை அம்சங்களும் இந்த வெற்றியை சாத்தியப்படுத்தின என்று காட்டும். இந்த வெற்றிகள் அதைச் சார்ந்துள்ளோரின் வர்க்க அடையாளத்தை வலுப்படுத்தும் வகையிலான ஒரு புரட்சிகரத் திட்டத்தை செயல்படுத்தும் வகையில் இல்லாமல்போனால் குறுகிய காலத் தேவையாக, ஒரு மாயையாக, உபி போன்ற ஒரு மாநிலத்துக்கு மட்டுமானதாகவே இருக்கும். இப்படிப்பட்ட ஒரு வர்க்க செயல்திட்டம் இல்லாதபோது, கட்சி அரசியல் அதிகாரத்தைப் பிடிக்கும் அரசியல் விளையாட்டாக சிதைந்துபோகும். பிஎஸ்பியின் கொள்கையற்ற

அதிகார வேட்கை இருந்த நெருக்கடியால் செலுத்தப்பட்டது. இந்த அரசியல் சித்து விளையாட்டில் அதன் மக்களுக்கான விடுதலையைத் தேர்தல் வீண்வேலை. இது போன்ற கட்டாயங்கள் நிச்சயமாக தலித் இயக்கத்தின் ஒரு கணிசமான பகுதியை ஆளும் வர்க்க முகாமில் கொண்டு சேர்க்கும். அதுதான் பிஎஸ்பிக்கு நடந்தது. எல்லா விதமான ஆளும் வர்க்கங்களோடும் பிஎஸ்பி நடத்திய தேர்தல் பேரங்கள் இந்த சீரழிவையும், அதன் வர்க்க குணத்தையும் காட்டுகின்றன.

ஒரு தலைவராகவோ அல்லது ஒரு ஆளுமையாகவோ கன்ஷிராமை மதிப்பிடுவது எளிதல்ல. அவர் காட்டிய கொள்கையற்ற அரசு அதிகாரத்திற்கான வேட்கை நிச்சயமாக பெரிதும் எதிர்மறையானது. இந்த வேட்கை தலித்துகளுக்கு அரசியல் அதிகாரம் தருவதாக அவர் பொய்யாகச் சித்தரித்தார். ஆனால் அது தலித் இயக்கத்தின் எல்லா அம்சங்களுக்கும் தீங்காகத்தான் இருந்தது. நீண்ட காலப் போக்கில் அவரது அரசியல் பாணி தலித் நலன்களை முன்னெடுத்துச் செல்லுமா அல்லது தடை செய்யுமா என்ற கேள்வியை கேட்கத்தான் முடியும். ஆனால் அதற்கு எளிதாக விடை தர முடியாது.

கன்ஷிராமிற்குப் பிறகு: ஒரு மாயாவதிப் புரட்சி

தனது உடல்நலம் குன்றுவதை உணர்ந்த கன்ஷிராம் 2001ல் பிஎஸ்பியின் பொறுப்பை மாயாவதியிடம் அளித்தார். 2003 செப்டம்பரில் மாயாவதி பிஎஸ்பியின் தேசியத் தவைராக பொறுப்பேற்றார். அதன் பிறகு தனது மரணம் வரை, உடல்நலம் குன்றியிருந்த கன்ஷிராம் பொதுமேடைகளில் தோன்றவில்லை. திட்டமிடுதல், அரசியல் சாதுர்யம் ஆகியவற்றில் மாயாவதி அவருக்கு உண்மையான சிஷ்யையாக இருந்தாலும் கன்ஷிராமின் எளிமை, தியாகம், அர்ப்பணிப்பு, தொலைநோக்குப்பார்வை அவரிடம் இல்லை. அவரது ஆவேசம் தலித்துகள் தாம் அதிகாரம் பெற்றதாக நினைக்க வைத்தது. இது பிஎஸ்பி அதிகாரத்தில் நிலைக்க உதவியது. ஒவ்வொரு தேர்தலிலும் அவர்கள் வெறியோடு பிஎஸ்பிக்கு வாக்களித்தார்கள். மாயாவதி சர்வஜன் என்ற தளத்திற்கு மாறி, 2007 தேர்தலுக்கு முன்பாக பிராமணர்களை அரவணைத்தபோதும் வாக்களித்தார்கள்.

தலித்துகளுக்கும், பிராமணர்களுக்கும் இடையில் இருந்த அத்தனை சாதிகளுக்கும் இடையில் ஒரு கூட்டணியை ஏற்படுத்திய மாயாவதியின் புத்திசாலித்தனமான திட்டம்தான் உபியில் 2007ல் பிஎஸ்பிக்கு வெற்றியைத் தந்தது. அரசியல் ரீதியாக வசதியான இந்தக் கூட்டை ஒரு 'சமூகப் புரட்சி' என்று கூறுவது கூட்டணியின் அடிப்படையான சட்டகத்திற்கே முரணானதாகும். உண்மையில் தன்னை ஒரு குடைக் கட்சி என்று காட்டிக்

கொண்ட அதன் மூலம் சுதந்திரத்திற்குப் பிறகு நாற்பதாண்டுகள் இந்நாட்டை ஆண்ட காங்கிரஸ் கட்சி கடைப்பிடித்த கொள்கைதான் இது என்பதை மக்கள் மறந்து விட்டனர். அந்த ஆட்சியை சமூக ரீதியாகவோ, வேறு விதமாகவோ புரட்சிகரமானது என்று யாரும் கூறமாட்டார்கள். பிறகு ஏன் மாயாவதி ஆட்சி அவ்வாறு கூறப்படுகிறது? மண்டலுக்குப் பிறகான காலத்தில், மற்ற கட்சிகள் சாதிக்கணக்கை மறைமுகமாகப் போட்டபோது, அவர் (ஜெயிக்கும் வாய்ப்பைக் கருதி) சாதிக் கணக்கைப் பயன்படுத்துவதில் வெளிப்படையாகவே செயல்பட்டார். காங்கிரஸ் ஆட்சியில் அதிகாரம் உயர் சாதி/ வர்க்க மக்கள் கையில் இருந்தது. பிஎஸ்பி விஷயத்தில் அது தலித்துகள் கையில் இருக்கும் என்று இது நியாயப்படுத்தப்பட்டது. சரியாகச் சொன்னால், பின்னது உண்மையல்ல. அதன் பொருள் வெறுமனே ஒரு தலித் முதலமைச்சர்தான் என்றால், காங்கிரஸ் கூட அந்தப் பதவிக்கு தலித் முகங்களைக் கொண்டு வந்திருக்கிறது. உதாரணத்திற்கு 1960-62ல் குறுகிய காலத்திற்கு ஆந்திரப் பிரதேசத்தில் முதலமைச்சராக இருந்த தாமோதரம் சஞ்சீவைய்யாவைச் சொல்லலாம். (ராஜினாமா செய்யக் கட்டாயப்படுத்தப்பட்ட நீலம் சஞ்சீவரெட்டிக்கு பதிலாக இவர் வந்தார்) ஒரு தனி நபரை கட்சிக்கு அல்லது சாதிக்கு சமமாகப் பார்க்கும் தவறோடு, பிஎஸ்பியை ஒரு தலித் கட்சியாகப் பார்ப்பதும் கருத்து ரீதியாக தவறான அனுமானம்தான். பிஎஸ்பியோ அல்லது பாம்செஃப், DS4 போன்ற அதன் முன்னோடி இயக்கங்களோ எந்தக் காலத்திலும் தம்மை ஒரு தலித் அமைப்பு என்று சொல்லிக் கொண்டதில்லை. பிஎஸ்பியின் பெயரே காட்டுவது போல அது ஒரு பகுஜன் கட்சி, பகுஜனை சர்வஜன் என்று மாற்றிய பிறகு அது முன்பு சொல்லிக் கொண்டதாகவும் இருக்கவில்லை. பகுஜன்கள் நிச்சயமாக அதிகாரத்தை தம்மிடம் வைத்திருக்கவில்லை. கன்ஷிராமும், மாயாவதியும் தலித்துகளாக இருந்த காரணத்தினாலேயே, பிஎஸ்பிக்கு வந்த அதிகாரம் தலித் அதிகாரமாக மாறிவிடவில்லை. அது சர்வஜன்களுக்கு உரியது. அதாவது, உயர்சாதி உள்ளிட்ட அனைவருக்கும் உரியது.

சர்வஜனங்களின் கட்சி என்றால் என்ன? அரசியல் ஆய்வாளர்கள் இந்தக் கேள்வியை கவனமாகப் பரிசீலிக்கவில்லை. சாதிகள் மற்றும் வர்க்கங்களுக்கு இடையிலான கூட்டைக் குறிக்கும் இச்சொல், அடிப்படையில் ஒடுக்கப்பட்ட, சுரண்டப்பட்ட மக்களின் சாதி அல்லது வர்க்கப் போராட்டத்திற்கு பகையானதாகவே இருக்க வேண்டும். அது சமூகத்தில் எந்த முரண்பாட்டையும் மறையச் செய்கிறது. அப்படியானால், பிஎஸ்பி இருப்பதற்கான அனுமானம் என்ன? என்று ஒருவர் கேட்கக் கூடும். நண்பர்கள் யார்? எதிரிகள் யார்? என்று வரையறுக்காமல் ஒரு தலித் போராட்டம் எப்படி இருக்க முடியும்? இந்தப் பிரச்சனைகளை எல்லாம் மறைப்பது, தலித் போராட்டத்தையே மறுதலிக்கிறது. இந்த நழுவலான

வார்த்தைகளும், பெயர்களும் ஆளும் வர்க்க நலன்களுக்குத்தான் உதவுகின்றன. ஏனெனில் அவர்கள் சமூகத்தில் நிலவும் முரண்பாடுகள் ஒன்றுமே இல்லாததுபோல் மறைக்க முயல்கிறார்கள். இச்சொல்லாடல்கள், தமது போராட்டங்களில் இந்த முரண்பாடுகளை குறி வைக்க வேண்டியவர்களான கீழ் வர்க்கங்களுக்கு உதவாது. மேலும் சர்வஜன் என்பது சாதி முறை நீக்கப்படாது, நீடிக்கவும், வலுப்படவும் உதவும் வகையில் அனைத்து சாதிகளையும் ஒத்திசைவாக்குவதை விரும்பும் சங் பரிவாரின் சமரசதா கொள்கை போன்றதுதான். அந்த வகையில் பிஎஸ்பி தான் சர்வஜன் கட்சியாக மாறிவிட்டதாக சொல்ல ஆரம்பித்தபோது, தான் ஆளும் வர்க்கக் கட்சியாக மட்டுமின்றி, ஆளும் சாதிக் கட்சியாக மாறிவிட்டதைத்தான் ஒப்புக்கொண்டது.

ஒரு தலித் 'மகளை' (பேட்டி) உபி முதலமைச்சராக அமர்த்தியதன் பின்னால் இருந்த அத்தனை கைதேர்ந்த தந்திரங்களையும் மீறி, அது தலித்துகளின் நீண்டகாலக் கனவு ஒன்று நிறைவேறியதாகத்தான் இருந்தது. தலித்மக்கள் தாங்களே மாநிலத்தின் ஆட்சியாளராக ஆகிவிட்டதாக உணர்ந்தார்கள். இப்படிப்பட்ட அசைக்க முடியாத தலித் ஆதரவு தங்களுக்கு இருக்கும்போது, பிஎஸ்பி எந்த வகையான வித்தையையும் தயக்கமின்றி செய்ய முடியும். தனது மக்களது முழு ஆதரவும் வந்துவிட்டது. இன்னும் சிறிது ஆதரவு கூடினால் கட்சியால் மேலும் பல இடங்களில் வெல்ல முடியும் என்பதை உணர்ந்ததும், அது உயர் சாதியினரின் நட்பைப் பெற முடிவு செய்தது. பகுஜன் வாக்குகளோடு கூடுதலாக வாக்குகள் பெற மாயாவதி செய்த சோஷியல் இஞ்சினீயரிங் கார்ப்பரேட் ஊடகங்கள் இதை அப்படிக் குறிப்பிட ஆரம்பித்து விட்டன. உபியின் இணக்கமான தேர்தல் சூழ்நிலையில் சரியாக வேலை செய்தது. எனினும் உயர் சாதியினருடனான அரசியல் கூட்டு, அம்பேத்கர் ஆசையாகக் குறிப்பிடுவதுபோல 'கருத்து, மதிப்பீடுகள் இயல்பான பரிமாற்றமாகவோ *(Social Endosmosis)* நடைமுறைப்பேச்சில் கூறப்படும் ரோட்டிபேட்டிகா விவகாரமாகவோ (உணவு பரிமாற்றம், திருமணத்திற்கு பெண் கொடுப்பது, எடுப்பது) மாறவில்லை. எவ்வாறாயினும், இது பிஎஸ்பியின் திட்டமாகவும் எக்காலத்திலும் இருந்ததில்லை. ஆனாலும் *2007* தேர்தலில் *403* இடங்கள் உள்ள சட்டமன்றத்திற்கு, அவர்களது எண்ணிக்கைக்குப் பொருத்தமில்லாதவகையில் பிராமணர்களுக்கும், தாக்கூர்/ராஜ்புத்களுக்கும் இடங்கள் தரப்பட்டு, பங்கேற்பையும், வாக்கு விகிதத்தையும் சமப்படுத்தும் கன்ஷிராமின் முந்தைய லட்சியம் கேலிக்கூத்துக்கு ஆளானது. உயர்சாதி வேட்பாளர்களுக்குத்தரப்பட்ட *139* இடங்களில், *86* பிராமணர்களுக்கு தரப்பட்டது. (அங்கு மொத்த மக்கள் தொகையில் தாக்கூர்கள் *8* சதம்,

பிராமணர்கள் 10 சதம் என்று மதிப்பிடப்படுகிறது). ஒபிசிக்களுக்கு (மக்கள் தொகையில் 40 சதம்) 110 இடங்களும், தலித்துகளுக்கு (21.6 சதம்) 93 இடங்களுக்கு (இதில் எவ்வாறாயினும் 89 இடங்கள் அவர்களுக்கான ரிசர்வ் தொகுதிகள்) தரப்பட்டன. முஸ்லீம்கள் (18 சதம்) 61 தொகுதிகளில் போட்டியிட்டார்கள். மொத்தத்தில், பிஎஸ்பி கணிசமாக 206 இடங்களில் வென்றது. சமூக யதார்த்தங்களை எதிர்க்காமல், அதற்குத் தீனிபோடும் இந்த சாதிக் கணக்கு, அதிகாரத்தைக் கைப்பற்ற பிஎஸ்பிக்கு ஊக்கமளித்தது. சமூக ஏற்பாடுகளில் நிஜமான மாற்றத்தை ஏற்படுத்தாமல், அதிகாரத்தைக் கைப்பற்றும் அதன் ஆசை, இந்த சர்வஜன் முறையை அரசியல் மட்டத்தில் சில காலம் செயல்பட வைத்தது. முஸ்லீம்கள் மீது வெளிப்படையான விரோதம் தான் இல்லையே தவிர, ஆர்எஸ்எஸ் உருவாக்கிய சம்ரசதா தத்துவத்தோடு இணைந்து செல்வது தெளிவாக வெளிப்பட்டது.

தேர்தல்கள் ஒரு விளையாட்டு என்றால், மாயாவதி அதில் சந்தேகமின்றி எல்லா அனுபவமிக்க விளையாட்டு வீரர்களையும், தோற்கடித்துவிட்டார். தேர்தல்கள் தனிப்பட்ட அதிகாரம் பெறுவதற்கான வழிமுறை என்றால், அந்தப் போட்டியிலும் அவர் எல்லாரையும் முந்திச் சென்றார் என்பதில் ஐயமில்லை. அனால் ஒடுக்கப்பட்ட, ஏழை மக்களின் நலனுக்காக சாதி/வர்க்க உறவுகளில் மாற்றம் உருவாக்கும் ஒரு சாதனமாக தேர்தல்கள் பார்க்கப்பட்டால், அப்போது, மாயாவதியின் நேர்மையற்ற தந்திரங்கள் வரிசையாக பல சந்தேகங்களை எழுப்புகின்றன.

2007 தேர்தல் ஒரு தலித் கையில் இருக்கும் அரசியல் அதிகாரம் எவ்வாறு மாநிலத்தை மற்ற மாநிலங்களிடமிருந்து மாறுபட்டதாகக் காட்ட முடியும் என்பதை நிரூபிக்க மாயாவதிக்கு இதுவரையில்லாத வாய்ப்புகளைத் தந்தது. இதுவரை எந்த ஒரு தலித்தும் தனியாக முதலமைச்சர் பதவிக்கு உயர்ந்ததில்லை. முன்பும் தலித் முதலமைச்சர்கள் இருந்திருக்கிறார்கள். ஆனால் அவர்கள் ஆளும் வர்க்கக் கட்சிகளின் சின்னமாக மட்டுமே இருந்திருக்கிறார்கள். சாதி அடிப்படையில், சாதியை வலியுறுத்தியபடியே இருந்தாலும்கூட, பாரம்பரியமான ஆளும் வர்க்கங்களுக்கு எதிரான 85 சதவிகிதத்தினரின் கட்சியாக ஆவேசமாகத் தன்னை முன்னிறுத்தக் கொண்டு பிஎஸ்பி எழுச்சி பெற்றது. தலித் மக்களுக்கு, குறிப்பாக குடியரசுக்கட்சி அனுபவத்தின் தோல்விக்குப் பிறகு, பெரும் உத்வேகம் அளிப்பதாக இருந்தது. 1995லும் பிறகு 1997லும் 6 மாதங்களுக்குக் குறைவாகவும், மூன்றாவது முறை சுமார் 16 மாதங்களுக்காகவும் (2002-03) தான் மாயாவதியின் முந்தைய பதவிக்காலங்கள் இருந்தன. ஆனால் இந்த பதவிக்கும் கூட பிறரின் ஆதரவு தேவைப்பட்டது. எனவே, அவரால் தனது செயல்திட்டத்தில் தலித்துகளுக்கு அதிகாரம் தர எதுவும் செய்ய முடியவில்லை என்று

கருதப்பட்டது. அதிகாரத்தில் இருந்த இந்தக் காலங்கள் வெறுமனே அவரது வாக்காளர் தொகுதியை வலுப்படுத்திக் கொள்ளவே பயன்படுத்தப்பட்டது. அவரே தனது முதல் ஆட்சிக் காலத்தின்போது, 'தலித் வாக்கு வங்கியை ஒன்று திரட்டியதுதான் (தனது) பெரிய சாதனை என்று குறிப்பிட்டார் (*Pioneer, 23 October 1995*) பொதுநிறுவனங்கள், இடங்களுக்கு பெயரை மாற்றி பகுஜன் தலைவர்கள் குறிப்பாக அம்பேத்கர் பெயரை வைத்தல், மாநிலம் முழுவதும் அவர்களுக்கு சிலை வைத்தல், அவர்கள் பெயரால் புது மாவட்டங்களை உருவாக்குதல் போன்ற நடவடிக்கைகள் பொதுவெளியில் ஒரு தலித் இருப்பை உறுதிப்படுத்த உதவின.

அவர் கொணர்ந்த சில திட்டங்கள் தலித்துகளுக்கு கணிசமான நன்மைகளைத் தந்தன. உதாரணத்திற்கு, அவரது முதல் ஆட்சிக் காலத்தில் கொண்டுவரப்பட்ட அம்பேத்கர் கிராமத் திட்டம் 50 சத எஸ்சி மக்கள் தொகை கொண்ட கிராமங்களின் சமூக பொருளாதார வளர்ச்சிக்கு சிறப்பு நிதி ஒதுக்கியது. இரண்டாவது பதவிக் காலத்தில், 1955 ஜூனில் அவர் இத்திட்டத்தை 22-30 சத எஸ்சி மக்கள் தொகை கொண்ட கிராமங்களுக்கு விரிவுபடுத்தினார். மொத்தத்தில் இத்திட்டத்தில் 25434 கிராமங்கள் இருந்தன. இக்கிராமத்தில் இருந்த தலித்துகளுக்கு விசேஷமான வசதிகள் கிடைத்தன. அவர்கள் பகுதியில் சாலைகள், அடிபம்புகள், வீடுகள் அமைக்கப்பட்டன. இந்த பொருளாதார பலன்கள் காரணமாகவே தலித்துகள் அவரது அரசை தமது அரசு என்று உற்சாகமாகக் குறிப்பிட்டார்கள். புலனாகக் கூடிய குறியீட்டளவிலான பலன்களும் இருந்தன. முன்பு ஒரு தலித் குடியிருப்பிற்குள் அம்பேத்கரின் சிலையை வைத்தாலும்கூட அது சாதி பதற்றத்திற்கும், கடும் மோதலுக்கும் இட்டுச் செல்லும். இப்போது ஒரு அரசு ஆயிரக்கணக்கான அம்பேத்கர் சிலைகளை நிறுவுவதை தனது அதிகாரபூர்வப் பணியாகக் கொண்டிருந்தது. அவரது சர்வாதிகாரமான பாணி தீர்மானகாரமான அதிகாரத்தை உறுதிப்படுத்தி, சட்டம் ஒழுங்கை மேம்படுத்தியதால் மக்கள் அவரது சர்வாதிகாரப் போக்கு பற்றி பொதுவாக அலட்டிக் கொள்ளவில்லை.

துரதிருஷ்டவசமாக இந்த அதிகாரம் அவரை சில அதீதமான வேலைகளைச் செய்ய வைத்துவிட்டது. தனது அடித்தளமான வாக்காளர்களை திரட்டும் நோக்கில் அவர் அம்பேத்கர், கன்ஷிராம் ஆகியோருக்கு ஏராளமான செலவில் நினைவுச் சின்னங்களை எழுப்பினார். (தனக்கே மிக பிரம்மாண்டமான சிலைகளை நிறுவியதையும் மறக்கக்கூடாது) ஆடம்பரமான பிறந்தநாள் விழா கொண்டாடினார்.

நிச்சயமாக, அவர் தனது நிர்வாகத்திறமையைக் கொண்டு, தலித்துகள் மீதான கொடுமைகளை இரும்புக்கரம் கொண்டு அடக்கியிருக்கலாம். கல்வி,

சுகாதாரம், போக்குவரத்து போன்ற அடிப்படை பொது சேவைகளை மேம்படுத்தியிருக்கலாம். தனது நிர்வாகத்தை மக்களுக்கு நெருக்கமானதாக மாற்றியிருக்கலாம். சாதி அடையாளங்களை பலவீனப்படுத்தும் கிராம அமைப்புகளை உருவாக்க முனைந்திருக்கலாம். மாறாக அரச தர்பாரை நினைவுபடுத்தும் தீவிர நிலப்பிரபுத்துவ பாணியை மேற்கொண்டார். (லக்னோவில் நவாவ்-பாணி தெரு விளக்குகள் பொருத்தப்பட்டன) அதன் மூலம் தன்னை மக்களிடமிருந்து விலக்கிக் கொண்டார். தனது விசுவாசிகளுக்கு பெரும் பணத்தை அன்பளிப்பாகத் தந்தார். அரசியல் சலுகைகளுக்குப் பிரதியாக பிறரிடமிருந்து பெரும் பணத்தை பெற்றுக்கொண்டார். ஊழல் என்பது ஒரு வாழ்க்கை முறையாக உள்ள ஒரு நாட்டில், அவர் மிக மோசமான ஊழல்வாதி என்ற பெயரைப் பெற்றார். ஆரம்பகால ஆட்சிகளின் போதெல்லாம் இவை அரசியல் நிர்ப்பந்தங்கள் காரணமாக வந்தன என்று கூட கருதலாம். ஆனால் அவரது நான்காவது பதவிக்காலம் மாநிலத்தில் முழு ஐந்தாண்டு பதவிக்காலத்தையும் முடித்த முதல் முதலமைச்சர் என்ற வியப்பூட்டும் தனித்துவம் இருந்த பதவிக்காலம் இப்பண்புகள் அவரது சொந்தப் பண்புகள் என்பதை உறுதிசெய்தார்.

2009ல் பொதுப்பணித்துறை பொறியாளர் மனோஜ்குமார் குப்தா என்பவரின் கொலை தொடர்பான குற்றச்சாட்டில் மாயாவதி சிக்கினார். மாயாவதியின் பிறந்தநாள் நிதிக்கு பணம் தர மறுத்தற்காக அவர் ஒரு பிஎஸ்பி எம்எல்ஏவால் கொடூரமாகக் கொல்லப்பட்டார். சங்கடமடைந்தமாயாவதி இனிமேல் தனது பிறந்தநாட்களுக்கு நிதிவசூல் செய்யப்படமாட்டாது என்று அறிவித்தார். அடுத்த ஆண்டு நிதி வசூலுக்கான வாய்ப்பு அவர் பிறந்த நாளுக்காக இல்லாமல், கட்சியின் 25 வது ஆண்டு விழாவிற்காகவும், அவரது குரு கன்ஷிராமின் 76வது பிறந்தநாள் விழாவிற்காகவும் வந்தது. இவ்விழாவிற்காக 15 மார்ச்சில் லக்னோவின் ரமாபாய் அம்பேத்கர் நகரில் நடந்த மெகா பேரணிகாரணமாக அவர் மீண்டும் சர்ச்சையில் சிக்கினார். இந்த விழாவிற்கு ரூ.200 கோடிக்கு மேல் செலவழிக்கப்பட்டதாகச் சொல்லப்படுகிறது.

இவ்விழாவிற்கான ஆடம்பர ஏற்பாடுகள் லக்னோவின் பழைய ஆடம்பர நவாபுகளையே தமது கல்லறைகளில் புரளச் செய்திருக்கும் இந்த கொண்டாட்டம் நடந்தபோது, அதற்கு முந்தைய வாரத்தில் பரேய்லியில் நடந்த மதக்கலவரம் அடங்காமல் இருந்ததால் காங்கிரஸ் அவரை பிடில் வாசித்த நீரோ மன்னனோடு ஒப்பிட்டது. ஊடகங்களின் வழக்கமான சார்புநிலையும் அவரை மோசமாகச் சித்தரிப்பதில் இணைந்து கொண்டது. எனினும் பேரணியன்று அனைவரையும் அதிர்ச்சியடைய வைத்தது. மேடையில் ரூ.1000 நோட்டுகளால் கட்டப்பட்ட பிரம்மாண்ட மாலை அவருக்கு அணிவிக்கப்பட்டதுதான். அப்போது காங்கிரஸ் தலைவர் திக்விஜய்சிங் பின்வருமாறு ஒரு கணக்கைச் சொன்னார். இந்த மாலையின்

ஒவ்வொரு கண்ணியிலும் 45 1000 ரூபாய் நோட்டுகள் இருந்தன. அதாவது 45000 ரூ மாலையின் ஒவ்வொரு செமீ நீளத்திலும் இதுபோல் 5 கண்ணிகள் இருந்தன. 5x45000=225000. மாலை பத்து மீட்டர் நிளம். அதாவது 1000 செமீ. எனவே, 2.25 லட்சம் x 1000=22கோடி 50 லட்சம் என்று மாலையை மதிப்பிடுகிறேன். மாயாவதியின் கேபினட் அமைச்சர் நசிமுதீன் சித்திரி, மாலையின் மதிப்பு வெறும் 21 லட்சம் தான் என்றார். அது லக்னோவின் கட்சிப் பொறுப்பாளர்களிடமிருந்து வசூல் செய்யப்பட்டது என்றார்.

தொலைக்காட்சி சேனல்கள் உற்சாகமாக இந்த படங்களைச்காட்டி, உள்நோக்கம் கொண்ட விவாதங்களை நடத்தி மக்களிடம் வெறுப்புணர்வை ஏற்படுத்த முயன்றன. ரூபாய் நோட்டுகளை தவறாகப் பயன்படுத்தியதற்காக ரிசர்வ் வங்கியின் நடவடிக்கையும், வருமானவரித்துறையின் ஆய்வும் வரும் என்று கோடிட்டுக் காட்டின. மறுநாள் மாயாவதி தனக்கேயுரிய பாணியில் இதற்கு எதிர்வினையாற்றினார். இம்முறை அவர் தொண்டர்கள் அணிவித்த 18 லட்ச ரூபாய் மதிப்புள்ள மாலையை ஏற்றுக்கொண்டார். தொண்டர்கள் இனிமேல் அவருக்கு ரூபாய் நோட்டு மாலைகள் மட்டுமே அணிவிக்கப்படும் என்று அறிவித்தபோது, புன்னகையுடன் ஒப்புதல் அளித்தார். மற்ற கட்சிகள் போல் பெரிய தொழிலாதிபர்களிடமிருந்து வசூலிக்காமல், பிஎஸ்பி எளிய மக்களிடமிருந்து சிறிய நன்கொடைகள் மூலமே தனது நிதியை வசூலித்தது என்பதையும் இங்கு வலியுறுத்திக் கூறவேண்டும்.

போலித்தனத்தை ஜனநாயகப்படுத்துதல்

மாயாவதியின் ஒவ்வொரு செயலும் நடுத்தரவர்க்கத்தின புனிதமான உணர்வுகளைத் தகர்த்து, அவர்களை பேச வார்தையின்றி திகைக்க வைத்தது. அவரது மாபெரும் நினைவுச் சின்னங்களோ, பேரணிகளோ, எதுவாகினும், 'ஆஹா, இதெல்லாம் ரொம்ப ஓவர்,' என்பதுபோன்ற திகைப்பான விமர்சனத்தைதான் மக்களிடையே ஏற்படுத்தியது. தலித்துகளுக்காகவென்றே உருவாக்கப்பட்ட அவரது நடத்தையைத் தாண்டி, அதில் புதுமையாக, தனித்துவமாக ஏதாவது இருந்ததா என்பது யோசிக்க வேண்டிய விஷயம். இதற்கு விடை நிச்சயமாக இல்லை என்பதுதான். அடிப்படையில் மாயாவதி இந்த அமைப்பின் ஒரு விளைவு. அவர் அதை முழு அளவில், அதே சமயம் தனது சொந்த பிறரால் காப்பியடிக்க முடியாத பாணியில் வெளிப்படுத்தினார். இந்திய அரசியலில் ஒருவரை சர்வாதிகாரி, ஜனநாயகத் தன்மையற்றவர் என்று குற்றம் கூறுவது அபத்தம். ஏனெனில் நமது முழு அரசியல் கலாச்சாரமும் ஜனநாயகமற்றதாக (தலைவரை மையப்படுத்தி) போலித்தனமாகத்தான் இருக்கிறது என்றால் மற்ற தலைவர்களும், கட்சிகளும் இப்படித்தான் என்பது பிஎஸ்பியின் தலைவர் மையமாக அரசியலுக்கு நியாயப்படுத்துலாக இருக் முடியாது. ஒரு தலித் அடிமட்டத் தொண்டராக ஆரம்பித்த ஒருவருக்கு இந்த வினோதமான நடத்தை

இயல்பிலேயே வந்திருக்க முடியாது. எனினும் அந்த நிலப்பிரபுத்துவ சர்வாதிகார பாணி அவரது கட்சியை ஆளும் வர்க்கக் கொள்ளைக்காரர்களிடமிருந்து காப்பாற்றியது. அவருக்கும், அவரது குரு கன்ஷிராமிற்கும், இல்லாதவர்களின் ஒரு கட்சியில் உட்கட்சி ஜனநாயகத்தால் ஏற்படும் ஆபத்துகள் பற்றித் தெரியும். குடியரசுக் கட்சியின் தலைவர்கள் விலை பேசப்பட்டு ஆளும் வர்க்கக் கட்சிகளால் இழுக்கப்பட்டு அக்கட்சி அழிந்துபோனதை அவர்கள் பார்த்திருக்கிறார்கள். சற்று அதிக புரட்சிகரமான தலித் பேந்தர் கூட நெருக்கடி நிலை காலத்தில் அடக்கப்பட்டு, வாய் மூடப்பட்டது. இந்தக் காரணத்திற்காகவே, இந்த இருதலைவர்களும் பிஎஸ்பியில் ஒரு முறையான ஸ்தாபன அமைப்பைத் தவிர்த்தார்கள். இந்த சாதுர்யமான செயல்முறை பிஎஸ்பி குடியரசுக் கட்சியின் வழியில் போவதைத் தடுத்தது.

பொது நிதியை வாரியிறைக்கும் குற்றச்சாட்டைப் பொருத்தவரை, இந்த நாட்டில் ஏராளமான பொது நிறுவனங்கள், சாலைகள், சிலைகள், பூங்காக்கள் போன்றவை காந்தி பெயரிலோ அல்லது நேரு குடும்பத்தின் ஏதோ ஒரு வாரிசின் பெயரிலோ உள்ளன. அது சரிதானா என்று யாராவது கேள்வி எழுப்பியதுண்டா? நாட்டிலேயே மிக அதிக கடன் சுமை உள்ள மாநிலமான மஹாராஷ்ட்ராவின் காங்கிரஸ் அரசு 500 கோடி செலவில் அரபிக்கடலில் சிவாஜிக்கு 309 அடி உயர சிலை நிறுவ எடுத்த 'துக்ளக்தனமான' முடிவிற்கும் மாயாவதியின் அம்பேத்கர் நினைவுச் சின்னத்திற்கும் ஏதாவது வித்தியாசம் உண்டா? குஜராத்தின் வடோதரா அருகில் மக்களின் வரிப்பணத்தில் ரூ.2063 கோடிக்கு (320 மில்லியன் டாலர்) சர்தார்படேலுக்கு சீனாவில் செய்யப்பட்ட 'ஒற்றுமைச் சிலை' பற்றி கார்ப்பரேட் ஊடகங்கள் விவாதத்தை தூண்டியதுண்டா? இப்படி நினைவுச் சின்னங்கள் எழுப்புவது மக்கள் பணத்தை வீணடிப்பது தான் என்பதை யாரும் மறுக்க முடியாது. கேள்வி என்னவென்றால் ஆளும் கட்சிகள் எந்த கண்டனமும் இல்லாமல் காலம் முழுக்க இதுபோல் செய்துகொண்டே இருக்கின்றன. தலித் ஆளுமைகளைக் கொண்டாடும் மாயாவதியின் திட்டங்கள் மட்டும் ஏன் விமர்சனத்திற்கு ஆளாகின்றன? மாயாவதி கட்டிய பிரும்மாண்டமான நினைவுச் சின்னங்கள் தனது அடித்தளமான வாக்காளர்களைத் தக்க வைத்துக் கொள்ளும் அவரது திட்டத்தில் முக்கியமான அம்சங்கள். இதில் அவர் ஒரு முன்னுதாரணத்தை உருவாக்கவில்லை. மாறாக, பல முன்னுதாரணங்களைப் பின்பற்றவே செய்தார் என்பது தெளிவு.

பெரும்பாலான தலைவர்கள் ஏற்கனவே கோடிகளில் உள்ள, தங்களது 'அறிவிக்கப்பட்ட' சொத்துக்களை மிக வேகமாக பன்மடங்கு பெருக்கிக் கொண்டிருக்கும்போது, ஒரு குறிப்பிட்ட தலைவரை ஊழலுக்காக குற்றம்

சாட்டுவது அசிங்கமானது. சமூக சேவையில் உள்ள இந்த அரசியல் தலைவர்கள் சிறந்த நிதி நிர்வாகிகளே வெட்கப்படும்படி இத்தகைய நிதி ஆளுமைத்திறமையை எவ்வாறு பெற்றார்கள் என்று எந்த ஊடகமும் ஒருபோதும் கேட்டதில்லை. மக்கள் பிரதிநிதிகள், உயரதிகாரிகள் தமது சொத்து விபரங்களை வெளிப்படையாகத் தெரிவிக்க வேண்டும் என்ற முற்போக்கான விதி, அவர்களது ஊழலை சட்டப்பூர்வமாக்கத்தான் உதவுகிறது. பாரம்பரிய மேட்டுக்குடியினரின் இந்த அறிவிப்பில் அவர்களது உண்மையான சொத்துகளில் ஒரு சிறு பகுதிதான் இடம் பெற்றிருக்கும் என்ற சந்தேகம் இருந்தாலும், இந்த ஊழல் கிளப்பில் புதிதாய் சேரும் மாயாவதி போன்றோர் ஓரளவிற்கு உண்மையான சொத்து மதிப்பையே காட்டக்கூடும். 2009ல் மாயாவதி ரூ.26 கோடிக்கும் மேலாக வருமானவரி செலுத்தினார். மிகப் பெரிய பணத்தை கோடீஸ்வரர்களை முகேஷ் அம்பானி, அனில் அம்பானியை விட மிகவும் முன்னால், நாட்டில் அதிக வருமானவரி செலுத்தும் முதல் இருபது பேர்களில் ஒருவராக இருந்தார். அரசியல்வாதிகளில் நிச்சயமாக அவர்தான் அதிக வருமானவரி செலுத்துபவராக இருந்திருப்பார்.

1995-2003 காலகட்டத்தில் வருமானத்திற்கு அதிகமாக சொத்து சேர்த்த வழக்கு அவர் மீது இருந்தது உண்மைதான். இது அவரது அறிவிக்கப்பட்ட சொத்து ‘சொற்பமான’ 88.7 லட்சமாக இருந்த காலம். 2010ல் இது 80 கோடிக்கும் அதிகமாக வளர்ந்துவிட்டது. ஏழாண்டிற்கும் குறைவான காலத்தில் கிட்டத்தட்ட நூறு மடங்கு. இந்த ஏராளமான சொத்து அவரது பிறந்தநாளுக்கு சாதாரண தலித்துகள் கொடுத்த அன்பளிப்புகளிலிருந்து உருவானதாகக் கூறப்படுகிறது. அந்த மாலைகளில் இருந்த ஆயிரம் ரூபாய் நோட்டுகள் நிச்சயமாக சாதாரண மக்களிடமிருந்து வரவில்லை. அவர்களில் பெரும்பாலானோர் அதை படத்தில் தவிர வேறெங்கும் நேரில்கூட பார்த்திருக்க மாட்டார்கள். வருமானவரித் துறை போன்ற அமைப்புகள் அல்லது வங்கி அமைப்புகள் இந்த உயர்மதிப்புப் பணம் எங்கிருந்து வந்தன என்பதைக் கண்டுபிடிக்க முடியவில்லை என்பதை நம்ப முடியவில்லை. இந்த நிறுவனங்களுக்குத் தெரியாமல் ஊழல் இப்படி எங்கும் பரவ முடியுமா? நாட்டின் மொத்த உள்நாட்டு உற்பத்தியில் பாதிக்கும் அதிகமான தொகை ஒவ்வொரு ஆண்டும் இந்த நிறுவனங்களின் கண்காணிப்பிற்கு எதிரிலேயே திருடப்படும்போது, ஊழல் முற்றிலுமாக நிறுவனமயமாக்கப்பட்டு விடுகிறது. இந்த பாரம்பரிய மேட்டுக்குடிகள் நேர்மையற்ற வழியில் நடந்து கொள்வதை சமூகம் அனுமதிக்கும்போது, அதனால் பாதிக்கப்பட்டவர்களும் அதே வழியில் செலவதைக் கேள்வி கேட்கும் உரிமையை அது இழந்து விடுகிறது.

மேட்டுக்குடி ஊடகம் மாயாவதிக்கு எதிராகச் சொல்லும் குற்றச்சாட்டுகளில் எந்த புதுமையும் இல்லை. சாதியை தேர்தல் ஆதாயத்திற்காகத் தவறாகப் பயன்படுத்துவது, அடையாள அரசியல் வழியில் மக்களைத் திசை திருப்புவது, அதிகாரத்தின் நிலப்பிரபுத்துவ திமிர்தனம், ஊழல், பணபலத்தை, அடியாள் பலத்தை காட்டுவது, மக்களை அடியோடு புறக்கணிப்பது, மாமூல் வாங்குவது, தனது புகழுக்காக பொது நிதியை வாரியிரைப்பது இவையனைத்தும் கடந்த பல ஆண்டுகளாக நமது அரசியல் வர்க்கத்தின் வழக்கமான நடைமுறைகளாக இருக்கின்றன. மாயாவதி இந்த அமைப்பின் ஒரு விளைவு. அவர் அதை முழு அளவில் பிரதிநிதித்துவப்படுத்துகிறார். அவரது செயல்கள் சற்று அதிகம் என்றால், அவை இந்த அமைப்பை அதன் நிர்வாணமான வடிவில் பார்க்கவே நமக்கு உதவுகின்றன.

இந்த நாட்டு மக்கள் அமைப்பின் இந்த சீரழிவை எவ்வளவு சீக்கிரத்தில் உணர்வார்கள் என்பது மற்றொரு விஷயம். அவர்கள் எப்போது அவ்வாறு பார்க்கிறார்களோ, அப்போது விஷயங்களை அளவிற்கு அதிகமாக இழுத்து, தன்னிஷ்டத்திற்குச் செய்து, அதை அம்பலப்படுத்தியதில் மாயாவதியின் பங்கையும் உணர்வார்கள். இந்த அமைப்பின் நோய்கள் என்ன என்பதை மாயாவதியின் செயல்கள் காட்டியதைவிட கூடுதலாக ஊடகங்களின் உபதேசங்களோ, பண்டிதத் தனமோ காட்டிவிட முடியாது. அந்த வகையில் மாயாவதி நாட்டு மக்களுக்கு மிகப் பெரிய சேவை செய்துள்ளார். அவர் சேவை எதுவும் செய்யவில்லை என்றால், அது தலித் மக்களுக்கு மட்டும்தான் என்பதே முரண்.

மற்றவர்கள் எல்லாம் தம்மை பலவிதங்களில் சுரண்டுகிறார்கள் என்பதற்காக, தமது சொந்தத் தலைவர்களுக்கு தம்மை சுரண்ட அனுமதி இல்லையா? என்ற கேள்வியை தலித்துகள் நியாயமாக எழுப்பலாம். எல்லா பிரச்சினைகளுக்கும் தீர்வான அரசியல் அதிகாரத்தை, இந்த அமைப்பு அனுமதிக்கும் அளவிலாவது, தலித் மக்களின் துயரைக் குறைக்க மாயாவதி பயன்படுத்தி இருக்க வேண்டும். எனினும் அவர் தமது வாக்காளர்களை அடையாளம் காண்பது என்ற மதுவால் போதையேற்றும் எளிய வழியை மேற்கொண்டார். போதை, தன்னிலையிழத்தல், மெஸ்மரிசம் எல்லாம் நீண்டநாள் நிலைத்திருக்க முடியாது. அவை தெளியும்போது, தலித் மக்கள் தமது யார்த்தத்தை உணர்வார்கள். அப்போது மாயாவதியின் மாயக்கோட்டை சரிய ஆரம்பிக்கும்.

சர்வஜன்மேடை அவருக்கு நல்ல பலனை அளித்தபோதும், அதற்கு அளவிற்கு அதிகமான அரசியல் விலையைத் தர நேர்ந்தது. பிஎஸ்பியின் திட்டங்களில் தலித்துகளின் முக்கியத்துவம் குறைந்தது. 2007ல் அவரை

ஆதரித்த பல சாதிகளும், இப்போது அதிருப்தி அடைந்தன. இது 2009 பொதுத் தேர்தலில் வெளிப்பட்டது. 2007ல் 30.46 சதம் என்று உச்சபட்சத்தில் இருந்த பிஎஸ்பியின் வாக்கு விகிதம் 27.42 என்று குறைந்தது. ஆனாலும் நாடாளுமன்றத்தில் அதன் பலம் 2லிருந்து 21 ஆக உயர்ந்தது. 2012 சட்டமன்றத் தேர்தலில் மேலும் 1.52 சதம் குறைந்து 25.9 ஆனபோது, மாயாவதி ஆட்சியை இழந்தார். 2012 தேர்தல் முடிவுகள் வந்ததும் உடனடியாக மாயாவதி கூறியது என்னவென்றால் அவரது அடித்தளமான தலித் வாக்குகள் அப்படியே உள்ளது என்றும், 2017ல் தான் மீண்டும் ஆட்சியைக் கைப்பற்ற முடியும் என்பதுதான். ஆனால் 2017 சட்டமன்றத் தேர்தல் பிஎஸ்பிக்கு மோசமான வீழ்ச்சியைத் தந்தது. வெறும் 22 சத வாக்குகளோடு வெறும் 19 இடங்கள். 2012 வாக்கு சதத்தைவிட 4 சதம் குறைவு. மற்ற சாதியினரும், சிறுபான்மையினரும் பிஎஸ்பியை வேகமாக கைவிட்டு வருகிறார்கள் என்பதையும், தலித் வாக்கு வங்கி எப்போதும் நம்மிடம் இருப்பதுதானே என்பதாக எடுத்துக் கொள்ளக்கூடாது என்பதையும் இது காட்டுகிறது.

பிஎஸ்பி முடிந்துவிட்டது என்பது இதன் பொருளல்ல. அதிக வாக்கு பெறுபவர் ஜெயிப்பார் என்ற நமது முறையில், சாதி கணக்கும், பண ஆள் பலமும் முக்கிய பங்காற்றும் நமது முறையில், அது தொடர்ந்து இயங்க முடியும். எனினும், தலித் விடுதலை என்ற பாவனையிலிருந்து அது வெகுதூரம் விலகிச் சென்றுவிட்டதால், அது தனது உச்சநிலையை இழந்துவிட்டது என்றே தெரிகிறது. இந்த முறையின் முரண்பாடுகளைப் பாருங்கள். 2012ல் பஞ்சாபில் சிரோன்மணி அகாலிதளம் 34.75 சத வாக்கு விகிதத்துடன் 56 இடங்களைப் பெற, காங்கிரஸ் 40.11 சதவாக்குகளுடன் 46 இடங்களைப் பெற்றது. முரணாக, 2017ல் குறைந்து போன 38.5 சத வாக்கு பெற்றாலும், 77 இடங்களில் வென்று பஞ்சாபில் காங்கிரஸ் ஆட்சியைப் பிடித்தது. அதே சமயம் உ.பி.யில் பிஎஸ்பியின் வாக்கு விகிதம் வெறும் 4.52 தான் குறைந்தது. ஆனால் அதனால் 126 இடங்களை இழந்தது. அதாவது மொத்த இடங்களில் 31.04 சதம்.

நிச்சயமாக மாயாவதி மக்களுக்கு அதிகாரம் தருவதில் கூடுதலாக செய்திருக்க முடியும். ஆனால் அதன் பிறகு அவரால் பொதுப்போக்கு அரசியலில் தாக்குப் பிடித்திருக்க முடியுமா? என்பதுதான் கேள்வி. நமது ஜனநாயகம் என்று சொல்லப்படுவதில் உண்மையாகவே மக்கள் ஒரு பொருட்டாக மதிக்கப்படுகிறார்களா? யார் ஆட்சி செய்ய வேண்டும் என்பதை முடிவு செய்ய ஐந்தாண்டுகளுக்கு ஒருமுறை அவர்கள் வாக்குச்சாவடிக்கு வருவார்கள். ஆனால் அந்த வருகையின் பின்னால் சாதிகள், சமூகங்களின் பேரம்பேசும் சிக்கலான வலைப்பின்னல்கள், இயந்திரத்திற்கு எண்ணெயிட்டு வைக்கும் மிகப்பெரிய, போட்டிபோடும்

முதலீடுகள் ஆகியவற்றின் யதார்த்தம் நிற்கும். வேட்பாளர்கள் நிஜமாகவே தாம் போட்டியிடும் தொகுதியை வாங்கும் ஒரு காலகட்டத்தில் நாம் வாழ்கிறோம். இரண்டு அடுத்தடுத்த தேர்தல்களில் நிற்கும் வேட்பாளர்கள் காட்டும் சொத்து விபரங்களைப் பார்த்தாலே, இந்த முதலீட்டிற்குக் கிடைக்கும் லாபத்தின் அளவு நமக்குத் தெரியும். ஜனநாயக சீர்த்திருத்தங்களுக்காக அமைப்பும், உபி தேர்தல் கண்காணிப்பும் 2012 தேர்தலில் மீண்டும் போட்டியிட்ட 285 எம்எல்ஏக்களின் சராசரி தனி நபர் சொத்து 1.21 கோடியிலிருந்து (2007) 3.56 கோடியாக (2012) 194 சத வளர்ச்சியில் அதிகரித்திருந்ததை வெளியிட்டன. முரண்பாடாக, இந்த வருமானம் ஆண்டுதோறும் அதிகரித்துவரும்போது, ஜனநயாகத்தின் அளவுகோலான மக்களின் குரல் சுருங்கிக்கொண்டே போனது.

பொதுப்போக்கு அரசியலின் இந்த தப்பிக்க முடியாத தர்க்கத்திலிருந்து மாயாவதி தப்ப முடியுமா? உண்மைகள் காட்டுவதன்படி, அவர் இந்த விளையாட்டை வெறுமனே விளையாட வில்லை. தன் போட்டியாளர்களை வெல்லவும் செய்தார். அவரது கட்சி அதிகபட்ச எண்ணிக்கையில் வேட்பாளர்களை மறுமுறை நிறுத்தியது (120). இவர்களது சொத்துகள் மிகப்பெரிய அளவில் 226 சதம் வளர்ந்திருந்தன. 2007ன் சராசரியான 1.22 கோடியிலிருந்து 2012ல் 3.97 கோடியாக, தேர்தலில் மறுமுறை போட்டியிடும் ஒரு சராசரி பிஎஸ்பி வேட்பாளரின் சொத்து இதில் முன்னோடியான காங்கிரஸ் வேட்பாளர்களை விட (27) 244 சதமும், ராஷ்ட்ரிய லோக் தள் வேட்பாளர்களைவிட (6) 421 சதமும், குவாமி ஏக்தாதள் வேட்பாளர்களை விட (2) 343 சதமும், இதிஹாத்-இ-மில்லத் கவுன்சில் வேட்பாளர்களைவிட (i) 523 சதமும் அதிகமாக இருந்தது. இதுமட்டுமல்லாமல், மற்ற கட்சிகளில் மறுமுறை தேர்தலில் நின்றவர்களின் எண்ணிக்கை, (அடைப்புக்குறிக்குள் தரப்பட்டுள்ளது) மிகவும் குறைவு. சொத்து மதிப்பு உயர்வில் மறுதேர்தலில் நிற்கும் முதல் பத்து வேட்பாளர்களில் பிஎஸ்பி வேட்பாளர்கள்தான் அதிகம். அதிக சொத்து உள்ள முதல் பத்து வேட்பாளர்களிலும் பிஎஸ்பிக்கு 5, காங்கிரஸிற்கு 2, சமாஜ்வாதிக்கு என பிஎஸ்பிக்கு முதலிடம். 2017லும் கூட தன் வேட்பாளர்களின் சொத்து மதிப்பில் மற்ற அனைத்து கட்சிகளையும் விட பிஎஸ்பி முன்னால் நின்றது. அதன் வேட்பாளர்களில் 84 சதம் கோட்டீஸ்வரர்கள், 79 சதத்துடன் பாஜக இரண்டாவது இடத்தில் இருந்தது.

பணமும், குற்றமும் பிரிந்திருக்க வேண்டிய அவசியம் இல்லை. ஆனால் பின்னது பதிவு செய்யப்பட்ட வழக்குகளின் அடிப்படையில் அளவிடப்பட்டால், அது எந்தக் கட்சி ஆட்சியில் இருக்கிறது என்பதைப் பொறுத்து இருக்கும். பிஎஸ்பி ஆட்சியில் இருந்தால், அதன் முக்கிய எதிரியான எஸ்பியின் குற்ற எண்ணிக்கை போலீஸ் ஆவணங்களில்

அதிகமாகவும், பிஎஸ்பி எண்ணிக்கை குறைவாகவும் இருக்கும். ஆனாலும்கூட முன்பு குறிப்பிட்ட தேர்தல் கண்காணிப்பு அமைப்புகளின் புள்ளிவிவரங்கள், குற்றப் பின்னணி கொண்ட வேட்பாளர்களை தேர்தலில் நிறுத்துவதில் பிஎஸ்பி பின் தங்கியிருக்கவில்லை என்று காட்டுகின்றன. 2012ல் எஸ்பிக்கு 401ல் 199, அதாவது அதன் 50 சத வேட்பாளர்கள் மீது குற்றவழக்குகள் இருந்தன. 'வித்தியாசமான கட்சி' என்று தன்னைத்தானே சொல்லிக் கொள்ளும் பாஜக 397ல் 144 (36 சதம்) என இரண்டாம் இடத்தில் இருந்தது. மூன்றாவது இடம் காங்கிரஸிற்கு அதன் 354 வேட்பாளர்களில் 120 பேர் மீது வழக்குள் (34 சதம்) 403க்கு 131 (33 சதம்) என்று பிஎஸ்பி நான்காவது இடத்தில், பிஎஸ்பியை எந்த கண்ணோடடத்திலிருந்தும் பாருங்கள். அது மற்ற எந்த ஆளும் வர்க்கக் கட்சியிலிருந்தும் மாறுபட்டே இருக்காது. அது தேர்தல் அரசியல் என்ற நாற்றமெடுக்கும் சாக்கடையில் முழுமையாக மூழ்கிவிட்டது.

குறியீடான வெற்றிகளும், உண்மையான தோல்விகளும்

சமூகப் புரட்சி அல்லது அடிப்படையான சாதி அல்லது வர்க்க உறகளில் மாற்றம் என்பது நாம் ஏற்றுள்ள அதிக வாக்குபெற்றவர் ஜெயிக்கிறார் என்ற முறையில் வராது. இந்தியாவில் தேர்தல் வெற்றிகளுக்கு ஒரு பெரும்பான்மையின் மந்தமான உறுதிப்பாடு கூட தேவையில்லை என்ற நிலையில், ஒரு சமூகப் புரட்சிக்கு அவர்களது தீவிர ஈடுபாடு தேவை. அரசியல் ஒரு சில நலன்களில் அக்கறை கொண்ட குழுக்களாகப் பிரிவது அதிகரித்த நிலையில், சமச்சீரற்ற வளர்ச்சி அதோடு இணைந்து, சாதி போன்ற பிரிக்கும் அம்சங்கள் வழியாக வெளிப்படும்போது, ஆட்சி செய்யத் தேவையான வாக்கு விகிதம் ஏற்கனவே மிக அபத்தமான நிலைக்கு கீழே இறங்கிவிட்டது. (2014ல் மோடி தலைமையிலான பாஜக வெறும் 31 சத வாக்குகள் பெற்று 212 இடங்களைப் பிடித்தது. நாடாளுமன்றத்தில் தெளிவான பெரும்பான்மை பெற்ற கட்சிகளில், இதுதான் மிகக் குறைவான வாக்குவிகிதம்)

மாயாவதியின் வண்ணமயமான அரசியல் இந்த சாதுர்யமான தேர்தல் கணக்கைத்தான் பிரதிபலிக்கிறது. எனவே, அதை ஒருபோதும் சமூகப் புரட்சியோடு குழப்பிக் கொள்ளக்கூடாது. உபியின் அனுபவம் தெளிவாகக் காட்டுவதுபோல், அவர் பாணியிலான சாதி அடிப்படை கூட்டணி எந்த சமூகப் புரட்சிக்கும் நேதெதிராக,, சாதியத்தை ஆழப்படுத்துவதில்தான் முடியும்.

இச்சந்தர்ப்பத்தில் கன்ஷிராம் என்ன செய்திருப்பார் என்று ஊகிப்பது சுவையாக இருக்கும். அவர் எப்படியோ வீழ்ச்சியைத் தடுத்து, அரசியல்

சமன்பாட்டை மாற்றி அமைத்து பதவியில் அதிக காலம் நீடித்திருப்பார் என்று எதிர்ப்பார்க்கலாம். அவர் இருந்திருந்தால் ஒருவேளை பிஎஸ்பியை மத்தியில் ஆட்சியில் அமர்த்தி, அதற்கு ஒரு புதிய ஒளியை ஏற்படுத்தயிருக்கலாம். அதுதான் அவரது இறுதி லட்சியமாக இருந்திருக்கும். அந்த கோல்கம்பம் கண்ணுக்கெட்டிய தூரத்தில் தெரிந்ததற்கு அவர்தான் காரணம். ஆனால் அரசியல் அதிகாரம் தலித்துகளின் பிரச்சினைகளைத் தீர்க்கும் மந்திரக்கோலாக இருக்குமா என்பதைப் பொறுத்தவரை, மாநிலத்தின் தலித்துகளைப் பொருத்தவரை உபியின் முதலமைச்சராக மாயாவதி நான்குமுறை இருந்த காலங்களை பரிசீலிக்க வேண்டும். பெரும்பாலான வளர்ச்சி அளவுகோல்களில் அவர்களது நிலை, மற்ற மாநிலங்களின் தலித்துகளைவிட மோசமாக இருந்தது என்பதுதான் உண்மை. சிலைகளும், நினைவுச் சின்னங்களும் மக்களை தம் அடையாளப் பெருமிதத்தில் மிதக்க வைக்கலாம். ஆளும் வர்க்கங்கள் எப்போதும் அதைத்தான் விரும்புகின்றன. யதார்த்தத்தை மறந்து, தலித்துகள் அந்த போதையில் இருப்பதுதான் அவர்களுக்கு லாபம். அதுதான் மாயாவதியின் உபியில் நடந்தது. எந்த வகையிலாவது சமூகத்தின் அமைப்பை மாற்ற அவர் நினைத்திருந்தால், அதற்கு என்ன செய்யலாம் என்று அவர் உணர்ந்திருப்பார். அவரோ, அவரது குருவோரோ புரட்சிகர மாற்றத்தின் மொழியை பேசியதேயில்லை.

நாம் ஆரம்பித்த இடத்திலேயே கன்ஷிராமின் கதையில் முடிப்பது உதவிகரமாக இருக்கும். கன்ஷிராமை ஆரம்பத்தில் கோபப்பட வைத்து, பொது வாழ்க்கையில் இறங்க வைத்தது, உணர்ச்சிமயமான பிரச்சினையான ஜெயந்திகளைக் கொண்டாடுவதுதான். மஹாராஷ்ட்ராவில் இருந்த சாதிக் கொடுமைகள் அல்ல. அவரது அரசியல் பார்வை அரசியலில் அவரை நுழைய வைத்த அம்சத்தைத்தான் பிரதிபலித்தது. அவரது விருப்பத்தேர்வுகள் பெரும் திட்டமிட்ட தந்திரங்களாக இருந்தாலும், அப்படைப் பிரச்சினைகளைப் புரிந்துகொள்வது என்ற வகையில் அவை மோசமாகத்தான் இருந்தன. தலித்துகளுக்கு அரசியல் அதிகாரம் இருந்தால், அம்பேத்கர் அல்லது புத்தர் ஜெயந்திக்கு விடுமுறை கோருவது, அம்பேத்கர் பெயரை நிறுவனங்களுக்கு இடக்கோருவது, பகுஜன் தலைவர்களுக்கு சிலை அமைக்கக் கோருவது போன்ற பிரச்சினைகள் எழாது என்று பார்த்தார். அவரது செயல்பாடு முழுக்கவுமே இந்த பண்படாத புரிதல்தான் மேலோங்கியிருந்தது. ஆனால் அரசியல் அதிகாரம் என்றால் என்ன?, யாருக்கு? கன்ஷிராம் பார்த்ததுபோல் அரசியலை அம்பேத்கர் பார்த்திருந்தால், அரசியல் சமத்துவம், ஆனால் பொருளாதாரத்தில், சமூகத்தில் அசமத்துவம் என்பது இந்தியாவை தொடர்ந்து அச்சுறுத்தும் ஒரு ஆபத்தான

முரண்பாடாகவே இருக்கும் என்று தேசத்தை எச்சரித்திருக்கமாட்டார். அடிக்கடி மேற்கோள்காட்டப்படும், *1949* நவம்பர்*25* அன்று அரசியலமைப்பு சபையில் அவர் ஆற்றிய கடைசி உரை நம் காதுகளில் ஒலித்துக் கொண்டே இருக்க வேண்டும். அவர் கூறியதாவது :

'அரசியலில் நமக்கு சமத்துவம் இருக்கும். சமூக, பொருளாதார வாழ்வில் நம்மிடம் அசமத்துவம் இருக்கும். அரசியலில் நாம் ஒரு மனிதன் ஒரு வாக்கு, ஒரு வாக்கு ஒரு மதிப்பு என்ற கொள்கையை அங்கீகரிப்போம். நமது சமூக, பொருளாதார வாழ்வில், நமது சமூக பொருளாதார அமைப்பின் காரணமாக ஒரு மனிதன், ஒரு மதிப்பு என்ற கொள்கையை மறுப்பதை தொடர்கிறோம். இந்த முரண்பாடான வாழ்க்கையை இன்னும் எவ்வளவுகாலம் தொடரப்போகிறோம்? அதை மறுப்பதை நாம் நீண்ட காலத்திற்குத் தொடர்ந்தால், நமது அரசியல் ஜனநயாகத்திற்கு ஆபத்து ஏற்படுத்துவதில்தான் அதை செய்து கொண்டிருப்போம். இந்த முரண்பாடை முடிந்தவரை விரைவில் நீக்க வேண்டும். இல்லாவிட்டால், அந்த அசமத்துவத்தால் பாதிக்கப்படுவோர், இந்த சபை மிக கஷ்டப்பட்டு உருவாக்கிய அரசியல் ஜனநாயகம் என்ற அமைப்பை தகர்த்து விடுவார்கள். *(BAWS 13, 1216)*

கன்ஷிராம் அடையாள அரசியலை புதிய உயரங்களுக்கு எடுத்துச் செல்வதில் சிறந்து விளங்கினார். எல்லோரும் சாதி அரசியல் செய்தாலும், அவர் அவர்களை தோற்கடித்தார். அடையாள அரசியல் நான் எனும் அகங்காரத்தைத் தடவிக்கொடுத்து, உங்களை உற்சாகமாக வைக்கும். ஆனால் உங்கள் பசிக்கு சோறிடாது. அல்லது அடிமைத்தளையிலிருந்து உங்களை விடுவிடுக்காது. அது உங்களுக்கு சிலைகளை, நினைவுச் சின்னங்களை அளிக்கும். ஆனால் அத்தலைவர்கள் எதற்காகப் பாடுபட்டார்களோ, அதைத் தராது. கன்ஷிராம் ஒருபோதும் எந்த உண்மையான பிரச்சினைக்கும் போராடியதில்லை. ஆனால் அரசியல் அதிகாரத்தின் சாராம்சம் பற்றித் திரும்பத் திரும்ப பேசினார். தலித்துகள் அதிகாரம் பெற்றது பிஎஸ்பியின் சாதனை என்று அதன் ஆதரவாளர்கள் கூறுகிறார்கள். அது ஒரு மௌனப் புரட்சி என்கிறார்கள். ஆனால் இவை அனைத்தும் வெறும் நினைப்புதான்.

கன்ஷிராமின் பகுஜன் கருத்தாக்கம் பல்வேறு சாதிகளுக்கிடையே உள்ள பொருளாதார ஏற்றத்தாழ்வுகளை மறைக்கிறது. பணக்கார சூத்திர விவசாயிகளுக்கும், ஏழை விவசாயத் தொழிலாளர்களுக்கும் நடுவில் ஒரு வர்க்கப் பிரிவினை உள்ளது. சாதிக் கொடுமைகள் இந்த முரண்பாடுகளின் வெளிப்பாடுகள்தான். அதைச் செய்பவர்கள் பெரும்பாலும் பகுஜன் என்ற பிரிவில் இருப்பவர்களாகக் கருதப்படும் சூத்திர சாதியினர்தான். ஜோதிராவ் பூலே காலத்திலிருந்து சூத்திரர்களையும், அதி சூத்திரர்களையும் (தலித்துகள்)

இணைக்க நடந்த முயற்சிகள் மிகவும் விரும்பப்படும் அந்த உழைக்கும் சாதிகளின் ஒற்றுமை ஒருபோதும் உருவாகவில்லை என்பதைக் காட்டுகின்றன. எங்கோ ஓரிடத்தில் இதுபோன்ற இணைப்பு ஏற்பட்டதாகக்கூட சிறிய ஆதாரம்கூட இல்லை. மாறாக, எளிதாகப் பார்க்க முடிந்த சாதிக் கொடுமை பற்றிய புள்ளிவிவரங்களை எடுத்துக் கொண்டால், இருப்பவர்இல்லாதவர்ஆகியோரின்சாதிகளுக்கு இடையிலானஇடைவெளி விரிந்துகொண்டே செல்கிறது. அரசியலமைப்பு ரீதியாக ஒன்றிணைந்தவர்களாக எடுத்துக் கொள்ளப்படும் எஸ்சி, எஸ்டியினரைக் கூட கடந்த 70 ஆண்டுகளில் ஒன்று சேர்க்க முடியவில்லை. 2008ல் ராஜஸ்தானில் இட ஒதுக்கீடு கேட்ட குஜ்ஜார்கள், 2016-17ல் மஹாராஷ்ட்ராவில் இட ஒதுக்கீடு கேட்ட தாங்கர் எனும் மேய்ச்சல் சாதியினர் ஆகியோர் எஸ்டியாக அங்கீகாரம் கேட்டார்கள். எஸ்சியாக அல்ல என்பதும் கவனிக்கத்தக்கது.

சாதிகள் உள்ளார்ந்த வகையில் பிரிப்பவை. அவை ஒருபோதும் மக்களை ஒன்றிணைக்காது. அவற்றை சமமாக ஆக்கவும் முடியாது. கன்ஷிராமின் பகுஜன் திட்டமே அடிப்படையில் ஜாதவ்/சாமர்களை நம்பி இருந்தது என்று சொல்லலாம். அவரது கடும் முயற்சியை மீறி அதை உபிக்கு வெளியே எங்கும் செயல்படுத்த முடியவில்லை. கன்ஷிராம் அல்லது பிஎஸ்பியின் வெற்றி, நான் விளக்க முயன்றதைப் போல, உபியில் உள்ள தனித்துவமான அம்சங்களின் சேர்க்கையின் காரணமாக விளைந்ததேயன்றி பகுஜன் என்ற கருத்தால் அல்ல. அது எங்குமே பயனளித்ததில்லை.. இப்போது அந்த மாநிலத்திலும் கூட மறைந்து விடும் போல் உள்ளது.

12

காங்கிரஸின் வானவியலும், அம்பேத்கரியர்களின் குட்டிக்கரணங்களும்

ராகுல்காந்தி மகத்தானவர் என்று கூறுவது தேவைக்கதிகமான கூற்றாக இருக்கும். ஏனென்றால் அது எல்லா காந்திகளும் மகத்தானவர்கள் என்ற நம்பிக்கையிலிருந்து வருகிறது. 2008ல் மஹாராஷ்டிராவின் விதர்பாவில் சுற்றுப்பயணம் மேற்கொண்ட அவர், எனதுமாவட்டமான யாவத்மாலின் ஜால்கா கிராமத்தில் இறந்துபோன பரசுராம் பண்டூர்கரின் மனைவியான கலாவதியைச் சந்தித்தார். பண்டூர்கர் 205ல் தற்கொலை செய்து கொண்டார். இந்த புத்தாயிரத்தின் முதல் பத்தாண்டுகளில் தற்கொலை செய்து கொண்ட 2 லட்சத்திற்கும் அதிகமான விவசாயிகளில் அவரும் ஒருவர். இந்த துயரமான நிகழ்வுகளின் மீதான அரசியல் அது பற்றிய ஆய்வை மங்கச் செய்துவிட்டது. தலைசிறந்த பொருளாதார அறிஞர்களான உத்சா பட்நாயக், ஐயதி கோஷ், பிரபாத் பட்நாயக் போன்றோர் பல வருடங்களாக, தனியார் மயம், தாராளமயம், உலகமயத்தை ஆதரிக்கும், இந்திய அரசின் பருவினப் பொரளாதாரக் கொள்கையில் நிகழ்ந்த அமைப்பு ரீதியான மாற்றங்கள்தான், விவசாயிகள் தற்கொலைக்ளுக்கு மூலகாரணம் என்று வாதிட்டு வந்தாலும், அவை இடதுசாரி அறிவுஜீவிகளின் ஆத்திரப் பேச்சு என்று வழக்கமாக ஒதுக்கப்பட்டன. 2012ல் விதர்பா பகுதியில் விவசாயிகளின் தற்கொலைக்கான காரணங்களை ஆராய ஒரு ஆய்வு நடத்தப்பட்டது. கடன், குடிப்பழக்கம், சூழ்நிலை, விளைபொருளுக்குக் குறைந்த விலை, மன அழுத்தம் மற்றும் குடும்பப் பொறுப்புகள், வெறுப்பு, பாசனவசதி இன்மை, விவசாயச் செலவு அதிகரிப்பு, வட்டிக்கடைக்காரர்கள், வேதி உரங்கள் பயன்படுத்துதல், விவசாயம் பொய்த்துப் போனது என்று பல காரணங்கள் தெரியவந்தது- *(Amol Dongre and Pradeep Deshmukh 2012)*

தனித்தனியாகப் பார்த்தால் இவை வியப்பூட்டாதவையாக, விவசாயத் தொழிலில் வழக்கமாக இருக்கும் விஷயமாகக் கூடத் தெரியலாம். ஆனால் ஒரு சமூகவியல் பேரழிவாக, தற்கொலைகள் தொற்றுநோய்போலப் பரவுவதை ராகுல் காந்தியின் கட்சி 1980களில் அறிமுகம் செய்த நவீன தாராளமயக் கொள்கையின் விளைவாக, 1991ல் அதற்கு அதிக முக்கியத்துவம் தந்ததன் விளைவாகத்தான் விளக்க முடியும். ராகுல்காந்தி கலாவதியை சந்தித்தது பெரிய அளவில் செய்தியானது. ஏனெனில் 2009ல் இந்திய -அமெரிக்க அணு சக்தி ஒப்பந்தத்தை நியாயப்படுத்த நாடாளுமன்றத்தில்

பேசும்போது அவர், ஏதோ மின்சாரப் பற்றாக்குறை காரணமாகத்தான் விவசாயிகள் தற்கொலை செய்து கொள்வதுபோல, கலாவதியின் துயரம் பற்றி சந்தர்ப்பவாதமாகக் குறிப்பிட்டார். அதே ஆண்டில் ஜனவரி 16 அன்று உத்திரப்பிரதேசத்தில் அவரது தொகுதியான அமேதியில் உள்ள சிம்ரா கிராமத்தில் பிரிட்டிஷ் வெளியுறவுச் செயலாளர் டேவிட் மிலிபாண்ட்டுடன் ஒரு தலித்தின் குடிசையில் ஓரிரவு தங்கியபோது, ராகுல்காந்தி தலைப்புச் செய்திகளில் இடம் பெற்றார். இதே செயலை அவர் 2009 செப்டம்பர் 23 அன்றும் அது 1932 புனே ஒப்பந்த நாளுக்கு முதல் நாள் என்பதை அவர் அறிவாரோ, இல்லையோ செய்து, பிஎஸ்பி ஆட்சியின் போலீசை திகைக்க வைத்தார். முன்னறிவிப்பின்றி லக்னோ வந்த அவர் சிரவஸ்தி மாவட்டத்தின் ராம்பூர் தியோகான் கிராமத்தில் செட்டி பாசியின் குடிசையில் இரவு தங்கினார். மறுநாள் காலை அடிபம்பில் தண்ணீர் பிடித்து, வெட்டவெளியில் குளித்தார்.

அவரது தலித்தோ ஃபோபியா பற்றிய இத்தகைய கதைகள் ஏராளம். இவை நமக்கு உலகம் மஹாத்மா என்று போற்றிய ஒரிஜினல் காந்தியை நினைவூட்டுகின்றனவா? இது போன்ற முன்தயாரிக்கப்பட்ட ஆதரவு காட்டும் நாடகங்களில் காந்தி ராகுலைவிட முன் நிற்பார். லீ ரெனால்ட்ஸின் 'காந்தி : தொழிலதிபர்களின் காக்கும் தெய்வம்' - *'Gandhi : Patron Saint of Industrialists'* - என்ற கட்டுரை காந்தி 1944ல் ஒரு ‘பாங்கி காலனியில்’ தங்கிய போது செய்யப்பட்ட ஏற்பாடுகளை பின்வருமாறு வர்ணிக்கிறது.

அவர் வருகைக்கு முன்பு அங்கு வசிப்பவர்களில் பாதிப்பேர் வெளியேற்றப்பட்டார்கள். அவர்களின் பழங்குடிசைகள் பிய்த் தெறியப்பட்டு, அவற்றின் இடத்தில் அழகான சிறு குடிசைகள் கட்டப்பட்டன. குடிசைகளின் வாசலிலும், ஜன்னல்களிலும் தட்டிகள் தொங்கவிடப்பட்டு, காந்தி தங்கியிருந்த காலத்தில் குளுமையாக இருக்க, அவற்றில் நீர் தெளிந்தனர். உள்ளூர் கோவிலுக்கு வெள்ளையடிக்கப்பட்டது. புதிய செங்கல் பாதைகள் போடப்பட்டன. (1994;19)

அரசியல் மேன்மையைக் காட்டுவதற்கான ஏற்பாடுகளைச் சரியாகச் செய்து முடிப்பது கடினமான காரியம். ஆனால் டில்லியில் பால்முகி பஸ்தி என்று அழைக்கப்படும் அப்பகுதியில் காந்தி தங்கியது மக்களிடம் பெரும் மரியாதையை ஏற்படுத்தியது- இன்றும் அவரது புனிதர் தன்மை போற்றப்படுகிறது. மார்க்சிய வரலாற்றாய்வாளரான விஜய் பிரசாத் தனது முன்னோடிப் படைப்பான 'தீண்டத்தகாதோர் விடுதலை - ஒரு தலித் சாதியின் சமூக வரலாறு' - *'Untouchable Freedom - Social Histrory of a Dalit Community'* என்ற நூலில் பின்வருமாறு எழுதுகிறார். ‘பாட நூல்களிலும், கதைகளிலும், ஆவணப்படங்களிலும், காந்தி மற்றும் பாங்கி காலனியின்

கதை அவரது இரக்கசிந்தையைக் கொண்டாடுகிறது. *(2001, 140)*, அரசியல் ஸ்டண்ட் அன்றி வேறெதுவுமில்லாத, காட்சிரூபமான ஆரவாரத்தில் காந்தியின் திறமையை நிரூபிக்கும், *1946* ஏப்ரலில் டில்லியில் அவர் குப்பை கூட்டுவோர் மத்தியில் தங்கியது பற்றிய சில முக்கியமான வரலாற்றுத் தகவல்களையும் விஜய் பிரசாத் சான்றாகக் கூறுகிறார்.

மிக வெளிப்படையான தடை சமபந்தி போஜனத்திற்குத்தான். ஏனெனில் ஏப்ரல் *3*ம் தேதி சில பால்மீகிகள் காந்தியை தம்மோடு உணவு உண்ண அழைத்தபோது அவர் இவ்விதமாக மழுப்பினார். நீங்கள் எனக்கு ஆட்டுப்பால் தரலாம். ஆனால் நான் அதற்கு பணம் தந்துவிடுவேன். உங்களால் தயாரிக்கப்பட்ட உணவை நான் எனக்கான சமையலை செய்து தாருங்கள். ஒரு தலித் காந்திக்கு முந்திரி போன்ற பருப்பு வகைகளைத் தந்தபோது, அவர் அவற்றை ஆட்டிற்குத் தந்துவிட்டு, பின்னர் ஆட்டின் பால் மூலமாக அதைத் தான் சாப்பிட்டுக் கொள்வதாகச் சொன்னார். காந்தியின் உணவு, பருப்பு, தானியங்கள் பெரும்பாலும் பிர்லா வீட்டிலிருந்து வந்தன. அவர் அவற்றை தலித்துகளிடமிருந்து பெற்றுக் கொள்ளவில்லை. *(140-141)*

நாடகபாணி சந்திப்பு, தீங்கற்ற ஆதரவு தருவதாக நினைப்பது? தோரணையுடன் அறிவுரை வழங்குவது போன்றவற்றில் ராகுல் அறிந்தும், அறியாமலும் இதே வழியில் நடந்தார். *2013* அக்டோபரில் லக்னோவின் விஞ்ஞான் பவனில் நடந்த பட்டியலின சாதிகளுக்கு அதிகாரமளிப்பது தொடர்பான தேசிய விழிப்புணர்வு முகாமின் நிகழ்ச்சியில் பேசும்போது, *2014* பொதுத் தேர்தலை மனதில் கொண்டு அவர் மீண்டும் தலித்துகளை தொடர்பு கொண்டார். ஒரு வானவியல் உருவகத்தை விடுபடு திசை வேகம் *(Escape Velocity)* அவர் பயன்படுத்தியது குறிப்பாக புல்லரிக்க வைத்தது. அவர் கூறியதாவது;

‘புவியின் விடுபடு திசை வேகம் விநாடிக்கு *11.2* கி.மீ வியாழன் கோளுக்கு விநாடிக்கு *60* கி.மீ. இந்தியாவில், நம்மிடம் சாதி என்ற கருத்தாக்கம் உள்ளது. ஒருவர் பிற்பட்ட சாதியைச் சேர்ந்தவராக இருந்து, அவர் வெற்றி பெற நினைத்தால், அந்த வெற்றியை அடைய அவருக்கு ஒரு விடுபடு திசைவேகம் தேவைப்படும். இந்த நாட்டின் தலித்துகளுக்கு வெற்றிபெற வியாழன் கிரகத்தின் விடுபடு திசைவேகம் தேவைப்படுகிறது. நாம் டாக்டர் அம்பேத்கர் பற்றி பெருமை கொள்கிறோம். அவர்தான் விடுபடு திசைவேகத்தைப் பயன்படுத்திய முதல் மனிதர்.

பிறப்பிலிருந்து அரசியல் அதிகாரத்தின் உச்சியில் இருக்கும் ஒரு இளவரசருக்கு ‘விடுபடு திசை வேகம்’ போன்ற உருவகம் எளிதாக வரக்கூடும். ஆனால் இளவரசர்களின் குருமார்களின் இரட்டைப் பேச்சுகளால்

பாதிக்கப்பட்டுள்ள தலித்துகளுக்கு இதுபோன்ற சொற்கள் கொடூரமாக இருக்கும். இந்த வானவியல் தொடர்பான சொல் புதியது என்பதாலல்ல. மாறாக, இது ஏற்கனவே இதுமாதிரி நடந்துள்ளதே என்ற மோசமான உணர்வை ஏற்படுத்துவதால், வானவியல் ஜோதிடமாக இருந்த காலங்கள் தொட்டு இந்த உருவகம் தலித்துகளுக்குத் தெரிந்த ஒன்றுதான். பல நூற்றாண்டுகளாகவே வேதவாக்குகள் இந்த வாழ்வில் தமது சாதிக் கடமைகளை வழுவாது செய்து நற்பயனை ஈட்டிக் கொண்டால், அடுத்த பிறவியில் இந்த சாதியிலிருந்து அவர்கள் தப்பிக்கலாம் என்று அவர்களுக்கு சொல்லப்பட்டு வந்துள்ளது.

ராகுலின் 'விடுபடு திசைவேகம்' பழைய ஜோதிட சாஸ்திரவிதியின் மொழிபெயர்ப்புதான். இந்த வேகத்தில் ஒருவர் சாதியற்ற ஒரு வெளிக்குச் சென்றுவிடுவார் என்று அவர் கூறிவருகிறார்.

இந்த செயல்பாட்டின் வெற்றி தனிநபரின் திறமை, உள்ளார்ந்த ஆற்றல், முயற்சி ஆகியவற்றில் உள்ளது. இங்கிருக்கும் சாதி முறை பற்றி அதற்கு பிரச்சினை இல்லை. இதைத்தான் வேதக் கோட்பாடுகளும் கூறின. நீ உழைத்து, உன் சாதியிலிருந்து தப்பிக்கலாம். ஆனால் அது அடுத்த பிறவியில்தான். இப்போது சாதிமுறையிலிருந்துதப்ப முடியாது. நியாயமாகப் பார்த்தால் ராகுல் பண்டைய வேத முறையை வலியுறுத்துவதற்காகச் சொல்லியிருக்க மாட்டார். அவரது கூற்றை நேர்மறையாக ஒருவர் பார்த்தால்,தலித்துகள் மற்றவர்களைவிட அதிகமாக முயற்சி செய்ய வேண்டும் என்ற அளவில் அவர் கூறியது சரிதான். (வியாழனின் வேகம் பூமியின் வேகம்) ஆனால் அவ்வாறு செய்வது சாதியிலிருந்து விடுபட உதவுமா? அவர் அம்பேத்கரும், கன்ஷிராமும் தேவைப்பட்ட விடுபடு திசைவேகம் பெற்றதாகப் பேசினார். அவர்கள் உண்மையாகவே சாதியிலிருந்து தப்பித்தார்களா? தலித்துகள் எந்த சாதனை செய்தாலும், அவர்களில் பெரும் வெற்றி பெற்ற தனிநபர்கள் கூட சாதியால் அடையாளம் காட்டப்படுவதை, எந்த அடையாளமுமற்ற மதச்சார்பற்ற குடியுரிமை போன்ற ஒன்றிலிருந்து வெகு தொலைவில் இருப்பதை தெரிந்து கொள்ள முடியாத அறியாமையில் அவர் இருக்கிறாரா?

தமது மோசமான நிதியிலிருந்து தப்பிக்க வெளியிலிருந்து ஒரு உந்துசக்தி தேவைப்படுகிறது என்று ராகுல் கருதியிருக்கலாம். காங்கிரஸ் கட்சி அந்த சக்தியைத் தரும் என்று குறிப்பாக உணர்த்தியிருக்கலாம். பிரிட்டிஷாரிடமிருந்து அதிகாரத்தை அவரது கட்சி கைப்பற்யிபோது, அதற்கு தலித்துகளுக்கு அதிகாரம் தருவது, உண்மையில் அனைத்து இந்தியர்களுக்கும் அதிகாரம் தருவது பற்றி சிந்திப்பதற்கு அதற்கு நிறைய வாய்ப்புகள் இருந்தன. கல்வி, ஆரோக்கியம், வாழ்க்கைக்கான பாதுகாப்பு ஆகிய மூன்றும்

மனிதர்களுக்கு அதிகாரம் அளிப்பதற்கு இவ்விஷயங்களில் காங்கிரஸ் நிர்வாகத்தின் செயல்பாட்டை ஆராய்வது உதவிகரமாக இருக்கும். சுதந்திர இந்தியாவில் கல்வி என்பது எல்லா குழந்தைகளுக்கும் 18 வயது வரையில், அருகாமை பள்ளி அடிப்படையிலான பொதுக்கல்வி முறை மூலம் இலவசமாக அளிக்கப்பட்டு இருக்க வேண்டும். இதுதான் முதல் கல்வி ஆணையமாக கோத்தாரி ஆணையம் உள்ளது போலவே இங்கும் அனைத்துக் -குழந்தைகளின் அடிப்படை உரிமையாக இருந்திருக்க வேண்டும். (யுனெஸ்கோவின் அனைவருக்கும் கல்வி, உலக கண்காணிப்பு அறிக்கை 2010ன் படி) நாட்டின் வருவாயில் முதல் செலவு அதற்குத்தான் செய்யப்பட்டிருக்க வேண்டும். மாறாக, காங்கிரஸ் கட்சி, நிதியாதாரம் இல்லை என்ற பழைய காலனிய சாக்குப்போக்கைச் சொல்லி கல்வியை அடிப்படை உரிமையாக்க மறுத்தது.

இன்று பொது மருத்துவசதி என்பதுமிகவும் புறக்கணிக்கப்பட்ட ஒரு அரசுக் கடமையாக இருக்கிறது. தேசிய குடும்ப நலக் கணக்கெடுப்பு 3ன்படி (2005-06) நகர்ப்புறங்களில் 70 சத குடும்பங்களுக்கும், கிராமப்புறங்களில் 63 சத குடும்பங்களுக்கும் தனியார் மருத்துவத் துறைதான் முதன்மையான மருத்துவ வசதி வழிமுறையாக உள்ளது. 2013ன் 12 மாநிலங்களில் 14000 குடும்பங்களில், ஹெல்த்கேர் இன்ஃபர்மேட்டிக் இன்ஸ்டிட்யூட் நடத்திய ஒரு ஆய்வு, கிராமம் மற்றும் நகர்ப்புறங்களில் உள்நோயாளி மற்றும் வெளிநோயாளி மருத்துவத்தில், கடந்த 25 ஆண்டுகளில் தனியார் மருத்துவ வசதிகளைப் பயன்படுத்துவது சீராக அதிகரித்து வந்திருப்பதைக் காட்டுகிறது. (Hindu, 30 July 2013) தனியார் மருத்துவத்திற்கு அதிகமாக செலவழிப்பதுதான் வறுமைக்கான முக்கிய காரணமாக இருக்கிறது. பல அரசுகளும், ஆய்வாளர்களும் மொத்த உள்நாட்டு உற்பத்தியில் குறைந்தபட்சம் 2.5 சதத்தை மருத்துவ வசதிக்கு செலவு செய்வதன் அவசியம் பற்றிப் பேசினாலும், பிரைஸ்வாட்டர் ஹவுஸ் காப்பஸின் அறிக்கையின்படி, 2014ல் இந்திய அரசு சுமார் 1.4 சதம் மட்டுமே செலவழித்துள்ளது. மருத்துவ வசதிக்கு மொத்த உள்நாட்டு உற்பத்தியிலிருந்து செலவிடப்படும் தொகையின் உலக சராசரி சுமார் 10 சதவிகிதமாக இருக்கும்போது இந்தியாவின் செலவு (தனியார் மற்றும் அரசு இரண்டும் சேர்த்து) 47 சதமாக இருக்கிறது என்றும் அந்த அறிக்கை கூறுகிறது.

வாழ்க்கைப் பாதுகாப்பு என்பதை கிராமப்புறங்களில் புட்சிகரமான நிலச் சீர்த்திருத்தங்கள் வழியிலான நில உடமையுரிமை என்பதாலும், நகர்ப்புறங்களில் தொழில்மயம் மூலமாக நல்ல வேலைவாய்ப்பு என்பதாகவும் பார்க்கலாம். சுதந்திர இந்தியாவின் அரசு நிலச்சீர்த்திருத்தம் செய்வதாக காட்டிக் கொண்டது அதன் விளைவுகளைப் பார்த்தாலே

தெரியும். இன்றும் 9.5 சதமான குடும்பங்களின் வசம் 56.5 சத நிலங்கள் உள்ளன. அதனால் இந்தியா உலகில் மிக அதிகமான நில விநியோக அசமத்துவம் உள்ள நாடாக இருக்கிறது. 2015ல் அரசு வெளியிட்ட சமூக பொருளாதார மற்றும் சாதி கணக்கெடுப்பு அறிக்கை 56 சதமான கிராமப்புற குடும்பங்களுக்கு தமது வீடுகளைத் தவிர வேறு நிலமில்லை என்பதைக் காட்டுகிறது. நாடு தொழில்மயத்தில் முன்னேற்றத்தைக் காட்டினாலும், மக்களுக்கு போதுமான வேலை வாய்ப்புகளை உருவாக்கத் தவறிவிட்டது. அம்பேத்கர் இப்பிரச்சினை குறித்து தமது இந்தியாவில் சிறு சொத்துகளும் அவற்றிற்கான தீர்வுகளும் *('Small Holdings in India and their Remedies' - Journal of the Indian Economic Society Vol.1, 1918))* கட்டுரையில் ஆழமான பார்வையை அளித்துள்ளார். அதில் முதலீடு செய்யப்படாமல் உள்ள உபரியை ஏராளமான வேலையற்ற கிராமப்புறத் தொழிலாளர்களோடு இணைக்கும் வகையில் தொழில்களை வரிவுபடுத்துவது பற்றி முன்மொழிந்தார். லாபம் தரும் தொழில்களில் முதலீடு செய்வது மூலதனத்தை அதிகரிக்கும். இந்த வளரும் தொழில் அதிக தொழிலாளர்களை ஈர்த்து ஒரு சுழற்சியை ஏற்படுத்தும். இறுதியில் கிராமப்புற லாபமற்ற நிலங்கள் இரண்டாம் கட்ட வேலை வாய்ப்புகளுக்காக கைவிடப்படும். இது கிராமப்புறங்களில் நிலச்சொத்துக்களின் அளவு அதிகரிக்க உதவும். தனது கடைசி காலதில் அம்பேத்கர் தலித்துகள் மத்தியில் நில விநியோகம் மூலம் பொருளாதார உறவுகளை மாற்றுவதன் அவசரத் தேவை பற்றியும் உணர்ந்தார். காங்கிரஸ் கட்சி இந்தத் திட்டத்தில் ஈடுபட்டிருந்தால், ஐம்பதாண்டு கால மந்தமான பொருளாதார வளர்ச்சியையும், நிலச் சொத்துகள் தொடர்ந்து சுருங்கி வருவதையும் தவிர்த்திருக்கலாம். மக்களின் வாழ்க்கைப் பாதுகாப்பு பிரச்சினை தீர்க்கப்பட்டதோடு, தனது மோசமான பின்தங்கிய நிலையிலிருந்து மீண்டுவரத் தேவையான விடுபடு திசை வேகத்தையும் இந்தியச் சமூகம் பெற்றிருக்கும். ஒரே வார்த்தையில் சொல்வதானால், விடுபடு வேகம் என்பது அதிகாரம் வழங்குவதன் விளைவாகும். இந்த அடிப்படையான மாற்றம் ஏன் செய்யப்படவில்லை என்று ராகுல் காந்தி தன்னைத்தானே கேட்டுக் கொள்வது அவசியம்.

தலித்துகளை புவியீர்ப்பு அற்ற வாழ்க்கை நோக்கி முன்னேற்றியதில் அம்பேத்கருக்கு அடுத்தபடியாக கன்ஷிராம்தான் என்று ராகுல் புகழ்ந்தார். எனினும், தன்னைச் சுற்றி ஒரு வழிபாட்டு மரபை ஏற்படுத்தியதன் மூலம் அந்த முன்னேற்றத் திட்டத்தைக் தடை செய்ததாக கன்ஷிராமின் சிஷ்யை மாயாவதியை விமர்சித்தார். 'ஒன்று அல்லது இரண்டு தலித் தலைவர்கள் ஒரு இயக்கத்தை வேகப்படுத்திவிட, முடியாது. அது முன்னேற நமக்கு லட்சக்கணக்கான தலித் தலைவர்கள் வேண்டும் என்று முழங்கினார்.

காங்கிரஸ் கட்சி தான் இந்தியாவின் குரல், நாங்கள் தலித் சமூகத்தினர் எம்.பி.எம்எல்ஏவாக வர வேண்டும் என்று விரும்புகிறோம். ஒவ்வொருவரும் பங்கேற்க வேண்டும் என்று விரும்புகிறோம் என்று சேர்த்துச் சொல்லவும் மறக்கவில்லை. மாயாவதி அல்லது எந்தவொரு அரசியல்வாதியும்கூட, காங்கிரஸ் உருவாக்கிய வழியில்தான் கடமையாகச் சென்றார்கள் என்பதை அவர் உணரவில்லையா? இத்தனை ஆண்டுகாளக தலித் எம்எல்ஏ, எம்பிக்கள் குறையில்லாமல் இருந்ததை அவர் கவனிக்கவில்லையா? அவரது கட்சியாலும், குறிப்பாக காந்தியாலும் தான் காலனிய அரசு தலித்துகளுக்கு வழங்கிய தனியான பிரதிநிதித்துவம் அது நிறைவேறுவதற்கு முன் நசுக்கப்பட்டது. இப்படிப்பட்ட தனியான பிரதிநிதித்துவம் முஸ்லீம்கள், பௌத்தர்கள், சீக்கியர்கள், இந்திய கிறிஸ்துவர்கள், ஆங்கிலோ இந்தியர்கள், ஐரோப்பியர்கள் மற்றும் தீண்டத்தகாதவர்களுக்கு வழங்கப்பட்டது. மற்ற எந்தப் பிரிவுக்கும் தரப்பட்டதை காந்தி எதிர்க்கவில்லை. தீண்டத்தகாதவர்களுக்குத் தரப்படுவதை எதிர்ப்பதாக அறிவித்தார். பல நூற்றாண்டுகளான சாதி முறைதான் இந்து மத ஒற்றுமையை பாதுகாத்து வந்தது போல, இந்துமத பாதுகாப்பு என்ற பெயரில் தனது எதிர்ப்பை நியாயப்படுத்தினார். உண்ணாவிரதம் இருந்தார். 1932 செப்டம்பர் புனே ஒப்பந்தத்தின்படி மிகவும் போராடிப் பெற்ற ஒடுக்கப்பட்ட வகுப்பினருக்கான தனித் தொகுதிகளை விட்டுக்கொடுக்க அம்பேத்கரை நிர்ப்பந்தம் செய்தார். தலித்துகளின் அரசியல் அதிகாரத்திற்காக அம்பேத்கர் உருவாக்கிய திட்டம் முழுவதும் இவ்வாறாக அதன் எதிர்ப்பதமாக, அரசியல் அடிமைத்தனமாக மாறிவிட்டது. ரிசர்வ் தொகுதிகளில் தேர்ந்தெடுக்கப்படும் தலித்தலைவர்கள் என்று சொல்லப்படுபவர்கள் தம்மை அதிகாரத்தில் நீடிக்கச் செய்யும் ஆளும் வர்க்கக் கட்சிகளுக்கு அடிமைகளாக உழைக்கிறார்கள். மதச்சார்ப்பின்மை என்ற காரணம் காட்டி தனது கட்சி எவ்வாறு தந்திரமாக தலித்துகளை திரும்பவும் அடிமைப்படுத்தியது என்பதைப் புரிந்து கொள்ள ராகுல்காந்தி அரசில் இட ஒதுக்கீட்டின் நீண்ட வரலாற்றைப் படிப்பது அவசியம். அவர் அம்பேத்கரையும், கன்ஷிராமையும் புகழ்வதால், அவர்களிடமிருந்தே ஆரம்பிப்பது சரியாக இருக்கும். இருவருமே இந்த வஞ்சகம் குறித்து எவ்வளவு வெறுப்புக் கொண்டிருந்தார்க்ள், அதன் விளைவாக, ரிசர்வ் தொகுதிகளில் நின்று ஜெயித்த தலித் தலைவர்களை கைக்கூலிகள் என்றார்கள் என்பதை அறிவது அவருக்கு சுவையாக இருக்கும்.

ஆளும் வர்க்க ஆதரவோடு இந்த அரசியல் கைக்கூலிகள், பெரிய கட்சிகளின் அதரவின்றி தமது சமூகத்தின் நலனுக்காகப் போராடும் தலித் வேட்பாளர்களை எளிதாகத் தோற்கடித்தபோது இந்த அமைப்பின்

குறைபாடு வெளிப்பட்டது. அம்பேத்கரே 1952ல் நடந்த முதல் நாடாளுமன்றத்தேர்தலில் தனது முன்னாள் தனிச் செயலாளரும், காங்கிரஸ் வேட்பாளருமான நாராயண் கஜ்ரோல்கரிடம் தோற்றார். (காங்கிரஸிற்கு செய்த மகத்தான சேவைக்கு கஜ்ரோல்கருக்கு 1970ல் பத்மாபூஷன் அளிக்கப்பட்டது) 1954ல் பந்த்ரா ரிசர்வ் தொகுதிக்கு நடந்த இடைத்தேர்தலில் மீண்டும் அம்பேத்கர், காங்கிரஸ் நிறுத்திய அரசியலில் யார் என்றே தெரியாத பாவ்ராவ் போக்ர என்பவரால் தோற்கடிக்கப்பட்டார். கூட்டுத் தொகுதித்திட்டம் பல்வேறு பதாகைகளின் கீழ் தலித்தலைவர்களை உடனிணைத்துக் கொள்ளவும், அவர்களது இயக்கம் பிளவுபடவும் உதவியது. தனித்த பிரதிநிதித்துவம் அல்லது கூட்டணிக்கான வாய்ப்புகளையும் கடுமையாகக் குறைத்தது.

கூட்டுத் தொகுதியில் தலித் வாக்காளர்கள் சிறுபான்மையினர்தான். தலித் அரசியல்வாதிகள் பதவிக்கு வர பெரிய அளவில் உதவமாட்டார்கள். எனவே, இந்த அரசியல்வாதிகள் அவர்கள் நலன்களை காப்பது ஒருபுறமிருக்க, அவர்களைப் பற்றி கவலைப்படவே இல்லை. மாறாக, வெற்றி வாய்ப்பு என்பது ஆளும் வர்க்க கட்சிகளின் பணபலம், உத்திரவாதமான வாக்குவங்கி ஆகியவற்றை முற்றிலும் சார்ந்து இருப்பதால், இக்கட்சிகளில் இருந்த தம் புரவலர்களிடம் அவர்கள் அடிமைபோன்ற பணிவுடன் நடந்து கெண்டார்கள். மேலும், பெரிய கட்சிகள் பொதுத் தொகுதிகளில் எஸ்சி/எஸ்டி வேட்பாளர்களை ஒருபோதும் நிறுத்துவதில்லை (250 உறுப்பினர் கொண்ட ராஜ்யசபாவிற்கும் நியமிப்பதில்லை) 543 இடங்கள் கொண்ட நாடாளுமன்றத்தில் எஸ்சிகளுக்கு 84, எஸ்டிகளுக்கு 47 என்று அரசியலமைப்பின் 330வது பிரிவின் கீழ் உள்ள இட ஒதுக்கீடு போட்டியிடும் கட்சிகளின்உறுப்பினர்எண்ணிக்கையைக்கூட்டவும், அரசியல்படுத்தப்பட்ட வரலாறு உள்ள அந்த மக்கள் பிரிவின் கோபத்தை சமாளிக்கும் ஒரு வழிமுறையாகவும் தான் பயன்படுகிறது. இந்த அரசியல் இடஒதுக்கீட்டு முறை அடிமைத்தனத்தை நீக்கச் செய்வதுதான் என்று உணர்ந்த அம்பேத்கர் 1955ல் அதை ரத்து செய்யக்கோரினார். ஆனால் அது ரத்து செய்யப்படவில்லை. நிலவி வரும் சாதி என்ற கோளுக்கு அரசியல் இடஒதுக்கீடும், அது உருவாக்கிய தலைவர்களும் மிகப் பெரிய எடையை அளிக்கின்றன. இவை விடுபடு திசை வேகத்தை எட்ட முடியாதபடி செய்கின்றன.

அம்பேத்கருக்குப் பிறகு, தலித் செயல்பாட்டாளர்கள் அரசியல் இடஒதுக்கீடு ரத்து செய்யப்பட வேண்டும் என்று தொடர்ந்து கோரி வருகிறார்கள். ஆனால் அது ஆளும் வர்க்கங்களுக்கு மிகவும் பயனுள்ளதாக இருப்பதால் ரத்து செய்யப்படவில்லை. 1974ல் குஜராத்தில் தலித் பேந்தர் குறியீடாக 330 வது பிரிவிற்குத் தீ வைத்து அது நீக்கப்பட வேண்டும் என்று

போராடியது. புனே ஒப்பந்ததின் ஐம்பதாவது சம்சாக்களை (கை கூலிகளை) உருவாக்கியுள்ளதாகவும், அந்த சம்சாராஜிற்கு முடிவு கட்ட வேண்டும் என்றும் புனே முதல் ஜலந்தர் வரை 60 இடங்களில் நாடு தழுவிய இயக்கம் நடத்தினார். கடைசியாக விஷயம் புரிந்து கொள்ளப்பட்டது. புனே ஒப்பந்தம் காங்கிரஸ் வரலாற்றில் ஒரு கொண்டாடப்பட வேண்டிய விஷயமாக இல்லாமல் ஒரு அசிங்கமான விஷயமாக ஆகிவிட்டது. இந்த சந்தர்ப்பத்தை கொண்டாட நினைத்த பிரதமர் இந்திராகாந்தி அதை நிறுத்திவைக்க நேர்ந்தது.

அம்பேத்கரியர்கள் என்று தம்மைத்தாமே கூறிக்கொள்பவர்கள்

காங்கிரஸ் - தலித் அணுகுமுறை விஷயத்தின் வரலாறு சந்தேகத்தையும், ஏமாற்றத்தையும் தான் தருகிறது. 'தீங்கற்றவரான' மஹாத்மாவின் காலத்திலிருந்து, தலித்துகள் தம்மை ஹரிஜனங்களாக்கிய காங்கிரஸ் மீது வெறுப்புணர்வு கொண்டிருந்தார்கள். ஆனால் வேறு மாற்று இல்லாததால் அதை ஆதரித்து வந்தார்கள். அம்பேத்கர் இவை அனைத்தையும்' காங்கிரஸும் காந்தியும் தீண்டத்தகாதவர்களுக்குச் செய்ததென்ன? *('What Congress and Gandhi Have Done to Untouchables - 1945)* என்பதில் விரிவாகக் கூறி, அடையாளமாக ஏதோ செய்ததன்றி வேறு எதுவும் செய்யாமல் தம்மை தலித்துகளின் ரட்சகர்கள் என்று காட்டிக் கொள்வதற்காக, காங்கிரஸையும், குறிப்பாக காந்தியையும் அவர் சாடினார். *(BAWS9,259)* ஆனாலும், அடுத்த ஆண்டு காங்கிரஸ் பற்றிய தனது சந்தேகங்களையும், தனது கௌரவத்தையும் தள்ளி வைத்துவிட்டு, அதோடு ஒத்துச்செல்ல ஒப்புக்கொண்டார். உண்மையில் அது பரஸ்பர தேவையாக இருந்தது. *1946* ஜூனில் மௌண்ட்பேட்டன் திட்டப்படி, அம்பேத்கரது தொகுதி கிழக்குப் பாகிஸ்தானுக்குச் சென்றுவிட்டதால், அம்பேத்கர் அரசியலமைப்பு சபை உறுப்பினர் பதவியை இழந்தார். அரசியலமைப்பு சபை உறுப்பினராக இருந்தால், பிரிட்டிஷ் ஆட்சியில் தலித்துகளுக்குப் பெற்ற உரிமைகளை பாதுகாக்க முடியும் என்று அவர் நினைத்தார். காங்கிரஸ் அவரை அரசியலமைப்பு சபையின் உறுப்பினராக்கியது. பின்னர் சபையின் மிக முக்கியக் குழுவான வரைவுக் குழுவிற்கு அவரை தலைவராக்கியது. ம று வருடம் அவர் நேரு மந்திரிசபையின் சட்ட அமைச்சர் பதவியை ஏற்றார். காங்கிரசும் அதன் ஆஸ்தான வரலாற்றாலாளர்களும் பிற்காலத்தில் கட்சி அம்பேத்கரின் காங்கிரஸ் வெறுப்பை மனதில் கொள்ளாமல், பெருந்தன்மையோடு இந்த பதவிகளைத் தந்ததாகக் கூறினார்கள். அதில் தமக்கு இருந்த சுய நலனை மறைத்துவிட்டார்கள். வரைவுக் குழுவின் தலைவராக அம்பேத்கர் இருந்தது. விரைவில் அவர்தான் அரசியமைப்பு சட்டத்தை எழுதினார் என்று காட்டப்பட்டது. இந்திய சமூகத்தின் கீழ்மட்ட

மக்கள், அந்த ஆவணம் அவர்களுக்கு எந்த நன்மையும் செய்ய முடியாதது என்றாலும் கூட அதோடு உணர்வுப் பூர்வமாக ஒன்றிப்போக உதவியது. நேருமந்திரிசபையில், தலித்துகளை சமாதானப்படுத்துவது என்பதைத் தவிர அத்பேத்கரால் அவர்களுக்கு பெரிய பயன் ஒன்றுமில்லை. இதை உணர்ந்த அம்பேத்கர் இந்து சட்ட மசோதா விவகாரத்தில் மந்திரிசபையிலிருந்து விலகினார். அம்பேத்கர் இம்மசோதாவின் மூலம் இந்து சட்டங்களில் விவாகரத்தை அனுமதிப்பது, விதவைகளுக்கும், மகன்களுக்கும் சொத்துரிமை அளிப்பது போன்ற அவசியமான சீர்த்திருத்தங்களைக் கொண்டு வர முயற்சி செய்ய, அது சனாதன இந்துக்களால் பரவலாக எதிர்க்கப்பட்டது. தனது ராஜினாமா கடிதத்தில் அவர் வர்க்க, சாதி, பாலின அசமத்துவங்களைத் தீர்க்காமல், பொருளாதாரப் பிரச்சினைகள் தொடர்பான சட்டங்களைக் கொண்டு வருவது, நமது அரசியலமைப்பை கேலிக் கூத்தாக ஆக்குவதாகும். சாணிக் குவியலின் மீது அரண்மனை கட்டுவதற்கு ஒப்பாகும். என்று வாதிட்டார்.

அம்பேத்கருக்குப் பிறகான இயக்கத்தில் மக்கள் ஆதரவு தேடிக்கெள்ள அம்பேத்கரியர்கள் என்ற பெயரில் தலித் தலைவர்கள் தங்க சுய நலன்களை பாதுகாத்துக் கொண்டார்கள். *1948* ஏப்ரல் *25* அன்று லக்னோவில் ஆற்றிய உரையில் அம்பேத்கர் தலித் தலைவர்கள் காங்கிரஸில் சேர வேண்டாம் என்று எச்சரித்திருந்தார். காங்கிரஸில் சேருவதால் பட்டியலின சாதிகள் ஆட்சி அதிகாரத்தைப் பிடித்துவிட முடியாது. அதுமிகப்பெரிய ஒரு இயக்கம். அதில் நாம் கடலில் சேர்ந்த சிறுதுளியாகத்தான் இருப்போம். காங்கிரஸ் தீப்பற்றி எரிந்து கொண்டிருக்கும் ஒரு மாளிகை. அதில் நுழைந்தால் நாம் முன்னேற முடியாது என்றார். *((BAWS17, Part 3, 389))* அவரது தொண்டர்களும், எதிரிகளும் மிகவும் சந்தர்ப்பவாதமாக அவரை மேற்கோள் காட்டுகிறார்கள். நல்ல வாய்ப்புகளுக்காக காந்திருக்கும்போது அந்த அம்பேத்கரியர்கள் 'தலித் நலன்' பற்றி பேசுவார்கள். வோட்டு வாங்கி அதிகாரத்திற்கு வந்ததும் எதுவும் செய்ய மாட்டார்கள். மஹாராஷ்டிராவின் யஷ்வந்தராவ் சவானின் தலைமையில் தலித்தலைவர்களை தம்மோடு இணைத்துக் கொள்ள, காங்கிரஸ் வலை விரித்தபோது, குடியரசுக் கட்சியின் பல்வேறு கோஷ்டிகளின் தலைவர்களும், இதன் மூலம் தலித்நலன்களுக்கு மேலும் நன்கு பாடுபட முடியும் என்று சொல்லி, தாமாகவே வலையில் விழுந்தார்கள். தமது அப்பட்டமான பதவி வெறியை அம்பேத்கர் கூட நேரு மந்திரி சபையில் இருந்தார் என்று சொல்லி நியாயப்படுத்தினர். கூட்டுத் தொகுதிகளில் உள்ள ரிசர்வ் தொகுதிகள் தலித் வாக்குகளின் சக்தியை ஒன்றுமில்லாமல் செய்துவிட, முக்கியமான தலித்தலைவர்கள் விலைக்கு வாங்கப்பட்டது பாக்கியிருந்தவற்றையும் முடித்து வைத்தது. இந்த அம்பேத்கரியர்கள் கூச்சலிடும் 'தலித் நலன்கள்' என்பதுதான் என்ன?

90 சதம் தலித்துகள் நிலமற்ற கூலிகாளா, சிறு விவசாயிகளாக, கிராமங்களில் கைவினைத் தொழில செய்பவர்களாக, சேரிகளில் வாழும் தினக் கூலிகளாக, நகரப் பொருளாதாரத்தில் முறைசாரா தொழில்களில் தினக் கூலிகளாக பெரும் பிரச்சினைகள் நிறைந்த வாழ்க்கையை வாழ்வது இவர்களுக்குத் தெரியாதா? அம்பேத்கர் இதை தன் இறுதிநாட்களில் உணர்ந்தார். கிரமப்புற தலித் மக்களுக்கு தன்னால் அதிகமாகச் செய்ய முடியாமல் போனதே என்று புலம்பினார். காங்கிரஸிலும், பாஜகவிலுமுள்ள தலித் தலைவர்கள் கடந்த 60 ஆண்டுகளில் இந்த மக்களுக்காக ஏதாவது செய்திருக்கிறார்களா?

இந்த ஏற்பாட்டினால் ஆரம்பத்தில் லாபமடைந்தது காங்கிரஸ் என்றாலும், இன்று பாஜகதான் ரிசர்வ் தொகுதிகளில் அதிகமாக வென்றுள்ளது. காங்கிரஸ் விட்ட இடத்தை அது சிரமமின்றி பிடித்துக் கொண்டுவிட்டது. 2014 பொதுத் தேர்தலில் எஸ்சிகளுக்கான 84 தொகுதிகளில் 42 தொகுதிகளில் பாஜக ஜெயித்தது. 2009ல் 12 இடங்கள் ஜெயித்ததிலிருந்து இது பெரிய முன்னேற்றம். காங்கிரஸிற்கு வெறும் 6 தான் என்பதைப் பார்த்தால் மேலும் பெரிய வெற்றி. 503 தொகுதிகளில் போட்டியிட்ட பிஎஸ்பி எங்கும் ஜெயிக்கவில்லை. 2017 சட்மன்றத் தேர்தல் படுதோல்விக்குப் பிறகு, மாயாவதி தனது ராஜ்யசபா பதவியையும் இழக்க நேர்ந்தது. ஆனால் ராஜ்யசபாவில் பெரிய கட்சிகளிலிருந்து அசாதாரணமாக வளைந்துகொடுக்ககூடிய தலித்துகள் தான் அங்கு உறுப்பினராக ஆசைப்பட முடியும்.

தலித் அரசியல் மற்றும் தலைவர்களின் இந்த உற்சாகத்தை இழக்கச் செய்யும் நடவடிக்கைகளுக்கு இன்று பாஜகவிற்கு அனுமான்களாக இருக்கும் மூன்று ராம்களை உதாரணமாகச் சொல்லலாம். ராம்தாஸ் அத்வாலேயால் கோடிக்கணக்கான மதிப்புள்ள சொத்துகளை சேர்த்துக் கொண்டு, தான் அம்பேத்கரின் பாரம்பரியத்தில் வந்தவன் என்று சொல்லிக் கொள்ள முடிகிறது. ஒரு காலத்தில் தலித் பேந்தராக இருந்த அத்வாலே முதலில் மாஹாராஷ்டிராவில் என்சிபி காங்கிரஸ் கூட்டணி அரசில் சேர்ந்து கொண்டார். பிறகு, தன்னை மும்பையின் சித்தார்த் விஹார் பகுதியின் ஒரு சிறு அறையிலிருந்து, மஹாராஷ்ட்ராவின் கேபினட் அமைச்சராக சஹ்யாத்ரியில், குளிரூட்டப்பட்ட மாளிகையில் குடியேற்றிய காங்கிரஸை ‘தன்னை அவமதித்தாக’ குற்றம் சாட்டிவிட்டு, உடனடியாக பாஜகவில் சேர்ந்தார். இன்று அவர் சமூகநீதி மற்றும் அதிகாரமளித்தல் துறையின் அமைச்சர், ராம்விலாஸ் பஸ்வான் (2014ல் மோடி அமைச்சரவையில் உணவு மற்றும் பொதுவிநியோகத்துறை அமைச்சர், நீண்ட கால பாஜக விசுவாசி) ராம் சங்கர் சுதாரியா (பாஜகவிலேயே உள்ள ஆர்எஸ்எஸ் பயிற்சி பெற்ற

தலித் தலைவர், அமைச்சர்) உதித் ராஜ் (இவரது உண்மையான பெயர் ராம் ராஜ். டில்லி நாடாளுமன்ற உறுப்பினர், எஸ்சி/எஸ்டி அமைப்புகளின் அகில இந்தியக் கூட்டமைப்பின் தலைவர் ஆகியோர் மற்ற ராம்கள். அம்பேத்கர் பெயரைச் சொல்லி, தலித் நலன்களை பாதுகாப்பதாகச் சொல்லி நல்ல செல்வாக்குடன் வாழும் இதுபோன்ற அரசியல் வியாபாரிகள் நிறைய இருக்கிறார்கள். இதில் தலைசிறந்தவர் பஸ்வான்தான். 1996களிலிருந்து 2009 வரை இந்தக் கட்சி, அந்தக் கட்சி என்று தொடர்ந்து நான்கு அரசுகளில் மத்திய அமைச்சராக இருந்தவர். இப்போது ஐந்தாவது முறையாக பதவி சுகத்தை அனுபவித்து வருகிறார்.

மதவாதமும், சாதியும்

இந்திய ஜனநாயகம் இவ்வளவு மோசமாக தரந்தாழ்ந்துள்ள நிலையில், தலித் தலைவர்களின் சுயநலமான வித்தைகள் யாருக்கும் வியப்பளிக்காது. எல்லோரும் அதைத்தானே செய்கிறார்கள். பிறகு தலித் தலைவர்களுக்கு மட்டும் ஒரு சந்தர்ப்பம் வேண்டாமா? காங்கிரஸ், பாஜக இடையில் பெரிய வேறுபாடு இல்லை என்றாலும், ஆர்எஸ்எஸ் பாஜக கூட்டு இதுவரை செய்து வந்ததும், அதன் விளைவாக மக்கள் இரு கட்சிகளையும் பார்க்கும் விதமும் நம்மை எச்சரிக்கை கொள்ள வைக்கிறது. எப்போதும் பூர்ஷ்வாக்களுக்கு துணை போய்க் கொண்டு, தனக்கு சாதகமாக இருக்கும் நேரங்களில் மதவாதக் கட்சியாக இருந்துகொள்ளும் காங்கிரஸ் போல் அல்லாமல், பாஜக இந்து ராஷ்ட்டிரம் என்ற லட்சியத்தை அடைய உறுதி கொண்டுள்ள தத்துவத்தால் செலுத்தப்படும் கட்சி, நாட்டின் இந்து பெரும்பான்மை என்பதாகத் தோற்றமளிப்பது உண்மையில் சாதி சிறுபான்மையினரின் தொகுப்புதான் என்பதை உணர்ந்த ஆர்எஸ்எஸ் சமீப ஆண்டுகளாக மற்ற சாதிகளையும் ஈர்க்க சாதிகளுக்கிடையில் நல்லிணக்கம் என்னும் சமரசதா என்ற தந்திரத்தை முன் வைக்கிறது. முஸ்லிம்கள் உட்பட பல சமூகங்களிலிருந்து பிரதிநிதிகளை அதனால் எவ்வாறோ சேர்த்துக் கொள்ள முடிந்தாலும், அதன் மதவாத அடையாளத்தை உதறமுடியவில்லை. 2017 மே மாதம் கர்நாடகா பாஜக தலைவர் எடியூரப்பா தலித் வீடுகளுக்குப் போனது. ஆனால் ஹோட்டலிலிருந்து உணவு வரவழைத்து சாப்பிட்டது. அதே சமயத்தில் உபி முதலமைச்சர் யோகிஆதித்யதாத் பொதுக்கூட்டத்திற்கு வருவதற்கு முன் தம்மை சுத்தப்படுத்திக் கொள்ள வேண்டும் என்று தலித்துகளுக்கு சோப், ஷாம்பு அளித்தது போன்ற காட்சிகள் நம்மை காங்கிரஸ், பாஜக இடையிலான வேறுபாடுகளை ஆராய நிர்பந்திக்கின்றன. அளவில்தான் வேறுபாடா அல்லது குணத்திலா?

அளவில் என்றால், காங்கிரஸை மதச்சார்ப்பற்றது, அதாவது மதவாதமற்றது என்று எந்த அளவிற்குக் கருத முடியும்? காங்கிரஸ்

மதச்சார்பற்றது, சோஷலிஸ்ட், ஜனநாயகமானது என்று தவறாகவே கருதப்படுகிறது. இந்த சொற்கள் அரசியலமைப்பிலிருந்து எடுக்கப்பட்டவை. இவை அரசியலமைப்பின் தன்மையை மறைப்பது போலவே காங்கிரஸின் தன்மையையும் மறைக்கின்றன. இந்தியா ஒரு நவீன நாடாக முன்னேற வேண்டும் என்ற கருத்தை காங்கிரஸ் கொண்டிருந்தது உண்மைதான். ஆனால் அது முதலாளித்துவ வளர்ச்சியை ஆதரிக்கும் பரிவர்த்தனை அணுகுமுறையை தேர்ந்தெடுத்தது. இந்த அணுகுமுறைக்கு ஒரு தெளிவோ, தொடர்ந்த நிலைபாடோ கிடையாது. எனவே, காங்கிரசும் தடுமாறியது. பரிவர்த்தனை நடத்தை என்பது நிர்வாகத்தில் செய்யப்படும். உதாரணத்திற்கு, முதலாளித்துவ கணக்கின்படி, ஒரு பொதுமக்கள் தொடர்புப் பணியாக என்றாலும்கூட, ஓரளவிற்கு சோஷலிச ஆரவாரப் பேச்சுக்கள், சலுகைகள் எப்போதுமே பயனுள்ளவைகளாக இருக்கும். மதச்சார்பின்மையில் காங்கிரஸின் செயல்பாடுகளிடம் பயனுள்ளவையாகவே இருக்கும். மதச் சார்ப்பின்மையில் காங்கிரஸின் செயல்பாடுகளிடம் ஒரு பற்றுறுதி கிடையாது. கவனமாக ஆராய்ந்தால் காங்கிரஸ் செய்தவைகளும், செய்யத் தவறியவைகளும்தான் ஒவ்வொரு கட்டத்திலும் இந்துத்துவா சக்திகள் மீண்டெழ வழிவகுத்துள்ளன என்பது தெரியும். இச்செயல்பாட்டின் ஆரம்பம் அரசியலமைப்பில் மதச்சார்ப்பின்மையின் உருசிதைந்த வடிவத்தை தர்மானிபேக்ஷதா ஏற்றுக்கொண்டதுதான். இது அரசு மதத்தோடு தொடர்பு இல்லை என்று சொல்லி மதத்தையும் அரசியலையும் பிரிக்கும் தடுப்புச் சுவரை எழுப்பவில்லை. மாறாக, மத உணர்வுகள் வெள்ளமென உள்ளே நுழைய கதவுகளைத் திறந்து விட்டது. இது பொது வெளியை பெரும்பான்மையினர் கைப்பற்றச் செய்துவிட்டது. காங்கிரஸிற்கும் பாஜகவிற்கும் உள்ள முக்கியமான வேறுபாடு முதலாளித்துவத்தின் முன்திட்டத்தை திடீர் செயல்பாட்டிற்கும், பாசிசத்தின் விட்டுக் கொடுக்காத தன்மைக்குமான வேறுபாடுதான்.

சாதியமும், மதவாதமும் தொடர்பற்ற பிரச்சினைகள் என்று தவறாகப் பார்க்கப்படுகிறது. அவை அவ்வாறல்ல. 'ஹிந்துத்வாவும் தலித்துகளும்' - *'Hindutva and Dalits' (2005)* என்ற எனது நூலில், மதவாதத்தின் வேர்களை சாதியத்தில் காணலாம் என்று நான் வாதிட்டுள்ளேன். முஸ்லிம்கள், கிறிஸ்துவர்கள் மீது இந்துத்துவா சக்திகளோடு உள்ள வெறுப்பு அவர்கள் அந்நிய மதத்தை சேர்ந்தவர்கள் அவர்களது புண்ணிய பூமி தமது புண்ணிய பூமியிலிருந்து வேறுபட்டது என்பதனால் அல்ல. இந்த சமூகங்களின் பெரும்பான்மை மக்கள் ஒடுக்கப்பட்ட மக்களிலிருந்து மாறியவர்கள். இந்து மதத்தை எதிர்த்து, தைரியமாக மாறிச் சென்றவர்கள். அவர்கள் இப்போதும் தலித்துகளை வெறுப்பது போலவே இவர்களையும் அசுத்தமானவர்கள், கலாச்சார மற்றவர்கள், பின்தங்கியவர்கள் என்று வெறுக்கிறார்கள். இடது,

தாராளவாத மதச்சார்பின்மைவாதிகள் இந்த தொடர்பை புரிந்து கொள்ளவில்லை என்பதுதான் சோகம். இவர்கள் இந்து முஸ்லீம் மோதல் என்று வந்தால் உடனே எதிர்ப்பார்கள். அன்றாடம் நடக்கும் சாதி வன்முறை பற்றி வாய் திறக்கமாட்டார்கள். மதவாத மோதல் பற்றி கவலை தெரிவிப்பது முற்போக்கானதாகக் கருதப்படுகிறது. ஆனால் சாதி மோதல் பற்றிய எந்தக் கவலையும் பிற்போக்குத் தனமாக உள்ளது தேவையற்றதாகக் கருதப்படுகிறது.

சாதி விஷம் இந்த நாட்டின் அரசியலின் உடல் முழுக்க பரவியுள்ளது. பாஜக எப்போதாவது அதை வெளியில் துப்புகிறது. காங்கிரஸ் அதை மறைக்க முயற்சி செய்கிறது. காங்கிரஸ் கட்சியின் வரலாற்றை நாம் ஆழமாகப் பார்த்தால், இன்றைய அரசியல் சூழலை உருவாக்கியதில் அதன் பழிக்கத்தக்க பங்கைக் காணலாம். முஸ்லீம் பிரிவினை வாத உணர்வுகளை உண்டாக்கிய முஸ்லிம் ஆசைகளுக்கு இடம் தந்தது காங்கிரஸின் தோல்விதான். முஸ்லீம் லீகிற்கு மாற்றாக, காங்கிரஸ் தன்னை ஒரு இந்து கட்சியாக காட்டிக் கொண்டதை மறைக்க முடியாது. இந்து மதவாத அரசியலை உருவாக்கிய உறவுதான். முப்பதாண்டுகளுக்குப் பிறகு தேசப் பிரிவினையில் முடிந்தது. இக்கால கட்டத்தில் காங்கிரஸின் தலைவர்கள் பலர் இந்து மஹாசபாவுடன் தொடர்பு கொண்டவர்கள். சுதந்திரத்திற்குப் பிறகு பலரும் காங்கிரஸிலிருந்து ஜனசங்கில் எளிதாக இணைந்தது இந்த நெருக்கத்தைக் காட்டித் தருகிறது. காங்கிரஸை ஒரு மக்கள் இயக்கமாக மாற்றுவதில், காந்தி ராமராஜ்யம், வைஷ்ணவ ஜனதோ அல்லது ரகுபதிராகவ போன்ற பாடல்கள், சனாதன தர்மம், சீதையின் விளக்கங்கள் போன்ற எல்லாவிதமான இந்து அடையாளங்களையும், மக்களை ஈர்க்கப் பயன்படுத்தினார்கள். (இந்து கலாச்சார மேலாதிக்கம் நாடு முழுவதும் அதன் இயல்பான கலாச்சாரமாகப் பல காங்கிரஸ் அரசுகள் அனுமதித்தன.)

நாட்டை இந்துபெரும்பான்மைவாதம் நோக்கி செலுத்துவதில் காங்கிரஸின் பங்கிற்கு சரியான உதாரணம், தனது 1990 ரதயாத்திரையின் தொடக்க இடமாக எல்.கே.அத்வானி தேர்ந்தெடுக்க இடம்தான். அயோத்தியில் ராமர் கோவில் கட்டி இழந்த இடத்தை மீட்டும் போராட்டமாக, அத்வானியின் யாத்திரை குஜராத்தில், வல்லபாய் படேல், கே.எம்.முன்ஷி போன்றோர் சுதந்திரத்திற்குப் பிறகு, கோவில் கட்டிய குஜராத்தின் சோமநாதர் ஆலயத்தில் இருந்து ‘கலாச்சார மறு எழுச்சியை’ குறிக்குமாறு துவக்கினார். இது ராம ஜென்மபூமி இயக்கத்தின் பயங்கரத்தை முன்னறிவிப்பதாக இருந்தது. தொல்லியல் துறையும், கவித்துறையும் சோமநாதர் ஆலயத்தின் இடிபாடுகள் காக்கப்பட வேண்டும். புதிய கோவிலை வேறு இடத்தில் கட்டலாம் என்று எச்சரித்த பரிந்துரைகளை

படேலும் முன்ஷியும் மீறினார்கள். ஹிலால் அகமது எழுதிய 'காலணிய காலத்திற்கு பிறகான இந்தியாவில் முஸ்லீம்களின் அரசியல் சொல்லாடல்' - **'Muslim Political Discourse in Post - Colonial India'** என்ற நூலில் படேலின் எதிர்வினை கீழ்கண்டவாறு ஆவணப்படுத்தப்பட்டுள்ளது.

'இந்தக் கோவில் தொடர்பான இந்துமக்கள் கனவுகள் வலுவானவை. பரவலானவை. இன்றைய நிலையில் கோவிலை புதுப்பிப்பதோ, அல்லது அதன் ஆயுளை நீட்டிப்பதோ அந்த உணர்வுகளை திருப்திப்படுத்தாது. விக்ரகத்தை மீண்டும் நிறுவுவதுதான் இந்து மக்களுக்கு மரியாதைக்குரிய செயலாக இருக்கும். *(2014:113)*

இடிபாடுகள் உடனடியாக அகற்றப்பட்டு, அதே இடத்தில் புதிய கோவில் கட்டப்பட்டது. அதற்கான அஸ்திவாரம் 1951 மே 11 அன்று குடியரசுத்தலைவர் ராஜேந்திர பிரகாதாஸ் (முக்கியமான காங்கிரஸ்தலைவர்) இடப்பட்டது. அடுத்த ஆண்டு அவர் பணாரசில் 200 பிராமணர்களின் கால்களைக் கழுவி இந்து எழுச்சி மற்றும் சாதியத்தின் பிரிக்கமுடியாத தன்மையை எடுத்துக் காட்டினார். கே.எம். முன்ஷி பாரதிய ஜன சங்கில் போய் சேர்ந்து, கதையை முடித்து வைத்தார்.

சுதந்திரத்திற்குப் பிறகு காங்கிரஸ் பல ஆண்டுகளுக்கு எதிரிகளே இல்லாமல் இருந்தது. ஆனால் மதச்சார்பற்ற உணர்வைப் பரப்ப எதுவும் செய்யவில்லை. இந்து சட்ட மசோதா விவகாரத்தில் அம்பேத்கர் அரசிலிருந்து விலகியது வரும் காலங்களின் தீங்கு பற்றிய முன்னறிகுறியாக இருந்தது. கடந்த 70 ஆண்டுகளில் செய்யப்பட்ட ஒரே மத சீர்த்திருத்தம் சதி ஒழிப்பு சட்டம்தான். 1987ல் ராஜஸ்தானில் 18 வயதான ரூப் கான்வர் தனது கணவரோடு உடன்கட்டை ஏறியபோது நாடெங்கும் ஏற்பட்ட கொந்தளிப்பால் இச்சட்டம் வந்தது. சமீபத்தில் முத்தலாக் முறைக்கு எதிரான சட்டம் வந்துள்ளது. செயல்பாட்டு அளவில், அரசின் மிகவும் புகழப்படும் தர்மநிர்பேக்ஷதா என்பது பெரும்பான்மை மதத்தின் மேலாதிக்கம் என்றே பொருள் கொள்ளப்படுகிறது. அது அப்பட்டமாக தேசிய பாரம்பரியத்தின் அந்தஸ்தை ஏற்றுக்கொண்டது. உ.பி. முதலமைச்சர் யோகி ஆதித்யநாத் தனது மாநிலம் முழுக்க ஜன்மாஷ்டமி கொண்டாடப்பட வேண்டும் என்று உத்தரவிட்டார் (இந்தியன் எக்ஸ்பிரஸ், 2017 ஆகஸ்ட் 14) அதை ஒரு விதிவிலக்காக ஏற்க முடியாது. மாறாக இயல்பாக உள்ள பெரும்பான்மைவாதப் பாரம்பரியத்தின் உச்சகட்டம் என்றுதான் கொள்ள வேண்டும்.

அதுபோக, இந்துத்துவா கட்சிகளான ஜன சங்கும், பின்னாளில் பாஜகவும் காங்கிரஸின் மதவாத தந்திரங்கள் அவற்றை வளர்த்துவிடும்வரை சிறு சக்திகளாகவே இருந்தன. 1965ல் ஷா பானு வழக்கில் ராஜீவ் காந்தி

தேவையில்லாமல் தலையிட்டபோதுதான் எல்லாம் ஆரம்பித்தன என்பதற்கு வரலாறே சாட்சி. முஸ்லீம் அடிப்படைவாதிகளை திருப்திப்படுத்த உச்சநீதிமன்றத்தின் நியாயமான, குறிப்பிடத்தகுந்த ஒரு தீர்ப்பை செல்லாததாக்க அவர் தனது நாடாளுமன்றப் பெரும்பான்மையைப் பயன்படுத்தினார். இது ஒரு மதவாதத் தீயை ஏற்படுத்த இந்துத்துவ சக்திகளுக்கு போதுமான ஒரு தீப்பொறியைத் தந்தது. அசிங்கமான சமப்படுத்தும் செயலாக, இம்முறை இந்துக்களை திருப்திப்படுத்த, ராஜீவ்காந்தி அயோத்தியின் பாபர் மசூதியின் பூட்டைத் திறக்க உத்தரவிட்டது. இந்த தீயை காட்டுத்தீயாக மாற்றியது. பாபர் மசூதி இடிப்பும், அதை தொடர்ந்த கலவரமும் நூற்றுக்கணக்கான உயிர்களை பலிகொண்டது. பாஜகவை ஆட்சியில் அமர வைத்தது. மசூதியின் இடிப்பிலும், அன்றைய பிரதமர் நரசிம்மராவின் மறைமுகமான பங்கு பல்வேறு விதங்களில் ஆவணப்படுத்தப்பட்டுள்ளது. இதுபோன்ற கூட்டிற்கான உதாரணங்கள் வேண்டுமென்றே செயல்படாமல் இருப்பது ஏராளமாக உள்ளன. மதச்சார்பின்மை என்பது இஸ்லாம் அல்லது முஸ்லீம்களுக்கு அதைப் பயன்படுத்துவது என்று இருக்க முடியாது. அது அனைத்து மதங்களுமானதாக, அதுவும் இந்திய சமூகத்தின் அடித்தளமாக சாதிக்கு மிக முக்கியமாகப் பொருந்துவதாக இருக்க வேண்டும். மதச்சார்பின்மை, முற்போக்கு அரசியல் ஆகியவற்றின் விவாதங்களில் சாதி லேசாகவும் கூட இடம் பெறுவதில்லை. அதனால்தான் அதன் பல்வேறு சுமைகளின் கீழ் வாழ்வோருக்கு விடுபடு திசை வேகம் தான் ஒரே வழி என்று சொல்லப்படுகிறது.

உடற்கூறியல், இயற்பியல் மற்றும் மந்திரவாதியின் சீடர். ராகுல் காந்தியின் தலித் பாசம் ஒரு விளம்பரக் கோமாளித்தனம் என்று சிலர் கண்டுகொள்வதில்லை. ஆனால் நான் அவர் மீது அனுதாபம் கொள்ள நினைக்கிறேன். அவரது பேச்சுகளின் நோக்கம் தனது பிம்பத்தை வளர்த்துக்

கொள்வதாக இருக்கலாம். ஆனால் அவற்றில் சிறிது நேர்மை இருப்பதை மறுக்க முடியாது. என்ன இருந்தாலும், அவர் ராம்பூர்-தியோகானில் செய்ததுபோல் பக்கத்தில் கேமரா இல்லாமல், ஒரு கிராமத்தின் எளிய தலித் போல ஓரிரவு வாழ்வது கஷ்டம்தான். அவர் காந்தி மாதிரிதானே செய்தார் என்று நாம் கோபமாகச் சொல்லலாம். ஆனால் ராகுல், காந்திபோல் ஆட்டுப்பாலும், பருப்பு வகைகளையும் கேட்கவில்லை. ஒரு தொழிலதிபர் வீட்டிலிருந்து உணவை வரவழைக்க வில்லை. அவரது அந்த கிராமங்களை சுற்றுலா வந்த இளவரசரின் சாகசமாக நாம் புறந்தள்ள வேண்டாம். நீண்ட காலமாக தேர்தல்களில் தலித்துகள் காங்கிரஸை ஆதரித்து வந்தது உண்மைதான். எனினும், அவர் அவர்களுக்கு நிறைய செய்ய வேண்டிய தேவை உள்ளது என்று கூறும்போது இவ்விஷயத்தில் நீண்ட அருமையான

வரலாறு கொண்ட காங்கிரஸிடம் சொல்வதற்கு மிகவும் குறைவான விஷயங்களே உள்ளன என்ற கேள்வி எழுகிறது. ஒன்றுக்கும் மேற்பட்ட காரணங்களால், கட்சியின் கவனிக்கப்படாத முதுக்கெலும்பு இனிமேலும் அதன் வீங்கிய தலையின் சுமையைத் தாங்க முடியாத நிலையில் உள்ளது.

அவரது கட்சியின் கடந்த கால வரலாற்றை வைத்துப் பார்க்கும்போது சாதிப் பிரச்சினைக்குத் தீர்வாக ராகுல் கூறும் வானவியல் உதாரணம், சந்தர்ப்பவாத அரசியல் ஆரவாரப் பேச்சாகத்தான் உள்ளது. துரதிருஷ்டவசமாக அவருக்கு அந்த உதாரணம் சரியாகப் பொருந்தும் வகையில் ஜாயின் வரலாறும் சரியாகத் தெரியவில்லை. அறிவியலின் அடிப்படையும் சரியாகத் தெரியவில்லை. வெற்றிபெற தலித்துகளுக்கு ஒரு விடுபடு திசைவேகம்தேவை என்று கூறுவது சாதிப் பிரச்சினையை விளக்கும் பெரும்பாலான ஆய்வாளர்கள் செய்யும் மிக அடிப்படையான தவறுதான். ராகுலும் அதையே திரும்பக் கூறுகிறார். சாதிப் பிரச்சினையிலிருந்து தப்பிக்க இந்தியா சமூகத்திற்குத்தான் விடுபடுதிசை வேகம் தேவை. தலித்துகளுக்கு அல்ல என்று ஏன் சொலலப்படுவதில்லை என்று புரியவில்லை. இட ஒதுக்கீடு என்ற வடிவிலான நேர்மறையான பாரபட்சத்தின் பின்னால் உள்ள வாதம் மிக எளிமையாக தலித்துகளை திரும்பவும் சிறுமைப்படுத்துகிறது. அவர்களை எப்போதும் கீழ்படியும் பயனாளர்களாக, ஏதோ ஒன்று இல்லாதவர்களாக, ஏதோ ஒரு குறைபாட்டால் துன்புறுபவர்களாகவே நடத்துகிறது. ஏதோ ஒன்று இல்லாதவர்களாக, ஏதோ ஒரு குறையீட்டால் துன்புறுபவர்களாகவே நடத்துகிறது. எனவே, ஒரு தர்மசிந்தையுள்ள சமூகத்தால் உதவப்பட வேண்டும் என்று கருத வைக்கிறது.

இந்த வாதத்தை தலைகீழாகப் புரட்டிப்போடுவது அவசியம். இந்த சமூகம்தான் சாதியம் என்ற நோயால் பாதிக்கப்பட்டிருக்கிறது- அதை சரி செய்ய நினைப்பவர்கள் பெரும்பாலும் தலித்துகள்தான். தனது ஒழுங்கற்ற தன்மையிலிருந்து மீள, தலித்துகளை தனது சொந்த மக்களாக ஏற்க, இந்த சமூகத்திற்குத்தான் விடுபடு திசைவேகம் அவசியம். அந்த நோய், அதுவும் குறிப்பாக சாதியம் போன்று வேகமான மாற்றங்களை விளைவிக்கும் புற்றுநோய் போன்று இருக்கும்போது, அது விரிவான வகையில் மருத்துவம் பார்க்கப்பட வேண்டும். ஒரு பகுதி சார்ந்த தலையீடு அல்லது அறுவை சிகிச்சை என்பவையெல்லாம் நேர விரயம். இதுதான் அம்பேத்கரின் நோய் பற்றிய கணிப்பும், அதற்கான மருத்துவமும், இதை அவர் சாதி ஒழிப்பில் கூறியுள்ளார். அவரது மருத்துவம் தர்ம சாஸ்திரங்களை வெடி வைத்துத் தகர்க்க வேண்டும் என்பதாகும். அப்போதுதான் விடுபடு திசை வேகம் கிடைக்கும். தலித்துகள் நிலைமை பற்றி அடுத்த அறிவிப்பை வெளியிடுவதற்கு முன் ராகுல் இந்த நூலை படிப்பது நல்லது. ஒரு சமூக

அமைப்பின் சூழலுக்கு வான்கோளவியல் உதாரணத்தை ராகுல் பொருத்துவதும் தவறானது. விடுபடு திசைவேகம் வளிமண்டல உராய்வு இருக்காது என்ற அனுமானத்தை அடிப்படையாகக் கொண்டது. புவியீர்ப்பின் அழுத்தத்தோடு ஒப்பிடும்போது அந்த உராய்வு மிக மிக சிறியது என்று அனுமானிக்கப்படுகிறது. சமூக நிலையில், அதன் நேர் எதிர் தான் உண்மையானது. சாதி முறையால் உண்டான கலாச்சார தேக்கநிலைதான் சக்திபோக, நவீன நிறுவன அமைப்புகளால் அது புத்துயிர் பெறுதல் ஏற்பட்டக் கூடுதல் உராய்வு சக்தியும் சேர்ந்து, சாதி ஒழிப்பை எதிர்க்கின்றன. அது மேலே எழும்பிச் செல்ல நினைக்கும் ராக்கெட்டின் உள்ளார்ந்த எடையைக் கூட தோற்கடித்துவிடக்கூடும். காலனிய, பின்காலனிய நவீனத்துவத்தின் தாக்கம். பழைய சாதி முறையின் சுத்தம் தீட்டு போன்ற கருத்தாக்கங்களை பலவீனப்படுத்தியிருந்தாலும் கூட, பின் தாராளமய மேல்கட்டுமானத்தின் இதயத்தில் சாதி தனக்கென ஒரு இடத்தைப் பிடித்து வைத்துக் கொண்டிருக்கிறது. இந்த சமூக ராக்கெட்டை சாதி அமைப்பு என்ற வட்டத்திற்கு வெளியே தூக்கிச் செல்ல முயலும் எந்த உந்து சக்திக்கும் கடுமையான எதிர்ப்பு இருக்கும் என்பது தெளிவு. சாதி ஒழிப்பு நோக்கி நம்மை செலுத்தும் சக்தியின் பலம் மிகவும் குறைவாக இருக்கும் வேளையில், அதை ஒரு விடுபடு திசை வேகத்தால் அதிரிக்க நினைப்பது மாந்திரீகம் அல்லது சூனியம் வைப்பதை நம்புவதைப் போன்றதுதான். இந்த உடும்புத் தைலத்தை ஏற்கனவே பல காலமாக தலித் மக்களுக்கு விற்றிருக்கிறார்கள்.

மூத்த காங்கிரஸ் தலைவர் பி.வி.நரசிம்மராவ் தனது நினைவலைகளில் நமது அரசியல் கலாச்சாரம் தலைவர் மட்டுமே முழு அதிகாரத்தையும் வைத்திருக்கும் ஒரு நிலப்பிரபுத்துவ முறையாகத்தான் அடிப்படையில் எப்போதுமே இந்து வருகிறது எறு ஒளிவு மறைவின்றி எழுதியுள்ளார். எந்தக் கட்சியிலும் உட்கட்சி ஜனநாயகம் என்பது ஒருபோதும் கிடையாது. தன்னை குடியரசு என்றும், மக்களுக்கு இறையாண்மை வழங்கியுள்ளது என்றும் கூறிக்கொள்ளும் அரசு, அதிகாரம் ஒரு உச்சத் தலைவரிடம் குவிந்திருப்பதை பொறுத்துக் கொள்கிறது. அது சொந்த ஆட்சி ஆரம்பித்த காலத்திலேயே உருவாகிவிட்டது. காங்கிரஸின் உச்சத்தலைவரான காந்தி நேருவிற்கு அரசராக பட்டாபிஷேகம் செய்து வைத்துவிட்டு, சர்தார் படேல், மௌலானா ஆஸாத் போன்ற மற்ற போட்டியாளர்களை தமது தேர்தவை ஏற்றுக் கொள்ளச் சொன்னார். லால் பகதூர் சாஸ்திரி பிரதமரானது போன்ற சில சிறு இடைவெளிகளைத் தவிர்த்து சுதந்திரத்திற்குப் பிறகான வரலாற்றின் பெரும்பகுதி நேரு காந்தி பரம்பரைகள் ஆட்சி செய்தது. காங்கிரஸ் இந்த நாட்டின் அரசியல் கலாச்சாரத்தை நிறுவியது. மற்றவர்கள் பல்வேறு

அளவுகளில் அதை பின்பற்றினார்கள். அதிகாரமளித்தல் என்றால் ஏழைகளுக்கு உணவை அள்ளிக் கொடுப்பது, உறைவிடம் தருவது, வாழ்க்கைப்பாடம் நடத்துவது என்று பட்டாபிஷேகத்திற்குக் காத்திருக்கும் இளவரசரைத் தவிர வேறு யார் நினைப்பார்கள்? சமூக பிரச்சினைகள் குறித்த இந்த அணுகுமுறை நிலப்பிரபுத்துவ கர்வத்தைக் காட்டுகிறது. இது மஹாத்மாவின் ஆன்மீக சாதியத்திலிருந்து உத்வேகம் பெற்று அதை சுவசிச்பாரத் திட்டம் என்று புது பொட்டலத்தில் வழங்கும் நரேந்திர மோடியின் கர்வத்திற்கு சற்றும் குறைந்ததல்ல.

ராகுல்காந்தி நிறைய வீட்டுப்பாடம் செய்ய ண்டியுள்ளது. வானியற்பியலில் அல்ல, அரசியல் திட்டத்தந்திரங்களில், மோடியின் இந்துத்துவாவை மென்மையான இந்துத்துவா மூலம் எதிர்கொள்வது தோல்வியை ஒப்புக்கொள்வதாகும். ராகுல் தனது இந்துத்தன்மையை நிறுவ வெறித்தனமாக இந்துக் கோவில்களுக்குச் செல்வதைப் பார்க்கப் பாவமாக இருக்கிறது. இந்துக்கள் அல்லது இந்து மதம் தொடர்பான பிரச்சினைகளால் தெளிவான நிலைபாடு எடுப்பதைத் தவிர்க்கும் அவரது கட்சியின் அருவருப்பான உருமாற்றத்தையும் பார்த்தால் கோபமாக வருகிறது. ராகுல் ஒரு பூணூல் அணிந்த பிராமணர் என்று நிறுவ அது கஷ்டப்படுவதைப் பார்க்க அருவருப்பாக உள்ளது. தன்னை ஒரு தலித் ஆதரவாளராகச் காட்டிக் கொள்ளச் செய்த அத்தனை முயற்சிகளையும் இந்த ஒரு அறிவிப்பு அழித்து விடும் என்பதை அவர் அறிய வேண்டும். காங்கிரஸின் இந்த முதுகெலும்பை மீண்டும் பலப்படுத்த ராகுல் காந்தி உண்மையாகவே விரும்பினார். சாதியின் பிடியிலிருந்து தப்பிக்கப் போவதாக விடுபடு திசைவேகத்தை இந்தியா எப்படிப் பெறமுடியும் என்பது பற்றி அவர் சிந்திக்க வேண்டும்.

13

ஆம் ஆத்மி கட்சி

நவீன தாராளமய யுகத்தின் அரசியல் ஆப் (APP)

உயர்பதவிகளில் ஊழல்களைக் கட்டுப்படுத்த ஜன் லோக்பால் கொண்டு வரும் நோக்கம் கொண்டிருந்த ஊழலுககு எதிரான இந்தியா என்ற அகில இந்திய அமைப்பில் பிளவு ஏற்பட்டதைத் தொடர்ந்து 2012 நவம்பர் 26 அன்று ஆம் ஆத்மி கட்சி உருவானது. பிளவில் உருவானது என்றாலும் அரசயல்வாதிகளால் வெறுத்துப்போன மக்களுக்கு நம்பிக்கை தருவதாக இருந்தது. காரணம் அது அரசியலுக்கு அப்பாற்பட்ட இளைஞர்களால் உருவானது. புகழ்பெற்ற வழக்கறிஞரான பிரசாந்த் பூஷண், அரசியல் ஆய்வாளர் யோகேந்திர யாதவ் போன்றோர் அதன் ஆலோசகர்களாக இருந்தார்கள். அரவிந்த் கேஜ்ரிவால் நல்ல புத்திசாலி மனிதராக, நம்பத்தகுந்தவராக, அரசியலில் ஊழலை ஒழிப்பதை லட்சியமாகக் கொண்டவராக வெளிச்சத்திற்கு வந்தார். இடது, மற்றும் மையத்திலிருந்து விலகிய இயக்கங்களின் செயல்பாட்டாளர்கள் பலரும் கட்சியில் சேருமாறு அவர் விடுதத அழைப்பிற்கு இசைந்தார்கள். அரசியல்வாதிகளை, வெறுத்த, நல்ல மனிதர்கள் அரசியலுக்கு வந்தால் இன்றைய அமைப்பை சுத்தப்படுத்தி விடலாம் என்று நம்பிய இளைஞர்களை அது ஈர்த்ததால், பொதுப்போக்கு கட்சிகளுக்கு இந்த புதிய கட்சி பெரிய சவாலாக இருக்கும்போல் தோன்றியது. பிரார்த்தனைக்கு பதில் கிடைத்ததுபோல கடைசியில் இங்கு நல்ல மனிதர்கள் இருப்பதுபோல் தெரிந்தது.

ஆ.ஆ.க. 2013 டில்லி சட்டமன்றத் தேர்தலில் களத்தில் இறங்கியது. பெரும்பான்மைக்கு சற்றே குறைவான இடங்களுடன், அதிக இடங்களில் வென்ற கட்சியாக இருந்தது. காங்கிரஸிடமிருந்து கேட்காமலேயே வந்த ஆதரவோடு ஆட்சியமைத்தது. பதவியேற்றதும் மானிய விலையில் மின்சாரம், இலவச குடிநீர் விநியோகம் என்ற தனது இரு வாக்குறுதிகளையும் நிறைவேற்றியது. இது டில்லி வாக்காளர்களை பெரிய அளவில் கவர்ந்தது. நாடெங்கிலும் அதற்கு ஆதரவு அலை எழுந்தது. அதே சமயத்தில் பல செயல்களைச் செய்தது. செய்யாததிலும், உள்கட்சிப் பூசலிலும் அதன் அரசியல் முதிர்ச்சியின்மை தெரிந்தது. லோக்பால் பிரச்சினையில் ஒரு இக்கட்டான நிலையை சந்தித்த கேஜ்ரிவால் பதவியை ராஜினாமா செய்து, சட்டமன்றத்தைக் கலைக்க பரிந்துரை செய்தார். 2014ல் நாடாளுமன்றத் தேர்தலில் போட்டியிட்டுத் தோற்றபிறகு, ஆஆக 2015 தேர்தலைச் சந்திக்க

மிகப் பெரிய வாக்காளர் சந்திப்புத் திட்டங்களோடு மீண்டும் டில்லி திரும்பியது. இது கேஜ்ரிவாலுக்கும், பிரதமர் மோடிக்கும் ஒரு கௌரவம் போராட்டமாக இருந்ததால், ஆஆக, பாஜக இரண்டுமே வெற்றிபெற தமது அனைத்து பலங்களையும் பயன்படுத்தின.

பிப்ரவரி தேர்தலில் மொத்த இடங்களில் 95.7 இடங்களும் (70க்கு 67) 54.3 சத வாக்குகளும் பெற்று ஆஆக புதிய தேர்தல் வரலாறு படைத்தது. இது ஒரு சாதனையாகும். இதற்கு முன்பு மூன்று முறைதான் இது, அனைத்தும் சிக்கிமில் நடந்துள்ளது. 1989ல் நார் பகதூர் பண்டாரி தலைமையிலான சிக்கிம் சங்ராம் பரிஹத் மொத்த இடங்களான 32ம் வென்றது. 2009, ஐந்து முறை முதலமைச்சராக இருந்தவரான பவன் குமார் சாம்லிங்கின் சிக்கிம் ஜனநாயக முன்னணி இந்த சாதனையை 2004ல் செய்தது. 32 இடங்களில் 31ல் வென்றது. இந்த சாதனைகள் வரலாறாக முக்கியம்தான் என்றாலும், ஆஆகவின் வெற்றி பலவிதங்களில் தனித்துவமானது. முதலாவது இந்தியாவில் எந்தக்கட்சியும் ஒரு சட்டமன்றத் தேர்தலில் அதுவும் ஒரு யூனியன் பிரதேசத்தில் நேர்மையான நிர்வாகம், வெளிப்படைத்தன்மை, பொறுப்புடைமை ஆகிய வாக்குறுதிகளை மட்டுமே முன் வைத்து வென்றதில்லை. இரண்டாவது இதுபோன்ற அல்லது இதைவிட சிறந்த தேர்தல் வெற்றிகள் எல்லாம் ஒரு மாநிலம் சார்ந்த பிரச்சினைகளில் மாநிலக் கட்சிகளுக்குள் நடந்த தேர்தல் போட்டியில்தான் வந்துள்ளன. இக்கட்சிகள் எவையும் ஒரு பொதுப்போக்கு ஆளும் கட்சியைத் தோற்கடித்து, நிறுவப்பட்ட அரசியல் வழிமுறைக்கு சவால் விட்டதில்லை.

இயல்பாகவே 2015 ஆஆகவின் வெற்றி நாட்டுமக்கள் பெரும்பாலானோரால் கொண்டாடப்பட்டது. 2014 பொதுத் தேர்தலில் பாஜக நாடாளுமன்றத்தில் இதுவரை பெரும்பான்மை பெற்ற எந்தக் கட்சியும் பெறாத அளவிற்கு மிகக் குறைவாக 31 சதவாக்குகள் தான்

பெற்றிருந்தது. இதன் பொருள் பாஜகவிற்கு வாக்களிக்காத 69 சதத்தினருக்கு ஆஆகவின் வெற்றியைக் கொண்டாட காரணம் இருந்தது என்பதுதான். அந்த உணர்ச்சிவயமான கட்சி அடுத்தடுத்து சந்தித்த பின்னடைவுகளால் அந்த வெற்றி உருவாக்கிய நன்னிலை உணர்வு குறைந்தது. ஆனாலும், அக்கட்சி உருவாகக் காரணமாக இருந்த சூழல் நிலைகளை, அது காங்கிரஸ் மற்றும் பின்டெழுந்து வந்த வலதுசாரிகளுக்கு எதிரான பாதுகாப்பு அரணாக இருக்கும் என்று மக்களுக்கு நம்பிக்கை ஏற்பட்டதன் காரணங்களைப் புரிந்து கொள்வது முக்கியமானது.

ஆஆகவின் தேர்தல் சாதனையின் சூழல் பலவிதங்களில் தனித்துவமானது. 2014 பொதுத் தேர்தலுக்குப் பிறகு மோடியும், அமித்ஷாவும் மேற்கொண்ட

அஸ்வமேத யாகம் அவர்களுக்கு வரிசையாக வெற்றிகளைத் தந்து, பாஜக வெல்ல முடியாதது என்ற தோற்றத்தை அளித்தது. பாஜக அதன் சங்பரிவாரங்களுக்கு புராண, வேதகால சம்பந்தப்பட்டவை மிகவும் பிடிக்கும் என்பதால், வீரத்தை வெளிப்படுத்தும் அஸ்வமேதம் என்பது வலதுசாரிகளின் வெற்றிப்பாதையை சிறப்பாகக் காட்டுவதாக இருந்தது. அஸ்வமேதம் என்பது தனது ராஜ்ஜியத்தை விரிவுபடுத்த விரும்பும் அரசன் செய்யும் ஒரு யாகம். இதற்காக, ஒரு வெள்ளைக் குதிரை அவிழ்த்துவிடப்படும். அதன் பின் அரசனது படை செல்லும். அந்த குதிரை செல்லும் இடங்கள் அனைத்தும் அரசனுக்கு சொந்தமானவைகளாக ஆகிவிடும். அதை எதிர்ப்போர் ஆஆக பாஜகவை சவால்விட்டதுபோல் அரசனின் படையோடு போரிட வேண்டும். (ஓராண்டிற்குள் பிறகு குதிரை வெற்றகரமாக தலைநகருக்கு திரும்பிவந்ததும், அது மூச்சுத் திணறச் செய்து மயங்கவைக்கப்படும். பட்டத்து அரசி அதனருகில் படுக்கவேண்டும். பிராமண குரு அதன் ஆண்குறியை அரசியின் குறிக்குள் வைப்பார். இது புதிய அரசனின் பிறப்பைக் குறியீடாகக் குறிப்பிடுவதாகும். பிறகு குதிரை யாகத்தில் பலியிடப்படும். Jamison (1996, 68), & Knipe (2015, 236) ஒவ்வொரு தொடர்ச்சியான வெற்றியும் தந்த அகந்தையால் பாஜகவும், அதன் கட்டுப்பாட்டு மையமான ஆர்எஸ்எஸ்ஸும் நாட்டிற்கான தமது பாசிசத்திட்டங்களை இன்னும் அதிக அளவில் நடைமுறைப்படுத்துவதற்குச் செலுத்தின. பாசிஸ்டுகள் தேர்தல் மூலம்தான் ஆட்சிக்கு வருவார்கள். ஆனால் அவர்களை தேர்தல் மூலமாக அப்புறப்படுத்த முடியாது என்ற மோசமான மூதுரை அச்சுறுத்தும் வகையில் உண்மையாவது போல் இருந்தது. இந்தச் சூழலில் ஆஆகவின் வெற்றி முக்கியத்துவம் பெற்றது.

பாஜகவின் இழப்பு, மோடியின் தோல்வி

2014 மே பொதுத்தேர்தலில் ஊடகம் ஏற்படுத்திய புகழ்ச்சிப் புயலுக்கு மத்தியில் மோடி பதவிக்கு வந்தார். 2015 பிப்ரவரி டில்லி சட்டமன்றத்தேர்தல் வழக்கமான தேர்தலாக ஆரம்பித்தால், மத்தியில் மோடி ஆட்சியின் மீதான ஒரு கருத்துக்கணிப்பாக பார்க்கப்பட்டது. டில்லியைப் பிடிக்க தனது அத்தனை தந்திரங்களையும் பாஜக பயன்படுத்தியது. இப்படிச் செய்வதில் தவறுக்கு மேல் தவறாகச் செய்தது. டில்லி ஆட்சியில் 49 நாட்கள் மட்டுமே இருந்து, தன் கணக்குகள் தவறாகிப் போனதில் ஆஆகவும் முழுமையாக சீர்கெட்டு இருந்தது. முன்பே கூறியதுபோல் 2014ல் சட்டமன்றத்தில் ஜன்லோக்பால் மசோதாவை நிறைவேற்ற முடியாததால் ஆஆக சிறுபான்மை அரசு ராஜினாமா செய்திருந்தது. பிறகு எந்த அமைப்பு ரீதியான ஆதரவோ நிதியாதாரமோ இல்லாமல் 2014 பொதுத் தேர்தலில் நாடு முழுவதிலும் போட்டியிட்டது. டில்லி தேர்தலில் டில்லி முதலமைச்சர் ஷீலா தீட்சித்தை

தோற்கடித்தது போல, மோடியையும் தோற்கடிக்க வேண்டும் என்று நினைத்து கேஜ்ரிவால் வாரணாசியில் மோடியை எதிர்த்து நின்றார். நாடாளுமன்றத் தேர்தலில் 282 இடங்கள் பெற்ற கையோடு, டில்லி தேர்தலையும் பாஜக உடனடியாக நடத்தியிருக்கலாம். அப்போது கோபப்பட்டு ராஜினாமா செய்ததால் மக்களுக்கு அதன் மீது மரியாதை குறைந்திருந்தது. பாஜகவிற்கு நல்ல வெற்றி கிடைத்திருந்த நேரம். ஆனால், அமித்ஷாவின் கர்வமும், *(Narcissim)* மோடியின் தற்காதலும் டில்லி வாக்காளர்களை எப்போதும் எளிதில் கவர்ந்துவிடலாம் என்று நினைக்க வைத்தது. ஜார்க்கண்ட், ஜம்மு, காஷ்மீர், மஹாராஷ்ட்ரா ஆகிய இடங்களில் (நாடாளுமன்ற தேர்தல் வாக்கு விகிதத்தைவிட குறைந்த வாக்குவிகிதம் என்றாலும்) தொடர்ந்து ஜெயித்தது அவர்களை கர்வம் கொள்ள வைத்தது. நாம் வெல்ல முடியாதவர்கள் என்று நினைக்க வைத்தது.

2015 பிப்ரவரி 7ம் தேதி தேர்தல் என்ற அறிவிப்பு வந்ததும் பாஜக தனது அருமையாகச் செயல்படும் பிரச்சார அமைப்பை ஆயிரக்கணக்கான ஆர்எஸ்எஸ் தொண்டர்கள் துணையுடன் களமிறக்கியது. தனது அஸ்வமேத யாகத்தை வலியுறுத்துவது போல் மோடி நாட்டின் உணர்வுதான் டில்லியின் உணர்வும் என்று முழங்கினார். இந்தக் கூற்று பூமராங்காக தன்னையே திரும்பி வந்து தாக்கப்போகிறது என்பதை அவர் அறியவில்லை. மோடி, பணம், அவதூறு பேசுதல், பெரும்பான்மைவாதம் என்ற பாஜகவின் ஆயுதங்கள் எதுவும் டில்லி வாக்காளர்களிடம் செல்லுபடியாகவில்லை. அவர்கள் பாஜகவிற்கு படுதோல்வியைத் தந்தார்கள். 70 இடங்கள் கொண்ட சட்டமன்றத்தில் வெறும் 3 இடங்களில் வென்றது. நாடாளுமன்ற தேர்தலில் அது ஜெயித்திருந்த மே சட்டமன்றத் தொகுதிகளில் 95 சத வீழ்ச்சி, வாக்கு விகிதத்தில் 13 சத சரிவு.

பாஜக எல்லாவற்றையும் முயற்சி செய்து பார்த்தது. முதலமைச்சர் வேட்பாளருக்கு அரசியல் கத்துக்குட்டியான கிரண்பேடியை நிறுத்தியது. டில்லியில் போலீஸ் பணி செய்த காலத்தில் பேடி நடுத்தரமக்களிடம் நல்ல பெயர் வாங்கியிருக்கிறார். ஊழலுக்கு எதிரான இயக்கத்தில் பங்கேற்று, கேஜ்ரிவாலுடன் மோதியிருக்கிறார். இந்த தந்திரம் டில்லி வாக்காளர்களிடம் தோற்றுப் போனது. தனது பழைய தோழனை தோற்கடிப்பதற்காக, ஒரு பெரிய கட்சியில் சேர்ந்து இயக்கத்திற்கு துரோகம் செய்தவராகவே மக்கள் அவரைப் பார்த்தனர். ஆஆக வின் வெற்றிக்குப் பல காரணங்கள் இருந்தாலும், ஒரு காரணம். மோடியின் எட்டுமாத ஆட்சி பற்றி ஒரு அதிருப்தி இருந்ததும் ஒரு காரணம். மோடியின் இரட்டைப்பேச்சுகள், மக்கள் விரோத, கார்ப்பரேட் ஆதரவு கொள்கைகளால் மோடி மீது ஏற்பட்ட அவநம்பிக்கையின் முதல் அலை அது. அவர் ஆட்சிக்கு வந்த பின்

சுதந்திரமாகத் திரிந்த புத்தகம் எரிப்பவர்கள், சினிமா விரோதிகள், மத வெறுப்பாளர்களுக்கு தன் மௌனத்தால் அவர் ஆதரவளித்தது, நாடாளுமன்றத்தைத் தவிர்த்து அவசரச் சட்டங்கள் போடுவது 7 மாதத்தில் 8 அவசரச் சட்டங்கள் எல்லாம் மக்கள் கோபத்தை அதிகரித்தன. மோடியின் வெற்று ஆரவாரப் பேச்சுகள் மற்ற மாநிலங்களில் பாஜகவிற்கு வெற்றியைத் தந்திருக்கலாம். ஆனால் டில்லி வாக்காளர்களிடம் அது செல்லுபடியாகவில்லை. 49 நாட்களில் தனது தேர்தல் அறிக்கையின் வாக்குறுதிகளை வரிசையாக நிறைவேற்ற ஆரம்பித்த ஆஆக, பாஜகவைவிட நல்ல தேர்வாக இருக்கும் என்று கருதினார்கள்.

கோஷங்களும், மிகைப்படுத்துதலும், உள்ள பாஜகவுடன் ஒப்பிட்டால், அதன் முதல் 49 நாட்கள் ஆட்சியில் ஆஆக நீண்ட, அருமையான சாதனைகளை செய்திருந்தது. 400 யூனிட்கள் வரையிலான மின் பயன்பாட்டிற்கு கட்டணத்தை பாதியாகக் குறைத்தது. மின் விநியோக நிறுவனங்களுக்கு தணிக்கை, மாதத்திற்கு இருபது கிலோ லிட்டர் நீர் இலவசம். தண்ணீர் மாஃபியாவை கட்டுப்படுத்தியது. டில்லி ஜல் போர்டில் மற்றும் பிற துறைகளில் ஊழல் மீது நடவடிக்கை, தண்ணீர் லாரிகள் வரும் நேரங்களை அறிவிப்பு செய்தல், சிறுவர்த்தகத்தில் அந்நிய நேரடி முதலீட்டை நீக்கியது. 1984 சீக்கியர்களுக்கு எதிரான கலவரத்தில் பாதிக்கப்பட்டோருக்கு நியாயம் வழங்க சிறப்பு புலனாய்வுக் குழு அமைத்தது. பட்டியலின சாதி, பழங்குடியைச் சேர்ந்தவர்களுக்கு 5500 புதிய ஆட்டோ பெர்மிட் வழங்கியது. ஊழல் தடுப்பு ஹெல்ப் லைன்,

கல்வி உதவித்தொகையாக ரூ.21 கோடி அளித்தது ஆகியவை இவற்றில் சில இவையனைத்திலும் மிகவும் கவனிக்கப்பட்டது. டில்லியில் மிகவும் வெறுக்கப்பட்ட விஐபி கலாச்சாரத்தை ஒழித்தது. சட்டமன்ற உறுப்பினர்கள், அமைச்சர்கள், ஆஆக தலைவர்கள் தமது கார்களில் சைரன்களை எடுத்துவிட்டார்கள். விரிவான பாதுகாப்பு ஏற்பாடுகளை தவிர்த்தார்கள். அதிகார வர்க்கத்தினரின் பழக்கமான தான் முக்கியமானவன் என்று கட்டிக் கொள்ளும் அனைத்து பந்தாக்களையும் விட்டுவிட்டார்கள்.

2014ல் உணர்ச்சிவசப்பட்டு ராஜினாமா செய்த தவறுக்கு மன்னிப்புக் கேட்ட ஆஆக, மக்களுடனான தனது நெருக்கத்தை கட்ட ஆரம்பித்தது. மன்னிப்பு என்பது மிக தந்திரமான செயல். அது மக்களின் மனக்கசப்பை நீக்கியது. மக்கள் கட்சியின் செயல்பாடுகள் குறித்து ஒரு நேர்மறை எண்ணம் கொண்டார்கள். லோக்பாலுக்காக ராஜினாமா செய்தது ஊழலுக்கு எதிராக சமரசம் செய்யாதவர் என்ற கெஜ்ரிவாலின் பிம்பத்தை உறுதி செய்தது. அவரைச் சுற்றி தியாகி என்ற ஒளிவட்டம் ஏற்பட்டது. மாறாக பாஜக

ஊழலுக்கு எதிராகப் பேசினாலும், ஆஆக கொண்டுவந்த லோக்பாலை ஆதரிக்காத போலிகளின் கட்சியாகப் பார்க்கப்பட்டது. 15 ஆண்டுகள் ஆட்சி செய்ததால், காங்கிரஸ் மீது ஏற்கனவே அதிருப்தி இருந்தது. மற்ற அரசியல்வாதிகள் போல் இல்லாமல் ஆஆகவின் தலைவர்கள் கொள்கைகளை விட்டுக் கொடுப்பதற்கு பதிலாக பதவியை தியாகம் செய்யத் தயாராக உள்ள நேர்மையான இளைஞர்களின் கட்சியாகப் பார்க்கப்பட்டது.

ஆஆகவின் பல செயல்பாடுகளை ஊடகங்கள் புரிந்து கொள்ளத்தவறின. ஆனால் மக்கள் புரிந்து கொண்டார்கள். 2014 ஜனவரியில் கேஜ்ரிவாலும், அவரது கட்சியினரும், மத்திய உள்துறை அமைச்சகம், டில்லி போலீசை கண்டித்து வீதிகளில் போராடினார்கள். சட்டப்படி பார்த்தால் ஆஆக செய்தது தவறு. ஒழுக்கக்கேடான நடத்தைக்காக நான்கு ஆப்பிரிக்கர்களை சோதனையிட்டு, கைது செய்யுமாறு டில்லி அமைச்சர் சோம் நாத் பார்தி உத்தரவிட்டபோது, வாரண்ட் இல்லை என்று டில்லி போலீஸ் அதிகாரிகள் மறுத்தனர். அந்த நான்கு அதிகாரிகளை பணியிடை நீக்கம் செய்யுமாறு ஆஆக கேட்டபோது உள்துறை அமைச்சர் சுசீல்குமார் ஷிண்டே மறுத்ததால், பிரச்சினை ஆனது. இந்த மோதலில் டில்லி முதலமைச்சர் வீடற்ற ஒரு மனிதர் போல, ஒருநாள் இரவை நாடாளுமன்றத்திற்கு வெளியே தெருவில் கழிக்க நேர்ந்தது. மாநில அரசு இப்போது டில்லி போலீஸ் மத்திய அரசின் கட்டுப்பாட்டில் இல்லாமல்,மாநில அரசின் கட்டுப்பாட்டில் இருக்க வேண்டும் என்று கோரியதை. பதவியிலிருக்கும் போது போராடுவது அராஜகம் என்று ஊடகங்கள் கேஜ்ரிவாலை கண்டித்தன. (அவர் நான் அராஜகவாதி என்றார் உற்சாகமாக). பத்திரிகைகள் முதலமைச்சரை 'முதல் போராட்டக்காரர்' என்று தலைப்புச் செய்தி போட்டன. மாநிலத்தின், மக்களின் நலனக்காக, முதலமைச்சரும், அவரது அமைச்சர்களும் டில்லியின் கடும் குளிரில் தெருவில் படுத்துத் தூங்கியது சாதாரணமக்கள் கண்களுக்கு பெரும் விருந்தாக இருந்தது. அரசியலில் புதிதாய் இறங்கும்போது அது வெளிப்படுத்திய கலகக்குரலுக்கு கட்சியின் நடத்தை இசைவாக இருந்தது. 2014 பொதுத் தேர்தலில் 434 இடங்களில் போட்டியிட்டு 4 இடங்கள் பெற்று கட்சி படுகாயமடைந்திருந்தது. அரசியல் விமர்சகர்கள் அது மீண்டு ஏழாது என்றார்கள். ஆனால் அது தன்னை புதிதாக ஒருங்கிணைத்துக் கொண்டு, தன் முட்டாள்த்தனங்களுக்கு 'வாடிக்கையாளர்களிடம்' மன்னிப்புக் கேட்டு, அவர்கள் கூறிய குறைகளை, எதிர்வினைகளை கவனமாக உள்வாங்கி, தனது பொருளை அதற்கேற்றபடி வடிவமைத்து நல்ல, நேர்மையான ஆட்சி என்ற தார்மீக அட்டையில் பேக் செய்து வழங்கியது. மேம்படுத்தப்பட்ட AAP 2.0 மக்களை மீண்டும் கவர்ந்தது.

புதிய ஆஆக தரவிறக்கங்கள் (The New AAP Downloads)

1980, 1990களில் இருந்து, அரசியல் சாராது இருந்த இளைஞர்கள், நடுத்தர வயதினர், ஊழலற்ற இந்தியா இயக்கத்தை ஆதரித்து வந்த நடுத்தர வர்க்கத்தினர் ஆஆக ஒரு மாற்றாக உருவானதை வரவேற்றார்கள். சாதி, மத அடிப்படையிலான வாக்கு வங்கிகளைப் செல்வாக்கு பெற்ற நிலவிவரும் அரசியலால் அவர்கள் வெறுப்பாக இருந்தார்கள். அரசியல்வாதிகளை திறமையற்று, ஊழலில் ஊதிய சுயநலவாதிகளாகக் கருதினார்கள். ஆஆகவின் அடையாளமற்ற தன்மை, நகர்ப்புறத் தோற்றமும் வழக்கமான வழக்கமான சேர்ந்த அரசியல்வாதி முகத்திற்கு மாறாக இருந்தது. நடுத்தர வர்க்கம் இந்தியாவிற்கு ஒரு உலக சூப்பர் சக்தியாக மாறுவதற்கான உள்ளார்ந்த சக்தி உள்ளது. ஆனால் இடஒதுக்கீடு போன்ற இலவசங்களைத் தந்து 'கீழ் சாதிகளை திருப்திப்படுத்தும்' அரசியலால் அது தடைபடுவதாக நினைத்தார்கள். என்னவாயினும், வெளிநாடுகளில் தகுதிச் சூழலில் இந்தியர்கள் சிறந்து விளங்குவதை அவர்கள் பார்க்கிறார்கள் அல்லவா?

இந்தியா நவீனதாராளமய சீர்த்திருத்தங்களை ஏற்றபோது, இந்து வர்க்கத்தினர் புதிய தகுதிகள் பண்புகளை (சமூக டார்வினியம்) வரவேற்றார்கள். இந்த உயர்வர்க்க/சாதியினருக்கு தாம் தகுதி வாய்ந்தவர்கள், தாம் அனுபவிக்கும் சமூக, பொருளாதார அந்தஸ்து தமது திறமையால் வந்தது என்ற எண்ணம் உண்டு. உலகமயத்தோடு வந்த சீர்த்திருத்தங்கள் இவர்களுக்கு ஏராளமான வாய்ப்புகளை திறந்துவிட்டன. இந்தசிறிய பகுதிக்குக் கிடைத்த தாங்கள் இந்தியாவிற்கு நன்மை பயப்பதாகக் கருதப்பட்டது.

இந்த மென்பொருள் நிறுவனங்கள் 2000 ஆண்டு பிறப்பதற்கு முன்பு 1/2k திட்டத்தை நிறைவேற்றி நல்ல பெயர் எடுத்திருந்தன. (இது புதிய ஆயிரமாண்டிற்கு மாற பல லட்சக்கணக்கான மென்பொருட்களை திருத்தி எழுதும் பணியாகும்). இது உலகளாவிய வாடிக்கையாளர்களுக்கு மென்பொருள் சேவை வழங்குவதை அதிகரிப்பதற்கான நல்ல பெயரை இவற்றிற்குப் பெற்றுத் தந்தது. இந்த மாற்றங்களால் இந்தியா ஒரு மென்பொருள் மையமாகப் பார்க்கப்பட்டது. அதன் நடுத்தர வர்க்க மக்கள், தொழில்நுட்பத்தில் சிறந்தவர்கள் என்ற தமது புரிய புகழில் திளைத்தனர். அதே சமயத்தில் அமெரிக்க கார்ப்பரேட் நிறுவனங்களிலும், பல்கலைக்கழகங்களிலும் இந்திய தொழில்நுட்ப வியலாளர்கள் உயர் நிர்வாகப் பொறுப்புகளுக்கு உயர்ந்தனர். இது நல்ல சூழ்நிலை இருந்தால் இந்தியர்கள் மற்றவர்களை வென்றுவிடுவார்கள் என்பதைக் காட்டியது. காலனிய காலத்திலிருந்து அவர்களது மனதில் இருந்த தாழ்வுமனப்பான்மை

மறைந்தது. ஒரு புதிய தன்னம்பிக்கை பிறந்தது. இந்தியாவின் கடந்த காலத்தில் அதன் பழக்க வழக்கங்கள், கலாச்சாரம், சாதி கலாச்சாரம் உட்பட எதுவும் தவறாக இல்லை என்ற எண்ணம் ஏற்பட்டது. இது பண்டைய இந்தியாவின் புகழ்பாடி, அதை மீட்டெடுக்க உறுதி கூறிய இந்துத்துவா சக்திகளுக்கு ஒரு உற்சாகத்தைத் தந்தது. 1980கள் வரை கடவுளில் அல்லது மதத்தில் தமக்கு நம்பிக்கை உண்டு என்று ஒப்புக் கொள்ளக் கூச்சப்பட்ட மக்கள் இப்போது வெளிப்படையாக நெற்றியில் மதச் சின்னங்களை தரிக்கவும், கைகளில் சிவப்பு, மஞ்சள் கயிறுகளைக் கட்டிக் கொள்ளவும் ஆரம்பித்தார்கள். இந்த பழக்கங்கள் பாஜகவின் பார்வையோடு இணக்கமாக இருந்தன. ஆனால் எல்லோரும் அரசியலில் அதன் வெறித்தனமான மதவாத நிலைப்பாட்டையோ அல்லது சந்தர்ப்பவாதத்தையோ ஆதரிக்கவில்லை. பலரும் முன்பிருந்த சமூக ஜனநாயக சார்புகளை இப்போதும் கொண்டிருந்தார்கள். பாஜக வெளிப்படுத்திய வெறுப்பை ஏற்காத அவர்கள் ஆஆகவை ஒரு நல்ல மாற்றாகப் பார்த்து, அதை ஆதரித்தார்கள். ஆஆக தன்னார்வத் தொண்டு நிறுவனங்களில் பணிபுரிவோரையும் ஈர்த்தது. நிறுவனயமான அரசியல் கட்சிகள், அவற்றின் கலாச்சாரம்குறித்த அதன் மாறுபட்டத்தன்மை மக்களைக் கவர்ந்தது. இந்த மாறுபாடுகளில் நான்கு முக்கிய அம்சங்கள் இருந்தன. 1, அதன் தலைமையில் பல்வேறு தொழில்களைச் சார்ந்த அரசியல்சாராத தனிநபர்கள் இருந்தது. குறிப்பாக நடுத்தர வர்க்க தொழில் நிபுணர்கள் இவர்கள் காந்தியின் கண்ணோட்டத்தை கொண்டிருந்தார்கள். 2, கட்சி தத்துவம், கோட்பாடு தொடர்பான விஷயங்களில் ஈடுபடவில்லை. மாறாக பொதுவாழ்வில் ஊழலை ஒழிப்பதில் கவனம் செலுத்தியது. இது அதற்கு பலன்களில் கவனம் செலுத்தும் ஒரு நடைமுறைத் தன்மையைத் தந்தது. 32 தலைமை கலாச்சாரத்தில் ஒப்பீட்டளவில் அதிகாரப் படிநிலை இல்லை. இது ஏகமனதாக அடிப்படையில் கூட்டு முடிவு எடுப்பதில் பிரதிபலித்தது. 4, மிக முக்கியமாக, நிதி தொடர்பாக அது வெளிப்படைத் தன்மை கொண்டிருந்தது. தனது நிதியை கூட்டங்களில் வசூலித்தது.

ஒரு சிறந்த உத்தியாளர் என்ற வகையில் கேஜ்ரிவாலைப் பார்த்து வியக்காமல் இருக்க முடியாது. அவர் ஐஐடியில் படித்தவர். சமத்துவத் திற்கான இளைஞர்கள் போன்ற அமைப்புகளில் இட ஒதுக்கீட்டிற்கு எதிராகப் பேசியிருக்கிறார். கம்யூனிச எதிரப்பு மகசேசே விருது பெற்றவர் என்ற ஒளிவட்டமும் அவருக்கு உண்டு. இவையெல்லாம் வளர்த்து வந்த நடுத்தர வர்க்கத்தை நிச்சயமாக ஈர்ப்பவை. அரசியல் என்பதை வெறும் வம்பு பேசும் விஷயமாக நினைத்து வந்த மக்களை ஒரு உண்மையான அரசியல் சக்தியாக அவர் திரட்டிய விதம் ஒரு உத்வேகமளிக்கும் செயலாகும்.

ஏழைகளை ஈர்க்கவும் ஏராளமான வாக்குறுதிகள் இருந்தன. அவர் தனது ஆதரவாளர்களை விளக்குமாறை ஏந்த வைத்தார். (மோடிக்கு வெகுகாலம் முன்பே) அதன் மூலம் இதுவரை 'தீண்டத்தகாத' அடிமட்டத்தினரின் ஒரு குறியீட்டுக்கு மரியாதை ஏற்படுத்தினார். சுற்றிலுமுள்ள அரசியல் நிறுவனங்களின் ஒன்றிணைந்த எதிர்ப்பிற்கு நேராக, பெரும்பான்மை மக்களின் கோபத்தை அசாதாரண உறுதியுடன், வேகத்துடன் அவர் முன்னிருந்திய தந்திரத்தை மெச்சாமல் இருக்க முடியாது. ஜன் லோக்பால் பிரச்சாரத்திற்கு அன்னா ஹசாரேயை காந்தி போல் நிறுத்தியது. ஊழலுக்கு எதிரான இந்தியா என்ற பதாகையின் கீழ் ஒத்த மனம் கொண்ட குழுவை ஒன்றாக இணைத்தது, அனைத்தும்அன்றைய ஆட்சி நிறுவனமான காங்கிரஸ் தலைமையிலான ஐமுகூட்டணி அரசுக்கு எதிராக நாடு தழுவிய ஒரு தார்மீகக் கோபத்தை எழுப்பியது.

நாடு முழுவதும் இளைஞர்களிடம் இந்த புனிதப்போர் உற்சாகத்தை எழுப்பிய விதம் 1970களில் பலமிக்க இந்திராகாந்தியை தோற்கடிக்க எதிர்க்கட்சிகள் உருவாக்கிய ஜனதா கட்சியை நினைவூட்டியது. மக்களின் மனநிலையை கூர்மதியோடு உணர்ந்த கேஜ்ரிவால், 'அரசியல் சாக்கடையை' சுத்தம் செய்ய அதனுள் தன்னலமின்றி குதிக்கும் தனது டெக்னிக்கல் தயாரிப்பை வெளியிட்டார். ஊடகம் உருவாக்கும் செய்திகள், உடனடி மறதி நிறைந்த இக்காலகட்டத்தில், அவர் தேர்ந்தெடுத்த நேரம் புத்திசாலித்தனமானது. அப்போது ஊழல்கள் 'பிரேக்கிங் நியூஸாக' வரிசையாக வந்து கொண்டிருந்தன. அரசியல் வர்க்கத்தின் மீது மக்களின் வெறுப்பு உச்சத்தில் இருந்தது. மேலும், தனது கிளர்ச்சியை சரியான நேரத்தில் செய்வதில் கேஜ்ரிவால் கைதேர்ந்தவர். 2014:*** என்ற நூலில் பத்திரிகையாளர் ராஜ்தீப் சந்தேசாய் 24x7 செய்திச் சுழற்சி பற்றி ஆஆக மிக நுட்பமாகப் புரிந்து வைத்திருந்தது பற்றியும், பல நேரங்களில் கேஜ்ரிவாலின் அறிக்கைகள் மற்ற செய்திகளை ஓரம் கட்டி, முக்கிய நேரத்தில் இடம் பெறும் வகையில் வந்ததைப் பற்றியும் வியக்கிறார். வேகமும், வியப்பூட்டுவதும்தான் எப்போதுமே முக்கியமாக இருந்தன. 2013ல் கட்சி ஆரம்பித்த ஓராண்டிற்குள் ஆஆக டில்லி சட்டமன்றத் தேர்தலில் நின்று, 40 சத இடங்களை பெற்று, துரதிருஷ்டவசமான காங்கிரஸ் கட்சியின் வேண்டாத ஆதரவோடு ஆட்சி அமைத்து, அனைவரையும் திகைக்க வைத்தது. சந்தர்ப்பவாதம் இணைந்தது என்றாலும் (கூட்டணியான காங்கிரஸை கேஜ்ரிவால் கடுமையாக எதிர்த்தவர்) இது திறமையான திட்டமிடலோடு, செய்து முடிக்கப்பட்டது என்பதை மறுக்க முடியாது.

உண்மையில் தனது துடிப்பான வர்த்தக மாடல், சுறுசுறுப்பு, புதிய விஷயத்தைச் செய்யும் திறனால், நன்கு ஓடிக் கொண்டிருக்கும் ஒரு பெரிய

நிறுவனத்தை தோற்கடித்துவிடும் ஒரு புதிய தொழில்நுட்ப நிறுவனம் போன்றதுதான். ஆஆக. நமது மெட்ரோ நகரங்களின் தன்னம்பிக்கையுள்ள நவீன தாராளமய தலைமுறை, ஒரு வல்லரசாக மாறக்கூடிய சக்தி கொண்ட இந்தியா அதன் பழையபாணி, ஊழல் நிறைந்த, திறனாய்வு அரசியல் உபாதைகளால் தடை செய்யப்படுகிறது என்ற நினைப்பில் இதுபோன்ற ஒரு மாற்றத்திற்கு ஏங்கிக் கொண்டிருந்தது. ஆஆக அவர்களது, மனநிலைக்கு, திறமைகளுக்கு ஒரு உருவகமாக இருந்தது. அதன் அழைப்பிற்கு செவிசாய்த்த அவர்கள், நாட்டின் ஊழலை ஒழிக்க ஒரு உடனடித் தீர்வாக ஜான் லோக்பாலுடன் போராட்டக் களத்தில் குதித்தனர்.

தனது பரிசோதனை முயற்சியின் வெற்றிக்குப் பிறகு, ஆஆக தனது அரசியல் எதிர்ப்பு அரசியல் முயற்சியை ஆரம்பித்தது. அது தத்துவமற்ற வங்கியவாதிகள் அனைவரிடமும் உடனடி வெற்றியைப் பெற்றது. பின் தத்துவார்த்த காலமாக கருதல்களும் இக்காலத்தில் செயப்படக்கூடிய உத்திகளுக்காக தத்துவார்த்த சுமைகளை சுழற்றிவிடுவது நல்ல வழிமுறையாகத் தோன்றலாம். ஆனால் அதில் பழைய பாணியில் (அரசியல்) சறுக்கலில் சறுக்கி விழுந்து விடும் அபாயம் இருக்கவே செய்யும். பார்க்கப்போனால், தம்மிடம் இருப்பதாகக் காட்டிக் கொண்டாலும் கூட, பழைய அரசியல்வாதிகள் யாரிடமும் எந்த தத்துவார்த்தமும் கிடையாது என்பதே உண்மை. எப்போதுமே வழக்கமான இலவசங்களும், பெரும்பான்மைவாதமும் தான் பலனளித்துள்ளன. புதிய அரசியல் இயக்கத்திற்கு உள்ள பெரிய சவால் அவர்களை மீறி வளர்வது அல்லது அந்த பெரிய சுறாக்களால் விழுங்கப்படுவது என்பதுதான். மைக்ரோ சாஃப்ட் நெட்ஸ்கேப்பிற்கு என்ன செய்தது அல்லது அமேசான் பிளிப்கார்ட்டுக்கு என்ற செய்கிறது என்பதை நினைத்துப் பாருங்கள். எப்படி வளர்வது என்பது பற்றி நடைமுறையான யோசனைகள் இல்லாவிட்டால், புதிய முயற்சிகள் சாகச முதலாளிகளின் கஜனாவை நிரப்புவதில்தான் போய் முடியும்.

தனது தேர்தல் அறிக்கையில், மக்களை ஆலோசித்து உருவானதாகச் சொல்லப்படும் ஒரு 70 அம்ச செயல் திட்டத்தை ஆஆக முன் வைத்தது. இவற்றில் பல அம்சங்களுக்கு பெரிய நிதி ஒதுக்கீடும், மத்தியில், மாநிலத்தில் உள்ள அரசியல் எதிரிகளின் ஒத்துழைப்பும் தேவைப்பட்டது. பொருளாதார நிபுணரான அசோக். கே.லாஹிரி, ஆஆகவின் திட்டங்களை நிறைவேற்ற குறைந்தபட்சம் ஐந்தாண்டு காலத்திற்கு ரூ.69000 கோடி, அதாவது ஆண்டுக்கு 13800 கோடி, டில்லி பட்ஜெட்டில் மூன்றில் ஒரு பங்கு தேவைப்படும் என்று கணக்கிட்டார். இதில் பாதி ஏற்கனவே ஊதியம் மற்றும் பராமரிப்பிற்குள் போய்விடும் என்பதால் இது சாத்தியமற்ற முன்மொழிவு என்றார். நிதிப்

பற்றாக்குறை ஆஆகவினால்தான் உறுதியளித்ததை நிறைவேற்ற முடியாது என்பதைக் காட்டியது. மேலும் டில்லி நாட்டின் தலைநகர் என்ற வினோதமான ஆட்சிமுறை அமைப்பைக் கொண்டிருந்ததால், அதிகார எல்லைத்தடைகள் வேறு இருந்தன. ஆஆக பாஜக மோதல்கள் பிரச்சினைகளை அதிகரிக்கவே செய்தன. மற்ற கட்சிகளைப் போலன்றி, தான் தனது தேர்தல் அறிக்கைக்கு பதில் கூறும் கடப்பாடு உள்ள கட்சி என்று ஆஆக உறுதி தந்தது. ஆஆக செய்ய முடிந்ததெல்லாம், மக்கள் பார்க்கும் விதமாக தனது இணையதளத்தில் தனது செயல் திட்டத்தின் முன்னேற்றத்தை பதிவு செய்வதுதான். அதையும் அது செய்யவில்லை. எதிர்பார்த்ததுபோலவே, அதன் செயல்பாடு கலவையாகத்தான் இருந்தது.

இந்த 70 அம்சங்களை கவனமாகப் பார்த்தால், அவற்றில் 12 மதிப்பிட முடியாத அளவிற்கு மிகவும் பொதுவானவைகளாக இருப்பதையும், சில வெறும் விருப்பப்பட்டியலாக மாநில அரசின் அதிகார எல்லைக்குள் இல்லாததால் செயல்படுத்த முடியாதவைகளாக இருப்பதையும் காணலாம். அரசின் சக்தியில் பெரும்பகுதி துணை நிலை ஆளுனர் நஜிப் ஜங்குடன் போராடுவதிலும், நல்ல ஆட்சிக்கு தடைகள் ஏற்படுத்துவதாக மத்திய அரசு மீது குற்றம் சுமத்துவதிலும் செலவானது. ஆனாலும்கூட, ஆஆக அரசு சில முன்னோடியான பணிகளை, குறிப்பாக மருத்துவவசதி, பள்ளிக்கல்வி ஆகிய துறைகளில் செய்தது. நிர்ணயித்த இலக்குகளைவிட, செய்தது குறைவுதான் என்றாலும், அவை எந்த அளவீட்டின்படியும் குறைவானவை அல்ல.

இலக்குகளைப் பொறுத்தவரை, 2016 டிசம்பர் இறுதிக்குள் இலவசமாக குறிப்பிட்ட சில மருத்துவ வசதிகளைத் தரும் ஆயிரம் மொஹல்லா (அருகாமை) மருத்துவமனைகளை ஏற்படுத்த அரசு திட்டம் வைத்திருந்தது. இந்த கெடு பின்னர் 2017 மார்ச் என்று மாறியது. 2017 ஜூன் வாக்கில் கிட்டத்தட்ட 150 மருத்துவமனைகள் செயல்பட ஆரம்பித்தன. இத்திட்டம் சுமார் 40,000 ரூ செலவில் ஒரு உபகரணத்தை உருவாக்கி, 33 பொதுவான மருத்துவ பரிசோதனைகள் செய்யும் தொழில்நுட்பத்தை ஏற்படுத்துவதாகும். ஈசிஜி, நாடித் துடிப்பு, ரத்த அழுத்தம், சர்க்கரை அளவு போன்ற பல்வேறு தகவல்களைத் திரட்டி, மனித உழைப்புச் செலவைக் குறைத்து, செயல்திறனை அதிகரிக்கும் திட்டமாகும். பரிசோதனைகள் காகித ஆவணங்களின்றி நடந்தன. முழு நடவடிக்கையும் சுற்றுச்சூழல் பாதுகாப்பிற்கு உகந்ததாக இருக்கும். ஒவ்வொரு நோயாளி குறித்த முழு விபரங்களும் மின்வெளியில் இருக்கும். பட்டனைத் தட்டினால் கிடைக்கும். இது ஒரு வழக்கமான மருத்துவமனைக்கு ஆகும் செலவில் 5 சதம் வரை குறைத்தது. இதோடு அரசு மருந்தகத் திட்டமும் இணைக்கப்பட்டது. அரசு மருந்தகம் சுமார் 1400 மருந்துகளை இலவசமாக அளித்தது. தேசிய பட்டியலில் 376 மருத்துகள்தான்

இலவசமாகத் தரப்பட்டன. சொல்லப்பட்ட எல்லா வசதிகளும் சுமார் 212 பரிசோதனைகள் எல்லா மருத்துவமனைகளிலும் கிடைக்கவில்லை. சில குறிப்பிட்ட முன்மாதிரி மருத்துவமனைகளில் மட்டுமே கிடைத்தன என்று சொல்லப்பட்டது. கல்வியைப் பொருத்தவரை டில்லி அரசு பெருமபாலான தனது பள்ளிகளை புதிய உள்கட்டுமானங்களுடன் புதுப்பித்தது. கல்விக்கு இசைவான ஒரு சூழலை உருவாக்கியது. தீன் தயாள் உபாத்தியாயா மார்க்கில் உள்ள சர்வோதயா பால் வித்யாலயாவை தலைநகரின் முதல் ‘மாடல்’ அரசுப் பள்ளியாக சகலவிதமான நவீன வசதிகளோடும், உள்கட்டமைப்போடும் மாற்றியது. ஒலி-ஒளி கற்பிக்கும் உபகரணங்கள், வகுப்பறைகளில் புரொஜக்டர்கள், புதிய கட்டிடங்கள் ஆகியவை அமைக்கப்பட்டன. 2017 பிப்ரவரிக்குள், அரசு ஆட்சிக்கு வந்து இரண்டாண்டுகள் ஆன நிலையில் 8000 வகுப்பறைகள் கட்டப்பட்டிருந்தன. இது 200 புதிய பள்ளிகளுக்குச் சமமாகும். அடுத்த ஒன்றரை ஆண்டுகளில் இதே அளவு கட்டவும் திட்டமிடப்பட்டது. வரும் ஆண்டுகளில் 100 புதிய பள்ளிகள் உருவாக்கவும் திட்டங்கள் போடப்பட்டன. சுத்தம், ஒதுக்கம், கற்பிக்கும் முறை ஆகிய அம்சங்களிலும் அரசுப் பள்ளிகள் குறிப்பிட்ட முன்னேற்றத்தை எட்டின.

எந்த அமுலாக்கத்திலும் குறைபாடுகள் இருக்கலாம். ஆனால் மருத்துவம், கல்வி ஆகியவற்றை முன்னுரிமைக் களங்களாக வைத்திருந்ததற்காக ஆஆக பாராட்டப்பட வேண்டும். எஞ்சிய ஆட்சிக்காலத்தில் சாதனைகளை விளம்பரப்படுத்துவதற்குப் பதிலாக அதை அது அதீதமாகச் செய்கிறது. நல்ல பணிகளை மேலும் விரைவுபடுத்த வேண்டும். எல்லா பேருந்துகளிலும் சிசிடிவி கேமரா பொருத்துதல், அங்கீகரிக்கப்படாத காலனிகளை முறைப்படுத்துதல், 20 புதிய கல்லூரிகளை நிறுவுதல், டில்லியை இலவச வைஃபை நகரமாக மாற்றுதல் போன்ற மற்ற குறிப்பான வாக்குறுதிகளில் சிறிதளவு முன்னேற்றம் அல்லது முன்னேற்றமே இல்லை. கடைசி வாக்குறுதி நிறைவேற்றும் சாத்தியமே இல்லாத பேராசை. உலகில் எங்குமே ஐந்து மில்லியன் பயனாளர்களுக்கு ஏன், குறைந்த பட்சம் ஒரு மில்லியன் மக்களுக்கு பொது வைஃபை முறை வழங்கப்பட்டதாக முன்னுதாரணம் இல்லை. அரசு தன் திட்டத்தை மாற்றி மெட்ரோ நிலையங்கள், வணிகவளாகங்கள், பல்கலைக்கழகங்கள் போன்ற குறிப்பிட்ட பொது இடங்களில் வைஃபை மண்டலங்களை உருவாக்கலாம். மேலும், சாத்தியமான வருவாய் திட்டம் இல்லாத நிலையில், முதலீட்டிற்கும், பிறகு தொடர் செலவுகளுக்குமான நிதி அரசு பட்ஜெட்டிற்கு பெரும் சுமையாக மாறும்.

பிழைகள் நிறைந்த ஆப்

ஆஆகவின் முக்கிய நோக்கம் ஊழலற்ற நிர்வாகம். எனவே, அது மக்கள் ஊழலைப் பற்றி அரசுக்குப் புகார் அளிக்க ஒரு தொலைபேசி உதவியை (**) உடனடியாக அமைத்தது. இதுபோன்ற ஏற்பாடு மேல்மட்ட ஊழலைத் தடுக்கும் என்று எதிர்பார்க்க முடியாது என்றாலும், சாதாரண மக்களின் அனுபவமான சிறு ஊழல்களை அது நிச்சயமாகக் குறைக்கும். லோக்கல் சர்க்கிலீஸ் என்ற சமூக ஊடக அமைப்பின் 2017 மார்ச் கணக்கெடுப்பு ஒன்று டில்லி மக்கள் அரசு அலுவலகங்களில் ஊழல் ஓரளவிற்குத் தணிந்துள்ளதாக உணர்கிறார்கள் என்று காட்டுகிறது. 2017 ஏப்ரலில் நாடாளுமன்றத்தில் சமர்ப்பிக்கப்பட்ட மத்திய ஊழல் தடுப்பு ஆணையத்தின் அறிக்கை கடந்த ஆண்டோடு ஒப்பிடும்போது, அரசுத் துறைகளில் ஊழல் பற்றிய புகார்கள் நிறையவே குறைந்துள்ளதாகக் குறிப்பிடுகிறது.

எனினும் ஊழல் விஷயத்தில் ஆஆக அதிகமாக மகிழ்ச்சி கொள்ள முடியாது. மருத்துவப் பொருட்கள், வாகனங்கள் வாங்கும் விவகாரத்தில் கேஜ்ரிவால் மீதே புகார் எழுந்துள்ளது. புகார் கூறியவர் அவரது முன்னாள் சகல கபில்சர்மா, இடர் ஆஆகவிலிருந்து விலக்கப்பட்டதும் பாஜகவில் சேர்ந்தார். ஆஆகவை இழிவுபடுத்தி, உற்சாகம் குன்றச் செய்ய பாஜக செய்த சதி என்று இதை எளிதாக ஒதுக்கி விடலாம் என்றாலும் கேஜ்ரிவாலிடமிருந்து இதற்கு தெளிவாக விளக்கம் வரவில்லை. அவர் நம்மை தாண்டி வைக்க நினைப்பது போல அவரது வரலாறும், நடத்தையும் நம்பிக்கை தருவதாக இல்லை. எளிய வாழ்க்கை, பொதுப்பணத்தை சிக்கனமாக செலவழித்தல், பதில் கூறும் கடப்பாடு என்றெல்லாம் அவர் கூறிக்கொண்டாலும், உண்மைகள் அவ்வாறு இல்லை. எளிய வீட்டில் வசிக்கப்போவதாகச் சொன்னார். ஆனால் பிறகு மிகப் பெரிய வீட்டிற்கு மாறினார். கடைசியில் மற்ற அரசியல்வாதிகளைப் போல டில்லியின் உயர்குடியினர் பகுதிக்குக் குடியேறிவிட்டார்.

சிறந்த ஜனநாயகத்திற்கு மிகப்பெரிய எதிரி தனிநபர் துதிதான் என்று சொல்லலாம். அதுதான் அத்தனை ஜனநாயக விரோத சம்பிரதாயங்களின் ஊற்றுக்கண். கேஜ்ரிவால் மோடியைச் சுற்றியுள்ள தனிநபர் துதியை விமர்சித்தார். ஆனால் அவரைச் சுற்றியும் அது உருவானது. ஒரு முதலமைச்சராக தனது சாதனைகள் பற்றிய அவரது விளம்பரங்கள் மற்ற முதலமைச்சர்கள் செய்வது போன்றே இருந்தன. கேஜ்ரிவாலைக் கேள்விகேட்ட எந்த ஆஆக தலைவரும் கட்சியிலிருந்து நீக்கப்பட்டார். டில்லி தேர்தல் வெற்றி வந்தவுடன் யோகேந்திர யாதவ், பிரசாந்த் பூஷண் மற்றும் சில தலைவர்கள் கட்சியிலிருந்து நீக்கப்பட்டது. விவாதம், மாற்றுக் கருத்து, அதிகாரப் பகிர்வு ஆகியவற்றில் சகிப்பின்மை இருப்பதைக்

காட்டியது. அவர்களது 'ஒழுக்கமீறல்' அடிப்படையில் கேஜ்ரிவாலின் சர்வாதிகாரப் போக்கை கேள்வி கேட்டதுதான்.

விஐபி கலாச்சாரத்தை ஒழிப்பது, அருகமை கமிட்டிகளுக்கு அதிகாரம் வழங்குவது போன்ற மற்ற வாக்குறுதிகளும் நிறைவேற்றப்படவில்லை. ஜனநாயக உள்ளடக்க விஷயத்தில் மற்ற கட்சிகளிலிருந்து ஆஆகவை தனித்துக் காட்டும் சக்தி இருந்த வாக்குறுதிகள் இவை. மக்களுக்கு வெவ்வேறான மதிப்பு அளிப்பதை தவிர்ப்பதுதான் ஜனநாயகத்தின் சாரம். ஆனால், துரதிருஷ்டவசமாக இந்தியாவில் வெவ்வேறு விதமான மக்களுக்கு வெவ்வேறு விதமான மதிப்பு அளிப்பதுதான் கலாச்சாரமாக உள்ளது. விஐபி/விவிஐபி கலாச்சாரம் மக்களை மிகவும் வெறுப்படைய வைப்பது. நம் நாட்டில் அளவிற்கு மீறி வளர்ந்து, அதை ஒரு முடியாட்சி போல ஆக்கிவிட்டது. பாதுகாப்பு என்ற பெயரில் அரசியல்வாதிகள் மக்களின் அன்றாட வாழ்வை மிகவும் இடையூறு செய்கிறார்கள். பிரதமர் அல்லது குடியரசுத்தலைவர் அல்லது ஏராளமான மற்ற அரசியல்வாதிகளின் உயிர் எந்தவிதத்தில் சாதாரண துப்புரவுத் தொழிலாளி அல்லது கிராமத்தின் பள்ளி ஆசிரியரின் உயிரை விட முக்கியமாக எவ்வாறு ஆனது? அதுவும் மக்கள் வரிப்பணத்தில் அது அதிகாரப்பூர்வமாக அங்கீகரிக்கவும்படுகிறது?

நடைமுறை அரசியலில் இப்படிப்பட்ட மக்கள் விரோத நடைமுறைகள் வழக்கமாகிப்போன நிலையில், ஆஆக உருவாக்கப்போகும் மாற்றத்தின் தன்மை என்னவாக இருக்கும்? கலப்புப் பொருளாதாரம் என்ற கினீசிய பாணியில் உருவாகியுள்ள அரசியல் அமைப்பில் அரசு 'நல்வாழ்வு அரசு' என்ற போர்வையில் சோஷலிசம், மதச்சார்பின்மை, ஜனநாயகம் ஆகியவற்றின் பாதுகாவலனாகத் தன்னை காட்டிக் கொள்கிறது. பல ஆண்டுகளாக பொருளாதாரத்தில் ஏற்பட்ட பெரும் மாற்றங்கள் இன்றைய நவீன தாராளமய பொருளாதார முறையாக உருவாகி, அது கினீய நல்வாழ்வு அரசுக்கு நேரெதிரானதாக உள்ளது. சமகால அரசியலின் அதிகாரப் பூர்வ ஆரவாரப் பேச்சுகள் இந்த மாற்றங்களால் மாறாமல், முன்பு போல பழைய கொள்கைகளோடு இருப்பதுபோலவே பேசுகின்றன. இதனால் விளையும் ஒத்திசையாமை அரசியல் வர்க்கத்தின் போலித்தனமாகப் பார்க்கப்பட்டு, புதிய அரசியல் இயக்கங்களுக்கான களத்தை உருவாக்குகிறது. உலகம் முழுவதும் இது போன்ற இயக்கங்கள் உருவாகியுள்ளன. புரட்சிகரப் பாதை இல்லாத நிலையில், இந்த களம் உருவாக்கும் அரசியல் சமகால நவீனதாராளமயத்துடன் ஒத்துப்போய்விடுகிறது.

இந்தப் புதிய அரசியல் வகைமை பொதுவாக தன்னை பின் தத்துவார்த்தமானதாக, தனித்து இயங்குவதாக, பிரச்சினைகளில் கவனம் செலுத்துவதாக, சமூக பிரச்சினைகளில் ஒரு நிர்வாகவியல் பார்வை

கொண்டதாக தன்னை அமைத்துக் கொள்கிறது. இச்செயல் குறைபாட்டுக்கு ஆஆகவின் எழுச்சி சிறந்த உதாரணமாகும். அதன் அரசியல் இந்தப் பண்புகளோடு ஒத்துப்போவது மட்டுமின்றி, அது நிலவும் கொள்கைப் பற்றுள்ள அரசியல் இல்லாத நிலைக்கு எந்த மாற்றையும் தருவதில்லை. பழைய பரந்த மனப்போக்கு அரசியல் முழுமையான பார்வை கொண்டதாக இருந்தது. ஆனால் நவீன தாராளமய விவகாரங்கள் போக்குகளை உணரக்கூடிய மையமான அரசியல் பார்வையின்றி, பிரச்சினைக்கு மட்டும் தீர்வு காணும் அதன் அணுகுமுறை நடுத்தர வர்க்கத்தையும், உழைக்கும் வர்க்கத்தையும் வலுவாக ஈர்க்கிறது.

சீனாவின் டெங் ஜிபோ பிங் போன்றே, கேஜ்ரிவாலும் பூனை எலியைப் பிடித்துக் கொண்டு இருக்கும் வரை, அது வெள்ளையா, கறுப்பா என்று அறிவதில் அக்கறை காட்டமாட்டார் என்று சொல்லப்படுகிறது. ஆஆகவின் இணையதளமும் இதை உறுதிப்படுத்துகிறது. கேஜ்ரிவால் பின்வருமாறு அதில் எழுதியுள்ளார்.

‘எங்களது இலக்கு தீர்வு நோக்கியதாகவே இருக்கும். பிரச்சினைக்கான தீர்வு இடதுபக்கத்தில் இருந்தால், நாங்கள் மகிழ்வோடு அதை பரிசீலிப்போம். அதேபோல வலதுபக்கம் இருந்தாலும் (அல்லது நடுவில் இருந்தாலும்) அதே மகிழ்ச்சியோடு அதை பரிசீலிப்போம். தத்துவம் என்பது பண்டிதர்களும், ஊடகங்களும் அறிவுரை கூறுவதற்காக இருப்பவைதான்.

‘தத்துவத்தின் மரணம்’, ‘வரலாற்றின் முடிவு’ போன்றவற்றையெல்லாம் கேட்டு வளரும் புதியதலைமுறைக்கு மட்டுமின்றி, தத்துவத்தின் பெயரால் வெறும் ஏமாற்றத்தை மட்டுமே அனுபவித்துள்ள மக்களுக்கும் இத்தகைய அணுகுமுறை பிடித்துப்போகிறது. இந்த அனுமானத்தின் அடிப்படையில்தான் அரசுசாராத அமைப்புகள் உருவாகி, வளர்ந்து வருகின்றன. எதிர்பார்த்தது போலவே என்ஜிஓக்கள் ஆஆகவை ஆதரிக்க ஓடோடி வந்தன. *** கேஜ்ரிவால் தனது பொதுவாழ்வை என்ஜிஓவில் அல்லது ‘வளர்ச்சித் துறையில்’ (அதற்குள்ள விநோதமான பட்டம் இது) தான் ஆரம்பித்தார். ஆஆக அதிகரித்து வரும் அசமத்துவம், சமூக அநீதி, ஊழல், சுரண்டல் பற்றியெல்லாம் பேச நினைத்தாலும், இந்த எங்கும் பரவியுள்ள பிரச்சினைகளில் அதன் அணுகுமுறை மேம்போக்காக, சில குறிப்பிட்ட வெளிப்பாடுகளை மட்டுமே காட்டுவதாகவே உள்ளது. ஆஆகவின் பார்வை ‘நல்ல’ மனிதர்கள், ‘கெட்ட மனிதர்கள்’ என்ற மிக எளிய வேறுபாட்டிலிருந்து உருவானது. அரசியலும், நிர்வாகமும் கெட்ட மனிதர்களிடமிருந்து மீட்கப்பட்டுவிட்டால், எல்லாம் நல்லபடியாக நடக்கும் என்ற பார்வை. கட்சிக்கு ஆதரவு தருவோர் இந்த நல்ல மனிதர்கள் கூட்டத்தில் சேர்ந்து விடுவார்கள். பொது வாழ்வின் ஏராளமான பெரிய

ஆளுமைகள் ஊழலற்ற இந்தியா அமைப்பை ஆதரித்தார்கள். இவர்கள் பேச்சின் தொனி முழுவதும் ஊழல் என்பது அதிகாரவர்க்கம், அரசியல் வாதிகளிடம் மட்டுமே இருப்பதுபோல் இருந்தது. தனது லாபத்திற்காக இவர்களின் பேராசைக்கு இரைபோடும் முதலாளிகள், பாலிவுட் பிரபலங்கள் (கறுப்புப் பணத்தால் உயிர் வாழ்பவர்கள்) சாதாரணமக்களின் நன்கொடை என்ற பெயரில் ஏராளமான சொத்துகள் சேர்க்கும் சாமியார்கள், ஏன், சில அரசியல்வாதிகள் கூட இந்த இயக்கத்தின் ஆதரவாளர்களாக இருந்தார்கள். 2011 ஏப்ரல் 14ம் தேதியின் டைம்ஸ் ஆஃப் இந்தியா இதழ் ஜந்தர் மந்தரில் அன்னா ஹசாரேயின் போராட்டத்தின்போது திரட்டப்பட்ட 82.88 லட்சம் ரூபாயில், 46.50 லட்சம் ரூபாய் முதலாளிகளிடமிருந்து வந்ததாகக் கூறியது. இவற்றில் ஜிண்டால் அலுமினியமும், ஹெச்டிஎஃப்சி வங்கியும் அடக்கம்.

இயல்பாகவே, நாட்டிற்கு மிக அவசியமாகத் தேவைப்படும் புரட்சிகர அமைப்பு மாற்றம் பற்றி ஆஆக பேசுவதில்லை. அதன் பார்வை குறித்த ஆவணம் அதிகார மையங்களை அழித்து, மக்களுக்கு அதிகாரம் வழங்குவது பற்றிப் பேசுகிறது. இந்த ஆரவாரமான அறிவிப்பைச் செய்தபிறகு, அந்த லட்சியத்தை எப்படி அடைவது என்பது பற்றி எதுவும் கூறவில்லை. காந்தியின் சுயராஜ்யம் பற்றிப் பேசுகிறது. அது குறைந்தப் பட்சம் தலித்துகளால் கடுமையாக நிராகரிக்கப்பட்ட ஒரு விஷயம். தமது விடுதலைக்கு அமைப்பு ரீதியாக மாற்றம் வேண்டும் என்று விரும்பிய, மாறாக, நிலவும் முறையில் மாற்றம் விரும்பாதவரான காந்தியை அடைந்த தலித்துகளுக்கு அவர் வெறுக்கத்தக்கவர்.

அவரது புனிதத் தனங்கள் அனைத்தும் வெறுப்பானவை. ஆஆகவின் ஆவணம் ஏழை, பணக்காரர் இடையே இடைவெளி அதிகரிப்பது பற்றி, இயற்கை வளங்களை பெரும் தொழிலதிபர்களும், அரசியல்வாதிகளும் கொள்ளையடிப்பது பற்றி, வேலையின்மை விலைவாசி உயர்வு, ஊழல் பற்றி எல்லாம் பேசுகிறது. ஆனால்இவற்றின் ஊற்றுக் கண்ணான, அரசு கடைப்பிடிக்கும் நவீன தாராளமயக் கொள்கை பற்றி எதுவும் பேசவில்லை. எல்லா பிரச்சினைகளையும் சரிசெய்ய நட்டுகளையும், போல்ட்டுகளையும் தட்டிக்கொண்டே இருப்பது போல் பாவனை செய்வதில் அது திருப்தியடைகிறது. இதன் மூலம் பழைய இயந்திரம் முற்றிலும் புதிய பொருளை உருவாக்கித் தந்துவிடும் என்று நம்புகிறது.

எதிர்பார்த்தது போலவே, கேஜ்ரிவாலின் ஆஆக இந்திய சமூகத்தில் உட்பொதிந்திருக்கும் அமைப்புரீதியான அநீதியை சரிசெய்ய அவசியம் இருப்பதாகக் கருதவில்லை. ஆதிவாசிகள், தலித்துகள், முஸ்லிம்கள், பெண்கள் மீதான சுரண்டல் அதன் திட்டத்தில் எந்த எச்சரிக்கை மணியையும் எழுப்பவில்லை. தனது தேசிய அரசியல் ஆசை காரணமாக கேஜ்ரிவால்

ரோஹித் வெமுலாவின் நிறுவனக் கொலையை கண்டித்தார். உனா தலித் கொடுமைகள் பற்றி பேசினார். 2017 பிப்ரவரி மார்ச்சில் பஞ்சாப் தேர்தலின்போது, ஆஆக ஒரு ‘தலித் தேர்தல் அறிக்கை’ பற்றிப் பேசியது. ஆஆக ஆட்சியமைத்தால் ஒரு தலித் துணை முதல்வராக ஆக்கப்படுவார் என்று அறிவித்தது. அதே சமயம், ஆஆகவின் அறிவு வெறுமை திரும்பத் திரும்ப அம்பலப்படுகிறது. பஞ்சாப்பின் நாட்டுப்புறப் பாடகரும், சிபிஐ எம்எல் செயற்பாட்டாளருமான புகழ்ப்பெற்றவரான பண்ட் சிங் ஆஆகவில் சேர்ந்தார். 2006ல் மான்சா மாவட்டத்தில் சூரி ஜாபர் கிராமத்தில் இவரது மூத்த மகள் ஜாட்களால் கூட்டு வன்புணர்ச்சி செய்யப்பட்டார். அதற்கு நீதிகேட்டுப் போராடிய பாண்ட்சிங் ஜாட்களின் கொடூர தாக்குதலால் தனது கைகளையும், ஒரு காலையும் இழந்தார். என்ன கொடுமை என்றால், அவரைத் தாக்கியவரான நவ்தீப் சிங்கும், வழக்கில் நேரில் பார்த்த காட்சியான சர்ஜித் சிங்கும் ஆஆகவில் சேர்ந்தார்கள். (விஷயம் வெளியில் தெரிந்த மறுநாள் சேதத்தை குறைக்கும் முயற்சியாக நவ்தீப் கட்சியிலிருந்து நீக்கப்பட்டார்) தலித்துகள் பற்றிய கேஜ்ரிவாலின் பேச்சுகள் எல்லாம் தேர்தல் கணக்கை மனதில் வைத்துப் பேசப்பட்டவை. மற்ற கட்சிகளின் பேச்சுக்களைப் போன்றவைதான்.

ஆஆக கோவா, பஞ்சாப் மாநில தேர்தல்களில் கடும் போட்டி போட்டது. ஆனால் தோல்வியுற்றது. இந்தியாவில் தேர்தல் முடிவுகளுக்கும், கட்சிகளின் அரசு செயல்பாட்டிற்கும் தொடர்பில்லை. என்றாலும்கூட பின்னதை புறக்கணிக்க முடியாது. ஆஆக மக்களுக்கான வாக்குறுதிகளை நிறைவேற்றுவதில் கவனம் செலுத்தி, மற்ற கட்சிகளைப் போல் மக்களைக் கவரும் வித்தைகளைச் செய்யாமல் இருந்தால், நீண்ட காலப் போக்கில் அது வளர்ச்சி பெறும் என்று நம்பலாம். எவ்வாறாயினும், இன்றைய சூழலில், குறிப்பிட்ட கால அளவில் குறைவான வாக்குறுதிகளை நிறைவேற்றினாலும் கூட அது ஒரு முன்னேற்றம்தான். துண்டுத் துண்டான தீர்வுகளுடன் வளர்ச்சி என்பது அவற்றின் பின்னாலுள்ள பிரச்சினைகளை அது சரிவர புரிந்துகொள்ளாமல் போகவும் வாய்ப்புகள் உள்ளன. அதைச் செய்யத் தவறினால், இன்றைய அமைப்பின் நோய்க்கான காரணத்தின் வாழும் உதாரணம் என்ற அளவில்தான் ஆஆக வரலாற்றில் இடம்பெறும்.

நமது பொருளாதாரத்தில், அரசியலில், சமூகத்தில் பெரும் தாக்கம் ஏற்படுத்தும் நவீன ஏகாதிபத்தியம் குறித்தும், ஆஆக வியப்பூட்டும் விதமாக மௌனமாக இருக்கிறது. 21ம் நூற்றாண்டில் பிறந்த ஒரு கட்சி மூலதனத்தின் ஏகாதிபத்திய செயல்பாடுகளை அறியாததுபோல் இருப்பது, துரதிருஷ்டவசமாக இயல்பானதுதான் என்றாலும் அபத்தமானது. அதேபோல ஆஆகவின் தலைமை அது பெரும்பாலும், தத்துவமற்ற

உத்திகள் கொண்ட மனிதரான கேஜ்ரிவால் மட்டும்தான். இந்தியாவின் காலனிய ஆக்கிரமிப்பை எதிர்க்கும் காஷ்மீர் அல்லது மணிப்பூர் மக்கள் குறித்து கவலைகாட்டுவதில்லை. ஜம்மு காஷ்மீரில் ராணுவ (சிறப்பு அதிகாரம்) சட்டம் தொடர்வது பற்றி மக்கள் கருத்துக்கணிப்பு நடத்தப்பட வேண்டும் என்று மூத்த தலைவரும், மனித உரிமை ஆர்வலருமான பிரஸாந்த் பூஷண் கூறியபோது, வலதுசாரி வட்டாரங்களின் கடுமையான எதிர்வினையை மட்டுமின்றி, உடனிருக்கும் ஆஆக உறுப்பினர்களின் கடுமையான மறுப்பையும் அவர் சந்தித்தார். கட்சி உடனடியாக அவரது அறிக்கையிலிருந்து தன்னை விலக்கிக்கொண்டது.

இது வாக்காளர் கூட்டத்தைத் திருப்திப்படுத்தும் கோழைத்தனமா அல்லது அதுதான் ஒவ்வொரு ஆஆக கட்சி உறுப்பினரின் தனிப்பட்ட நம்பிக்கையா என்று தெரியவில்லை. கட்டுப்படுத்தப்பட்ட பேச்சுச் சுதந்திரம், வெளிப்படையான விவாதம் குறித்த அச்சம், அரசின் அதிகாரப்பூர்வ நிலைப்பாட்டில் கேள்விகேட்காமல் நிற்பது என்ற கட்டுப்படுத்தும் தன்மைகளோடு கூடிய தேசியவாதத்தைத் தான் அது தெளிவாகக் காட்டுகிறது.

அதேபோல, ஆஆக மேடைகளில் வந்தே மாதரம் முழங்கப்படுவதும் அனைவரையும் உள்ளடக்கும் கலாச்சார நடுநிலையின் வெளிப்பாடாக இல்லாமல், முன்னுரிமை தருவதன், அடையாள நெருக்கத்தின் குறியீடாக உள்ளது. அல்லது ஆம் ஆத்மிகட்சி என்ற பெயர் குறிப்பிடும் சாதாரண மனிதன் ஒரு கற்பனைபாத்திரமாக, இம்மண்ணில் காண முடியாத ஒன்றாக உள்ளது. அதுவும் இங்கு சாதாரண மக்கள், அரசியல் ஆர்வமற்ற குடிமக்களோடு வேறு எந்த குணங்கள் அடையாளம் காணப்படுகின்றன என்று நாம் கேட்கவேண்டியதாக உள்ளது. இந்த அடையாளங்களிலிருந்து நாம் ஆஆகவின் கலாச்சார அடையாளங்களை காண முயன்றால் அதன் மையம் தெளிவாகத் தெரிகிறது. அதன் 'தத்துவங்களற்ற அரசியல்' என்ற முரண் சொல் அம்பலப்படுகிறது. வெளிப்படையாகப் பேசும் அந்தக்கட்சி காப் பஞ்சாயத்திற்குப் பின்னால் அது காப்பஞ்சாயத்துடன் பேச்சுவார்த்தை நடத்த வேண்டும் என்கிறது. மேலாதிக்கமான சாதி அமைப்பு பற்றி, சாதிக் கும்பல் பத்மாவத் போன்ற திரைப்படத்தைத் தாக்குவது பற்றி பேச மறுப்பதை நாம் கவனிக்கிறோம். அரசியலில் மௌனம் என்பது ஒருபோதும் நடுநிலையானதல்ல. சுதந்திரச் சந்தை சார்புள்ள கலாச்சார பழமைவாதமும், மேலோட்டமான சோஷலிசப் பூச்சும் பழங்காலத்து இதந்தரும் மருந்துதான். ட்விட்டரில் அது புதியதுபோல் காணப்பட்டாலும் கூட.

அரசியல் மாற்றத்தை விட கலாச்சார மாற்றத்திற்கு நீண்ட காலம் தேவைப்படும். டில்லியில் அதன் செயல்பாட்டைப் பொருத்தவரை ஆஆக

மோசமாக இல்லை. ஆனால் அரசியல் கலாச்சாரத்தின் அடிப்படையில் அது நிச்சயமாக தடுமாறியுள்ளது. மற்ற கட்சிகளிலிருந்து தன்னை வேறுபடுத்திக் காட்ட ஒரு மாற்று அரசியல் மாதிரியை அதனால் தர முடியவில்லை. அது போராட முயற்சி செய்த அதே பொறியில் அது விழுந்துவிட்டது. ஆஆக வின் முகமான கேஜ்ரிவால், மற்ற எந்த அரசியல்வாதியையும் போலவே அரசியல் ஆசைக்கும், சூழ்நிலைக்கும் இரையாகி விட்டவராகத் தெரிகிறது. உண்மையில் இந்தியாவின் பிரச்சினைகளான நவீன தாராளமயத்தின் அதிகாரப் பண்புகள், இந்துத்துவ பாசிசத்தின் எழுச்சி, அதனால் ஏராளமான மக்கள் விரைவாக விளிம்பு நிலைக்குத் தள்ளப்படுதல் ஆகியவை பற்றி ஆஆகவிற்கு எந்த ஆழமான புரிதலும் இல்லை. இவை எது குறித்தும் தனக்கு பிரச்சினை இருப்பதாக கேஜ்ரிவால் என்றும் பேசியதில்லை. அவரது செயல்திட்டம் மேலோட்டமானது. அவரும் அவரது குழுவும் அறிந்து கொள்ள வேண்டும். தமது புரிதல்களை ஆழப்படுத்திக் கொள்ள வேண்டும். அது கட்சிக்குள் ஜனநாயக நடைமுறைகள் இருந்தால் மட்டுமே நடக்கும். ஆனால் ஆஆகவில் அவைதான் முதலில் அடிபட்டு வீழ்ந்தன.

ஆஆக என்பது அரசை சுத்தப்படுத்துவதற்கான ஒரு ஆப் (app). ஆனால் அது பிழைகள் (**) நிறைந்ததாகத் தெரிகிறது. அந்த ஆப்பிற்கு புதிய அப்டேட் வேண்டும். அது அதிக பிற்போக்கான மோடி வழிபாட்டை எதிர்க்கும் கேஜ்ரிவால் வழிபாடாக இருந்தாலும் கூட, பலன்கள் தற்காலிகமானவையாக இருந்தாலும்கூட, இல்லாவிட்டால், 2019ல் சிறந்த எதிர்கட்சியாக இருக்கும் நம்பிக்கையை இழப்பது என்ன, 2020ல் டில்லியின் ஆட்சியே பறிபோய்விடும். வரலாறு ஆப் என்றால் என்ன என்று கேட்டுக் கொண்டு நிற்கும்.

■

சாதி, வர்க்கம், இயக்கங்கள்

என்.குணசேகரன்

ஆனந்த் டெல்டும்டெவின் "சாதியின் குடியரசு" நூல், இந்திய மக்கள் எதிர்கொள்ளும் சமூக சிக்கல்கள் பற்றி ஆழமான பல கருத்துக்கள், ஏராளமான விவரங்கள் கொண்ட நூலாக அமைந்துள்ளது. இந்திய நாட்டின் முக்கிய சிந்தனையாளராக பேராசிரியர் ஆனந்த் டெல்டும்டே இயங்கி வருகின்றார். "சாதியின் குடியரசு" நூலில், சமகால சாதி அடுக்கின் இயங்கு முறை, இட ஒதுக்கீடு, தலித் இயக்கம், இடதுசாரி இயக்கம் என பரந்த தளத்தில் தனது கருத்துக்களை அவர் முன்வைத்து விவாதிக்கின்றார்

மார்க்சிய ஆய்வு முறையை கையாள்கிற சிந்தனையாளர் என்பதால் அவருடைய கருத்துக்கள் ஒடுக்கப்பட்ட, சுரண்டப்பட்ட மக்களின் விடுதலை என்ற நோக்கில் அமைந்துள்ளன. நவீன தாராளமயம், சாதிக்கும் வர்க்கத்திற்கும் உள்ள உறவு, மதச்சார்பின்மை கோட்பாட்டின் உண்மையான பொருள், இந்திய அரசின் சில தன்மைகள், இந்துத்துவ நிகழ்ச்சி நிரல் போன்ற பல சமகாலப் பிரச்சினைகளை புதிய கோணங்களில் டெல்டும்டே விளக்குகின்றார்.

டெல்டும்டெவின் சிந்தனைகள் அனைத்தும் கவனத்தில் கொள்ள வேண்டியவை; விவாதத்திற்கும், விமர்சனத்திற்கும் உட்படுத்த வேண்டியவை. அந்நூலை தமிழில் தோழர் சுப்பாராவ் மொழிபெயர்ப்பில் பாரதி புத்தகாலயம் வெளியிடுவது தமிழக சிந்தனைக்கு முக்கிய பங்களிப்பு.

அவரது கருத்துக்கள் மிக நுட்பமானவை: உயர்ந்த தரம் கொண்டவை; இதனால், மார்க்சிய இயக்கச் செயல்பாட்டுக்கு அவை தேவையானவை. மார்க்சிய நடைமுறை நோக்கில் அவரது கருத்துக்களை ஆய்வு செய்வது அவசியமாகிறது.

வர்க்கத்தின் வடிவமாக சாதி

"சாதி, வர்க்க இயக்கவியல்: உள்ளேயும், வெளியேயும் " என்ற தலைப்பு டாக்டர் அம்பேத்கரின் ஒரு முக்கிய மேற்கோளுடன் துவங்குகிறது. "சாதி என்பது மூடப்பட்ட வர்க்கம்" என்று 1916 ஆம் ஆண்டு "இந்தியாவில் சாதிகள்" என்கிற நூலில் டாக்டர் அம்பேத்கர் குறிப்பிடுகிறார். அதாவது, வர்க்கத்தின் வடிவமாக சாதி உள்ளது என்று கருதினார்.

இன்றைய நவீனகிராமசமுதாயத்தைஎடுத்துக்கொண்டால்நிலவுடைமையாளர்கள், முதலாளிகள், என்ற அதிகாரம் படைத்த வர்க்கப் பிரிவினர் ஒருபுறம், அவர்களிடம் பல்வேறு வகைகளில் பணியாற்றும் நிலமற்ற விவசாயிகள், முறைசாராத் தொழிலாளர்கள் போன்றோர் மறுபுறம் என வர்க்க அடிப்படையில் வேறுபாடுகள் உள்ளன. ஆனால் இதைவிட வெளிப்படையாக தெரிவது அந்த கிராம சமூகத்தில் நிலவும் சாதி வேறுபாடுகள்தான். எனவேதான் வர்க்கம், சமூகத்தின் உள்ளடக்கமாகவும் சாதி அதன் வெளிப்புற வடிவமாகவும் விளங்குகிறது.

சாதி, வர்க்க ஒடுக்குமுறை எதிர்ப்பு இரண்டும் இணைந்த போராட்டத்தில்தான் பொருளாதார சுரண்டலுக்கும் ஒடுக்குமுறைக்கும் ஆளான உழைக்கும் மக்கள் அனைவரையும் ஒன்று திரட்ட முடியும்.

இந்த ஒற்றுமை அம்பேத்கர் கனவு கண்ட சமத்துவ சமூகத்தை உருவாக்கிடும். அம்பேத்கரின் வர்க்கம், சாதி பற்றிய வரையறை இதனையே உணர்த்துகிறது.

சாதி, வர்க்கம் என்ற இரண்டும் வேறுபட்டவையாக இருந்தாலும், இரண்டுக்கும் ஒற்றுமை அம்சங்களும் உண்டு என்கிறார், டெல்டும்டெ. இரண்டுக்கும் உள்ள பிணைப்பை சரியாக புரிந்து கொண்டு இயங்கும்போது சமூக விடுலைக்கான ஒன்றுபட்ட போராட்டத்தை கட்டவிழ்ப்பதற்கான வல்லமை ஏற்படுவதாக அவர் கருதுகிறார்.

கம்யூனிஸ்ட் இயக்கங்கள் நீண்ட காலமாக சமூக, பொருளாதார அடிப்படையில் ஒடுக்கப்பட்ட மக்களை அணிதிரட்டி வந்துள்ளனர். இந்த செயல்பாட்டுக்கான வழிகாட்டுதலை மார்க்சியமே வழங்குகிறது. இதனால்தான் அம்பேத்கரும் மார்க்சியப் பார்வையில் முக்கியமான கருத்தாக்கமான "வர்க்கம்" என்கிற கருத்தாக்கத்தை சாதி பற்றிய ஆய்வுக்கு பயன்படுத்துகிறார்.

அம்பேத்கரும், மார்க்சியமும்

மார்க்சியத்தின் மீது ஈர்ப்பு கொண்டவராக அம்பத்கர் இருந்தார் என்பதனை டெல்டும்டெ விவரிக்கின்றார். மார்க்சியம் ".... மனித உறவுகளில் உள்ள சுரண்டல் தன்மையை முன்னிலைப்படுத்தி, அதனை மாற்றுவதற்கு வழிகாட்டும் சித்தாந்தம்" என்று அம்பேத்கர் கருதியதாக டெல்டும்டெ கூறுகிறார். (பக்கம்-127)

மார்க்சின் "மூலதனம்" மராத்தியில் வெளிவந்தபோது, "கூலி, விலை, லாபம்" என்ற மார்க்சின் நூலை அவரது "ஜனதா" பத்திரிகையில் அம்பேத்கர் தொடராக பிரசுரித்துள்ளார். 1956-ஆம் ஆண்டில் காத்மாண்டுவில் நடந்த ஒரு கருத்தரங்கில் "புத்தரும், மார்க்ஸும்" என்ற தலைப்பில் ஆராய்ச்சிக் கட்டுரை சமர்ப்பித்து உரையாற்றியுள்ளார். அதில் புத்தர், மார்க்ஸ் இருவரின் உலகப்பார்வையும் இலட்சியங்களும் ஒன்றே என்று பேசியுள்ளார்.

1936, ஆகஸ்ட் 15 அன்று அனைத்து உழைக்கும் மக்களையும் திரட்ட அவர் சுதந்திர தொழிலாளர் கட்சி அமைத்தார். இது, அவரிடம் வர்க்க சிந்தனை இருந்ததை எடுத்துக்காட்டுவதாக டெல்டும்டெ கருதுகிறார்.

இந்த உண்மைகளை ஆனந்த் டெல்டும்டெ எடுத்துக் கூறுவதன் நோக்கம் என்ன? மார்க்ஸ் சிந்தனையும் அம்பத்கர் சிந்தனையும் எதிரும் புதிருமானது அல்ல என்றும், மார்க்சிய இயக்கங்களும் தலித் இயக்கங்களும் ஒருங்கிணைந்து செயல்பட வேண்டுமென்றும் அவர் வலியுறுத்துகிறார்.

மார்க்சியம் மீது சில விமர்சனங்களும் அம்பேத்கருக்கு உண்டு என்று டெல்டும்டே குறிப்பிடுகிறார். வன்முறையையும், சர்வாதிகாரத்தையும் அது வலியுறுத்துவதாக அம்பத்கர் கருதினார் என்று டெல்டும்டெ தெரிவிக்கின்றார்.

ஆனால், வன்முறை, சர்வாதிகாரம் இரண்டுமே ஆளும் முதலாளித்துவ வர்க்கங்களும், அவற்றின் கருவியாக செயல்பட்டு வரும் அரசும் மக்களை அடக்கி

ஒடுக்கிட, மேற்கொள்ளுகிற வழிமுறைகள். இதனை மார்க்சியம் ஆழமாக விளக்குகிறது.

இன்றளவும் இந்தியா உட்பட அனைத்து நாடுகளிலும் இதனை நாம் காண்கின்றோம்.

புரட்சிகர மாற்றம் ஏற்பட்டு , பாட்டாளி வர்க்க அரசு அமைகிற போது, பெரும்பான்மை மக்கள் அதிகாரத்தில் இருப்பதை முதலாளித்துவம் சகித்துக் கொள்வதில்லை. பாட்டாளி வர்க்கம் அதிகாரத்தில் இருப்பதை பொறுக்க முடியாத முதலாளித்துவம், மீண்டும் எதிர்ப்புரட்சி வேலைகளை செய்து உழைக்கும் மக்களின் அரசினை வீழ்த்த வன்மத்துடன் முயற்சிக்கும்.

அதனை எதிர்கொள்ள வேண்டுமானால், பாட்டாளி வர்க்க அரசு அனைத்து அதிகாரங்களையும் கொண்ட பாட்டாளி வர்க்க சர்வாதிகார அரசாக இருக்க வேண்டும் என்று மார்க்சியம் வழிகாட்டுகிறது.

அந்த அரசு உண்மையில் பெரும்பான்மை உழைக்கும் மக்களின் அரசாக இருக்கும் என்பதனை மார்க்சியம் விளக்குகிறது. அந்த அரசும், அது நிர்வகிக்கும் சமூகமும், நடைமுறையில் உண்மையான மக்கள் ஜனநாயகமாகவே இருக்கும்.

மார்க்சியத்தை வன்முறை தத்துவம் என்றும் சர்வாதிகாரத் தத்துவம் என்றும் மனிதநேய சிந்தனையாளர்கள் பலரும் கூட தவறான புரிதலுக்கு ஆட்பட்டுள்ளனர். அவர்கள் மார்க்சியத்தை அதன் முழுப்பரிமாணங்களுடன் புரிந்து கொள்வதற்கு ஏற்ற வகையில் மார்க்சியம் பற்றியமுழுமையான தரவுகள் , மதிப்பீடுகள் கொண்ட கருத்தியல் பிரச்சாரம் அதிகமாக தேவைப்படுகிறது.

சுயநல அரசியலும், சாதி ஒழிப்பும்

1936-ல் தொழிலாளர் கட்சியை அமைத்த அம்பேத்கர், அந்த வர்க்கத் திரட்டல் பணியை முதன்மைப் பணியாகத் தொடரவில்லை.1942-ல் அனைத்திந்திய தாழ்த்தப்பட்டோர் கூட்டமைப்பினை உருவாக்கினார். இது, வர்க்கம் என்கிற முனையிலிருந்து சாதி என்கிற முனைக்கு அவர் சென்றுவிட்டதை குறிப்பதாக டெல்டும்டெ எழுதுகிறார்.

அம்பேத்கர், காங்கிரஸ் ஆட்சியில் சட்ட அமைச்சராக பொறுப்பேற்றதும், பிறகு காங்கிரஸ் தலைமையால் துரோகத்திற்கு ஆளானதும் வரலாறு. இவற்றை விளக்கும் டெல்டும்டெ பாஜக, காங்கிரஸ் இரண்டுமே தலித் மக்களுக்கு துரோகம் இழைக்கும் கட்சிகளாக ஆதாரங்களுடன் எடுத்துரைக்கிறார்.

ஆனால் அந்தக் கட்சிகளோடு, அம்பேத்கர் பெயரை உச்சரித்துக் கொண்டு அரசியல் செல்வாக்கை தேடிக் கொண்ட பலர் , சுயநல அரசியலை நடத்தி வருகிற நிலையையும் டெல்டும்டெ அம்பலப்படுத்துகிறார்.

இதற்கு தலித்துகளான 'ராம்கள்' சிலரை எடுத்துக்காட்டாக முன்வைத்து பேசுகிறார். ராம்தாஸ் அதவாலே செல்வாக்கு பெற்ற பெரும் கோடீஸ்வரராக ஆன வரலாற்றை குறிப்பிடுகிறார். முதலில் தேசியவாத காங்கிரஸ்-காங்கிரஸ் கூட்டணி அரசில் அமைச்சராகவும், பிறகு பாஜக அரசில் அமைச்சராகவும் அவர் இருந்தார். அதேபோன்று ராம் விலாஸ் பஸ்வான், காங்கிரஸ் தலைமையிலான கூட்டணி

அரசிலும் பாஜக தலைமையிலான கூட்டணி அரசிலும் தொடர்ச்சியாக ஐந்து முறை மத்திய அமைச்சராக பதவியில் இருந்து வருகிறார்.

இவர்களை விட பலமடங்கு சுயநல அரசியலும் , ஊழல் சாம்ராஜ்யத்தை நடத்தி வருகிற பலர், பல முதலாளித்துவ கட்சிகளில் இருந்து வருகின்றனர் என்பது உண்மையே. ஆனால் சாதி ஒழிப்பு லட்சியத்திற்காக வாழ்க்கையைத் துவங்குகிற பலர் தடம் மாறி போகிறபோது , அந்த லட்சியத்திற்கு பாதிப்பு ஏற்படுகிறது.

தற்போதைய நிலையில் அம்பேத்கரைப் பின்பற்றுவோரும் கூட அம்பேத்கரின் பார்வையை நடைமுறையில் பின்பற்றுவதில்லை. சாதி ஒழிப்பு இலட்சியம் சாத்தியமில்லை என்று அவர்கள் கருதுகின்றனர்.அம்பேத்கர் பெயரை உச்சரிக்கும் வேறு சிலர் இந்துத்துவா மற்றும் நவீன தாராளமய விஷ கருத்தியலுக்கு ஆளாகி உள்ளனர். எனவே சாதி ஒழிப்பு நிகழ்வு மெதுவாகவே நடக்கும் என்று விளக்கும் டெல்டும்டெ, அந்த குறிக்கோள் வர்க்க ஒற்றுமை போராட்டங்களின் வழியாகத்தான் சாத்தியமாகும் என்கிறார்.(பக்கம் 179). இந்த கருத்திற்கும், கம்யூனிஸ்டுகளின் பார்வைக்கும் பெரிய வேறுபாடு இல்லை.

சங்கப் பரிவாரம் விடுக்கும் சவால் உள்ளிட்ட அனைத்தையும் எதிர்கொள்ள, , ”சாதி உணர்வு வேரறுக்கப்பட வேண்டும்” என்கிறார் டெல்டும்டெ.இதற்கு “சாதி அடுக்கில் நிறுத்தப்பட்டிருக்கும் சாதிகளின் அடையாள உணர்வுகள் அழிக்கப்பட வேண்டும் என்கிறார். அதாவது சாதி ஓழிக்கப்படுதலே சரியான தீர்வாக அமையும்' என்கிறார்.இது கரடு முரடான, நீண்ட கால பாதையாக இருக்கலாம்.இதற்கு, சரியான அணுகுமுறை தேவை.

சாதி ஒழிப்பை சாதிக்க, தலித் மக்கள் வர்க்க நிலைமைகள், வர்க்க கருத்து நிலைகளில் நின்று சமூகத்தை அணுக வேண்டும்; தலித்துக்களைப் போன்றே கிராமப்புற அதிகார வர்க்கங்களிடம் அடிமைப்பட்டுக் கிடக்கும் தலித் அல்லாதவர்களோடு நெருக்கம் ஏற்பட இந்த அணுகுமுறையே சிறந்த வழி என்கிறார் டெல்டும்டெ. இது சாதி ஒழிப்பில் முன்னேறிட உதவிடும்.

சங்கப்பரிவாரங்களின் திட்டம்

தலித் மக்களை தங்கள் பிடியில் வென்றெடுப்பது என்பது சங்கப்பரிவாரத்தின் ஒரு நயவஞ்சகமான திட்டம்.

இந்துக்களுக்கு எதிராக இஸ்லாமியர்கள், கிறிஸ்துவர்கள், கம்யூனிஸ்டுகளை முன்னிறுத்தி, சமூகத்தில் பிளவை ஏற்படுத்துவது இந்துத்துவாவின் குறிக்கோள். இதனை அடைவதற்கான அவர்களது திட்டத்திற்கு, தலித்துகள் தடையாக இருப்பார்கள் என்கிற அச்சம் எப்போதுமே அவர்களுக்கு உண்டு .

வேறுபட்ட நம்பிக்கைகள், கடவுளர்கள் , சடங்குகள் என பல்வேறு பிரிவினரை இந்து என்கிற ஒற்றை மத அடையாளத்தின் கீழ் கொண்டுவர இந்துத்துவா முயற்சிக்கிறது. இதற்காக பல பிரிவினரின் பன்முகத் தன்மைகளை அழிக்கிற பண்பாட்டு அழிப்பினை அவர்கள் செய்து வருகின்றனர்.

தலித் மக்களை இந்து என்கிற ஒற்றை மத அடையாளத்தின் கீழ் கொண்டு வருவது சாத்தியமில்லை. ஏனெனில், இந்து மதத்தில் நால்வருணம் என்கிற ஒடுக்குமுறை

கோட்பாடு, காலம் காலமாக, அவர்கள் மீது திணிக்கப்பட்டு, அவர்கள் தீண்டாமை உள்ளிட்ட கொடுமைகளுக்கு ஆளாகி வருகின்றனர்.

இந்த நிலையை எதிர்கொண்டு தலித் மக்கள் மத்தியில் இந்து மத ஒற்றை அடையாளத்தை ஏற்படுத்த சங்கப் பரிவாரம் பெரு முயற்சி செய்கிறது.

அம்பேத்கரையும் காவி மயமாக்க அவர்கள் படாதபாடு படுகிறார்கள். அம்பேத்கார் இந்து மதத்தை முழுமையாக நிராகரித்தவர் என்கிற உண்மையை மறைத்து, அம்பேத்கரை சித்தாந்த ரீதியாக கடத்திட முயற்சிக்கிறார்கள். தலித் இயக்கத்தில் உள்ள நடுத்தரவர்க்கத்தினர் சிலரின் சுயநலமும், சங்கபரிவாரத்தின் இந்த சதித் திட்டத்திற்கு துணையாக இருக்கிறது என்பதை டெல்டும்டெ அழுத்தமாக குறிப்பிடுகிறார் (பக். 265)

பாஜகவிற்கு தலித் மக்கள் மீது எந்தப் பாசமும் இல்லை. பாஜக ஆட்சியில் தலித் மக்கள் மீதான தாக்குதல்கள் ஒவ்வொரு நாளும் சராசரியாக 111 என்ற எண்ணிக்கையில் நடந்து வருவதை சுட்டிக் காட்டும் டெல்டும்டெ "ஆளும் வர்க்கங்களின் நலன்கள் தற்போதைய சாதிப்பிளவுகளை பாதுகாப்பதில்தான் உள்ளது. இந்த ஆளும் வர்க்கங்களின் தேவைகளுக்கு ஏற்ப அரசும் செயல்படுகிறது" என்கிறார்.

எனவே, பாஜக தலைமை தாங்கும் அரசினை எதிர்த்தால் மட்டும் போதாது. எதிர்காலப் பார்வை முன்வைக்கப்பட வேண்டும். முதலாளித்துவ அரசினை அகற்றி, உழைக்கும் வர்க்கங்கள் அதிகாரத்தைக் கைப்பற்றுகிற மாற்று நிகழ்ச்சி நிரல் அவசியம்.

சாதி ஒழிப்பில் நிலப்பிரச்னை

தலித் விடுதலை பற்றி பேசுகிறவர்கள் நிலப் பிரச்சனை பற்றி அதிகம் பேசுவதில்லை. டெல்டும்டெ தலித் விடுதலைக்கு நிலவுடைமை உறவுகளில் மாற்றத்தை ஏற்படுத்துவது மிக முக்கியமானது என்று எழுதுகிறார். " மக்கள் தொகை அடிப்படையில் பார்த்தால் (80 சதவீதத்திற்கும் மேற்பட்ட) தலித் மக்கள் பெரும்பாலும் கிராமப்புறங்களில் வாழ்கின்றனர். வேகமாக நிகழும் நகரமயத்தில், தலித் அல்லாதவர்கள் நகர்ப்புறங்களுக்கு குடியேறுகிற அளவில் பாதி அளவிற்கு மட்டுமே நகரங்களுக்கு செல்லும் தலித் மக்களின் எண்ணிக்கை உள்ளது. இந்நிலையில் தலித் விடுதலை குறிக்கோளினை அடைந்திட, நிலம் மிக முக்கியமான பங்கினை வகிக்கிறது." (பக்கம் 211). இதனையொட்டி அம்பேத்கார் 1929-ஆம் ஆண்டில் மகாராஷ்டிரா கொங்கன் பகுதியில் நடத்திய நிலப்பிரபுத்துவ எதிர்ப்புப்போராட்டத்தை டெல்டும்டெ குறிப்பிடுகிறார்.

கம்யூனிஸ்டுகள் நீண்டகாலமாக நிலப்பிரபுத்துவ எதிர்ப்புப் போராட்டங்களை நடத்தி வந்துள்ளனர். டெல்டும்டெ இந்த பங்களிப்பை விரிவாக எழுதவில்லை என்றாலும் நிலத்துக்கான போராட்டம் கம்யூனிச இயக்கத்தின் பிரிக்க முடியாத நிகழ்ச்சி நிரலாக இருந்து வந்துள்ளது.

அந்த வகையில் தலித் விடுதலைக்கு கம்யூனிஸ்டுகள் ஆற்றிய பங்கு மிக முக்கியமானது. எதிர்வரும் காலங்களிலும் புதிய சூழலுக்கு ஏற்றவகையில் நிலப் போராட்டம் முன்னெடுத்துச் செல்ல வேண்டியது, அவசியமானது. இது விவசாயப் பகுதியினரை திரட்டி நகர்ப்புற உழைக்கும் வர்க்கங்களோடு ஒற்றுமை காண

வழிவகுக்கும். இந்த வர்க்க ஒற்றுமை கட்டுவது, சாதி ஒழிப்பில், முக்கிய கடமையாக அமைந்துள்ளது.

கம்யூனிஸ்ட்கள் மீது விமர்சனம்

எவ்வித அடிப்படையும் இல்லாமல் கம்யூனிஸ்ட்கள் மீது ஏற்கெனவே உலா வந்து கொண்டிருக்கின்ற பல விமர்சனங்களையும் ஆங்காங்கே டெல்டும்டெ பதிவு செய்துள்ளார். சாதி வர்க்க உறவுகள் பற்றிய "தத்துவார்த்த பற்றாக்குறை" இடதுசாரி இயக்கங்களிடம் இருப்பதாக அவர் குறிப்பிடுகிறார்.

தலித் இயக்கங்கள் 'சாதி மட்டும் பார்க்கிறார்கள்; கம்யூனிஸ்டுகள், வர்க்கம் மட்டும் பார்க்கிறார்கள்' என்று சூத்திரம் போன்று டெல்டும்டெ எழுதுகிறார். 'இதனால் இரண்டு இயக்கங்களும் மக்களிடமிருந்து தனிமைப்பட்டு வருகின்றன' என்கிறார். தலித் இயக்கங்களின் கருத்து நிலைகள், செயல்பாடுகள், நோக்கங்கள் பலவற்றை அவரே விமர்சித்திருக்கிறார்.

ஆனால் , மார்க்சிய இயக்கம் வர்க்கம் மட்டும் பார்ப்பது உண்மையல்ல என்பது மட்டுமல்ல; உண்மையான மார்க்சிய செயல்பாடு சாதியை தவிர்த்து வர்க்கம் மட்டும் பார்ப்பதாக இருக்க இயலாது.ஒரு கிராமத்தில் நிலப்பிரச்னைக்கு விவசாயிகளை திரட்டும் பணியில் ஈடுபட்டு, வர்க்க ஒற்றுமைக்கு முயல்கின்ற ஒரு கம்யூனிஸ்ட், சாதி சவாலை எதிர்கொள்ளாமல் வர்க்க ஒற்றுமையை உருவாக்க இயலாது.தலித், தலித் அல்லாதவர்களிடம் ஒடுக்குமுறை உறவும், மனப்பான்மையையும் கைவிட வேண்டுமென்ற கருத்துப் பிரச்சாரத்தை மேற்கொள்ளாமல் உண்மையான வர்க்க ஒற்றுமை, உள்ளூரில் சாத்தியமாகாது.

இந்த அணுகுமுறையை நடைமுறைப்படுத்துகிற சில தவறுகள் ஏற்படும் வாய்ப்புகள் உள்ளன. வாழ்வாதார, பொருளியல் பிரச்சினைகளில் அதிக கவனம் செலுத்துகிற நிலையில், சமூகரீதியில் உள்ள ஒடுக்குமுறை பிரச்சனைகள் மீது உரிய கவனம் செலுத்தாத போக்கு ஏற்படுகிறது. இது உண்மையான, மார்க்சிய தத்துவ நடைமுறை அல்ல. மார்க்சிய அடிப்படையில் சமூக கட்டமைப்பை பார்ப்பதில் உள்ள சரியான மார்க்சிய புரிதலை ஏற்படுத்தி, இதனை அவ்வப்போது சரி செய்திட வேண்டும்.

பல தலித் இயக்கங்களோடு கம்யூனிஸ்ட்கள் தொடர்ந்து போராட்டங்களை நடத்தி வருகின்றனர். கடந்த பல ஆண்டுகளாக பல மாநிலங்களில், குறிப்பாக, தமிழ்நாடு, ஆந்திரா மாநிலங்களில் கூட்டாக தீண்டாமை ஒழிப்பு முன்னணி அமைத்து செயல்பட்டு வருகின்றனர். தலித் மக்களுக்கான உரிமைகளை நிலைநாட்டி உள்ளனர்.

இவ்வாறு தீவிரமான செயல்பாடுகள் மேற்கொண்ட போதிலும், பல அறிவுஜீவிகள் கம்யூனிஸ்டுகளுக்கு 'வர்க்கம் மட்டுமே தெரியும்; சாதி பற்றி அவர்களுக்கு தெரியாது' என்ற அவதூறுப் பிரச்சாரத்தை நிறுத்தவில்லை. கம்யூனிஸ்டுகள் ஒடுக்கப்பட்ட மக்களிடையே வேரூன்றுவதை அவர்கள் விரும்பவில்லை; அது மட்டுமல்ல; தலித் மக்கள் பரந்த அளவில் சுரண்டப்படும் வர்க்கங்களோடு இணைந்து போராடுவதையும் அவர்கள் விரும்பவில்லை; வர்க்க ஒற்றுமை உருவாகி, சுரண்டலுக்கே முற்றுப்புள்ளி வைக்கும் சோஷலிச பாதையில் தலித்துக்கள் செல்வதை தடுக்கும் உள்நோக்கமும் அவர்களில் பலருக்கு உண்டு.

சாதியைப் பற்றி சரியாகப் புரிந்து கொள்வதற்கு மார்க்சிய அணுகுமுறை உதவுகிறது. பொருளியல் தளத்தில் எவ்வாறு உழைப்புச் சுரண்டல் நடக்கிறது என்பதனையும், சாதி அடுக்கில் அடித்தட்டில் இருக்கிற தலித், பிற்பட்ட உழைக்கும் மக்கள் எவ்வாறு கடும் உழைப்புச் சுரண்டலுக்கு ஆளாகிக் கொண்டிருக்கிறார்கள் என்பதை புரிந்துகொள்ளவும், மாற்றத்துக்கான சரியான செயல்பாட்டிற்கும் மார்க்சியமே வழிகாட்டுகிறது.

அதேபோன்று, மக்களின் சுரண்டல் வாழ்க்கை நிலைமைகளை மறைப்பதற்கும், மறப்பதற்கும், சாதி, மதம் இரண்டுமே பயன்படுகின்றன.உழைக்கும் மக்களை ஆதிக்க வர்க்கங்களின் சுரண்டலுக்கு உட்படுத்தி, கேள்வி கேட்காமல் அடிமை வாழ்க்கையில் உழல்வதற்கான சிந்தனைகளை சாதி, மத சிந்தனைகள் ஏற்படுத்துகின்றன.ஆளும்வர்க்கத்தின் கருவிகளாக இவை செயல்படுவதை மார்க்சிய ஆய்வுமுறை மூலமாகத்தான் துல்லியமாக புரிந்து கொள்ள முடியும்.

தீண்டாமை ஒழிப்பு, சாதி ஒழிப்பு என்று அவ்வப்போது சில நடவடிக்கைகளை எடுத்தால் மட்டும் சாதி ஒடுக்குமுறை சார்ந்த சமூக அடுக்கினை அகற்றிட முடியாது. வர்க்க நிலைமைகளையும் சாதிய ஒடுக்குமுறை உறவுகளையும் சரியாக கணித்து சரியான செயல்பாட்டு வியூகங்களை அமைத்து செயல்படுவதன் வழியாகத்தான் சாதி ஒழிப்பிலும் முன்னேற முடியும். வர்க்க விடுதலை சாதிக்க முடியும் இதுவே கம்யூனிஸ்டுகளின் கடந்தகால அனுபவமாகவும் இருந்துள்ளது. கேரள சமூகமும், தமிழகத்தில் கம்யூனிஸ்டுகள் ஓரளவு வலுவாக ஆதரவு தளம் பதித்த தஞ்சையின் பகுதியிலும் இந்த வரலாற்று அனுபவங்கள் ஏராளமாக உள்ளன. இந்த வரலாற்றை டெல்டும்டெ அங்கீகரித்ததாக தெரியவில்லை. வர்க்க ஒற்றுமையை கட்ட வேண்டும் என்று வலியுறுத்தும் டெல்டும்டேவின் பார்வையை நடைமுறைப்படுத்தவும் கூட கம்யூனிஸ்டு இயக்கங்களின் சாதி ஒடுக்குமுறை எதிர்ப்பு வரலாற்றையும் அவற்றின் அனுபவங்களையும் கற்பது அவசியமாகிறது.

தலித் எழுச்சி

1990களில் அதிக அளவில் தலித் இயக்கங்கள் உருவான சூழலில், மார்க்சிஸ்ட் கட்சி தலித் இயக்கங்களின் புத்தெழுச்சியை வரவேற்றது. அதனை ஒடுக்குமுறைக்கு எதிரான எழுச்சியாகவே மார்க்சிஸ்ட் கட்சி கணித்தது.அந்த எழுச்சியை வரவேற்பது மட்டுமல்லாமல் அவர்களோடு இணைந்து, களத்தில் ஏராளமான கூட்டு இயக்கங்களை மார்க்சிஸ்ட் கட்சி முன்னெடுத்து வருகிறது

‘சாதிகள் ஒருவகையில் வர்க்கத்தின் ஒரு வடிவமாகவே இந்தியாவில் உள்ளன; வர்க்கங்கள் சாதிகளுக்குள் உட்புகுந்து இருப்பதை காணமுடியும்’என்பது அம்பேத்கரின் கருத்து.அதே கோணத்தில் டெல்டும்டெ சாதிக்கும் வர்க்கத்திற்கும் உள்ள உறவினை விளக்குகிறார். வர்க்கம் என்றால் மார்க்ஸையும், சாதி என்றால் அம்பேத்கரையும் பிரித்துக் காண்பது சில அறிவு ஜீவிகள் மேற்கொள்ளும் வீணான வேலை என்று டெல்டும்டெ கருதுகிறார்.

சாதி, வர்க்கம் இரண்டையும் பிரித்துப் பார்க்கிற தவறினை உண்மையான மார்க்சியம் செய்வதில்லை. ஆனால் ‘இந்த இரண்டையும் பிரித்துப் பார்க்கிற தவறுகளை தலித் இயக்கங்களும், மார்க்சிய இயக்கங்களும் செய்ததால், இரண்டுமே

பின்னடைவுக்கு சென்றுவிட்டது ‘என்று டெல்டும்டெ கருதுகிறார். வழக்கமாக பலர் மார்க்சியத்தை தூற்றுகிற அதே பாணியில் இக்கருத்தினை டெல்டும்டெ வெளிப்படுத்துகிறார்.

மார்சியம் ஒரு சமூகத்தை துல்லியமாக ஆய்வு செய்திட வழிகாட்டுகிறது. அந்த சமூகத்தில் வாழும் மக்கள் தங்களது வாழ்க்கையின் தேவைகளை நிறைவேற்றிக்கொள்ள உற்பத்தியில் ஈடுபட வேண்டிய கட்டாயம் உள்ளது. அந்த வகையில் பொருளாதாரம் அடிப்படையாக அமைந்துள்ளது. அந்த பொருளாதார இயக்கத்தில் நிலம் உள்ளிட்ட உற்பத்தி சாதனங்களின் உடைமையாளர்கள், அதில் உடைமை ஏதும் இல்லாமல் உழைப்பு மட்டும் செலுத்துவோர் என்று பிரிவுகள் ஏற்படுகின்றன. இந்த உற்பத்தி சார்ந்த உறவுகளின் அடிப்படையில் தான் வர்க்கங்கள் உருவாகின்றன.

சொத்துடைமை வர்க்கங்கள், உழைப்பு சக்தியை மட்டுமே நம்பி இருக்கிற உடைமையற்ற, வர்க்கங்கள் என்கிற இரண்டு முக்கிய பிரிவுகள் சமூகத்தில் ஏற்படுகிறது. இரண்டு வர்க்கங்களும் வெவ்வேறான நலன்களை கொண்டதாக உள்ளன.

இந்த இரண்டு வர்க்கப் பிரிவினர் சாதிகளாகவும் பிரிந்துள்ளனர். உழைக்கும் வர்க்கங்களாக இருந்தாலும் சாதி என்கிற சமூக அடுக்கு, கருத்துரீதியாக அவர்களை ஒன்று சேர விடாமல் தடுக்கிறது. உழைக்கும் வர்க்கங்கள் சாதிகளாக பிரிந்திருப்பதும் தலித் மக்களை, தலித் அல்லாத சாதியினர் பகைமையோடு அணுகுவதும் சாதிச் சிந்தனையின் விளைவு. இது, சுரண்டப்படுகின்ற மக்களிடம் வர்க்க ஒற்றுமை ஏற்படுவதை தடுக்கிறது. இதனால் ஆளும் வர்க்கங்கள் பலனடைகின்றன. சாதி பற்றி மார்க்சிய வழியில் ஆராய்வதே சரியான பாதைக்கு வழிவகுக்கும். இன்றைய முதலாளித்துவ நிலப்பிரபுத்துவ சமூக உறவுகளில் உள்ள அநீதியான ஒடுக்குமுறை நிலைமைகளை மாற்றியமைத்து சமத்துவத்தை அடைய மார்க்சியம் வழிகாட்டுகிறது.

ஆக, டெல்டும்டெவின் கருத்துக்களும், கள அனுபவங்களும் கீழ்க்கண்ட முடிவுகளுக்கு இட்டுச் செல்கின்றன.

* முதலாளித்துவத்தை தூக்கி எறியும் நிகழ்ச்சி நிரல் இல்லாமல், சாதி ஒழிப்புக் குறிக்கோள் நிறைவேறாது.
* ஆனால் இவை இரண்டுமே தானாக அழிந்து போகாது.
* முதலாளித்துவத்தையும், சாதி கருத்து நிலைகளையும் அழிப்பதற்கான களபோராட்டங்கள் , கருத்தியல் முயற்சிகள் இடைவிடாது நடந்தால்தான் இரண்டையும், மரணப் படுக்கையில் தள்ளிட முடியும்.
* இதனை பாட்டாளிவர்க்கத்தின் உறுதியான, ஒன்றுபட்ட நடவடிக்கைகளே சாதிக்கும்.

■

நன்றி : *மார்க்சிஸ்ட் மாத இதழ்*

REFERENCES

Ahmad, Aijaz. 1992. *In Theory: Classes, Nations, Literatures*. London: Verso.

Allen, Robert L. 1969. *Black Awakening in Capitalist America: An Analytic History*. New York: Anchor Books.

Ambani, Mukesh and Birla, Kumarmangalam, 2000. *Report on a Policy Frame Work for Reforms in Education*. New Delhi: Prime Minister's Council on Trade and Industry, Government of India. http://ispepune.org.in/PDF%20 ISSUE/2003/JISPE403/2038DOCU-3.PDF. Accessed 17 February 2018.

Ambedkar, B.R. 1979a. "Castes in India: Their Mechanism, Genesis and Development." *BAWS* 1. Edited by Vasant Moon. Bombay: Education Department, Government of Maharashtra. 3–22.

——. 1979b. "Ranade, Gandhi and Jinnah." *BAWS* 1. Edited by Vasant Moon. Bombay: Education Department, Government of Maharashtra. 205–240.

——. 1982. *BAWS* 2. Edited by Vasant Moon. Bombay: Education Department, Government of Maharashtra.

——. 1987. "Philosophy of Hinduism." *BAWS* 3. Edited by Vasant Moon. Bombay: Education Department, Government of Maharashtra. 8–92.

——. 1987. "Pakistan or the Partition of India." *BAWS* 3. Edited by Vasant Moon. Bombay: Education Department, Government of Maharashtra.

——. 1988. *What Path to Salvation?* Translated by Vasant Moon (1988). Edited by Eleanor Zelliot. http://www.columbia.edu/itc/mealac/pritchett/00ambedkar/txt_ambedkar_salvation.html. Accessed 15 February 2018.

——. 1989. *BAWS* 5. Edited by Vasant Moon. Bombay: Education Department, Government of Maharashtra.

——. 1991. *BAWS* 9. Edited by Vasant Moon. Bombay: Education Department, Government of Maharashtra.

——. 2003. *BAWS* 17. Edited by Vasant Moon. Bombay: Education Department, Government of Maharashtra.

Archer, David. 2006. "The Impact of the World Bank and IMF on Education Rights." *Convergence*. Vol. 39, No. 2–3. 7–18.

Bahadur, Sayyid Ahmed Khan. 1873. *The Causes of the Indian Revolt*. Benares: Medical Hall Press. http://www.columbia.edu/itc/mealac/pritchett/00urdu/asbab/translation1873.html. Accessed 1 February 2018.

——. 1888. "Speech of Sir Syed Ahmed at Lucknow." Sir *Syed Ahmed on the Present State of Indian Politics, Consisting of Speeches and Letters Reprinted from the "Pioneer"*. Allahabad: The Pioneer Press. 1–24.

Baradaran, Mehrsa. 2017. *The Color of Money: Black Banks and the Racial Wealth Gap*. Massachusetts: Harvard University Press.

Baxi, Upendra. 1995. "Emancipation and Justice: Babasaheb Ambedkar's Legacy and Vision." *Crisis and Change in Contemporary India*. Edited by Upendra Baxi and Bhikhu Parekh. New Delhi: Sage. 124–30.

Biswas, A. K. 2016. "Sorry, Mr Das: Merit, caste… a tale of two IAS candidates." *Outlook*. 30 May. https://www.outlookindia.com/magazine/story/sorry-mr-das/297174. Accessed 16 February 2018.

Bukharin, Nikolai. 1925. *Historical Materialism: A System of Sociology*. New York: International Publishers.

Cháirez-Garza, Jesús Francisco. 2017. "'Bound hand and foot and handed over to the caste Hindus': Ambedkar, Untouchability and the Politics of Partition." *Indian Economic and Social History Review*. http://eprints.whiterose.ac.uk/123470/3/ambedkar%20churchill%20ieshr%20chairez%20final%20version-1.pdf. Accessed 15 February 2018.

Chhapia, Hemali. 2013. "Twinning courses gain currency as foreign education costs soar." Times of India. August 19.

Claeys, Gregory. 2000. "The 'Survival of the Fittest' and the Origins of Social Darwinism." *Journal of the History of Ideas*. Vol. 61. 223–240.

Coffey, Diane and Spears, Dean. 2017. *Where India Goes: Abandoned Toilets, Stunted Development and the Costs of Caste*. New Delhi: HarperCollins.

Cros, Jacques. 1950. *Le 'Néo-libéralisme' et la révision du libéralisme*. Doctoral Thesis. Toulouse: Université de Toulouse.

Dangle, Arjun. 1992. *Poisoned Bread: Modern Marathi Dalit Literature*. Hyderabad: Orient Longman.

——. 1994. *Homeless in My Land: Translations from Modern Marathi Dalit Short Stories*. Hyderabad: Orient Longman.

Das, Bhagwan. 2009. *In Pursuit of Ambedkar: A Memoir*. Translated by Isha. New Delhi: Navayana.

——. 2010. *Thus Spoke Ambedkar: A Stake in the Nation*. Vol. 1. New Delhi: Navayana.

Delgado-Ramos, Gian Carlo and Saxe-Fernández, John. 2005. "The World Bank and the Privatization of Public Education: A Mexican Perspective." *Journal for Critical Education Policy Studies*. Vol. 3, No. 1. http://firgoa.usc.es/drupal/node/24314. Accessed 16 February 2018.

Dewey, John. 2001. *Democracy and Education*. Penn State Electronic Classics Series Publication.

"The Dalit Panther Manifesto." 1972. In *The Exercise of Freedom: An Introduction to Dalit Writing* (2013). Edited by K. Satyanarayana and Susie Tharu. New Delhi: Navayana.

Dongre, Amol R. and Deshmukh, Pradeep R. 2012. "Farmers' suicides in the Vidarbha region of Maharashtra, India: A qualitative exploration of their causes." *Journal of Injury and Violence Research*. Vol. 4, No. 1 Tehran: Kermanshah University of Medical Sciences. 2–6.

Dutta, Manas. 2013. "Revisiting the Historiography of the Madras Presidency Army, 1801–1858." *IOSR Journal of Humanities and Social Science*. Vol. 13, No. 4. 46–9.

Engels, Friedrich. 1934. "Engels to Borgius: London, January 25, 1894." Translated by Sidney Hook. *New International*. Vol.1, No.3. 81–5.

——. 1972. "Engels to J. Bloch In Königsberg: London, September 21, 1890." *Historical Materialism (Marx, Engels, Lenin)*. Moscow: Progress Publishers. 294–96.

Ervin, Lorenzo Kom'boa. 2001. *Black Capitalism*. Online Resource: The Anarchist Library. https://theanarchistlibrary.org/library/lorenzo-komboa-ervin-black-capitalism. Accessed 17 February 2018.

Ghildiyal, Sidhartha Subodh. 2011. "UPA govt set to make 4% of its yearly buy from dalit-run firms." *The Economic Times*. 12 September.

Government of India. 2012. *Twelfth Five-Year Plan 2012-17 (Draft)*. New Delhi: Planning Commission.

Harrison, Selig S. 1960. *India: The Most Dangerous Decades*. Princeton: Princeton University Press. 190–1.

Harvey, David. 2005. *A Brief History of Neoliberalism*. Oxford: Oxford University Press.

Haygunde, Chandan Shantaram. 2017. "Two tales of two very different murder trials, a Dalit and a Maratha." *The Indian Express*. 29 November.

Hillerbrand, Hans J. 2004. *The Encyclopedia of Protestantism*. Vol. 2. New York: Routledge.

Iyer, Lakshmi, Khanna, Tarun and Varshney, Ashutosh. 2013. "Caste and Entrepreneurship in India." *Economic and Political Weekly*. Vol. 48, No. 6. 52–60.

Jaffrelot, Christophe. 2000. "The Rise of the Other Backward Classes in the Hindi Belt." *The Journal of Asian Studies*. Vol. 59, No. 1. 86–108.

——. 2005a. "The Politics of OBCs." *Seminar* 549. 191–2.

——. 2005b. *Dr. Ambedkar and Untouchability: Analyzing and Fighting Caste*. New Delhi: Permanent Black.

——. 2017. "Gujarat Model?" *The Indian Express*. 20 November.

Jamison, Stephanie W. 1996. *Sacrificed Wife/Sacrificer's Wife: Women, Ritual, and Hospitality in Ancient India*. Oxford: Oxford University Press.

Jayadev, A., Motiram, S., and Vakulabharanam, V. 2007. "Patterns of Wealth Disparities in India during the Liberalisation Era." *Economic and Political Weekly* 42. No. 38. 22–28.

Jones, Daniel Stedman. 2012. *Masters of the Universe: Hayek, Friedman, and the Birth of Neoliberal Politics*. Princeton: Princeton University Press.

Kadam, K.N. 1997. "Dr. Ambedkar's Philosophy of Emancipation and the Impact of John Dewey." *The Meaning of Ambedkarite Conversion to Buddhism and Other Essays*. Mumbai: Popular Prakashan. 1–33.

Keer, Dhananjay. 1990. *Dr Ambedkar: Life and Mission*. Bombay: Popular Prakashan. (Orig. publ. 1954.)

Knipe, David M. 2015. *Vedic Voices: Intimate Narratives of a Living Andhra Tradition*. Oxford: Oxford University Press.

Krishnan, Shri. 2005. *Political Mobilization and Identity in Western India, 1934–47*. Vol. 7, Sage Series in Modern Indian History. New Delhi: Sage.

Kshirsagar, Ramachandra. 1994. *Dalit Movement in India and its Leaders, 1857–1956*. New Delhi: MD Publications.

Lawton, William and Katsomitros, Alex. 2012. *International Branch Campuses: Data and Developments*. Surrey: The Observatory on Borderless Higher Education. http://www.obhe.ac.uk/documents/view_details?id=894. Accessed 16 February 2018.

Lenin, V. I. 1965. *V. I. Lenin Collected Works*. Vol. 29. Translated and Edited by George Hanna. Moscow: Progress Publishers.

Leo, Benjamin and Barmeier, Julia. 2010. Who Are the MDG Trailblazers? A New MDG Progress Index." Working Paper 222: Center for Global Development. https://www.cgdev.org/publication/who-are-mdg-trailblazers-new-mdg-progress-index-working-paper-222. Accessed 5 November 2017.

Mandal, Jagadis Chandra. 1999. *Poona Pact and Depressed Classes*. Calcutta: Sujan Publications.

Marx, Karl. 1853. "India." *New York Daily Tribune*. 5 August. https://www.marxists.org/archive/marx/works/1853/08/05.htm. Accessed 17 February 2018.

——. 1853. "The Future Results of British Rule in India." *New York Daily Tribune*.

22 July. https://marxists.catbull.com/archive/marx/works/1853/07/22.htm. Accessed 26 March 2018.

———. 1955. *The Poverty of Philosophy*. Moscow: Progress Publishers.

———. 1968. *The German Ideology*. Moscow: Progress Publishers.

———. 1970. *A Contribution to the Critique of Political Economy*. Moscow: Progress Publishers.

———. 1974. *Capital: A Critique of Political Economy*. Vol. 1. Translated by Samuel Moore and Edward Aveling. Moscow: Progress Publishers.

Mayhew, Arthur. 1998. *Christianity in India*. Delhi: Gian Publishing House.

Meyer, H. 1959. "Marx on Bakunin: A Neglected Text." *Etudes de Marxologie*. Edited by M. Rubel. Paris: Cahiers de l'Institut de science économique appliquée.

Ministry of Education. 1985. *Challenge of Education: A Policy Perspective*. New Delhi: Ministry of Education.

Ministry of Human Resource Development. 2011. *Statistics of Higher Technical Education, 2007–08*. New Delhi: Bureau of Planning, Monitoring and Statistics.

Mishra, Narayan. 2001. *Scheduled Castes Education: Issues and Aspects*. New Delhi: Kalpaz Publications.

Mitta, Manoj. 2014. *Modi and Godhra: The Fiction of Fact Finding*. Noida: HarperCollins.

Mohammad, Noor. 2018. "Modi Government Has Near 'Zero Effect' in Meeting Procurement Quota From Dalit, Adivasi Enterprises." *The Wire*. 9 February. thewire.in/222399/modi-government-near-zero-effect-meeting-procurement-quota-dalit-adivasi-enterprises/. Accessed 17 February 2018.

Morkhandikar, R. S. 1990. "Dilemmas of Dalit Movement in Maharashtra–Unity Moves and After." *Economic and Political Weekly* 25. No. 12. 586–90.

Mukherjee, Arun P. 2009. "B.R. Ambedkar, John Dewey, and the Meaning of Democracy." *New Literary History*. Vol. 40, No. 2. 345–70.

Nanda, Meera. 2004. *Prophets Facing Backward: Postmodernism, Science, and Hindu Nationalism*. New Delhi: Permanent Black.

Narain, Siddharth and Seshu, Geeta. 2016. "Sedition goes viral." *The Hoot*. 19 August. http://www.thehoot.org/free-speech/media-freedom/sedition-goes-viral-9578. Accessed 17 February 2018.

Navsarjan Trust. 2010. *Understanding Untouchability*. Robert F. Kennedy Center for Justice & Human Rights. https://navsarjantrust.org/2010/01/28/navsarjan-trust-releases-study-on-untouchability-in-gujarat/. Accessed 17 February 2018.

Neill, Stephen. 1986. *A History of Christian Missions*. Harmondsworth: Penguin.

NUEPA (National University of Educational Planning and Administration). 2013. *District Information System for Education: Elementary Education in India 2012-13*. Vol. 1 and 2. New Delhi: NUEPA. http://www.dise.in/. Accessed 11 Dec 2017.

Pal, Yash. 2009. Report of The Committee to Advise on Renovation and Rejuvenation of Higher Education in India. New Delhi Government of India. https://www.aicte-india.org/downloads/Yashpal-committee-report.pdf. Accessed 16 February 2018.

Pathak, Binay Kumar. 2014. "Critical Look at the Narayana Murthy Recommendations on Higher Education." *Economic and Political Weekly* 49, No. 3. 72–4.

Patil, Shalaka. 2011. "Push button parliament–why India needs a non-partisan, recorded vote system." *Anuario Colombiano de Derecho Internacional*. No. 4. 163-241.

People's Union for Democratic Rights and Association for Democratic Rights. 2012. *This Village Is Mine Too: Dalit Assertion, Land Rights and Social Boycott in Bhagana*. http://www.pudr.org/sites/default/files/final%20bhagana%20pdf.pdf. Accessed 16 February 2018.

Phule, Jotirao. 2002. *Selected Writings of Jotirao Phule*. Edited by Govind P. Deshpande. New Delhi: LeftWord Books.

Plekhanov, Georgi. 1974. *The Development of the Monist View of History*. Moscow: Progress Publishers.

——. 1976. "Fundamental Problems of Marxism." *Selected Philosophical Works*. Vol. 3. Moscow: Progress Publishers.

Pradhan, V. 2009. "Karl Marx che Majuri Kam va Bhandwal" (Series 1–9, 1931–32). *Janata*. Edited by Pradip Gaikwad. Nagpur. 269–342.

Prasad, Chandra Bhan and Kamble, Milind. 2012. "To Empower Dalits, Do Away with India's Antiquated Retail Trading System." *The Times of India*. 5 December.

Prasad, Chandra Bhan, Devesh Kapur, D. Shyam Babu. 2014. *Defying the Odds: The Rise of Dalit Entrepreneurs*. New Delhi: Random House India.

PricewaterhouseCoopers Private Limited. 2012. *India - Higher Education Sector: Opportunities for Private Participation*. New Delhi: PricewaterhouseCoopers Private Limited. https://www.pwc.in/assets/pdfs/industries/education-services.pdf. Accessed on 16 February 2018.

Proudhon, Pierre-Joseph. 1847. *The System of Economic Contradictions, or The Philosophy of Poverty*. From Rod Hay's Archive for the History of Economic

Thought, McMaster University, Canada. https://www.marxists.org/reference/subject/economics/proudhon/philosophy/. Accessed 17 February 2018.

Pugh, Patricia M. 1984. *Educate, Agitate, Organise: 100 Years of Fabian Socialism*. London and New York: Methuen.

Rao, P. V. Narasimha. 2000. *The Insider*. New Delhi: Penguin.

Sadgopal, A. 2008. "Education Bill: Dismantling Rights." *The Financial Express*. 9 November.

Santos, Boaventura de Sousa. 2004. *A universidade no século XXI*. Cortez : Brazil. 17–18.

Sardesai, Rajdeep. 2015. *2014: The Election that Changed India*. New Delhi: Penguin.

Sekher, T.V. 2009. *Catastrophic Health Expenditure and Poor in India: Health Insurance is the Answer?* Marrakech: International Union for the Scientific Study of Population. https://iussp.org/sites/default/files/event_call_for_papers/T.V%20Sekher-IUSSP%20pdf.pdf. Accessed 20 Nov 2017.

Sharda, Ratan. 2015. "Selective Amnesia." *Organiser*. 20 October. http://organiser.org//Encyc/2015/10/20/Cover-Story---Selective-Amnesia.aspx. Accessed 17 February 2018.

Shetty, Sukanya. 2014. "40 months on, court acquits 'Naxal activist' Sudhir Dhawale." *The Indian Express*. 23 May.

Singh, Vijaita. 2017. "Foreign funds surge under NDA rule." *The Hindu*. 20 February.

Stroud, Scott R. 2016. "Pragmatism and the Pursuit of Social Justice in India: Bhimrao Ambedkar and the Rhetoric of Religious Reorientation." *Rhetoric Society Quarterly*. Vol. 46, Issue 1. 5–27.

Teltumbde, Anand. 2003. *Ambedkar on Muslims: Myths and Facts*. Mumbai: Vikas Adhyayan Kendra.

——. 2009. *Khairlanji: A Strange and Bitter Crop*. New Delhi: Navayana.

——. 2011. *The Persistence of Caste: The Khairlanji Murders & India's Hidden Apartheid*. New Delhi: Navayana.

Thompson, E. P. 1965. "The Peculiarities of the English." *The Socialist Register*. 311–62.

Thorat, Sukhdeo and Newman, Katherine S. 2010. *Blocked by Caste: Economic Discrimination in Modern India*. New Delhi: Oxford University Press.

Thorsen, Dag Einar and Lie, Amund. 2011. *What is Neoliberalism?* Department of Political Science: University of Oslo.

University Grants Commission. 2015. *UGC Annual Report 2014–15*. New Delhi:

University Grants Commission. https://www.ugc.ac.in/pdfnews/2465555_Annual-Report-2014-15.pdf. Accessed 16 February 2018.

Vivekananda, Swami. 1899. "On the Bounds of Hinduism." *Prabuddha Bharata*. http://www.ramakrishnavivekananda.info/vivekananda/volume_5/interviews/on_the_bounds_of_hinduism.htm. Accessed 20 August 2013.

Weber, Max. 2015. "The Distribution of Power Within the *Gemeinschaft*: Classes, *Stände*, Parties, by Max Weber." *Weber's Rationalism and Modern Society: New Translations on Politics, Bureaucracy, and Social Stratification*. Edited and Translated by Tony Waters and Dagmar Waters. New York: Palgrave Macmillan. 37–57.

White, Gillian B. 2017. "The Unfulfilled Promise of Black Capitalism." *The Atlantic*. 21 September. https://www.theatlantic.com/business/archive/2017/09/black-capitalism-baradaran/540522/. Accessed 17 February 2018.

White, Richard B. 1994. "The Mahar Movement's Military Component." *South Asia Graduate Research Journal*. Vol. 1, No. 1. Austin: University of Texas. 39–59.

Wood, Ellen Meiksins. 2007. *Democracy Against Capitalism: Renewing Historical Materialism*. Cambridge: Cambridge University Press.

World Bank. 1994. *Higher Education: The Lessons of Experience*. Washington DC: World Bank Publications.

Yagnik, Achyut. 2002. "Search for Dalit Self-Identity in Gujarat." *The Other Gujarat: Social Transformations Among Weaker Sections*. Edited by Takashi Shinoda. Mumbai: Popular Prakashan.

Zelliot, Eleanor. 1992. *From Untouchable to Dalit: Essays on the Ambedkar Movement*. New Delhi: Manohar Publications.

——. 2010. "Learning the Use of Political Means: The Mahars of Maharashtra." *Caste in Indian Politics*. Edited by Rajni Kothari. New Delhi: Allied. 29–69.

——. 2013. *Ambedkar's World: The Making of Babasaheb and the Dalit Movement*. New Delhi: Navayana.

* 9 7 8 9 3 8 8 9 8 6 6 6 3 *
FCW - #0243 - 061026 - C0 - 216/140/24 - PB - 9789388986663 - Matt Lamination